சினிமா கோட்பாடு

பேல பெலாஸ்

தமிழில்: எம்.சிவகுமார்

பாரதி
புத்தகாலயம்

CINEMA KOTPADU

BELA BALAZS

First Published : December, 2010 | Fourth Print: September, 2025

Published by

PUTHIYA KONAM

im print of Bharathi Puthakalayam

7, Elango Salai, Teynampet, Chennai - 600 018

Email: bharathiputhakalayam@gmail.com | www.thamizhbooks.com

சினிமா கோட்பாடு

பேல பெலாஸ்

தமிழில்: எம். சிவக்குமார்

முதற் பதிப்பு: டிசம்பர், 2010 | நான்காம் அச்சு: செப்டம்பர், 2025

வெளியீடு

கோணம்

7, இளங்கோ சாலை, தேனாம்பேட்டை, சென்னை - 600 018.

தொலைபேசி : 044 24332924 9444567935

விற்பனை உரிமை

பாரதி புத்தகாலயம்

விற்பனை நிலையங்கள்

அருப்புக்கோட்டை: கதவுஎண் 49 A/4 மெயின் ரோடு, தெற்கு தெரு - 9994173551

ஈரோடு: 39: 39 ஸ்டேட் பாங்க் சாலை - 9245448353

கரூர்: நாரத கானசபா அருகில் (TNGEA OFFICE)- 9442706676

காரைக்குடி : 12, 2 வது தெரு, கம்பன் மணிமண்டபம் பின்புறம் - 9443406150

கும்பகோணம்: 352, ரயில் நிலையம் எதிரில் - 9443995061

குன்னூர்: N.K.N வணிக வளாகம் பெட்போர்ட்

கோவை: 77, மசக்காளிபாளையம் ரோடு, பீளமேடு - 8903707294

சிதம்பரம்: 22A / 18B தேரடி கடைத் தெரு, கீழவீதி அருகில் - 9994399347

செங்கல்பட்டு: 1 D ஜி.எஸ்.டி சாலை - 044 27426964 | **சேலம்:** 15, வித்யாலயா சாலை

சேலம்: பாலம் 35, அத்வைத ஆஸ்ரமம் சாலை 0427 2335952

தஞ்சாவூர்: காந்திஜி வணிக வளாகம் காந்திஜி சாலை - 9655542400

திண்டுக்கல்: பேருந்து நிலையம் - 9942331105, 9976053719 | **மதுரை:** சர்வோதயா மெயின்ரோடு

திருச்சி: வெண்மணி இல்லம், கரூர் புறவழிச்சாலை - 9994289492

திருநெல்வேலி: 25A, ராஜேந்திரநகர் - 9442149981 | **திருப்பூர்:** 447, அவினாசி சாலை - 9486105018

திருவண்ணாமலை: முத்தம்மாள் நகர் | **திருவல்லிக்கேணி:** 48, தேரடி தெரு - 9444428358

திருவாரூர்: 35, நேதாஜி சாலை - 9442540543 | **நாகர்கோவில்:** 699 கே.பி.ரோடு R.V.புரம் - 9443450111

நெய்வேலி: பேருந்து நிலையம் அருகில், - 9443659147 | **பழனி:** பேருந்து நிலையம் அருகில் - 9442883696

பாண்டிச்சேரி : கிழக்கு கடற்கரைச்சாலை, இலாசுப்பேட்டை, 9486102777

பெரம்பூர்: 52, கூக்ஸ் ரோடு - 9444373716 | **மதுரை:** 37A, பெரியார் பேருந்து நிலையம் - 045 22324674

வடபழனி: பேருந்து நிலையம் எதிரில் அடையார் ஆனந்தபவன் மாடியில் - 9444476967

விருதுநகர்: 131, கச்சேரி சாலை - 0456 2245300 | **வேலூர்:** பேஸ் III, சத்துவாச்சாரி - 9442553893

நினைத்த நூல்கள்... நினைத்த நேரத்தில்... thamizhbooks.com

ISBN: 978-93-80325-38-5

ரூ.360/-

அச்சு : பிரிண்டெக், சென்னை - 600 005.

பதிப்புரை

இன்றைக்கு இளைஞர்களைப் பெரிதும் ஆகர்ஷிக்கக் கூடிய கலை வடிவமாக சினிமா இருக்கிறது. கடந்த நூற்றாண்டுகளின் அரிய கண்டு பிடிப்புச் சாதனையாக சினிமாவைக் கொண்டாடுகிறவர்கள் அதிகம் பேர் உண்டு. காட்சி ஊடகத்தின் மாபெரிய சக்தியை நாமும் கிரஹித்தவர்களாகவே இருக்கிறோம்.

பேல பெலாஸ் தான் வாழ்ந்த காலத்தின் கலை அடையாளமாகத் திகழ்ந்தவர். அவருடைய சினிமா கோட்பாடு எனும் இந்நூல் காலத்தால் சற்று முந்தையது என்றாலும் அப்போதே அவர் சினிமாகுறித்த பூரணமான தெளிவுடனும் பிரக்ஞையுடனும் இயங்கி எக்காலத்திலும் வெளிப்படுத்த இயலாத கருத்துகளுடன் தந்துள்ள அரிய முயற்சி இதுவென வாசகர்கள் இதை வாசிக்கையில் உணரக்கூடும்.

தமிழகத்தின் மூலை முடுக்குகளிலிருந்து சினிமாக் கனவுகளுடன் புற்றீசல் போலக் கிளம்பிவரும் இளைஞர்களுக்கு சினிமா குறித்த அடிப்படைப் புரிதலைத் தருகின்ற நம்பிக்கையளிக்கக் கூடிய பிரதிகள் தமிழில் அதிகம் இல்லை.

சினிமாவை மாய சக்தியாக உருவகப்படுத்துகின்ற மலினமான ஆக்கங்களே அதிகம். சினிமா என்கிற வடிவத்தின் ஆதார சுருதியாக இருக்கக்கூடிய பல விஷயங்கள் பேலபெலாஸின் நுட்பமும் கவித்துவமுமான விவரணைத் தன்மையுடன் இந்நூலில் இடம் பிடிக்கின்றன. எம்.சிவகுமார் திறம்பட இதை மொழிபெயர்த்துள்ளார்.

தமிழ் சினிமா தன் நிறத்தையும் குணத்தையும் உதிர்த்துக்கொண்டு புது அவதாரமெடுக்கச் சித்தமாயுள்ள முக்கியமான தருணத்தில் சினிமா கோட்பாடு நூலை பாரதி புத்தகாலயம் மறுபதிப்பு செய்கிறது.

தரமான சினிமா நூல்களைத் தொடர்ந்து வெளியிட்ட சென்னை புக்ஸ் நிறுவனம் இதன் முதல் பதிப்பை வெளியிட்டது. மறுபதிப்பை வெளியிட அன்புடன் அனுமதி அளித்த அந்த நிறுவனத்துக்கு பாரதிபுத்தகாலயம் இக்கணத்தில் நன்றியைப் பதிவு செய்கிறது.

திரைப்படக் கல்லூரி மாணவர்கள், தரமான சினிமாவைப் படைக்கக் காத்திருக்கின்ற உத்வேகமுள்ள புதிய இயக்குனர்கள், ஆரோக்கியமான சினிமா ஆர்வலர்கள் அனைவருக்கும் பயன்தரத்தக்க முயற்சியாகவும் இந்த ஆக்கம் வெளிவருகிறது.

இந்நூலின் முதல் பதிப்பை வெளியிட்ட சென்னை ஃபிலிம் சொஸைட்டி, சவுத் ஏசியன் புக்ஸ் நிறுவனத்திற்கும் இப்பதிப்பை வெளியிட அனுமதி அளித்த சவுத் விஷன் பாலாஜிக்கும் உதவி செய்த கிராபியன், மேம்படுத்திய கீரனூர் ஜாகீர்ராஜா ஆகியோருக்கும் நன்றியை தெரிவித்துக்கொள்கிறோம்.

புதிய பதிப்புக்கான குறிப்பு

தமிழ் சினிமா சூழலில் பலருக்கும் தெரிந்த ஒரு பெயர் பேல பெலாஸ். காரணம், "சினிமாக் கோட்பாடு" என்னும் புத்தகம். தமிழ் புத்தகச் சூழலில் மிக அரிதான புத்தகங்களே சினிமா குறித்து எழுதப்பட்டிருக்கின்றன. ஆனால், சமீபகாலமாக சினிமா சார்ந்த புத்தகங்கள் அதிகம் பதிக்கப்படுவது சந்தோஷமான விஷயம். இன்று, தமிழகம் தவிர்த்து மற்ற மாநிலங்களில் உள்ள உலக சினிமா குறித்துப் பார்வையாளர்கள், திரைப்படக் கல்லூரி மாணவர்கள், இயக்குநர்கள் உள்ளிட்ட பலர் பேல பெலாஸ் பற்றி எதுவுமே தெரியாமல் திரைப்படங்களில் பணியாற்றிக் கொண்டிருக்கிறார்கள். ஆனால், தமிழ் சினிமா அதிலிருந்து மாறுபட்டிருப்பது ஆரோக்கியமானது. 'இந்தப் புத்தகத்தைப் படித்துதான் நான் தமிழ் சினிமாவில் இயக்குநரானேன்...' என்று ஒரு பிரபல இயக்குநர் தனது நேர்காணலில் குறிப்பிட்டிருந்தார். அந்தளவிற்கு இந்தப் புத்தகம் தமிழ் சினிமா இயக்குநர்கள் மத்தியிலும், தமிழ் சினிமா ஆர்வலர்கள் மத்தியிலும் பிரபலமாகியிருக்கிறது.

திரைப்படக் கல்லூரியில் படித்துக்கொண்டிருந்தபோது கல்லூரி நூலகத்தில் இருக்கும் புத்தகங்களைப் பார்வையிட்டுக்கொண்டிருந்தேன். அப்போது 'தி தியரி ஆப் த பிலிம்' (The theroy of the film) என்னும் புத்தகம் கண்ணில் பட்டது. நூலாசிரியர் பேல பெலாஸ். அந்தப் புத்தகத்தின் முன்னுரையைத்தான் முதலில் வாசித்தேன். மிக எளிமையான அதேசமயத்தில் ஆழமான விஷயங்களை அதில் குறிப்பிட்டிருந்தார். அவர் எழுதிய முன்னுரைதான் பிறகு முழுப் புத்தகத்தையும் வாசிக்க வைத்தது. அந்தப் புத்தகம் திரைப்படம் சார்ந்தவர்களுக்கு மட்டுமல்ல, திரைப்படம் பார்க்கும் ரசிகனுக்கும் மிகவும் பயன்படக்கூடிய வகையிலும், திரைப்படத்தை சரியான புரிதலுடன் பார்ப்பதற்கும் வழி செய்வதை உணர்ந்தேன். பிறகு, இப்புத்தகம் குறித்து சவுத்விஷன் பாலாஜியிடம் கூறினேன். 'மக்களுக்குப் பயன்படக்கூடிய வகையிலான புத்தகம் என்றால், அதை நீங்கள் மொழிபெயர்த்துக் கொடுத்தால் நிச்சயம் வெளியிடுகிறேன்...' என்று கூறியதுடன், அந்தப் புத்தகத்தையும் பதிப்பித்தார். இந்தப் புத்தகம் 1985ல் சவுத்விஷன் வெளியீடாக முதல் பதிப்பு வெளிவந்தது. இதன் மறுபதிப்பு 1992ல் வெளியானது. அதன் பிறகு இப்புத்தகம் நீண்ட காலத்திற்கு பிறகு இப்போது வெளிவருவது சந்தோஷமளிக்கிறது. இப்புத்தகத்தை நானே பலமுறை சில திருத்தங்களுடன் பதிப்பிக்க

வேண்டும் என்று எண்ணியிருந்தேன். ஏனோ சில காரணங்களால் முடியாமல் போனது. நண்பர் கிராபியென் ப்ளாக் என்னை சினிமா எக்ஸ்பிரஸ் இதழுக்காக நேர்காணல் செய்ய வந்தபோது இப்புத்தகம் குறித்துப் பேசியதுடன், அந்தப் புத்தகம் மறுபதிப்பு செய்யப்பட வேண்டும் என்று கேட்டுக்கொண்டு, பாரதி புத்தகாலயம் கே. நாகராஜனிடம் கூறி புத்தகம் வெளிவர உதவி செய்தார். தமிழ் சினிமாவிற்கு இன்றும் இப்புத்தகத்தின் தேவையிருப்பது பெருமையளிக்கிறது.

இயக்குநர் பேல பெலாஸ் ஹங்கேரி நாட்டைச் சேர்ந்தவர். அடிப்படையில் மார்க்சியவாதி, தத்துவயியல் அறிஞர் ஆவார். ஹிட்லரின் அபிமான திரைப்பட இயக்குநரான லினே ரீஃபேன்ஸ்த்தால் இவரின் சீடர் என்பது குறிப்பிடத்தக்கது. உலக சினிமாவில் சினிமா கோட்பாடு குறித்து சோவியத் இயக்குநரான ஐசன்ஸ்டின் (Eisenstein) மற்றும் ஆந்த்ரே பசான் (Andre bazin) ஆகியோர்களே எழுதியிருந்தார்கள். ஆனால், இவர்களிலிருந்து பேல பெலாஸ் எங்கே மாறுபடுகிறார் என்றால், எளிமையான எழுத்து நடையிலும், வாசகனுக்கு புரியும் வண்ணம் எடுத்துரைப்பதிலும்தான்! இன்று சினிமா புதிய கோட்பாடுகளில் வளர்ச்சியடைந்திருந்தாலும்அடிப்படைக் கோட்பாடு என்பது அப்படியேதான் உள்ளது. அதற்கு இந்தப் புத்தகமும் ஓர் உதாரணம். தமிழ் சினிமாவை முன்னெடுத்துச் செல்ல இப்புத்தகமும் பயன்படும் என்று எண்ணுகிறேன். இந்நூல் வெளிவர உதவிய சவுத்விஷன் பாலாஜிக்கும், பாரதி புத்தகாலயம் கே.நாகராஜனுக்கும் மற்றும் ஊழியர்களுக்கும் என் நன்றியைத் தெரிவித்துக் கொள்கிறேன்.

எம்.சிவக்குமார்

2.01.2011

மொழிபெயர்ப்பாளர் குறிப்பு

பேல பெலாஸின், இப்புத்தகம் 1948ஆம் ஆண்டு எழுதப்பட்டது. 1948க்குப் பின் இன்று வரையிலான காலம் என்பது, சினிமாவின் மொத்த வரலாற்றில் ஏறக்குறைய பாதியாகும். அதாவது சினிமாவின் கடந்த நாற்பது ஆண்டுக் கால வளர்ச்சியோடு, இப்புத்தகத்துக்கு எந்தச் சம்பந்தமுமில்லையா? சினிமா கோட்பாடு என்பது காலக்கிரமவரிசைப்படி சினிமாவின் வரலாற்றைச் சொல்வதல்ல. சினிமா என்ற ஒரு புதிய கலை தோன்றக் காரணமாயிருந்த சமூக, பொருளாதார, கலாபூர்வமான காரணங்கள் என்னென்ன? அந்தப் புதிய கலை எப்படி இத்தனை வேகமாக வளர்ச்சியடைந்த தனித்த, சுதந்திரமான, முழுமையான கலையாக மாறியது. இவ்வாறு ஏற்பட்ட இந்த வளர்ச்சியின் விதிகள், எப்படி மனிதனின் புதிய ரசனை, மற்றும் புரிந்து கொள்ளுதலை நமக்குக் காட்டுகிறது? இந்த அடிப்படையில் ஒரு கலையின் பரிணாம வளர்ச்சியைக் காண்பிப்பதுதான் கலைக் கோட்பாடாகும். இவ்வாறு, சினிமா கோட்பாட்டை அறிகின்ற அதே நேரத்தில் சில தனிப்பட்ட திரைப்பட இயக்குநர்கள், சில தனிப்பட்ட படங்கள், புதிய தொழில் நுட்பங்கள் போன்றவைகள் எப்படி இந்த பரிணாம வளர்ச்சிக்குக் காரணமாக இருந்தன என்பதையும் அறிந்து கொள்கிறோம். சினிமா கோட்பாடு என்ற விஷயமே புதிய ஒன்றாக நமக்கு இருக்கும்போது, பேல பெலாஸ் என்ற பெயர் நிச்சயமாகத் தமிழ் வாசகர்களுக்குத் தெரியாத ஒன்றாகத்தான் இருக்கும். சினிமா கோட்பாடு குறித்து முதன் முதலாக எழுதிய ஒரு அறிஞராக, பேல பெலாஸ் ஐரோப்பாவில் கருதப்படுகிறார். சினிமா கோட்பாடு பற்றி முதன் முதலாக அவர் ஜெர்மன் மொழியில் எழுதிய Der Sichtbare Mensch, Der Geist des Films இரு புத்தகங்கள் 1924ஆம் ஆண்டே வெளியிடப்பட்டன. அந்த இரு புத்தகங்களும் இன்றளவும் ஆங்கிலத்தில் கூட மொழி பெயர்க்கப்படாமல் இருப்பது துரதிருஷ்டவசமான ஒன்று. மேலும் சினிமாக் கோட்பாட்டை பற்றிய பெரும்பாலான புத்தகங்கள் இன்றளவும், பிரெஞ்சு, ஜெர்மனி, ரஷ்ய மொழிகளில்தான் வெளியிடப்படுகின்றன. அந்த அடிப்படையில், பேல பெலாஸ் கடைசியாக எழுதிய இப்புத்தகம் தமிழ் மொழியில் வெளிவருவதை முக்கியமான ஒன்றாகக் கருதுகிறேன். இப்புத்தகம், அவருடைய முந்தைய புத்தகங்கள் கொண்டிருந்த அவரது கருத்து மற்றும் சிந்தனைகளைக் கொண்டுள்ளது.

சினிமாக் கலையைப் பற்றி இத்தனை எளிமையாகவும், விளக்கமாகவும் ஒரு புத்தகம் முழுவதும் இழையோடும் சினிமாவின் அழகியலுக்கும் சமூகவியலுக்கும் இடையேயான தொடர்பு, படிப்பவர்களுக்கும் உற்சாகமூட்டக் கூடிய அனுபவத்தைக் தருவதாகும். இப்புத்தகம் குறிப்பாக ஐஸன்ஸ்டினுடைய அறிவுரீதியான கடுமையான பாணிக்கு எதிரான பாணியில் எழுதப்பட்ட புத்தகமாகும். இருந்த போதிலும்

ஐஸன்ஸ்டைன் சொல்ல விரும்பிய அதே அழகியலைத்தான் இப்புத்தகமும் சொல்கிறது.

பேல பெலாஸ் குறிப்பாக சொல்வது என்னவெனில், உருவாகி வரும் ஒரு கலையின் பரிணாம வளர்ச்சியின் விதிகளைப் பயிலுகின்ற மாபெரும் சந்தர்ப்பம் நமக்குக் கிடைத்துள்ளது என்பதாகும். சினிமா போன்ற ஒரு கலை, தொழில் மயப்படுத்தப்பட்ட முதலாளித்துவ நாகரீகத்தில் மட்டுமே, குறிப்பாகப் பொருளாதாரக் காரணங்களால் உருவாக முடியும் என்கிறார். அதனால்தான் சினிமாவை முதன் முதலாக உருவாக்கியது பிரெஞ்சு நாட்டைச் சேர்ந்த லூமியர் சகோதரர்களாக இருந்த போதிலும், அது தனித்த கலையாக பரிணமித்தது அமெரிக்காவில்தான் என்கிறார். சினிமாக் கலையின் இன்னொரு மிக முக்கிய அம்சமாக, பேல பெலாஸ் இதில் சொல்வது என்னவெனில், 'இனங்காணுதல்' (identification) என்ற நம்முடைய உளவியல் அனுபவமாகும். வேறு எந்தக் கலையிலும் இது நமக்குக் கிடைக்காத ஒன்று.

பேல பெலாஸ் சொல்வது போல், கலையைப் பொருத்தவரை பிரம்மாண்ட தன்மை என்பது அளவைப் பொறுத்த பிரச்சனை அல்ல (ஹாலிவுட் சினிமா அப்படித்தான் கருதுகிறது). "ஏராளமான நடிகர்களையோ, பிரம்மாண்டமான அரங்கத்தையோ, பெரிய கூட்டத்தையோ வைத்து எடுப்பதன் மூலம் படத்தின் பிரம்மாண்டத் தன்மையை உருவாக்க முடியாது, மாறாகப் படத்தின் கருத்துப் பொருள் அல்லது கதாநாயகனின் தனித்தன்மை மூலமாகத்தான் படத்தின் பிரம்மாண்டத் தன்மையை உருவாக்க முடியும்" என்கிறார்.

கடைசியாக மொழி பெயர்ப்பைப் பற்றி சில வார்த்தைகள்: வாசகர்கள், இப்புத்தகம் முழுவதும் தமிழ்நடை ஆற்றொழுக்கோடு இருப்பதாக உணர்வார்கள் என்று நான் நம்பவில்லை. சில இடங்களில் சரளமில்லாமலும், சில இடங்களில் கடினமாகக் கூடவும் இருக்கலாம். இதற்குப் பிரதான காரணம் சில இடங்களில், சினிமாக் கோட்பாடு பற்றிய சில உளவியல் மற்றும் அழகியல் பூர்வமான கருத்துகள் தமிழைப் பொருத்தவரை முற்றிலும் புதியனவாக இருப்பதால், அவ்வள வாகப் புழக்கத்திலில்லாத பதங்களையும், வாக்கிய அமைப்புக்களையும் உபயோகப்படுத்த வேண்டியுள்ளது. முடிந்த இடங்களிலெல்லாம் தொழில் நுட்பம் மற்றும் அழகியல் பதங்களுக்கு, சுலபமாக்கும் பொருட்டு அடிவிளக்கக் குறிப்புக் கொடுத்துள்ளேன். இம்மொழி பெயர்ப்பு ஹங்கேரிய மொழியிலிருந்து எடித் போன் (Edith Bone) அவர்களால் ஆங்கில மொழியிலாக்கப்பட்டதை அடிப்படையாகக் கொண்டது.

எந்த ஒரு புத்தகம் உருவாவதற்கும் குறிப்பிட்ட சூழ்நிலை, நேரம் மற்றும் தனி நபர்கள் காரணமாயிருக்கிறார்கள். அந்த அடிப்படையில் இப்புத்தகம் தமிழில் வெளிவர உதவிய நண்பர்களுக்கு, குறிப்பாக இதை வெளியிட்ட சென்னை புக்ஸ் நிறுவனத்துக்கும், நண்பர் பாலாஜிக்கும் என் நன்றியை இந்த இடத்தில் சொல்லிக் கொள்வது அவசியம் என நினைக்கிறேன்.

எம். சிவகுமார்

உள்ளடக்கம்

பகுதி - I

1. **கோட்பாட்டினைப் போற்றுவோமாக - 19**

   அறியாமையின் ஆபத்துகள்; சினிமாவை சீரிய முறையில் ரசிப்பதற்கு மக்களுக்கு ஏன் கற்றுத்தரப்படவில்லை; பொதுவான கலாச்சாரத்திற்கான அவசியம்; ஆக்கப் பூர்வமான கலாச்சாரம்; கோட்பாடு ஒரு புதிய கொலம்பஸ்; ஒரு மாபெரும் சந்தர்ப்பம் நழுவவிடப்பட்டது.

2. **பழைய வரலாறு - 26**

   திரைப்படங்களும் பெரிய அளவிலான தொழில் துறையும்; படம் பிடிக்கப்பட்ட நாடகம்; புதிய விஷயங்கள்; புதிய கதாபாத்திரங்கள்; ஸ்லாப்ஸ்டிக் நகைச்சுவை; உதாரணங்கள்;

3. **ஒரு புதிய வடிவம் மொழி - 36**

4. **காட்சி கலாச்சாரம் - 39**

   திரைப்பட கலாச்சாரம்; காலனிய ஆங்கில மனிதன்; சைபீரியாவி லிருந்து ஒரு பெண்; நாம் பார்ப்பதற்கு கற்றுக் கொண்டோம்; பழைய படங்கள் ஏன் கேலியாகத் தெரிகின்றன?; கலை வளர்ச்சியடையவில்லை

5. **கண்ணிற்குப் புலப்படும் மனிதன் - 45**

6. **காமிராவின் படைப்புத்திறன் - 53**

   நாம் படத்தில் இருக்கிறோம்; இனம் காணுதல்; கலையின் ஒரு புதிய தத்துவம்; சின்னஞ்சிறிய உதாரணத்தின் அடிப்படை; முன்னோடிகளின் தத்துவம்

7. **க்ளோஸ்-அப் - 61**

   இந்தத் துண்டுப் படங்களை ஒன்றாகக் காட்டுவது எது? ஒலியை இரண்டாகப் பிரிக்கமுடியாது; ஒலியும் இடமும்; பொருட்களின் முகங்கள்; பார்வை மூலமான வாழ்க்கை; க்ளோஸ்-அப்புக்கே உரிய கவிதையழகு; அந்த பதிமூன்று பேர்

8. **மனிதனின் முகம் - 71**

   ஒரு புதிய பரிமாணம்; இனிமை மற்றும் உடற் பாவ இயல்; மௌனமாய் தனக்குத்தானே பேசிக் கொள்ளுதல்; பாவங்களின் பல்வேறு தொனிகள்; நுணுக்கமான உடற்பாவ இயல்; அஸ்டா கண்ணாடியில் பார்க்கிறாள்; பால்டிக் டெபுடி; பேச்சும் முகபாவமும்; ஒலிப்படங்களில் பேச்சு; அஸ்டா பேசுகிறாள்; ரஷ்யாவிலிருந்து ஒரு உதாரணம்; மௌனக் காட்சி; மௌனம் தீர்வாகாது; விகடகலையின் வேகம்; மௌன உரையாடல்;

முகங்களின் க்ளோஸ்-அப்பில் நாம் காணும் விவரங்கள்; காண முடியாததை என்னால் காண முடியும்; எளிமைப்படுத்தப்பட்ட நடிப்பு; மாறி வரும் ரசனை; எளிய முகங்கள்; எளிமையான குரல்கள்; இயற்கை செயற்கை போல் தோன்றுகிறது; இயற்கை கலையாக மாறியது; உடற் பாவியல் பற்றிய கல்வி; குழந்தைகளும் நாகரீகமற்ற காட்டுவாசிகளும்; குழு உடற் பாவியல்; முகங்களின் வர்க்கத் தன்மை; நாம் அறியாத நம் முகங்கள்; இரண்டாவது முகம்; நுட்பமான நாடகம்; நாடகப் போக்கு; காமிராவின் சீர்மை; நாடக மயப்படுத்தப்பட்ட சாதாரண இடங்கள்; முக்கியமான தருணம்; உண்மைக்குப் பதிலாக யதார்த்தம்

9. மாறுகின்ற நிலைப்பாடு - 106

பட பிம்பங்களின் தொகுப்பு; பொருளின் பல்வேறு கோணங்கள்; தெஜா ஊ; இனங் காணுதலைக் குறித்து இன்னும் சில விஷயங்கள்; மனித வடிவங்களின் உலகம்; சினிமாவைப் பற்றி கீதே; புறத்தன்மை கொண்ட அகநிலை வாதம்; கருத்தும் அதன் பல்வேறு மாறுதல்களும்; நமது சூழ்நிலை மற்றும் பின்னணியின் உடற் பாவியல்; பரந்த வெளிகள்; உண்மை எவ்வாறு கருத்துப் பொருளாய் மாறியது; தொழிலாளியும் இயந்திரத்தினது பாவியலும்; உடற் பாவியலும் குறியீடும்; சீரான ஓட்டத்தை வேகப்படுத்தும் நிலைப்பாடு; சிதைவு; அறிமுகமில்லாத தோற்றங்கள்; சாத்தியப்பட்டாத தோற்றங்கள்; வழக்கத்திற்கு மாறான கோணங்கள் வழக்கத்திற்கு மாறான சூழ்நிலைகளைக் குறிக்கிறது; திரைப்படக் கேலிச் சித்திரங்கள்; சினிமாவில் எக்ஸ்பிரஸ்ஸனிஸம்; தி காபினெட் ஆஃப் டாக்டர் கேலிகரி; அலங்கார காட்சியமைப்பு; சினிமா முத்திரைவாதம்; நேர்முகமல்லாத நிலைப்பாடு; கோணங்களின் குறியீடு; மனித முகம் கண்ணாடியைப் போல; காமிராக் கண்ணோட்டங்களின் உருவகங்கள்; வெற்று வாக்கியங்களும்; வெறுமைப் படங்களும்; ஆபத்தான அழகு; கலைப்படைப்பை படம் பிடித்தல்; பாணி மற்றும் கண்ணோட்டம்; பாணிக்கு முக்கியத்துவம் கொடுத்த படங்கள்

10. படத்தொகுப்பு - 142

இயற்கையாக அர்த்தம் காணுதல்; கத்தரிக்கோல் பொய் சொல்லும்போது; படங்களுக்கு காலம் என்பது இல்லை; சினிமாவில் காலம்; கருத்து மற்றும் அனுபவமாக காலம்; பாணி மற்றும் சூழ்நிலையின் தொடர்ச்சி; படைப்பியல் பட தொகுப்பு; கருத்துக்களை தொடர்புபடுத்தும் படத்தொகுப்பு; பின்னோக்கு காட்சிகள்; உருவகப்பூர்வமான படத்தொகுப்பு; கவிதாப்பூர்வமான படத்தொகுப்பு; குறியீட்டு ரீதியான படத்தொகுப்பு; இலக்கிய உருவகங்க; கருத்துக்களோடு தொடர்புபடுத்துதல்; அறிவுப்பூர்வ மான படத்தொகுப்பு; படத் தொகுப்பில் சீர்மை; காட்சிகள்

வேகமும் படத்தொகுப்பின் வேகமும்; வேகமான ஷாட்டுகளின் நீளம்; ஒளி படத்தின் சீர்மை; இசையியல் மற்றும் அலங்கரிப்பான படத்தொகுப்பு; அகநிலைப் படத்தொகுப்பு; நடை; சினிமாவில் விளையாட்டு; உணர்ச்சியற்ற விளையாட்டு.

11. பரந்த காட்சி – 166

காலத்தை உணர்தல்; பெனோரமாவின் நாடகத் தன்மை.

12. காமிராவின் வெளிப்பாட்டுத்திறன் – 171

பேடிங்; டயாப்ரமின் ரகசியம்; கண்ணுக்குத் தெரியாத பொருட்களை காமிரா காட்டுகிறது; காலம் பற்றிய கண்ணோட்டம்; டிஸ்ஸால்வின் மனவியல்; காலமும் காட்சித் தொகுப்பும்; டிஸ்ஸால்வுகளும் படங்களின் அளவும்; டிஸ்ஸால்வுகளும் எளிமையான கதைகளும், டிஸ்ஸால்வுகளும் இடத்தோடு கூடிய தொடர்பும்; நார்கோஸிஸ்; அசைவுகள் இல்லாமல் காட்சிகளின் மாற்றம்; டிஸ்ஸால்வும் மனதில் தோன்றும் படமும்; படம் பிடிக்கப்பட்ட திரை

பகுதி – II

13. சினிமாவில் பாணி குறித்த பிரச்சனைகள் – 185

தூய ஒளிப்பதிவியல்; கதை அல்லது கதாநாயகன் இல்லாத படங்கள்; கதாநாயகன் இல்லாத படம்; பயணப் படங்கள்; கதாநாயகன் உள்ள அறிவிப்பு படங்கள்; அறியாத நெருக்கம்; செய்திப் படங்கள்; உழைப்பின் காவியங்கள்; மனிதனைக் காண்பிக்கிறது; யுத்தப் படங்கள்; இயற்கைப் படங்கள்;

14. அவாண்ட் கார்டும் உருவ முக்கியத்துவமும் – 211

முழுமையான படம்; அழகியல் மதிப்பீடு பற்றி ஆய்வு; வெளி உலகின் தோற்றம்; உள்ளார்ந்த நிகழ்ச்சிகள்; கருத்துப் பூர்வமான படங்கள்; வழிமுறை; தர்க்க சர்ஸ்திரம்-முடிவு; உளவியல்; சர்ரியலிஸ்டு படங்கள்; ஸ்தூலமற்ற படம்; ஸ்தூலமற்ற ஒளி; திரைப்பட சப்டைட்டில்கள்; தவறான ஒப்புமை

15. காட்சி ஜாலங்கள், கலவைப் படங்கள் கார்ட்டூன்கள் – 225

காமிரா ஜாலங்களின் முக்கியத்துவம்; முகமூடிகள்; திரைப்பட நகைச்சுவை; ஒரு புகைப்படத்தை நம்மால் கொல்ல முடியாது; நீளமும் உளவியலும்; கார்ட்டூன்கள்;

16. ஒளி – 236

சோக தீர்க்க தரிசனம்; குருட்டுப் பாதை; தீர்க்க தரிசனம்; நாம் கோருவது என்ன?; ஒளி உலகம்; சப்தத்தின் கண்டுபிடிப்பு; ஒளியின் நாடகியல்; ஒளி பேசுகிறது; ஒளிகள் நாடக கதாபாத்திரங்களாக; துணையாக வரும் ஒளியின் பாதிப்பு; ஒளிகளின் சண்டை; ஒளி நாடகத்தின் பிரச்சனை; படம் ஒளியை உருவாக்குகிறது; மௌனம்;

மௌனமும் இடமும்; ஷாட்டில் ஒலியின் நாடகரீதியான பங்கு; ஒலியை விளக்கும் படங்கள்; பொருந்தாத ஒலி; ஒலியின் நெருக்கம்; ஒலியைப் பிரிக்க முடியாது; செவியைப் பயிற்றுவித்தல்; ஒலிகளுக்கு நிழல் இல்லை; ஒலிகளுக்குப் பக்கங்கள் இல்லை; ஒலி அதன் இடத் தன்மையைக் காட்டுகிறது; ஒலிப்பதிவின் அடிப்படைப் பிரச்சனை; படங்கள் மூலம் ஒலியைக் காண்பிக்க முடியாது; ஒலி மோன்டாஜ்; ஒலி டிஸ்ஸால்வுகள்; பொருந்தாத ஒலி விளைவுகள்; மிகவும் சக்திவாய்ந்த கருவி; பொருந்தாத படமும் பொருந்துகின்ற ஒலியும்

17. உரையாடல் - 269
பார்க்கப்பட்ட பேச்சும் கேட்கப்பட்ட பேச்சும்; மௌனமே நடிப்பு; பேச்சின் கேட்கக் கூடிய பாவம்; மொழி மாற்றம் ஏன் முடியாது; கடக்க முடியாத் தன்மையின் அழகியல் விதி; சினிமா ஷாட்டும் வார்த்தையும்; பேச்சு, பகுத்தறிவுக் கொவ்வாத ஒலி விளைவு

18. ஒலி நகைச்சுவையின் பிரச்சனை - 282
பொய்யான ஒலி; பேச்சின் விநோதங்கள்; இசை விநோதம் பற்றிய பிரச்சனை; சினிமா இசை; சார்லி சாப்ளினின் ரகசியம்; ஒலிப்படங்களின் கண்ணோட்டங்கள்; ஒலியை அளவாகப் பயன்படுத்துதல்; வார்த்தையின் ஆட்சி; சினிமாவில் கதை சொல்பவர்.

19. வண்ணப் படம் மற்றும் ஸ்டீரியோ ஸ்கோப்பிக் படம் பற்றிய சில குறிப்புகள் - 295
அசைகின்ற வண்ணங்கள்; படத்தொகுப்பில் வண்ணம்; ஸ்டீரியோஸ்கோப்பிக் படங்கள்; வண்ணம் தீட்டப்பட்ட கார்ட்டூன்கள்

20. திரைக்கதை - 299
லெஸ்ஸிங்கும் சினிமாவும்; இணையான நிகழ்ச்சிகள்; தொழில் நுட்ப சூழ்நிலையும் கலாப்பூர்வ கோட்பாடுகளும்

21. கலை வடிவமும் பொருளும் - 313

22. பாணி குறித்த பிரச்சனைகள் - 323
காவியம்; பாணி மற்றும் பாணி வயப்படுத்துதல்; அகநிலை மற்றும் மரபு ரீதியான பாணி வயப்படுத்துதல்;

23. இசை வடிவங்கள் - 334
திரைப்பட இசை நாடகம்

24. கதாநாயகர்கள், அழகு, நட்சத்திரங்கள் மற்றும் கிரேட்டா கார்போவின் உதாரணம் - 344

அட்டவணை - 350

முன்னுரை

பேல பெலாஸின் காலத்தை விட இன்று நாம் சினிமாவை சுலபமாகப் புரிந்து கொள்ளக் கூடிய வசதியான காலகட்டத்தில் வாழ்கிறோம். பேல பெலாஸ் சினிமாவைப் பற்றி தன் கருத்துக்களை எழுதிய அந்தக் காலத்தில், சினிமா ஒரு கலைவடிவம் என்பது குறித்து மாபெரும் குழப்பங்கள் நிலவின; வேச்சல் லின்டசே (Vachel Lindsay), ரூல்டாப் ஆர்ன்ஹைம் (Rudolph Arnheim), பால் ரோத்தா (Paul Rotha), கிளைவ் பெல் (Clive Bell) ஆரன் ஷாப் (Aaron Schoff) போன்ற எழுத்தாளர்களும் மற்றும் வில்லியம் டி மேலே (William De Mille) போன்ற தயாரிப்பாளர்களும் கூட சினிமாவுக்குரிய இடம் எது என்பதை அடையாளங் கண்டு கொள்வதில் மிகக் தீவிரமாய் இருந்தனர். சினிமாவானது ஓவியத்தைப் போல அழகான ஒன்றா? அல்லது இசையைப் போன்று அற்புதமானதா அல்லது கட்டடக் கலையைப் போன்று பாதிக்கக்கூடியதா என்றெல்லாம் நீண்ட விவாதம் நடத்தப்பட்டது. இந்த விவாதம் முப்பதுகளின் இடைக்காலம் வரை தொடரப்பட்டது.

சினிமாவின் அந்தஸ்து குறித்த இப்போராட்டம் இறுதியில் வெற்றியடைந்தது. கலாச்சார நிறுவனங்களெல்லாம் சினிமாவை ஒரு கலையாக ஏற்றுக் கொள்ளும்படி செய்யப்பட்டது. இதற்குப் பிரதான காரணமாயிருந்தவர்கள் விமர்சகர்களும் கொள்கையாளர்களும் (theorists) என்று சொல்ல முடியாது. மாறாக உலகெங்கும் இருந்து சில திரைப்பட இயக்குநர்கள் உருவாக்கிய மிகச் சிறந்த படங்களே இந்நிலைக்குக் காரணமாயிருந்தன. இன்று நாம் சினிமாவை முன்னைக் காட்டிலும் தெளிவான மனநிலையோடும், குறைந்த தவறான கருத்துக்களோடும் பார்க்கிறோம். ஒருவேளை அதனால்தானோ என்னவோ பல படங்கள் நமக்குப் பார்க்கவே முடியாத அளவு கேலிக்கூத்தாய் உள்ளது.

ஆனாலும் பொதுவாக மக்கள் விரும்பிப் பார்க்கின்ற படங்களுக்கும், விமர்சகர்கள் வியந்து பாராட்டுகின்ற படங்களுக்கும் இடையே ஏன் இவ்வளவு பெரிய வித்தியாசம்? இது சினிமாவுக்கு மட்டுமே உள்ள ஒரு பிரச்சனையா; அல்லது எல்லாக் கலைகளுக்குமே இயற்கையாய் இருக்கக் கூடிய ஒரு பிரச்சனையா? ஆம் இந்தப் பிரச்சனை எல்லாக் கலைகளிலும் இருக்கத்தான் செய்கிறது. ஆனால் சினிமாவில் இது சற்று அதிகமாகவே வெளிப்படுகிறது.

சினிமாவில் உள்ள இந்த எதிரெதிரான போக்குகளைப் புரிந்து கொள்ளத்தான் பேலபெலாஸ் முனைகிறார். அதாவது, சினிமா ஒன்றை அப்படியே மறுபதிப்பாகக் காட்டவில்லை மாறாக உருவாக்குகிறது. அதன் மூலம் அது தனிப்பட்டதொரு முற்றிலும் புதிய கலையாகப் பரிணமிக்கிறது என்கின்ற செயல்பாட்டைப் புரிந்து கொள்ள முனைகிறார். அதே நேரத்தில் சினிமா என்பது காமிரா, லென்ஸ், படச்சுருள் ஆகியவற்றாலான செயல்பாடு என்கின்ற ஆர்ன்ஹைமின் கருத்தை அவர் ஒப்புக் கொள்ளவில்லை. அவரைப் பொருத்தவரை வாழ்க்கையை இத்தனை நெருக்கத்தில் காட்டுகின்ற ஒரே கலைவடிவம் சினிமா மட்டும்தான். எனவே, பார்வையாளர்களின் உணர்வுகளை மிக உயர்ந்த அளவு பாதிக்கக்கூடிய சாத்தியப்பாடு அதற்கு மட்டும்தான் உள்ளது.

திரைப்படம் பற்றிய தன்னுடைய கொள்கை ரீதியான கருத்துக்களை இவர் எழுதுகின்ற காலகட்டத்தில்தான், சினிமா பற்றிய பல புதிய கோட்பாடுகள் சிறந்த சோவியத் இயக்குநர்களால் உருவாக்கப்பட்டன. ஆனால் இந்தக் கோட்பாடுகள் அப்போது உலகம் முழுவதும் பெரும்பாலும் தவறாகவே பயன்படுத்தப்பட்டன. “திரையில் நாம் காணும் பிம்பத்தை வடிவமைப்பது” மற்றும் “படத்தொகுப்பு” (montage) போன்றவைகளை அவர்கள் கொச்சைப்படுத்தினார்கள். காட்சியின் விறுவிறுப்பு மற்றும் உணர்ச்சியை அதிகப்படுத்தவே இந்த வழிமுறைகளை உபயோகப்படுத்தினார்கள். சினிமாவில் நாம் எதைச் செய்யலாம், எதைச் செய்யக் கூடாது என்பதைப் பற்றி பேல பெலாஸ் சொல்லவில்லை. எல்லா ‘கலை’ மற்றும் ‘பொழுதுபோக்கு’ க்கும் பின்னால் ஒரு உருவத்தை அடிப்படையாகக் கொண்ட வாதம் இருந்தது என்பதைத்தான் அவர் கூறினார். இந்த உருவவாதம் (formalism) சில நேரங்களில் தெளிவாகவும், சில நேரங்களில் மிக நுட்பமாகவும், சில நேரங்களில் பெரும் எழுச்சியூட்டுவதாகவும், பெரும்பாலான நேரங்களில் மிகக் குரூரமாகவும் இருந்தது. திரைப்பட இயக்குநர்கள் உபயோகப்படுத்தும் பல்வேறு தொழில் நுட்ப மற்றும் உளவியல் ரீதியான உருவவாத வழிமுறைகளை விளக்குவதைத்தான் அவர் மேற்கொண்டிருந்தார். இதன் மூலம் பார்வையாளர்கள் ஒருநாள் சினிமாவை எவ்வாறு தெளிவாகப் புரிந்து கொள்வதில் மட்டற்ற மகிழ்ச்சியடைவார்கள் என்ற இனிய நம்பிக்கையைக் கொண்டிருந்தார்.

1923 ஆம் ஆண்டிலேயே பேல பெலாஸ் கலையின் பரிணாம வளர்ச்சி அதன் பல்வேறு உருவங்கள் எவ்வாறு சினிமாவில் பங்காற்றுகிறது என்பதைப் பற்றி புரிந்து கொண்ட முதல் திரைப்பட கர்த்தா. அவர் சினிமாவை தொழில்நுட்பத்தினது, வியாபாரமாக்கப்பட்ட புகைப்படக் கலையின் வெகுஜன ரசனையினது ஓர் எதேச்சையான வரலாற்று சந்திப்பாக கருதவில்லை.

நாடகம், இலக்கியம், இசை மற்றும் சிற்பக்கலை போன்றவை ஸ்தூலமற்ற ஒரு நிலையை அடைந்துவிட்டது. மனித உணர்வுகள் மற்றும் அதன் மென்மையான அனுபவங்கள் குறியீடுகளில் சிக்கி மூழ்கிவிடுவதை அவர் கண்டார். மனிதர்களின் அழகான மற்றும் செழுமையான அசைவுகள், முகபாவங்கள் பொலிவை இழந்துவிட்டது. 1914இல் பாசிஸத்தின் கோர முகம் வெளிப்பட்டதை இதன் பின்னணியில் பார்த்தால் ஆச்சரியமாக இருக்காது. கலை மனிதனையும், சமூகத்தையும் ஒன்றிணைப்பதற்கான சக்தியை இழந்து விட்டது.

அச்சுத்துறை எவ்வாறு சமூகத்தைப் புனித சாஸ்திரங்களிலிருந்து விடுவித்ததோ. அது போன்று சினிமாவின் வகையால் மனிதன் மீண்டும் கண்டுகொள்ளப்பட்டான் என்று கூறினார் பேல பெலாஸ்.

அச்சு வடிவங்கள், இலக்கியங்கள், தேவாலயங்களை ஆயிரமாயிரம் புத்தகங்களாகக் கிழித்தது. இலக்கியங்கள் காட்சி உலகத்திலிருந்து கருத்துப் பரிமாற்ற உலகத்திற்கு பாலமாக அமைந்தது போல சினிமா சமூகத்தைக் காட்சி உணர்வின் உலகிற்கு மீண்டும் கொண்டு வரும் ஒரு சுழற்சி முடிவுருவதை நாம் காணலாம்.

பேல பெலாஸ் சினிமாவின் வருகையை சிறப்பித்தது பல்வேறு கட்டுரைகளின் வாயிலாக, தொழிற்நுட்ப விஷயங்களிலிருந்து கதையம்சங்கள் வரை கலையின் சமூகவியலிலிருந்து அரசியல் வரை அவருக்கு முன் வாழ்ந்த ரஷ்ய "உருவவாதக் கொள்கையை" ஏற்றுக் கொண்டவர்கள் (formalist) கருதியது போல அவர் சினிமா வெறும் யதார்த்தத்தை பிரதிபலிப்பதாக இல்லாமல் கற்பனைத் திறனை மிளிரச் செய்வதாக இருக்கும் என்று கருதினார். மனிதனுக்கும், சமூகத்திற்கும் உத்வேகத்தையும் அளிக்கும் என்று கூறினார்.

சினிமா கோட்பாடானது சினிமாவைப் பற்றி இவ்வளவு கொள்கைப் பிடிப்புள்ள ஒரு மார்க்சிய அறிஞரை இதுவரை கண்டெடுக்கவில்லை.

30.11.1992 கே. ஹரிஹரன்
சென்னை திரைப்பட இயக்குனர்

பகுதி - 1

'அன்னா காரனினா' படத்தில் கிராட்டோ கார்போ சோகம் மற்றும் தனிமையில் தோய்ந்த அழகு.

'புதோவ்கினின் மதர்'- புரட்சிகர போராட்டத்தால் கூர்மையடைந்த கண்களால் ஏழை - பணக்காரன் என்ற வித்தியாசத்துக்கு அப்பால் பார்க்க முடிந்தது

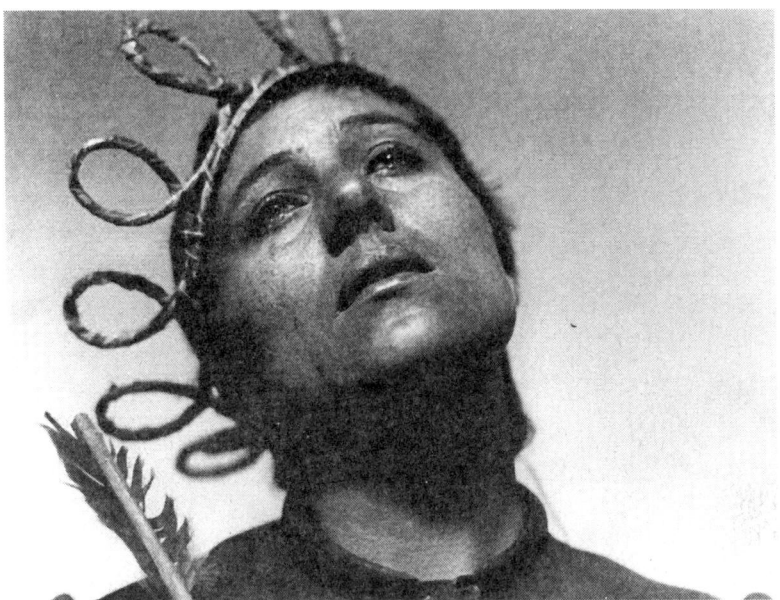

க்ளோசப்புகளில் இடப்பரிமாணம் பற்றிய உணர்வு ஐஸன்ஸ்டினுடைய 'பேட்டில்ஷிப் பொட்டம்கின்' படத்தில் ஒரு காட்சி.

'தி கிட்' படத்தில் சார்லி சாப்ளினும் ஜேக்கி கூகனும்.

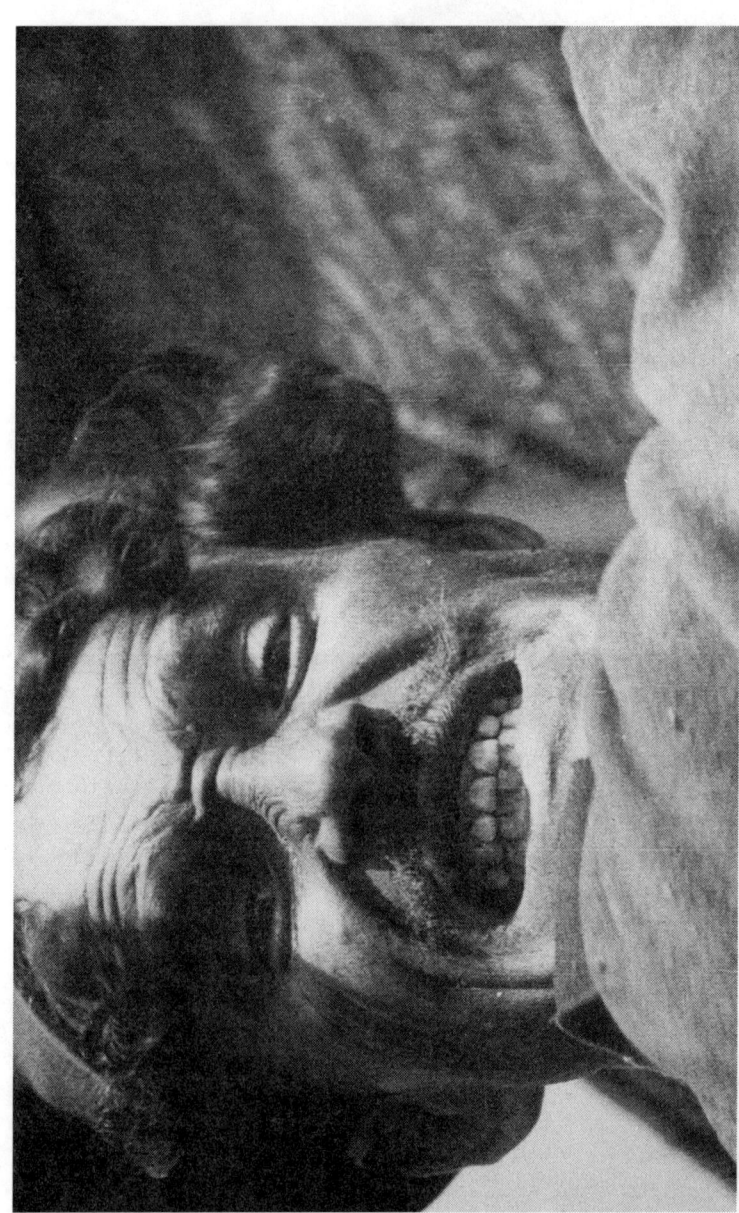

டிரையருடைய 'ஃபேஷன் ஆஃப் ஆர்க்' படத்தில் ஃபால்கொனட்டி.

1
கோட்பாட்டினைப் போற்றுவோமாக

அறியாமையின் ஆபத்துகள்

சினிமா மக்களின் மனதை மிக ஆழமாக பாதிக்கக் கூடியது. மற்ற எந்த கலைக்கும் சினிமாவைப் போன்றதொரு சக்தி கிடையாது. இது நாம் எல்லோரும் அறிந்த ஒன்று. அரசுப் பிரதிநிதிகள் தங்களைக் கலாச்சாரப் பாதுகாவலர்களாக பாவிக்கிறார்கள். ஆனால் மேலே சொன்ன இந்தக் கருத்தை ஏற்றுக் கொள்வதில் அவர்களுக்கு தயக்கம் தான். இதனால் ஏற்படக் கூடிய ஆபத்தை உணர்பவர்கள் நம்மில் ஒரு சிலரே, நாம் வாழும் காலத்தின் அறிவு மற்றும் உணர்விற்கு நாம் பணிந்தாக வேண்டும். எதிர்க்க முடியாத ஒரு குருட்டு சக்திக்கு பணிவது போல் நாம் பணிய வேண்டும். இல்லையெனில் சினிமாவை ஆழமாகப் புரிந்துக் கொள்ள வேண்டியதின் அவசியத்தை உணராதவர்களாக இருப்போம். மனித குல கலாச்சார வரலாறு முன் எப்போதும் இல்லாத அளவுக்கு உருவாக்கிய கருவி சினிமா. சினிமாவின் விதிகள் மற்றும் சக்தியை நாம் பயில வேண்டும். இல்லையெனில் இச்சக்தியை நம்மால் முறையாகப் பயன்படுத்த முடியாது. சினிமாக் கலையின் கோட்பாடு இயற்கையாகவே கலைக் கோட்பாட்டின் ஒரு முக்கியப் பிரிவு என்று ஒருவர் நினைக்கக்கூடும். நம் நூற்றாண்டின் மிகப் பிரபலமான கலை, இந்த அசையும் படக்கலை. இதை யாரும் மறுக்கமுடியாது. துரதிருஷ்டவசமாக 'மிகப்பிரபலமான கலை' எனும் பொழுது, அது மக்களின் மிகப் பிரபலமான உணர்வின் வெளிப்பாடாக இல்லாமல் அதற்கு எதிரான அர்த்தத்தில் விளங்குகிறது. மக்களின் மனோ நிலை, குறிப்பாக நகர மக்களின் மனோ நிலை, இக்கலையின் தாக்கத்தால் உருவான ஒன்றாய் உள்ளது. அதே நேரத்தில் இக்கலை ஒரு மாபெரும் தொழிற்துறையாகவும் உள்ளது. எனவே சினிமாவை சீரிய நோக்கோடு பார்க்க வேண்டிய பிரச்சனை தேசத்தின் மனநலம் பற்றிய பிரச்சனையாகவும் உள்ளது. இக்கலை பற்றிய புரிதலை வளர்ப்பது ஒரு மாபெரும் பணி. இப்பணியில் நாம் பொறுப்பற்றவர்களாய் இருந்திருக்கிறோம். இது மிகவும் ஆபத்தானது. இதையெல்லாம் இப்போதும் ஒரு சிலரே உணர்ந்தவர்களாய் இருக்கிறோம்.

சினிமாவை சீரிய முறையில் ரசிப்பதற்கு மக்களுக்கு ஏன் கற்றுத்தரப்படவில்லை?

சமூகப் பாகுபாடுகள் என்பது தற்போது மற்ற எந்தத் துறையைக் காட்டிலும் கலாச்சாரத் துறையில் அதிகமாகப் பார்க்கப்படுகிறது. இருந்தபோதிலும் கலாரசனை பற்றிய அதிகாரப் பூர்வமான எந்த வகுப்பிலும் சினிமாவின் அழகியல் என்பது சேர்க்கப்படவேயில்லை. நமது கல்விச் சாலைகளில் இலக்கியம் மற்றும் பாரம்பரிய கலைகளுக் கான பிரிவுகள் உள்ளன. ஆனால் புதிய கலையான சினிமாவுக்கென்று எந்தப் பிரிவும் இல்லை. பிரெஞ்சு பல்கலைக் கழகத்திற்கு முதன் முதலாக திரைப்படம் எடுப்பவர் ஒருவர் தேர்ந்தெடுக்கப்பட்டது 1947இல் தான். நமது பல்கலைக்கழகங்களில் சினிமாவைத் தவிர இலக்கியம் மற்றும் பிற கலைகளுக்கென்று துறைகள் உள்ளன. சினிமாக்கலையின் கோட்பாட்டை பாடத்திட்டத்தில் உட்கொண்ட முதல் கலாசாலை 1947இல் பிராக்கில் (Prague) துவக்கப்பட்டது. நமது உயர் நிலைப்பள்ளி பாடப்புத்தகங்கள் மற்ற கலைகளைப் பற்றி விவாதிக்கின்றன. ஆனால் சினிமாவைப் பற்றி ஒரு வார்த்தை கிடையாது. இலட்சக்கணக்கான மக்கள் இலக்கியம் மற்றும் ஓவியத்தின் அழகியலைப் பற்றிக் கேள்விப்படுகிறார்கள். தாங்கள் கேட்டறிந்தவற்றை அவர்கள் ஒருபோதும் உபயோகப்படுத்துவதில்லை. ஏனெனில் அவர்கள் புத்தகங்களைப் படிப்பதுமில்லை. ஓவியங்களைப் பார்ப்பது மில்லை. ஆனால் லட்சக்கணக்கான மக்கள் எந்தவித வழிகாட்டுதலுமின்றி தொடர்ந்து சினிமாவைப் பார்த்துக் கொண்டிருக்கிறார்கள். சினிமாவைப் புரிந்து கொள்வது எப்படி என்று யாருமே அவர்களுக்குச் சொல்லித் தருவதில்லை.

பொதுவான கலாச்சாரத்திற்கான அவசியம்

பல திரைப்படக் கல்லூரிகள் இன்று உலகில் உள்ளன. சினிமாவை சிறப்புப் பாடமாக பயில்பவர்களுக்கு 'சினிமா கோட்பாடு' அவசியம் என்பதை யாராலும் மறுக்க முடியாது. லண்டன், பாரிஸ் மற்றும் பிற இடங்களில் சினிமாவின் 'விஞ்ஞானம்' குறித்து பயில்வதற்கான திரைப்படக் கல்லூரிகளும், விஞ்ஞானப் பூர்வமான திரைப்படக் கழகங்களும் (Film Societies) உருவாக்கப்பட்டுள்ளன. ஆனால் தற்போது தேவைப்படுவது இந்த விசேஷ அறிவு அல்ல. மாறாக பொதுவான ஒரு கலாச்சார அளவாகும். இலக்கியத்தைப் பற்றியோ இசையைப் பற்றியோ எந்த ஒரு கருத்தும் இல்லாதவர்கள் நன்கு கற்றறிந்தவர்களாக ஏற்றுக் கொள்ளப்பட மாட்டார்கள். பீத்தோவனையோ, மைக்கேலேஞ் சலோவையோ கேள்விப்பட்டதே இல்லையெனில் அவருக்கு கலாச்சாரமிக்கவர்கள் மத்தியில் எந்த ஒரு இடமும் கிடைக்காது. ஆனால் அவர் சினிமாக் கலையின் அடிப்படை பற்றி எந்த ஒரு கருத்தும் கொண்டிருக்க வேண்டிய அவசியமில்லை. அஸ்டா நெல்சன் (Asta Neilson) அல்லது டேவிட் வாக் கிரிஃபித் (David Walk Griffith) போன்ற பெயரைக் கூட கேள்விப்பட்டிருக்க அவசியமில்லை.

இருந்தபோதிலும், அவர் மிக உயர்ந்த அளவில் நன்கு கற்றறிந்தவராக கலாச்சார மிக்கவராக கருதப்படுவார். நமது காலகட்டத்தின் மிக முக்கியமான கலையைப் பற்றி நாம் ஒன்றும் அறிந்திருக்க வேண்டிய அவசியமில்லை. இருந்த போதிலும், மக்களின் ரசனையை மிகத் தீவிரமாக பாதிக்கக் கூடிய சினிமாக்கலையை பகுத்தாய்தலை முறைப்படி வளர்க்க வேண்டியது உடனடித் தேவையாக உள்ளது. கலை மற்றும் அழகியல் பற்றிய ஒவ்வொரு புத்தகத்திலும் சினிமாவுக்கென்று ஒரு பிரிவு இல்லாத வரையிலும், சினிமாவுக்கென்று ஒரு துறை நமது பல்கலைகழகங்களில் ஏற்படாத வரையிலும், நமது உயர்நிலைப் பள்ளி பாடத்திட்டத்தில் சினிமாவுக்கென்று ஒரு இடம் இல்லாத வரையிலும், நமது நூற்றாண்டின் மிக முக்கியமான கலை வளர்ச்சியை நம் தலைமுறையினரின் மனதில் ஒரு போதும் உறுதியாகப் பதியவைக்க முடியாது.

ஆக்கப்பூர்வமான கலாச்சாரம்

சினிமாவைப் பற்றிய முறையான மதிப்பீட்டைக் காட்டிலும் சினிமாவே மிக முக்கியமானது. ஏனெனில் இன்று ஆபத்தில் உள்ளது அதுதான். சினிமாவின் தலைவிதி அது குறித்த நமது ரசனையைப் பொறுத்தே அமைகிறது. அதற்கு பொறுப்பானவர்கள் நாம்தான். கலை மற்றும் கலாச்சார வரலாற்றில் நாம் எப்போதும் பார்ப்பது என்னவெனில் ரசனை மற்றும் வளர்ச்சி இரண்டும் இயங்கியல் ரீதியில் ஒன்றுக்கொன்று காரணமாக விளங்குகிறது. மக்களின் ரசனையை கலை வளர்க்கிறது. வளர்ந்து விட்ட மக்கள் ரசனையோ கலையின் வளர்ச்சியைக் கோருகிறது. அது மட்டுமில்லாமல் உயரளவிலான கலை வளர்ச்சியை சாத்தியப் படவும் வைக்கிறது.

மற்ற எந்தக் கலையைக் காட்டிலும், சினிமாவுக்கு இந்த விஷயம் பல மடங்கு பொருந்தும். ஒரு எழுத்தாளன் தனிமையில் அமர்ந்து தனது காலகட்டத்தைக் கடந்து ஒரு படைப்பை உருவாக்கலாம். அவனுடைய காலகட்டத்தில் அந்தப் படைப்பு பாராட்டப்படாமல் போகலாம். அதே போல் ஒரு ஓவியன் ஒரு ஓவியத்தை வரையலாம், இசைக்கலைஞன் ஒரு இசையை அமைக்கலாம், இவைகளின் உண்மையான மதிப்பை பின்னால் வரக்கூடிய உயர் கலாச்சார மற்றும் புரிந்து கொள்ளும் அளவாலேயே மதிப்பிட முடியும். அப்படிப்பட்ட கவிஞர்கள் ஓவியர்கள் அல்லது இசைக் கலைஞர்கள் ஒருவேளை அழிந்து போகலாம். ஆனால் அவர்கள் படைப்பு வாழ்கிறது.

ஆனால் சினிமாவைப் பொறுத்தவரை போதுமான அளவு ரசனையோ புரிந்துக் கொள்ளுதலோ இல்லாவிடில் முதலில் அழிவது கலைஞன் மட்டுமல்ல அந்த கலைப்படைப்பே அழிந்துவிடும். அந்தப் படைப்பு பிறப்பதற்கு முன்பே கழுத்து நெறித்துக் கொல்லப்படும். சினிமா ஒரு தொழிற்துறையாக இருப்பதால் அது செலவு மிகுந்த

ஒன்று. மேலும் அது ஒரு கூட்டுப்படைப்பு என்ற முறையில், எவ்வளவு பெரிய மேதையாக இருந்தாலும் தன்னுடைய காலக்கட்டத்தில் நிலவும் ரசனை மற்றும் தவறான கருத்துக்களை மீறி ஒரு மிகச்சிறந்த படைப்பை உருவாக்குவது கடினமும் சிக்கலும் நிறைந்த காரியமாகும். இந்த விஷயம் உடனடி லாபத்தை குறிக்கோளாகக் கொண்டிருக்கும் முதலாளித்துவ திரைப்படத் தொழிற்துறைக்கு மட்டும் பொருந்துவதல்ல. சமூக மயமாக்கப்பட்ட சினிமாத்துறையில் கூட வரும் நூற்றாண்டுகளைச் சேர்ந்த மக்களுக்காக யாரும் திரைப்படம் எடுக்க முடியாது. எந்த ஒரு சினிமாவின் பிறப்பிற்கும் ஒரு குறிப்பிட்ட அளவு வெற்றி அதாவது ரசனை என்பது தவிர்க்க முடியாததொரு அடிப்படைத் தேவையாகும். இந்த நிலைமை முரண்பட்ட ஒன்றாகும். சினிமாக் கலையை எடுத்துக் கொண்டால் திரைப்படத்திற்கு முன்னால் அதைப் பார்க்கக் கூடிய ரசிகர்கள் இருந்தாக வேண்டும். அதே நேரத்தில் அத்தகைய படங்களை எடுப்பதற்கு அதைப் புரிந்துக் கொள்ளக் கூடிய ரசனை முன்னாலேயே உறுதி செய்யப்படவேண்டும். ஏனெனில் அதை அடிப்படையாகக் கொண்டுதான் தயாரிப்பாளர்கள் படம் எடுக்க முடியும். நமக்கு இப்போது தேவைப்படுவதெல்லாம் ஏற்கனவே இருக்கக் கூடியதை ரசிக்கும் ஒரு மந்தமான செயலற்ற ரசனையல்ல. மாறாக உற்சாகமும் உத்வேகமும் ஊட்டக்கூடிய ஆக்கப்பூர்வமான ரசனையாகும். நமக்கு இப்பொழுது தேவைப்படுவது ஏற்கனவே நிலவும் படைப்புகளிலிருந்து முடிவுகளைத் தேடுகின்ற, அழகியலும் கோட்பாடுகளைப் புரிந்து கொள்ளுதலும் அல்ல. மாறாக கோட்பாடு ரீதியான எதிர்கால அனுமானிப்புகளை அடிப்படையாகக் கொண்ட அழகியலும், கோட்பாடுகளைப் புரிந்து கொள்ளுதலும் ஆகும். பொறுப்புணர்வுள்ள பொது மக்களும் அதிபுத்திசாலித்தனமான அழகியல் வல்லுனர்களுமே நமக்கு இப்போது தேவைப்படுகிறார்கள்.

இந்த அடிப்படையிலேயே இன்று நாகரீகமடைந்த நாடுகளிலெல்லாம் திரைப்படக் கழகங்கள் பெருகி வருகின்றன. இசை ரசிகர் கழகங்கள் வெகு காலமாக இருந்து வருகின்றது. இவைகளின் நோக்கம் என்னவெனில், அவ்வளவாக பிரபலமாகாத மற்றும் மதிப்புமிக்க கலைப்படைப்புகளை ரசிப்பதும் அதன் மூலம் நல்ல கலைப்படைப்பு மற்றும் கலைஞர்களுக்கு ஆதரவு அளிப்பதும் ஆகும். ஏற்கனவே அப்படிப்பட்ட கலையும் கலைஞனும் இருக்கும் பட்சத்தில் தான் அது சாத்தியமாகும். சினிமாக் கோட்பாட்டை நன்கறிந்த திரைப்படக் கழக உறுப்பினர்கள் செய்ய வேண்டிய பணியோ வித்தியாசமான ஒன்று. அவர்கள் தயாரிப்பாளர்களுக்காக தங்களால் உருவாக்கப்பட்ட, ரசிகர்களைத் தருகிறார்கள். இதன் மூலம் அந்த தயாரிப்பாளர் புதிதாக நன்மை பயக்கக்கூடிய ஒன்றைச் செய்ய முயற்சிப்பதற்கு உற்சாகமளிக்கிறார்கள். உண்மையில் பார்க்க போனால், நல்ல லாபம் கிடைக்கும் என்று தெரிந்த பிறகும் வேண்டுமென்றே நல்ல படங்களை

எடுக்காமல் மோசமான படங்களை எடுக்கும் முதலாளிகள் ஒரு சிலரே இருப்பர். நல்ல சினிமாக் கலை வளர்வதற்கு தேவையான பொறுப்பை பொதுமக்களும் பகிர்ந்து கொள்ள வேண்டியதாயிருக்கிறது. கடைசியாக அந்த பொறுப்புணர்வு மெதுவாக பரவத் தொடங்கியுள்ளது. 'சினிமா உணர்வு' என்ற பதத்தை நான் முதன் முதலாக ஸ்விட்சர்லாந்து நாட்டைச் சேர்ந்த ஒரு ரசிகரிடமிருந்து தான் கேள்விப்பட்டேன். வர்க்க உணர்வு என்ற பதத்தை மற்றவர்கள் உபயோகப்படுத்துவது போலவே இந்தப் பதமும் உபயோகப்படுத்தப்படுகிறது. மற்ற சினிமா ரசிகர்களும் இந்த அர்த்தத்தில் படிப்படியாக சினிமா உணர்வைப் பெறுவார்கள் என்று நம்புவோமாக.

இன்றைய அழகியல் வல்லுனர்களிடையே, சினிமாவின் கலா ரீதியான சக்தியை மறுப்பவர்கள் ஒரு சிலரே. ஆனால் அவர்களில் பலரும் இந்தப் புதிய கலையை மிக மிக துவக்க நிலையில் உள்ள ஒன்றாகக் கருதுகிறார்கள். அவர்களெல்லாம் சினிமாவிலும் ஒரு ஷேக்ஸ்பியர் தோன்றுவதற்கு காத்துக் கொண்டிருக்கிறார்கள். அதற்கு பிறகு இறவாப் படைப்புகளாக விளங்கப் போகும் சிறந்த படைப்புகளிலிருந்து முடிவுகளை வகுக்க அவர்கள் காத்துக் கொண்டிருக்கிறார்கள். அப்படியானால் பின்வரும் கேள்விகள் எழுகிறது. சினிமாவைப் பற்றிய அழகியல் மற்றும் கோட்பாடு ரீதியான புரிதல்கள் இல்லாமல் அந்தப் படைப்புகளை எப்படி அவர்கள் அடையாளங் கண்டுங்கொள்ளப் போகிறார்கள். திரைப்படத்தின் தன்மைகளை விளக்குவதற்கான அளவுகோல் மற்றும் மதிப்பீட்டுக் கோட்பாடுகளை அவர்கள் எங்கிருந்து பெறப் போகிறார்கள். அழகியல் வல்லுநர்களுக்கு இது ஒரு மாபெரும் சந்தர்ப்பமாகும். அவர்கள் உதவியில்லாமலேயே உருவான அழகிய மதிப்பீடுகளைத் தெரிந்து கொள்ள மற்றும் விவரிக்க மட்டுமல்லாமல், அம்மதிப்பீடுகளை உருவாக்குவதிலும் அதற்கு ஏதுவான சூழ்நிலையை உருவாக்குவதிலும் பங்கு கொள்ள இது ஒரு அரிய சந்தர்ப்பம் ஆகும்.

கோட்பாடு ஒரு புதிய கொலம்பஸ்

வளர்ச்சிக்கான இயற்கை விதிகளின் திசை மற்றும் நோக்கத்தை விளக்கக் கூடிய கோட்பாடானது ஷ்லீகல் (Schlegel) சொல்வது போல் இருட்டிய பிறகே பறக்கும் வெறும் 'அறிவு தெய்வத்தின் ஆந்தை' மட்டுமல்ல, அது முன்னால் சொல்லப்பட்ட முடிவுகளை தொகுத்தளிக்கும் பின்னால் வந்த ஒரு கோட்பாடும் மட்டுமல்ல, இது எதிர்காலத்தைக் காட்டக்கூடியதும் மற்றும் எதிர்காலம் கொலம்பஸுக்கே தெரியாதிருந்த கடல் மார்க்கங்களைக் காட்டுவதுமான முன்முயற்சியாகும். எதிர்காலத்தில் புதிய உலகைக் காணவிரும்புகிறவர் களுக்கும், புதிய கலையைப் படைக்க விரும்புகிறவர்களுக்கும் மாபெரும் உத்வேகம் ஊட்டக் கூடியதாய் அமையும் இக்கோட்பாடு. மற்ற கலைகள் மீது வளர்க்கப்பட்ட நல்லதொரு ரசனை, முற்றிலும் புதிய

கலையின் வளர்ச்சிக்கும் ஏதுவாக இருக்கும் என்ற விவாதத்தின் மூலம் நம்மை நாமே தேற்றிக் கொள்ள வேண்டிய அவசியமில்லை. இப்புத்தகத்தின் பிரதான நோக்கம், ஐரோப்பாவில் எப்படி ஊறிப்போன பழைய கண்ணோட்டங்களும், பழைய கலைகள் குறித்த கலைப்படைப்பு கலாச்சார மதிப்பீடுகளும், புதிய கலையின் வளர்ச்சிக்குத் தடையாக இருந்தது என்பதை நிரூபிப்பதுதான். பழைய கோட்பாடுகளே புதிய கோட்பாடுகளைப் பிறப்பிலேயே தாக்கி அழிக்கின்றன. விமானத்தை சாலையில் ஓட்ட முடியாது என்பதால் அதை மோசமான மோட்டார்கார் என்று சொல்ல முடியாது. ஆயிரமாயிரம் ஆண்டுகளாக நிலவிவரும் பழைய கலைகளுக்கு கோட்பாடு சார்பின் அவசியம் குறைவாக உள்ளது. ஆனால் இப்பொழுதுதான் தோன்றிய புத்தம் புதிய கலைகளுக்கு கோட்பாட்டின் சார்பு மிகவும் அவசியமானது.

ஒரு மாபெரும் சந்தர்ப்பம் நழுவவிடப்பட்டது

சினிமா இன்னும் முழுமையாக வளர்ச்சியடையாத ஒன்று என்பது உண்மை. இது வளர்ந்து கொண்டிருக்கும் ஒரு கலையின் பரிணாம வளர்ச்சி விதிகளைப் பயிலுவதற்கான முன் எப்போதும் இல்லாத ஒரு சந்தர்ப்பத்தை அழகியல் வல்லுனர்களுக்குத் தருகிறது. இதற்கான அறிவிப்பு மணியை இருபத்தைந்து ஆண்டுகளுக்கு முன்பே என்னுடைய Der sichtbare Mensch (The Visible Man) புத்தகத்தில் அடித்தேன். ஆனால் அது அப்போதும் சரி, இன்று வரையிலும் வீணாகவே போயிற்று. ஒரு புதிய கலை தங்கள் கண் முன்னாலேயே பிறப்பதைப் பார்க்கும் சந்தர்ப்பம் அழகியல் வல்லுனர்களுக்கும், கலை வரலாற்றாசிரியர்களுக்கும், உளவியலாளர்களுக்கும் வழங்கப்பட்டது. ஒரு கலையின் பிறந்த நாள் நமக்குத் தெரியுமென்றால் அது சினிமா வாகத்தான் இருக்க முடியும். மற்ற கலைகளின் ஆரம்பம் எப்போது என்பது பழமைப் பனிப்படலங்களில் மறைந்துபோன ஒன்று. இந்தக் கலைகளின் பிறப்பைச் சொல்லக் கூடிய மாயைகளும், ஏன், எவ்வாறு இந்தக் கலைகள் மட்டும் தோன்றின? மற்ற கலைகள் ஏன் தோற்றவில்லை? அக்கலைகள் ஏன் எப்படி தங்கள் உருவங்களை அடைந்தது? அவை எப்படி மனித குலத்தின் மிக முக்கிய வெளிப்பாடு களாகத் திகழ்ந்தன போன்ற கேள்விகளுக்கும் ஆரம்ப நிலையிலிருந்து கலைகள் புராதன சமூகத்தில் ஆற்றிய பங்கு என்ன? போன்ற கேள்விக்கும் எந்த பூமியைத் தோண்டினாலம் சரி, விடைகாண முடியாது. எவ்விதமான சமூகப் பொருளாதார சூழ்நிலைகளிடையே இக்கலைகள் தோன்றின? எந்த நிலையிலான மனித உணர்வு இத்தகைய கலைகளின் பிறப்புக்கு காரணமாக இருந்தன போன்ற கேள்விகளுக்கெல்லாம் நமக்கு விடை தெரியாது. இந்த நிலையில் நமது அறிஞர்களுக்கு ஆதாரமாக இருப்பதெல்லாம் நிரூபணமற்ற கொள்கைகளும், சாதாரண சந்தேகங்களும் ஆகும். ஆனால் ஐம்பது

அல்லது ஓரளவு முப்பது ஆண்டுகளுக்கு முன்னே முற்றிலும் புத்தம் புதிய கலை பிறந்தது. கல்வியாளர்கள் இதற்கான ஆராய்ச்சிக் குழுக்களை அமைத்தார்களா? இந்தக் கலை தன் ஆரம்ப நிலையிலிருந்து எவ்வாறு படிப்படியாக வளர்ந்தது? அவ்வளர்ச்சியின் விதிகள் என்ன போன்றவற்றை இவர்கள் கூர்ந்து கவனித்தார்களா?

ஆனால் நமது கல்வியாளர்களும், அறிஞர்களும் இந்த சந்தர்ப்பத்தை நழுவவிட்டு விட்டார்கள். பல நூற்றாண்டுகளில் நமது சொந்தக் கண் கொண்டு பார்ப்பதற்கான சந்தர்ப்பம் அமைந்தது இதுவே முதன் முறை. கலாச்சார வரலாற்றிலேயே இது ஒரு மிக அரிய சந்தர்ப்பம் ஆகும். இப்புதிய வடிவம், கால கட்டத்தில், நமது சமூகத்தில் தோன்றிய ஒரே ஒரு கலா ரீதியான வெளிப்பாடாகும். இதற்கு ஏதுவாக இருந்த பொருள், அறிவு, உணர்வு ரீதியான சூழ்நிலைகள் நமக்குப் பழக்கமானவை. இச்சந்தர்ப்பத்தை மட்டும் நாம் சரியாக பயன் படுத்தியிருப்போமேயானால், இப்புதிய கலைவடிவத்தின் பரிணாம வளர்ச்சி விதிகளைப் பற்றிய அறிவு, பல பழைய கலைகளைப் பற்றிய ரகசியங்களைக் கண்டறிவதற்கு உதவியாக இருந்திருக்கும்.*

---

* இந்த கட்டுரை 1948 ஆம் ஆண்டு எழுதப்பட்டது. (மொ-ர்)

2
பழைய வரலாறு

திரைப்படங்களும் பெரிய அளவிலான தொழில் துறையும்

சினிமா ஒரு கலையாக கருதப்படாத காலம் அது. கேளிக்கை மைதானத்தின் ஒரு காட்சிப் பொருளாகவே இருந்தது அது. அந்த கால கட்டத்தைப் பற்றியதுதான் இந்த அத்தியாயம். அதனால்தான் பழைய வரலாறு என்று இந்த அத்தியாயத்தைக் குறிப்பிடுகிறேன்.

பிரான்சில் 1895 ஆம் ஆண்டு மார்ச் மாதம் லூமியர் சகோதரர்கள் தங்கள் திரைப்பட காமிராவை செய்து முடித்தனர். ஆனால் அதற்கு பன்னிரண்டு ஆண்டுகளுக்குப் பின்னர்தான், சினிமாக் கலை, ஒரு புதிய வெளிப்பாட்டு சாதனமாக, புதிய வடிவமாக - மொழியாக அமெரிக்காவில் தோன்றியது. இவ்வாறு கடந்த நூற்றாண்டின் இறுதியிலேயே, சினிமா எடுப்பதற்கு தேவையான தொழில் நுட்ப வசதிகள், பணபலம் வாய்ந்த முதலாளி குழுக்களின் கையில் தான் இருந்தது. ஆனால் பிரெஞ்சு சினிமாவிலோ புதிய கலையின் வெளிப்பாடாக எதுவும் தோன்றவில்லை அதாவது சினிமாக் கலையானது ஏதோ பிரெஞ்சு படம் பிடிக்கும் கருவியிலிருந்து தானாகத் தோன்றி வளர்ந்ததோ அல்லது, காட்சி பற்றிய பொது விதிகளின் தொழில் நுட்ப பலனாக விளைந்ததோ அல்ல. இந்த சினிமாக் கலை பிறப்பதற்கு வேறு பல சக்திகளும் தேவையாய் இருந்தன. ஐரோப்பாவில் தோன்றாமல் சினிமா அமெரிக்காவில் தோன்றியது ஏதோ சந்தர்ப்ப வசத்தால் அல்ல. சினிமாக் கலையின் தொழில் நுட்பங்கள் இருபதாம் நூற்றாண்டின் துவக்கத்திலேயே உருப்பெறத் தொடங்கிவிட்டன. மற்ற அறிவு ரீதியான பொருட்கள் மிகப்பெரும் அளவிலான தொழிற்துறை அளவில் உற்பத்தி செய்ய தொடங்கிய காலம் அது. அதே கால கட்டத்தில் சினிமாவும் தோன்றியது என்பது ஏதோ தற்செயலாய் நிகழ்ந்த ஒன்றல்ல. அந்த கால கட்டத்தில்தான் மிகப்பெரிய புத்தக பதிப்பகங்களும் மாபெரும் நாடக மற்றும் இசை நிறுவனங்களும், செய்தித்தாள் நிறுவனங்களும் அச்சடிக்கப்பட்ட படங்களின் ஒட்டு மொத்த விற்பனையும் துவக்கப்பட்டது. இலக்கியமும் கலையும் ஒட்டு மொத்தமாக தொழில் மயமாக்கப்பட்டதின் துவக்கமாக சினிமா தோன்றவில்லை. மாறாக

இத்தகையப் போக்கு ஒருவித வளர்ச்சி வேகத்தை அடைந்த போது சினிமா தோன்றியது.

படம் பிடிக்கப்பட்ட நாடகம்

நாடகக் கலையை மிகப்பெரும் அளவில் சாதகமாகப் பயன்படுத்து வதற்கு, இப்புதிய கண்டுபிடிப்பு உடனடியாகப் பயன்படுத்தப் பட்டது. இந்த சினிமா படம் பிடிக்கும் கருவியானது, அதுகாறும் இரத்தமும் சதையுமாய் இருந்த மனிதனின் கையால் உருவாக்கப்பட்ட மேடை நடிப்பை இயந்திரத்தால் உருவாக்கப்பட்டதாய் அதாவது தொழிற்துறை உற்பத்திப் பொருளாய் மாறியது. நாடகக் கலையானது கணக்கிலடங்கா அளவில் மீண்டும் மீண்டும் உற்பத்தி செய்யக் கூடிய ஒரு விற்பனைப் பொருளாய் மாற்றப்பட்டது. இவ் விற்பனைப் பொருள் மிகக் குறைந்த விலையில் விநியோகமும் செய்யப்பட்டது. இவ்வாறு நாடகக் கலை தொழில்மயமாக்கப்பட்ட போது முதன் முதலாக Pathe Freres கம்பெனிக்கும் Societe des Auteurs Dramatiques கம்பெனிக்கும் இடையே ஒரு மிகப்பெரிய ஒப்பந்தம் ஏற்பட்டது. இந்த ஒப்பந்தத்தின் மூலம் மேடை நாடகங்கள் அப்படியே சினிமாப் படமாகப் பதிவு செய்யப்பட்டது. பின்னர் அப்படங்கள் பெருமளவில் விநியோகிக்கப் பட்டன.

அப்போதெல்லாம் சினிமாக் கலையானது, கேளிக்கை மைதானத்தின் ஒரு காட்சிப் பொருளாகவே இருந்தது. அவை சுவையான நிகழ்ச்சிகளின் அசையும் படமாகவோ அல்லது மேடை நாடகங்களின் படப்பதிவுக்கான சாதனமாகவோதான் இருந்தது. தனக்கென்று விதிகளைக் கொண்ட தனித்ததொரு கலையாக அது இல்லை. படம் பிடிக்கப்பட்ட நாடகமாகவே இருந்தபோதிலும், சினிமாக் கலையின் பரந்த தொழில் நுட்ப சாத்தியப்பாடினால் வழக்கமான மேடையிலோ அல்லது திறந்த வெளி மேடையிலோ சாத்தியப்படாத காட்சிகளையெல்லாம் திரைப் படத் தயாரிப்பாளர்கள் படம் பிடிக்கத் துவங்கினார்கள். அதாவது இந்த சினிமா நாடகத்திற்கு பூமி முழுவதும் மேடையாயிற்று.

இவ்வாறு படம் பிடிக்கப்பட்ட நாடகம் கூட ஆரம்பத்திலிருந்தே வரையறுக்கப்பட்ட மேடையில் நடிக்கப்பட்ட நாடகத்தை பரவலாக்கவும் வளப்படுத்தவும் செய்தது. வெறும் பிரம்மாண்டமான காட்சியமைப்புகளால் மட்டும் இதைச் செய்யவில்லை. இயற்கையான காட்சிகள் தற்போது காண்பிக்கப்படுவதோடு மட்டுமல்லாமல் அதை நாடகமயப்படுத்தவும் முடியும் என்ற உண்மையின் காரணமாக அதற்கேற்றாற் போல் காட்சிகளும் விஷயங்களும் இடம் பெறத் துவங்கின. இதன் காரணமாக நாடகக் கலை வளம்பெறத் துவங்கியது.

புதிய விஷயங்கள்

புகழ்பெற்ற டானிஷ் திரைப்படத் தயாரிப்பாளர் அர்பன் கேட் (Urban Gad) 1918 ஆம் ஆண்டே திரைப்படம் பற்றிய புத்தகம் ஒன்றை

எழுதினார். மிகச் சிறப்பாக எழுதப்பட்ட இந்த புத்தகம் புதிய கலைக்கே உரிய புதிய வடிவம் - மொழி குறித்து எதையும் குறிப்பிட வில்லை. ஏனெனில் அது பற்றி அர்பன் கேட்டுக்கு அப்போது ஏதும் தெரியாது. அதனால்தான் அவர் தன்னுடைய புத்தகத்தில் பிரதானமாக, சினிமாவில் காண்பிப்பதற்கு ஏற்ற புதிய பிரத்தியேகமான விஷயங்களைப் பற்றி மட்டும் சொல்லியிருக்கிறார். அவரைப் பொருத்த வரையில் ஒவ்வொரு திரைப்படமும் ஒரு குறிப்பிட்ட இயற்கை சூழ்நிலையில் பொருந்துவதாக இருக்க வேண்டும். அந்த இயற்கை சூழ்நிலைகளில் வாழ்கின்றவர்களை அது பாதிப்பதாக இருக்க வேண்டும். அவர்களின் வாழ்க்கை மற்றும் தலைவிதியை நிர்ணயிப்பதில் அது தன்னுடைய பங்கை ஆற்ற வேண்டும். இவ்வாறு படம் எடுக்கப்பட்ட நாடகத்தின் கதாபாத்திரங்களுடன் இன்னுமொரு புதிய கதாபாத்திரம் சேர்க்கப்பட்டது. அதாவது சாதாரண மேடைகளில் தோன்றுவதற்கு சாத்தியப்படாத இயற்கையே ஒரு கதாபாத்திரமாய் ஆனது. ஆனால் பழைய மேடை நடிகர்கள் மற்றும் அமைப்புகளைப் போலவே இந்தப் புதிய நாடக கதாபாத்திரங்களும் அதே விதிகளைப் பின்பற்றின. நடிப்பதற்கான தளம் மட்டும் அகலமாக்கப்பட்டதே ஒழிய அதன் அடிப்படை விதிகள் மட்டும் மாறவேயில்லை. இயற்கை சூழ்நிலைகளில் நடிக்கப் பெற்ற காட்சிகளின் சில நாடகத் தன்மையினால், மனிதர்களின் மனநிலை மற்றும் உணர்வுகள் பாதிக்கப் பட்டன. ஏன் சமயத்தில் அது அவர்களின் எதிர்காலத்தையே கூட பாதிப்பதாய் இருந்தது. இருந்த போதிலும் அடிப்படை விதிகள் மட்டும் பழையதாகவே இருந்தது.

படம் பிடிக்கப்பட்ட இந் நாடகங்களின் சாராம்சம் புதுமையாக, செழுமையாக இருந்தது. இவை அந்நாடகங்களின் சிறப்புத் தன்மைகளாக மாறின. இச்சூழ்நிலையில் பழைய நாடகங்கள் சாதிக்க முடியாததை படம் பிடிக்ப்பட்ட நாடகங்கள் செய்தன. புதிய பாதையில் அது வளர்ச்சியடைந்தது. ஆரம்ப ஆண்டுகளில் அசைவு (movement) என்பதுதான் திரைப்படங்களில் முக்கியமாக இருந்தது. வெஸ்டர்ன்ஸ் (Westerns) என்றழைக்கப்படும் படங்கள் அப்பொழுது தோன்றியவைதான். அந்தப் படங்களின் கதைகளில், பாய்ந்தோடும் குதிரைகளும், குதித்தலும், வேகமான சவாரிகளும், ஓடுதலும், ஏறுதலும், நீந்துதலும் மிக முக்கிய அம்சங்களாய் மாறின. பல சமயங்களில் படக்கதை என்பதே இவைகளாய்த்தான் இருந்தன. ஒருவரால் வேறெங்கும் பார்க்க முடியாத ஒன்றை சினிமா காண்பித்தது.

புதிய கதாபாத்திரங்கள்

அதிவிரைவில் புதிய கதாபாத்திரங்கள் திரைப் படங்களில் தோன்றின. இவை நாடகங்களில் மிக அரிதாகவும், மிகுந்த கடினங்களுக்கிடையேயும் தான் தோன்ற முடியும். படம் பிடிக்கப்பட்ட நாடகமான பழைய கலையில், புதிய கதாபாத்திரங்களாகக்

குழந்தைகளும் மிருகங்களும் மேடையை ஆக்கிரமிக்கத் துவங்கின. பாதே கம்பெனியின் பிரபல சிறுத்தையும் புகழ் வாய்ந்த அல்சேசன் நாய் ரின்-டின் டின்னும், அசாத்திய திறமை கொண்ட ஜேக்கி கூகன் (Jackie Coogan) என்ற அற்புத அதிசய குழந்தையும், மிகச் சிறந்த குழந்தை நட்சத்திரமாக கருதப்பட்ட சார்லி சாப்ளினின் நண்பனான குழந்தை (The Kid) யும் அப்போதைய சில திரைப்பட நட்சத்திரங்கள் ஆவர். பழைய கலையான நாடகத்தின் புதிய தொழில் நுட்ப சாத்தியப்பாடுகளினால் இந்தப் புதிய கதாபாத்திரங்கள் அறிமுகப்படுத்தப்பட்டன. இவ்வாறு சினிமாவானது தனது குழந்தைப் பருவத்திலேயே புதிய விஷயங்கள், புதிய கதைகள் புதிய கதாபாத்திரங்கள் ஆகியவற்றை உலகுக்கு அறிமுகப்படுத்தின. சினிமா தனக்கே உரிய ஒரு வெளிப்பாட்டு சாதனமாக, தனித்தொரு வடிவமாக, மொழியாக மாறுவதற்கு முன்பே இது நிகழ்ந்தது.

ஸ்லாப்ஸ்டிக் நகைச்சுவை * (Slapstick Comedy)

இந்த காலகட்டத்தில் ஸ்லாப்ஸ்டிக் நகைக்சுவை எனும் புதிய குறிப்பான கலைவடிவம் தோன்றியது. குழந்தைகள் மற்றும் மிருகங்கள் போன்று இதன் கதாநாயகர்கள் அந்த அளவுக்கு புதியவர்களோ அல்லது முதன் முதலாக தோன்றியவர்களோ அல்ல. இவர்கள் பின்னால் எதையாவது மாட்டிக் கொண்டு திரியும் நமது பழைய நண்பன் கோமாளியின் மறுபிறப்பே ஆவர். சர்க்கஸ் வளையங்களில் தோன்றிய இவர்கள் நாடக சரித்திரத்திலேயே மிகப் பழமையான கதாபாத்திரங்கள் ஆவர். ஆனால் இந்த கூத்தாடி மற்றும் கோமாளியின் குறிப்பிட்ட கலையானது, சர்க்கஸ் வளையங்களிலும், இசையரங்க மேடைகளிலும் தொடர்ந்து வளர்வதற்கு சந்தர்ப்பம் இல்லாமல் போனது. அவர்கள் தங்கள் பாணியை அபிவிருத்தி செய்து கொள்ளத் தேவையான பரந்த இடம் என்பது, அப்போது நடைபெற்ற திறந்தவெளி நாடக அரங்கங்கள் மூலம் கிடைத்தது. அப்பொழுது எடுக்கப்பட்ட சினிமா என்பது நாடகங்களின் நேரடியான படப்பதிவுகளாகவே இருந்தது.

இவ்வாறு துவக்கத்தில் உருவான படங்களின் முடிவு என்பது வழக்கமான ஒன்றாகவே இருந்தது. பிற்காலத்தில் வந்த படங்கள் எப்படி சந்தோஷமான முடிவு என்றால் கடைசியில் காதலர்கள் முத்தமிட்டுக் கொள்வார்களோ, அப்படியேதான் அந்தப்படங்களும் வழக்கமான முடிவைக் கொண்டிருந்தன. இந்த ஸ்லாப்ஸ்டிக்

---

*ஸ்லாப்ஸ்டிக் நகைச்சுவை - ஊமைப்பட காலத்தில் பரவலாக இருந்து வந்த ஒரு வகையான நகைச்சுவை. இந்த நகைச்சுவையில் கதாபாத்திரங்கள் பேச்சு மற்றும் வசனங்களுக்கு பதிலாக, வெளிப்படையான உடல் அசைவு மற்றும் ஊமையைப் போன்று கை - கால் சைகைளின் மூலமாக நகைச்சுவை உணர்வை வெளிப்படுத்துவர். (மொ-ர்)

நகைச்சுவைப் படங்கள் பொதுவாக ஒரு பெரிய கூட்டமே ஓடுகின்ற காட்சியில்தான் முடிந்தது. கதாநாயகன் சூடான நீரில் விழுந்தெழுந்து ஓடுவான். அவனை விரட்டிக் கொண்டு ஒருவன் ஓடுவான். அவனை விரட்டிக் கொண்டு இன்னொருவன் ஓடுவான் பிறகு அவர்களை விரட்டிக் கொண்டு முப்பது பேர் ஓடுவார்கள். இப்படியாக கதையில் வரும் எல்லா கதாபாத்திரங்களும் கடைசியில் தொடர்பு இருக்கிறதோ இல்லையோ எல்லோரும் விரட்டிக் கொண்டு ஓடுவார்கள். ஒரு பெரிய மனிதக் கூட்டமே அவிழ்த்து விட்டாற்போல எந்த நோக்கமோ அர்த்தமோ இன்றிப் பெருந்திரளாக ஓடும். கதையோடு எந்த சம்பந்தமும் இல்லாத இந்த ஓட்டத்தைக் கண்டு மக்கள் உண்மையிலேயே மகிழ்ச்சியும் கிளுகிளுப்பும் அடைந்தனர். இந்த ஓட்டத்தில் அவர்கள் சினிமாப் படத்தின் மிக முக்கியமான அம்சத்தைப் பார்த்தனர். உண்மையில் மனித வாழ்க்கையின் உள்ளார்ந்த படிமானத்தை அவர்கள் இதில் கண்டனர்.

குழந்தைகளும் மிருகங்களும் எப்படி என்றென்றும் சினிமாவின் பிரபல கதாபாத்திரங்களாக இருந்தார்களோ அதே போன்ற இந்த ஸ்லாப்ஸ்டிக் காமெடியும் சினிமாவின் தொடர்ந்த வளர்ச்சியில் ஒரு நிரந்தர அம்சமாக இருந்தது. இவ்வாறு சினிமா கலைக்கேயுரிய தனிப்பட்ட வழிமுறையும் சினிமாக் கலை ஒரு வடிவமாக மொழியாக உருவாவதற்கு முன்பே பல்வேறுபட்ட சினிமாக் கலையும் அதற்கேயுரிய பாணிகளும் தோன்றின. இதற்கான விளக்கம் என்னவாக இருக்கமுடியும்?

மேடையில் நடிக்கப்பட்ட நாடகத்திலிருந்து படம் பிடிக்கப்பட்ட நாடகமானது ஒரு அம்சத்தில் மிக குறிப்பாக வித்தியாசப்பட்டிருந்தது. அது மௌனப் படமாக இருந்தது. மௌனப் படங்களின் தொடர்ந்த வளர்ச்சியில் வசனங்களுக்கு மாறாக உடல் அமைப்பும், உடல் அசைவும் விஷயங்களை விளக்கும் பொருட்டு உபயோகப்படுத்தப்பட்டது. குறிப்பாக அவை க்ளோசப்பில் காண்பிக்கப்பட்டது. ஆரம்ப காலத்தில் திரைப்படமானது முகபாவத்தைப் பொறுத்தமட்டில் கூட ஊமையாகவே இருந்தது. ஒரு காட்சி என்பது முழுமையாக ஒரே டேக்கில் நாடகம் போல் லாங் ஷாட்டில் * எடுக்கப்பட்டது. இதன் காரணமாக நடிகர்கள் மௌனக் காட்சியில் நடிப்பது போல், மிக தூரத்தில் இருந்து பார்த்தாலும் தெரியக்கூடிய அளவில் உடல் மற்றும் அங்க அசைவுகளை அதிக அளவில் மிகைப்படுத்தி நடிக்க வேண்டியிருந்தது. அத்தகைய அங்க அசைவுகளைத் திரையில்

---

* லாங் ஷாட் என்பது குறைந்த பட்சம் முழு உருவத்தைக் காட்டுவதாக இருக்கும். வழக்கமாக லாங் ஷாட் பரந்த பரப்பினைக் கொண்டதாக இருக்கும். எனவே இந்த முழு உருவமும் தூரத்தில் தெரியும். லாங் ஷாட்டில் சிறிய விளக்கங்கள் புலப்படாது. (மொ-ர்)

இப்பொழுது நாம் பார்த்தோமானால் நமக்கு சிரிப்புதான் வரும். மௌனம் என்பது ஆரம்ப கால திரைப்படத்தின் முக்கிய குறையாக இருந்தது. அதே நேரத்தில் அது ஒரு புதிய பாணியை உருவாக்க காரணமாகவும் இருந்தது. மௌன காட்சிகளுக்கேயுரிய கோமாளித்தனத்தின் மூலம் அந்தப் புதிய பாணியை உருவாக்கியது. அங்க அசைவுகளின் மூலம் உருவாக்கக் கூடிய நகைச்சுவையை மட்டுமே அடிப்படையாகக் கொண்ட ஒரு புதிய நாடக இயல் உருவானது. இந்த நகைச்சுவை காட்சிகளுக்கு சாதுரியமான ஒரு வார்த்தையோ தனிப்பட்டதொரு முகபாவமோ தேவைப்படவில்லை.

உதாரணங்கள்

இப்பழம் பெரும் கலைக்கு (ஸ்லாப்ஸ்டிக் நகைச்சுவைக்கு) அழகிய உதாரணமாக ஒரு கதையைச் சொல்கிறேன்: மாக்ஸ் லிண்டர், இவர் சினிமாவின் முதல் நகைச்சுவை நடிகர்களில் ஒருவர். இவர் ஒரு குளியல் தொட்டி வாங்குவதற்காக செல்கிறார். வாங்கியும் விடுகிறார். அதை வீட்டிற்கு கொண்டு செல்ல விரும்புகிறார். அந்த தொட்டியோ மிகப் பெரியது. எடுத்துச் செல்வதற்காக அவர் அதைத் தூக்குகின்ற விதத்திலேயே ஏராளமான சிரிப்பலைகள் எழுகின்றன. அவர் அதை கர்ண கடூரம் போட்டு பல சர்க்கஸ் வித்தைகள் செய்த பின் ஒரு வழியாகத் தன் தலை மீது வைத்துக் கொள்கிறார். அது இப்பொழுது அவர் தலையில் மிகப் பிரம்மாண்டமானதொரு தொப்பி போல காட்சியளிக்கிறது. அந்த எடை மிகுந்த தொட்டியோ, பாவம்! அவரை கொஞ்சம் கொஞ்சமாக அழுத்துகிறது. கடைசியில் ஓரேயடியாய் அழுத்தி விடுகிறது. லிண்டர் இப்போது தொட்டியினால் முழுவதும் மறைக்கப்பட்டவராய் இரண்டு கைகளையும் ஊன்றிக் கொண்டு நண்டுபோல் ஊர்ந்து செல்கிறார். அந்த நெரிசல் மிகுந்த நடைபாதையில் தொட்டி தானாகவே நகர்ந்து செல்கிறது. பாதசாரிகளெல்லாம் பயந்து ஒதுங்கிச் செல்கிறார்கள். ஒரு சில நாய்கள் அதைப் பார்த்து அலறிப் போய் தலைதெறிக்க குரைக்கின்றன. லிண்டர் ஒரு வழியாய் கடைசியில் தன் வீட்டை அடைகிறார். படியேறி மேலே போகிறார். தன் குடியிருப்புக்கு உள்ளே செல்ல முயற்சிக்கிறார். முடியவில்லை. தொட்டி கதவை விட அகலமாக உள்ளது. வேறு வழியில்லாமல் லிண்டர் தொட்டியின் அடியிலிருந்து ஊர்ந்து வெளியே வருகிறார்.

தொட்டியை அப்படியே நிமிர்த்தி உள்ளே கொண்டு போக முடியாததால் கதவுக்கு முன்னாலுள்ள இடத்தில் வைக்கிறார். அவருக்கு இப்பொழுது அவசரமாக குளித்தாக வேண்டும். உள்ளே சென்று கூஜாவின் மூலம் தண்ணீரைக் கொண்டு வந்து ஊற்றி தொட்டியை நிரப்புகிறார். பிறகு லிண்டர் மிகவும் அமைதியாகத் தன் உடைகளையெல்லாம் களைந்து விட்டு தொட்டிக்குள் இறங்குகிறார். அப்போது இரு பெண்மணிகள் படியேறி வருகின்றனர். அவ்வளவுதான்

லிண்டர் ஒரே டைவ் அடித்து தண்ணீருக்குள் சென்று விடுகிறார். ஆனால் அந்தப் பெண்மணிகளோ அவரைப் பார்த்து விட்டனர். ஒரே கத்தாக கத்தி வீட்டுக்காரனை அழைக்கிறார்கள். வீட்டுக்காரன் லிண்டரை கஷ்டப்பட்டு வெளியேற்றப் பார்க்கிறான். லிண்டரோ எதிர்த்துப் போராடுகிறார். தன்னிடமுள்ள வலுவான ஆயுதத்தை உபயோகிக்கிறார். அது வேறு ஒன்றுமில்லை. தண்ணீரைத் தன் கைகளினால் வாரி வாரி வீட்டுக்காரனின் முகத்தில் அடிக்கிறார். இது எவ்வளவுதான் பைத்தியக்காரத்தனமாகவும் கேலிக்கூத்தாகவும் இருந்த போதிலும் இந்த இடத்தில் வெளிப்படுகின்ற மனவியல் ரீதியான உண்மையானது மாபெரும் நகைச்சுவை உணர்வைத் தருகிறது.

இந்த ஒரு உண்மையான நம்பக் கூடிய அம்சம் இது வரையிலான நம்ப முடியாத அம்சங்களை ஒன்றுமில்லாததாக்கிவிடுகிறது. அந்த பருமனான வீட்டுக்காரனோ தடியடியைக் காட்டிலும் இந்த தண்ணீரடிக்கு மிகவும் பயந்து போகிறான். இது எல்லோரும் நம்பக் கூடிய ஒன்றாகவே உள்ளது. வீட்டுக்காரன் போலீஸை அழைத்து வருகிறான். இப்பொழுது லிண்டர் மிக வேகமாகவும், வீராவேசமாகவும் தண்ணீரை அடிக்கிறார். போலீஸ்காரர்கள் தோற்றுப் போகிறார்கள். இது கூட நமக்கு நம்பும்படியாகவே உள்ளது. கடைசியாக தீயணைப்பு படையினர் வருகின்றனர். அவர்கள் லிண்டரைக் காட்டிலும் மிக வேகமாகத் தண்ணீரை அடித்து லிண்டரை வெற்றி கொள்கிறார்கள்.

இந்த சிறிய நகைச்சுவை, திரைப்படத்துக்கே உரிய ஒன்று. நாடக மேடையில் சாத்தியப்படாத பல்வேறு காட்சிகளை இது கொண்டிருப்ப தால் மட்டுமல்ல, ஏனெனில் இந்த புதிய சிறப்பம்சங்கள் இதற்கு முன் எப்போதும் காண்பித்திராத ஒருவிதமான புரிந்துகொள்ள முடியாத மனவெளிப்பாட்டைக் காண்பிக்கிறது.

சார்லி சாப்ளினின் ஆரம்பகால துண்டுப்படங்கள் இந்த பாணியில் தான் அமைந்திருந்தது. ஒன்று ஆடும் நாற்காலியில் உட்கார்ந்து கொண்டு அதிலிருந்து வெளியே வர முடியாமல் படாதபாடு படுவார். அல்லது குறும்புத்தனமான சுழலும் கதவுடன் சண்டை போட்டுக் கொண்டிருப்பார். அந்தக் கதவு மீண்டும் மீண்டும் அவரை சாலைக்கே தள்ளிக் கொண்டிருக்கும். இல்லையென்றால் முதன்முதலாக சறுக்கு விளையாட்டு கற்றுக் கொள்ள உருளைகளைக் காலில் கட்டிக் கொண்டிருப்பார். அந்த உருளைகளோ அவர் காலிலிருந்து பிய்த்துக் கொண்டு தனித்துப் போய் நிற்கும். சாப்ளினுடைய இந்தக் குளறுபடிகளுக்கெல்லாம் உள்ளார்ந்த அர்த்தம் ஒன்று உள்ளது. அந்த அர்த்தமானது, சாப்ளினோடு கூடிய போராட்டத்தில் இந்தப் பொருள்கள் தங்களின் பொல்லாத்தனத்தை மட்டும் காட்டவில்லை. மாறாக சாப்ளினுக்கு இணையான ஏன் சாப்ளினைக் காட்டிலும் வலுவான விரோதிகளாகவும் அவை மாறுகின்றன. அவை சாப்ளினைத் தோற்கடித்து விடுகின்றன. ஏனெனில் தூய மனிதாபிமானம் கொண்ட

சாப்ளினால் அந்தப் பொருட்களின் இயந்திரத் தன்மையோடு ஒத்துப் போக முடியவில்லை. இந்தக் கலையானது ஊமைப் படங்களுக்கேயுரிய மிக முக்கியமான அம்சத்திலிருந்து உருவானது. இந்த ஊமைப்படங்கள் இதன் காரணமாகவே அருகில் இல்லாத ஒன்றாக, துலக்கப்பட முடியாததாக, நாடகம் போன்ற படங்களாக இருந்தது. கிட்டக் காட்சியில் *(close-up) மட்டுமே கிடைக்கக்கூடிய நெருக்கமான உணர்வு ரீதியான முக்கியத்துவம் அப்போது அந்த அசைவுகளிடத்தினிலே இல்லை. மாறாக இந்த அசைவானது அதாவது கதாநாயகனின் கேலிக் கூத்தான போராட்டமானது நகைச்சுவை உணர்வைத் தான் வெளிப்படுத்தியது. ஒலிப்படங்களும் பேசும் படங்களும் தோன்றிய பிறகுதான் இந்த ஸ்லாப்ஸ்டிக் நகைச்சுவைப் படங்கள் நின்று போயின. இது குறிப்பிடத் தக்க ஒன்றாகும். இந்த ஸ்லாப்ஸ்டிக் நகைச்சுவைப் படங்கள்தான் மாக்ஸ் லிண்டர் (Max Linder), ப்ரின்ஸ் (Prince), க்ரட்டிநெட்டி (Cretinetti), மற்றும் சார்லி சாப்ளின் (Charlie Chaplin) போன்ற உலகப்புகழ் பெற்ற நட்சத்திரங்களைக் கொடுத்தது. ஹெரால் லாயிட் (Harold Lloyd), பஸ்டர் கீட்டன் (Buster Keaton) போன்ற இரண்டாவது தலை முறையைச் சேர்ந்த நகைச்சுவையாளர்கள் தோன்றிய பொழுது ஊமைப்படம் என்பது முழுமையாக வளர்ந்திருந்தது. சினிமாக்கலையானது அப்போது ஏற்கனவே காமிரா கோணங்களையும் க்ளோஸ்-அப்களையும் உபயோகப்படுத்த துவங்கியிருந்தது. இதன் காரணமாக புதிய கதாநாயகர்கள் மேலும் தனித்த நபர்களாய், மனவியல் அடிப்படையில் குணசித்திர கதாபாத்திரங்களாய் விளங்கினர். அவர்கள் நகைச்சுவையாய் நடித்த போதிலும் அவ்வாறே விளங்கினர். என்னதான் இருந்தாலும் சினிமாவில் ஒலி வந்த பிறகு இவர்களால் தங்களுடைய நடிப்பாற்றலை அதற்கேற்ப பயன்படுத்த முடியவில்லை. ஏனெனில் அவர்களின் நகைச்சுவையானது ஊமையாகப் படம் பிடிக்கப்பட்ட நாடகத்தின் சாராம்சத்தில் இருந்து பிறந்ததாகும்.

பெரிய மேதையான சார்லி சாப்ளின் கூட மௌனப் படத்திலிருந்து ஒலிப் படத்திற்கு மாறியபோது பெரிய சிக்கலை சந்திக்க வேண்டியிருந்தது. அதன் முக்கியத்துவம் குறித்துப் பின்னால் நாம் விவாதிப்போம்.

ஆரம்ப காலத்திலிருந்தே சினிமாவிற்கு இன்னுமொரு விஷேச குணமிருந்தது. அதாவது மேடையில் மாயாஜாலம் காட்டும் மந்திரவாதியைக் காட்டிலும் ஜால வித்தைகள் காட்டக் கூடியது. ஜயார்ஜீ மீலே (George Melies) இவர் அடிப்படையில் மாயாஜாலம் காட்டும் தந்திரவாதி. சினிமாவைக் கொண்டு பல அற்புதங்கள்

---

* க்ளோஸ் அப் (close-up) - குறிப்பாக ஒருவரின் முகத்தை மட்டும் காட்டுவதாகும். பொதுவாக எந்தப் பொருளையும் மிக கிட்டத்தில் காட்டுவது (மொ-ர்)

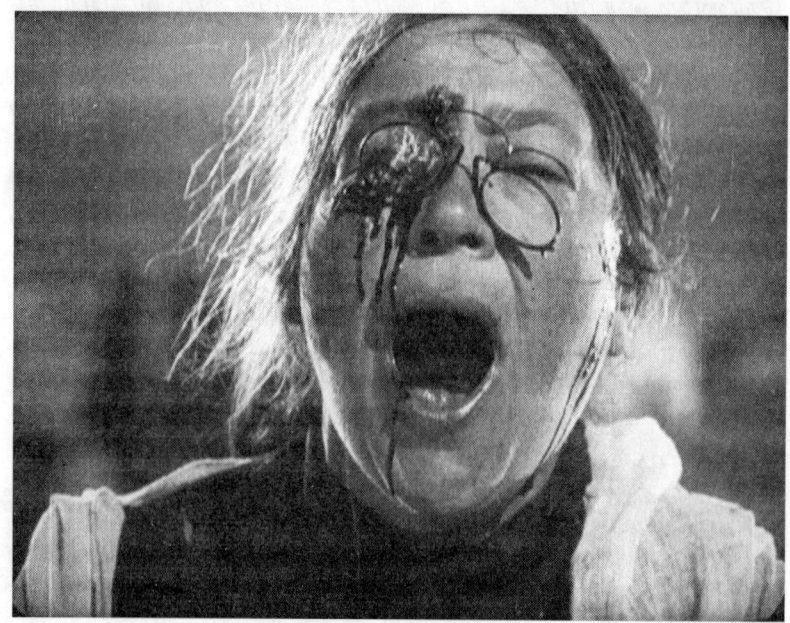

'பேட்டில்ஷிப் பொட்டம்கின்' படத்தின் வெவ்வேறு க்ளோஸ் அப் காட்சிகள்....

நிகழ்த்திக் காட்ட முடியும் என்பதை ஆரம்பத்திலேய கண்டு கொண்டவர் இவர். இவர் திரையில் மனிதர்களையும் பொருள்களையும் மறைய வைத்தார். வானத்திலே அவைகளைப் பறக்க வைத்தார். ஒன்றிலிருந்து இன்னொன்றாக மாற்றினார். சினிமாவின் ஆரம்ப காலத்திலேயே அவர் காமிரா நுட்பம் மூலம் செய்யக் கூடிய எந்த தந்திரக் காட்சியையும் விட்டு வைக்க வில்லை. இவ்வளவும் இவர் செய்த போதிலும் இவரின் படங்கள் படம் பிடிக்கப்பட்ட நாடகங்களாகவே இருந்தது. கதாபாத்திரங்கள் மறைய வைக்கவும் இன்னொன்றாக மாறச் செய்யவும் இவர் சில மேடை தந்திரோபாயங் களைப் பின்பற்ற வேண்டி வந்தது. இது மேடை நாடகத்திற்கே உரிய அடிப்படைக் கோட்பாடுகள் மற்றும் விதிகளை எந்த விதத்திலும் மாற்றவில்லை.

3

ஒரு புதிய வடிவம் – மொழி

சினிமாவானது அது தோன்றிய காலத்திலிருந்தே புதிய கதைகளையும், புதிய கதாபாத்திரங்களையும், புதிய பாணியையும் ஏன் புதிய கலை வடிவத்தைக் கூட உருவாக்கியது. இருந்தபோதிலும் அதை ஏன் நான் இன்றும் ஒரு புதிய கலை இல்லை என்றும், வெறும் மேடையில் நிகழ்பவற்றை அப்படியே படம் பிடித்த ஒன்று என்றும் கூறுகிறேன்? நாடகத்திலிருந்து முற்றிலும் மாறுபட்டு தனக்கேயுரிய முற்றிலும் வித்தியாசமான வடிவத்தை மொழியை பயன்படுத்தக் கூடிய தனித்ததொரு கலையாக சினிமா எப்போது மாறியது? எப்படி மாறியது? படம் பிடிக்கப்பட்ட நாடகத்திற்கும் சினிமாக் கலைக்கும் இடையேயான வித்தியாசம் என்ன? இரண்டுமே திரையில் காட்டக் கூடிய அசையும் படங்கள்தான், இருந்தபோதிலும் ஒன்றை மட்டும் வெறும் தொழில்நுட்ப ரீதியாகப் பதிவு செய்யப் பட்ட ஒன்று என்றும், மற்றொன்றை தனித்ததொரு படைப்பியல் கலை என்றும் ஏன் கூறுகிறேன்?

நாடகத்தின் அடிப்படை அமைப்பு விதி என்னவெனில், இதில் பார்வையாளன் நடிக்கப்படும் காட்சியை மொத்தமாக நடிக்கப்படும் இடத்திலிருந்து (space) பார்க்கிறான். இந்த இடத்தை அவன் எப்பொழுதும் முழுமையாகப் பார்க்கிறான். சில சமயத்தில் மேடையானது ஒரு பெரிய அறையின் ஒரு மூலையை மட்டுமே காட்டும். அந்த ஒரு மூலையானது காட்சி முழுவதும் தெரிந்து கொண்டேயிருக்கும். அதாவது நடக்கும் காட்சி முழுவதும் அதே பிரேமிற்குள்* அதாவது ஒரு பிரேமிற்குள்ளேயே நிகழும்.

நாடகத்தின் இரண்டாவது அடிப்படை அமைப்பு விதி என்ன வெனில், பார்வையாளன் மேடையை எப்போதும் ஒரு குறிப்பிட்ட இடத்திலிருந்தே பார்க்கிறான். அதாவது அவனுக்கும் மேடைக்கும்

---

* பிரேம் (frame)- திரையில் காட்டப்படும் ஒரு தனியான பிம்பம். படச்சுருளிலும் பின்னர் திரையிலும் தெரியும் பிம்பத்தின் அளவு மற்றும் வடிவம். மேலும் பிரேம் என்பது திரைப்படத்தின் அமைப்பு ரீதியான ஒரு யூனிட் ஆகும். (மொ-ர்)

இடையே உள்ள தூரம் என்பது மாறாத ஒன்று. படம் பிடிக்கப் பட்ட நாடகத்தில் ஒவ்வொரு காட்சியும் ஒரு குறிப்பிட்ட இடத்தில் இருந்து படம் பிடிக்கப்பட்டது என்பது என்னவோ வாஸ்தவம் தான். ஆனால் ஒரு காட்சிக்குள் **(scene) இந்த தூரம் என்பது மாறாத ஒன்றாகவே இருந்தது.

நாடகத்தின் மூன்றாவது அடிப்படை அமைப்பு விதி என்ன வெனில், பார்வையாளனின் கோணம் என்பது மாறாத ஒன்றாகும். படம் பிடிக்கப்பட்ட நாடகத்தில் என்னவோ பார்க்கின்ற கோணம் என்பது காட்சிக்கு காட்சி மாறத்தான் செய்தது. ஆனால் ஒரு காட்சியில் என்று எடுத்துக் கொண்டால் அது மாறாத ஒன்றாகவே இருந்தது.

மேற்குறிப்பிட்ட நாடகத்தின் மூன்று அடிப்படை அமைப்பு விதிகளும் ஒன்றொடொன்று தொடர்புடையவையாகும். இந்த மூன்று விதிகளே நாடகப் பாணி மற்றும் வெளிப்படுத்தும் திறனுக்கு அடிகோளாக அமைகிறது. இந்த அடிப்படையில் பார்த்தால் இந்த மாதிரி காட்சிகளை மேடையில் பார்த்தாலும் சரி அல்லது படம் பிடிக்கப்பட்ட நாடகத்தில் திரையில் பார்த்தாலும் சரி, இடையே எந்த விதமான வித்தியாசமும் இல்லை. ஏனெனில் அவைகளை ஒன்று, திறந்தவெளி அரங்கில் காண்பிக்கலாம் அல்லது காமிரா நுட்பத்தைக் கொண்டு காண்பிக்கலாம்.

உண்மையான சினிமா கலை என்பது நாடகத்துக்கேயுரிய இந்த மூன்று அடிப்படை விதிகளை ஒதுக்கித் தள்ளுகிறது. அதற்கு பதிலாக கீழே உள்ள புதிய விதிகளை அது மேற்கொள்கிறது.

1. ஒரு குறிப்பிட்ட காட்சியிலேயே, காட்சிக்கும் பார்வையாளனுக்கும் இடையே உள்ள தூரம் என்பது மாறக்கூடிய ஒன்று. எனவே பல்வேறு பிரேம்களையும், பிம்ப அமைப்புகளையும் கொண்ட காட்சிகளானது பல்வேறு பரிமானங்களைக் கொண்டதாக இருக்கும்.

2. ஒரு காட்சியானது பல்வேறு பிரிவுகளாக அதாவது ஷாட் (shot)* களாக பிரிக்கப்படும்.

3. ஒரு குறிப்பிட்ட காட்சியிலேயே பார்க்கின்ற கோணம், கண்ணோட்டம் மற்றும் ஷாட்டின் ஆழம் என்பது மாறுவதாக இருக்கும்.

** காட்சி (scene) - சினிமாவின் கதையோட்டத்தில் காட்சி என்பது ஒரு முழுமையான யூனிட் ஆகும். ஒரே குறிப்பிட்ட இடத்தில் நிகழும் ஒரு நிகழ்ச்சியைக் காட்டும் பல்வேறு ஷாட்களின் தொகுப்பு. (இது ஒரே ஷாட்டாகவும் இருக்கலாம்). (மொ-ர்)

* ஷாட் (shot) ஒரு தனித்த துண்டுப் படம். அது எவ்வளவு நீளம் வேண்டுமானாலும் இருக்கலாம். இடையே எந்த வெட்டும் இல்லாமல் தொடர்ந்து பதிவு செய்யப்பட்ட ஒரு படமாகும். ஷாட் என்பது சினிமா காட்சியின் அடிப்படை யூனிட் ஆகும். (மொ-ர்)

4. மோன்டாஜ் (montage), ** அதாவது ஒரு குறிப்பிட்ட வரிசையில் ஷாட்களின் தொகுப்பு இந்த அடிப்படையில் ஒரு காட்சி இன்னொரு காட்சியைத் தொடர்ந்து வருவது மட்டுமல்ல ஒவ்வொரு காட்சியும் ஏதோ கால கிரம வரிசைப்படி வருவதுபோல் பல்வேறு ஷாட்களின் தொகுப்பாக, மிகச் சிறிய விளக்கங்களையும் கொண்டதாக இருக்கும்.

முதல் உலகப் போரின் போது, அமெரிக்காவில் ஹாலிவுட்டில் காட்சிகளை மிகுந்த கலை நயத்தோடு காண்பிப்பதில் பல மாபெரும் புதுமைகள் செய்யப்பட்டன. இந்த அடிப்படையில் டேவிட் கிரிஃபித் என்கின்ற மேதையின் பெயர் குறிப்பிடப்பட வேண்டிய ஒன்றாகும். இவரது படைப்புகள் மிகச் சிறந்த கலைப் படைப்புகளாக மட்டும் இல்லாமல், முற்றிலும் புதியனவாகவும் இருந்தன.

சினிமாக் கலையின் ஒரு மிக முக்கியமான குணாம்சம் என்ன வெனில், ஒரு காட்சியை பல்வேறு தனித்த ஷாட்களின் மூலம் பார்ப்பது மட்டுமல்ல. அதன் மூலம் நாம் வாழ்க்கையின் மிக நுட்பமான அம்சங்களை அதன் ரகசியங்களை மிக நெருக்கத்தில் பார்க்கிறோம். மேடை நிகழ்ச்சி அல்லது ஓவியத்தில் சினிமாவில் உள்ளது போல் நமக்கு ஒரு அந்நியோன்யம் இருப்பது இல்லை. சினிமாக்கலை என்ற புதிய வெளிப்பாட்டு சாதனம் வெளியிட்ட புதிய கருத்து என்பது கடலின் கொந்தளிப்போ அல்லது எரிமலையின் குமுறலோ இல்லை. மாறாக ஒருவனின் கண் ஓரத்தில் மெல்லத் தேங்கும் ஒரு கண்ணீர்த் துளியாகும்.

ஒரு நல்ல இயக்குநர் என்பவர், தன்னுடைய காட்சியைப் பார்வையாளன் எந்த நோக்கமுமின்றி ஏனோ தானோவென்று பார்ப்பதற்கு அனுமதிக்கமாட்டார். தன்னுடையை மோன்டாஜ் மூலம் நம்முடைய கண்களை ஓய்வின்றி ஒரு விளக்கத்திலிருந்து இன்னொரு விளக்கத்துக்கு இட்டுச் செல்வார். இவ்வாறு அவர் செய்வதன் மூலம், தான் முக்கியம் எது என்று நினைக்கிறாரோ அதை அழுத்தத்தோடு சொல்வது மட்டுமல்லாமல், படத்தை நமக்கு காண்பிப்பதோடு அதை விளக்கவும் செய்கிறார். இவ்வாறு செய்வதன் மூலம் தான் ஒரு இயக்குநர் தன்னுடைய தனிப்பட்ட படைப்புத் திறனைப் பிரதானமாகக் காட்ட முடியும். ஒரே கதையையும் ஒரே விதமான நடிப்பையும் கொண்ட இரு படங்களை வெவ்வேறு விதமான இரு படத்தொகுப்பின் மூலம் இரு வேறுபட்ட நபர்களின் வெளிப்பாடாக, முற்றிலும் வித்தியாசமான இரண்டு படங்களாகக் காட்ட முடியும்.

** மோன்டாஜ் (montage)-1 அடிப்படையில் இது படத்தொகுப்பைக் குறிக்கும். 2. பிரபல சோவியத் திரைப்பட இயக்குநர் ஐஸன்ஸ்டைன் கருத்துப்படி தொடர்ந்து வரும் இரு ஷாட்கள் ஒன்றுக்கொன்று தொடர்புடையதாக இருக்க வேண்டும். அதாவது ஷாட்கள் A-யையும் B-யையும் இணைக்கும்போது படத்தில் உண்மையில் பதிவு செய்யப்படாத C என்கின்ற அர்த்தம் அந்த இணைப்பின் மூலம் வர வேண்டும். 3. மிகவும் நவீன பாணியிலான படத்தொகுப்பையும் இது குறிக்கும். அதாவது மிகக் குறைந்த நேரத்தில் அதிகமான விவரத்தைத் தருவது. (மொ-ர்)

4
காட்சி கலாச்சாரம்

சினிமாக் கலை தோன்றியதன் மூலம் பல புதிய கலைப்படைப்புகள் மட்டும் உருவாகவில்லை. மனிதனிடத்திலேயே பல புதிய அறியும் சக்திகள் உருவாயின. அந்த புதிய அறியும் சக்திகளே அவனுக்கு சினிமாவை அறிந்து கொள்ளவும் புரிந்து கொள்ளவும் உதவி புரிந்தன.

கலைகளைக் குறித்து பயின்ற அறிஞர்களெல்லாம் இதுகாறும் இருந்து வந்த கலைகளைப் பிரதானமாகப் பயின்றார்களே தவிர புதிதாகத் தோன்றுகின்ற படைப்புகளை ரசிக்கவும் பாராட்டவும் உதவும் நம்முடைய தனிப்பட்ட அறியும் சக்தியைக் குறித்து இவர்கள் கவலைப் பட்டதில்லை. இது மிகவும் பரிதாபத்திற்குரிய நிலையாகும். இந்த அறியும் சக்தியானது கலைகளோடு கூடிய நம்முடைய இயங்கியல் ரீதியான தொடர்பின் மூலம் கிடைத்ததாகும். புறநிலை உண்மை என்பது பொருளோடும், நம்முடைய அகநிலை உணர்வோடும் ஒரு துளியும் சம்பந்தமில்லாதிருந்த போதிலும் அழகு என்பது புறநிலை உண்மையல்ல. பொருளானது பார்வையாளனோடு எந்த சம்பந்தமும் இல்லாமல் தனித்து இருக்கலாம். இந்த உலகின் மனிதனே இல்லாவிட்டால் கூட பொருள்கள் அதை நுகர்வதற்கு ஆளின்றித் தனித்து இருக்கலாம். நாம் அறிந்த வரையில் அழகு என்பது ஒன்றே ஒன்று தான். அந்த அழகு என்பது நாம் விரும்பக்கூடிய ஒன்றாகும். மனிதனுடைய இந்த அனுபவமானது எதனோடும் தொடர்பற்ற தனித்த ஒன்றல்ல. ஆனால் இனத்திற்கு இனம், காலத்திற்கு காலம், கலாச்சாரத்திற்கு கலாச்சாரம் இது மாறுபடலாம். அழகு என்பது புறநிலை உண்மை காரணமாக மனிதன் உணரக்கூடிய அகநிலை அனுபவமாகும். இது தனக்குரிய விதிகளைக் கொண்டிருக்கிறது. இந்த விதிகள் மனித உணர்வு நிலைக்கான பொதுவான விதிகளாகும். அந்த அடிப்படையில் அழகு என்பது முழுக்க முழுக்க அகநிலைப்பட்டதுமல்ல.

கலையின் தத்துவசாரமானது கலாரீதியான கலாச்சாரம் குறித்து கடந்த காலத்தில் அவ்வளவாகக் கவலை கொள்ளவில்லை. இந்த கலாச்சாரத்தின் சிறப்பியல் புகழ் வளர்வதற்கு மட்டும் கலைகள்

காரணமாக இல்லை. அவைகள் தோன்றுவதற்கே இந்தக் கலைகள்தான் காரணமாக இருந்தன. நமக்கு இப்போது தேவைப்படுவதெல்லாம் வெறும் கலையின் வரலாறு மட்டுமல்ல. மாறாக மனிதகுல வரலாறோடு ஒட்டிய, தொடர்புள்ள கலையின் வரலாறு ஆகும்.

சினிமாக் கலையின் பரிணாம வளர்ச்சியையொட்டி அதனோடு தொடர்பு கொண்ட மனிதனது உணர்வு நிலையும் உணர்வு ரீதியாகப் புரிந்து பிரதிபலிக்கும் ஆற்றலும் வளர்ச்சியடைந்தது. இந்த வளர்ச்சியை குறித்து ஆய்வதுதான் இப்புத்தகத்தின் நோக்கமாகும்.

திரைப்பட கலாச்சாரம்

சினிமாக் கலையின் காரணமாக உருவான மனிதனின் புரிந்து கொள்ளும் சக்தியின் பரிணாம வளர்ச்சியானது மனித குல கலாச்சார வரலாற்றில் புதிய அத்தியாயங்களை எழுதியது. இசை தோன்றியதன் காரணமாக எப்படி இசையை ரசித்தால், இசையைப் புரிந்து கொள்ளுதல் போன்ற தன்மைகள் வளர்ந்தனவோ, அதே போன்று சினிமாக் கலை செழுமையடைய அதற்கேற்ப சினிமாவை ரசித்தலும் புரிந்து கொள்ளுதலும் வளர்ச்சியடைந்தது. மௌனப் படங்களின் வெளிப்படுத்தும் திறன் படிப்படியாகக் கூடியது. இந்த வளர்ச்சி விகிதம் அதிகமாகவே இருந்தது. அந்த புதிய வடிவத்தை-மொழியைப் புரிந்து கொள்கின்ற மக்களின் திறனும் அதிகரித்தது. இவ்வாறு நாம் கண்கூடாகப் பார்த்தது புதிய கலையின் வளர்ச்சியை மட்டுமல்ல அதன்கூடவே மக்களிடையே ஏற்பட்ட புதிய உணர்வுநிலை, புரிந்து கொள்ளுதல் மற்றும் புதிய கலாச்சாரம் ஆகியவற்றின் வளர்ச்சியையும் ஆகும்.

காலனிய ஆங்கில மனிதன்

காலனிய ஆங்கில அதிகாரி ஒருவனைப் பற்றிய கதை ஒன்று உள்ளது. அவன் முதல் உலகப் போரின் போதும் அதற்கு பின்னர் சில காலமும் மிகவும் பின்னடைந்த சமூகம் ஒன்றிடையே வாழ்ந்து வந்தான். அவனுக்கு தினசரி அவனுடைய நாட்டிலிருந்து செய்தித் தாள்களும் பத்திரிகைகளும் வந்து கொண்டிருந்தன. அவைகளில் அவன் சினிமா நட்சத்திரங்களின் படங்களைப் பார்ப்பான். சினிமா விமர்சனங்களையும் கதைகளையும் படிப்பான். ஆனால் அவன் அதுவரை ஒரு சினிமாகூட பார்த்தது இல்லை. அவன் சினிமா இருக்கக்கூடிய ஒரு இடத்தை அடைந்த உடனேயே ஒரு சினிமா பார்க்கச் சென்றான். அவனைச் சுற்றியுள்ள குழந்தைகளெல்லாம் படத்தை மிகவும் ரசித்துப் பார்த்தன. ஆனால் அவனோ படத்தைப் பார்த்து மிகவும் திகைத்துப் போனான். படம் முடிந்தபோது கிட்டத்தட்ட அவன் களைத்தே போய்விட்டான்.

படம் எப்படியிருந்தது? உனக்குப் பிடித்திருந்ததா? என்று அவன் நண்பன் கேட்டான். படம் நன்றாகத்தான் இருந்தது. ஆனால் படம் எதைப்பற்றி என்றுதான் ஒன்றுமே புரியவில்லை என்றான்.

அவனுக்குத் திரையில் நிகழ்ந்தது ஒன்றுமே புரியவில்லை. ஏனெனில் கதை சொல்லப்பட்ட அந்த சினிமா வடிவமும் மொழியும் அவனுக்குப் புரியாத ஒன்று. ஆனால் நகரத்தில் வசித்துக் கொண்டிருந்த மற்றவர்களுக்கோ அந்த மொழி ஏற்கனவே நன்றாக தெரிந்திருக்கிறது.

சைபீரியாவிலிருந்து ஒரு பெண்

மாஸ்கோவில் ஒரு நண்பர் எனக்கு இந்தக் கதையை சொன்னார். அந்த நண்பருடைய உறவுக்காரப் பெண் ஒருத்தி தொலை தூரத்திலுள்ள சைபீரிய கூட்டுப் பண்ணையிலிருந்து அவரின் மாஸ்கோ வீட்டிற்கு வந்திருந்தாள். அவள் மிகவும் புத்திசாலி. நன்றாகப் படித்திருந்தாள். ஆனால் அவள் ஒரு சினிமாக் கூடப் பார்த்தது இல்லை. (இது நிகழ்ந்தது பல ஆண்டுகளுக்கு முன்பு). நண்பருடைய குடும்பம் அவளை ஒரு சினிமாவுக்கு அழைத்துச் சென்றது. அவளை அங்கு விட்டு விட்டு அவர்கள் வேறு வேலையாகச் சென்று விட்டார்கள். அந்தப் படம் உண்மையில் ஒரு நகைச்சுவைப் படம். அந்தப் பெண் வீட்டிற்கு திரும்பிய போது முகமெல்லாம் வெளுத்து இறுகிப் போயிருந்தாள். நண்பர் குடும்பத்தினர் படம் உனக்குப் பிடித்திருந்ததா என்று கேட்டனர். அவளால் பதில் சொல்லக் கூட முடியவில்லை. திரையில் பார்த்த காட்சிகள் அவளை அந்த அளவுக்கு அதிர்ச்சிக்குள்ளாக்கியிருந்தது. கடைசியில் ஒரு வழியாய் அவள் சொன்னாள்: "அப்பப்பா என்ன பயங்கரம்"! ஏன்தான் மாஸ்கோவில் இதுபோன்ற காட்சிகளையெல்லாம் காட்டுகிறார்களோ எனக்கு ஒன்றுமே புரியவில்லை".

"அப்படி என்னதான் பயங்கரமாக இருந்தது அதில்?"

" ஆமாம், மனிதர்களின் உடலையெல்லாம் அங்கே கிழித்துப் போட்டது போல் தனித்தனியாக காட்டினார்கள். கை ஒரு பக்கம், உடல் ஒரு பக்கம், தலை ஒரு பக்கம் என்று".

கிரிஃபித் முதன் முதலாக ஹாலிவுட் சினிமாவில் பெரிய க்ளோஸ்-அப் காட்சிகளைக் காண்பித்தார் என்பது நாம் அறிந்த ஒன்றுதான். அவர் அவ்வாறு ஒரு பெரிய மனிதத் தலையை மட்டும் திரையில் காண்பித்தார். அந்த தலை சிரித்த போது சினிமாப் பார்த்தவர்களிடையே ஒரு நடுக்கம்தான். நாம் மட்டும் எப்படி அப்படிப் பட்ட காட்சியையும் அதன் அர்த்தத்தையும் புரிந்து கொள்கின்ற மனோநிலையை அடைந்தோம் என்பது நாமே அறியாத ஒன்று. தனித்தனியான தொடர்பில்லாத பல துண்டுப் படங்களை ஒன்று சேர்த்து ஒரு முழுக் காட்சியாகப் புரிந்து கொள்கின்ற வித்தையை நாம் கற்றுக் கொண்டோம். அவ்வாறு செயல்படுவதில் உள்ளடங்கிய கடுமையான உளவியல் போக்கைப் பற்றி நாம் ஒன்றும் அறிந்தவர்களல்ல. கடந்த இருபது ஆண்டுகளில் படங்களின் கண்ணோட்டங்களையும், படங்களின் உருவங்களையும், படங்களின் குறியீடுகளையும் நாம் பார்க்கக் கற்றுக்

கொண்டோம். இது உண்மையிலேயே ஆச்சரியமான விஷயம்தான். நம்முடைய காட்சி கலாச்சாரத்தையும், உணர்வு நிலையையும்தான் எந்த அளவுக்கு நாம் வளர்த்துக் கொண்டிருக்கிறோம்.

நாம் பார்ப்பதற்கு கற்றுக் கொண்டோம்

திரைப்பட காமிராவின் நுட்பம் காரணமாக கதையைச் சொல்வதிலும், கதையைக் காண்பித்ததிலும் புதிய முறைகள் உருவாகியுள்ளன. ஒரு புதிய படமொழி உருவாகியுள்ளது. இந்த மொழியானது கடந்த இருபது ஆண்டுகளில் நம்ப முடியாத அளவுக்கு செழுமையும் வளமையும் அடைந்துள்ளது. இன்று நாம் எளிமையாகப் புரிந்து கொள்கின்ற இந்தப் படங்களை இருபதாண்டுகளுக்கு முன்னால் நம்மால் ஏன் புரிந்து கொள்ள முடியவில்லை என்பதை ஆராய்வோ மேயானால், இந்த செய்கையை ஓரளவு புரிந்து கொள்ளலாம். உதாரணமாக, ஒருவன் தன் காதலியை வழியனுப்பு வதற்காக மிக வேகமாக ரயில்வே ஸ்டேஷனுக்கு விரைகிறான். அவன் பிளாட்பாரத்தில் நின்று கொண்டிருப்பதைப் பார்க்கிறோம். ரயிலை நம்மால் பார்க்க முடியவில்லை. அவனுடைய அலைபாயும் கண்களின் மூலம் காதலி ஏற்கனவே ரயிலில் இருக்கையில் அமர்ந்து விட்டாள் என்று அறிகிறோம். அவனுடைய முகத்தை நாம் க்ளோஸ்அப்பில் பார்க்கிறோம். அந்த முகம் ஒரு கணம் திகைத்துப் பின்வாங்குகிறது. பின்னர் ஒளிக்கற்றையையும் நிழலையும் பார்க்கிறோம். அந்த ஒளியும் நிழலும் அவன் முகத்தின் மீது மாறி மாறித் தெரிகிறது. அதன் வேகம் சீராக அதிகரிக்கிறது. கடைசியாய் அந்த இளைஞனின் கண்களில் கண்ணீர்த்துளி பெருகுவதைப் பார்க்கிறோம். அத்துடன் காட்சி முடிகிறது. இதிலிருந்து என்ன நடந்திருக்கும் என்பதை நாம் தெரிந்து கொள்ள வேண்டும். இன்று இதைத் தெரிந்து கொள்வது சுலபமான காரியம். ஆனால் இந்தப் படத்தை நான் முதலில் பெர்லினில் பார்த்த போது, உடனேயே இந்தக் காட்சியை புரிந்து கொள்ள முடியவில்லை. அனால் விரைவிலேயே என்ன நடந்தது என்று எல்லோருக்கும் தெரிந்து விட்டது. அதாவது ரயில் கிளம்பி விட்டது. அதன் பெட்டிகளில் உள்ள விளக்கு வெளிச்சம் தான் அவன் முகத்தில் ஒளியையும் நிழலையும் மாறி மாறி வேகத்தோடு தந்தது.

இன்னொரு உதாரணம். இருட்டான அறையில் ஒருவன் சோகமே உருவாய் அமர்ந்திருக்கிறான். முந்தைய காட்சியிலிருந்து அடுத்த அறையில் ஒரு பெண் இருக்கிறாள் என்பது பார்ப்பவர்களுக்குத் தெரியும். அவனுடைய முகத்தை நாம் க்ளோஸ்-அப்பில் பார்க்கிறோம். அந்த முகத்தின் மீது திடீரென்று வெளியிலிருந்து ஒளி பாய்கிறது. அவன் தன் தலையை நிமிர்த்தி ஒளி வரும் திசையில் நம்பிக்கையோடு பார்க்கிறான். அந்த ஒளி அவன் முகத்திலிருந்து மெல்ல மங்கி மறைகிறது. பின்னர் திரை முழுவதையும் மெல்ல இருட்டு ஆக்கிரமித்துக் கொள்கிறது. அந்த சோகமயமான காட்சி இதுதான். இதற்கு மேல் ஒன்றும் தேவையில்லை. என்ன நடந்தது என்று இன்று படம்

பார்ப்பவர்கள் எல்லோருக்குமே தெரியும். ஏனெனில் அந்த மொழி அவர்களுக்குப் புரிகிறது. ஏன் நடந்தது என்றால் அடுத்த அறை ஒரு கணம் மெல்ல திறக்கப்படுகிறது. அந்தப் பெண் விளக்கு எரியும் அந்த அறையின் வாயிற்படியில் சிறிது நேரம் நிற்கிறாள். தயங்குகிறாள். பிறகு திரும்பி கதவை என்றென்றைக்குமாக மூடி விடுகிறாள். இந்த என்றென்றைக்குமாக என்பது இருள் மெல்லத் திரையை ஆக்கிரமித்துக் கொள்வதிலிருந்து தெளிவாகிறது. இதில் தெரிந்து கொள்ள வேண்டியது என்னவெனில் வேறு எதையும் காட்டாமலேயே நமது கற்பனையும், மனநிலையும் இந்த அளவுக்கு தூண்டப்பட்டிருக்கிறது. நுட்பமாகச் சொல்லும் பாணி என்பது இதுதான்.

பழைய படங்கள் ஏன் கேலியாகத் தெரிகின்றன?

இன்று நாம் படங்களைப் பார்க்கும் போது வெறும் நிகழ்ச்சிகளை மட்டும் புரிந்து கொள்வதில்லை. கூடவே அதில் மிகச் சிறிய முக்கியத்துவத்தையும், குறியீட்டு அர்த்தங்களையும் புரிந்து கொள்கிறோம். இந்த அடிப்படையில் நாம் வேகமாக அடைந்ததுள்ள பரிணாம வளர்ச்சியை பழைய படங்களைப் பார்ப்பதன் மூலம் புரிந்து கொள்ளலாம். பழைய படங்களில் மிகுந்த சோகமயமான காட்சிகளைப் பார்த்துக் கூட நாம் உரக்க சிரிக்கிறோம். அவர்கள் அதை உண்மையாக எடுத்திருப்பார்கள் என்பதைக்கூட நம்மால் நம்பமுடியவில்லை. இதற்கான காரணம் என்ன? மற்ற கலைகளைச் சேர்ந்த மிகப் புராதனமானதும், சாதாரணமானதுமான அந்த கலைப்படைப்பை பார்த்தாலும் நமக்கு கேலியாகத் தோன்றுவதில்லை. இதற்கு காரணம் என்னவெனில் பழைய கலை என்பது பொதுவாக கடந்து போன காலத்தின் மனநிலையை ஒரு பொருத்தமான வடிவத்தில் நமக்குத் தருகிறது. ஆனால் பழைய படங்களைப் பார்க்கும் போது நம்மை நம்முடனேயே ஒப்பிட்டுப் பார்த்துக் கொள்கிறோம். எவ்வளவுதான் வித்தியாசமாகத் தோன்றியபோதிலும் அழகாகவும் மதிப்பாகவும் தோன்றுவதற்கு அது ஒன்றும் இன்னமும் சரித்திர கால உடையல்ல. நமக்கு கேலிப்பொருளாகத் தோற்றமளிக்கும் கடந்த ஆண்டைச் சேர்ந்த ஒரு பாணியே ஆகும். புராதனக் கலை என்பது புராதன ரசனை மற்றும் திறமையை சரியாக காட்டுவதாகும். ஆனால் பழைய படங்களில் நாம் காணும் புராதனத் தன்மையோ கேலிக்குரிய வளர்ச்சியின்மையைக் காட்டுகிறது. கம்பாலான குத்தீட்டியுடன் நிற்கும் வீட்டுக் காவல்காரனைப் போல் கையில் ஈட்டியுடன் நின்றிருக்கும் நிர்வாண ஆதி மனிதன் நமக்கு கேலியாகத் தோன்றுவதில்லை. பதினைந்தாம் நூற்றாண்டைச் சேர்ந்த போர்ச்சுகீசிய பாய்மர கப்பல்கள் நமக்கு அழகிய காட்சியாகத் தெரிகிறது. ஆனால் ஆரம்ப கால நீராவி என்ஜின்களும், மோட்டார்களும் கேலியாகத் தோன்றுகின்றன. ஏனெனில் அவைகள் நமக்கு இல்லாத ஒன்றாகவோ முற்றிலும் வித்தியாசமான ஒன்றாகவோ தெரிவதில்லை. மாறாக இன்று உபயோகத்தில் உள்ள ஒன்றின் முறையற்ற கேலிக்குரிய

வடிவமாகத் தெரிகிறது. குரங்கு கூண்டில் உள்ள குரங்குகளைப் பார்த்து சிரிப்பது போல் நாம் சிரிக்கிறோம். ஏனெனில், குரங்குகள் நம்மைப் போலவே இருக்கின்றன.

திரைப்பட கலாச்சாரம் என்பது அத்தனை வேகமாக வளர்ந்துள்ளது. அதனால்தான் அதன் அசிங்கமான புராதனத் தன்மையில் நம்மை நாமே பார்த்துக் கொள்கிறோம். இதன் காரணமாகவே இந்த மாபெரும் கலாச்சாரம் நமக்கு முக்கியமான ஒன்றாகும். மேலும் இந்த கலை கோடிக்கணக்கான மக்களுக்கு மிக சுலபமாக கிடைக்கக்கூடிய ஒன்றாகும்.

கலை வளர்ச்சியடையவில்லை.

கலைக்கு வரலாறு இருந்த போதிலும், அது அழகியல் ரீதியாக போதுமான வளர்ச்சியை அடையவில்லை என்பதை நாம் உணர்ந்தாக வேண்டும். சிமாபு (Cimabue) அல்லது கியட்டோ (Giotto) வின் ஓவியங்களை விட ரெனுவார் (Renoir) அல்லது மோனா (Monet) வின் ஓவியங்களை நாம் சிறப்பானதாகவோ மதிப்பு வாய்ந்ததாகவோ கருதுவதில்லை. கலையைப் பொருத்தவரை புறநிலையளவிலான வளர்ச்சி என்பது இல்லை. ஆனால் அக்கலையை ரசிக்கும் ரசிகர்களிடையே வளர்ச்சி என்பது ஏற்பட்டுள்ளது. கலாரீதியான கலாச்சாரத்திற்கு வரலாறு மட்டுமில்லை. அதன் பரிணாம வளர்ச்சிக்கு ஒரு குறிப்பிட்ட திசையும் உண்டு. தொடர்ந்து வரும் கலாச்சாரத்தில், மனிதனின் அகநிலை உணர்வு மற்றும் புரிந்துகொள்கின்ற விளக்குகின்ற சக்தியானது பெருமளவு வளர்ச்சியடைந்துள்ளது. மனிதனுடைய அகநிலை அறியும் சக்தியின் வளர்ச்சியைப் பற்றிக் குறிப்பிடும் போது அது அவனுடைய அழகியல் மதிப்பீடுகளின் வளர்ச்சிகளைக் குறிப்பதில்லை. உதாரணமாக ஒரு புதிய கண்ணோட்டத்தை கலையில் பயன்படுத்துவதன் மூலம் கலையியல் மதிப்பீடு என்பது வளர்ச்சியடையப் போவதில்லை. இயற்கையான திறமையற்ற சாதாரண குடிமகன் ஒருவனுக்கும் இன்று கல்விச்சாலைகளில் கண்ணோட்டங்களுக்கான விதிகள் கற்றுத் தரப்படுகின்றன. அதனால் அவர்கள் எந்த விதத்திலும் இந்த விதிகள் எல்லாம் தெரியாத கியட்டோவைவிடச் சிறந்த கலைஞனாகப் போவதில்லை. முதலில் சொல்லப்பட்டவன் சிறந்த கலைஞனாக இருக்கமாட்டான். ஆனால் அவனுடைய காட்சி பற்றிய உணர்வுநிலை, கலாச்சாரம் என்பது உயர் அளவில் இருக்கும். ஓவியம் வரைவதற்கான கண்ணோட்டத்தின் விதிகள் பற்றிய கண்டுபிடிப்பு பொதுவான மனித கலாச்சார பரிணாம வளர்ச்சிக்கு அவ்வளவாக உதவவில்லை. இது ஓவியத்தை வளப்படுத்தியதைக் காட்டிலும் கண்ணின் கலாச்சாரத்தை வளப்படுத்தியது. இது வழக்கமாக ஓவியங்களில் வியாபித்திருக்கத்தான் செய்கிறது. ஆனால் இது நாகரீகமடைந்துள்ள ஒவ்வொரு மனிதனின் தினசரி வாழ்க்கையிலும் தவிர்க்க முடியாத அம்சமாக மாறியுள்ளதால் இது மிக மிக முக்கியமான ஒன்றாகும்.

5
கண்ணிற்குப் புலப்படும் மனிதன்

மௌனப் படங்களின் மூலமாக காட்சி கலாச்சாரத்தைப் பற்றி ஆராயும் இந்த அத்தியாயம் என்னுடைய Der Sichtbare Mensch (கண்ணிற்கு புலப்படும் மனிதன்) என்ற புத்தகத்திலிருந்து எடுக்கப்பட்டது. அதில் நான் மௌனப் படங்களை கலாச்சார வரலாற்றில் ஒரு முக்கியமான திருப்பு முனை என்று புகழ்ந்திருந்தேன். ஒலிப்படங்கள் விரைவிலேயே மௌனப் படங்களை வெற்றி கொண்டு விடும் என்பதைக் குறித்து அப்போது எனக்கு எந்தவித சந்தேகமும் இல்லை. அப்பொழுது நிலவிய யதார்த்தத்தைப் பற்றி சொல்லப்பட்ட உண்மை என்பது உண்மையாகவே இருந்தது. ஆனால் அந்த யதார்த்தமோ அவிழ்த்து விட்ட குதிரையைப் போல் பாய்ந்தோடியது. தேவையான பல புதிய குறிப்புகளையும் விளக்கங்களையும் உருவாக்கியது. இருந்தபோதிலும், இந்த அத்தியாயம் வெறும் சினிமா கோட்பாடு பற்றிய வரலாற்றில் ஒரு அத்தியாயமாக இல்லாமல் சுவாரசியமான ஒன்றாக இருக்கும். படம் என்பது இன்னமும் சினிமா மற்றும் காட்சி சம்பந்தமான எதற்கும் பிரதானமான ஒன்றாக இருப்பதால் மட்டும் இவ்வத்தியாயம் சுவாரசியமான ஒன்றாக இல்லை. வளர்ச்சியின் போக்கு என்பது எப்போதுமே வேகமாக இருந்ததில்லை. பெரும்பாலும் அவை சுற்றுப் பாதையில் இயங்கியல் ரீதியில் ஒன்றுக்கொன்றான தொடர்பின் மூலம் செல்கிறது. இப்போது நாம் சினிமாவின் வளர்ச்சியைப் பின்னோக்கிப் பார்க்க வேண்டியுள்ளது. மௌனப் படங்களின் சாதனைகளை நாம் மீண்டும் ஆராயவும், ஆராய்ந்து அதைப் பாதுகாக்கவும் வேண்டியுள்ளோம். இங்கு நான் 1923 ஆம் ஆண்டு மௌனப் படங்களைப் பற்றி எழுதியதை மீண்டும் சொல்ல விரும்புகிறேன்.

அச்சு கண்டு பிடிக்கப்பட்டதன் விளைவாக மனிதனின் முகமானது படிப்படியாகத் தெளிவற்ற ஒன்றாகிவிட்டது. செய்தித்தாள்களின் மூலம் பல விஷயங்களைப் படிக்க முடிந்தது. முகபாவத்தின் மூலம் வெளிப்படுத்துகின்ற முறை வழக்கில் இல்லாமல் போனது.

அச்சடிக்கப்பட்ட புத்தகம் வழக்கத்தில் வந்த பின் அது மத்திய காலத்தில் கிறித்துவ ஆலயங்கள் செய்த பணியை மேற்கொண்டது. மக்களின் உணர்வைத் தாங்கிச் செல்பவைகளாக மாறின. இவ்வாறு

விக்டர் ஹியுகோ ஒருமுறை எழுதினார். கிறித்துவ ஆலயத்தில் ஒருமுகப்படுத்தியிருந்த உணர்வை ஆயிரம் புத்தகங்கள் ஆயிரம் கருத்துக்களாகப் பிய்த்தெறிந்தது வார்த்தையானது கல்லை ஆயிரம் துண்டுகளாக உடைத்தெறிந்தது. புனிதாலயத்தை ஆயிரம் புத்தகங்களாகக் கிழித்தெறிந்தது.

காட்சி உணர்வு நிலை என்பது படிக்கக்கூடிய உணர்வு நிலையாக காட்சி கலாச்சாரம் என்பது கருத்துக்களின் கலாச்சாரமாக மாறியது. பொதுவான வாழ்க்கை நிலையை மாற்றிய சமூகப் பொருளாதாரக் காரணங்கள் இம்மாற்றத்திற்கு அடிப்படையாக இருந்தன. அதே நேரத்தில் இதற்கேற்றவாறு தனிப்பட்ட மனிதனின் முகம், நெற்றி, கண்கள் மற்றும் வாய்கள் ஆகியவையும் கடுமையான மாற்றத்துக்குள்ளாக வேண்டியிருக்கும். ஆனால் இந்த உண்மை குறித்து நாம் அவ்வளவாக கவலை கொள்ளவில்லை.

மனிதர்களின் கவனத்தை மீண்டும் காட்சி கலாச்சாரத்திற்கு திருப்பவும், அவர்களுக்கு புதிய முகங்களைத் தருவதற்கும் தற்போது ஒரு புதிய கண்டுபிடிப்பு, ஒரு புதிய இயந்திரம் வேலை செய்கிறது. அச்சு இயந்திரத்தைப் போலவே இந்த தொழில் நுட்ப அமைப்பும் மனித உணர்வின் பல்வேறு உற்பத்திப் பொருட்களை பல மடங்கு பெருக்கி உற்பத்தி செய்கிறது. அந்த இயந்திரம் வேறு எதுவுமில்லை. திரைப்பட காமிராதான். மனித கலாச்சாரத்தின் மீது இதன் தாக்கம் அச்சு இயந்திரத்தின் தாக்கத்தைக் காட்டிலும் எந்த விதத்திலும் குறைந்ததல்ல. ஒருவன் பேசாமலிருப்பதால் அவனிடம் சொல்வதற்கு ஒன்றுமில்லை என்று அர்த்தமாகாது. அவன் பேசாமல் இருக்கலாம். ஆனால் உணர்ச்சிப் பிழம்பாய் இருப்பான் அவன். தன்னுடைய உணர்வுகளை வெறும் வடிவங்கள், படங்கள், பாவங்கள் மூலம் மட்டுமே வெளிப்படுத்த முடியும் காட்சி கலாச்சாரத்தைக் கொண்ட மனிதன் இவைகளை செவிட்டு ஊமைகளைப் போல் வார்த்தைகளுக்குப் பதிலாக உபயோகிப் பதில்லை ஏனெனில் அவர்கள் வார்த்தையின் மூலமாக சிந்திப்பதில்லை மாறாக மோர்ஸின் விதியை அடிப்படையாகக் கொண்ட குறியீடுகள் மூலம் சிந்திக்கிறான். அதை அவன் கோடுகளாகவும் புள்ளிகளாகவும் காற்றில் வரைகிறான். காட்சியின் மூலம் சொல்ல விரும்புகிறவனோ, வார்த்தைகளால் சொல்லக் கூடிய கருத்துக்களை சொல்ல முற்படுவதில்லை. அவனது உள்ளார்ந்த அனுபவங்களை மற்றும் வார்த்தைகளால் சொல்ல முடியாத விவரிக்க முடியாத உணர்வுகளைத்தான் அவ்வாறு சொல்ல விரும்புகிறான். அத்தகைய உணர்வுகள் உள்ளத்தின் ஆழத்தில் புதைந்திருப்பதாகும். அவைகளை சாதாரண வார்த்தைகளால் சென்றடைய முடியாது. ஏனெனில் வார்த்தைகள் கருத்துக்களின் வெறும் பிரதிபலிப்பே ஆகும். நம்முடைய இசை அனுபவங்களை எப்படி கருத்துக்களால் விவரிக்க முடியாதோ அப்படித்தான் இதுவும். நம் முகத்தில் தெரியும் பாவம்

வார்த்தையின் துணையின்றி நம் முகத்தில் உடனே தெரியும் உணர்வு ரீதியான அனுபவமாகும்.

காணும் கலைகளின் (Visual arts) பொற்காலத்தில் ஒரு ஓவியனோ அல்லது சிற்பியோ வெற்றிடத்தை வெறும் வடிவங்கள் அல்லது உருவத்தால் நிரப்பவில்லை. மனிதன் என்பவன் கலைஞனுக்கு வெறும் உருவப் பிரச்சனையாக மட்டுமில்லை. ஓவியர்கள் வெறும் உருவத்தையல்லாமல் உள்ளத்தையும் உணர்வையும் தீட்டினார்கள். வார்த்தைகளால் சொல்லக்கூடிய கருத்துக்களில் இந்த உள்ளமும் உணர்வும் அடங்கவில்லை. உள்ளமும் உணர்வும் முழுமையான உயிரோட்டத்தோடு தீட்டப்பட்டன. ஓவியத்தைப் பொருத்தவரை அவை மகிழ்ச்சிகரமான நாட்கள். அப்பொதெல்லாம் ஓவியங்கள் ஒரு மையப் பொருளைக் கொண்டிருந்ததோடு ஒரு கருத்தையும் கொண்டிருந்தன. அந்தக் கருத்து என்பது வெறும் வார்த்தையால் சொல்லக்கூடியதாக இல்லை. கலைஞர்கள் உள்ளத்து அழகையும் உயிர்ப்பையும் பாவத்திலும் உடலமைப்பிலும் அடிப்படையாக வடித்தெடுத்தனர்.

ஆனால் அச்சுக்கலை என்பது அப்போது பெருமளவு வளர்ந்திருந்ததால் மனிதர்களுக்கிடையிலான மிக நுண்ணிய உணர்வுப் பரிமாற்றங்கள் கூட அச்சு வார்த்தைகள் மூலம் தான் சொல்லப்பட்டன. உள்ளம் கூட பிரதானமாக வார்த்தைகளில்தான் வடித்தெடுக்கப்பட்டது. உடற்பாவங்களினால் வெளிப்படுத்தக்கூடிய நுண்ணிய வெளிப்பாடுகளும் தேவையில்லாமல் போய்விட்டது இதன் காரணமாக நமது உடல்கள் உள்ளமற்று வெறுமையாய்ப் போனது. உபயோகத்தில் இல்லாதவை உருக்குலைந்து போயின.

நமது உடலில் முகம் மட்டுமே துடிப்புள்ள பகுதியாக இருந்தது. இதற்கு காரணம் உடலின் மற்றபகுதிகள் ஆடையினால் மறைக்கப் பட்டிருந்தது மட்டுமல்ல. நமது உடலில் மிஞ்சியிருந்த பாவங்களுக்கு இந்த முகம் மட்டுமே போதுமானதாக இருந்தது. கைகாட்டி மரம் போல இது செயல்பட்டது. வெட்டுப்பட்ட கையின் சோகத்தைப் போல எப்போதாவது கையின் பாவம் ஒன்றும் உபயோகப்படுத்தப்படும். வார்த்தை கலாச்சாரம் ஓங்கியிருந்த இந்த காலத்தில் உள்ளம் பேசக் கற்றுக் கொண்டதே தவிர வளர்ச்சி என்பதே அதற்கு இல்லாமல் போய்விட்டது. அச்சுக் கலையின் தாக்கம் என்பது இப்படியாகத்தான் இருந்தது.

தற்போது சினிமா நமது கலாச்சாரத்தில் புதிய திசையைத் தொடங்க உள்ளது. ஒவ்வொரு மாலையும் லட்சக்கணக்கான மக்கள் சினிமா தியேட்டரில் அமர்ந்து படம் பார்க்கிறார்கள். அவர்கள் வார்த்தைகளின் துணையின்றி வெறும் பார்வையால் மட்டுமே நிகழ்பவைகளின் அனுபவங்கள், கதாபாத்திரங்கள்,உணர்ச்சிகள், நிலைப்பாடுகள், ஏன் சிந்தனைகளைக்கூட பெறுகிறார்கள்.

வார்த்தைகளால் படங்களின் உணர்வு ரீதியான உள்ளடக்கத்தைத் தொடக் கூட முடியாது. அவைகள் வளர்ச்சியடையாத கலை போல மறைந்து போகிற கருவிகள். உடல் மற்றும் முகத்தின் பாவம், சைகை ஆகியவற்றின் அழகு நிறைந்த வளமான மொழியை மனிதகுலமானது ஏற்கனவே தெரிந்து கொள்ள ஆரம்பித்திருக்கிறது. செவிட்டூமைகளின் சைகை மொழியைப் போல வார்த்தைகளுக்கு மாறாக வந்த சைகை மொழி அல்ல இது, மாறாக பார்க்கின்ற காட்சிகள் மூலமான தொடர்பாகும். மனிதன் இப்போது மீண்டும் தெரிய ஆரம்பித்து விட்டான். மொழியின் தோற்றம் குறித்த ஆராய்ச்சியானது வெளிப்படுத்துவதற்கான அசைவில்தான் மொழி பிறந்தது என்று கூறுகிறது. ஆரம்பத்தில் மனிதன் பேசத் துவங்கியபோது நாவையும், உதடுகளையும் முகம் மற்றும் உடலின் மற்ற பாகங்களில் உள்ள சதையை எந்த அளவுக்கு அசைக்க முடிந்ததோ அந்த அளவுக்குத்தான் அசைக்க முடிந்தது. இன்று பிறந்த குழந்தைகள் செய்யுமே அது போலத்தான். இந்த அசைவுகளின் உண்மையான நோக்கம் ஒலியை எழுப்புவது அல்ல. நா மற்றும் உதடுகளின் அசைவானது உடலின் மற்ற பாகங்களின் அசைவைப் போலவே ஆரம்பத்தில் இயற்கையான ஒன்று தான். ஆனால் நாவும் உதடும் சேர்ந்து ஒலி எழுப்புவது இரண்டாம் பட்சம்தான். தற்செயலான இந்த நிகழ்ச்சி பின்னர் தேவையின் நோக்கத்திற்காக பயன்படுத்தப்பட்டது. பார்வைக்கான செய்திகள் இவ்வாறு உடனடியாக கேட்பதற்கான செய்திகளாக மாற்றப்பட்டன. இந்த செய்கையின் மூலம் மற்ற மொழி மாற்றங்களின் போது நிகழ்வது போலவே செய்தியின் சாரமானது பெருமளவு நசிந்து போகிறது. இந்த அசைவு மற்றும் சைகை மொழிதான் மனித குலத்தின் மிகப் பழமையான தாய் மொழியாகும்.

மேற்கூறிய இந்த மொழியை நாம் மீண்டும் ஞாபகப்படுத்திக் கற்றுக் கொள்ளத் தொடங்கியுள்ளோம். ஆனால் இது வார்த்தைக் கலையைப் போல் செழுமையாக இல்லாமல் பண்படுத்தப்படாமலும் புராதன மாகவும் இருக்கிறது. வார்த்தைகளால் முடியாதவற்றை வெளிப்படுத்த கலைஞர்கள் இந்த மொழியை ஏற்கனவே உபயோகப்படுத்தத் துவங்கியுள்ளனர். இசை மட்டும் இல்லாதிருந்தால் மனித சிந்தனைகளின் ஒரு பகுதி வெளிப்படுத்த முடியாமலேயே போயிருக்கும். தற்போது வளர்ந்து கொண்டிருக்கும் முகபாவம் மற்றும் சைகை மூலமான மொழியானது ஆழத்திலிருந்து பல கருத்துக்களை வெளிக் கொண்டு வரும். இந்த மனித அனுபவங்கள் பகுத்தறிவு பூர்வமானதாகவோ அல்லது கருத்துப் பூர்வமானதாகவோ இல்லாமல் இருக்கலாம். ஆனால் குழப்பமான ஒன்றோ அல்லது தெளிவற்ற ஒன்றோ அல்ல மாறாக இசையைப் போல தெளிவானதும், குழப்பமற்றதும் ஆகும். இவ்வாறு உள்மனிதன் கூட கண்ணிற்கு புலப்பட ஆரம்பிப்பான்.

ஆனால் கண்ணிற்கு புலப்படும் பழைய மனிதனோ இப்போது இல்லை. அதே நேரத்தில் அந்தப் புதிய மனிதனோ இன்னும் முழுமையாகத் தோன்றவில்லை. நான் முன்னர் சொன்ன மாதிரி பயன்படுத்தாத பொருள்கள் படிப்படியாக சிதைந்து வெறும் அடிப்படை எச்சங்களை மட்டும் விட்டு வைத்து மறைந்து போகும். மெல்லுவதை நிறுத்திவிட்ட மிருகங்கள் தங்கள் பற்களை இழந்து நின்றன. வார்த்தைக் கலாச்சாரம் மிகுந்து போன இந்த நாட்களில் நாம் உடலின் வெளிப்பாட்டு சக்தியை மிகக் குறைவாகவே உபயோகப்படுத்துகிறோம். இதன் காரணமாக அந்த சக்தியை நாம் ஓரளவு இழந்து விட்டிருக்கிறோம். மிகுந்த வளமான மொழியைக் கொண்ட ஐரோப்பியர்களின் பேச்சைக் காட்டிலும் பல நேரங்களில் ஆதி மனிதர்களின் சைகை மொழி பல்வேறு பட்டதாகவும் துடிப்புள்ளதாகவும் உள்ளது. சினிமா கலையானது இன்னும் சில ஆண்டுகள் கழித்த பின், இன்று எப்படி வார்த்தைகளுக்கான அகராதி உள்ளதோ, அதே போன்று முகபாவங்கள் அசைவுகள் மற்றும் சைகைகளுக்கான அகராதியை அறிஞர்கள் திரைப்படக் கலையின் துணை கொண்டு உருவாக்குவார்கள். மக்கள் இந்த சைகை மொழி அகராதியையும் அதன் எதிர்கால வளர்ச்சியையும் குறித்து அறிந்து கொள்ள காத்திருக்க வேண்டிய அவசியமில்லை. அவர்கள் சினிமாப் பார்ப்பதன் மூலமே அதைத் தெரிந்து கொள்ளலாம்.

நாம் நமது உடலை ஒரு வெளிப்பாடு சாதனமாக எப்போது மதிக்கத் தவறினோமோ, அப்போது நாம் இழந்தது வெளிப்படுத்துவதற்கான வெறும் உடல் சக்தி மட்டுமல்ல. இந்த புறக்கணிப்பு காரணமாக நாம் எதை வெளிப்படுத்த வேண்டுமோ அது குறுக்கப்பட்டு விட்டது. ஒரே உணர்வை அல்லது உள்ளத்து நிலையை நம்மால் வார்த்தைகளின் மூலம் ஒரு முறையும், சைகைகளின் மூலம் இன்னொரு முறையும் வெளிப்படுத்த முடியாது. கவிதையின் மூலம் ஒரு விஷயத்தை சொல்கிறோம். ஆனால் அந்த விஷயத்தை இசையின் மூலம் வேறொரு முறையில் சொல்ல முடியாது. மாறாக முற்றிலும் வேறான விஷயத்தை தான் வெளிப்படுத்த முடிகிறது. வார்த்தை கடலின் ஆழங்களிலிருந்து நாம் எடுப்பதை விட சைகை மொழி கடலின் ஆழங்களிலிருந்து அதிகம் கிடைக்கும். ஆனால் நான் ஏதோ இதன் மூலம் வார்த்தைக் கலாச்சாரத்திற்கு பதிலாக சைகை மற்றும் பாவங்களின் கலாச்சாரத்தை மீண்டும் கொண்டு வர விரும்புகிறேன் என்று அர்த்தமல்ல. ஏனெனில் வார்த்தைக் கலாச்சாரத்தை சைகை மற்றும் பாவங்களின் கலாச்சாரத்தால் ஈடு செய்ய முடியாது. அவ்வாறு செய்வதற்கு அறிவு மற்றும் கருத்துப் பூர்வமான கலாச்சாரமும், விஞ்ஞான பூர்வமான வளர்ச்சியும் உடன் தேவைப்படுகிறது. இல்லையெனில் சமூக முன்னேற்றமோ பின்னர் மனிதகுல முன்னேற்றமோ ஏற்படாது. இன்றைய நவீன உலகத்தில் தொடர்புக்கான மிக முக்கியமான உயரணுவாக விளங்குவது

பேசப்படுகிற எழுதப்படுகிற வார்த்தைகள்தான். இவையன்றி அமைப்புகள், திட்டமிடுதல் என்பதெல்லாம் நடக்காத ஒன்று. ஆனால் மறுபுறத்திலோ பாசிசம் மனித கலாச்சாரத்தைத் தெளிவான கருத்துகளுக்கு பதிலாக உள்மனதின் உணர்வுகளாக சுருக்குவதன் மூலம் மனித குலத்தை எங்கே இட்டுச் செல்ல முடியும் என்று காட்டியுள்ளது. நான் இங்கே பேசுவது வெறும் கலையைப் பற்றித்தான். மிகுந்த அறிவுப் பூர்வமான கலையை மாற்றுவது பற்றிக் கூட நான் இங்கு பேசவில்லை. ஒரு மனித சாதனைக்கு சார்பாக பேச வேண்டும் என்பதற்காக இன்னொரு மனித சாதனையை ஏன் நாம் ஒதுக்கித் தள்ள வேண்டும். மிகுந்த வளர்ச்சியடைந்திருக்கும் இசை கலாச்சாரம் கூட கலாச்சாரத்தின் இன்னொரு உயர்ந்த அம்சத்தை ஒதுக்கித் தள்ள வேண்டும் என்று இல்லை.

உளவியலும், மொழியியலும் நமக்கு காண்பிப்பது என்னவெனில், சிந்தனைகளையும், உணர்வுகளையும் வெளியிடும் வார்த்தைகள் அந்த சிந்தனைகளுக்கும் உணர்வுகளுக்கும் முந்தியது என்பது ஆகும். வார்த்தைகளை உருவாக்குவது சிந்தனைகளும் உணர்வுகளும் மட்டுமல்ல. இதற்கு எதிர்மாறாகவும் நடப்பதுண்டு. வார்த்தைகளும் சிந்தனைகளும் உணர்வுகளையும் உருவாக்கும். இது மொழியியல் அறியாத ஒன்றல்ல. இது நமது சிந்தனை அமைப்பு முறையால் கையாளப்படும் ஒரு சிக்கனமான முறையாகும். நமது உடலமைப்பைப் போலவே சிந்தனையமைப்பும் சமயத்தில் தேவையில்லாத விஷயங்களை உருவாக்க விரும்பும். உளவியல் மற்றும் தர்க்கவியல் ஆய்வுகள் நமக்கு காண்பிப்பது என்னவெனில், வார்த்தைகள் என்பது வெறும் சிந்தனைகளையும் உணர்வுகளையும் பிரதிநிதித்துவப் படுத்துவதல்ல. பெரும்பாலான நேரங்களில் சிந்தனை மற்றும் உணர்வுகளின் முந்தைய வடிவங்களாக உள்ளன. நைந்து போன வார்த்தைகளை உபயோகப் படுத்தக் கூடிய அபாயம் என்பது இதனால்தான் எழுகிறது. கற்றறிந்த வர்கள் கூட இந்த அபாயத்துக்கு பெரும்பாலும் அஞ்சவேண்டியுள்ளது. மீண்டும் இங்கே மனித உணர்வின் பரிணாம வளர்ச்சி என்பது இயங்கியல் முறையிலேயே அமைந்துள்ளது. அதாவது மனித உணர்வின் வளர்ச்சி அதை வெளிப்படுத்தக்கூடிய வழிகளின் வளர்ச்சிக்கு ஏதுவாகிறது. இதற்கு பிரதிபலனாக இந்த வெளிப்படுத்தக் கூடிய வழிகளின் வளர்ச்சி மனித உணர்வின் வளர்ச்சிக்கு உதவுகிறது. இவ்வாறு சினிமா தன் சக்தியை அதிகரிக்கும் போது, அதன் உணர்வு நிலையும் அதிகரிக்கும்.

முகபாவங்கள் மற்றும் துடிப்பான அங்க அசைவுகள் ஆகியவற்றின் மொழிகள் தற்போது புதிதாக வளர்ந்து வருகிறது. இது மனிதர்களை ஒருவருக்கொருவர் மேலும் நெருக்கமாகக் கொண்டு வர உதவுமா அல்லது இதற்கு மாறாக செயல்படுமா? பல்வேறு மொழிகளின் கூச்சல் இருந்த போதிலும், எல்லோருக்கும் பொதுவான கருத்துகள் இருக்கத்தான் செய்கின்றன. பல்வேறு மொழிகள் உள்ளன; அதே

நேரத்தில் ஒருவர் மொழியை, இன்னொருவர் கற்றுக் கொள்ளவும் முடியும் என்பதை நாம் இங்கு மனதில் கொள்ள வேண்டும். பொதுவான கருத்துகள் என்பது நாகரிகமடைந்த சமூகங்களில் வழக்கத்தைப் பின்பற்றி உருவான கருப்பொருளைக் கொண்டதாகும். இந்த முதலாளித்துவ சமூக அமைப்பில் மனிதர்கள் ஒருவரிடமிருந்து ஒருவர் அந்நியப்பட்டுப் போகும் நிலை உள்ளது. அந்த அடிப்படையில் எல்லோருக்கும் பொதுவான பயனளிக்கக்கூடிய இலக்கணம் என்பது மனிதர்களை ஒருவரோடு ஒருவரை இணைப்பதற்கு மேலும் வலுவுள்ள கோட்பாடாக விளங்கும். முழுக்க முழுக்க அகநிலைவாத அடிப்படையில் எழுதப்பட்ட இலக்கியங்கள் கூட எல்லோருக்கும் பொதுவான மொழியர்த்தங்களை உபயோகப்படுத்தியுள்ளது. இதன் காரணமாக யாராலுமே அதைப் புரிந்து கொள்ள முடியாது என்கின்ற ஆபத்திலிருந்து அது தவிர்க்கப்பட்டிருக்கிறது.

ஆனால் சைகை மொழி கூட வார்த்தை மொழியைக் காட்டிலும் தனிப்பட்ட ஒன்றாகவும் ஆளுக்கு ஆள் வித்தியாசப்படுவதாகவும் உள்ளது. முகபாவங்கள் கூட பழக்கம் காரணமான பாவங்களையும் அதற்கான முறைப்படி ஒத்துக் கொள்ளப்பட்ட அர்த்தங்களையும் கொண்டிருக்கலாம். இதன் விளைவாக பின்னால் ஒருநாள் யாராவது ஒப்பியல் மொழியியல் போலவே ஒப்பியல் சைகை மொழி பற்றியும் எழுதலாம். இந்த முகபாவம் மற்றும் சைகை மொழிக்கு பொதுவாக ஏற்றுக் கொள்ளப்பட்ட சில அர்த்தங்கள் இருந்தாலும், இதன் இலக்கண்ங்களை ஆள்வதற்கு என்று கடுமையான விதிகள் ஏதும் கிடையாது. இதற்காக நாம் நம்முடைய கல்விச் சாலைகளுக்கு நன்றி சொல்லியாக வேண்டும். மகிழ்ச்சியைக் காட்டுவதற்கு இப்படித்தான் சிரிக்க வேண்டும் அல்லது மோசமான ஹாஸ்யத்தைக் கேட்டால் இப்படித்தான் புருவத்தை சுருக்க வேண்டும் என்றெல்லாம் நமக்கு எந்தப் பள்ளிக்கூடத்திலும் சொல்லித் தருவதில்லை. இந்த பாவம் தவறு அந்தசைகை தவறு என்று நமக்கு தண்டனை தருவதற்கும் யாரும் இல்லை. இருந்தாலும் குழந்தைகள் என்னவோ முறைப்படியான பாவங் களையும் சைகைகளையும் பார்த்து அப்படியே பின்பற்றுகின்றன. இதற்கு இன்னொரு காரணம் என்னவெனில் வார்த்தைகளைக் காட்டிலும் இகைள் அதிகமான உள்ளுணர்வு காரணமாகவே எழுகின்றன. இருந்த போதிலும் திரைப்படக் கலைதான் இவைகளுக்கெல்லாம் அப்பாற்பட்டு பல்வேறு தேசிய மக்களை ஒருவருக்கொருவர் நெருக்கமாகக் கொண்டுவருவதோடு ஒருவருக்கொருவரை பரிச்சயப்படுத்திப் புரிந்து கொள்ள வைக்கவும் உதவும். மௌனப்படங்களோ மொழி வித்தியாசம் என்கின்ற பிரிவினை சுவர்களிலிருந்து விடுப்பட்டதாகும். நாம் ஒருவரோடு ஒருவர் முகங்களையும், பாவங்களையும் புரிந்து கொள்வோமெனில், நாம் ஒருவரை ஒருவர் புரிந்து கொள்வதோடு மட்டுமல்லாமல், ஒருவர் இன்னொருவருடைய உணர்வையும் புரிந்து

கொள்கிறார். சைகை என்பது நம் உணர்வின் வெளிப்பாடு மட்டுமல்ல நம் உணர்வின் தூண்டுகோலுமாகும்.

திரைப்படத்திற்குள்ள எல்லோருக்குமான தன்மைக்கு பிரதான காரணம் பொருளாதாரக் காரணம் ஆகும். இந்த காரணங்கள் பெரும்பாலும் கட்டாயப்படுத்தும் காரணங்களாய் அமைகின்றன. ஒரு திரைப்படம் தயாரிப்பது என்பது மிகவும் செலவு மிகுந்த ஒன்று. ஒரு சில நாடுகள்தான் திரைப்பட தயாரிப்பு செலவை திரும்பப் பெறும் அளவுக்கு உள்நாட்டு சந்தையைப் பெற்றுள்ளது. ஒரு படம் சர்வதேச அளவில் பிரபலமடைய வேண்டுமெனில் அதற்கு முக்கியமான முன்தேவை என்னவெனில் எல்லோரும் புரிந்துகொள்ளக் கூடிய முகபாவங்களும் சைகைகளும் ஆகும்.

சில குறிப்பிட்ட பாவங்களும், சைகைகளும் ஒரு குறிப்பிட்ட நாட்டுக்கே உரியதாக இருக்கலாம். இத்தகைய பாவங்களை வித்தியாசமான ஒன்று என்ற அடிப்படையில் எப்போதாவது சேர்க்கலாம். சைகை மொழியை ஓரளவு மட்டுப்படுத்துதல் என்பது தவிர்க்க முடியாத ஒன்றாகும். திரைப்பட சந்தையின் விதிப்படி ஒவ்வொரு முகபாவமும், சைகையும் எல்லோருக்கும் புரிவதாக இருக்க வேண்டும். அதன் ஒவ்வொரு நுணுக்கமும் சான் பிரான் ஸிஸ்கோ முதல் ஸ்மிர்னா வரையிலான உழைக்கும் பெண் ஆனாலும் சரி இளவரசியானாலும் சரி அவர்களால் புரிந்து கொள்ளப் பட வேண்டும். தற்போதுள்ள சூழ்நிலையில் ஏற்கனவே எல்லோராலும் புரிந்து கொள்ளக் கூடிய உலகப் பொது மொழியைப் பேசுவது சினிமா ஒன்றுதான்.

இன மற்றும் தேசிய வேறுபாடுகள் காரணமாக ஏற்படக் கூடிய சில மாற்றங்கள் படத்தின் பாணி மற்றும் தொனியை ஓரளவு பாதிக்கலாம். ஆனால் படத்தின் கதையோட்டத்தை அவை எந்த விதத்திலும் பாதிக்காது. முகபாவம் மற்றும் சைகைகள்தான் அர்த்தத்தை தந்து கதையோட்டத்திற்கு காரணமாகும். அந்த அர்த்தங்கள் உலகெங்கிலுமுள்ள எல்லோராலும் புரிந்துகொள்ளக் கூடிய ஒன்றாகும். அப்படியில்லையானால் அப்படத்தின் தயாரிப்பாளர் தான் அதில் போட்ட பணத்தை இழந்து விடுவார்.

உலகமக்கள் ஒருவரோடு ஒருவர் நெருக்கமாக அறிந்து கொள்ளவும், கிட்டத்தட்ட மனிதனை சர்வதேசியமயமாக்கவும் உதவி செய்தது. ஒரு பொதுவான நலனிற்காக மக்கள் ஒரு குறிப்பிட்ட தேசியத்திற்குள்ளும், ஒரு குறிப்பிட்ட இனத்திற்குள்ளும் வாழ்கிறார்கள். சினிமாவோ அவர்களை ஒருவருக்கொருவர் சமமாகத் தெரியும்படி செய்கிறது. அதன் மூலம் பல்வேறு தேசிய, இன வேறுபாடுகளை சரி செய்யவும் வாய்க்கிறது. இந்த அடிப்படையில் சினிமாவானது சர்வதேச அளவிலான, எல்லோருக்குமான ஒரு மனிதத் தன்மையை உருவாக்குவதில் முன்னோடியாய் விளங்குகிறது.

6

காமிராவின் படைப்புத்திறன்

நாம் திரையில் பார்ப்பது வெறும் புகைப்படமே. சீலையில் தீட்டப்படும் ஓவியத்தைப்போல இது திரையில் தீட்டப்பட்ட படம் இல்லை. திரையில் நாம் பார்ப்பது ஏற்கனவே உண்மையில் கண்ணுக்கு முன் நிகழ்ந்த ஒன்று. அது காமிராவின் முன்னால் நிகழ்த்தப்பட்டாக வேண்டும். இல்லையெனில் காமிராவால் அதை படம் பிடிக்க முடியாது. இவ்வாறு உண்மையான கலைப்படைப்பு அதாவது அடிப்படையான படைப்பு வேலை என்பது ஸ்டுடியோவிலோ அல்லது வெளியிலோ அதுவும் காமிராவின் முன்னால், குறிப்பிட்ட இடத்தில், குறிப்பிட்ட நேரத்தில் நிகழ்த்தப்படுகிறது. தேவைப்படும் இடத்தில், தேவைப்படும் நேரத்தில் நடிகர்கள் நடிக்கிறார்கள், தொழில் நுட்பவியலாளர்கள் அவர்களது வேலையை செய்கிறார்கள். எல்லா விஷயமும் படமாவதற்கு முன்பு உண்மையில் நிகழ்ந்தாக வேண்டும். எனவே திரையில் நாம் காணும் படம் என்பது காமிராவினால் பதிவு செய்யப்பட்ட மறுபதிப்பாகும். இன்னும் சரியாக சொல்லப் போனால் நடிக்கப்பட்ட ஒன்றின் மறுபதிப்பாகும்.

படப்பிடிப்பின் போது நிகழாத ஒன்றை நாம் திரைப்படத்தில் பார்க்க முடியுமா? வெள்ளித் திரையில் மட்டுமே தெரியும் விளைவுகள் என்னென்ன? படத்தை திரையில் காட்டும் போதுமட்டும் நிகழும் விளைவுகள் என்னென்ன? சினிமாவானது வெறும் மறுபதிப்பை மட்டும் தராமல், நேரடியாக எதைத் தருகிறது? இவ்வாறு சினிமாவை தனித்த, புத்தம் புதிய கலையாக மாற்றும் அந்த விஷயங்கள்தான் என்ன? அந்த விஷயங்கள் எவை என்று ஏற்கனவே சொல்லியிருக்கிறோம். மாறுகின்ற தூரம், ஒரு முழுமையான காட்சியைப் பற்றிய ஒரு சிறு விளக்கம், க்ளோஸ்-அப், மாறுகின்ற கோணங்கள், படத்தொகுப்பு போன்றவைதான். இவைகளுக்கெல்லாம் மேலாக இந்த உத்திகளைக் கையாள்வதன் மூலம்கிடைக்கக் கூடிய மனோரீதியான விளைவுதான் மிக முக்கியமானதாகும். இந்தப் புதிய மனோவிளைவு என்பது இனங்காணுதல் ஆகும்.

ஒவ்வொரு ஷாட் படம் பிடிக்கப்படும் பொழுதோ அல்லது முழுக்காட்சி ஸ்டுடியோவில் நடிக்கப்படும் பொழுதோ நான் அங்கே இருந்தால் கூட, காமிராவின் கோணங்கள், தூரங்கள் ஆகியவற்றின் பலனாய் படத்தில் ஏற்படும் விளைவுகளை என்னால் பார்க்கவோ

உணரவோ முடியாது. மேலும் இவற்றின் மூலம் படத்தில் தெரியப்போகும் ஒருமைப்பாடான வேகத்தைப் பற்றியும் என்னால் ஒன்றும் அறிந்திருக்கமுடியாது. நான் ஸ்டுடியோவில் ஒவ்வொரு காட்சியையும் உருவத்தையும் முழுமையாகப் பார்க்கிறேன். அவற்றின் விளக்கங்களை பிரித்துப் பார்க்க முடியாது.

ஒரு பொருளின் முகப்பை க்ளோஸ்-அப்பில் பார்ப்பது போல அத்தனை நுணுக்கமாக, காமிராவின் அருகிலே நின்று பார்த்தால் கூட உண்மையில் பார்க்க முடியாது. க்ளோஸ்-அப்பை உருவாக்குவது என்பது ஓவியத்தில் அமைப்பை வடிப்பதற்கு ஒப்பாகும். நாம் எதை விட்டு விடுகிறோம். எதை சேர்த்துக் கொள்கிறோம் என்பதெல்லாம் மிகுந்த முக்கியத்துவம் உடையது. அந்த முக்கியத்துவம் காமிராவினால்தான் பெறப்படுகிறது. பிறகு அதே படம்தான் நமக்காக திரையில் காட்டப்படுகிறது.

காமிரா கோணம் என்பதுதான் ஒரு பொருளுக்கு வடிவத்தையே தருகிறது. பல்வேறு கோணங்களிலிருந்து படம் பிடிக்கப்பட்ட ஒரே பொருள் வெவ்வேறு விதமாகத் தெரியும். சினிமாப்படம் எடுப்பதின் மிக வலுவான அம்சமே இதுதான். இது வெறும் மறுபதிப்பு அல்ல மாறாக உண்மையான படைப்பாகும். காமிராமேனுடைய பார்வை, கலைப்படைப்புத் திறன் மற்றும் அவனது வெளிப்பாட்டுத் திறனை திரையில் காண்பிக்கப்படும் படத்தில்தான் காண முடியும்.

கடைசியாக படத்தொகுப்பு. இது படத்தில் நாம் கடைசியாக செய்யும் ஒருங்கிணைப்பு வேலையாகும். படப்பிடிப்பு என்பது அல்லாமல், படத்துக்கு ஒருமைப்பாடுடன் கூடிய ஓட்டத்தைத் தருவது இந்த படத்தொகுப்புதான். இதன் மூலம்தான் படத்தில் வரும் இன்ன காட்சிகளுக்கு இன்ன அர்த்தம் என்பதை நாம் இணைத்துப் பார்க்கிறோம். இந்த செய்கையை ஒரு மறுபதிப்பு என்று சொல்ல முடியாது. ஏனெனில் திரைப்படம் உருவாக்குவதின் இந்த கட்டத்தில் மறுபதிப்பு செய்வதற்கான மூலம் என்று எதுவும் கிடையாது. ஓவியனுக்கு கூட குறைந்த பட்சம் அவன் எதிரே மாடல் இருக்கும். மோன்டாஜ், பல துண்டுப் படங்களை ஒன்று சேர்க்கின்ற இந்த கட்டுகின்ற பணியானது தனித்த ஒரு படைப்புக் கலையாகும்.

இவை சினிமா கலையின் புதுமை அம்சங்கள் ஆகும். சினிமாக்கலை, பிரான்ஸ் நாட்டில் கண்டு பிடிக்கப்பட்டபோது தானாக உருவானவை அல்ல அவை, மாறாக பல ஆண்டுகளுக்குப் பின் ஹாலிவுட்டில் உருவானது.

நாம் படத்தில் இருக்கிறோம்

காமிரா காரணமாக சினிமாவில் உள்ள அசைவியக்கம் தான் அதன் புதிய வெளிப்பாட்டுத் திறன் என்று சிலர் நினைக்கிறார்கள். இதன் காரணமாக நாம் எப்போதும் புதிய விஷயங்களைப்

பார்க்கிறோம். ஆனால் இதற்கு முக்கிய காரணம் கோணங்கள் மற்றும் தூரங்களை மாற்றுவதுதான். சினிமாவின் சரித்திர முக்கியத்துவம் வாய்ந்த புதுமை என்று இதைத்தான் சொல்ல வேண்டும்.

சினிமா காமிராவானது, இந்த உலகில் இதுவரை நம் கண்களுக்குப் புலப்படாத பல புதிய விஷயங்களைக் காட்டியது. மனிதனது உள்ளம், கூட்டங்களின் அழகிய அசைவு, பேசாப் பொருட்களின் ரகசிய மொழி போன்ற புதிய விஷயங்களை அது நமக்கு காட்டியுள்ளது.

இவை நமக்குப் புதிய விஷயங்களையும் கருத்துக்களையும், கதைகளையும், அறிவையும் தந்தன. இதில் முக்கியத்துவமானதும், அடிப்படையானதும், சரித்திர முக்கியத்துவம் வாய்ந்த புதுமையானதும் என்னவெனில் சினிமா நமக்கு காண்பித்ததெல்லாம் ஏற்கனவே உள்ள விஷயங்கள் தான். ஆனால் அவைகளை ஒரு வித்தியாசமான முறையில் காண்பித்தது, சினிமா பார்க்கின்ற ஒருவன் தனக்கும் திரைக்கும் உள்ள நிரந்தர இடைவெளியையே மறந்து விடுகிறான். திரையில் உள்ள படத்தோடு ஐக்கியமாகி விடுகிறான். சினிமா பார்ப்பதின் ஒரு அனுபவமாக இன்று வரை இது இருந்து வருகிறது.

இனம் காணுதல்

சினிமாவில் திரைப்பட காமிராவானது நம்மை திரைக்குள்ளேயே இழுத்துச் சென்று விடுகிறது. திரையில் நிகழும் நிகழ்ச்சிகள் மற்றும் கதாபாத்திரங்கள் மத்தியிலேயே நாமும் இருந்து கொண்டு அவைகளைப் பார்ப்பதாக உணருகிறோம். கதாபாத்திரங்கள், என்ன பார்க்கிறார்கள் என்ன உணருகிறார்கள் என்பதை நமக்கு சொல்லவில்லை. மாறாக அவர்கள் பார்ப்பதை உணர்வதை நாமே பார்க்கிறோம் உணருகிறோம். நாம் பணம் கொடுத்து டிக்கட் வாங்கி இருக்கையில் அமர்ந்து படம் பார்க்கிறோம். ஆனால் ரோமியோவையும் ஜுலியட்டையும் இருக்கையில் இருந்து கொண்டா பார்க்கிறோம். மாறாக பால்கனியில் உள்ள ஜுலியட்டை ரோமியோவின் கண் கொண்டும், கீழே நிற்கும் ரோமியோவை ஜுலியட்டின் கண் கொண்டும் அல்லவா பார்க்கிறோம். படங்களில் பார்க்கும் கதாபாத்திரங்களோடு நம் கண்கள் மட்டுமா ஒட்டிக் கொள்கிறது. நம் மனதும் அல்லவா ஒட்டிக் கொள்கிறது. அவர்களுடைய கண் கொண்டு உலகத்தைப் பார்க்கும் நாம் நம் சொந்தப் பார்வையையே இழந்து விடுகிறோம். கதாநாயகள் கூடவே நாமும் கூட்டத்தில் நடக்கிறோம், ஓடுகிறோம், பறக்கிறோம், கீழே விழுகிறோம். ஒரு கதாபாத்திரம் இன்னொரு கதாபாத்திரத்தின் கண்ணை நோக்கினால், அக்கதாபாத்திரம் திரையிலிருந்து நம் கண்களையல்லவா நோக்குகிறது. ஏனெனில் நம் கண்களானது காமிராவினுள் உள்ளது. எனவே கதாபாத்திரங்கள் காமிராவை நோக்கும் போது நம் கண்களைத்தான் நோக்குகிறார்கள். அவர்கள் நம் கண்கொண்டு பார்க்கிறார்கள்.

இனங்காணுதல் என்கிற மனரீதியான செய்கை இங்குதான் நிகழ்கிறது. இந்த இனம் காணுதல் என்கிற தன்மை வேறு எந்தக் கலையோடும் எப்போதும் இருந்ததில்லை. சினிமாவின் முழுமையான கலை புதுமை என்பதே இதுதான்.

கலையின் ஒரு புதிய தத்துவம்

திரைப்பட காமிராவானது அமெரிக்காவிற்கு ஐரோப்பாவிலிருந்து சென்றது. ஆனால் சினிமாக்கலை மட்டும் ஏன் அமெரிக்காவிலிருந்து ஐரோப்பாவிற்கு வந்தது? இந்த புதிய கலையின் புதிய வெளிப்பாட்டுத் திறனை முதன் முதலில் வெளிக் கொண்டு வந்தது ஹாலிவுட்தானே தவிர பாரிஸ் இல்லை. இது ஏன்? அமெரிக்காவிடமிருந்து ஐரோப்பா ஒரு கலையைக் கற்றுக் கொண்டதென்றால், அது வரலாற்றிலேயே இதுதான் முதல் தடவையாகும்.

இதற்கு காரணம் என்னவெனில், சினிமா ஒன்றுதான் முதலாளித்துவ காலகட்டத்தில் தோன்றிய ஒரே கலையாகும். மற்ற எல்லாக் கலைகளின் தோற்றமும் ஏதாவது ஒரு வகையில் கடந்த காலத்தை சார்ந்ததாகவே உள்ளது. இதன் காரணமாக அவர்கள் பெரிய அளவுக்கோ அல்லது குறைந்த அளவுக்கோ பழைய தத்துத்துவங்களை சுமப்பவையாகவே இருந்தன. இதோடு இன்னொரு விஷயத்தையும் சொல்ல வேண்டும். முதலாளித்துவ அழகியல் மற்றும் கலையின் தத்துவமானது, அதற்கு முன்பிருந்த குறிப்பாக புராதன கலையையும், அதனுடைய என்றென்றைக்குமான விதிகளையுமே முடிவான ஒன்றாக கருதியது. மற்ற சமூகங்களிலிருந்தும் தத்துவங்களிலிருந்தும் பிறந்த புராதனக் கலையை இந்த முதலாளிகள் எல்லா கலைகளுக்குமான முடிவான ஒன்றாகவும், ஒரே அளவு கோலாகவும் மாற்றிவிட்டனர். இந்தப் போக்கை ஒவ்வொரு கலாசாலையும், கல்விச்சாலையும் ஏற்றுக் கொண்டது. ஆனால் நாகரீகமடைந்திருந்த ஐரோப்பாவிற்கோ இப்போக்கு ஒத்துக் கொள்ள முடியாததாக இருந்தது. எனவே இருபதாம் நூற்றாண்டின் முற்றிலுமான புதிய கலையின் திடீர் வருகையை அப்படியே ஏற்றுக் கொள்வது கடினமாக இருந்தது. எந்த மரபும், கருத்து சார்பும் அற்ற அமெரிக்காவிற்கோ இப்புதிய கலையை அப்படியே ஏற்றுக் கொள்வது மிகவும் சுலபமானதாக இருந்தது.

பிரெஞ்சு கலாசாலையின் பழமைவாத நிழல்களிலும், அற்புத பொக்கிஷங்கள் நிறைந்த லாவெரின் (Louvre) அருகாமையிலும் புராதன காமெடி பிரான்சுவாசின் (Comedie Francvaise) அருகிலும் கார்னிலின் (Corneille) அலெக்ஸான்ட்ரினைப் (Alexandrines) பற்றியும், ரேஸனைப் (Racine) பற்றியும், ஏதோ இருநூறு ஆண்டுகளுக்கு முன்புதான் அவர்கள் இருந்தது போல அவர்களைப் பற்றி பேசிக் கொண்டிருந்தார்கள். கலாச்சாரமற்ற புத்தம் புதிய ஹாலிவுட்டிற்கோ இது போன்ற ஒரு புதுமையை நினைத்துக் கூட பார்க்க முடியாது.

பழைய அழகியல் மற்றும் கலாச்சார மரபுகள் அமெரிக்க மக்களின் தத்துவத்தை எந்த விதத்திலும் பாதிக்கவில்லை. ஆனால் ஐரோப்பியர்களின் கலை பற்றிய மரபு ரீதியான கருத்தானது அமெரிக்கர்களிடமிருந்து எவ்வாறு மாறுபட்டிருந்தது என்பதைப் பார்ப்போம்.

சின்னஞ் சிறிய உதாரணத்தின் அடிப்படை

புராதன கிரேக்கர்களிடமிருந்து நம்முடைய காலகட்டத்திற்கான, ஐரோப்பிய அழகியல் மற்றும் கலைதத்துவத்தின் அடிப்படை விதி என்னவெனில் கலைப்படைப்புக்கும் பார்வையாளனுக்கும் இடையேயான உள் மற்றும் வெளி தூரமும் மற்றும் இரட்டை வாதமும் ஆகும். ஒவ்வொரு கலைப்படைப்பும் அதனுடைய வடிவமைப்பு காரணமாக ஒரு சின்னஞ் சிறிய உதாரணமாக விளங்கு கிறது என்பதைத்தான் இந்த அடிப்படை விதி காண்பிக்கிறது. இந்த ஒவ்வொரு சிறிய உதாரணமும் தனக்கென்று சொந்த விதிகளையும் கொண்டுள்ளது. இந்த கலைப்படைப்பு யதார்த்தத்தை அப்படியே காட்டுவதாய் இருக்கலாம். ஆனால் அதனோடு அதற்கு உடனடியான எந்த தொடர்பும் கிடையாது. கலைப்படைப்பானது நாம் வாழுகின்ற இந்த உலகத்திலிருந்து தனியாக பிரிக்கப்பட்ட ஒன்று, இதற்கு காரணம் படத்திற்கான சட்டமோ, சிலைக்கான மேடையோ அல்லது நாடக மேடையின் காலடி விளக்குகளோ அல்ல. கலைப்படைப்பானது. அதற்கேயுள்ள வடிவமைப்பும் அதன் விதிகளும் அதன் காரணமாகவும் அதற்குள்ள இயற்கைத் தன்மையின் காரணமாகவும் அது இயற்கையான யதார்த்தத்திலிருந்து தனியாக பிரிக்கப்பட்டிருக்கிறது. ஏனெனில் அது பிரதிபலிப்பது யதார்த்தமாகும். இதன் காரணமாகவே அது யதார்த்தத்தின் தொடர்ச்சியாக இருக்க முடியாது. நான் என் கையில் ஒரு அழகிய படத்தை வைத்துக் கொண்டிருப்பேனெனில், அப்படத்தில் காட்டப்படும் இடத்திற்குள் என்னால் நுழைய முடியாது. உடல் ரீதியாக மட்டுமல்ல மனரீதியாகக் கூட முடியாத இந்த இடத்தில் நான் ஒன்றை சொல்லியாக வேண்டும். கலைப் படைப்புக்கும் பார்வையாளனுக்கும் இடையே உள்ள பிரிக்க முடியாத தூரம் என்பது எப்போதுமே எல்லா நாட்டிலுமே இருந்தது என்று சொல்ல முடியாது. உதாணரமாக பழம் பெரும் சீனாவில் அவர்கள் கலையைப் பார்த்த விதமே வேறு. பின்வரும் கதைகள் அதைத் தெளிவாகக் காட்டுகிறது.

ஒருமுறை ஓவியன் ஒருவன் அழகிய சமவெளி ஒன்றை வரைந்தான். அதிலே அற்புதமான ஒரு பள்ளத்தாக்கும் அதிசயமான மரங்களும், மலையை நோக்கி வளைந்து செல்கின்ற பாதையும் இருந்தது. அந்தப் படத்தைப் பார்த்து விட்டு ஓவியன் மிகவும் மகிழ்ச்சி அடைந்தான். அந்த வளைந்த பாதையிலே நடந்து சென்று தொலைதூரத்திலுள்ள மலைகளை அடைய வேண்டும் என்று ஒரு அடங்காத ஆர்வம்

அவனுள் எழுந்தது. அவ்வளவுதான் அவன் அந்த படத்திற்குள்ளே நுழைந்து மலையை நோக்கி அந்தப் பாதையில் நடக்க ஆரம்பித்து விட்டான். அதற்கு பிறகு அவனை யாருமே பார்க்கவில்லை.

இன்னொரு கதையில் ஒரு இளைஞன் அழகிய படம் ஒன்றைப் பார்த்தான். அதில் அழகிய இளம் பெண்கள் மலர் நிறைந்த வனத்தில் பூக்களைப் பறித்துக் கொண்டிருந்தனர். ஒரு குறிப்பிட்ட அழகியிடம் அவன் மனதைப் பறிகொடுத்து விட்டான். உடனே அவன் படத்திற்குள்ளே நுழைந்து அந்த அழகியை மணந்து கொண்டான். ஒரு வருடம் கழிந்து அந்த படத்திலே ஒரு குழந்தை ஒன்று தோன்றியது.

இப்படிப்பட்ட கதைகள் கலையைப் பற்றிய ஐரோப்பிய கருத்துக் கொண்ட மனதினிலே நிச்சயமாகத் தோன்றியிருக்காது. ஏனெனில் அவனைப் பொறுத்தவரை படத்தின் உள்ளே காணப்படும் இடமானது சென்றடைய முடியாத ஒன்று. ஏனெனில் அந்த இடம் அதற்கேயுள்ள வடிவமைப்பினால் பாதுகாக்கப்படுகிறது.

ஆனால் ஹாலிவுட்டை சேர்ந்த அமெரிக்கன் மூளையிலோ மேலே சொல்லப்பட்ட சீனக் கதைகள் போன்ற விந்தையான கதைகள் நிச்சயமாகத் தோன்றியிருக்கலாம். சினிமாக் கலையின் புதிய வடிவங்கள் ஹாலிவுட்டில்தான் தோன்றியது. அங்கேயிருந்த பார்வையாளர்கள் பழைய சீனாவைப் போலவே, படத்தில் காணப்பட்ட உட்பரப்பை தூரமான ஒன்றாகவோ அல்லது சென்றடைய முடியாத ஒன்றாகவோ கருதவில்லை. ஹாலிவுட்டில் கண்டுபிடிக்கப்பட்ட அந்த கலையோ தானாகவே அமைந்த வடிவமைப்பு என்கின்ற அடிப்படை விதியை மறுத்தது. பார்வையாளனுக்கும் படைப்புக்கும் இடையே உள்ள தூரத்தை இல்லாத ஒன்றாக்கிவிட்டது. அது மட்டுமின்றி பார்வையாளன் மனதிலே ஒரு மாயையை உருவாக்கி அதன் மூலம் படத்தில் காணப்படும் கற்பனையான இடத்தில் அவனை சஞ்சரிக்கவும் செய்தது.

முன்னோடிகளின் தத்துவம்

மரபுகளையெல்லாம் மீறிய இப்படிப்பட்ட புதியகலை, முற்போக்கு தத்துவங்களிலிருந்து பிறக்கவில்லையெனில், நம்முடைய இதுகாறுமான அனுபவம் மற்றும் சந்தர்ப்பத்திற்கு முரணான ஒன்றாகும். இதற்கு சரியானதொரு தனி விளக்கம் தேவைப்படுகிறது. சினிமாக் கலையில் புரட்சி செய்த முன்னோடிகளில் ஒருவரான டேவிட் கிரிஃபித் தன்னுடைய படங்களை புதிய பாணியில் எடுத்ததோடு மட்டுமல்லாமல், அப்படங்களில் சொல்லப்பட்ட விஷயங்கள் ஜனநாயக ரீதியாகவும் முற்போக்கானதாகவும் இருந்தது. நான்கு பகுதிகளைக் கொண்ட அவரது மாபெரும் படைப்பான இண்டாலரண்ஸ் (Intolerance), முதல் உலகப்போரின் போது எடுக்கப்பட்டது. அப்போதைய ஏகாதிபத்திய ஆதிக்கத்திற்கு எதிராகவும், அமைதியை நிலைநாட்டுவதற்கு

முதல் உலகப்போரின்போது புரட்சி இயக்குநர்டேவிட் கிரிஃபித் படமான 'இண்டாலரண்ஸ்' படத்தில்...

மாக எடுக்கப்பட்ட ஒரு தைரியமான படைப்பாகும். பெரிய வியாபாரங் களின் வழிமுறைகளை அப்படத்திலே பின்வருமாறு அவர் காண்பிக்கிறார்.

ஒரு அமெரிக்க முதலாளியின் வியாபாரம் மிக மோசமான நிலையில் உள்ளது. தன்னுடைய வியாபாரத்தை பெருக்குவதற்காக அவனுக்கு ஒரு விதமான விளம்பரம் தேவைப்படுகிறது. அதற்காக அவன் தன் சகோதரியிடம் ஏராளமான பணத்தைக் கொடுத்து அனாதை இல்லங்களை கட்டச் சொல்கிறான். அந்த அனாதை இல்லங்களுக்கு அப்போது எந்த விதமான தேவையும் இல்லை. இருந்தாலும் அந்த தர்ம காரியம் அவனுக்கு நல்ல விளம்பரத்தைத் தருகிறது. அந்த அனாதை இல்லங்கள் பெரும் பண செலவில் கட்டப்படுகிறது. அனாதை இல்லங்களோ ஆட்களே இன்றி காலியாய் இருக்கிறது. அனாதை இல்லங்களுக்கான பணமோ முதலாளியின் தொழிற்சாலையிலிருந்துதான் வரவேண்டும். எனவே அவன் தொழிலாளர்களின் ஊதியத்தைக் குறைக்கிறான். சம்பள வெட்டுக்கு எதிராகத் தொழிலாளர்கள் வேலை நிறுத்தம் செய்கிறார்கள். முதலாளியோ கருங்காலிகளை அழைத்து வருகிறான். வேலை நிறுத்தம் செய்யும் தொழிலாளர்கள் கருங்காலிகளை உள்ளே போக விடாமல்

தடுக்கிறார்கள். தொழிற்சாலையின் காவலர்களோ தொழிலாளர்கள் மீது துப்பாக்கியால் சுடுகிறார்கள். பல தொழிலாளர்கள் கொல்லப்படுகிறார்கள். தொழிற்சாலை மீண்டும் வேலை செய்ய ஆரம்பிக்கிறது. இப்பொழுது அனாதை இல்லங்கள் அனாதைகளால் நிரம்பி வழிகிறது. எல்லாம் நலமாக மகிழ்ச்சியாக முடிகிறது.

இப்படம் 1916ஆம் ஆண்டு எடுக்கப்பட்டது. முதலாளித்துவ சினிமாக் கலையின் ஒரு காவியம் என்றே இதை சொல்ல வேண்டும்.

சினிமாக் கலையை உருவாக்கிய முதல் தலைமுறையைச் சேர்ந்த சார்லி சாப்ளின் கூட தன் படங்களில் எப்போதும் ஏழைகளையும் துன்பப்பட்டவர்களையுமே காண்பித்தார். சாப்ளினுடைய என்றுமே அழியாத அந்த உருவத்தை சுரண்டப்படும் தொழிலாளியையோ அல்லது ஏழை விவசாயத் தொழிலாளியையோ காண்பிக்கிறது என்று சொல்ல முடியாது. ஆனால் இதயமற்ற பணக்காரர்களின் கொடுமைகளுக்கெதிராக சிறிய வழிகளில் தம்மை பாதுகாத்துக் கொள்கிற கவர்ச்சியான அன்பும் சமயத்தில் தந்திர புத்தியும் கொண்ட தெருவில் சுற்றும் ஒரு உதிரிப் பாட்டாளியைத்தான் அந்த உருவம் காட்டியது. ஆக மொத்தத்தில் சினிமாக் கலையை உருவாக்கிய ஹாலிவுட்டின் மாபெரும் முதல் தலைமுறையினர் பொதுவாக ஜனநாயகவாதிகளாகவும், முற்போக்குவாதிகளாகவும் இருந்தனர். இது அவர்களுடைய படங்களின் கதையிலும் உணர்விலும் தெரிந்தது. இந்த உணர்வின் வெளிப்பாடாகவே முதலும் ஒன்றேவுமான முதலாளித்துவ கலையாக சினிமா பிறந்தது.

7

க்ளோஸ் – அப்

சினிமாவின் சுற்றுகின்ற காமிராவும் அதன் பல்வேறு கோணங்களும்தான் அதை ஒரு புதிய கலையாக்கியது என்பதை நாம் ஏற்கனவே பார்த்தோம். காமிராவுக்கும் பொருளுக்கும் இடையே உள்ள தூரம், பொருளின் அளவு, பிரேமில் உள்ள பொருட்களின் எண்ணிக்கை, கோணங்கள் மற்றும் கண்ணோட்டங்கள் இவைகள் எல்லாம் உடனுக்குடன் மாறுகின்றன. காமிராவின் இந்த இயக்கம் தான் காமிராவின் முன்னுள்ள பொருள்களை, அது அசையும் பொருளானாலும் சரி அசையா பொருளானாலும் சரி பல்வேறு துண்டுப்படங்களாக அல்லது ஷாட்டுகளாக மாற்றுகிறது. இந்த துண்டு படங்கள் என்பது முழுப்படத்தினுடைய சிறு சிறு விளக்கங்கள் இல்லை. ஏற்கனவே எடுக்கப்பட்ட அல்லது எண்ணியிருக்கிற ஒரு முழு படத்தின் பல்வேறு துண்டுகள் அல்ல, இவை ஒருவேளை அப்படி ஒரே முழுப்படத்தின் விளக்கங்களாக இருக்குமாயின் ஒரு பெரிய கூட்டத்தை காண்பிக்க வேண்டுமெனில், ஒவ்வொரு சிறு கும்பலையும், ஒவ்வொரு தனி மனிதனையும் ஒரே குறிப்பிட்ட கோணத்தில் இருந்து ஒரு முழுப் படத்தில் இருப்பது போல் எடுக்கவேண்டும். மேலும் இந்த மனிதர்களோ, பொருள்களோ அசையவும் கூடாது. அதாவது நாம் என்ன செய்கிறோம் என்றால் ஏற்கனவே இருக்கக்கூடிய அல்லது உருவாக்கியிருக்கிற ஒரு முழுப்படத்தை துண்டு துண்டாக வெட்டவில்லை. மாறாக ஒரு உயிரோட்டமுள்ள காட்சியை அல்லது அழகிய நிலப்பரப்பை பல்வேறு துண்டுப் படங்களின் தொகுப்பாக காண்பிக்கிறோம். இவைகளெல்லாம் நம் மனதில் ஒன்று சேர்ந்து ஒரு காட்சியை உருவாக்குகிறது. இவைகளெல்லாம் ஒரே முழுப்படத்தின் துண்டுகளாக இல்லாத போதிலும் இவைகள் நமக்கு முழுப்படமாக உணரவைக்கிறது.

இந்த துண்டுப்படங்களை ஒன்றாக காட்டுவது எது?

இந்த கேள்விக்கான பதில், மோண்டாஜ் அல்லது வெட்டுதல் என்பதாகும். இதுதான் படத்திற்கு அசைகின்ற ஒரு வடிவமைப்பைத் தருகிறது. ஒரு காலத்தை அடிப்படையாகக் கொண்டு காட்சியைக் காட்டுகின்ற ஒரு கலைஞன் போல, இடத்தை அடிப்படையாகக்

கொண்டு அது அப்பணியை செய்யவில்லை. இதைப்பற்றி பின்னால் விவரமாய்ப் பார்ப்போம். இப்பொழுது நம்முடைய ஆர்வமெல்லாம், எப்படி இந்த துண்டுப் படங்கள் தனித்தனியாகத் தெரியாமல், ஒரு அர்த்தத்தோடு கூடிய முழுமையாகப் பார்வையாளன் உணர்கிறான்? கால மற்றும் இட அடிப்படையில் எப்படி இந்த ஒருங்கிணைப்பு ஏற்படுகிறது போன்ற உளவியல் பிரச்சனைகளைப் பற்றியதாகும். நாம் திரையில் ஒரு படத்தைப் பார்க்கும் பொழுது அது கால அடிப்படையில் நகர்கிறது. அதாவது குறிப்பிட்ட நீளமுள்ள திரைப்படம் குறிப்பிட்ட நேரம் ஓடுகிறது. இருந்தபோதிலும் ஒரு நிகழ்ச்சியை ஒரே இடத்தில் ஒரே நேரத்தில் நிகழ்வதாக நாம் எப்படி உணர்கிறோம்?

நேரத்தை அடிப்படையாகக் கொண்டு இயங்குகிற சினிமாவில் நாம் காணுகின்ற ஒருங்கிணைப்பும் ஒரே நேரத்தில் நிகழ்வதாய் தெரிவதும் தானாக நிகழ்கின்ற ஒன்றல்ல. படம் பார்ப்பவனுக்கு காட்சிகளை கருத்து ரீதியாக, கற்பனை ரீதியாக, மன ரீதியாக இணைக்கத் தெரிந்திருக்க வேண்டும். திரைப்படம் பார்க்கும் மக்கள் இதற்கு பயிற்றுவிக்கப்பட வேண்டும். காட்சி கலாச்சாரம் என்று நாம் முந்திய அத்தியாயங்களில் விவாதித்திருப்பது இதைத்தான்.

அதே நேரத்தில், இந்த துண்டுப்படங்கள் (ஷாட்டுகள்) ஒழுங்காக வடிவமைக்கவும், வரிசைப்பட இணைக்கப்பட்டிருக்கவும் வேண்டும். சில நேரங்களில் சில ஷாட்டுகள் முறையற்று வரிசையற்று இணைக்கப் பட்டிருக்கும். அது மாதிரியான நேரங்களில் ஒரே நேரத்தில் ஒரே காட்சியைப் பார்ப்பது போன்ற உணர்வை நாம் பெற மாட்டோம். இது படத்தினுடைய இயக்குநருக்கான விஷயமாகும். அவர்தான் படம் பார்க்கும் நபருக்கு இத்தகைய உணர்வைத் தருபவராவார். படம் பார்க்கும் நபர் அந்த படத்திற்கான எந்த தயாரிப்புமின்றி முதல் முறையாகப் பார்த்தாலும், அவருக்கு அந்த உணர்வு ஏற்படும், இது எவ்வாறு நிகழ்கிறது என பார்ப்போம். முந்தைய ஷாட்டுக்கு அல்லது வரப்போகும் ஷாட்டுக்கோ ஏதாவதொரு வகையில் தொடர்பிருக்குமாறு ஒவ்வொரு ஷாட்டிலும் ஒரு அசைவோ, ஒரு இயக்கமோ, ஒரு வடிவமோ இருந்தாக வேண்டும். அடுத்த ஷாட்டுக்கு நீண்டு செல்கின்ற ஒரு மரக்கிளையைப் போலவோ அல்லது ஒரு சுவரைப் போலவோ அல்லது ஒரு பிரேமிலிருந்து இன்னொரு பிரேமிற்கு உருண்டு செல்லும் பந்தைப் போலவோ அல்லது குறுக்காகப் பறந்து போகும் பறவையைப் போலவோ அல்லது இரண்டு ஷாட்டுகளிலும் சுருண்டு செல்லும் சிகரெட்டு புகையைப் போலவோ ஏதாவது ஒருபார்வை அல்லது சைகைக்கு அடுத்த ஷாட்டில் பதிலிருந்ததாக வேண்டும். படத்தில் கோணத்தை மாற்றும்போது ஓட்டத்தின் திசையையும் மாற்றாமல் இருப்பதில் இயக்குநர் கவனமாக இருக்க வேண்டும். இல்லையெனில் அத்தகைய மாற்றம் படத்தின் ஒருங்கிணைப்பில் மாபெரும் சீர்குலைவை ஏற்படுத்தும். ஒலிப்படமோ இப்பிரச்சனையை

இலகுவாக்கியுள்ளது. ஏனெனில் ஒலியானது ஒவ்வொரு ஷாட்டிலும் முழு இடத்திலும் ஒலிக்கக் கூடியது. உதாரணமாக நைட் கிளப் காட்சி ஒன்றை எடுக்கிறோம் என்று வைத்துக் கொள்வோம், அந்த ஷாட்டில் உள்ள அதே இசையை இன்னொரு ஷாட்டில் கேட்டோமெனில், நாம் அதே நைட் கிளப்பில்தான் உள்ளோம் என்பதை சுலபமாக உணர்வோம். அந்த ஷாட்டில் வேறெதையும் கூட காட்டத் தேவையில்லை. மலரை ஏந்தியிருக்கும் ஒரு கையைக் காட்டினால் கூட போதும். அதே நேரத்தில் இந்தக் கையைக் காட்டும் அதே ஷாட்டில் வேறு வித்தியாசமான ஒலிகளைக் கேட்டொமெனில், நாம் பார்க்கக்கூட தேவையில்லை. கையும் அந்த மலரும் உள்ள இடம் வேறு என்பதை நாமே உணர்வோம். உதாரணமாக மலரை ஏந்தியிருக்கும் கை ஷாட்டை தொடர வேண்டுமெனில், நடன இசைக்குப் பதிலாக, பறவைகளின் சிறகொலிகளை நாம் இப்போது கேட்டோமெனில், அப்போது அந்த காட்சி அடுத்த காட்சிக்கு விரிவதாய் இருக்கும். அது லாங் ஷாட்டாக கூட இருக்கலாம். அது ஒரு தோட்டமாக, அத்தோட்டத்தில் அந்த கையின் சொந்தக்காரர் மலரைப் பறிப்பதாக இருக்கலாம். இது நமக்கு ஆச்சரியமாக இருக்காது. இதுபோன்ற மாற்றங்கள் அற்புதமான விளைவுகளை நமக்குத் தரும்.

ஒலியை இரண்டாகப் பிரிக்க முடியாது

ஒலிக்கே உள்ள முற்றிலும் வித்தியாசமான தன்மை, ஒலிப்படங்களின் மோன்டாஜ், வடிவமைப்பு மற்றும் நாடகவியலை கணிசமான அளவு பாதிக்கக் கூடிய ஒன்றாகும். ஒளிப்பதிவுக் காமிராவைப் போல, ஒலிப்பதிவுக் கருவியால் ஒலியைத் துண்டு துண்டுகளாக, ஷாட்டுகளாகப் பிரிக்க முடியாது. ஒரு இடத்தில் ஒலிக்கின்ற ஒலியானது முழுமை யானதாகவும், ஒரே தன்மையுடையதாகவும்தான் இருக்கும். ஒரு குறிப்பிட்ட இடத்தில் ஒரு தன்மையோடும், இன்னொரு இடத்தில் இன்னொரு தன்மையோடும் இருக்காது. சப்தம் மிகுந்ததாகவோ அல்லது சப்தம் குறைந்ததாகவோ, கிட்டத்திலிருந்து கேட்பதாகவோ அல்லது தூரத்திலிருந்து கேட்பதாகவோ மற்ற சப்தங்களோடு இணைந்த ஒன்றாகவோ வேண்டுமானால் கேட்கலாம். நைட் கிளப் காட்சியை எடுத்துக் கொண்டால், முதலில் நடன இசை கேட்கக் கூடும், பின்னர் ஒரு மேஜையை சுற்றி நிகழும் பேச்சொலியும் சிரிப்பொலியும் அதனை அடக்கிவிடலாம்

ஒலியும் இடமும்

ஒலி ஒலிக்கக்கூடிய தன்மையிலிருந்து அது எங்கிருந்து ஒலிக்கிறது என்பதை நம்மால் இனங்கண்டு கொள்ள முடியும். அதனுடைய தொனி அளவைக் கொண்டு, அது ஒரு சாதாரண அறையிலிருந்து கேட்கிறதா அல்லது பாதாள அறையிலிருந்து கேட்கிறதா அல்லது பெரிய ஹாலில் இருந்து கேட்கிறதா அல்லது திறந்தவெளியில் இருந்து

கேட்கிறதா என்பதை கண்டுபிடிக்கலாம். இந்த ஒலித்தொனிகளை இனங்கண்டு கொள்ள ஒலிப்படங்கள் நம் காதுகளைப் பயிற்றுவித் திருக்கிறது. கண்களைப் பயன்படுத்துவதில் நாம் முன்னேறியிருப்பது போல, காதுகளைப் பயன்படுத்துவதில் நாம் அவ்வளவாக முன்னேற வில்லை என்றுதான் சொல்ல வேண்டும். ஊமைப் படங்கள் எப்படி காட்சி அழகை வளமாக பயன்படுத்தியதோ அதே போல் ஒலிப் படங்கள் ஒலியை ஒரு கலை ரீதியான அம்சத்தோடு பயன்படுத்தியது. இருந்தாலும் இந்தத் தன்மை பேசும் படங்கள் வந்த பிறகு மங்கிப்போனது. கிட்டத்தட்ட அந்தப் போக்கு படம் பிடிக்கப்பட்ட நாடகத்தை நோக்கி ஒரு அடி பின் செல்வதாக இருந்தது.

பொருட்களின் முகங்கள்

ஊமைப்பட காலகட்டத்தில் திரைப்பட காமிரா முதன் முதலாக ஒரு புதிய உலகத்தையே கண்டுபிடித்தது. இந்த புதிய உலகம் சிறு சிறு பொருள்களின் அதுகாறும் தெரியாதிருந்த வாழ்வை வெளிக்காட்டியது. மிக நெருக்கத்தில் இருந்து பார்த்தால் மட்டுமே தெரியும் சின்னஞ்சிறு பொருள்களை அது காட்டியது. இதன் மூலம் காமிராவானது இதுகாறும் நமக்குத் தெரியாதிருந்த பொருள்களையும் நிகழ்ச்சிகளையும் மட்டும் காட்டவில்லை. புல் பரப்பின் மீது ரீங்காரமிடும் வண்டுகளின் கொண்டாட்டம், கோழிப்பண்ணையில் மூலையிலே கிடக்கும் அன்று பிறந்த கோழிக் குஞ்சின் சோகம், மலர்களின் ஆரவார ஆட்டம், சின்னஞ்சிறிய நிலப்பரப்பின் கவிதையழகு போன்றவற்றை மட்டும் காட்டவில்லை. இது பல புதிய கருத்துக்களை மட்டும் வெளிக் கொண்டு வரவில்லை.

வாழ்க்கையில் நமக்குத் தெரியும் என்று நினைத்திருந்த பல்வேறு தெரியாத விஷயங்களை காமிராவானது க்ளோஸ்-அப் மூலம் கொண்டு வந்தது. பெரும்பாலும் நம்முடைய மேம்போக்கான தன்மை மற்றும் கவலை கொள்ளாத தன்மையினாலும் தான் பல விஷயங்கள் நமக்கு தெளிவற்றுத் தெரிகின்றன. வாழ்க்கையின் பல்வேறு விஷயங்களை நாம் ரொம்பவும் மேம்போக்காக எடுத்துக் கொள்கிறோம். மிகப்பெரிய விஷயங்களுக்கு காரணமாக விளங்கும் முக்கியமான பிரச்சனைகளின் ஒவ்வொரு நுணுக்கத்தையும் காமிராவானது வெளிக்காட்டியது. பல்வேறு மண்துகள்களின் சரிவுதான் ஒரு பெரிய நிலச்சரிவாக மாறுகிறது. பல்வேறு க்ளோஸ் - அப்கள், ஒரு பொதுவான விஷயத்தை ஒரு நொடியில் ஒரு குறிப்பிட்ட விஷயமாக மாற்றக் கூடியது. க்ளோஸ்-அப்பானது வாழ்க்கையைப் பற்றிய நமது பார்வையை அகலப்படுத்த மட்டும் இல்லை. ஆழப்படுத்தவும் செய்தது. மௌனப் படக் கால கட்டத்தில் இவை நமக்குப் புதிய விஷயங்களை மட்டும் காண்பிக்க வில்லை. கூடவே பழைய விஷயங்களுக்கு அர்த்தத்தையும் கூறியது.

பார்வை மூலமான வாழ்க்கை

ஒரு சின்ன கையசைவை நாம் க்ளோஸ் - அப்பில் பார்த்தோமெனில் பல்வேறு விஷயங்களைத் தெரிந்து கொள்கிறோம். அதே கை ஏதாவது ஒரு பொருளைத் தாக்கியிருக்கலாம். (அது சாதாரண கையசைவை விட வெளிப்படையான விஷயம்) ஆனால் அப்போது கூட அந்த விஷயங்களை நாம் பார்த்ததே இல்லை. நம்மோடு வாழ்நாளெல்லாம் உடன் இருக்கும் நம்முடைய நிழலைப்பற்றி நாமே அறியாத பல விஷயங்களை க்ளோஸ்-அப் நமக்கு எடுத்துக் காட்டுகிறது. பேச முடியாத முகத்தை, நம்மோடு ஐக்கியமாகி நம் அறையில் நம்மோடு இருக்கும் ஊமைப் பொருட்களின் விதியை அது நமக்கு காட்டுகிறது. இசையைப் பற்றி தெரியாத ஒருவன் சிம்ஃபனி இசை கச்சேரிக்கு சென்றது போல நாம் நம் வாழ்க்கையை இதுவரையில் பார்த்திருக்கிறோம். அவனால் பிரதான இனிமைகளை மட்டுமே கேட்க முடியும். மற்றவை யெல்லாம் வெறும் சாதாரண சப்தங்களாகவே இருக்கும். இசையின் நுணுக்கமான அமைப்பு கட்டுமானங்களை கேட்க வேண்டுமெனில், இசையைப் புரிந்து கொள்ளவும், ரசிக்கவும் தெரிந்திருக்க வேண்டும். வாழ்க்கையையும் நாம் அப்படித்தான் பார்க்கிறோம். மிக முக்கியமான இனிமைகள் மட்டுமே நம் கண்களை சந்திக்கின்றன. ஒரு நல்லபடம் தன்னுடைய க்ளோஸ்-அப்களின் மூலம் நம் பன்முகப் பட்ட வாழ்க்கையின் பல தெரியாத விஷயங்களை நமக்கு காட்டுகிறது. இசைக் கலைஞன் இசைக் குறியீடுகளைப் படிப்பது போல, வாழ்க்கையின் மிக நுணுக்கமான காட்சி விளக்கங்களை பார்ப்பதற்கு இது கற்றுத் தருகிறது.

க்ளோஸ்-அப்புக்கே உரிய கவிதையழகு

சில சமயங்களில் க்ளோஸ் - அப் என்பது இயற்கையான ஒரு விளக்கத்தை நமக்கு தருவது போலத் தோன்றலாம். ஆனால் ஒரு நல்ல க்ளோஸ்-அப், நமக்குத் தெரியாத விஷயங்களைப் பற்றிய நம்முடைய அழகிய சிந்தனையை, இதமான அக்கறையை, வாழ்க்கை பற்றிய நெருக்கமான உணர்வை மற்றும் விரும்பக்கூடிய உணர்வை அது நமக்கு காட்டுகிறது. நல்ல க்ளோஸ்-அப்புகள் கவிதை போன்றவை. அவைகளை கண்களால் உணர முடியாது, இதயத்தால்தான் உணர முடியும்.

அடிமட்டத்தில் நிகழக் கூடியவைகளின் உணர்ச்சி மயமான வெளிப்பாடுகளாகத்தான் பல நேரங்களில் க்ளோஸ்-அப்புகள் உள்ளன. அவ்வளவாக நெருக்கத்தில் இல்லாத ஒரு ஷாட்டில் (medium shot) ஒருவன் இன்னொருவனோடு அமர்ந்து கொண்டு மிக அமைதியாகப் பேசிக் கொண்டிருப்பதைப் பார்ப்போமெனில் அவன் கைவிரல்கள் நடுக்கத்துடன் ஏதாவது ஒரு சிறு பொருளை உருட்டிக் கொண்டிருப்பதை காண்பிக்கும். அவனின் உள்ளக் கொதிப்பை

'க்ளோஸ்-அப்பு'க்கே உரிய கவிதையழகு,

காட்டுகின்ற அடையாளம் இது. ஒரு அழகிய வீட்டை சுற்றிப் பார்த்துக் கொண்டிருக்கும் போது திடீரென்று தோன்றும் வாசற் படியில் உள்ள பூதத்தின் தலையைப் போன்று, அல்லது திறந்த கதவுக்குப் பின்னால் இருக்கும் கும்மிருட்டைப் போல இருக்கும். சோக இசை நாடகத்தில் நீரோட்டமாய் வரும் மையக் கருத்தைப் போல், மகிழ்ச்சியான காட்சி ஒன்றை கெடுப்பதெற்கென்றே வரும் அழிவைப் போல இருக்கும் அது.

ஒரு இயக்குநரின் கவிதையுணர்வைக் காட்டுவதாய் இருக்கும் க்ளோஸ்-அப்புகள், இத்தகைய க்ளோஸ்-அப்புகள், பொருட்களின் முகங்களை நமக்குக் காட்டும். அதில் உள்ள உணர்ச்சிகளைக் காட்டும். அவை நமக்கு முக்கியமானவை. ஏனெனில் அவை நமது உள்மனதின் உணர்ச்சிகளைக் காட்டுகிறது. இதைக் காட்டுவதில் தான் உண்மையான காமிராமேனின் திறமை உள்ளது.

நான் பழைய அமெரிக்கப் படம் ஒன்றில் கீழே விவரிக்கப்படும் காட்சியினைப் பார்த்தேன். மணமகனும் மணமகளும் மாடத்தில் நின்று கொண்டிருக்கிறார்கள். மணமகளுக்கு மணமகனை ஒரு சிறிதும் பிடிக்கவில்லை. அவன் பணக்காரன். அவள் மீது வலுக்கட்டாயமாக திணிக்கப்பட்டவன். அவள் அங்கிருந்து ஓடுகிறாள். ஒரு பெரிய அறையின் வழியாக ஓடுகிறாள். அந்த அறை முழுவதும் திருமணப் பரிசுப் பொருள்கள் குவிந்திருக்கின்றன. அழகிய, விலையுயர்ந்த, பயனுள்ள பொருள்களெல்லாம் ஜொலிக்கின்றன. அவை அவளை

ஆதரவோடு நெருங்குகின்றன. மணமகன் கொடுத்த பரிசுப் பொருட்களோ அவள் மீது இனிய உணர்வை, அக்கறையை, நேசத்தை, காதலைப் பொழிகின்றன. அவைகளெல்லாம் ஓடுகின்ற மணமகளையே பார்ப்பது போல் உள்ளன. ஏனெனில் அவள் பார்க்கிறாள். அவை தங்கள் கரங்களை அவளை நோக்கி நீட்டுகின்றன. ஏனெனில் அவைகள் அவ்வாறு செய்வதாக அவள் எண்ணுகிறாள். அந்தப் பொருள்களெல்லாம் அறை முழுவதும் நிறைந்து அவளின் பாதையை மறிக்கிறது. அவளின் ஓட்டம் மெல்ல மெல்லக் குறைகிறது. கடைசியாக நிற்கிறாள். பின்னர் திரும்பி வருகிறாள்.

அந்த பதிமூன்று பேர்

மிக்தெய்ல் ரோம் (Michael Romm) என்ற இயக்குநர் இயக்கிய படத்தின் பெயர் இது. ஊமைப் படங்களில் மட்டும், க்ளோஸ்-அப்புகள் பொருட்களுக்கு உணர்ச்சி மிகுந்த உயிரோட்டத்தைக் கொடுக்கவில்லை. மிக்கெய்ல் ரோம் இந்த உத்தியை, ஒலிப்படங்கள் நன்கு வளர்ச்சியடைந்த பிறகு தன்னுடைய அந்த பதிமூன்றுபேர் என்ற படத்தில் உபயோகித்துள்ளார். பாலைவனம் ஒன்றில் பயணம் செய்யும் வீரர் குழுவை கொள்ளைக்கார கூட்டம் ஒன்று சூழ்ந்து கொள்கிறது. அந்த வீரர் கூட்டத்திலிருந்து ஒருவன் குதிரை மீதேறி உதவி பெறுவதற்காக ஓடுகிறான். மீதியுள்ள வீரர்களை கொள்ளைக் கூட்டம் மடக்கி விடுகிறது. அந்த பன்னிரண்டு பேரும் கொள்ளைக் கூட்டத்தோடு வாழ்வா சாவா என்று போராடுகின்றனர். அந்தப் போராட்டம் எவ்வளவு நேரம் நீடிக்கும் என்று தெரியாது. இன்னொரு புறம் ஒரு வீரன் மட்டும் குதிரை மீது அகன்ற பாலைவன மணற்பரப்பில் தன்னந்தனியாக ஆபத்தான சூழ்நிலையில் சவாரி செய்கிறான். இவையிரண்டையும் திரையில் மாறி மாறிப் பார்க்கிறோம். குதிரை மீது செல்லும் அந்த ஒரு வீரனை நம்பித்தான் மற்ற பன்னிரண்டு பேர்களின் விதி அமைந்துள்ளது. எனவே அந்த ஒருவனின் போராட்டம் மற்றும் விதி மீதுதான் நமது கவனமெல்லாம் செல்கிறது. ஒரு பெரிய மணல் மேட்டின் பின்னால் போராடிக் கொண்டிருக்கும் அந்த பன்னிரெண்டு பேரின் போராட்டம் நம் கண்களுக்குப் பெரிய விஷயமாகத் தெரியவில்லை. அந்த நீண்ட பாலைவனப் பாதையை எதிர்த்துப் பயணம் செய்து கொண்டிருக்கும் அந்த வீரன்தான் நமக்கு முக்கியமாகத் தெரிகிறான். இதை இயக்குநர் எவ்வாறு காணபிக்கிறார். வீரன் குதிரை மீது செல்வதையே மறுபடி மறுபடி காட்டுகிறாரா? அப்படிக் காட்டினால் பார்க்கின்றவர்களுக்கே அந்த வீரன் மீது அலுப்புத் தட்டி விடும். ஆனால் ரோம் நமக்கு அந்த வீரனையே காட்டவில்லை. மணலில் நீண்டு படிந்திருக்கும் அவனது கால் சுவட்டை மட்டுமே காண்பிக்கிறார். சவாரியை காட்டுவதை விட ஏன் குதிரை வீரன் முகத்தைக் காட்டுவதை விட பல்வேறு விஷயங்களை இது நமக்கு காட்டுகிறது. அந்த சுவடுகள்,

அந்த அதி பயங்கர நீளமான பாதையை நமக்கு காட்டுகிறது. எல்லைகளற்ற மாபெரும் பெரிய பாலைவன மணற்பரப்பை பார்க்கிறோம். அதன் நடுவே ஒற்றை மனிதனின் மிருதுவான காலடிச் சுவடுகள் முடிவேயில்லாமல் நீண்டு செல்வதைப் பார்க்கிறோம். இந்த ஒரு காட்சியில் கிடைக்கக்கூடிய பாதிப்பு குதிரை சவாரியை எவ்வளவு நேரம் எத்தனை அடி காட்டினாலும் கிடைக்குமா?

பாதையில் படிந்த அந்த சுவடுகளின் க்ளோஸ்-அப்புகள், உணர்ச்சி மிகுந்த நாடகத்தின் துவக்கம்போல் உள்ளன. அந்த சுவடுகளின் வடிவமைப்பு கதாபாத்திரத்தின் தன்மையையே நமக்கு உணர்த்துகின்றன. அந்த மனிதனின் களைப்பையும், தளர்வையும், கொஞ்சம் கொஞ்சமாக அவனால் முடியாது போகின்ற தன்மையையும் அந்த சுவடுகள் மூலம் பார்க்கிறோம். பின்னர் மிக தூரத்தில் கிட்டத் தட்ட தொடுவானத்துக்கு அருகே மணற்பரப்பில் ஏதோ கிடப்பதை நாம் பார்க்கிறோம். அது மனிதனா குதிரையா என்பது கூட தெரியவில்லை. நமக்குள்ளே திகில் அதிகமாகிறது. தற்போது நாம் பார்ப்பதோ மணலில் பதிந்த மனித காலடிச் சுவடுகள்தான். இறந்துபோன குதிரையின் க்ளோஸ்-அப்புகள் மிகுந்த முக்கியத்துவம் வாய்ந்தவையாகத் தெரிகின்றன. அடி மனதில் பார்வையாளன் பயப்படுகிறான். அவன் அங்கே என்ன கிடக்கிறது என்பதைப் பார்க்க விரும்பவில்லை. அதன் மூலம் க்ளோஸ்-அப்பானது அவன் கற்பனையை முன் எப்போதுமில்லாத அளவு தாக்குகிறது.

அதற்கு பிறகு நாம் பார்ப்பதோ மணலில் பதிந்த மனித காலடிச் சுவடுகளைத்தான். முழங்கால் வரைக்கும் கால்கள் மணலில் பதிந்திருக்கின்றன. அந்த கால் சுவடுகள் கோணல் மாணலாக உள்ளன. அவைகள் அவனுடைய தவிப்பைத், தடுமாற்றத்தைக் காட்டுகிறது. அந்த கோணல் மாணல் காலடிச் சுவடுகள் அடிவானத்துக்கு கீழே மறைந்து போகிறது. அவன் அடைய வேண்டிய தூரம் இன்னும் எவ்வளவோ தொலைவில் உள்ளது.

அதன் பின் துப்பாக்கி ஒன்று மணலில் கிடப்பதைப் பார்க்கிறோம். அந்த முக்கியமான ஆயுதத்தை க்ளோஸ்-அப்பில் பார்க்கிறோம். அத்தகைய சூழ்நிலையில் அது போன்ற ஆயுதத்தை எவனும் தூக்கி யெறிந்திருக்க மாட்டான். பின்னர் போர்க்கத்தி க்ளோஸ்-அப்புகள் ஒவ்வொன்றும் அவன் எப்படி படிப்படியாக தன் ஆயுதங்களைக் களைந்திருக்கிறான் என்பதைக் காட்டுகிறது. அவனுடைய தளராத முயற்சி, முன்னேறுவதற்கான போராட்டம் ஆகியவற்றை அது காட்டுகிறது. இது வரையில் அவனை ஒருமுறைகூட திரையில் காட்டவில்லை. கற்பனையில்தான் அவனைப் பார்த்துக் கொண்டிருக்கிறோம். அந்த அனுபவம் மேலும் பயங்கரமானதாக உள்ளது. அந்த முடிவற்ற பாதை ஒரு சோகமயமான நடனநாடகம் போல் உள்ளது. அதில் தெரிகின்ற ஒவ்வொரு புதிய அடையாளமும், புதிய பொருளும், அந்த நாடகத்திலே வரும் ஒரு புதிய பாடலைப் போல் தெரிகிறது.

அந்த இயக்குநர் மட்டும் மனிதனையே நேரடியாக நமக்கு காண்பித்திருப்பாரெனில், எத்தனை முறை ஒரே காட்சியை அவர் திரும்பத் திரும்ப காட்ட வேண்டியிருந்திருக்கும். வெறும் களைப்பையும், முயற்சியையும் மட்டுமே அந்த மனிதன் முகத்தில் காண்பித்திருப்பாரெனில், இந்த காலடிச் சுவடுகளைப் போல் அத்தனை சுவாரசியமாக இருந்திருக்காது. கடைசியில் அவன் போராட்டத்தின் உச்ச கட்டமாக அந்தப் பாதையின் முடிவிலே அவனையே பார்க்கிறோம். அவன் தன் இரு கைகளாலும் ஊர்ந்து செல்கிறான். அவனுக்கு கிட்டத்தட்ட உயிர்போய் வருகிறது. அப்போது அவன் முகத்தில் உள்ள உணர்ச்சியை நாம் க்ளோஸ்-அப்பில் பார்க்கிறோம். அது நம் இதயத்தையே தாக்குகிறது. ஏனெனில் இயக்குனர் இந்த உத்தியை ஆரம்பத்திலேயே கையாளவில்லை. க்ளோஸ்-அப்பை எப்படி உபயோகிக்க வேண்டும் என்பதற்கு மிகச் சிறந்த உதாரணமாகும் இது.

அதுபோன்ற ஒரு கட்டத்தில்தான் ஜடப்பொருட்களைக் காட்டிலும் உயிருள்ள பேசுகின்ற மனிதனைக் காட்டுவது எத்தனை முக்கியத்துவம் வாய்ந்தது என்பது தெரிகிறது. அவைகள் இரண்டும் ஒரே மட்டத்தில் இல்லை. எனவே அவைகளின் தாக்கமும் வித்தியாசமானது. ஊமைப் படங்களில் மனிதன், பொருள்கள் இரண்டுமே படங்கள்தான். அவைகளின் ஒருங்கிணைப்புதான் திரையில் காட்டப்பட்டது. ஓவியத்தில் எப்படி எல்லாமே ஒரே வடிவமைப்பில் இருக்கக் கூடிய வண்ணத்தின் தீட்டல்களோ அப்படித்தான் இதுவும். இதன் அடிப்படையில் மனிதன், பொருள் இரண்டின் தாக்கமும், மதிப்பும் ஒரே மட்டத்தில் வெளிக்கொணரப்பட்டன.

பேசும் படத்தில் கூட மனிதன் இன்னமும் ஒரு படமாக அதாவது புகைப் படமாகவே இருந்தான். வார்த்தை என்பது திரையில் உள்ள மற்ற பொருள்களிலிருந்து தனியாக எடுத்துக் காட்டவில்லை. இதன் காரணமாக ஒலிப்படங்கள் கூட இன்னமும் நமக்கு ஒரு முரணற்ற பாணியைக் கொடுக்க முடியும். இயற்கையாகவே குரூரமும் கொடுமையும் நிறைந்த முகத்தையுடைய ஒருவன், கதாபாத்திரத்திற்கு உள்ள கொடூரத்தன்மையைக் காட்டுவது போல் அமையலாம். அல்லது புன்னகைத்துக் கொண்டிருக்கும் அழகிய பெண்ணைச் சுற்றியுள்ள பொருள்கள் எல்லாம் அவளைப் போலவே அழகாகவும், புன்னகைப்பது போலவும் இருக்கும்.

க்ளோஸ்-அப்பின் மூலம் பொருள்களின் உள்ளங்களைக் கண்டு பிடித்த பிறகு, மௌனப்படங்கள் அவற்றுக்கு ரொம்பவும் தான் முக்கியத்துவம் கொடுக்க ஆரம்பித்து விட்டது. சமயங்களில் "நமக்குத் தெரியாத நுணுக்கமான உயிரோட்டத்தை" காண்பிப்பது தான் எல்லாமுமாகவும், முடிவான ஒன்றாகவும் கருதியது. மனித விதிகளிலிருந்து பிரிக்கப்பட்டதால், இந்த பொருட்களின் கவிதையழகு என்பது தனித்த ஒன்றாய், நாடக கதையோட்டத்துக்கு சம்பந்தமே

இல்லாமல் மனிதர்களுக்கு பதிலாக இவைகள் காட்டப்பட்டது. லெஸ்ஸிங் தம்முடைய லாக்கூனி (Laokoon)ல் ஹோமரைப் பற்றி என்ன கூறுகிறார். அவர் எப்போதும் மனிதச் செய்கைகளையே விவரித்திருக்கிறார். பொருட்களைப் பற்றி விவரித்தால் கூட அது மனிதச் செய்கையோடு சம்பந்தப்பட்ட ஒன்றாகவே இருக்கும். இந்த முறையானது (மனிதனை மையமாக படைப்பது என்ற ஒன்றை கொண்டிருக்கும் வகையில்) அனைத்துக் காவிய மற்றும் நாடகக் கலைகளுக்கு முன் மாதிரியாகத் திகழ வேண்டும்.

8

மனிதனின் முகம்

எல்லோரும் எல்லாமும் எப்படியெப்படியிருக்கிறதோ அப்படியே காட்சி தருவதுதான் சினிமாக் கலையின் அடிப்படையும் சாத்தியப்பாடும் ஆகும்.

எல்லாக் கலைகளும் எப்போதும் மனிதனைப் பற்றித்தான் இருந்திருக்கிறது. மனிதனால் படைக்கப்பட்ட கலை மனிதனையே படைத்தது. மார்க்ஸ் கூறுகிறார்: 'எல்லாக் கலைகளுக்கும் மூலம் மனிதன்தான்'. மிக நுணுக்கமான விஷயங்களைப் பார்க்க முடியாத அளவு நமது கண்ணோட்டத்தையும், உணர்வையும் மூடியுள்ள திரையை விலக்கி அவ்விஷயங்களைப் பார்க்க வைக்கிறது க்ளோஸ்-அப். அந்த க்ளோஸ்-அப்பும் இன்னமும் நமக்கு காண்பிப்பது மனிதனைத்தான். சமயத்தில் க்ளோஸ்-அப்புகள் பொருட்களை உணர்வு மயமானதாகக் காட்டும். அது பொருட்களின் மீது பிரதிபலிக்கின்ற மனிதனின் உணர்வேயாகும். பொருட்கள் பிரதிபலிப்பதெல்லாம் மனிதனைத்தான். இந்த ஒன்றுதான் கலையை விஞ்ஞான பூர்வமான அறிவிலிருந்து வேறுபடுத்துகிறது. (விஞ்ஞான அறிவு என்பது கூட பெருமளவுக்கு அகநிலைப்படி தான் நிர்ணயிக்கப்படுகிறது). ஆதிமனிதன் கடவுளை மனிதன் வடிவிலே தான் படைத்தான், மனித உள்ளத்தை தான் அதற்குள் வைத்தான். இன்று ஒரு பொருளின் முகத்தைப் பார்க்கின்றபோது நாம் மாபெரும் காட்சிக் கலையான சினிமாவின் படைப்புத்திறன் மிகுந்த கருவிகள்தான் க்ளோஸ்-அப்புகள்.

மனித பாவயியலை கண்டுபிடித்தத்தைக் காட்டிலும் முக்கியமான விஷயம் என்னவெனில் மனித முகத்தைக் கண்டுபிடித்ததுதான். மனிதனுடைய வெளிப்பாடுகளிலேயே மிகுந்த அகநிலைத் தன்மை கொண்டது மனித முகபாவம் தான். பேச்சுக்கூட அந்த அளவு, அகநிலைவயப்பட்டது அல்ல. ஏனெனில் அதற்கு அகராதி, இலக்கணம் போன்ற பொதுவாக ஒத்துக் கொள்ளப்பட்ட விதிகளும் முறைகளும் உள்ளன. ஆனால் மனித உடல் பாவங்களுக்கோ ஏற்கனவே கூறியது போல எந்த புறநிலைக் காரணங்களும் இல்லை. பெருமளவுக்கு பாவங்கள் என்பது பிரதிபலிப்பாக இருந்தாலும் அது புறநிலைத் தன்மையைக் கொண்டதாய் இருக்காது. மனித வெளிப்பாடுகளிலேயே தனித்ததாகவும், மிகுந்த அகநிலைத்தன்மை கொண்டதாகவும் விளங்கும் இந்த பாவங்கள் க்ளோஸ்-அப்பின் மூலம் புறநிலைத் தன்மையை அடைந்துவிடுகிறது.

ஒரு புதிய பரிமாணம்

க்ளோஸ்-அப்பானது ஒரு பொருளை அதனுடைய சூழ்நிலையிலிருந்து பிரித்தெடுத்து தனியாகக் காட்டினாலும், அதை நாம் அதற்குரிய இடத்தில் வைத்துதான் உணர்கிறோம். உதாரணமாக ஒரு கையை க்ளோஸ்-அப்பில் பார்த்தோமெனில் அது ஒருவனுக்கோ அல்லது ஒருத்திக்கோ உரியது என்பதை நாம் மறக்கவில்லை. இந்தத் தொடர்புதான் ஒவ்வொரு அசைவுக்கும் அர்த்தத்தைத் தருகிறது. ஆனால் கிரிஃபித்தின் மேதாவிலாசமும் தைரியமும் முதன் முதலாக மனிதத் தலையை மட்டும் திரையில் மிகப்பெரிதாக க்ளோஸ்-அப்பில் காண்பித்தபோது, அவர் அந்த முகத்தை வெறும் இட ரீதியாக மட்டும் நமக்கு நெருக்கமாகக் கொண்டு வரவில்லை. மாறாக அதனை அதற்குரிய இடத்திலிருந்து மாற்றியதோடு மட்டுமல்லாமல் அதற்கு ஒரு புதிய பரிமாணத்தையும் கொடுத்தார். இதன் மூலம் நாம் சொல்வது என்னவெனில் திரையில் அசைகின்ற ஒளி மற்றும் நிழலோ, அதாவது திரையில் தெரியும் உருவங்களை வெறும் இடத்தை வைத்துதான் உருவாக்க வேண்டுமென்பதில்லை. அதாவது க்ளோஸ்-அப்பின் மூலம் முகத்தில் தெரிகின்ற உணர்ச்சி போன்றவைகள், ஒரு தனிப்பட்ட கையைத் திரையில் பார்க்கும்போது, அது ஒரு மனிதனுடையது என்று நினைத்துப் பார்க்கின்ற கற்பனையும் அறிவும் நமக்கு இல்லாதுபோனால் அந்த தனிப்பட்ட கையின் க்ளோஸ்-அப்புக்கு எந்த அர்த்தமும் இருக்காது என்று முன்பே சொல்லியிருக்கிறோம். ஒரு முகபாவமானது தனிப்பட்ட ரீதியாகவே முழுமையானதும் புரிந்துகொள்ளக் கூடியதும் ஆகும். காலம், இடம் ஒன்றை அடிப்படையாக வைத்து தான் அது இருக்கும் என்றெல்லாம் நாம் நினைக்கத் தேவையில்லை. ஒரு பெரிய கூட்டத்தின் நடுவே பார்த்த அதே முகத்தை உடனேயே தனித்து க்ளோஸ்-அப்பில் பார்த்தாலும், நாம் என்ன நினைப்போமெனில், அந்த கூட்டத்திலிருந்து ஒருகணம் விலகி அந்த முகத்தோடு மட்டும் தனியாய் இருப்பதைத் தான். அந்த முகத்துக்குரிய நபரை நாம் லாங்ஷாட்டில் சற்றுமுன்புதான் பார்த்தோமெனிலும் க்ளோஸ்-அப்பில் அந்த முகத்தினுடைய கண்களை மட்டும் நாம் நோக்கும்போது சற்று முன்பு பார்த்த அந்த பரந்த இடத்தை நாம் நினைத்துப் பார்ப்பதில்லை. ஏனெனில் அந்த முகத்திலுள்ள பாவத்திற்கும், முக்கியத்துவத்திற்கும் இடத்தோடு எந்த ஒரு சம்பந்தமும் தொடர்பும் இல்லை. ஒரு தனியான முகத்தை மட்டும் பார்க்கும்போது இடத்தைப் பற்றி நாம் கவலைப்படுவதில்லை. அந்த இடத்தைப் பற்றி உணர்வு நமக்கு மறந்துபோய், நாம் வேறொரு பரிமாணத்தில் இருப்பதாய் உணர்கிறோம். அதுதான் உடல் பாவயியலைப் பற்றிய பரிமாணமாகும். உண்மையில் முகத்தில் உள்ள அவயங்கள் ஒவ்வொன்றையும் தனித்தனியாக இட அடிப்படையில் பார்க்க முடியும். அதாவது மேலே கண்கள் உள்ளன. அதற்கு

பக்கவாட்டில் காதுகள் உள்ளன. சற்று கீழே வாய் உள்ளது என்றெல்லாம் பார்க்கலாம். இவைகளை வெறும் சதையும் எலும்புமாய் பார்த்தால் அவைகள் இட அடிப்படையில் அமைந்துள்ளன. ஆனால், பாவங்களை பார்ப்போமெனில் அதாவது உணர்வுகள், நிலைப்பாடுகள், ஆர்வங்கள், சிந்தனைகள் போன்றவைகளை நாம் நம் கண்கொண்டு பார்த்தாலும் அவைகள் இட அடைப்படையில் விளங்கவில்லை.

இனிமை மற்றும் உடல் பாவயியல்

காலம் மற்றும் பொழுது குறித்த ஹென்றி பெர்க்ஸன் (Henri Bergson) னுடைய ஆய்வு இந்த குறிப்பிட்ட பரிமாணத்தை அறிந்து கொள்ள உதவுகிறது. பெர்க்ஸன் கூறுகிறார்: பல்வேறு தனித்த ஸ்வரங்கள் ஒன்றன் பின் ஒன்றாக ஒரு முறைப்படி கால அடிப்படையில் வருவதால் இனிமை உருவாகிறது. இருந்தபோதிலும் இனிமையை மொத்தமாக எடுத்துக் கொண்டால் அதன் பரிமாணம் கால அடிப்படையிலானதல்ல. ஏனெனில், முதல் ஸ்வரம் என்பது இனிமையின் ஒருகூறுதான். அது அதற்கடுத்த ஸ்வரத்தோடும், அதைத் தொடர்ந்து வரும் மற்ற ஸ்வரங்களோடும் ஒரு குறிப்பிட்ட வகையில் தொடர்புடையது. எனவே கடைசி ஸ்வரமானது முதலிலேயே இசைக்கப்படவில்லையானாலும், அது ஸ்வரத்திலேயே இனிமையை உருவாக்குவதின் ஒரு கூறாக விளங்குகிறது. கடைசி ஸ்வரம் முதல் ஸ்வரத்தோடு சேர்ந்து ஒலிப்பதன் காரணமாகத்தான் இனிமை நிறைவு பெறுகிறது. ஒவ்வொரு ஸ்வரமும் ஒன்றையொன்று அடுத்து கால அடிப்படையில் ஒலிக்கிறது. ஏனெனில் ஒவ்வொரு ஸ்வரத்திற்கும் இடையிலான தொடர்பு என்பது கால அடிப்படையில் நிகழ்வதல்ல. இனிமை என்பதும் படிப்படியாக கால அடிப்படையில் நிகழ்வதல்ல. அது முதல் ஸ்வரம் வாசிக்கும் போதே ஏற்கனவே முழுமையான ஒன்றாக விளங்குகிறது. அப்படியில்லையானால் இனிமையின் துவக்கத்தை நம்மால் எப்படி அறிய முடியும். ஒவ்வொரு ஸ்வரமும் தனித் தனியாக காலத்தை அடிப்படையாகக் கொண்டு, ஆனால் அவை ஒன்றோடொன்று இணைந்து அந்த ஸ்வரங்கள் அர்த்தம் பெறுவதென்பது காலத்திற்கு அப்பாற்பட்டது. தர்க்கரீதியாக ஒரு முடிவுக்கு வருவது என்பது படிப்படியான அமைப்பைக் கொண்டிருக்கும். ஆனால் அவ்வாறு எடுக்கப்பட்ட முடிவும் அதற்கான அடிப்படையும் ஒன்றையொன்று கால அடிப்படையில் தொடர்ந்து வருவதல்ல. சிந்தனை ஒரு உளவியல் செய்கை என்ற அடிப்படையில் அதற்குரிய நேரம் இருக்கலாம். ஆனால்சிந்தனைக்கு காலப்பரிமாணம் எதுவும் இல்லை.

இவ்வாறு இனிமைக்கும் காலத்திற்கும் எவ்வாறு தொடர்புள்ளதோ அதே மாதிரியான தொடர்புதான் முகபாவம் மற்றும் உடல் பாவயியலுக்கும் காலத்திற்கும் உள்ளது. உடல் அவயங்கள் ஒவ்வொன்றும் இட அடிப்படையில்தான் உள்ளது. ஆனால் அந்த

அவயங்களின் ஒன்றோடொன்றான தொடர்பு என்பது இடப்பரி மாணத்தைக் கொண்டதல்ல. அதேபோல்தான் முகபாவத்தில் வெளிப் படக்கூடிய உணர்ச்சிகள், சிந்தனைகள், கருத்துக்கள் ஆகியனவும் கால பரிமாணத்தைக் கொண்டதல்ல. அவை ஏதோ படம் போன்று தோன்றினாலும், இடத்திற்கு அப்பாற்பட்டு விளங்குவதாகவே தெரிகிறது. முகபாவத்திற்கான உளவியல் அடிப்படையிலான விளைவு என்பது இதுதான்.

மௌனமாய் தனக்குத்தானே பேசிக் கொள்ளுதல்

தனக்குத்தானே பேசிக் கொள்ளுதல் (soliloquy) என்கின்ற இந்த பாணியை நவீன நாடகமானது தற்போது உபயோகிப்பதில்லை. கதாபாத்திரங்கள் அதை உபயோகப்படுத்தாத இடத்தில் மிகவும் உண்மையாக எதுவுமே பேசாமல் இருந்து விடுகிறார்கள். கதாபாத்திரங்கள் தன்னந்தனியாக இருக்கும் போது இந்த முறையானது ஒரு சிறிதும் அவர்களைப் பாதிப்பதில்லை. தனக்குத்தானே பேசிக் கொள்ளும் முறையை இன்றைய பொதுமக்கள் எற்றுக் கொள்வதில்லை. காரணம் அது மிகவும் செயற்கையாகத் தோன்றுகிறது என்று குற்றஞ் சாட்டப்படுவதுதான். இன்று சினிமாவோ மௌனமாய் தனக்குத் தானே பேசிக் கொள்ளும் முறையைக் கொண்டு வந்துள்ளது. இதன் மூலம் முகமானது மிக நுணுக்கமான விஷயங்களைக் கூட செயற்கையாய் தோன்றாமல், பார்ப்பவர்களுக்கு எரிச்சலூட்டாமல் பேசுகிறது. தனக்குத்தானே வாய்விட்டுப் பேசிக் கொள்வதைக் காட்டிலும் தன்னந்தனியான ஒரு உள்ளத்திற்கு இந்த ஊமையாய் தனக்குத்தானே பேசிக் கொள்ளும் முறை வசதியானதாகவும் கட்டுப்பாடற்றதாகவும் உள்ளது. ஏனெனில் இந்தப் பாணியில் இயற்கையாகவும் உள்மனப்பூர்வமாகவும் பேசப்படுகிறது. முகத்தால் பேசப்படும் மொழியை யாராலும் தடை செய்யவோ கட்டுப்படுத்தவோ முடியாது. ஒரு முகம் என்னதான் ஒழுங்குபடுத்தப்பட்ட ஒன்றாகவும், போலியான ஒன்றாகவும் தோன்றினாலும் அந்த முகத்தை மிகப் பெரிய க்ளோஸ்-அப்பில் திரையில் பார்க்கும் போது அந்த முகம் எதையோ மறைப்பதை, பொய்யான ஒன்றை நோக்குவதை நம்மால் கண்டு கொள்ள முடியும். ஏனெனில் இது போன்ற விஷயங்களுக்கு தனியானதொரு பாவம் உள்ளது. இந்த பாவங்கள் பொய்யான பாவங்களை மீறி வெளிக்காட்டி விடும். முகபாவத்தால் பொய் சொல்வதைக் காட்டிலும் வார்த்தைகளால் பொய் சொல்வது சுலபமான ஒன்றாகும். சினிமா சந்தேகத்திற்கிடமின்றி இதை நிரூபித்துள்ளது.

முகத்தின் மூலம் மௌனமாய் தனக்குத்தானே பேசிக் கொள்ளுதல் என்பது கதாநாயகன் தனியாக இருக்கும் போதுதான் என்று அவசியமில்லை. இது மனிதனை விளக்கிக் காட்டுவதற்கான ஒரு மிகப் பெரிய வாய்ப்பைத் தருகிறது. இவ்வாறு தனக்குத்தானே பேசிக் கொள்ளுதல் என்கின்ற இந்த பாணி காட்டுவது உடல் ரீதியான

தனிமையை அல்ல, மாறாக மனரீதியான தனிமையையாகும். அந்த பாணிக்குள்ள கவித்துவத்தின் முக்கியத்துவமே இதுதான். கதாபாத்திரம் நாடகத்தில் தனக்குத்தானே பேசிக் கொள்ள வேண்டுமெனில், அந்த பாத்திரம் தன்னந்தனியாக இருக்க வேண்டும். ஆனால் பாத்திரம் தனியாய் இருக்கும் போது உணரும் தனிமையைக் காட்டிலும் ஆயிரம் பேர் இருக்கும் கூட்டத்தில் அதிகமான தனிமையை உணரலாம். அவனுள்ளே ஒலிக்கும் தனிமையின் குரல் அவன் உண்மையாய் வேறு யாருடனாவது பேசும் போது ஒலிக்கும் குரலை விட நூறு மடங்கு வலுவாக ஒலிக்கும். எனவே தனக்குத் தானே பேசிக் கொள்ளுவதன் மூலம் மிக ஆழமான மனித உரையை வெளிப்படுத்துவது நாடகத்தில் முடியாது. திரைப்படத்தால் மட்டுமே இதை செய்ய முடியும். ஒரு பெரிய கூட்டத்திலிருந்தும் தனிமையால் ஒருவன் தவித்துக் கொண்டிருந்தால் அவனின் தனிமையையும், உணர்வையும் க்ளோஸ்-அப்பின் மூலம் சினிமாவில் காட்ட முடியும்.

சினிமாவில் ஒலி வந்த பிறகு பேசும் வார்த்தைகளுக்கும், பாவங்களுக்கும் இடையேயான வித்தியாசம் என்பது தெளிவாகத் தெரிந்தது. இருவர் பேசிக்கொண்டிருக்கும் போது நடுவில் காணபிக்கப்படும் அமைதியான முகபாவம் பல்வேறு உணர்வுகளைத், தனக்குத்தானே பேசிக் கொள்ளுதலை கேட்க வைக்கும். இவ்வாறு காதால் கேட்கக் கூடிய பேச்சுக்கும், தனக்குத்தானே பேசிக் கொள்ளக் கூடிய இந்த பாவத்திற்குமான வித்தியாசம் நமக்குத் தெரியும். நாடக மேடையில் ரத்தமும் சதையுமாய் உள்ள நடிகன் அதிகபட்சம் என்ன செய்யமுடியும். அவன் வார்த்தைகள் போலியானதாய் இருக்கும். அவனுடைய சக கதாபாத்திரத்தால் பார்வையாளர்கள் பார்க்கின்ற விஷயத்தைக்கூட பார்க்க முடியாது. ஆனால் சினிமாவிலோ, க்ளோஸ்-அப்பில் நாம் கதாபாத்திரத்தின் மன ஆழத்தையே பார்க்கலாம். அந்த முகத்தில் உண்டாகும் மிகச்சிறிய பாவத்தின் மூலம் இதைப் பார்க்கலாம். இந்த பாவத்தை எத்தனை உன்னிப்பான சக கதாபாத்திரத்தாலும் பார்க்க முடியாது.

ஒரு கதாசிரியன் வசனங்களை எழுதும்போது, ஒரு கதாபாத்திரம் பேசிக் கொண்டிருக்கும் போதே இன்னொரு விஷயத்தை அது தன் மனதிற்குள் நினைப்பதாய் எழுத முடியும். இவ்வாறு எழுதுவதன் மூலம் உருவாவது நகைச்சுவையோ, சோகமோ மொத்தத்தில் சுவையூட்டக் கூடியதாய் இருக்கும். இவ்வாறு பேசுகின்ற வார்த்தைக்கும் மறைந்திருக்கும் சிந்தனைக்கும் இடையே உள்ள முரண்பாடு மிகவும் சுவையானது. இது பேசுகின்றவனின் முகபாவத்தில் தான் வெளிப்படும். இதை மொத்த அழகோடு நமக்கு முதன் முதலில் காட்டியது சினிமாதான்.

பாவங்களின் பல்வேறு தொனிகள்

பாவங்களின் பல்வேறு தொனிகள் என்பது சினிமாவினால் தான் சாத்தியமானது. 'பாவங்களின் பல்வேறு தொனிகள்' என்கின்ற இந்த

பதத்தைவிட வேறு நல்ல பதம் கிடைக்காததால் உபயோகப்படுத்துகிறேன். இதன் மூலம் நான் அர்த்தப்படுத்துவதென்னவெனில் ஒரே முகத்தில் வெளிப்படம் முரண்பட்ட பாவங்கள், அதாவது மனித உள்ளத்தின் பல்வேறு உணர்வுகளை உணர்ச்சி, ஆழ்ந்த விருப்பம், சிந்தனைகள் போன்றவை மிக அழகிய முறையிலே ஒன்றுபட்டு அங்கபாவங்களின் மூலம் சரியான அளவில் வெளிப்படுகிறது.

ஒரு பணக்கார வாலிபனை மயக்குவதற்காக ஒரு பெண்ணை ஒருவன் வாடகைக்கு அமர்த்துகிறான். அந்தப் பெண்ணாக நடித்தது அஸ்டா நெல்சன் (Asta Nielson) ஆவார். அவள் அந்த வாலிபனை எப்படி மயக்குகிறாள் என்பதை வாடகைக்கு அமர்த்தியவன் திரை மறைவிலிருந்து பார்க்கிறான். அவளுக்கும் அவன் திரைமறைவிலிருந்து பார்க்கிறான் என்பது தெரியும். அவளும் உண்மையான காதலைக் கொண்டவள் போல் வெகு அற்புதமாக நம்பும்படி நடிக்கிறாள். அவளின் முக உணர்வுகள் மிக தத்ரூபமாக இருக்கின்றன. இருந்தாலும் பார்க்கின்ற நமக்குத் தெரியும் அவளின் காதல் நடிப்பு என்றும், அவள் காட்டும் உணர்வுகள் போலி என்றும், அவளின் அந்த நடிப்பின் ஒரு கட்டத்தில் அஸ்டா நெல்சன் அந்த வாலிபன் மீது உண்மையாகவே காதல் கொண்டு விடுகிறாள். அவள் முக பாவத்திலே சிறிய மாறுதல் இப்போது தெரிகிறது. அவள் இதுகாறும் முகத்தில் காட்டி வந்தது காதல் உணர்வுதான். அதுவும் மிக நன்றாகவே காட்டி வந்தாள். இப்போது அவள் உண்மையாகவே காதல் வயப்பட்டுவிட்டாள் என்பதை எப்படிக் காட்ட முடியும்? அவள் முகபாவத்தில் ஏற்படும் மாற்றமோ மிக நுண்ணிய மாற்றமாகும். அது எவ்வளவு நுணுக்கமாக இருந்தாலும், அந்த மிகச்சிறிய மாற்றம் நமக்கு உடனேயே புலப்படுகிறது. இதுகாறும் அவள் காட்டி வந்த உணர்வு போலி என்றும், இப்போது காட்டுவது உண்மை என்றும் நாம் அறிகிறோம். அஸ்டா நெல்சனுக்கு திடீரென்று ஞாபகம் வருகிறது. அவள் திரைமறைவிலிருந்து கவனிக்கப்படுகிறாள் என்று. திரை மறைவில் இருக்கும் அவனுக்கும் இப்போது அவள் நடிக்கவில்லை, உண்மையாகவே காதல் வயப்பட்டு விட்டாள் என்பது தெரியக்கூடாது. அவளின் உணர்வுகளை அவனுக்குத் தெரியாமல் மறைக்க வேண்டும். இப்போது அவள் முகம் மூன்றாவதாக புதிய மாற்றத்தைக் காட்டுகிறது. முதலில் காதலிக்கிறாள். மூன்றாவதாக அவள் உண்மையான காதலை காட்ட முடியாத சூழ்நிலையில் இருப்பதால் மீண்டும் பொய்யான காதலை, போலி உணர்வைக் காட்டுகிறாள். இப்போது அவள் பொய் சொல்லுகிறாள். இதை அவள் முகத்தில் நம்மால் காணமுடிகிறது. இதற்காக அவள் இரண்டு போலி முகங்களை அணிய வேண்டியுள்ளது. அது போன்ற நேரங்களில் உண்மையான முகத்துக்கு முன்னால் கண்ணுக்குத் தெரியாத முகம் ஒன்று தோன்றுகிறது. எப்படி நாம் பேசும் போது அதன் உள்ளர்த்தம் காரணமாக பேசப்படாத,

பார்க்காத விஷயங்கள் கேட்பவருக்கு எப்படிப் புரிகிறதோ அதுபோலத்தான் இதுவும்.

மௌனப் படங்களின் ஆரம்ப நாட்களில், கிரிஃபித் எடுத்த படம் ஒன்று பின்வரும் காட்சியைக் காட்டுகிறது. அந்த படத்தின் கதாநாயகன் ஒரு சீன வியாபாரி. லிலியான் கிஷ் (Lillian Gish) ஒரு பிச்சைக்காரியாக அப்படத்தில் நடிக்கிறாள். அவளை எதிரிகள் துரத்திக் கொண்டு வருகின்றனர். அவள் அந்த சீன வியாபாரியின் வீட்டு வாசலில் மயங்கி விழுகிறாள். அவளைப் பார்த்த சீன வியாபாரி. வீட்டுக்குள் தூக்கிச் சென்று, நலிந்து போயிருக்கும் அவளுக்குப் பணிவிடை செய்கிறான். அந்தப் பெண் மெல்ல உடல்நலம் தேறுகிறாள். ஆனால் முகம் மட்டும் இன்னமும் கல் போல் உறைந்து காணப்படுகிறது. இன்னமும் பயத்திலேயே இருக்கும் அவள் அந்த சீன வியாபாரியை சிறிது சிறிதாக நம்பத் துவங்குகிறாள். அவன் அவளைப் பார்த்து "உன்னால் சிரிக்க முடியாதா?" என்று கேட்கிறான். லிலியான் கிஷ் "நான் முயற்சிக்கிறேன்" என்கிறாள். ஒரு கண்ணாடியை எடுத்து முகத்தைப் பார்த்து சிரிக்க முயற்சிக்கிறாள். தன் கைவிரல்களின் மூலம் முகத்தின் சதையை முன்னும் பின்னும் அசைத்து சிரிக்க முயல்கிறாள். இதன் காரணமாக அவள் முகத்தில் சிரிப்புக்குப் பதிலாக சோகமான மற்றும் சகிக்க முடியாத உணர்வுதான் தோன்றுகிறது. ஆனால் அந்த சீன வியாபாரியோ அவளை நட்புணர்வு நிறைந்த கண்களோடு பார்க்கிறான். இப்போது அவள் முகத்தில் சிறிதே புன்னகை மலர்கிறது. அவள் முகத்தில் எந்த மாறுதலும் தெரியவில்லை. ஆனால் அவள் உள்ளத்தின் ஆழத்திலிருந்து வரும் ஒரு இதமான உணர்வு முகத்தைப் பிரகாசிக்க வைக்கிறது. அந்த தொட்டுணர முடியாத உணர்வு அவளின் இறுகிய முகத்துக்கு உணர்ச்சியைக் காட்டுகிறது.

மௌனப்பட காலகட்டத்தில், அது போன்ற ஒரு க்ளோஸ்-அப் மட்டும் ஒரு முழு காட்சியாக இருந்தது. இயக்குநருடைய புத்திசாலித்தனமும், நல்ல நடிப்பும் ஒன்று சேர்ந்து, பார்க்கின்ற ரசிகனுக்கு உற்சாக மூட்டக்கூடிய ஒரு புதிய அனுபவத்தைத் தருகிறது.

நுணுக்கமான உடற்பாவயியல்

மௌனப் படங்களில் தனித்துக் காட்டப்பட்ட முகபாவங்கள் இதுவரை நாம் பார்த்திராத உள்ளத்தின் புதிய பரிமாணங்களை வெளிக்காட்டியது. நம்முடைய தினசரி வாழ்க்கையில் சாதாரண கண் கொண்டு பார்க்க முடியாத பல நுணுக்கமான உடல் பாவயியலைக் காட்டியது. ஆனால் சினிமாவில் ஒலி வந்த பிறகு இந்த நுணுக்கமான உடல் பாவயியல் என்பது மறைந்து போனது. இதற்கு பிரதான காரணம் உடல் பாவயியலின் மூலம் காட்டக் கூடிய பல விஷயங்களை வெறும் வார்த்தைகளின் மூலம் காட்டினார்கள். ஆனால் உடல்

பாவயியல் காட்டிய அந்த மிக ஆழமான உணர்வுகளை வார்த்தைகளால் ஒரு போதும் வெளிக் கொணர முடியவில்லை.

அஸ்டா நெல்சன், ஒரு படத்தில் பத்தாண்டுகளுக்குப் பின் ஜெயிலில் இருந்து விடுதலையாகி வரும் தன் காதலனுக்காக காத்திருக்கிறாள். வெளி உலக வாழ்க்கையின் கடும் பிடியில் சிக்காத அவன் இன்னும் இளமையோடு இருக்கிறான். ஆனால் அஸ்டா நெல்சனோ அந்த பத்தாண்டுகளில் வறுமை, துன்பம், நோய் மற்றும் விபச்சாரத்தால் தாக்கப்பட்டு வயதானவளாய் சுருக்கம் விழுந்த முகத்தினளாய் இருக்கிறாள். காதலன் வருவதற்கு முன் கடைசியாக ஒருமுறை அவள் கண்ணாடி முன் அமர்ந்து தன் முகத்தைப் பார்க்கிறாள். அப்போது க்ளோஸ்-அப்பில் பார்க்கும் அவள் முகத்தில் தெரியும் உணர்வுகளை எந்த மாபெரும் எழுத்தாளனாலும், கலைஞனாலும் தன் பேனாவின் மூலம் வார்த்தைகளால் வர்ணிக்க முடியாது.

அஸ்டா கண்ணாடியில் பார்க்கிறாள்

அவள் கண்ணாடியில் தன் முகத்தைப் பார்க்கிறாள். அவள் முகம் களையற்று சோபையிழந்து காணப்படுகிறது. அவள் முகத்தில் விவரிக்க முடியாத பயமும் ஆர்வமும் தெரிகிறது. ஒரு படைத் தளபதி, அவனும், அவனுடைய மொத்தப் படையும் எதிரிகளால் சூழப்பட்ட பின்பு தப்பிக்க வழி உள்ளதா என்று கடைசியாகத் தன் கையிலுள்ள தேச வரைபடத்தைப் பார்த்து, அப்படி வழி ஏதும் இல்லை என்று அறிந்த பின் எப்படி இருப்பானோ அப்படி இருந்தது அவள் முகம். உதட்டு சாயத்தினால் அவள் முகமெல்லாம் சிவப்பாகி அவலட்சணமாக இருந்தது. அவளின் நடுங்கும் கரங்களில் லிப்ஸ்டிக் உள்ளது. சாகும் தறுவாயில் மைக்கலேஞ்சலோ தூரிகையை எப்படிப் பிடித்திருந்திருப் பானோ அப்படி இருந்தது அவள் கையில் இருந்த லிப்ஸ்டிக். அது வாழ்வுக்கும் சாவுக்கும் இடையே நடக்கும் போராட்டமாகும். கண்ணாடி முன் அமர்ந்து தன் முகத்தையெல்லாம் அவள் சிவப்பாக்கிக் கொள்கின்ற அந்த காட்சி ரசிகர்களை மூச்சுத் திணற வைக்கிறது. மங்கிப் போய் விரிசல் விட்ட அந்த கண்ணாடியில் அவளின் உடைந்து போன உள்ளத்தைப் பார்க்க முடிகிறது. தன் கையிலுள்ள அந்த சிறிது சிவப்பு உதட்டு சாயத்தின் மூலம் தன் வாழ்க்கையை மீண்டும் பெறத் துடிக்கிறாள். அதை முகமெல்லாம் அசிங்கமாய் தீட்டிக் கொள்கிறாள். உடனே அதை ஒரு கந்தைத் துணி எடுத்து துடைக்கிறாள். மீண்டும் மீண்டும் இதையே செய்கிறாள். கடைசியில் நம்பிக்கையிழந்தவளாய் தோள்களைக் குலுக்கியவாறு அந்த கந்தைத் துணியால் முழுவதையும் அழுத்தமாகத் துடைத்து விடுகிறாள். அந்த அழுத்தமான துடைப்பில் அவளின் வாழ்க்கையே துடைக்கப்பட்டு விட்டது தெரிகிறது. துணியைத் தூக்கி எறிகிறாள். அவள் எறிந்த அந்த கந்தை துணியை க்ளோஸ்-அப்பில் பார்க்கிறோம். அது அப்படியே சுருங்குகிறது. கந்தைத் துணியின் அந்த அசைவு அவளின்

மரண அவஸ்தையின் உச்ச கட்டத்தைப் பிரதிபலிக்கிறது என்பதை நாம் எந்த கடினமும் இல்லாமல் புரிந்து கொள்கிறோம்.

இந்த க்ளோஸ்-அப்பில் நாம் பார்க்கின்ற அந்த ‘நுணுக்கமான உடற்பாவயியல்’ மனித அவஸ்தையை இவ்வளவு சுருக்கமாக அதே நேரத்தில் இத்தனை அழுத்தமாகக் காண்பிக்க முடியும் என்று நிரூபிக்கிறது. இது ஒரு மாபெரும் புதிய கலையாகும். ஒலிப்படங்களில் இது போன்ற சந்தர்ப்பங்கள் அவ்வளவாக இல்லை. அதே நேரத்தில் இது போன்ற சந்தர்ப்பங்களை அது முழுமையாக ஒதுக்கி விடுகிறது என்றும் சொல்ல முடியாது. இது போன்ற சந்தர்ப்பங்களை நாம் மேலும் ஒதுக்குவோமானால், அது மிகவும் பரிதாபத்துக்குரிய ஒன்றாகும். இதன் மூலம் தேவையே இல்லாமல் நம்மை நாமே ஒன்றுமில்லாதவர்களாக்கிக் கொள்கிறோம்.

பால்டிக் டெபுடி (Baltic Deputy)

மேற்கூறிய தலைப்புள்ள படத்தில் வார்த்தைகளே இல்லாமல் தனக்குத்தானே பேசிக் கொள்ளும் ஒரு நீண்ட காட்சி மிக அழகான முறையில் அமைக்கப்பட்டுள்ளது.

பேராசிரியர் போலயாவ் (Polezhayev) போல்ஷ்விக்கு (கம்யூனிஸ்டு) களோடு சேர்ந்து விடுகிறார். இதன் காரணமாக அவருடைய பிறந்த நாளுக்காக அழைத்திருந்த விருத்தினர்கள் யாருமே வரவில்லை. விருந்தினர்களுக்காக ஏற்பாடு செய்யப்பட்டிருந்த அந்த நீண்ட மேஜையின் முன்னே அவர் மட்டும் தனியே அமர்ந்துள்ளார். அந்த காலியான மேஜை சோகமாக காட்சியளிக்கிறது. பேராசிரியரின் மனைவி விம்மி அழுகிறாள். அந்த வயதான பேராசிரியர் திடீரென்று எழுந்து தன்னுடைய சோதனைச் சாலைக்கு செல்கிறார். அங்கே அவர் விருந்து பரிமாறப்பட்ட காலியான மேஜையைப் பார்க்கவில்லை. மாறாக சோதனைக் குழாய் மற்றும் கருவிகள் வைக்கப்பட்டுள்ள பெஞ்சை பார்க்கிறார். அந்தக் கருவிகள் வாழ்நாள் முழுவதும் அவருக்கு உற்ற நண்பனாக இருந்திருக்கின்றன. இது ஒன்றே அழகிய க்ளோஸ்-அப்புக்கு போதுமானது. அதைத் தொடர்ந்து வரும் பேராசிரியரின் முக க்ளோஸ்-அப்போ அதை விட அற்புதமான ஒன்று. அந்த முகத்தில் நாம் காண்பதோ வருத்தம் தோய்ந்த தைரியம் ஆகும். எது நிகழ்ந்தபோதிலும் அசைக்க முடியாத அவரது பெருமை வாய்ந்த நம்பிக்கையை, புரட்சியின்பால் அவர் கொண்டிருக்கும் ஆழமான அதே நேரத்தில் அமைதியான அர்ப்பணிக்கும் தன்மை ஆகியவற்றை நாம் அந்த க்ளோஸ்-அப்பில் பார்க்கிறோம். இவை யாவும் வார்த்தைகளே இல்லாமல் சொல்லப்பட்ட ஒன்று. இந்த காட்சியை பார்த்தபோது ரஷ்யாவில் ரசிகர்கள் தங்களை மறந்து பலத்த கரவொலி எழுப்பினார்கள்.

உள்ளத்தின் நுணுக்கமான உணர்வுகளையும் நெகிழ வைக்கும் உணர்வுகளையும் தான் இந்த க்ளோஸ்-அப்பில் காட்ட முடியும்

என்பதல்ல. அதை காட்டிலும் மிக சிறந்த விஷயங்களையும் காட்ட முடியும். மனிதத் தன்மைகளின் மிக உயர்ந்த உணர்வுகளைக் காட்ட முடியும். மனித முகத்தில் நாம் பார்க்கக்கூடிய இந்த சாதாரண உணர்வு நாம் ஏற்றுக் கொள்ளக்கூடிய ஒன்றாகும். இதற்கு அலங்கரிக் கப்பட்ட சொற்களோ, வார்த்தை ஜாலமோ தேவையில்லை. (அதே நேரத்தில் இந்த பாவங்கள் நம்பக்கூடிய ஒன்றாக இருக்க வேண்டும். வார்த்தை ஜாலங்களைப் போலவே போலியான அதே நேரத்தில் வெறும் அலங்கரிப்பான பாவங்களும் உள்ளன.)

அக்டோபர் மாதத்தில் லெனின் (Lenin in October) என்னும் படத்தில் ஷூகின் (Shchukin) லெனினாக நடித்தது நன்றாக இன்னும் எனக்கு ஞாபகத்தில் உள்ளது. குறிப்பாக அவர் குழந்தையோடு பேசுகின்ற காட்சி நன்றாக நினைவில் உள்ளது. தந்தைக்கே உரிய ஒரு அன்பு அவர் முகத்தில் தவழ்கிறது. அப்போது அவர் உயிர் நண்பரும் தோழருமான உரிட்ஸ்கி (Uritski) கொலை செய்யப்பட்ட செய்தி அவருக்கு வந்து சேருகிறது. அவர் ஒரு வார்த்தைகூடப் பேசவில்லை. முகத்தை மட்டும் அப்படியே திருப்பிக் கொள்கிறார். வெகுநேரம் அப்படியே அமைதியாய் இருக்கிறார். க்ளோஸ்-அப்பில் பார்க்கும் அவருடைய முக பாவத்தில் உணர்வுகள் இன்னும் அழுத்தமாகத் தெரிகிறது. அதுகாறும் அவர் முகத்தில் இருந்த அன்பும் பாசமும் அப்படியே மறைந்து போய்விடவில்லை. மாறாக அதை மீறிய வலி என்கிற உணர்வு படிப்படியாக ஆக்கிரமித்துக் கொள்கிறது. அதற்கு அடுத்தபடியாக மூன்றாவதாக அழுத்தமான கோப உணர்வு ஆக்ரமிக் கிறது. அதைத் தொடர்ந்து பயங்கொள்ளச் செய்யும் வெறுப்புணர்வு முகத்தில் தெரிகிறது. இந்த நான்கு உணர்வுகளும் ஒரே நேரத்தில் ஒன்றாக ஷூகின் முகத்தில் ஏதோ நான்கு ஸ்வரங்களாலான இசை போல வெளிப்படுகிறது.

மேலே சொன்ன இந்த காட்சி அவர் குழந்தையோடு பேசுகின்ற காட்சியைத் தொடர்ந்து வருகிறது. இயக்குநர் இவ்வாறு உணர்வுகளை ஒன்றாக காட்டுவதன் மூலம் அந்த மாபெரும் புரட்சிவாதியின் உண்மையான உள்ளத்தை நமக்கு காட்டுகிறார். நேசத்தின் மறுபக்கம்தான் கடுமை. அந்த புரட்சிகரவாதியால் அத்தனை ஆழமாக நேசிக்க முடிவதால் தான் அத்தனை கடுமையாக வெறுக்கவும் முடிகிறது. இந்த முக்கியமான விஷயத்தைக் காட்டத்தான் இயக்குநர் விரும்பினார்.

பேச்சும் முகபாவமும்

பேசும் படங்களில் வருவது போல மௌனப் படங்களிலும் நடிகர்கள் பேசினார்கள். மௌனப் படங்களில் க்ளோஸ்-அப்பில் நடிகர்கள் பேசுவதை நாம் பார்க்கிறோம். அவ்வாறு பேசுவதும் பாவயியலே ஆகும். பேச்சாளர் பேசுவதைக் கேட்கும் அதே நேரத்தில், அவரைப் பார்க்கவும் செய்கிறவர்கள் புரிந்து

கொள்வதிலிருந்து வெறும் பேச்சை மட்டும் கேட்பவர்கள் புரிந்து கொள்வது மாறுபட்டிருக்கும்.

மௌனப் படங்களில் நடிகர்கள் பேசும்போது, அவர்களின் வாயசைவும் முகபாவத்தின் ஒரு பகுதியேயாகும். அதனால் தான் எந்த நாட்டைச் சேர்ந்த நடிகர்களானாலும் அவர்களை நாம் மிக நன்றாகப் புரிந்து கொள்கிறோம். ரகசியம் பேசுவது போல் நடிகள் பல்லிடுக்கு வழியே பேசினாலும் சரி அல்லது விஷம் கக்கும் பாம்பைப் போல அம்புகளாய் வார்த்தைகளைக் கொட்டினாலும் சரி அவர்கள் என்ன சொல்கிறார்கள் என்பதை நாம் புரிந்து கொள்கிறோம். உண்மையில் பார்க்கப் போனால் இதுவும் நடிப்புதான். குடிகாரன் தன் குளறிய வாயினால் பேசினாலும், கதாநாயகள் அவதூறான வார்த்தைகளை வாயோரத்தின் மூலம் பேசினாலும் அது என்ன என்பதைப் புரிந்து கொள்கிறோம். க்ளோஸ்-அப்புக்கே உரிய இந்த அம்சம் விசேஷமான ஒன்றாகும். ஏனெனில் அவர்கள் பேசுவதை நாம் பார்க்கத்தான் செய்கிறோம். காதால் கேட்பதில்லை. இதன் காரணமாக ஒரே விதமான வார்த்தைகளை ஆயிரக்கணக்கான வழிகளில் பேசலாம்.

ஒலிப்படங்களில் பேச்சு

மௌனப் படங்களில் நடிகர்கள் கண்களுக்குப் புரியும்படியாகத்தான் பேச வேண்டியிருக்கிறது. அவர்களின் பேச்சு காதுகளுக்குப் புரிய வேண்டும் என்று அவசியமில்லை. சரியான உச்சரிப்புக்காக அவர் வாயை அசைக்க வேண்டிய அவசியமில்லை. 'ஆ' என்ற வார்த்தைக்காக வாயை திறக்கவோ அல்லது 'ஊ' என்ற வார்த்தைக்காக வாயை குவிக்கவோ வேண்டிய அவசியமில்லை. வாயசைவின் பிரதான நோக்கம் குறிப்பிட்ட உணர்வை வெளிப்படுத்துவதுதான். பேசக்கூடிய பேச்சின் ஒலிக்காக வாயசைக்க வேண்டிய அவசியமில்லை. இதுபோன்ற வெளிப்படுத்தும் கலை என்பது பேசும் படங்கள் வந்த பிறகு அழிந்து போனது ஏனெனில் பேசும் படங்களில் வாயசைவு என்பது காதுகளுக்காகத்தான் இருந்ததே ஒழிய, கண்களைப் பற்றிக் கவலைப்படவில்லை. வாயசைவு என்பது மற்ற முகபாவங்களைப் போல இயற்கையானதொரு பாவமாக இருந்தது மாறிப்போனது. பின்னர் வாயசைவானது வெறும் ஒலியை எழுப்பும் ஒரு கருவியாய் மாறிவிட்டது.

இதன் காரணமாகத்தான் பேசும் படங்களில் மனித முகங்களை க்ளோஸ்-அப்பில் பேசுவதைக் காண்பிப்பது என்பது பெருமளவில் குறைந்து போனது. முகத்தில் வாய் மட்டும் அசையும் போது, அது எந்தவித பாவத்தையும் வெளிக்காட்டாமல் வெறும் அசைவாகவே இருக்கும். இதன் காரணமாக அந்த அசைவு பெரும்பாலான நேரங்களில் அழகற்ற ஒன்றாகத் தோன்றும். இதன் விளைவாக மனித மனதின் ஆழத்தைக் காட்டும் நுட்பமான பாவயியலை வெளிப்படுத்தும்

முகத்தின் க்ளோஸ்-அப் திரையில் மறைந்து போனது. குறைந்தபட்சம் கதாபாத்திரம் திரையில் பேசும்போது காண்பிக்கப்படும் க்ளோஸ்-அப் என்பது மறைந்து போனது.

ஆனால் திரையில் இவ்வாறு முகம் பேசும்போது கூட அதற்கேயுரிய சிறிதளவு பாவமுண்டு. இந்த பாவத்தை, அதே விஷயத்தை வேறு ஒரு மொழியில் பேசினால் பொருத்த முடியாது. பேசுகின்ற பேச்சின் ஒவ்வொரு வார்த்தையும் அதற்கேயுரிய வாயசைவோடு பொருத்த வேண்டும். இல்லையானால் அது செயற்கையாகவும், கேலிக்கூத் தானதாகவும் இருக்கும். ஒவ்வொரு மொழி பேசுகின்ற மக்களும் அம்மொழிக்கேயுரிய பாவங்களைக் கொண்டிருப்பார்கள். எனவே மொழியும் பாவமும் பொருந்தவில்லையெனில் அது அசிங்கமாகவும், கலைநயமற்றும் இருக்கும். உதாரணமாக இத்தாலிக்காரனுக்குரிய பாவங்களோடு ஒருவன் ஆங்கிலத்தைப் பேசுவானானால் அது பார்ப்பதற்கு பயங்கரமாக இருக்கும். படம் பார்ப்பவர்களும் இதை உணர்ந்தார்கள். இதன் காரணமாகவே இப்போது டப்பிங்* என்பது பெரும்பாலும் மறைந்து போய் அதற்கு பதில் சப் டைட்டில்** உபயோகப்படுத்தப்படுகிறது.

அஸ்டா பேசுகிறாள்

'வெனினா' அல்லது 'தூக்குமர நிழலில் திருமணம்' என்ற பழைய மௌனப்படம் ஒன்றில், அஸ்டா நெல்சன் சிறையில் மரண தண்டனைக்காக காத்திருக்கும் தன் காதலனைக் காப்பாற்ற முயற்சிப்பவளாக நடிக்கிறாள். காதலன் சிறையில் வாடுகிறான். அவள் சிறைக்கதவின் சாவியைக் கைப்பற்றியவளாய் காதலனின் அறைக் குள்ளேயே சென்று விடுகிறாள். விடுதலை என்பது அவர்களுக்கருகில் இருந்தது. காதலனோ விரக்தியும் சோர்வும் மிகுந்தவனாய் அப்படியே வைக்கோல் மீது படுத்துக் கிடக்கிறான். அசையக் கூட மறுக்கிறான். அப்போது அஸ்டாவோ தன் சக்தி முழுதையும் திரட்டிக் கொண்டு உறுதியோடு அவனுடன் பேச ஆரம்பிக்கிறாள். அவள் உணர்ச்சி மிகுந்தவளாய் வேகத்தோடும் கோபத்தோடும் பேசுகிறாள். என்ன பேசுகிறாள் என்பதை நம்மால் கேட்க முடிவதில்லை. அவள் என்ன பேசுகிறாள் என்று எந்த டைட்டிலும் இல்லை. அதற்கான எந்த தேவையும் இல்லை. அந்த காட்சியே என்ன என்பதை விளக்குகிறது. அவள் மிகவும் சிரமப்பட்டு தன் மனதை அவனுக்குப் புரிய வைக்க முயற்சிக்கிறாள் என்பது தெளிவாகத் தெரிகிறது. "வா, இங்கிருந்து

---

* டப்பிங் (dubbing)- ஒரு மொழி வசனங்களை மற்றொரு தேவையான மொழியில் பேசி அதே படத்தில் பதிவு செய்வது (மொ-ர்)

** சப் டைட்டில் (sub-title)- ஒரு மொழியில் உள்ள வசனங்களை மற்றொரு தேவையான மொழியில் எழுத்துவடிவில் அதே படத்தில் ப்ரேமிற்கு அடியில் காட்டுவது. (மொ-ர்)

போய் விடுவோம். மிகக் குறைந்த நேரமே இருக்கிறது. இல்லையென்றால் இருவருமே அழியவேண்டும்". இதைத்தான் அவள் மீண்டும் மீண்டும் சொல்கிறாள். அஸ்டாவினுடைய அந்த கடுமையான போராட்டம் உண்மையாக வெளிப்படுத்துவது இதுவல்ல. மாறாக காதலுக்கும் பயத்துக்கும் இடையே நடக்கும் பயங்கர போராட்டம் ஆகும். அதை எந்த வார்த்தைகளாலும் வெளிப்படுத்த முடியாது. அவள் அவ்வாறு பேசுவது, தலை விரி கோலமாய், விரக்தியால் முகத்தை நகத்தால் பிராண்டிக் கொள்வதைக் காட்டிலும் ஆழமான தாக்கத்தை உருவாக்கு கிறது. அவள் இதுபோன்று நீண்ட நேரம் பேசுகிறாள். ஒரு வேளை அவள் அவ்வாறு பேசுவது நம் காதில் விழக்கூடியதாக இருப்பின் அது நம்மால் தாங்க முடியாததாய் இருந்திருக்கும்.

ரஷ்யாவிலிருந்து ஒரு உதாரணம்

மாப்பாசானுடைய Boule de Suif யை மிக்கெய்ல் ரோம் படமாக எடுத்தார். இப்படம் பல விஷயங்களை நமக்கு சொல்கிறது. ரோம் இப்படத்தை எடுக்கும்போது ஒலிப்படங்கள் என்பது முழுமையாக வளர்ந்திருந்த போதிலும், அவர் அதை மௌனப் படமாகவே எடுத்தார். அவர் இதை தொழில்நுட்ப வசதிக் குறைவு காரணமாக எடுக்கவில்லை. மாறாக தேவையின் பொருட்டு குறிப்பிட்ட குறிக்கோளுக்காக வேண்டுமென்றே இவ்வாறு எடுத்தார். அச்சுவடிவ கலைஞன் வண்ணத்தைக் கலைப்பது போன்று ரோம் குறிப்பிட்ட பாணிக்காக இவ்வாறு எடுத்தார். இதில் அவர் மௌனப் படமாக எடுத்த ஒரே காரணத்தினால் காட்சி ரீதியாகவும், நாடக ரீதியாகவும் பல விஷயங்களை சாதிக்க முடிந்தது. இதை ஒலிப்படமாக எடுத்திருப்பாரெனில் அவரால் இவ்விஷயங்களை சாதித்திருக்க முடியாது.

இப்படத்தின் கதை நன்கு தெரிந்த ஒன்றுதான். பாரிஸை சேர்ந்த விலைமாது ஒருத்தி பிரஷ்யர்களிடமிருந்து தப்பித்து ஒரு பஸ்ஸில் செல்கிறாள். உடன் இருக்கும் சக பிரயாணிகளோ அவளை மிகவும் கேவலமாக நடத்துகிறார்கள். எல்லாவற்றிலும் அவளை ஒரு அடி விலக்கியே வைத்திருக்கிறார்கள். பிரஷ்ய ரோந்து குழு ஒன்று வழியில் பஸ்ஸை நிறுத்துகிறது. அந்த ரோந்து குழுவின் அதிகாரியோ பாரிஸை சேர்ந்த அந்த இளம் பெண்ணை அவனோடு அன்றிரவு தங்கினால்தான் பஸ்ஸை மேலே செல்ல விடுவேன் என்கிறான். அந்த பஸ்ஸில், கற்பு ஒழுக்க நெறியின் சின்னமாய் விளங்கும் இரு கன்னிகாஸ்திரிகள்தான் அவளை எப்படியாவது அந்த அதிகாரியின் விருப்பத்துக்கு இணங்க வைப்பதில் மிகுந்த ஆர்வம் காட்டுகிறார்கள். அந்த பாரிஸ் விலைமாதுக்கோ அதில் துளியும் விருப்பமில்லை. அந்த கன்னிகாஸ்திரிகளின் வளவளப் பேச்சுக்கிடையே அவள் தலைகுனிந்து நிற்கிறாள். அந்த கன்னிகாஸ்திரிகளின் வாயசைவோ ஏதோ வெளி வந்தது போலிருக்கிறது. அதற்கு சற்று முன்புதான் அந்த

கன்னிகாஸ்திரிகள் ஆழ்ந்த பிரார்த்தனையில் அசையா சிலையாய் இருந்ததைப் பார்த்தோம். அப்போது இவர்கள் இத்தனை ஆவேசத்தோடு பேசக்கூடியவர்கள் என்பதை யாராலும் நினைத்துக் கூட பார்த்திருக்க முடியாது. பாவமாய் நிற்கும் அந்தப் பெண்ணை எப்படியாவது இணங்க வைக்க முயற்சிக்கும் அந்த கன்னிகாஸ்திரிகளின் வாதங்கள் இரண்டே இரண்டு டைட்டில்களில் காண்பிக்கப்படுகிறது. அதனுடைய சாரம் என்பது இதுதான். எப்படியாயிருந்த போதிலும் அவள் ஒரு விலைமாது, எனவே இன்னுமொரு ஆணோடு படுக்கப்போவதால் ஒன்றும் ஆகிவிடப் போவதில்லை. மேலும் அவள் அவ்வாறு செய்வதன் மூலம் கடவுளை மகிழ்விக்கிறாள்; அவர்களின் வார்த்தைகளை விட வலிமையானதாகவும், நம்பக்கூடியதாகவும் இருப்பது அவர்கள் பேசுகின்ற விதமும் பாவமுந்தான். இதை நாம் காட்சி ரீதியாக மட்டுமே காண்பிக்க முடியும். அவர்களின் தொடர்ந்த வெறித்தனமான பேச்சும், அதன் கடுமையும், ஆவேசமான வற்புறுத்தலும் காட்சியின் மூலம் மிகவும் நம்பும்படியாக காண்பிக்கப்படுகிறது. அவர்களின் வேகமான தொடர்ந்த உதட்டசைவு மூலம் இது காண்பிக்கப்படுகிறது. அதை அப்படியே காதில் விழக்கூடிய பேச்சாகவோ அல்லது சிறிது வித்தியாசமான விவாதத்தை மீண்டும் மீண்டும் காண்பிப்பதாலே இத்தனை அழுத்தமோ, நம்புகின்ற தன்மையோ இருக்காது. மாறாக இது போலித்தனமாகத்தான் இருக்கும். ஆனால் முதலில் காண்பித்த முறையே கடுமையான உணர்வைக் காட்டுகிறது. வளவளவென்று பேசுவதே ஒரு குணசித்திரம்தான். ஆனால் முழுவதையும் கேட்பதற்கு சோர்வாகவும் சலிப்பாகவும் இருக்கும். ஆனால் பேசும் படத்திலோ, வார்த்தைகளை அத்தனை வேகமாக ஒரு போதும் பேச முடியாது. ஏனெனில் அந்த வேகத்தில் பேசும் வார்த்தைகள் புரியாது. இங்கே பேசுகின்ற வார்த்தைகளை விட பேச்சின் வாயசைவு வலிமையானதாகவும் நம்பும்படியானதாகவும் இருந்ததைக் கண்டோம். எனவே இது போன்ற விஷயங்களை மௌனப் படங்களில் மட்டுமே காண்பிக்க முடியும்.

மௌனக் காட்சி

மௌனப் படங்களில் கதாபாத்திரங்கள் பேசின. ஆனால் அந்த பேச்சு பார்க்க கூடியதாகத்தான் இருந்ததே ஒழிய கேட்க கூடியதாக இல்லை. ஃபேந்தொமைம் (pantomime) என்று சொல்லக் கூடிய காட்சிகளில் தான் கதாபாத்திரங்கள் உண்மையாகவே ஊமையாய் இருக்கும். ஏனெனில் அடிப்படையிலே அது ஒரு வித்தியாசமான கலையாகும். ஊமைக்காட்சியானது காதுகளுக்கு மட்டும் ஊமையாக இல்லை. கண்களுக்கும் அது ஊமையாகவே தெரிந்தது. ஏனெனில் அது ஊமைக்கலை அல்ல மாறாக ஊமையாயிருக்கும் கலை. அமைதியின் ஆழத்திலிருந்து அது விஷயங்களை வெளிப்படுத்துகிறது. ஊமைக் காட்சிகளில் நாம் காணும் சைகை மற்றும் அங்க அசைவுகள் நாம் காதால் கேட்க முடியாத ஆனால் பேசுகின்ற வார்த்தைகளுக்கு

துணையாக வருபவை அல்ல. இந்த சைகைகளின் மூலம் நமக்கு கிடைப்பது ஒரு இசையனுபவத்தைப் போன்றதாகும். சினிமாவில் நாம் ஒரு நடனக் காட்சியையும் பார்வையாளர்களையும் பார்ப்போமெனில் நடனமாடுபவர்களை விட பார்வையாளர்கள் நமக்கு இயல்பாய் இருப்பதாய் தோன்றும். இதற்கு காரணம் என்னவெனில் அசையாமல் அமர்ந்திருக்கும் பார்வையாளர்கள் நம்முடைய தினசரி அனுபவத்தோடு மிகவும் பழக்கப்பட்ட ஒன்றாகும். நடனமாடுபவர்களின் வேகமான அசைவுகளோ நம்முடைய தினசரி அனுபவத்திலிருந்து விலகிய வித்தியாசமான ஒன்றாகும்.

மௌனப் படங்களில் கதாபாத்திரங்கள் பேசின. ஆனால், 'பேந்தொமைம்' என்று சொல்லக்கூடிய காட்சிகளில் பாத்திரங்கள் உண்மையாகவே உடைமையாய் இருந்தன.... (மௌனக் காட்சி)

மௌனம் தீர்வாகாது

மௌனம் குறித்துப் பின்னால் எழப்போகும் பிரச்சனையை ஓரளவு நான் இங்கேயே எதிர்பார்ப்பது நல்லது என நினைக்கிறேன். பெரும் பாலான ஒலிப் படங்களில் எந்த அளவுக்கு பேச்சையும் வசனங்களையும் குறைக்க முடியமோ அந்த அளவுக்கு குறைக்கவே இயக்குநர்கள் விரும்புகிறார்கள். ஒலிப்படத்துக்கே உரிய தீர்க்க முடியாத உள் முரண்பாடுகளைக் காட்டுகின்ற ஒரு உதாரணமாகவே இது அமைந்துள்ளது. இதுவே ஏதோ பேசும் படம் என்பது இயற்கைக்கு எதிரான ஒரு கலை போல தோற்றமளிக்கச் செய்கிறது. ஓவியன் ஒருவன் வண்ணங்களின்றி ஓவியம் தீட்ட வேண்டும் என்பது போலிருக்கிறது இது.

கதாபாத்திரங்கள் மிகக் குறைவாகப் பேச வேண்டும் அல்லது பேசவே கூடாது என்பதன் மூலம் இப்பிரச்சனையை ஒரு போதும் தீர்க்க முடியாது. ஊமைக் காட்சிகளில் காணும் கதாபாத்திரங்களின் மௌனம் என்பது அந்த கலை வடிவத்துக்கேயுரிய ஒரு தன்மையாகும். ஆனால் சினிமாவிலோ இது கலைவடிவத்திற்கான தன்மையல்ல, மாறாக கதாபாத்திரங்களுக்குரிய தன்மையாகும். சினிமாவில், பேசக் கூடிய கதாபாத்திரம் ஒன்று அமைதியாக இருப்பின் (பேசும் படங்களில் காதுக்கு கேட்க கூடியதாக இருக்கும் இந்த பேச்சு, மௌனப்படங்களிலோ கண்ணில் பார்க்கக் கூடியதாக இருக்கும்) அதற்கான காரணத்தை அந்த கதாபாத்திரத்தின் மீதோ அல்லது கதாபாத்திரம் உள்ள சூழ்நிலையின் மீதோ சுமத்துகிறோம். ஒரு கதாபாத்திரத்தின் தன்மையை வெளிப்படுத்துவதற்காக உபயோகப்படுத்தும் இந்த அற்புதமான வழிமுறையை, தாம் வசனங்களைத் தவிர்க்க வேண்டும் என்பதற்காக உபயோகிக்க முடியாது. ஒருவேளை அப்படி உபயோகப்படுத்தினால், கதாபாத்திரங்களெல்லாம் எந்த காரணமும் இன்றி உம்மணா மூஞ்சிகளாக இருக்கும்.

விகடக்கலை (Mimicry) யின் வேகம்

வார்த்தைகளே இல்லாமல் உடல் பாவயியல் மூலம் தனக்குத் தானே பேசிக் கொள்ளுதலையும் வார்த்தைகளின்றி முகபாவங்களின் மூலம் கவிதை புனைதலையும் வேறெந்த கலை வடிவத்தாலும் செய்ய முடியாது. ஏனெனில் அவைகளுக்கு அதற்கான கருவிகள் இல்லை. வார்த்தைகளால் விவரிக்க முடியாதவற்றை மட்டும் முகபாவம் நமக்குச் சொல்லவில்லை. முகபாவங்களில் ஏற்படும் மாறுதல்களின் வேகம் மற்றும் சீர்தன்மையும் வார்த்தைகளால் அடக்க முடியாத மனோநிலை மாற்றங்களைக் குறிக்கிறது. முகத்திலுள்ள ஒரு சிறு தசையின் அசைவு வெளிப்படுத்தக் கூடிய விஷயங்களை விவரிப்பதற்கு மிக நீண்ட வாக்கியம் தேவைப்படும். அது போன்ற நீண்ட வாக்கியத்தை கதாபாத்திரம் பேசுமேயானால், அந்த வாக்கியத்தை முடிப்பதற்குள் அந்தக் கதாபாத்திரத்தின் மனோநிலையில் மாறுதல்கள் பல ஏற்பட்டு பேசுகின்ற வார்த்தையே பொருத்தமற்றதாகிப் போய்விடும். உணர்வுகளின் வேகத்திற்கும் துடிப்பிற்கும் எந்த வேகமான பேச்சாலும் ஈடுகொடுக்க முடியாது. ஆனால் முகபாவத்தாலோ அதற்கு நன்கு ஈடு கொடுக்க முடியும். அது மட்டுமல்ல அந்த உணர்வுகளை மிகச்சரியாகவும், புரிந்து கொள்ளும்படியாகவும் வெளிப்படுத்த முடியும்.

கிரிஃபித்தினுடைய இன்னொரு படம் ஒன்றில் கதாநாயகி (விலியான் கிஷ்) கள்ளங்கபடமற்ற எல்லோரையும் நம்புகின்ற ஒரு பெண்ணாக வருகிறாள். அவளைக் கபடமிருந்த வஞ்சகன் மயக்கி விடுகிறான். அவன் வெறுப்புணர்வோடு அவளிடம் நான் உன்னை ஏமாற்றி விட்டேன் என்று சொல்கிறான். எல்லோர் மீதும் அன்பும் நம்பிக்கையும் கொள்ளும் பெண்ணான லிலியன் கிஷ்ஷால் அதை

நம்பவே முடியவில்லை. அவள் வாழ்க்கையே அழிந்து போனது என்பதை உணரக்கூட அவளிடத்தில் சக்தி இல்லை. அவளுக்குத் தெரியும் அவன் சொல்வது உண்மையென்று. இருந்தபோதிலும் அவன் எதோ வேடிக்கைக்காக சொல்கிறான் என்று நம்ப முயற்சிக்கிறாள். அவன் இத்தனை பாவியாய் இருப்பான் என்பது அவளால் நினைத்துக்கூட பார்க்க முடியாதது. அனாதையான அவளின் நம்பிக்கைக்கும் விரக்திக்கும் இடையே நடக்கும் இந்த கடும் போராட்டத்தை அவள் மாறி மாறி அழுவதன் மூலமும் சிரிப்பதன் மூலமும் காண்பிக்கிறாள். அவள் அவனையே ஒரு வார்த்தை கூட பேசாமல் வைத்த கண் வாங்காமல் பார்க்கிறாள். கிட்டத்தட்ட இரண்டு நிமிடத்திற்கு திரையில் க்ளோஸ்-அப்பில் நாம் காணும் இந்த ஊமை காட்சியானது நுட்பமான உடற்பாவயியலுக்கு எடுத்துக் காட்டாக விளங்கும் மாபெரும் கலாப்பூர்வமான சாதனையாகும். இறந்து போன மௌனப் படத்திற்கும் இறவாத தன்மைதருவதற்கு இது ஒன்றே போதுமானது.

மௌன உரையாடல்

மௌனப் படங்களின் கடைசி ஆண்டுகளில் மனித முகமானது மேலும் மேலும் வளர்ந்து கொண்டே இருந்தது. அதாவது அது மேலும் சிறப்பாக உணர்வை வெளிப்படுத்திற்று. ‘நுட்பமான உடற்பாவயியல்’ என்பது மட்டும் வளரவில்லை. அதைப் புரிந்து கொள்கின்ற நம் சக்தியும் வளர்ந்தது. மௌனப் படங்களின் இறுதி ஆண்டுகளில் சப்தமின்றி தனக்குத்தானே பேசிக் கொள்ளுதலின் மிகச் சிறந்த வளர்ச்சியை மட்டும் பார்க்கவில்லை. சப்தமின்றி ஒருவர் பேசிக் கொள்ளும் உரையாடலின் வளர்ச்சியைக் கண்டோம். மனிதர்கள் தங்களின் முகபாவங்களைக் கொண்டே ஒருவருக்கொருவர் பேசிக் கொண்டனர். வார்த்தைகளால் பேசிப் புரிந்து கொள்வதைக் காட்டிலும் இந்த முகபாவங்களின் மூலம் அவர்கள் மிகமிக நுட்பமான விஷயங்களைப் பேசி புரிந்து கொண்டனர். இந்த நுட்பமான விஷயங்களை வார்த்தைகளில் சொல்வது என்பது அவ்வளவு எளிதானதல்ல.

இதனால் உருவாகும் விளைவு என்ன என்பது குறித்து விவரமாக பின்னால் சினிமாவின் நாடக விதிகள் பற்றி ஆராயும் போது பார்ப்போம். ‘நுட்பமான உடற்பாவயியலைக்‘ காட்டும் க்ளோஸ்-அப்பில் வெளிப்படுத்தக்கூடிய உள்ளார்ந்த நாடகமானது சினிமாவில் அதிகமான இடத்தை (space) யும் காலத்தை (time)யும் எடுத்துக் கொண்டது. படத்தின் நிர்ணயிக்கப்பட்ட நீளமான 8,000 அடியின் மீதத்தில் மற்ற வெளி நிகழ்ச்சிகளுக்கும், உள் நிகழ்ச்சிகளுக்கும் உள்ளதோ மிகக்குறைவான இடம்தான். இவ்வாறு மௌனப் படமானது மிக ஆழமான விஷயங்களைக் காட்டியது. கிட்டத்தட்ட வெறும் க்ளோஸ்-அப்புகளின் மூலம் மட்டுமே வாழ்க்கைக்கும்

மரணத்திற்கும் இடையேயான உணர்வு பூர்வமான போராட்டத்தைக் காண்பிக்கக் கூடிய சாத்தியப்பாட்டைத் தந்தது.

டிரையிருடைய (Dreyer) பேஷன் ஆஃப் ஜோன ஆஃப் ஆர்க் (Jeanne d'Arc) படத்தில் வரும் ஜோனைக் குறித்த மிக நீண்ட விசாரணைக் காட்சி இந்த அடிப்படையில் பார்ப்பவர்களை அப்படியே தன் சக்தியால் நெகிழ வைக்கக்கூடியது. அந்தக் காட்சி முழுவதும் அவளைச் சுற்றி ஐம்பது ஆண்கள் அமர்ந்திருக்கின்றனர். பல நூறு அடி படச்சுருள் நமக்கு காண்பிப்பது அவர்களின் தலை மற்றும் முகத்தின் க்ளோஸ்-அப்பாகும். அந்த முகபாவங்களின் உணர்வுப் பரிமாணங்களில் நாம் நம்மை இழந்து விடுகிறோம். அந்தக் காட்சி நடக்கின்ற இடத்தைப் பற்றி நமக்கு எந்த உணர்வும் இல்லை. அதை நாம் பார்ப்பதும் இல்லை. இங்கு குதிரை மீதேறி யாரும் தாவவுமில்லை. குத்துச் சண்டைக்காரர்கள் சண்டை போடவுமில்லை. ஆனால் இங்கு மிகத் தீவிரமான உணர்ச்சிகள், கருத்துகள் கொள்கைகளுக்கிடையே போர் நடக்கிறது. இந்தப் போராட்டம் ஒரு இடத்தில் நிகழவில்லை. இருந்த போதிலும், பார்வையோடு பார்வை மோதிக் கொள்வதும் வெறும் புருவ அசைவு களிலேயே விஷயங்களை உணர்த்துவதும் பார்க்கின்ற ரசிகர்களை அப்படியே ஆடாமல் அசையாமல் ஈர்க்கின்றது. இந்த போராட்டத்தின் ஒவ்வொரு தாக்குதலையும் அசைவையும் எதிரியின் முகத்திலே நம்மால் புரிந்து கொள்ள முடிகிறது. அவர்களின் பாவங்கள் ஒவ்வொன்றும் அவர்களின் திட்டங்களையும் திடீர் தாக்குதலையும் நமக்குத் தெளிவாகப் புரிய வைக்கிறது. மேடை நாடகத்தால் ஒரு போதும் முடியாத உணர்வு நாடகத்தைச் சாத்தியப்பட வைத்தது இந்த மௌனப் படங்கள்தான்.

முகங்களின் க்ளோஸ்-அப்பில் நாம் காணும் விவரங்கள்

முகபாவத்தைப் பற்றி நான் இதுவரை சொல்லியதெல்லாம் முழு முகத்தையும் குறிப்பதாகும். இந்த முகபாவமானது கிட்டத்தட்ட கட்டுப்பாட்டிற்கு உட்பட்டது. உதாரணமாக, ஒரு மனிதன் விரும்பினால் தன் உணர்வுகளை முகத்தில் காட்டாமல் மறைக்கலாம். ஏன், அந்த உணர்வுக்குப் பதிலாக வேறு பொய்யான உணர்வைக் கூடக் காட்டலாம். இவ்வாறு முகபாவத்தின் மூலம் ஒரு பொய்யையே சொல்லலாம்.

ஆனால் காமிராவானது முகத்தை மிக நெருக்கமாக க்ளோஸ்-அப்பில் காண்பிக்கும் போது நுட்பமான பாவயியல் வெளிப்படுகிறது. அது தரும் விளக்கங்களின் மூலம், முகத்தில் உள்ள ஒரு சில பகுதிகள் அவ்வளவாக நம் கட்டுப்பாட்டிற்குள் இல்லை என்பதை அறிகிறோம். அந்தப் பகுதிகள் வெளிப்படுத்தும் உணர்வுகள் நம் விருப்பத்திற் குட்பட்டதாகவோ, மனப்பூர்வமானதாகவோ இருக்காது. இன்னும் சொல்லப்போனால் முகத்தின் எஞ்சிய பகுதியில் தோன்றுகின்ற பொதுவான உணர்வுகளுக்கு எதிரிடையாக இது அமைந்து விடும்.

இது மிகுந்த முக்கியத்துவமும் கலைநயமும் வாய்ந்ததாகும். பேச்சுக்கு இந்தத் தன்மை இல்லை. அதாவது வயது வந்த நல்ல மனோநிலையில் இருக்கும் ஒருவனது பேச்சில் விருப்பத்திற்கெதிரான, மனப்பூர்வமற்ற அம்சங்கள் இருக்காது. ஒருவன் திறமைசாலியாய் இருந்து ஒரு பொய்யைச் சொல்ல விரும்புவானாயின் அவனுக்குப் பேச்சு என்பது முழு பக்கபலமாகத்தான் இருக்கும். ஆனால் அவனால் முகத்தையோ முகத்தைச் சார்ந்த பகுதியையோ கட்டுப்படுத்த முடியாது. அவன் புருவத்தைக் குறுக்கலாம். நெற்றியைச் சுருக்கலாம். இன்று என்ன வேண்டுமானாலும் செய்யலாம். ஆனால் காமிராவானது மிக நெருக்கத்தில் அவனது தாடையைக் காண்பிக்கும்போது அதில் உள்ள பாவம் அவனுக்கு எந்த ஒத்துழைப்பையும் தராது. முகத்தின் மற்ற பகுதிகள் அவனுடைய வீரத்தைக் காட்டினாலும் அந்தத் தாடைப் பகுதி அவனுடைய பலவீனத்தையும், பயத்தையும் காட்டி விடும். அவனுடைய வாய் மிக நெருக்கத்தில் பெரிதாகக் காட்டப்படும். அவனது காது மடல்களும், மூக்கு நுனித் துவாரங்களும் அவன் எத்தனை மோசமானவன், கொடுமையானவன் என்பதைக் காட்டிவிடும்.

ஐஸன்ஸ்டினுடைய படம் ஒன்றில் அப்படித்தான் ஒரு பாதிரியார் வருவார். அவர் பார்ப்பதற்கு இனிய தோற்றத்தையுடைய ஆடவனாகக் காட்சியளிப்பார். அவரது கம்பீரமான உடலமைப்பும், கவர்ந்திழுக்கும் கண்களும் அதற்கும் மேலாக சக்தி வாய்ந்த குரலும் அவரை மிக உன்னதமாகக் காட்டும். ஒரு தூய சாமியாரைப் போல அவர் காட்சியளிப்பார். ஆனால் காமிராவானது அவரது ஒரே ஒரு கண்ணை மட்டும் அதற்குப்பின் பெரிய க்ளோஸ்-அப்பில் காட்டும். அவரின் அழகிய மிருதுவான கண்ணிமைகளுக்குக் கீழே இருந்து வெளிப்படும் தந்திரம் மிகுந்த அந்தக் குள்ளநரிப் பார்வையானது அழகிய மலர் ஒன்றிலிருந்து வெளிப்படும் மரவட்டையைப் போல் தோன்றும். இந்த இனிய தோற்றமுள்ள பாதிரி இப்போது தலையைத் திருப்புகிறார். காமிரா அவர் தலையின் பின் பகுதியை க்ளோஸ்-அப்பில் காட்டுகிறது. அவரின் காது மடல்களைப் பின்னாலிருந்து க்ளோஸ்-அப்பில் பார்க்கிறோம். அதிலே அவன் எத்தனைக் கொடுமையான, இரக்கமற்ற, சுயநலக்காரன் என்பது தெரிகிறது. கழுத்தின் பின்புறமும், காது மடல்களும் அத்தனை ஆழமாக உண்மையை நாம் நம்பும்படி வெளிப்படுத்துகிறது. மீண்டும் அந்த உன்னத முகம் தோன்றும் பொழுது நமக்கு வெறுப்புதான் வருகிறது. இப்போது அந்த முகம் ஒரு பெரிய எதிரியை மறைத்திருக்கும் திரைபோலத் தோன்றுகிறது. முகபாவத்தில் தெரியும் மிகச்சிறிய விளக்கங்கள் அந்த முகம் காட்டும் பொலிவான பாவம் பொய்யானது, வித்தியாசமானது என்று நிரூபிக்கும் பொழுது அந்தச் சிறு விளக்கங்களை முகம் முழுவதிலுமாக இருக்கும் பாவத்தால் மறைக்க

முடியாது கையெழுத்திலிருந்து அவன் எப்படிப்பட்டவன் என்பதைச் சொல்லமுடியும் என்கிறது. அவன் எழுதியது பொய்யாக இருந்தாலும் அவனைப் பற்றி அது சொல்லிவிடும் என்கிறது. ஆனால் கையெழுத்தைப் படிக்கக்கூடிய இந்தக் கலை என்பது ஒரு அரிய திறமையாகும். ஆனால் முகத்தைப் படிக்கக்கூடிய திறமை என்பது இன்று மக்கள் அனைவரிடத்திலும் இருக்கும் ஒரு பயனுள்ள சொத்தாக மாறிவிட்டது. இதற்காக நாம் மௌனப் படங்களுக்கு நன்றி சொல்லியாக வேண்டும்.

காண முடியாததை என்னால் காணமுடியும்

மௌனப் படங்களின் ஆரம்ப நாட்களில், ஒரு முகத்தினுடைய க்ளோஸ் -அப்பின் மூலம் பொதுவாகத் தெரிவதைக் காட்டிலும் அதிகமாகத் தெரிந்து கொள்ள முடியும் என்று 'நுணுக்கமான உடற்பாவயியல்' காட்டியது. முகத்தின் மூலம் மறைந்திருக்கக்கூடிய விஷயங்களையும் ஒருவரால் படிக்க முடிந்தது.

செசு ஹாயகாவா (Sessue Hayakawa) என்ற ஜப்பானிய நடிகர் மௌனப் பட காலங்களின் போது ஒரு நட்சத்திரமாக விளங்கியவர். அவருடைய சிறப்பம்சம் என்னவெனில் அவரது முகம் இரும்பைப் போல உறுதியாக அசைவற்று இருக்கும். அவரால் எந்தத் தீவிர உணர்ச்சியையும் வெளிக்காட்டாது மறைக்க முடியும். அவர் நடிப்பு புகழ்பெற்ற ஒன்றாக இருந்ததென்றால் அதற்கான காரணம் அவர் மிகச் சிறந்த முறையில் நடிக்காமல் இருந்ததுதான். அப்படியாயின், இவையெல்லாவற்றையும் மீறி அவரால் எப்படி உணர்வுகளைப் புரிந்து கொள்ளும்படி வெளிப்படுத்த முடிந்தது? படத்தில் என்ன திகழ்கிறது என்பதை எப்படி நம்மால் புரிந்து கொள்ள முடிந்தது? அவர் நடித்த கதாபாத்திரத்துக்கு என்ன நேருமோ என்று எப்படி நம்மை ஆர்வம் கொள்ள வைத்தது?

ஒருமுறை அவர் கீழ்கண்ட காட்சியை நடித்தார்: கொள்ளைக்காரக் கூட்டம் ஒன்று ஒருமுறை அவரைப் பிடித்துச் செல்கிறது. அவர் கட்டிப்போடப்பட்டிருக்கிறார். அங்கே அவர் தன் மனைவியையும் பார்க்கிறார். மனைவி பத்திரமாயிருப்பாள் என்று நம்பியிருந்த அவருக்கு அது எதிர்பாராத நிகழ்ச்சி. அவளும் கொள்ளைக்காரர்களிடம் மாட்டிக் கொண்டிருக்கிறாள். அவருக்கு அவளைத் தெரியும் என்ற உண்மையை அவர் ஒருபோதும் வெளிக்காட்டக் கூடாது. அந்த உண்மையை மறைப்பதில்தான் இருவரது வாழ்வுமே அடங்கியிருந்தது. கொள்ளைக்காரர்கள் அவரைச் சுற்றி நின்று கொண்டு துப்பாக்கியும் கையுமாய் அவர் முகத்தையே உற்றுப் பார்க்கின்றனர். அவரது முகத்தில் ஒரு சிறிய தசையசைவைக் காட்டியிருந்தாலோ அல்லது அன்பு, காதல், ஆர்வம், ஆச்சரியம், பயம் போன்ற உணர்வுகளை ஒரு துளியும் காட்டியிருந்தாலோ அவர்கள் இருவரது வாழ்க்கையும்

அங்கேயே முடிந்திருக்கும். ஆனால் ஹாயகாவாவின் கடுமையான ஜப்பானிய முகமோ கருங்கல்லைப் போன்றிருந்தது. அவர் இதயத்துக் குள்ளே கொப்பளித்துக் கொண்டிருக்கும் எந்த உணர்ச்சிகளும் அந்த முகத்தில் தெரியவில்லை. பயந்துபோன மனைவியின் கண்களைக் கடுமையாக நோக்குகிறார். இந்தப் பெண்ணை எனக்குத் தெரியாது என்கிறார். கொள்ளைக்காரர்கள் நம்பி விடுகின்றனர். இந்தக் காட்சியை நாமும் நம்பி விடுகின்றோம்.

இருந்த போதிலும் அவர் முகத்தில் நாம் எதையோ பார்க்கிறோம். இல்லை, இல்லை, எதையும் பார்க்கவில்லை. ஏனென்றால் அது என்ன என்று நமக்குச் சொல்லத் தெரியவில்லை நம்மால் எதையோ பார்க்க முடியவில்லை என்பதை நம்மால் பார்க்க முடிகிறது. அந்த இறுகிப் போன முகத்தில் மறைந்திருக்கும் விஷயங்களை நம்மால் படிக்க முடிகிறது. ஆச்சரியத்தையும் ஆழ்ந்த அன்பையும் மட்டும் நாம் பார்க்க வில்லை. கூடவே பயந்துபோன தன் மனைவிக்குச் சொல்லும் ஆறுதல் வார்த்தைகளான 'பேசாதே, அசையாதே, என்னை தெரிந்ததாகக் காட்டிக் கொள்ளாதே பயப்படாதே எல்லாம் சரியாகிவிடும்!" போன்றவற்றையும் அவரது நிலைத்த பார்வையில் படிக்க முடிகிறது. க்ளோஸ்-அப் வெளிப்படுத்தும் மிக நுணுக்கமான அங்க அசைவுகள் தான் இந்த அர்த்தத்தைத் தருகிறது. இவைகளை நாம் உணர முடியாவிட்டாலும் முகத்தின் பின்னால் மறைந்திருக்கும் அந்தத் தெரியாத முகம் இப்போது தெரிகிறது. அந்தத் தெரியாத முகம் யாரைப் பார்த்து பேசுகிறதோ அவருக்கு மட்டும் தான் அதாவது பார்வையாளர்களுக்கு மட்டும்தான் தெரியும்.

எளிமைப்படுத்தப்பட்ட நடிப்பு

இன்று சினிமாவில் ஆழமான உணர்ச்சியை ஒரு சிறு அசைவின் மூலமும், ஆழ்ந்த மனவருத்தத்தைப் புருவத்தைச் சிறிதே சுருக்குவதன் மூலமும் வெளிப்படுத்த முடியும். மிகப்பெரிய பாவங்களைக் காட்டுவதும், முகத்தை அஷ்ட கோணலாக்கிக் கொள்வதும் தாங்க முடியாததாய் இருக்கும். 'நுட்பமான உடற்பாவயியலின் உபயோகிக்கும் பாணியும் திரைப்பட நடிகர்களின் நடிப்பைப் பெருமளவு எளிமையாக்கியது. உடல் அசைவுகளும், முகபாவமும் மேடை நாடகத்தைப்போல அல்லாமல் சினிமாவில் பெருமளவுக்கு மட்டுப் படுத்த வேண்டியிருந்தது. இதன் காணரமாகத்தான் மிகப் பழைய படங்களில் நாம் காணும் நடிப்புப் பாணியானது இப்போது நமக்கு மிகைப்படுத்தப்பட்டதாகவும், கேலிக்குரியதாகவும் தோன்றுகிறது. பாவவெளிப்பாடுகளின் இயற்கைத்தன்மையை, மிகப்பெரிய க்ளோஸ்-அப்புகள் பெருமளவில் கட்டுப்படுத்துகிறது. இயற்கையாய் எழுகின்ற உணர்ச்சிக்கும் வலிந்து செயற்கையாக வெளிப்படுத்துகின்ற பாவத்திற்கும் இடையேயான வித்தியாசத்தை அது உடனே எடுத்துக் காட்டக் கூடியது. இயற்கை மட்டுமே இயற்கையாக இயங்கக் கூடியது.

மனிதர்களுக்கிடையே கூட திடீரென்று தானாக மின்னல் வெட்டுவது போல வெளிப்படும் சில மன உணர்ச்சிகள்தான் இயற்கையாகவும் கவரக் கூடியதாகவும் அமையும்.

மிகச் சிறந்த நடிகர்களின் க்ளோஸ்-அப்புகளை எடுக்கும் போது கூட, இயக்குநர்கள் நடிகர்களிடம் "என்ன விரும்புகிறாயோ அதை செய்", ஆனால் "நடிக்க" மட்டும் கூடாது. அதாவது எந்த முயற்சியும் செய்யாதே நீ என்ன சூழ்நிலையில் இருக்கிறாய் என்பதை மட்டும் கற்பனை செய்து மனதில் உணர்வாயாக, அப்போது முகத்தில் தானாக எழுகின்ற பாவங்களும், தசையசைவுகளுமே போதுமானவை என்பார்கள். க்ளோஸ்-அப்பானது மிக நுண்ணிய அம்சங்களுக்கு அழுத்தம் கொடுப்பதாகும்.

க்ளோஸ்-அப்பில் காண்பிக்கும் பொழுது, கிளிசரினால் உருவாகும் கண்ணீர் தேவையில்லை. நம் மனதைக் கவருவது முகத்தில் பெரிதாக உருண்டோடும் பளபளக்கும் கண்ணீர்த் துளி அல்ல. மாறாக, கண்ணின் ஓர் ஓரத்தில் லேசாக, கலங்கலாக உருவாகும் ஈரம்தான். அந்த ஈரத்தை ஒரு கண்ணீர்த் துளி என்று கூட சொல்ல முடியாது. அது நம் மனதை உருக்கக் கூடியது. ஏனெனில், அதை போலியாக உருவாக்க முடியாது.

மாறிவரும் ரசனை

நடிப்பு பாணியைக் காட்டிலும், க்ளோஸ்-அப்பினால் உருவான எளிமைப்படுத்தப்பட்ட நடிப்பு என்பது மாறுதலுக்குள்ளானது. இந்த மாறுதலுக்கேற்ப ரசனையிலும் மாறுதல் ஏற்பட்டது. மேற்கத்திய ஐரோப்பிய நாடுகளின் மேடைகளில் விளங்கிய ரோஸ்டாண்ட் (Rostand) மற்றும் மேட்டர்லின்க் (Maeterlinck) ஆகியோருடைய நவீன கற்பனாவாதப் போக்குக்கு பதிலாக நவீன இயற்கைவாத போக்கு உருவானது. முதல் உலக யுத்தத்துக்குப் பின்பு, மற்ற கலைகளைப் போலவே சினிமாவிலும் மதிமயங்கிய உணர்வு மற்றும் கற்பனா ரீதியான வெளிப்பாடுகளுக்குப் பதிலாக 'இயற்கையான' கலப்பற்ற, கற்பனை மற்றும் உணர்வு ரீதிக்கு எதிரான பாணி ஒன்று உருவானது.

க்ளோஸ்-அப்பினால் உருவான எளிமைப்படுத்தப்பட்ட நடிப்பானது, இயற்கையான மற்றும் கற்பனைக்கெதிரான பாணியை விரும்பும் ரசனையோடு ஒத்துப்போனது. இந்த சூழ்நிலையின் காரணமாக அமெரிக்க பாணியிலான நடிப்பு ஐரோப்பாவில் மிகவும் பிரபலமாகியது.

எளிய முகங்கள்

கற்பனா ரீதியான நடிப்பு மட்டும் நடப்பிலிருந்து போக வில்லை. அழகிய முகங்களும் மறையத் துவங்கின. குறிப்பாக ஆண் நட்சத்திரங்களுக்கிடையே சாதாரண மனிதர்களின் முகங்களைக்

கொண்ட நடிகர்கள் பிரபலமடைந்தனர். முதல் உலகப்போரைத் தொடர்ந்த உடனடியான ஆண்டுகளில் பெரும் புகழையும் வெற்றியையும் தேடித் தந்த கான்ராட் வீய்த் (Conrad Veidt) தினுடைய அழகிய காதல் வயப்பட்ட, பாவங்கள் நிறைந்த முகம் அதற்கு பின் மக்களை எந்த விதத்திலும் கவரவில்லை. சாதாரண முகங்களைக் கொண்ட நட்சத்திரங்களால் மட்டுமே கான்ராட் ஒதுக்கித் தள்ளப்படவில்லை.

கான்ராட் தன்னுடைய அழகிய மற்றும் மிகைப்படுத்தப்பட்ட முகத்தையும் தோற்றத்தையும் மற்ற சாதாரண முகங்களோடு போட்டியிடும் வகையில் எந்த அளவுக்கு மட்டுப்படுத்த முடியுமோ அந்த அளவுக்கு மட்டுப்படுத்தவும் செய்தார். அழகு படுத்தப்பட்ட அசாதாரண முகங்கள் இப்போது போலியானதாகவும், கவர்ச்சியற்ற தாகவும் தோன்றியது. அழகு என்பதற்கு முக்கியத்துவம் படிப்படியாகக் குறைந்து போனது. க்ளோஸ்-அப்பினால் உருவான நெருக்கத்தன்மைக்கும் க்ளோஸ்-அப்பில் காண்பித்த முகத்தில் உள்ள சிறு விளக்கங்களுக்கும் முக்கியத்துவம் என்பது கூடிக்கொண்டே போனது. இந்த நெருக்கத்தையும் விளக்கங்களையும் கண்டுபிடித்தது காமிராவாகும். இந்த நெருக்கமும் விளக்கமும் அழகான முகத்தில் மட்டும் இல்லை; அழகற்ற முகத்திலும் இருந்தது.

எளிமையான குரல்கள்

மேற்கூறிய எளிமையான முகங்களைப் போலவே எளிமையான குரல்களும் பிரபலம் அடைந்தன. மிகச் சிறந்த, நன்கு பயிற்றுவிக்கப்பட்ட குரல்கள் மீது நவீன இயக்குநர்களுக்கு ஒருவித வெறுப்பு ஏற்பட்டது. ஒரு தொழில் ரீதியான பாடகன் அல்லது கதாபாத்திரங்களுக்கு மட்டுமே அது போன்ற குரல் தேவைப்பட்டது. மிகச் சிறந்த குரல் என்பது இயற்கையாகத் தோன்றவில்லை. ஏதோ கலை நிகழ்ச்சி போன்று இருந்ததே தவிர உண்மையான வாழ்க்கையை வெளிப்படுத் துவதாக இல்லை. சாதாரண (பயிற்றுவிக்கப்படாத) குரலால் பாடப்பட்ட பாட்டானது அதிகமான நெருக்க உணர்வையும் மனித உணர்வையும் தந்தது.

இயற்கை செயற்கை போல் தோன்றுகிறது

எதுவும் இயற்கையாக இருக்க வேண்டும் என்கின்ற போக்கு அதிகரித்த உடன் இயக்குநர்கள் பெரும்பாலும் நடிப்பையே தொழிலாகக் கொண்டவர்களை விட்டுவிட்டு தங்கள் கதாபாத்திரங் களுக்கு சாதாரண மனிதர்களைத் தெருவிலிருந்து தேர்ந்தெடுத்தார்கள். சாதாரண சிறிய கதாபாத்திரங்களாக இருந்தால், அதற்கான நடிகர்களைச் சாலையில் உள்ள கும்பலிருந்து தேர்ந்தெடுப்பது உண்மையிலேயே வசதியாக இருந்தது. ஏனெனில், அவர்கள் ஒன்றும் பெரிதாக நடிக்க வேண்டியதில்லை; வெறும் முகத்தை மட்டும்

காட்டினாலே போதுமானாது. ஆனால் குறிப்பிட்ட கதாபாத்திரத்தைச் சரியானபடி நடித்து, குறிப்பாகப் பேசவும் வேண்டுமெனில், எத்தனை மோசமான பயிற்சியற்ற நடிப்பாக இருந்தாலும் சரி, சரியான பாவயியலை உபயோகப்படுத்துவதன் மூலம் அந்த மோசமான நடிப்பு மறைந்துவிடுகிறது.

இயற்கை கலையாக மாறியது

சினிமாவில் இயற்கையை அப்படியே உள்ளது உள்ளபடியாகக் காண்பிக்க வேண்டும் என்று முயற்சி செய்தால் அது மிகவும் ஆபத்தான வேலையாகும். இயற்கை வாதத்தின் தீவிரவாதிகளாய் (ஐஸன்ஸ்டைனும், புதோவ்கினும்) ஒரு காலத்தில் அப்படி இருந்தார்கள். தெருவிலிருந்து சாதாரண மக்களை படப்பிடிப்பு தளத்திற்கு கொண்டு வந்து, அவர்கள் இயற்கையாக நடிக்க வேண்டும் என்று எதிர்பார்த்தார்கள். ஏனெனில், அவர்கள் நடிகர்களில்லை. ஆனால் அவர்கள் நடிகர்களாக இல்லாத ஒரே காணரத்தினாலேயே அந்த படப்பிடிப்புத்தளம் அவர்களுக்கு அந்நியமாய் பட்டது. அதனால் அவர்கள் மிகவும் செயற்கையாக உணர்ந்தார்கள். இயற்கைவாதத்தின் மீது கொண்ட அவர்களின் காதல் இத்தோடு நிற்கவில்லை. அவர்கள் தெருவில் சாதாரண மக்களின் இயற்கையான முகபாவங்களையும், அசைவுகளையும் காமிராவில் பதிவு செய்து அதைத் தங்கள் படத்துக்கான கலாரீதியான காட்சியாக மாற்றப் பார்த்தார்கள். இயற்கையாய் அவர்கள் எடுத்த பல்வேறு ஷாட்டுகளை மோன்ட்டாஜ் மூலம் ஒன்றிணைத்து ஒரு கலையாக உருவாக்கப் பார்த்தார்கள். தன் முன் நீட்டிய துப்பாக்கியைக் கண்டு ஒரு பெண் அலற வேண்டுமெனில் அப்பெண்ணின் நடிப்போ இயற்கையானதாக அவர்களின் தேவைக்கேற்ப இல்லை, எனவே, உண்மையான ஒருத்தியைத் தேடிக்கொண்டு அவர்கள் சாலையெங்கும் சென்றார்கள். ஒரு பெண் தன் குழந்தையை வைத்து தள்ளிக் கொண்டு சென்ற தள்ளுவண்டி திடீரென்று கவிழ்ந்து விட்டது. அதைக் கண்டு அவள் அலறுகிறாள். அவளுக்குத் தெரியாமலேயே இதை அவர்கள் படம் பிடிக்கின்றனர். பின்னர் இயற்கையாக சுய உணர்வின்றி பயந்து போன இந்த முகத்தை துப்பாக்கியைக் கண்டு அலறுவது போல் அமைத்தார்கள்.

ஒரு குறிப்பிட்ட வழிமுறைக்கான உதாரணமாகத்தான் மேற்கண்ட நிகழ்ச்சியை சொன்னேன். இந்த வழிமுறை எப்போதுமே ஏமாற்று முறையாகும். நமது உடல்பாவயியல் கலாச்சாரம் என்று இன்னும் பல்வேறு காரணங்களையும் பல்வேறு சிரிப்புக்கான காரணங்களையும் துல்லியமாக அறிந்து கொள்ளும் அளவுக்கு வளரவில்லை. இதன் காரணமாகத் தான் மேற்சொன்ன நிகழ்ச்சி சாத்தியப்படக்கூடியது. க்ளோஸ்-அப்பின் மூலம் முகபாவத்தின் இயற்கை தன்மையை நம்மால் நன்கு அறிந்து கொள்ள முடிந்தது. இந்த அறிந்து கொள்ளும்

தன்மையானது இன்னும் பின்னால் கூர்மையாக வளரக் கூடியது. அப்போது வெறும் முகபாவத்தை மட்டும் அறிந்து கொள்ளாமல் அதற்கான காரணங்களையும் அந்த முகபாவங்களின் தன்மையையும், நம்மால் அறிந்து கொள்ள முடியும். இப்போதும் கூட நாம் அடிக்கடி முரண்பட்ட சூழ்நிலைகளைச் சந்திக்கிறோம். ஒரு நல்ல நடிகனின் நல்ல நடிப்பு என்பது மிகவும் இயற்கையாகத் தோன்றும். ஆனால் உண்மையாக நிகழ்ந்த ஒன்றைப் படம் பிடித்தாலே அது செயற்கைபோல தோன்றும். உதாரணத்திற்கு திடீரென்று எடுக்கப்படும் ஓடும் குதிரை அல்லது மனிதனின் ஷாட்.

சில நேரங்களில், இயக்குநர்கள் கதைகளுக்கு அப்பாற்பட்ட வழிமுறைகளை உபயோகித்து முகபாவங்களை வரவழைக்க வேண்டியுள்ளது. குறிப்பாக குழந்தைகள் மற்றும் புராதன வினோத கதாபாத்திரங்களை இம்முறையில் கையாண்டார்கள். முகபாவங்கள் எந்த அளவுக்கு அந்நியப்பட்டதாகவும் வினோதமானதாகவும் இருந்ததோ அந்த அளவுக்கு நம்பும்படியும் இருந்தது. பாவங்கள் எப்போது போலி என்பதை அறிந்து கொள்ளக்கூடிய அளவுக்கு நாம் சாலூஸ் (Zulus) அல்லது சென்ஸ் (Chens) ஆகியோரை அறிந்திருக்கவில்லை.

உடற்பாவயியல் பற்றிய கல்வி

திரைப்பட தயாரிப்பு பற்றிய தன்னுடைய புத்தகத்தில், புதோவ்கின் குறிப்பிட்ட கலா ரீதியான அம்சத்தை அடைவதற்காக எப்படி இயற்கையான, தன்னிச்சையான உணர்வுகளை எழுப்ப வேண்டியிருந்தது என்பது பற்றியும், அதற்காகத் தான் கையாண்ட வழிமுறைகள் பற்றியும் விவரமாக விவரித்துள்ளார். தன்னுடைய இதே புத்தகத்தில்தான் அவர் மேலும் பின்வருமாறு கூறுகிறார். தன்னிச்சையான இயற்கையான உணர்வை ஒரு கலைப்படைப்பாக மாற்ற வேண்டுமெனில் அதற்கு நடிகன் அந்த அளவுக்கு திறமையானவனாகவும் சுய உணர்வோடும் இருக்க வேண்டும். இருவருக்கிடையே நிகழும் உரையாடலில் ஒருவரோடொருவர் பேசுகின்ற வாக்கியங்களின் மூலம் புரிந்து கொள்கின்றனர். அதே போன்று பல்வேறு சூழ்நிலை மற்றும் காட்சிகளின் மூலமாக எழும் முகபாவங்களைப் புரிந்து கொண்டு பிரதிபலித்திட உடற்பாவயியல் பற்றிய பரந்த கூர்மையான அறிவு தேவைப்படுகிறது. அதன் மூலமாக மட்டுமே சுய உணர்வற்ற முகபாவங்களைச் சரியான முறையில் புரிந்து கொள்ளவும், உபயோகப்படுத்தவும் முடியும்.

மௌனப் படங்களை இயக்கும் சிறந்த இயக்குநரால் தெருவில் கண்டெடுக்கும் சாதாரண முகத்தில் காட்சிக்குத் தேவைப்படும் சரியான பாவம் இருக்கிறதா என்பதைத் துல்லியமாக கண்டுபிடிக்க முடியும். ஆனால் ஒலிப்படத்திலோ, இத்தகைய வழிமுறையை அமைதியான பெருங்கூட்டத்தின் தனித்தனியான க்ளோஸ்-அப்பில் மட்டும்தான் உபயோகப்படுத்த முடியும்.

குழந்தைகளும் நாகரீகமற்ற காட்டுவாசிகளும்

குழந்தைகளுக்கு நடிப்பு என்பது எப்போதுமே இயற்கையாக இருக்கும். நம்பும்படி நடிப்பது என்பது அவர்களுக்கு இயற்கையாக அமைந்த ஒன்று. நடிகர்களைப் போல அவர்கள் குறிப்பிட்ட பாவங்களை முகத்தில் காட்ட வேண்டிய அவசியமில்லை. அவர்கள் உண்மையில் எப்படி இருக்கிறார்களோ, அப்படி இல்லை மாறாக வேறு மாதிரி என்பது போல சாதாரணமாக நடிப்பார்கள். தாங்கள் எந்த சூழ்நிலையில் இருக்கிறார்களோ அந்த சூழ்நிலையல்லாத வேறொன்றில் இருப்பது போல மிகச் சாதாரணமாக பாவிப்பார்கள். இதை நடிப்பு என்று சொல்ல முடியாது. இளம் உள்ளத்தின் இயற்கையான வெளிப்பாடு இது. மனிதர்களுக்கு மட்டும் பொருந்துவது அல்ல. மற்ற உயிரினங்களுக்கும் இது பொருந்துவதாகும் கனவு அல்லது மயக்கத்தில் ஏற்படும் மாற்றத்தைப் போன்றது இது. குழந்தைகளை இயக்கக் கூடாது மாறாக விளையாட வேண்டும் என்பதை, சினிமாவிலும் நாடகத்திலும் குழந்தைகளோடு பழகியவர்கள் நன்கு அறிவர். அவர்களின் நடிப்பு இயற்கையாகத் தோன்றவில்லை. மாறாக நடிப்பு விளையாட்டு என்பது அவர்களின் இயற்கைத் தன்மையாகும்.

இதே விஷயங்களைப் புராதன மனிதர்களிடத்தும், காட்டுவாசிகளிடமும் காணலாம். அவர்களுடைய க்ளோஸ்-அப்புகள் பெரும்பாலும் வழக்கத்துக்கு மாறான அசைவையும் பாவங்களையும் காட்டும். அதாவது வெள்ளை மனிதனின் கண்ணோட்டத்தில் இது வழக்கத்துக்கு மாறாக இருக்கும். அவைகளை நாம் புரிந்து கொண்டோமெனில் அவை நமக்குப் புதிய விஷயமாகவும், உடனடியான பாதிப்பை ஏற்படுத்துவதாகவும் இருக்கும். ஆனால் பெரும்பாலான நேரங்களில் அவைகளை நாம் புரிந்து கொள்வதில்லை.

சிவப்பிந்தியர்கள் மற்றும் சீனர்கள் ஆழ்ந்த மன வருத்தத்தையோ அல்லது வலியையோ வெளிப்படுத்துவார்களெனில் அது நம் கண்களுக்கு அவர்கள் சிரிப்பதுபோல் தோன்றும். அவர்களின் பாவங்கள் வெளிப்படுத்துவது என்ன என்பதை நாம் எப்போதுமோ அல்லது உடனடியாகவோ புரிந்து கொள்வதில்லை. ஆனால் அவ்வாறு புரிந்து கொண்டோமெனில் அவர்களின் வலியை வெளிப்படுத்தும் உணர்வு நம்மை வெகுவாக நெகிழச் செய்யும். அது அவ்வாறு நெகிழச் செய்வதற்கு காரணம் அது வழக்கத்துக்கு மாறாக இருப்பதுதான்.

குழு உடற்பாவயியல்

வளர்ச்சியடைந்த வெள்ளையர் அல்லாத (coloured) இனங்களுக்கே உரிய பொதுவான அம்சங்களை காண்பிப்பதற்கு க்ளோஸ்-அப் தேவையில்லை. நீக்ரோக்கள், சீனர்கள், எஸ்கிமோக்கள் போன்றோரைக் குழுவாகப் பார்ப்பதன் மூலம் அறிந்து கொள்ளலாம். இதற்கு

நேர்மாறாக இந்த வினோத முகங்கள் எல்லாமே நமக்கு ஒரே மாதிரியாகத் தோன்றும். ஏனெனில் அவர்களைப் பற்றி நாம் மிகவும் மேம்போக்காகத்தான் அறிந்திருக்கிறோம். ஒரு சீனனுக்கும் இன்னொரு சீனனுக்கும் இடையே உள்ள வேறுபாட்டையோ அல்லது ஒரு நீக்ரோவுக்கும் இன்னொரு நீக்ரோவுக்கும் இடையே உள்ள வேறுபாட்டை காண்பிக்கவோதான் க்ளோஸ்-அப் இங்கு தேவைப்படுகிறது.

ஆங்கிலேயன், பிரெஞ்சுக்காரன், இத்தாலியன் அல்லது ஜெர்மானியனுடைய குணச்சித்திரத்தை நாம் சினிமாவில் காண்பிப்போமெனில் அது ஒரு கண்டுபிடிப்பாக இருக்காது. ஏனெனில் அவர்களைப் பற்றி நமக்கு முன்னரே நன்கு தெரியும். அதிகபட்சம் அவர்களைப் பற்றி அந்த சினிமா ஏதாவது புதிய விஷயங்களைச் சொல்லலாம். அவர்களைப் பற்றி நமது அறிவு மேலும் விருத்தியடையும்.

எப்படியிருந்த போதிலும், இது மாதிரியான முகம் இந்த நாட்டைச் சேர்ந்தது என்று சொல்வது மிகவும் கடினம். மறுக்க முடியாத எல்லோராலும் ஒத்துக் கொள்ளப்பட்ட ஆங்கில முகம் என்று ஏதாவது உள்ளதா என்ன? அப்படி ஒரு வேலை இருந்தால் அது எப்படி இருக்கும்? அந்த குறிப்பிட்ட முகம் ஏன் உண்மையானதாகவும் சரியானதாகவும் இருக்க வேண்டும்? வேறு ஒரு முகமாக அது ஏன் இருக்கக் கூடாது? மொழிகளுக்கான ஒப்பியல் விஞ்ஞானம் இருக்கும்போது அதே போல் ஏன் பாவங்களுக்கும், அசைவுகளுக்கும் ஒப்பியல் விஞ்ஞானம் இருக்கக் கூடாது? அப்படி ஒரு விஞ்ஞானம் இருக்குமாயின் அதில் மேற்கொள்ளப்படும் ஆராய்ச்சிகள் வெளிப்பட்டு பாவங்களின் பொதுவான அடிப்படை வடிவங்கள் என்ன என்பதைக் கண்டுபிடிக்க உதவும். சினிமாவானது அப்படிப்பட்ட ஒரு விஞ்ஞானத்தை நிறுவுவதற்கு உதவிகரமாய் இருக்கும்.

முகங்களின் வர்க்கத் தன்மை

சினிமா அறிமுகப்படுத்திய இன்னொரு புதுமை என்னவெனில், முகங்களையும், முகபாவங்களையும் வகையினப்படுத்தியதாகும். வலிமை வாய்ந்த தொழிலாளியின் முரட்டு முகத்தையும் அதற்கு நேர்மாறாக சீர்கெட்ட பிரபுவின் மிருதுவான முகத்தையும் இங்கே குறிப்பிடவில்லை. இவைகள் மேம்போக்கான வகைப்படுத்துதல் என்பதும் க்ளோஸ்-அப்புகள் அத்தகைய புராதன முகத்திரையைக் கிழித்தெறிந்தது என்பதும் நாம் அறிந்த ஒன்றே. வெளிப்படையாகவும், சாதாரணமாகவும் தெரியக்கூடிய குணச்சித்திரங்களை மட்டும் க்ளோஸ்-அப் வெளிக்காட்டவில்லை. மறைந்திருந்த மற்றும் வர்க்க குணாம்சங்களையும் அது எடுத்துக் காட்டியது. இந்த குணாம்சங்கள் பல நேரங்களில் தேசிய மற்றும் இன குணாம்சங்களைக் காட்டிலும் வெளிப்படையாகத்

தெரிந்தது. உதாணரமாக பிரெஞ்சு சுரங்கத் தொழிலாளியின் முகம், பிரெஞ்சு பிரபுவின் முகத்தோடு ஒத்துப் போவதைக் காட்டிலும், ஜெர்மானிய அல்லது ஆங்கிலேயே சுரங்கத் தொழிலாளியின் முகத்தோடு அதிகமாக ஒத்துப் போயிற்று. தேசிய, இன மற்றும் வர்க்க கலப்பானது பல்வேறு பட்ட சுவையான கூட்டை உருவாக்கியது. ஆனால் அவைகள் அனைத்தும் காண்பித்தது என்னவெனில் மனிதர்களையும் மனித வகையினங்களையும்தான்.

மிகச் சிறந்த முறையில் வர்க்க அடிப்படையிலான உடற்பாவயியலைத் தந்தது சோவியத் சினிமாதான். இது தற்செயலாக நிகழ்ந்ததல்ல. புரட்சிகரமான வர்க்கப் போராட்டத்தால் கூர்மைபடுத்தப்பட்ட கண்கள் அங்கே ‘பணக்கார’னுக்கும் ‘ஏழை’க்கும் இடையே உள்ள வித்தியாசத்தை மிக நுணுக்கமாகப் பார்த்தது. சில சோவியத் சினிமாக்கள் காண்பித்த ‘வகையினங்களைப் போல, எந்த கொள்கை அடிப்படையிலான ஆய்வாலும் அத்தனை முழுமையாக சமூகப் பாகுபாடுகளை காண்பிக்க முடியாது. ஐஸன்ஸ்டினுடைய அக்டோபர் திரைப்படத்தை யாரால் மறக்க முடியும்? அதில் வெறும் தொழிலாளிகள் மற்றும் பிரபுக்கள் முகத்தை மட்டும் ஒன்றுக்கொன்று எதிராக மோதும்படி இணைத்திருப்பதாக மட்டும் அது இருக்கவில்லை. முதலாளித்துவ தாராளவாதிகள், மிதவாத சமூக அறிவாளிகள் இவர்களுக்கிடையே வித்தியாசம் காணக்கூடிய வகையில் கூட அவர்கள் முகங்கள் இருந்தன. மாலுமி ஒருவன் அவர்களின் பாதையைப் பாலத்திலே தடுக்கும் போது முகத்தோடு முகம் மோதுகிறது. உலகின் இரண்டு வெவ்வேறான கருத்துக்களின் மோதலை நாம் அங்கே மிகச் சரியான இருவேறு விதமான உடற்பாவயியல்களின் மோதலிலே பார்க்கிறோம்.

இதற்கு மிகச் சிறந்த உதாரணமாக, தாவ்ஷுங்கோ (Dovzhenko) வின் உள்நாட்டுப் போரைப் பற்றிய ஆர்சனல் (Arsenal) படத்தில் வரும் மிகப் பிரம்மாண்டமான காட்சியைச் சொல்லலாம். அந்தக் காட்சி கிவ் (Kiev) நகரத்தில் நிகழவுள்ள எழுச்சியைக் காட்டுகிறது. புயலுக்கு முன்னே ஓர் ஆழ்ந்த அமைதி நிலவுகிறது. ‘முதல் தாக்குதலுக்காக காத்திருக்கிறார்’ என்று டைட்டில் கூறுகிறது. நகரம் முழுவதுமே அந்த இரவில் அசையாமல், மூச்சை அடக்கிக் கொண்டு காத்திருக்கிறது. யாருமே தூங்கவில்லை. ஒவ்வொருவரும் காத்திருக்கிறார்கள். முதல் தாக்குதலுக்காக இவர்கள் காத்திருக்கிறார்கள்.

காத்துக் கொண்டிருப்பது யார்? ஏன் காத்துக் கொண்டிருக்கிறார்கள்? தொடர்ந்து வரும் சிறு காட்சிகள் அந்த நகரத்தில் இருக்கும் பல்வேறு சமூகப் பிரிவினரைக் காட்டுகிறது. தொழிலாளிகள் உன்னிப்பாக நோக்கிக் கொண்டிருக்கிறார்கள். படை வீரர்கள் பார்த்துக் கொண்டார்கள். ஆலைத் தொழிலாளிகள் உற்றுக் கேட்கிறார்கள். வியாபாரிகள் தங்கள் காதுகளைக் கூர்மையாக்கிக் கொள்கிறார்கள்.

தொழிற்சாலையின் சொந்தக்காரன் ஆசிரியர், குமாஸ்தா, நிலச்சொந்தக் காரன் சுறுசுறுப்படைகிறான். மற்றும் கலைஞன் எல்லோரும் வர்க்கங்களை மறந்து வெளியே காத்துக் கொண்டிருக்கிறார்கள். எல்லோரும் எதையோ எதிர்பார்த்து இருட்டையே நோக்கிக் கொண்டிருக்கின்றனர். அவர்கள் யார் யார் என்று நமக்கு எப்படித் தெரிகிறது? எந்த டைட்டிலும் நமக்கு சொல்லவில்லை. அவர்கள் யார் என்பதும் எந்த வர்க்கத்தைச் சேர்ந்தவர்கள் என்பதும் 'அவர்கள் முகத்திலேயே எழுதியிருக்கிறது. அவர்களுடைய தனிப்பட்ட உடற்பாவயியல் தெளிவாகத் தெரிகிறது. மனிதனுடைய வர்க்கத்தைக் காட்டவில்லை. மாறாக வர்க்கங்களை மனிதர்கள் மூலம் காட்டுகிறார்கள். இந்தக் காட்சிக்குப் பிறகு நடுத்தெருக்களிலேயே சண்டை வெடிக்கிறது. அப்போது அங்கே மோதுவது வெறும் இயந்திர துப்பாக்கிகளும், குண்டுகளும் மட்டும் அல்ல. கூடவே உயிருள்ள மனித முகங்களும் ஆகும்.

நாம் அறியாத நம் முகங்கள்

மனித முகம் இன்னும் முழுமையாக அறியப்படவில்லை. இன்னும் அதில் கண்டுபிடிக்கப்படாத பகுதிகள் எவ்வளவோ உள்ளன. இது குறித்து சினிமாவில் ஒரு முக்கியமான பணி என்னவெனில், தன்னுடைய 'நுணுக்கமான உடற்பாவயியலைக்' கொண்டு, தம்முடைய முகத்தில் எந்த அளவு நமக்குச் சொந்தமானது, நம்முடைய தனிப்பட்ட அம்சங்கள் பொதுவான அம்சங்களோடு எவ்வாறு இணைகிறது என்பதை அது காட்டுகிறது. அவ்வாறு ஒன்றோடொன்று பிரிக்க முடியாதபடி இணைந்த பின், ஒன்று மற்றொன்றின் அம்சமாக விளங்குவதைக் காட்டுகிறது. இதுவரை எழுதப்பட்ட உளவியலானது தன்னுடைய ஆய்வின் மூலம் சமூகத்தையும் தனிமனிதனையும் பிரிப்பது எது என்று அறிய முயற்சிக்கிறது. இந்தப் பணியை சினிமாவின் 'மிக நுணுக்கமான' உடற்பாவயியல்' வார்த்தைகளைக் காட்டிலும் மிக சிறப்பாகவும் நுட்பமாகவும் செய்கிறது. இவ்வாறு செய்வதன் மூலம் சினிமா கலாரீதியான முக்கியத்துவத்தோடு விஞ் ஞான ரீதியான முக்கியத்துவத்தையும் அடைகிறது. ஏனெனில் இது மானிட சாஸ்திரவியல் மற்றும் உளவியலுக்கு பல அறிய விஷயங்களைத் தருகிறது.

இரண்டாவது முகம்

தனிப்பட்ட மற்றும் இனத்துக்கான குணாம்சங்கள் ஒன்றோடொன்று கலப்பதால், இரண்டு விதமான பாவங்கள் ஒன்றன் மீது ஒன்றாக, ஒன்றினூடே ஒன்று தெரிவதாக அமைகிறது. உதாரணமாக நன்கு நாகரிகமடைந்த, பழைய, உன்னத குலத்தைச் சேர்ந்த சீர்கெட்ட ஒருவனை நாம் அடிக்கடி பார்க்கிறோம். ஆங்கில பிரபுவின் உடலமைப்பு படி அவன் முகபாவம் அழகானதாகவும், உன்னதமாகவும்

இருக்கலாம். அது அந்த பழைய இனக் கலாச்சாரத்துக்கே உரிய ஒரு உடற்பாவயியலாகும். ஆனால் அதே முகத்தை க்ளோஸ்-அப்பில் பார்க்கும்போது, முரட்டுத்தனமான, இழிந்த முகபாவத்தைக் காணலாம். அது அந்த தனிப்பட்ட மனிதனுக்குரிய ஒன்று அல்லது சினிமா இதற்கு எதிர்மாறாகவும் காட்டலாம். அதாவது நாகரிகமடையாத இனத்தின் அழகற்ற அம்சங்களை மறைத்தவனாய், அழகிய உளப்பூர்வமான உடற்பாவயியலை ஒருவன் கொண்டிருக்க முடியும்.

'நுணுக்கமான உடற்பாவயியல்' எதைக் காட்டுகிறது என்றால் பின்னாலிருக்கக்கூடிய, அதாவது மறைந்திருக்கக்கூடிய இரண்டாவது முகத்தை நம்மால் கட்டுப்படுத்த முடியும். இன்னொரு முகத்தை நம்மால் கட்டுப்படுத்த முடியாது. காரணம், இது ஏற்கனவே உடலமைப்போடு ஒன்றிணைந்து இறுகிப்போய்விட்டது.

நுட்பமான நாடகம்

'நுட்பமான பாவயியலால்' கீழே கூறப்படும் விளைவும் தேவையின் பொருட்டு ஏற்பட்டது. க்ளோஸ்-அப்பில் காட்டப்பட்ட படங்களின் விரிவான உளவியல், படத்தில் ஏராளமான இடத்தை (பல அடிகளை) எடுத்துக் கொண்டது. இதனால் கதைக்கான பகுதி நாளுக்கு நாள் குறைந்து கொண்டே வந்தது. எந்த அளவுக்கு நிகழ்ச்சிகள் உள்ளார்ந்த உள்ளடக்கத்தில் சிறந்தனவாக இருந்தனவோ அந்த அளவுக்கு நிகழ்ச்சிகளும் சினிமாவில் குறைவாக இருந்தன. இந்நிகழ்ச்சிகளின் நீளமும் சோனட்டா இசை வடிவத்தைப் போல ஒரு குறிப்பிட்ட நீளத்தையே கொண்டிருந்தன.

ஒன்றுக்கு மேல் ஒன்றாக பல்வேறு நிகழ்ச்சிகளின் மொத்தமாக இருந்த தீரச்செயல்களின் தொகுப்பு என்பது அதற்கு மேல் தேவையற்ற ஒன்றாக இருந்தது. ஆரம்பகாலத்தில் இருந்த பரந்துபட்ட நிகழ்ச்சிகளின் குவியல் பாணி மாறி நிகழ்ச்சிகளின் ஆழத் தன்மைக்கு முக்கியத்துவம் கொடுக்கப்பட்டது. கதைகளின் போக்கு உள்ளார்ந்ததாகவும், ஆழமானதாகவும் மாறியது. அவைகள் இதயத்தை நெகிழ வைப்பதாக இருந்தன. சினிமாவில் க்ளோஸ்-அப்புகளின் வளர்ச்சியானது கதை மற்றும் திரைக்கதைகளின் பாணியை முழுமையாக மாற்றியது. இதுவரை தெரியாமலிருந்த உள்ளத்தின் நுணுக்கமான விஷயங்களைப் பற்றி கதைகள் விவரிக்கத் தொடங்கின.

பல வளமான நிகழ்ச்சிகளைக் கொண்டிருந்த மிகச் சிறந்த நாவல்கள் சினிமாவுக்கேற்றதாக இல்லாமல் போனது. எளிமையான, சாதாரண கதைகள்தான் தேவையாயிருந்தன. சிக்கல்களும், தீரச்செயல்களும் நிறைந்த கதைகளுக்கு அவசியமில்லாமல் போய் விட்டது. திரைப்பட இயக்குநர்கள் தங்கள் கற்பனையையும் புதுமைகளையும் பல்வேறு வேகமான காட்சிகள் மூலம் காட்டாமல்,

காட்சிகளை வடிவமைப்பதிலும் அதன் விளக்கங்களைக் காட்டுவதிலும் வெளிப்படுத்தினார்கள். வார்த்தைகளால் விவரிக்க முடியாத, பார்ப்பதால் மட்டுமே புரிந்து கொள்ளக்கூடிய காட்சிகளை அமைப்பதில் தான் அதிக ஆர்வம் காட்டினார்கள். இவ்வாறாக மௌனப் படங்கள் படிப்படியாக இலக்கிய சார்பை இழந்தன. அப்போது ஓவியத்திலும் அத்தகைய போக்குதான் நிலவியது.

நாடகப்போக்கு

க்ளோஸ்-அப்பின் காரணமாக சினிமாவில் கதை என்பது எளிமைப் படுத்தப்பட்டது. வாழ்க்கையின் நாடக அம்சத்தை ஆழமாகவும், விளக்கங்களோடும் காண்பித்தது. வெளி நிகழ்ச்சி ஏதும் இல்லாமல் நாடக சூழ்நிலையின் அழுத்தத்தை வெறும் நிலைப்பாடாக மாற்றுவதில் வெற்றி கண்டது. சிறிய அசைவுகளின் மூலமும், ஒரு மயிரிழையின் அசைவின் மூலமும், மேலோட்டமான அமைதியின் கீழ் கொப்பளித்துக் கொண்டிருக்கும் இறுக்கத்தை மெய் சிலிர்க்கும்படியும், ஆழத்திலுள்ள கடும் புயலை நாம் தொட்டுணர்வது போலவும் வெளிப்படுத்தியது. இத்தகைய படங்கள் மிகக் குறுகிய இடத்தில் மனிதர்களது கடுமையான அமைதியில் ஸ்டிரின்ட்பர்கிய (Strindbergian) பாவங்களைத் தன்னிகரற்ற அளவில் காண்பித்தது. சாதாரண குடும்பங்களில் உள்ள அமைதியில் நிலவும் மிக நுணுக்கமான சோகங்களை ஏதோ பயங்கர போர்க் காட்சி போல காட்டினார்கள். ஒரு துளி நீரில் உள்ள நுண் கிருமிகளின் போராட்டத்தை மைக்ராஸ்கோப் காட்டுவது போல, இந்தப் போராட்டத்தை சினிமா காட்டியது.

காமிராவின் சீர்மை

காமிராவின் அசைவு மற்றும் வேகமான படத்தொகுப்பு (மோன்டாஜ்) மூலம் நிலைத்த சூழ்நிலைகளின் அசையாத தன்மையைக் கூட அசைய வைக்கவும், விறுவிறுப்பாக்கவும், முடியும். இது சினிமாவுக்கு மட்டுமே உரிய வெளிப்பாட்டுச் சாதனமாகும். நாடகத்திலோ அல்லது ஸ்டுடியோவிலோ ஒரு காட்சியின் போது ஏதோ ஒரு காரணத்தால் அசைவு என்பது நின்று போகுமாயின் அதன் பின் வேகம், சீர்மை என்ற பேச்சுக்கே இடமில்லை. ஆனால் சினிமாவிலோ காட்சிகளானது ஒரு துளியும் அசைவின்றி, உறைந்து போயிருந்தாலும், திரையில் காண்பிக்கும் போது பல்வேறுபட்ட வேகமான அசைவுகளைக் கொண்டிருக்கும். இது சினிமாவுக்கேயுரிய குறிப்பிட்ட தன்மையாகும். கதாபாத்திரங்கள் அசையாமல் இருக்கலாம். ஆனால் காமிரா அசைவின் காரணமாக நமது கண்கள் ஒரு கதாபாத்திரத்திலிருந்து இன்னொரு கதாபாத்திரத்திற்கு தாவும். மனிதர்களும் பொருள்களும் அசையாமல் இருக்கலாம். ஆனால் காமிராவோ ஒன்றிலிருந்து மற்றொன்றிற்கு வேகமாக மாறுகிறது.

இவ்வாறு எடுக்கப்பட்ட அசைவற்ற படங்களோ பின்னர் வேகமான படத்தொகுப்பின் மூலம் இணைக்கப்படுவதால் அவைகள் வேகமான அசைவையும், மிகுந்த சீர்மையையும் கொண்டிருக்கும். இதன் மூலம் அந்தக் காட்சி வெளிப்புற அளவில் அசையாவிட்டாலும் உள்ளார்ந்த அசைவை நம்மால் உணரமுடியும். ஒருகாட்சி அதன் மொத்தத்தில் மௌனமாய் பெரிய அசைவற்ற இயந்திரம் போல் இருக்கலாம். ஆனால் தொடர்ந்து வரும் க்ளோஸ் -அப்புகளோ கடிகாரத்தில் உள்ள சிறிய சக்கரத்தின் துடிப்பைப்போல இருக்கும். உருவங்கள் அசையாமல் இருக்கலாம். ஆனால் அவைகளின் கண்ணிமை துடிப்பதையோ அல்லது உதடு முறுவலிப்பதையோ நாம் பார்க்கிறோம். அந்த அசையாத தன்மையில் பொதிந்திருப்பதோ கடுமையான அழுத்தமாகும்.

லுப்பு பிக் (Lupu pick) என்பவர் மௌனப் பட காலத்தில் மிகச் சிறந்து விளங்கிய ஜெர்மானிய இயக்குநர் ஆவார். அவர் குற்றங்களைப் பற்றிய படம் ஒன்றை எடுத்தார். அப்படத்தில் பாங்கில் கொள்ளையடிப்பதற்காக ரகசிய பண அறைக்குள் செல்கிறார்கள். அந்த அறையில் அவர்கள் எதிர்பாராத விதமாக சிக்கிக் கொள்கிறார்கள். அங்கிருந்து தப்புவதற்கு அவர்களுக்கு வேறு எந்த வழியும் இல்லை. இன்னும் பத்து நிமிடத்தில் அந்த அறை வெடித்து சிதறப் போகிறது. அந்த ஒன்பது கொள்ளைக்காரர்களும் வழி ஏதாவது கிடைக்கிறதா என்று முன்னும் பின்னும் மோதிப் பார்க்கிறார்கள். இன்னும் மூன்று நிமிடங்களே பாக்கியுள்ளன. அவர்கள் அப்படியே அசையாமல் கடிகாரத்தின் முள்ளையே பார்த்துக் காத்துக் கொண்டிருக்கிறார்கள். அந்த ரகசிய அறையில் எதுவுமே அசையவில்லை. ஆனால் கடிகாரத்தின் முட்கள் மட்டும் அசைகின்றன. இந்த நடுக்க உணர்வை இத்தனை அழுத்தமாக வேறு எந்த முறையிலும் காண்பித்திருக்க முடியாது. கதாபாத்திரங்கள் எத்தனை வெறித்தனமாக முன்னும் பின்னும் ஓடினாலும் இந்த உணர்வு நமக்கு கிடைத்திருக்காது. அவர்கள் மூச்சுவிடக் கூட மறந்து நிற்கிறார்கள். அத்தனை முழுமையாய் இருந்தது அவர்களது அசைவற்றதன்மை.

நாடக மேடையிலோ இத்தகைய அசைவற்ற தன்மையை ஒரு சிறிது நேரத்துக்குத்தான் காண்பிக்க முடியும். ஒரு சில கணங்களுக்குப் பின் அது உயிரற்ற வெறுமையான காட்சியாகிவிடும். ஏனெனில் அவ்விதமே அக்காட்சியில் நிகழவில்லை. ஆனால் சினிமாவிலோ கதாபாத்திரங்கள் அசையாவிட்டாலும் மற்ற எத்தனையோ விஷயங்கள் நிகழ்ந்து கொண்டிருக்கும். ஏனெனில் கதாபாத்திரங்கள் அசையாமல் இருக்கும் போது கூட காமிரா அசையமுடியும். வேகமான படத்தொகுப்பில் இணைக்கப்பட்ட க்ளோஸ்-அப்புகள் அசையும்-பாங்கு கொள்ளை பற்றி மேற்குறிப்பிட்ட காட்சியில், காமிராவோ, நடிகர்கள் அசைவதைக் காட்டிலும் மிக வேகமாக முன்னும் பின்னும் நகர்கிறது. இதனால்

படமும் வேகமாக நகர்கிறது. நடிகன் அசையாமலும் பேசாமலும் இருக்கலாம். ஆனால் வேகமாகத் தொடர்ந்து வரும் க்ளோஸ்-அப்புகளும், 'மிக நுணுக்கமான உடற்பாவயியலும்' பேசுகிறது. அவைகள் பயத்தைப் பற்றிய பொதுவான படத்தைக் காட்டவில்லை. மாறாக ஒன்பது இதயங்களின் பய வேதனையை, இசை வடிவத்தின் அடுத்தடுத்த கட்டத்தைக் காண்பிப்பது போல் காண்பிக்கிறது. படத்தொகுப்பின் வேகம் அதிகரிக்கவும், க்ளோஸ்-அப்புகளின் நீளம் குறையவும் நமது பயமோ அதிகமாகிறது.

ஒரு எறும்புக் கூட்டத்தை தூரத்திலிருந்து பார்த்தால் உயிரற்றது போலத்தான் தோன்றும். ஆனால் நெருக்கத்தில் பார்த்தால் சுறுசுறுப்பான வாழ்க்கையின் உயிரோட்டத்தைப் பார்க்க முடியும். சோபையிழந்து சாதாரணமாகத் தெரியும் நமது தினசரி வாழ்க்கையும் நாம் வெகு கவனமாக நெருக்கத்திலிருந்து பார்த்தால் அதன் மிக நுணுக்கமான நாடகத்தன்மையில் பல ஆழமான உயிரோட்டமுள்ள விஷயங்களைப் பார்க்கலாம்.

நாடகமயப்படுத்தப்பட்ட சாதாரண இடங்கள்

மௌனப் படங்கள் சிறந்து விளங்கிய காலகட்டத்தில் யதார்த்தப் படங்கள் என்பது வழக்கத்திலிருந்தது. அப்படங்கள் சாதாரண இடங்களையும், பொதுவாக நாம் கவலைப்படாத சாதாரண விஷயங்களையும், பெரிய அளவில் நாடகமயப்படுத்தியது. இந்த காலகட்டத்தில்தான் தெருவில் இருக்கக்கூடிய ஒரு சாதாரண அமெரிக்கனின் தினசரி வாழ்க்கையைச் சித்தரிக்கக்கூடிய மிகச் சிறந்த படம் ஒன்றை கிங் விடோர் (King Vidor) எடுத்தார். அது ஒரே மாதிரியான நிகழ்ச்சியைக் காண்பித்தது. இருந்தபோதிலும் அதனூடே உள்ள பல விஷயங்கள் நம்மை நெகிழவும் நடுங்கவும் செய்தன. பல சிறிய மகிழ்ச்சியான நிகழ்ச்சிகளும் அதில் இருந்தன. ஒரே தொனியில் பாடப்படும் ராகத்தில் மறைந்திருக்கும் இனிமைகளைப் போன்றிருந்தது அது.

பரபரப்பாக உள்ள படத்தின் முக்கியமான தருணத்தை இது போன்ற க்ளோஸ்-அப்புகளை விளக்கமாக ஒரு குறிப்பிட்ட முனையை நோக்கிக் காண்பிப்பதில் இந்த முறையைப் பயன்படுத்தினால், அது மிகச்சிறந்த முறையில் காட்சியை அமைத்துக் கொடுக்கும். அந்த முக்கியமான தருணம் மட்டும் விறுவிறுப்பாக உடனடியான காலக்கட்டத்தில் நிகழ்வது போலவும் மீதமுள்ளவை ஏதோ தராசுத் தட்டில் இருப்பது போலவும் இருக்கும். தராசுத் தட்டின் முள்ளோ கடைசியாக எந்த திசையில் நிற்கும் என்பது தெரியாதது போல் இருபுறமும் ஆடிக் கொண்டிருக்கும்.

முக்கியமான தருணம்

ரீஸ்மானி (Reisman) ன் மிகச் சிறந்த படமான கடைசி இரவு (The Last Night) படத்தின் இறுதிக் காட்சியைப் பார்ப்போம்.

பெட்ரோகிராடிலுள்ள ரயில் நிலையம் ஒன்றில் ஒரு ராணுவ ரயில் வண்டி நீராவியைக் கக்கிக் கொண்டு நுழைகிறது. பெட்ரோகிராடோ புரட்சிக்காரர்களின் வசம் இருக்கிறது. அந்த ரயில் முழுவதும் மூடப்பட்டு ஒரு ரகசிய தோற்றத்தைக் கொண்டுள்ளது. அந்த ரயிலில் வந்திருப்பது நண்பர்களா? அல்து எதிரிகளா? ரயிலின் ஒவ்வொரு கதவிலும், சன்னலிலும் துப்பாக்கிகள் ரயிலை நோக்கிக் குறிபார்த்துக் கொண்டிருக்கின்றன. உள்ளே இருப்பது யார்? நண்பனா அல்லது எதிரியா? யாருமற்ற அந்த பிளாட்பாரத்தில் காலை வைப்பதற்கு யாரும் முன்வரவில்லை. எதிர்பார்ப்பும் அமைதியும் அங்கே நிலவுகிறது. இன்ஜினிலிருந்து நீராவி வெளிவரும் சத்தம் மட்டும் கேட்கிறது. எதுவுமே அசையவில்லை. அடுத்த சில நிமிட நேரங்களில் நிகழப்போவதை வைத்துத்தான், அந்த ரயிலின், அந்த நகரத்தின், ஏன் மொத்தப் புரட்சியின் எதிர்காலமே நிர்ணயிக்கப்படப் போகிறது. அந்த உறைந்து போன இறுக்க உணர்வு, சந்தேகம், எதிர்பார்ப்பு ஆகியவைகளை உண்மையில் அசைவற்ற ஒன்று என்றே சொல்ல முடியாது. நம்முடைய நரம்புகள் துடிப்பதைப் போலவே அந்தச் சூழ்நிலையின் அம்சங்களும் துடித்துக்கொண்டிருந்தன. மாறி மாறித் தொடர்ந்து வரும் க்ளோஸ்-அப்புகள், நமது திகைப்பை இன்னும் கூர்மையாக்குகிறது. கடைசியாக ஒரு வயதான விவசாயப் பெண்மணி தனியாக எந்த ஆயுதமும் இல்லாமல் ப்ளாட்பாரத்தில் நடந்து அந்த ரயிலருகில் செல்கிறாள். ரயிலில் உள்ளவர்களோடு பேசுகிறாள். கேள்விகளைக் கேட்கிறாள். படம் முழுவதும் அதுபோன்ற அசையாத் தன்மையைக் கொண்டிருக்குமேயானால், மேற்சொன்ன அந்தக் காட்சி அத்தனை சிறப்பாக அமைந்திருக்காது. பரபரப்பாக ஒலித்துக் கொண்டிருக்கும் இசையின் நடுவே வரக் கூடிய அமைதியைப் போன்றது இது.

உண்மைக்குப் பதிலாக யதார்த்தம் க்ளோஸ்-அப்புக்கேயுரிய நுணுக்கமான நாடகவியல் ஒரு குறிப்பிட்ட அளவு வளர்ச்சியடைந்த பிறகு, நாடகமயமான காட்சிகள் இல்லாமல் மட்டும் படம் எடுக்கப்படவில்லை. நாடகத்தன்மைக்கு மையமாக விளங்கும் கதாநாயகன் இல்லாமல் கூடப் படம் எடுத்தார்கள். இது குறித்துப் பின்னால் வரும் அத்தியாயங்களில் மற்ற வளர்ச்சிகள் குறித்துப் பேசும் போது சொல்கிறேன். இந்த இடத்தில் ஒரு முக்கியமான விஷயத்தைக் கவனிக்க வேண்டும். கதை மற்றும் நிகழ்ச்சிகள் ஏதும் இல்லாமல் வெறும் ஒரு சூழ்நிலையை மட்டும் வைத்து எடுக்கப்படும் படங்கள் இலக்கியச் சார்புடையவையாய் இருந்தன என்ற குற்றச்சாட்டிலிருந்து தப்பின. ஆனால், அதனால் பயன்கள் மட்டுமல்லாமல் ஆபத்தான போக்குகளும் விளைந்தன. அதாவது சிறு சுவையான விளக்கங்களுக்கு முக்கியத்துவம் கொடுக்கும் படங்கள் அதிகமாயின. ஆனால் இப்படங்களின் மொத்தக் கதை என்பது மிகச் சாதாரணமானதாகவும், முக்கியத்துவமில்லாததாகவும் இருந்தது.

கலைகளில் ஏற்பட்ட பல்வேறு போக்குகளைப் போலவே இப்போக்கிற்கும் தத்துவார்த்த காரணம் ஒன்று இருந்தது. தப்பித்தல் (escapism) என்கின்ற வாதம் ஆரம்பித்திலிருந்தே முதலாளித்துவ சினிமாவின் ஒரு பிரதானப் போக்காக இருந்தது. அந்த அடிப்படையிலேயே இந்தப் புதிய போக்கும் ஏற்பட்டது. மாயக் கதைகளிலும், கற்பனையான வினோத தீரச் செயல்களிலும் ஆரம்பத்தில் சினிமா தப்பித்தது. இப்போதோ யதார்த்தப் படங்கள் என்ற பெயரில் சிறுசிறு விளக்கங்களில் தப்பிக்கிறது. முழு உண்மையைக் கண்டு எப்போதுமே பயந்த இந்த சினிமா, நெருப்புக் கோழியைப் போல் தன் தலையை, உண்மையின் சிறு துகள்கள் என்ற மணலில் புதைத்துக் கொண்டது.

9
மாறுகின்ற நிலைப்பாடு

மாறுகின்ற நிலைப்பாடு இது சினிமாக் கலையின் இரண்டாவது மாபெரும் படைப்பு ரீதியான வழிமுறையாகும். இந்த விஷயத்திலும் சினிமாவானது மற்ற கலைகளின் கோட்பாடு மற்றும் வழிமுறைகளிலிருந்து மாறுபடுகிறது. நாடகத்தில் நாம் எல்லாவற்றையும் ஒரு குறிப்பிட்ட பார்வையோட்டத்திலும், கோணத்திலும் அதாவது குறிப்பிட்ட கண்ணோட்டத்திலும் பார்த்தோம். படம் பிடிக்கப்பட்ட நாடகத்தாலும் இதை அவ்வளவாக மாற்ற முடியவில்லை. ஒரு காட்சிக்கும் இன்னொரு காட்சிக்கும் இடையே கோணத்தையும், கண்ணோட்டத்தையும் மாற்றியதே தவிர, ஒரு காட்சிக்குள்ளேயே அவைகளை மாற்ற முடியவில்லை. பல்வேறு ஓவியங்களை எடுத்துக் கொண்டால் ஒவ்வொரு ஓவியத்திற்கும் வெவ்வேறு கண்ணோட்டம் உண்டு. அது அதற்கே உரிய படைப்பியல் மற்றும் கலா ரீதியான அம்சமாகும். ஆனால் ஒரு தனிப்பட்ட ஓவியத்தின் கண்ணோட்டம் என்பது ஒன்றுதான். அது மாற்ற முடியாதது. இதன் காரணமாக அப்படத்தில் உள்ள உருவம் ஒரு குறிப்பிட்ட உறுதியான வடிவத்தைக் கொண்டிருக்கும். அந்த உருவம் உணர்ச்சி பூர்வமான பாவத்தைக் கொண்டிருக்கலாம். ஆனால் அந்த பாவமானது அந்த உருவத்தின் வடிவத்தைப் போலவே மாறாத ஒன்றாகும். ஆனால், சினிமாவிலோ மாறுகின்ற நிலைப்பாடு (changing set-up) காரணமாக இவைகளும் மாறும்.

இந்த மாறுகின்ற நிலைப்பாடு காரணமாகத்தான், சினிமாவானது ஒரு கலையாக மாறியது. பொருள்களின் அசைவிற்கேற்ப காமிராவும் அசைவதால்தான் இது சாத்தியமானது. வெறும் ஒளி அமைப்புகளால் மட்டும் இது சாத்தியமாயிருக்காது. இல்லையெனில், சினிமாவானது வெறும் இயந்திர ரீதியான மறுபதிப்பாகவே இருந்திருக்கும்.

படபிம்பங்களின் தொகுப்பு

நோக்கம் மற்றும் விஷயங்களை ஒன்றாகத் தொகுப்பது தான் எல்லாக் கலைக்குமான அடிப்படைத் தன்மையாகும். இந்த அடிப்படைத் தன்மையை, திரையில் பார்க்கின்ற பிம்பங்களுக்குத்

தருவது, மேலே சொன்ன மாறுகின்ற நிலைப்பாட்டுக்கேயுரிய தனித்தன்மைகள்தான். எல்லா கலைப்படைப்புகளும் வெறும் புற உண்மையை மட்டும் காட்டுவதில்லை கூடவே அதைப் படைத்த கலைஞனது உள்ளத்தையும் காட்டுகிறது. இந்தக் கலைஞனுடைய உள்ளம் என்பது, அவன் உலகைப் பார்க்கின்ற விதம், அவனுடைய தத்துவம், அவனுடைய காலகட்டத்துக்கேயுரிய சாத்தியப்பாடு ஆகியவற்றை உள்ளடக்கியதாகும். இவையாவும் ஒரு படத்தில் இயற்கையாகவே பதிந்திருக்கக்கூடிய விஷயங்களாகும். ஒவ்வொரு படமும் உண்மையின் ஒரு பகுதியை மட்டும் காட்டுவதோடு அல்லாமல் ஒரு குறிப்பிட்ட கண்ணோட்டத்தையும் காட்டுகிறது. காமிராவின் கோணம், காமிராவுக்குப் பின்னால் இருக்கக்கூடியவரின் உள்நோக்கத்தையே மாற்றக் கூடியது.

ஒரு உருவத்தைப் பார்த்து ஒரு கலைஞன் அப்படியே ஒரு சிறிதும் மாறாமல் ஒரு கலைப்படைப்பை வரைந்தால் வட, அந்தக் கலைப்படைப்பு அந்த உருவத்தை மட்டும் பிரதிபலிக்கவில்லை. கூடவே வரைந்த கலைஞனையும் பிரதிபலிக்கிறது. ஒரு ஓவியன் தன்னுடைய ஓவியங்களின் மூலம் தன்னையே பல வழிகளில் காண்பித்துக் கொள்கிறான். அவன் தேர்ந்தெடுக்கிற வண்ணம், வடிவமைப்பு மற்றும் தீட்டுகின்ற தன்மை எல்லாமே தான் சொல்ல விரும்புகிற விஷயத்தை எந்த அளவுக்குச் சொல்கிறதோ, அதே அளவு அவனைப் பற்றியும் சொல்கிறது. திரைப்படக் கலைஞனின் தன்மையோ அவன் தேர்ந்தெடுக்கிற காமிராக் கோணங்களில்தான் வெளிப்படுகிறது. அந்தக் காமிராக் கோணங்கள்தான் ஒரு ஷாட்டுக்கான வடிவமைப்பையும் தருகிறது.

பொருளின் பல்வேறு கோணங்கள்

எந்த ஒரு பொருளையும், அது மனிதனோ, மிருகமோ, இயற்கைத் தோற்றமோ அல்லது கலைப்படைப்போ எதுவாகயிருந்தாலும் சரி, அதை நாம் எந்தக் கோணத்திலிருந்து பார்க்கிறோமோ அந்த அடிப்படையில்தான் அதன் உருவமும் அமையும். இந்த அடிப்படையில் ஒவ்வொரு பொருளுக்கும் ஆயிரம் உருவங்கள் உண்டு. இவ்வாறு ஆயிரம் முறைகளில் பல்வேறு உருவங்களைக் கொண்டிருந்தாலும் நாம் பார்க்கக்கூடிய உருவம் என்னவோ ஒன்றுதான். அவைகள் ஒன்றுக்கொன்று ஒத்துப்போகக் கூடியதாக இல்லாத போதிலும், உருவம் என்னவோ ஒன்றுதான். ஆனால் அவைகள் ஒவ்வொன்றும் வெவ்வேறு விதமான கண்ணோட்டங்களையும், விளக்கங்களையும், பாவங்களையும் கொண்டிருப்பதாகும். காட்சி ரீதியான ஒவ்வொரு கோணமும் ஒவ்வொரு மனப்போக்கைக் காட்டுகிறது. இது அதிகப் புறத்தன்மை உடையது அல்லது அகத்தன்மை உடையது என்பதெல்லாம் அர்த்தமற்றது.

தெஜா ஊ * (Deja Vu)

பார்வையாளன், ஒரு படத்தைப் பார்க்கும் போது, அதை இனங்கண்டு கொள்ளுதலில் அவனுடைய சொந்தக் கண்ணோட்டமும் அடங்கியுள்ளது. இதன் காரணமாகச் சில குறிப்பிட்ட கோணங்கள் மீண்டும் வரும்போது, அந்த சினிமாவில் உள்ள படத்தை அவன் இதற்கு முன் எப்போதோ பார்த்திருப்பதாக உணர்வு ஏற்படுகிறது. ஒரு முகமோ அல்லது நிலப்பரப்போ நாம் எப்போதோ உண்மையில் பார்த்தது போன்று நம் மனதில் மீண்டும் தோன்றும். இல்லையெனில் அதே மன உணர்வை இப்போது நமக்குத் தராது. அதே நேரத்தில், குறிப்பிட்ட கோணங்களை மீண்டும் பார்க்கும் போது அது நம் மனதில் கடந்த கால உணர்வுகளைத் தூண்டுவதாக இருக்கும். அதன் காரணமாக இதை 'முன்பு எப்போதோ நாம் பார்த்திருக்கிறோம்' என்ற உளவியல் ரீதியான உணர்வு நமக்குக் கிடைக்கும்.

நானும், ஆல்பிரட் ஏபெலு (Alfred Abel)ம் சேர்ந்து வெகு நாட்களுக்கு முன்பு பெர்லினில் நார்கோஸிஸ் (Narcosis) என்ற படத்தை எடுத்தோம். அந்தப் படத்தில், கதாநாயகன் நீண்ட நாட்களுக்குப் பிறகு ஒரு பெண்ணை மீண்டும் பார்க்கிறான். அவளை இப்போது அவனால் நினைவுகூற முடியவில்லை. அந்தப் பெண் அந்த அளவுக்குப் பெரிதும் மாறிவிட்டிருக்கிறாள். அவனால் இப்போது அவளை ஒரு துளியும் அடையாளங்கண்டு கொள்ள முடியவில்லை. ஆனால் அந்தப் பெண்ணோ தான் யாரென்பதை அவனுக்குச் சொல்லவில்லை. மாறாக, அவர்கள் இருவரும் சந்தித்த ஒரு முக்கியமான சூழ்நிலையை மீண்டும் அதே மாதிரி உருவாக்குகிறாள். முன்பு அவர்கள் இருவரும் சந்தித்த அதே இடத்தில் அதே நாற்காலியில் அதே நெருப்புக்கு முன்னால் அதே மாதிரி உட்காருகிறாள். அவனையும் அவன் முன்பு உட்கார்ந்த அதே நாற்காலியில் அமர்ந்து கொண்டுதான் அவளையே பார்த்துக் கொண்டிருப்பது உண்டு. முன்பு இருவரும் முதன் முதலாக சந்தித்த அதே சூழ்நிலையை அப்படியே உருவாக்குகிறாள். இப்போது நாம் முன்பு பார்த்த அதே காட்சியைச் சினிமாவில் பார்க்கிறோம். இந்தக் காட்சி கதாநாயகனுக்கு மீண்டும் பழைய நினைவை உண்டாக்கும் என்பதில் பார்வையாளர்களுக்கு எந்தச் சந்தேகமும் எழவில்லை.

இனங் காணுதலைக் குறித்து இன்னும் சில விஷயங்கள்

நாட் படத்தில் பார்க்கும் ஒவ்வொரு பொருளின் பாவயியலும் உண்மையில் இரு பாவயியல்களின் தொகுப்பாகும். ஒன்று

---

* தெஜா ஊ (Deja Vu): சில சமயங்களில் ஒரு பொருளையோ, நிகழ்ச்சியையோ, பார்க்கும்போது, அதை அதற்கு முன் எப்போதோ நம் வாழ்க்கையில் பார்த்திருக்கிறோம் என்ற உணர்வு ஏற்படும். அந்த உணர்வை குறிக்கின்ற பதம் தான் 'தெஜா ஊ' (மொ-ர்)

பொருளுக்கேயுரிய பாவயியலாகும். அதற்கும் பார்வையாளனுக்கும் சம்பந்தமில்லை. இன்னொன்று, பார்வையாளனுடைய கண்ணோட்டத்தையும் படத்தினுடைய கண்ணோட்டத்தையும் பொருத்து அமைவது. படத்தில் இந்த இரண்டும் ஒன்றோடொன்று நன்கு இணைந்து, ஒன்றே போல் காட்சியளிக்கும். நன்கு பழக்கப்பட்ட கண்ணால் மட்டுமே இரண்டு கூறுகளுக்கும் இடையேயான வித்தியாசத்தைக் கண்டுபிடிக்க முடியும். காமிராமேன் பல்வேறு குறிக்கோள்களுக்காகத் தன்னுடைய கோணத்தைத் தேர்ந்தெடுக்கலாம். படத்தில் காட்டப்படும் பொருளின் உண்மையான முகத்தைக் காட்ட வேண்டும் என்பதற்கு அவர் அர்த்தம் கொடுக்கலாம். அது மாதிரியான நேரங்களில், பொருளின் சரியான தன்மையைக் காட்ட வேண்டும் என்ற குறிக்கோளோடு வடிவமைப்பைத் தேர்ந்தெடுக்கலாம் அல்லது காட்டப்படும் பொருளைப் பற்றிய சரியான மன உணர்வைப் பார்வையாளன் மனதில் எழுப்ப வேண்டும் என்பதில் அக்கறை கொண்டிருக்கலாம். அது மாதிரியான நேரங்களில், பயந்து போன மனிதனைக் காட்ட வேண்டும் எனில், அந்த மனிதனை ஒரு மோசமான கோணத்தில் பயந்த உணர்வை வெளிப்படுத்தும் வகையில் காட்டலாம். அல்லது மகிழ்ச்சியான மனிதன் ஒருவன் உலகத்தைப் பார்ப்பதைக் காட்ட வேண்டுமெனில், அவன் பார்க்கின்ற பொருள்களை அழகிய, ரசிக்கக் கூடிய கோணத்தில் காண்பிக்கலாம். இதன் மூலம் கதாபாத்திரங்களின் நிலைப்பாட்டோடு மட்டுமல்லாமல், கதாபாத்திரங்களின் மன நிலையோடும் பார்வையாளன் உணர்வு ரீதியாக இனங்காண முடியும். காமிராவின் நிலைப்பாடும், கோணமும் ஒரு பொருளை விரும்பக் கூடியதாகவும், வெறுக்கக் கூடியதாகவும், பயன் படக்கூடியதாகவும், அல்லது சிரிக்கக் கூடியதாகவும் மாற்றக் கூடியது.

நாம் பார்க்கக்கூடிய படங்களுக்குச் சோகத்தையோ, கவர்ச்சியையோ, குறித்த இயற்கைத் தன்மை அல்லது கற்பனா ரீதியான காதல் சூழ்நிலையைத் தருவது காமிராவின் நிலைப்பாடும், கோணமும்தான். இதுவே இயக்குநர் மற்றும் காமிராமேனுடைய கதை சொல்லும் பாணியை நிர்ணயிப்பதாகும். படைப்புத் திறன் வாய்ந்த ஒரு கலைஞனது திறமை என்பது உடனடியாக வெளிப்படுவதும் இதில்தான்.

மனித வடிவங்களின் உலகம்

மனிதன் பார்க்கக் கூடிய பொருள் ஒவ்வொன்றுக்கும் குறிப்பிட்ட பிரபல முகம் என்பது உண்டு. இது நம்முடைய கண்ணோட்டத்தின் விளைவாக உருவாகக்கூடிய தவிர்க்க முடியாத ஒரு வடிவமாகும். காலம் மற்றும் இடத்திற்கு அப்பாற்பட்டு எப்படி நாம் பொருளைப் பார்க்க முடியாதோ அப்படியேதான் உடற்பாவயியல் இல்லாமலும் நம்மால் ஒரு பொருளைப் பார்க்க முடியாது. ஒவ்வொரு வடிவமும்

நம்மையறியாத உணர்வு ரீதியான ஒரு பாதிப்பைக் கொடுக்கும். இந்த பாதிப்பு மகிழ்ச்சியையோ, வருத்தத்தையோ, பலத்தையோ அல்லது நம்பிக்கையையோ நமக்குத் தரலாம். ஏனெனில் அந்த வடிவத்தின் மீது நாமே ஏதாவதொரு வகையில் ஒரு முகத்தைச் சுமத்திப் பார்க்கிறோம். நமக்கு உள்ள மனித வடிவங்களின் உலகு பற்றிய பார்வையானது, ஒவ்வொரு தோற்றத்திலும் ஏதாவதொரு மனித உடற்பாவயியலைப் பார்க்க வைக்கிறது. இந்தக் காரணத்தில்தான் குழந்தைகளாய் இருக்கும்போது நாம் இருட்டறையில் தோற்றமளிக்கும் மேஜை நாற்காலிகளைப் பார்த்தும், இருட்டில் தோட்டத்தில் தலையை ஆட்டும் மரங்களைப் பார்த்தும் பயந்திருக்கிறோம். அல்லது பெரியவர்களான பின்பு அழகிய நிலப்பரப்பைப் பார்த்து மகிழ்ச்சியடைகிறோம். அழகிய நிலபரப்பு நம்மை நட்புணர்வோடும் புரிந்து கொண்ட தன்மையோடும் பெயர் சொல்லி அழைப்பது போல் உணர்கிறோம். கவிஞனின் வார்த்தை, ஓவியனில் தூரிகை மற்றும் எல்லாக் கலைகளுக்கும் பொருளாக விளங்குவது இந்த மனித வடிவங்களின் உலகம்தான். இதுதான் மனித நேயப்படுத்தப்பட்ட உண்மைக்கு உயிரோட்டத்தைத் தருகிறது.

சினிமாக் கலையில், நிலைப்பாடும் கோணமும்தான் ஒவ்வொரு பொருளிலும் மனித வடிவங்களின் உடல் பாவயியலை வெளிப்படுத்துகிறது. சினிமாவில் ப்ரேமின் ஒவ்வொரு பகுதியும் ஏதாவதுதொரு வெளிப்பாட்டையோ, பாவத்தையோ, உடல் பாவயியலையோ காட்ட வேண்டுமே தவிர நடுநிலையாக இருக்கக்கூடாது என்பது அக்கலைக்கேயுரிய ஒரு முக்கியமான விதியாகும்.

சினிமாவைப் பற்றி கதே (Goethe)

ஏற்கனவே எல்லாவற்றைப் பற்றியும் அறிந்திருந்த கதேவுக்கு சினிமாவின் இந்த மாபெரும் பணி குறித்து, ஏற்கனவே தெரியும் போலிருக்கிறது. அவர் தன்னுடைய லேவேட்டரின் உடற்பாவயியல் கூறுகள் பற்றிய கருத்துக்கள் (Contributions to Levaters Physiognomic Fragments) என்ற நூலில் பின்வருமாறு எழுகிறார்.

மனிதனைச் சுற்றியுள்ள பொருள்கள் மட்டும் மனிதனைப் பாதிப்பதில்லை. மனிதனும் தன் சூழ்நிலை மீது பாதிப்பை ஏற்படுத்துகிறான். சுற்றியுள்ள பொருள்கள் தன்னை மாற்றுவதற்கு அனுமதியளிக்கிறான். பதிலுக்கு அவனும் அவைகளை மாற்றுகிறான். ஒருவனுடைய உடை மற்றும் வீட்டிலுள்ள பொருள்களை வைத்து அவனுடைய நடத்தை பற்றித் தீர்மானமான முடிவுக்கு வரமுடியும். இயற்கை மனிதனை உருவாக்குகிறது. மனிதன் இயற்கையை உருவாக்குகிறான். இது ஒரு இயல்பான நிகழ்ச்சிப் போக்காகும். இந்த மாபெரும் உலகத்தின் நடுவில் மனிதன் வாழ்கிறான். அவன் தனக்கென்று அதிலிருந்து ஒருசிறு பகுதியை வெட்டி எடுத்துக்

கொண்டு அது முழுவதும் தன்னுடைய சொந்த கற்பனை உருவங்களாக மாற்றி வைத்திருக்கிறான்.

கதே போன்ற மாபெரும் பகுத்தறிவு சிந்தனையாளரது இந்த கருத்தை மற்ற எந்தக் கலையைக் காட்டிலும் சினிமாவில் மட்டுமே முழுவதும் செயலாக்க முடியும். இதை இவ்வாறு செயலாக்குவது காமிராவின் நிலைப்பாடு மற்றும் கோணம்தான். அது ஒவ்வொரு பொருளுக்கும் வடிவமைப்பைத் தருவதோடு உயிரோட்டமான உடற் பாவயியலையும் தருகிறது.

ஆச்சரியம் தரக்கூடிய இந்த வடிவமைப்புகள் பெரும்பாலும் வழக்கத்துக்கு மாறான ஒன்றாக இருக்கும். நம்முடைய தினசரி வாழ்க்கையில் பொருள்களை நாம் இதுமாதிரி பார்ப்பதில்லை. நம்முடைய பழக்க வழக்கங்கள் நம்முடைய கண்களைத் திரைபோட்டு மறைக்கின்றன. பாதலேர் (Baudelaire) தன்னுடைய நாட்குறிப்பில் எழுதுகிறார்: சிதைக்கப்படாத வடிவங்கள் எதையும் நம்மால் உணர முடியாது. கவர்ந்திழுக்கக்கூடிய காட்சியமைப்பு காரணாக, நாம் எதிர்நோக்காத, வழக்கத்திலில்லாத வடிவமைப்புகள் உருவாகிறது. இதன் காரணமாக பழைய, நன்கறிந்த, அதுவரையில் பார்த்திராத பொருள்கள் நம் கண்களைக் கவர்வதோடு புதிய பாதிப்புகளையும் தருகின்றன.

நம்மால் அடையாளம் கண்டு கொள்ள முடியாதபடி பொருட்கள் ஓரளவுக்குச் சிதைக்கப்படலாம். இது மாதிரியான நேரங்களில் அது ஒரு கலைப்படைப்பாக இருக்குமெனில், அதில் நோக்கமும் விஷயமும் ஒன்றாகத் தொகுக்கப்பட்டிருக்கும். அந்த அடிப்படையில் நோக்கத்துக்கு அதிகப்படியான முக்கியத்துவம் கொடுக்கப்பட்டு, அந்த விஷயம் உண்மையின் மறுபதிப்பு என்ற நிலையிலிருந்து மாறி அது தன் மதிப்பை இழந்து விடும். ஒருதலைப்பட்சமான இந்த அகத்தன்மையின் அபாயங்களைக் குறித்து பின்னால் நான் அவாண்ட் கார்டு* (avant-garde) மற்றும் "முழுமையான சினிமா" (absolute films) பாணிகள் குறித்து விவாதிக்கும் பொழுது சொல்கிறேன்.

புறத்தன்மை கொண்ட அகநிலைவாதம்

(Objective Subjectivism)

சினிமா பெரும்பாலான நேரங்களில் கதாபாத்திரத்தினுடைய அகநிலைத் தன்மையைக் குறிப்பாகப் பெரிது படுத்திக் காண்பிக்கிறது. அதாவது கதாபாத்திரத்தினுடைய கண்ணோட்டம் மற்றும் மனநிலைக்கேற்ப உலகத்தை முற்றிலும் சிதைத்துக் காட்டுகிறது. குடிகாரன் ஒருவன் தெருவில் தள்ளாடிச் செல்வதை மட்டும் சிமினா

* அவான்ட் கார்டு (avant - garde): இதற்கான விளக்கக் குறிப்பை அத்தியாயம் 13ன் அடிக்குறிப்பில் காண்க. (மொர்-ர்)

காண்பிக்கவில்லை. கூடவே, தெருவில் உள்ள வீடுகளும் தெளிவற்ற நிலையில் தள்ளாடுவது போலக் காண்பிக்கும். ஏனெனில் குடிகாரனின் கண்களுக்கு எப்படித் தெரியுமோ அப்படிக் காட்டுகிறது. அவனுடைய அகநிலைப் பார்வையை, புறநிலை உண்மையில் மாற்றி சினிமா காண்பிக்கிறது.

ஒரு சினிமாவில் ஒரு சாலை முற்றிலும் நான்கு வெவ்வேறான விதங்களில் காண்பிக்கப்பட்டது. அதாவது அதில் நடந்து செல்லும் நான்கு பேர்களின் வெவ்வேறான பார்வையில் காட்டப்பட்டது. நாம் பார்த்த வீடுகள், கடைகள், தெரு விளக்குகள், சுவரொட்டி பலகைகள் எல்லாமே ஒன்றுதான். ஆனால் அவைகளை ஒருமுறை கொழுத்த கடை முதலாளியின் கண்களைக் கொண்டும், இன்னொரு முறை வறுமையில் வாடும் வேலையற்ற தொழிலாளியின் கண்கொண்டும் மற்றுமொரு முறை மகிழ்ச்சியான காதலனின் கண்கொண்டும், கடைசியாக மகிழ்ச்சியற்ற காதலனின் கண் கொண்டும் பார்க்கிறோம். பொருள்கள் எல்லாம் ஒன்றுதான். ஆனால் பொருள்களின் படங்கள்தான் வெவ்வேறாக இருக்கின்றன. இந்த வித்தியாசத்தைத் தருவது காமிராவின் நிலைப்பாடும் கோணமும்தான்.

கருத்தும் அதன் பல்வேறு மாறுதல்களும்

மேற்கூறிய விஷயத்தை, ஒரே கருத்து எப்படி பல்வேறு மாறுதல்களோடு காட்டப்படுகிறது என்பதோடு ஒப்பிடலாம். தாவ்ஷங்கோவின் படமான ஐவனில் (Ivan) இதற்கு அருமையான உதாரணம் ஒன்று உள்ளது. இப்படத்தில் மாபெரும் நிப்ரஸ்தராய் (dnieprostroi) அணை கட்டப்படுவது நான்கு முறை காட்டப்படுகிறது. முதலில் அது சாதாரண விவசாய இளைஞனான ஐவனின் கண்களால் பார்க்கப்படுகிறது. இந்த மாபெரும் கட்டுப்பணியில் தனக்கு ஏதாவது வேலை கிடைக்காதா என்று எதிர்பார்க்கின்றது. அப்போதுதான் அவன் கிராமத்திலிருந்து வந்திருக்கிறான். அவன் கண்களுக்கு அந்தக் கட்டுமானப் பணி மிகவும் பயங்கரமாகக் காட்சியளிக்கிறது. நெருப்பையும், புகையையும் கக்கும் மாபெரும் ஊதுஉலைகள் அவனுக்குப் புரிந்து கொள்ள முடியாத பெரும் பூதங்கள் போல் காட்சியளிக்கின்றன. இரும்புத் தகடுகளும், சக்கரங்களுக்குள்ளே சக்கரங்களும் அவனுக்கு பயங்கர அடர்ந்த காடு போல் காட்சியளிக்கின்றன. இது மாபெரும் தொழிற் கட்டுமானம் பற்றிய ஒரு சாதாரண விவசாயப் பையனின் பார்வையாகும். காமிராமேன் இந்த பயங்கர தோற்றத்தைத் தன்னுடைய நிலைப்பாடு மற்றும் கோணங்கள் மூலம் உருவாக்கியிருக்கிறார்.

இரண்டாவது முறையாக அந்த அணைக்கட்டை நாம் முழுமையான இயந்திரத் தொழிலாளியாக மாறிவிட்ட ஐவனின் கண் கொண்டு பார்க்கிறோம். இப்போது அந்தக் கட்டுமானம் முறையாகவும்

புரிந்து கொள்ளும் படியும் உள்ளது. அந்த உருக்கு கட்டுமானம் நம் அறிவுக்குச் சுலபமாய் எட்டுகிறது. அந்த அமைப்புகளை, ஏதோ நமது படைப்புத்திறன் வாய்ந்த மூளையின் உள் செயல்பாட்டை சரியாகவும், தெளிவாகவும் புரிந்து கொள்கிறோம். ஏனெனில் இவன் இப்போது அங்கே வேலை செய்கிறான். அவனுக்குத் தான் என்ன செய்கிறோம்,. ஏன் செய்கிறோம் என்பதெல்லாம் தெளிவாகப் புரியும்.

அதற்குப் பிறகு நீர் மின்சார நிலைய கட்டுமானத்தை மூன்றாவது முறையாகப் பார்க்கிறோம். இம்முறை இவனின் கண் கொண்டு பார்க்கவில்லை. மாறாக ஒரு பெண்ணினுடைய கண் கொண்டு பார்க்கிறோம். அந்தப் பெண்ணின் மகன் அந்த ராட்சத இயந்திரங்களின் அடியில் சிக்கி இறந்து விடுகிறான். மகனைக் கொன்ற அந்த கொலைகார இயந்திரங்கள் சூழ்ந்துள்ள அந்த தளத்தில் அவள் விரக்தியோடு ஓடுகிறாள். இம்முறை காமிராவின் நிலைப்பாடுகள் முற்றிலும் மாறானது, அது இயந்திரங்களின் முகங்களை முற்றிலும் வித்தியாசமாக காண்பிக்கிறது. இப்போது அவைகள் அறிவுப் பூர்வமான நோக்கத்துக்காக செயல்படும் சரியானதொரு இயந்திரம் போல் தோற்றமளிக்கவில்லை. மாறாக புரிந்து கொள்ள முடியாத பயங்கர ஆதிகாலத்து பூதம் ஒன்று தன்னுடைய உறுதியான கைகளைக் கொண்டு, கையில் கிடைக்கும் சாதாரண மனிதர்களையெல்லாம் அப்படியே நொறுக்கிவிடுவது போல் காட்சியளிக்கிறது. மனிதர்களின் பயங்கர எதிரிகளாக பழைக காட்டிலிருந்து வந்த நடுங்க வைக்கும் மிருகங்களாக அது காட்சியளிக்கிறது. ஆனால் தாவ்ஷென்கோ காட்டுவதென்னவோ அதே கட்டுமான தளத்தைத்தான். தன்னுடைய மாறுபட்ட கோணங்களின் மூலம் மகனை இழந்த அந்த சோகமயமான தாயின் பயத்தை வெளிப்படுத்துகிறார்.

இதே கட்டுமானத்தளம் இப்போது நான்காவது முறையாக வேறு மாதிரி காட்டப்படுகிறது. அந்த தாய் இப்போது கட்டுமானப் பணி அலுவலகத்திற்குள் புகார் சொல்வதற்காக தலைமைப் பொறியியலாளர் அறைக்குள் புயலாய் நுழைகிறாள். அங்கே அவர் தன்னுடைய அதிகாரிகளுக்கு நடந்த விபத்தைப் பற்றி தொலைபேசியில் சொல்லிக் கொண்டிக்கிறார். தாய் காத்திருந்து என்ன பேசப்படுகிறது என்பதைக் கேட்கிறாள். இளம் கம்யூனிஸ்டு கழக உறுப்பினனான அவளது மகன் நாடு மற்றும் அந்த திட்டத்தின் நலன் பொருட்டு அவனே சுயவிருப்பத்துடன் அந்த ஆபத்து மிகுந்த பணியை மேற்கொண்டானாம். அந்த தொலைபேசி பேச்சு முடிவதற்காகக் கூட அந்த தாய் காத்திருக்கவில்லை. அவளுக்குத் தேவையானதைக் கேட்டு விட்டாள். அவன் மகன் நாட்டுக்காக உயிர் நீத்த ஒரு வீரனாகி விட்டான். அலுவலகத்திலிருந்து வெளியேறியவளாய் தான் வந்த வழியே தன் பணிக்குத் திரும்புகிறாள். முன்னைப் போலவே இப்போதும் அந்த ராட்சத இயந்திரங்களைப் பார்க்கிறாள். ஆனால் இப்பொழுது வேறு

கண்ணோடு பார்க்கிறாள். அவள் உடல் முழுவதும் பெருமிதம் நிறைந்தவளாய் தலையை உயர்த்திப் பெருமையோடும் பார்க்கிறாள். அதே இயந்திரங்கள் இப்போது ஒரு மாபெரும் கோயிலின் உயர்ந்த உருக்கு அமைப்புகளாகத் தெரிகிறது. பெருமிதத்தினூடே அவள் நடந்து செல்கிறாள். உழைப்பின் மகத்துவம் பற்றிய கீதம் நம் காதுகளில் ஒலிக்கிறது. சுற்றியிருக்கும் அந்த காட்சிகளே அந்த பாட்டைப் பாடுவது போல் தெரிகிறது.

இவ்வாறு ஒரு படத்தை நான்கு விதமாக காண்பிப்பது இயக்குநருடைய அகநிலை உணர்வுகளை வெளிப்படுத்துவது அல்ல. மாறாக கதாபாத்திரங்களின் அகநிலை உணர்வுகளை புறநிலைத் தன்மையோடு வெளிப்படுத்துவதாகும். கடைசியாக சொல்லப் போனால், சினிமாவில் நாம் காண்பிக்கக் கூடிய படங்கள் எல்லாம் கனவுப் படங்கள் ஆகும். இந்தப் படங்கள் எல்லாம் வெளியில் உள் உண்மையைக் காட்டுகின்ற படங்கள் அல்ல. அந்த அளவுக்கு அவைகள் அகநிலைவயப்பட்டதாகும். அவைகள் நம் நினைவின் ஆழத்திலிருந்து பிறந்த படங்களாகும். எது எப்படியாக இருந்த போதிலும் கனவு காண்பது என்பது இயற்கையான ஒன்றாகும். நடப்பில் இருக்கக் கூடிய புறநிலை உண்மையாகும். இது சினிமாக்கலைக்கே உரிய குறிப்பிட்ட பொருளாகும்.

நமது சூழ்நிலை மற்றும் பின்னணியின் உடற்பாவயியல்

மேடையில் நடிக்கப்படுகின்ற நாடகம் ஒன்றில் அது நல்ல நாடகமாக இருப்பின் அதில் நடிக்கப்படும் காட்சிக்கு சம்பந்தமில்லாமல் பின்னணி காட்சித்திரை இருக்குமேயானால் அதை அந்த நாடகத்தால் பொறுத்துக் கொள்ள முடியாது. நாடக காட்சி அமைப்புகளைத் தீட்டுகின்ற ஓவியன் கூட, தன்னுடைய காட்சியமைப்புகளில், நாடகம் எதைச் சொல்கிறதோ அதைப் பிரதிபலிக்கும் வகையில் காட்சிகளை தீட்டுவான். ஆனால் அவனால் திரைப்படத்தில் வருவது போல், காட்சியின் நடுவே ஏற்படும் தொனி மற்றம் பாவ மாற்றங்களைக் காண்பிக்க முடியாது.

நாடகத்தில் கதாபாத்திரங்கள் உயிருள்ள நடிகர்கள், பின்புலக் காட்சிகளோ உயிரற்ற திரைகளாகும். இது நாடகத்துக்கேயுரிய எப்போதும் தீர்க்க முடியாத முரண்பாடாகும். ரத்தமும் சதையுமாய் இருக்கும் நடிகர்களின் முன்பே வண்ணமடிக்கப்பட்ட பின்புறக் காட்சிகள் நாடகத்திற்கு வெளியே நிற்கின்றன. பின்புலக் காட்சி உண்மையிலேயே பின்னுக்குத் தள்ளப்பட்டு விடுகின்றன. சினிமாவிலோ இந்தப் பிரச்சனை கிடையாது. சினிமாவில் மனிதன் மற்றும் பின்புலம் இரண்டுமே ஒன்றால் ஆனது. அதாவது இரண்டுமே வெறும் படங்கள்தான். எனவே உண்மையான மனிதன் உண்மையான பொருள் என்பதற்கிடையே வித்தியாசம் ஏதும் இல்லை. சினிமாவானது

ஓவியத்தைப் போலவே கதாபாத்திரங்களின் முகத்தில் பாவயியலுக்கு தருகின்ற அபத்தத்திற்கு எவ்விதத்திலும் குறையாத அழுத்தத்தைப் பின்புலம் மற்றும் சூழ்நிலைக்கான பாவயியலுக்கும் தருகிறது. ஏன் சமயங்களில் வான் கோ (Van Gogh) வின் ஓவியங்களில் இருப்பது போல, சூழ்நிலை மற்றும் பின்புலத்திற்கு இன்னும் அழுத்தமான பாவயியலைத் தருகிறது. அந்த அடிப்படையில் அந்த சூழ்நிலைக்கு முன்னே மனித கதாபாத்திரங்கள் கூட சோபை இழந்து போய் விடுகின்றன.

சாதாரணமாக பார்க்கப் போனால் கதாபாத்திரங்களின் முகபாவத்திற்கும் சுற்றியுள்ள பொருள்களின் பாவயியலுக்கும் எந்த முரண்பாடும் இல்லை. மனித முகங்களில் உணர்ச்சியானது முகத்தின் வடிவமைப்பையும் தாண்டி பிரகாசிக்கிறது. இந்த பிரகாசம் தான் சுற்றியுள்ள பொருள்களான மேஜை நாற்காலி, மரங்கள், மேகங்கள் ஆகியவற்றிலும் பிரதிபலிப்பதைப் பார்க்கிறோம். ஒரு பரந்த வெளி அல்லது அறையின் தன்மையானது. அதில் நடிக்கப் போகும் காட்சிக்கு நம்மை முன்னரே தயார் செய்கிறது. இதை ஒரு திரைப்பட இயக்குநர் காமிராவின் கோணம் மற்றும் நிலைப்பாடு மூலம் தான் அடைகிறார்.

பரந்த வெளிகள்

கிராமப்புறம் என்பது எப்படி பரந்த வெளியாய் மாறியது. இயற்கையின் ஒவ்வொரு சிறு பகுதியும் பரந்த வெளியாய் இருப்பதில்லை. கிராமப்புறம் அமைப்பியலைத்தான் கொண்டுள்ளது. அதை ராணுவ வரைபடம் ஒன்றில் அப்படியே வரைந்தெடுக்கலாம். ஆனால் பரந்த வெளி என்பது நமக்கு ஒரு உணர்வைத் தருகிறது. இந்த உணர்வு அதற்கே இயற்கையாய் உள்ள ஒன்றல்ல. அந்த உணர்வைப் பெறுவதற்கு அகரீதியான காரணங்களும் தேவைப்படுகின்றன பரந்த வெளியால் கிடைக்கக்கூடிய உணர்வு என்கின்ற விஷயம் எல்லோருக்கும் பொருந்துவதில்லை. பரந்த வெளியைப் புறத்தன்மையோடு பார்க்கின்ற ஒருவனுக்கு இந்த உணர்வு ஏற்படாது. உதாரணமாக இந்த உணர்வை ஒரு விவசாயியால் பரந்த வெளியிலிருந்து பெற முடியாது. இந்த உணர்வு நிலை என்பது ஒரு ஓவியனுக்கும், கலைஞனுக்கும், தான் இருக்குமேயொழிய நிலத்தை உழுபவனுக்கோ, ஆடு மேய்ப்பவனுக்கோ, மரம் வெட்டுபவனுக்கோ இருக்காது. இயற்கையோடு கூடிய அவர்களது உறவு உணர்வு ரீதியானதல்ல மாறாக உடல் ரீதியானதாம். அது அவர்களுக்கு கலா ரீதியான செயல்பாடு அல்ல மாறாக நடைமுறை ரீதியான செயல் பாடாகும்.

பரந்த வெளி என்பது ஒரு கிராமப்புறத்துக்கு உரிய பாவயியலாகும். அதை ஓவியனோ தன் தூரிகை மூலம் திரையில் தீட்டுகிறான். ஒரு காமிராமேனோ அதை சரியான கோணத்தைத் தேர்ந்தெடுத்துப் படம் பிடிக்கிறான். கிராமப் புறமானது ஏதோ திடீரென்று தன்

முகத்திரையைத் தூக்கி முகத்தைக் காட்டினாற் போல் இருக்கும். முகத்தில் தெரிகின்ற பாவத்தை எது என்று மிகச் சரியாக சொல்ல முடியாவிட்டாலும் நம்மால் அடையாளங் கண்டுகொள்ள முடிகிறது. இந்த பரந்த வெளியைப் பற்றி நன்கு அறிந்த மிகச் சிறந்த கலைஞர்கள் ஏற்கனவே சினிமாவில் நிறையப் பேர் இருக்கின்றனர். இவர்களுக்கு பரந்தவெளி என்பது வெறும் பாவம் மட்டும் இல்லை. அது அவர்களுக்கு ஒரு சைகை மற்றும் அசைவுமாகும். இத்தகைய பரந்த வெளிகளில் மேகங்கள் திரளும், பனி மூட்டம் கொள்ளும், நாணற்புதர்கள் காற்றில் அசைந்து மெலிதாக நடுங்கும். மரங்களின் கிளைகள் மேலும் கீழும் ஆடும். நிழல்கள் ஒன்றையொன்று மறைந்து பிடிக்கும். சினிமாவின் இந்த பரந்த வெளிகள் விடியலில் விழித்துக் கொள்ளும். சூரிய அஸ்தமனத்தில் சோகத்தோடு இருளை அப்பிக் கொள்ளும். அசையாத்தன்மை கொண்ட எந்த ஓவியமும் இதற்கிணையானதொரு அனுபவத்தை நமக்குத் தந்ததில்லை.

உண்மை எவ்வாறு கருத்துப் பொருளாய் மாறியது

இயற்கையின் உள்ளம் என்பது நமது உள்ளம்தான். அதை காமிராமேன் கிராமப்புறத்தின் புறநிலை வடிவமைப்பிலிருந்து தேர்ந்தெடுத்துத் தருகிறார். இயற்கை என்பது எல்லா நேரங்களிலும் இயற்கையாகவே கலைக்கான ஒரு பொருளாகவோ விஷயமாகவோ இருந்ததில்லை. முதலில் மனிதன் இயற்கையை மனிதத் தன்மையுள்ள ஒன்றாக மாற்ற வேண்டியுள்ளது. கிறித்துவ மத்திய காலங்களைச் சேர்ந்த மாபெரும் கலைகளுக்கு இந்த ‘இயற்கையின் உள்ளம்‘ பற்றியோ அல்லது நிறைவான அர்த்தம் நிறைந்த அதன் அழகு பற்றியோ ஒன்றும் தெரியாது. இயற்கை என்பது வெறும் ஒரு பின்புலம்தான். அதில் மனிதர்கள் சம்பந்தப்பட்ட காட்சிகள் அல்லது நிகழ்ச்சிகள் நடைபெறும். ஐரோப்பாவில் மறுமலர்ச்சி (renaissance) கலைதான் உயிரற்ற இயற்கையை உயிருள்ள பரந்த வெளியாக மாற்றியது. பெட்ரார்க் (Petrarch) ஒருவருக்குத்தான் முதன் முதலில் தனியாக மலையுச்சியின் மீது ஏறி அங்கிருந்து கீழேயுள்ள கிராமப்புறத்தின் அழகை ரசிக்க வேண்டும் என்று தோன்றியது. இது நன்கு அறியப்பட்ட ஒன்றாகும். சுற்றுலாப் பயணம் என்பது சமீபத்தில் நேர்ந்த ஒரு புதிய நிகழ்ச்சியாகும். கலையின் வரலாறு நமக்குச் சொல்வது என்னவெனில், கலைக்காக யதார்த்தத்தின் புதிய பகுதிகள் எப்போது எங்கே திறந்து விடப்பட்டன என்பதையும் அவை உள்ளது உள்ளபடியே கலையாக படைக்கப்பட்டதும் ஆகும். உதாரணமாக மனித உழைப்புகளில் எல்லாமுமே விவசாயப்பணி போன்று பழமையான ஒன்றாக இருக்க முடியாது.

மனிதனுக்கும் அவன் தொழிலுக்கும் இடையே உள்ள புறநிலை வயப்படுத்தாக உறவை அவன் ஆதிகாலந்தொட்டு மண்ணை உழுத நாள் முதலாய் உணர்ந்திருப்பான். குழந்தை பால் குடிப்பது போன்று

அது எப்போதும் அவனுக்கு இயற்கையாகவும், காரணப் பூர்வமாகவும் இருந்திருக்காது ஏனெனில் அவன் அதன் மூலம் தான் வாழ்கிறான். ஆனால் தொழிற்சாலை வேலை என்பது அப்படியில்லை. அது வெகு நாட்களுக்கு கவிதை, கலை ஆகியவற்றுக்கு அப்பாற்பட்டே இருந்தது. அது கலைக்குரிய பொருளாக மாறுகின்ற மதிப்பை இன்னமும் பெற்றுவிடவில்லை. ஏனெனில், அதற்கு வெகுநாட்களாக மனித உடற் பாவயியல் என்பதும், மனித உள்ளத்தோடு கலக்கின்ற தன்மையும் இல்லாதிருந்தது. அது மனிதத்தன்மையற்ற, இயந்திர ரீதியான திணிக்கப்பட்ட, செயற்கையான உழைப்பாக இருந்தது. மார்க்ஸ் இது பற்றி மிக அழகாகச் சொல்லியிருக்கிறார். அந்த உழைப்பு புறநிலை வயப்படுத்தப்பட்டதாக இருந்தது. ஏனெனில் மனிதன் இயந்திரத்தின் ஒரு முழு பகுதியாகத்தான் உணர்ந்தானே தவிர, அவனுக்கு தனித்த மனிதத் தன்மையை வெளிப்படுத்துவதற்கு சந்தர்ப்பமே இல்லாமல் போய் விட்டது. இதன் காரணமாக மனிதத்தன்மை வீச்சு என்பது இயந்திரத்தைப் பாதிக்கவே இல்லை. எனவே அது அழகுக்குரிய ஒரு பொருளாகவோ அல்லது கலைக்குரிய ஒரு பொருளாகவோ விளங்கவில்லை.

தொழிலாளியும் இயந்திரத்தினது பாவயியலும்

இயந்திரத்தோடு கூடிய இந்த நிலைப்பாடு காரணமாக, ஆக்கபூர்வமாக இல்லாத போதிலும், கலையானது மீண்டும் ஒரு உண்மையான நிலைப்பாட்டை வெளிப்படுத்தியது. உழைக்கும் வர்க்கத்தின் புரட்சிகர மனப்பான்மையின் வளர்ச்சியின் காரணமாக, இயந்திர தொழிற்சாலை உழைப்பின் மாபெரும் மனிதத் தன்மை மற்றும் மதிப்பின் முக்கியத்துவம் அடையாளங் கண்டு கொள்ளப்பட்டது.

மியூனியரு (Meunier) டைய சுரங்கத் தொழிலாளர்கள் (miners) என்ற ஓவியத்திலும், பிராங்க் பிராங்வினு (Frank Brangwyn) டைய மற்றும் பல மிகச் சிறந்த கலைஞர்களின் கலைப்படைப்புகளிலும் இயந்திரத் தொழிலாளியும் அவனது உழைப்பும் கலைக்குரிய பொருளாக எடுத்துக் கொள்ளப்பட்டன.

அப்படி என்னதான் நிகழ்ந்து விட்டது. இதுகாறும் அசிங்கமாக இருந்த இயந்திர உழைப்பு என்பது திடீரென்று அழகான ஒன்றாக மாறிவிட்டதா என்ன? தொழிலாளர்களின் புரட்சிகர மனப்பான்மை என்பது பெருமளவு வளர்ந்ததன் காரணமாக, தொழிலாளர்கள் தங்களுக்கென்று நேரிடையான ஒரு மதிப்பைப் பெற்றனர். அவர்களின் உடற் பாவயியலும் மாறியது. தொழிலாளர்களுடைய எதிர்ப்பு மனப் பான்மையானது, கொடுமைக்குள்ளாக்கும் சுரண்டல் இயந்திரங்களுக்கு வெறுக்கக் கூடிய மற்றும் பயங்கரமானதொரு பாவயியலைத் தந்தது. இவ்வாறுதான் தொழிற்சாலையானது, கலாரீதியாகப் படைக்கக்கூடிய

ஒரு பொருளாக மாறியது. குறிப்பாகச் சினிமாவில் அது அவ்வாறு மாறியது. அது உழவனைப் போலவோ அல்லது ஆடு மேய்ப்பவனைப் போலவோ அழகிய அம்சங்களைக் கொண்டிருக்கவில்லை. மனிதனை சுரண்டுவதற்குக் காரணமாக இருந்த இராட்சத இயந்திரங்களை அடிக்கடி சினிமாவில் ஒரு புதுமையான புரட்சிகரமான, யதார்த்தமான கலையாகக் காண்பித்தனர். புரட்சிகர இயக்குநர்களும், காமிராமேன்களும் தங்களுடைய நிலைப்பாடு மற்றும் கோணம் காரணமாக இயந்திரங்களுக்கு அதுகாறும் இருந்த பொய்யான முத்திரையைக் கிழித்து எறிந்தனர். இதற்கு உதாரணமாக பிலிப்ஸ் வயர்லெஸ் தொழிற்சாலையைப் பற்றி ஜோரிஸ் ஐவன்ஸ் (Joris Ivens) எடுத்த மறக்க முடியாத செய்திப் படத்தைச் சொல்லலாம். அப்படத்தில் பொருட்களை சுமந்து செல்கின்ற பெல்டுகளையும் அதில் பணிபுரிகின்ற பெண்களையும் மிக அற்புதமாக உணர்ச்சிப் பெருக்கோடு காண்பித்துள்ளார். ரசிகர்கள், தங்களையே மறந்து, எங்கே அந்த இயந்திரங்களின் அசுர வேகத்தோடு பெண்களால் ஈடுகொடுக்க முடியாமல் போய்விடுமோ என்கிற அச்சத்துடன் பார்த்தார்கள்.

சோவியத் படங்களில் பெரும்பாலும் காண்பிக்கப்பட்ட தொழிற்சாலை மற்றும் இயந்திரங்களின் பாவயியல்கள் நட்புணர்வோடும், உற்சாக மூட்டக்கூடியதாகவும் இருந்தது என்பது தற்செயலாக நிகழ்ந்த ஒன்று அல்ல. அங்கு நிலைப்பாடும் கோணங்களும் வித்தியாசமாக இருந்தது. இயந்திரங்களுக்கும், தொழிலாளர்களக்கும் இடையேயான உறவு என்பதே வேறாக இருந்தது. எனவே காமிராமேன்களின் காட்சியமைப்பும் கோணங்களும் வேறாக இருந்தன. தொழிலாளர்கள் இயந்திரங்களை சுரண்டுபவையாகவும் கொடுமைப்படுத்தக் கூடியதாகவும் பார்க்கவில்லை. மாறாக தங்கள் வாழ்க்கைக்கு உதவும் நண்பனாக, தோழனாக பார்த்தார்கள். இது சினிமாவுக்கே பிரத்யேகமாக உள்ள நிலைப்பாடு மற்றம் கோணத்துக்கு உரிய ஒரு விஷயமாகும்.

கார்ல் க்ருனே (Karl Grune) சுரங்கத் தொழிலாளர்களைப் பற்றிய அருமையான படம் ஒன்றை எடுத்தார். அப்படத்தின் கதை புரட்சிகரமானது. ஆனால் படத்தின் காட்சிகளும் கோணங்களும் கதையைவிடப் புரட்சிகரமாக இருந்தன. சுரங்கப் பள்ளம்தான் படத்தின் கருப்பொருள். அதில் உள்ள குறுகிய செங்குத்தான பாதைகளும், மேடுகளும், இயந்திரங்களும் மற்றும் பணிகளும்தான் அப்படத்தின் கதாபாத்திரங்கள். சாதாரண ஒரு செய்திப் படத்தைப் போல கரி எப்படி எடுப்பது என்ற வெறும் உண்மையைப் படம் காட்டவில்லை. தன்னுடைய சிறப்பான நிலைப்பாடு மற்றும் கோணங்கள் மூலமாக இதே உண்மையின் பாவயியல் புறத்தன்மையோடு இல்லாமல் உணர்வு பூர்வமாகக் காட்டப்பட்டது. சுரங்கத் தொழிலாளர்களை நிலத்தினடிக்கு இட்டுச் சென்ற அந்தக் கூண்டுகளின் முகம் கல்லைப் போல இறுகிப் பயங்கரமாக இருந்தது.

அந்தக் கூண்டுகளின் கதவுகள் மூடப்பட்ட போது ஏதோ சிறையின் கதவுகளே மூடப்பட்டது போல் இருந்தது. அது கீழ்நோக்கி இறங்கத் துவங்கியதும், சுரங்கத் தொழிலாளர்கள் கம்பிகளின் பின்னாலிருந்து பார்த்துக் கொண்டிருந்தனர். க்ருனே (grune) ஒரு சுரங்கத் தொழிலாளியின் கண் கொண்டு, அவனுடைய அதே மன உணர்வோடு ஆபத்தான ஆழத்தை நோக்கி அந்தக் கூண்டு இறங்கும் காட்சியை எடுத்திருந்தார்.

உடற்பாவயியலும் குறியீடும்

மேற்சொன்ன படத்தில், உடை மாற்று அறையில் தொழிலாளர்கள் உடை மாற்றும் காட்சி ஒன்று உள்ளது. அவர்கள் தங்கள் சாதாரண உடைகளைக் களைந்து விட்டு வேலை நேர உடையை அணிந்து கொள்கிறார்கள். களைந்த சாதாரண உடைகளை அதற்கென்று உள்ள ஆணிகளில் தொங்க விடுகிறார்கள். ஆணிகளில் வரிசையாகத் தொங்கும் இந்த ஆடைகளைக் க்ளோஸ்-அப்பில் காட்டும்போது, மனிதர்கள் வரிசையாகத் தூக்கிலிடப்பட்டது போல் தெரிந்தது. அது மனதைக் கலக்கும் காட்சியாக இருந்தது. அந்தப் பாவயியலின் குறியீட்டு அர்த்தத்தை எல்லோராலும் புரிந்து கொள்ள முடிந்தது. 'சுரங்கத் தொழிலாளர்கள் விட்டுச் சென்ற மனிதர்கள் இங்கே தொங்கிக் கொண்டிருக்கிறார்கள். நன்றாகப் பார். அவர்கள் இந்த மனிதர்களை இங்கே விட்டுச் செல்ல வேண்டியவர்களாயிருக்கிறார்கள். கீழே பாதாளத்தை நோக்கிச் செல்கின்ற கூண்டில் இருப்பது மனிதர்களல்ல வெறும் இயந்திரங்கள் தான்' என்பது போலிருந்தது அந்தக் காட்சி.

புகை போக்கிகளிலிருந்து வெளிவரும் கனத்த கரும் புகைகள் கீழ்நோக்கிச் செல்கின்ற காட்சி நம்பிக்கையற்ற இந்த விரக்தி யூட்டும் காத்திருத்தல் எவ்வளவு நேரம் என்று யாருக்குத் தெரியும் என்பது போலிருந்தது. இது ஒரு மௌனப் படமாகும். அலறும் சங்கொலியை அது சத்தத்தின் மூலம் காட்டவில்லை. மாறாக கனத்த நீராவி அந்த விசிலடிக்கும் குழாய்களிலிருந்து வேகமாக வெளியேறுவதன் மூலம் காட்டப்படுகிறது. அதில் ஆயிரக்கணக்கானோரின் விரக்தி ஓலங்களை நம்மால் பார்க்க முடிகிறது.

இன்னொரு காட்சியில் கதாநாயகன் கூண்டினுள் இருக்கிறான். கூண்டின் கதவு அப்போது தான் மூடுகிறது. அந்த நேரத்தில் அவன் எதிரி ஒருவன் அவன் மனைவியை அழைப்பதைப் பார்க்கிறான். கூண்டிலடைக்கப்பட்ட காட்டு மிருகத்தைப் போல அந்தக் காட்சியை அவன் கூண்டின் கம்பிகளுக்குப் பின்னிருந்து பார்க்கிறான். கீழ் நோக்கி வேகமாகச் சென்று கொண்டிருக்கும் அந்த உழைப்பு எனும் சிறையில் இரும்புக் கம்பிகளுக்குப் பின்னால் ஆதரவற்ற கைதிபோல் அந்தத் தொழிலாளி தோற்றமளிக்கிறான். அந்த நிலைப்பாடு மற்றும்

கோணம் தெளிவான மற்றும் ஆழமான குறியீட்டைக் காண்பித்தது. யாராலுமே இதைப் புரிந்து கொள்ளாமலிருக்க முடியாது.

சீரான ஓட்டத்தை வேகப்படுத்தும் நிலைப்பாடு

இதற்கு மிகச் சிறந்த உதாரணம் ஐஸன்ஸ்டினுடைய பேட்டில் ஷிப் பொட்டம்கின் (Battleship Potemkin). கலகம் ஒன்று வெடிக்கிறது. மாலுமிகளுக்கும் அதிகாரிகளுக்கும் இடையே சண்டை மூள்கிறது. இது இரு குழுக்களுக்கிடையே திட்டத்தோடு நடைபெறும் சண்டை அல்ல. மாறாகக் கப்பல் தளத்தின் மீது கயிறுகளுக்கும் மரக்கட்டைகளுக்கும் இடையே நடக்கும் காட்டு மிராண்டித்தனமான சண்டையாகும். ஏணிகள் மீதும், படிக்கட்டுகள் மீதும், இயந்திர அறையினுள்ளும், துப்பாக்கிக் கிடங்கினுள்ளும் ஓடியும், கீழே உருண்டும் புரண்டும், கைகளினால் சண்டையிட்டுக் கொண்டும், மனித உடல்களும் கைகளும், கால்களும் ஆங்காங்கே சண்டையில் சிக்கிக் கொண்டிருக்கின்றன. இந்த பிரம்மாண்டமான காட்சித் தொகுப்பின் சீரோட்டம் என்பது வேகமாக இருக்க முடியாது. இருந்தாலும் அது வேகமாக இருக்க வேண்டியுள்ளது. வெற்று நிலப்பரப்பாக இருக்குமேயானால், அதனுடைய மாறாத சோகம் என்பது அதன் மாறாத்தன்மை காரணமாக அதிகரிக்கிறது. ஆனால் புயலின் சீரோட்டத்தை இரண்டு நிமிடங்களுக்கு மேல் ஒரே மாதிரியாகக் காண்பித்தால் பார்ப்பவர்களுக்குச் சலிப்பூட்டுவதாய் இருக்கும். இயற்கையாகவே அசைவற்ற ஒன்று எப்போதுமே அசைவற்றதாக இருக்கலாம். ஆனால் கலையின் அசைவியக்கம் என்பது ஒன்று மேல்நோக்கி அதிகரிப்பதாக இருக்க வேண்டும். அல்லது கீழ்நோக்கிக் குறைவதாக இருக்க வேண்டும். இல்லையெனில் அது களைப்பூட்டுவதாய் இருக்கும். ஐஸஸ்டினுக்கு பிரச்சனையாக இருந்தது என்னவெனில், காட்சியின் வேகத்தை அதிகப்படுத்த வேண்டும். ஆனால் காட்சியில் உள்ள நடிப்பு மற்றும் திசைப்பாடுகள் வேகத்தை அதிகரிப்பதற்கான எந்தச் சாத்தியப்பாட்டையும் தரவில்லை. பின் அவர் என்ன செய்தாரெனில், காட்சியிலுள்ள பலாத்காரத்தை அதிகப்படுத்துவதற்குப் பதிலாக, காட்சியின் பலாத்காரத்தை அதிகப்படுத்தினார். நடந்த சண்டை என்பது முன்னைக் காட்டிலும் கடுமையாக நடைபெறவில்லை. ஆனால் அந்தச் சண்டையைத் திரையில் காண்பித்த விதங்களும் கோணங்களும், ஏதோ முன்னை விட மிக மிகக் கடுமையாக சண்டை நடப்பது போல் இருந்தது. முதலில் இந்தக் காட்டு மிராண்டித்தனமான சண்டையை முழுமையாக முன்பக்கக் கோணத்திலிருந்து பார்க்கிறோம். அது நமக்குக் களைப்பூட்டுவதாய் மாறும்போது கோணங்கள் மாற்றப்படுகிறது. சண்டையிடும் அவர்களை நாம் மேலேயிருந்தும் கீழேயிருந்தும் மற்றும் பல்வேறு வினோதமான கோணங்களிலிருந்தும் பார்க்கிறோம். இதன் காரணமாக சண்டையிடும் மனிதர்கள் மட்டும் தலைகீழாக நிற்கவில்லை. அல்லது பறந்து குதிக்கவில்லை. படங்களும்

அவ்வாறே இருந்தன. அவைகளின் பாவயியலானது, சண்டையிடும் மனிதர்களின் முகத்தைக் காட்டிலும் அதிகமாகச் சிதைக்கப்பட்டதாய் இருந்தது. சண்டை இன்னும் நடந்து கொண்டிருக்கிறது. காட்சிகளின் பலாத்காரம் இன்னும் கடுமையாக்கப்பட வேண்டியிருந்தது. இப்போது சண்டை வெறும் வினோதமான, குறுக்கான கோணங்களின் மூலம் மட்டும் காட்டப்படவில்லை. காமிராவானது இறுகிய இரு கயிற்றுக்கிடையேயும், கம்பிகளின் பின்னாலிருந்தும், ஏணிப்படிகளின் குறுக்காகவும், உட்பாதைகளில் உள்ள இரும்புப் பட்டைகளின் வழியாகவும் காட்சிகளைப் படமெடுத்தது. சண்டையிடுபவர்களின் அசைவுகளை நாம் இன்னும் கடுமையானதாக மாற்ற முடியாது. ஆனால் கயிறுகளும், இரும்புப் பட்டைகளும், படிகளும் காட்சிகளை இன்னும் துண்டுதுண்டாக வெட்டியது. மனிதர்களோ ஒருவருக்கொருவர் எதிரும் புதிருமாகத்தான் இருந்தார்களேயொழிய ஆனால் காட்சிகளோ அதைவிடக் கடுமையாக இருந்தன. நிலைப்பாடு மற்றும் கோணங்கள் மூலம் காட்சிகள் போராடும் மனிதர்களை மேலும் உக்கிரத்துடன் காண்பித்தது.

சிதைவு

யதார்த்தமான கலையின் எல்லைகளைப் பின்வருமாறு விளக்கலாம். ஒரு கலைஞன் தன்னுடைய பொருளில் எத்தனை வினோதமான அல்லது வழக்கத்திற்கு மாறான பாவயியலைப் பார்க்கலாம். ஆனால் அவன் பொருளில் பார்க்கின்ற பாவயியலை அந்த பொருளிலிருந்தே எடுக்க வேண்டும். அதாவது மைக்கலேஞ்சலோ எப்படி தன்னுடைய மனதில் பார்த்தவைகளைக் கரும்பவழக்கற்களில் வடித்தெடுத்தானோ, அது போன்று செய்ய வேண்டும். அதாவது அவனுடைய கலைப்படைப்பின் பாவயியலை அவனுடைய பொருளிலிருந்துதான் உருவாக்க வேண்டுமே தவிர வெளியிலிருந்து அதைப் படைப்பின் மீது திணிக்கக் கூடாது. இந்த அடிப்படையில் அந்தக் கலை யதார்த்தமான ஒன்றாக இருக்கும். ஒரு கலைஞன் தன்னுடைய பொருளைத் தன்னுடைய அகநிலைவாத அடிப்படையில், அமைப்பு ரீதியாகவும், அர்த்த ரீதியாகவும் மாற்றாத வரையில் அவன் யதார்த்தக் கலைஞனாகவே இருப்பான். ஒரு கேலிச்சித்திரம் என்பது விரும்பக்கூடிய அளவுக்கு ஒரு உருவத்தைச் சிதைக்கலாம். ஆனால் முகம் மட்டும் அடையாளம் கண்டு கொள்ளக்கூடியதாய் இருக்க வேண்டும். முகம் அடையாளம் கண்டு கொள்ள முடியாமல் போகுமேயானால் அந்தக் கேலிச்சித்திரம் நமக்கு எந்த நகைப்புணர்வையும் தராது. நகைப்புணர்வு என்பதே முகத்தை அடையாளம் கண்டு கொள்வதில்தான் உள்ளது. அது முடியாமல் போகுமேயானால், அது நமக்குத் தெரிந்த ஒரு பொருளின் சிதைவாக இருக்கும். சிதைவின் நோக்கம் நகைப்புணர்வாக இருந்தாலும் அல்லது உளவியல் ஆய்வாக இருந்தாலும் ஏதாவதொன்றின் சிதைவாகத்தான் இருக்க வேண்டும்.

அது இல்லாமல் போகுமேயானால் அந்தச் சிதைவிற்கு அர்த்தமும், முக்கியத்துவமும் இல்லாமல் போய் விடும். நாம் ஒரு விஷயத்தை மிகைப்படுத்துவோமேயானால், எதை மிகைப்படுத்துகிறோம் என்று மற்றவர்களுக்குத் தெரிய வேண்டும். இல்லையெனில் யாரும் அறிந்து கொள்ள மாட்டார்கள்.

அறிமுகமில்லாத தோற்றங்கள்

நான் மேற் சொன்ன விஷயங்களை ஓவியங்களிலும், சிற்பங்களிலும் பார்க்கலாம். தோற்ற அமைப்புகளை எங்கே எப்படி வரைவது என்பது முழுக்க முழுக்கக் கலைஞனின் கையில்தான் உள்ளது. காமிராவின் கோணம் என்பது என்னதான் விநோதமாக இருந்தாலும் அதனால் பொருளின் அடிப்படை அமைப்பை மாற்ற முடியாது. அப்படியெனில் யதார்த்தத்தின் எல்லைகளை மீற முடியுமா? முடியும். ஒரு பொருளை அப்படியே படம் பிடித்தால் கூடப் பிடிக்கப்பட்ட படத்தில் உள்ள பொருள் உண்மை அல்ல என்பது போல் தோன்றலாம். அந்தப் பொருள் அடையாளங் கண்டு கொள்ள முடியாமல் போகின்ற பட்சத்தில் இது நிகழ்கிறது. ஒரு சில கண்ணோட்டங்கள் மற்றும் கோணங்கள் தங்களின் வினோதத் தன்மையினால் பொருட்களின் உண்மையான தோற்றத்தை மிகைப்படுத்தி அதை அடையாளங் கண்டு கொள்ள முடியாமல் செய்து விடும். ஒரு பொருளை நாம் மாறுதலான கோணத்தில் பார்த்தாலும் அது நமக்குப் பழக்கப்பட்டதாக இருக்க வேண்டும்.

அந்தப் பொருள் என்னவென்று நமக்குத் தெரிய வேண்டும். அப்போதுதான் ஒரு பொருளின் மறுபதிப்பு என்பது வித்தியாசமான தாகவும், வியப்பூட்டுவதாகவும் இருக்கும். முன்பெல்லாம் பத்திரிகைகளில் போட்டோ புதிர் என்று ஒன்று வரும் வழக்கமிருந்தது. வாசகர்கள் அந்த போட்டாவில் உள்ளது என்ன என்பதை யூகித்தறிய வேண்டும். ஏனெனில் அந்தப் போட்டோ வழக்கத்துக்கு மாறான கோணத்தில் பொருளே அடையாளம் தெரியாத வகையில் எடுக்கப்பட்டதாகும். சினிமாவானது இத்தகைய புதிர்களை விலக்க வேண்டும்.

சாத்தியப்படாத தோற்றங்கள்

படப்பிடிப்பில் இன்னுமொரு முறையும் உண்டு. இதன் மூலமும் பொருள்கள் கலாரீதியாக உண்மையல்ல என்பது போல் தோன்றும். சாதாரணமாக மனிதர்களால் கண் கொண்டு பார்க்க முடியாத கோணங்களிலிருந்து பொருள்களைக் காட்டும். தானியங்கி காமிராக்கள் மனிதர்களால் ஒரு போதும் சாத்தியப்படாத கோணங்களிலிருந்து பொருள்களைக் காட்டும். ஒருவன் அந்தக் காமிராவை விழுங்கி அதன் மூலம் மனித வயிற்றின் உட்பகுதியை படம் பிடிக்கலாம். இதன் மூலம் இயற்கையான மனிதப் பார்வை எட்ட முடியாத இடங்களையெல்லாம் நாம் எட்டலாம். இது விஞ்ஞான ரீதியாக மாபெரும் மதிப்பு

வாய்ந்ததாகும். ஆனால் கலையைப் பொருத்தவரை அது போன்ற படங்கள் முக்கியத்துவமற்றவையாகும்.

கலையின் மையப்பொருள் உள்ளார்ந்த அனுபவம் ஆகும். இது ஒரு பொருளைப் பற்றிய விஞ்ஞானப் பூர்வமான கண்ணோட்டம் இல்லை. மாறாக உணர்வு ரீதியானது. தொழில் நுட்ப ரீதியான ஒரு இடைச் சாதனத்தால் மட்டுமே மனிதனால் இதைப் பார்க்க முடியாது. அப்படி நிகழுமெனில் அவ்வனுபவம் இயற்கையானதாக இருக்காது. மாறாக நமது உணர்வு ரீதியான கண்ணோட்டத்தில் பிரதிபலிக்கின்ற புற உலகு ஒரு மனிதனுடைய வெளி உலகோடு கூடிய உணர்வு ரீதியான உறவானது அகநிலையும் புறநிலையும் கலையில் ஒன்று சேர்வதில்தான் வெளிப்படும் என்றால், எந்த ஒரு படமும் யதார்த்தமான கலைப்படைப்பாக இருக்க முடியாது. தொழில்நுட்ப ரீதியான ஒரு இடைச் சாதனத்தால் மட்டுமே மனிதன் இதைப் பார்க்க முடியும் எனில் இந்த அனுபவம் எப்போதுமே சரியானதாக இருக்காது.

வழக்கத்திற்கு மாறான கோணங்கள் வழக்கத்திற்கு மாறான சூழ்நிலைகளைக் குறிக்கிறது

நாம் எந்தக் கதாபாத்திரத்தின் கண்கள் வழியாக ஒரு பொருளைத் திரையில் பார்க்கிறோமோ, அந்தக் கதாபாத்திரத்தின் சூழ்நிலை மிகுந்த வழக்கத்திற்கு மாறான கோணங்களுக்குக் காரணமாக இருக்க வேண்டும். உடல்நலமற்ற ஒருவன் ஒரு படத்தைப் பார்த்தால் அது அவனுக்கு வழக்கத்திற்கு மாறாகத்தான் இருக்கும். அல்லது கிட்டப்பார்வை உள்ள ஒருவன் அதை பார்ப்பது போல் காண்பித் தாலும் அது வழக்கத்திற்கு மாறாக இருக்கும். இவ்வாறு ஒரு காட்சியின் வழக்கத்துக்கு மாறான விநோதமான தன்மைக்கு வெறும் தர்க்க ரீதியான விளக்கங்கள் மட்டும் கொடுத்தால் போதாது. அது போன்ற விநோத கண்ணோட்டங்களுக்கு நாம் கலாரீதியான ஒரு நோக்கமும் கொடுக்க வேண்டும். வழக்கத்திற்கு மாறான கோணங்கள் வழக்கத்திற்கு மாறான மன உணர்வை உருவாக்குகிறது. இது போன்ற மன உணர்வை உருவாக்குவது படத்தின் இயக்குநருடைய திட்டமிட்ட செயலாக இருக்க வேண்டும். அது காட்சியினுடைய பொருள் மற்றும் கதாபாத்திரங்களின் மனநிலையிலிருந்து உருவானதாக இருக்க வேண்டும். இல்லையெனில் அது பட உருவ அமைப்பில் மட்டுமே அமைந்த வெற்று ஜாலமாக இருக்கும்.

காய்ச்சலடிக்கும் அல்லது குடிகாரன் ஒருவன் பார்க்கக்கூடிய பொருள்களை அப்படியே உண்மையாகக் காண்பித்தால் அது யதார்த்தமாக இருக்காது, வெறும் காய்ச்சல் மற்றும் குடிதான் இவ்வாறு பொருட்களின் முகங்களை மாற்றிக் காண்பிக்கும் என்பதில்லை. தீவிர உணர்ச்சி, வெறுப்பு, காதல் அல்லது பயம்

போன்றவைகளும் இது போன்ற விளைவுகளை ஏற்படுத்தும். பெரும்பாலும் இயக்குநர்கள் காட்சி மற்றும் காட்சி நடக்கும் இடத்தின் விநோதத் தன்மையை உறுதியிட்டுக் காண்பிக்கவே விரும்புகிறார்கள். இதற்காக அவர்கள் விநோதமான ஒரு கோணத்தை உபயோகப்படுத்தலாம். உதாரணமாக போதை மருந்து உட்கொள்வதற்கான இடம் ஒரு சாதாரண அறையாக இருக்கலாம். ஆனால் அங்கு நிகழும் வினோதத் தன்மைகளை ஒரு வழக்கத்திற்கு மாறான கோணத்தின் மூலம் காட்சி ரீதியாகக் காண்பிக்கலாம்.

திரைப்படக் கேலிச்சித்திரங்கள்

வரையப்படும் கேலிச்சித்திரங்களை விட, படம் பிடிக்கப்பட்ட கேலிச்சித்திரங்கள் அதிக சக்தி வாய்ந்தவை. ஏனெனில் அது நம்பகத் தன்மையுடன் இருக்கும். புகைப்படமானது உண்மைகளை முழுமையாக நசுக்க முடியாது. உருவம் பற்றிய உண்மைகளைக் கூட அதனால் சிதைக்க முடியாது. ஒரு குறிப்பிட்ட நேரத்தில் ஒரு குறிப்பிட்ட கோணத்தில் நாம் பொருளைப் பார்ப்பதையே காமிரா படம் பிடிக்க முடியும். புகைப்பட ரீதியான கேலிச்சித்திரமானது மிகுந்த ஆபத்தை விளைவிப்பதாகும். ஏனெனில் அது அதிகமாய் நம்பக் கூடியதாக இருக்கும்.

ஐஸன்ஸ்டைனும் அவருடைய அற்புதமான காமிராமேன் டிஸ்ஸே (Tisse) வும் அலுவலகம் பற்றிய ஒரு மாபெரும் கேலிச் சித்திரத்தை உருவாக்கினார்கள். டைப்ரைட்டர், மைபாட்டில், பேனா, ரப்பர்ஸ்டாண்ட், பென்சில் மற்றும் பென்சிலைக் கூர்மைப்படுத்தும் இயந்திரம் ஆகியவற்றின் க்ளோஸ்-அப்புகள், அவை எடுக்கப்பட்ட கோணங்கள் காரணமாக மாபெரும் வினோத படைப்புகளாகத் தெரிந்தன. அவற்றிற்கு காமிராக் கோணங்கள் மாபெரும் ஒரு கம்பீரத் தோற்றத்தைத் தந்ததோடு, உயிரோட்டத்தையும் கொடுத்தது. மனிதர்களை விட அந்தச் சிறு இயந்திரங்கள் முக்கியமானது போல் தோற்றமளித்தன. அந்தக் காட்சி அதிகாரத்துவத்தை நையாண்டி செய்வது போல் இருந்தது.

பொருட்களின் இந்த மாபெரும் மிகைப்படுத்துதல் வெறும் காமிராவின் கண்ணோட்டத்தால் மட்டும் நிகழவில்லை. மற்றும் சில புகைப்படக் கலை நுட்பங்களாலும் உருவாக்கப்பட்டது. எனவே இவைகளை இயற்கையான மறுபதிப்பு என்று சொல்ல முடியாது. இது மாதிரியான சந்தர்ப்பங்களில், அந்தப் படங்கள் நையாண்டி செய்வதற்கான கேலிச் சித்திரங்கள் என்பதை ரசிகர்கள் ஏற்கெனவே தெரிந்திருக்க வேண்டும். அதைச் சாதாரண உண்மையான படங்களாக ரசிகர்கள் பார்ப்பார்களேயெனில், அந்தப் படங்கள் அவர்களுக்கு உண்மையற்றதாகத் தோன்றும். அதைக் கற்பனா ரீதியான படங்களாகப் பார்த்தால்தான் ஆழமான உண்மைகளை அவர்களால் காணமுடியும்.

சினிமாவில் எக்ஸ்பிரஸ்ஸனிஸம் (Expressionism)

முகத்தில் காண்பிக்கப்படுகின்ற ஒவ்வொரு உணர்வும், அதன் அளவிற்கேற்றவாறு முகபாவத்தையே மாற்றும். அதாவது முகத்தின் அமைதியான பாவத்தை அதனுடைய நிலையிலிருந்து மாற்றுவதாய் அமையும். உணர்வு எவ்வளவுக்கெவ்வளவு வலிமையாக உள்ளதோ அவ்வளவுக்கவ்வளவு முகமும் சிதைவடையும் முழுக்க முழுக்க 'சாதாரண' முகம் என்பது (அப்படி ஒன்று இருக்கமேயானால்) அது உணர்ச்சியற்றதாய் வெறுமையாய் இருக்கும். அதில் பாவயியல் என்பதே இருக்காது.

எக்ஸ்பிரஸ்ஸனிஸ்டுகளைப் பொறுத்தவரை வெளிப்படுத்துதல்தான் (உடல் ரீதியான உணர்ச்சியின் வெளிப்பாடு) மிக முக்கியமானதாகும். முகத்தின் உடல் ரீதியான அம்சத்தை வெறும் தடையாகவே கருதினார்கள். உள்ளத்தை வெளிப்படுத்தும் பாவயியலானது சதையாலான, உணர்ச்சியும், ஒளியும் அற்ற உடலம்சத்திலிருந்து விடுவிக்கப்பட வேண்டும். உடற்பாவயியலைப் பார்த்து அதை அப்படியே உருவாக்க வேண்டும் என்று கலைஞர்கள் விரும்புவார்களோ யானால், முகத்தின் இயற்கையான தோற்றம் அந்தப் பாவயியலை பாதிக்க அவர்கள் அனுமதிக்கக்கூடாது என்று உண்மையான எக்ஸ்பிரஸ்ஸனிஸ்டுகள் நம்பினார்கள். உடலமைப்புக்குரிய இயற்கையான எல்லைகளுக்கப்பாலிருந்து உணர்வைத் தரும் தோற்றத்தை ஏன் கொண்டு வர முடியாது? இயற்கையான வாயைக் காட்டிலும் புன்னகை என்பது ஏன் நீளமாக இருக்கக்கூடாது? அவ்வாறு செய்யும் போது அது ஏன் உணர்ச்சியின் முக்கியத்துவத்தை அதிகப் படுத்தாமல் இருக்க வேண்டும். உடல் ரீதியான எல்லைக்குள் அசைவுகள் மூலம் மனிதன் வெளிப்படுத்துகின்ற உணர்ச்சியைக் காட்டிலும் அவர்களின் உண்மையான உணர்ச்சி அதிகமானது. நாம் நம் கையை ஆட்டும்போது அது எப்போதும் நம் உணர்ச்சியின் உயிரோட்டத்தைப் போதுமான அளவு காண்பிப்பதில்லை. நம்முடைய உணர்வுகளை வெளிப்படுத்தும் இயற்கையான அசைவுகள் எப்போதுமே முழுமையற்றதாகவும் வெறும் அடிப்படையாகவும்தான் இருக்கும். ஏனெனில் நம்முடைய எல்லையற்ற உணர்ச்சிகள் உடல் ரீதியான எல்லைகளால் கட்டுப்படுத்தப்படுகிறது.

வெளிப்படுத்தலில் இருக்கக் கூடிய நம்பகத் தன்மையைச் சினிமாவானது உறுதிப்படுத்துகிறது. ஏனெனில் பார்வையாளனுக்கு அது புகைப்படம் என்பதும் அதனால் தன்னிஷ்டத்திற்குப் பொருளின் வடிவத்தை மாற்ற முடியாது என்பதும் நன்கு தெரியும். இந்த ஒரு காரணத்தினாலேயே வெளிப்படுத்துதல் பாணி என்பது மற்ற எந்தக் கலைகளைக் காட்டிலும் சினிமாவிற்குப் பொருத்தமானதும், பயனளிக்கக் கூடியதும் ஆகும். பொருள்களில் அவர்கள் பார்க்கின்ற உணர்ச்சி என்பது காமிராக் கண்ணோட்டங்கள் மற்றும் கோணங்களால்தான் உருவானது என்பதைச் சரிபார்க்க முடியாது.

தி காபினெட் ஆஃப் டாக்டர் கேலிகரி
The Cabinet of Dr. Caligari

இப்படத்தில் எக்ஸ்பிரஸ்ஸினிஸம் என்பது படத்தின் மையக் கருத்து உட்பட பல்வேறு மட்டங்களில் காண்பிக்கப்படுகிறது. இப்படத்தில் பிரபல டாக்டர் கேலிகரியின் அரங்கத்தில் உள் வினோத உணர்ச்சி வெளிப்பாட்டை படத்தின் பாணியானது பின்புலம், சூழ்நிலை மற்றும் பேராசை நோக்கங்கள் ஆகியவற்றின் கலப்பின் மூலம் வெளிப்படுத்துகிறது. மனித கதாபாத்திரங்களுக்கு இணையாகப் பொருள்களின் பாவயியலும், அசைவும் மிகச் சிறந்த முறையில் இப்படத்தில் காட்டப்பட்டுள்ளன.

மௌனப் படம் மிகச் சிறந்து விளங்கிய கால கட்டத்தில், உயிரோட்டமில்லாத பின்புலக் காட்சிகளை எந்த இயக்குநரும் உபயோகப்படுத்தவில்லை. கதாபாத்திரங்களின் முகபாவம் மற்றும் அசைவுகளுக்கு ஏற்றவாறு முக்கியத்துவமற்று எந்த இயக்குநரும் பின்புலக்காட்சிகளை அமைக்கவில்லை. அப்போது சினிமாவில் இதுபோன்று பாவயியல்களை எதிரொலிக்கக்கூடிய காட்சியமைப்பு என்பது சினிமாவுக்கான நுட்பத்தின் ஒரு பகுதியாக இருந்தது. ஆனால் காலிகரி படத்திலோ இந்த அம்சம் இதற்கும் மேலேயே இருந்தது. அப்படத்தில் கதாபாத்திரத்தைச் சுற்றியுள்ள ஒவ்வொரு பொருளும் கதாபாத்திரங்களுக்கு இணையான ஒரு பங்கை வகித்தன. இப்படத்தில் உள்ள வீடுகள், மேஜை நாற்காலிகள் ஒவ்வொன்றும் உயிருள்ள மனிதர்களைப் போல் தோற்றமளித்தன. அவை உயிருள்ள கதாபாத்திரங்களை ஏதோ தங்கள் கண்களால் பார்ப்பது போல பார்த்தன. பயங்கர பைத்தியக்காரன் ஒருவனின் மனப்பிதற்றல்களைக் காட்டக் கூடிய இப்படத்தின் இயக்குநரான ராபர்ட் வைன் (Robert Wiene) தன்னுடைய படத்தின் இந்த உருவ அமைப்புக்கும் நியாயம் தேடும் வகையில் படத்தின் தலைப்புடன் கூடவே ஒரு கிளைத் தலைப்பையும் கொடுத்தார். "ஒரு பைத்தியக்காரன் எப்படி உலகைப் பார்க்கிறான்" என்பதுதான் அத்தலைப்பாகும்.

படத்தில் நாம் உண்மையாகவே பைத்தியக்காரர்களையும், பைத்தியக்கார விடுதியையும் பார்க்கிறோம். ஆனால் படத்தில் அவற்றின் தோற்றமோ பயங்கரமாகவும், வினோதமாகவும் இருந்தது. இவ்வாறு வினோதமான கண் கொண்டு பார்ப்பது யார்? இவ்வாறு பார்க்கக் கூடிய ஒருவன் படத்தின் கதைக்கு வெளியேதான் இருக்க வேண்டும் என்பதும், அந்த ஒருவன் படத்தின் இயக்குநர்தான் என்பதும் தெளிவான ஒன்றாகும்.

இந்த விறுவிறுப்பான படத்தின் வினோத தன்மையின் மையம் என்னவென்று பார்த்தால், அது அப்படத்தை படைப்புக்கலை என்ற ஒன்றிலிருந்தே பெருமளவுக்கு மாற்றி விடுகிறது. இப்படத்தின்

சிறப்பான பாவயியல் வெளிப்பாடுகள் என்பது காமிரா கோணங்கள் மற்றும் நிலைப்பாடுகளால் உருவானதில்லை. காமிராக் கோணங்களும், நிலைப்பாடுகளும், உண்மையான பொருட்களின் உண்மையான உலகத் தன்மையை மாற்றியமைக்கிறது. ஆனால் இப்படத்திலோ ஏற்கனவே வரையப்பட்ட எக்ஸ்ப்ரெஸ்ஸனிஸ்டு ஓவியங்களின் மறுபதிப்பைத் தான் காமிரா காண்பித்தது. பொருட்களின் தோற்றத்திற்கு மாற்றத்தையும் சிதைவையும் தந்தது காமிரா இல்லை இப்படத்தில் வரும் வீடுகள் பயங்கரமான தோற்றத்தில் ஸ்டூடியோவில் கட்டப்பட்டவை. தெரு விளக்குகளோ வினோதமான கோணங்களில் அமைக்கப்பட்டவை. மரங்களோ காட்சியமைப்பு ஓவியர்களால் வரையப்பட்டவை. இப்படத்தில் காமிராவின் வேலை என்பது ஒன்றுமில்லை அப்படியே படம் பிடிப்பதுதான். பொருட்களின் சாதாரணத்தன்மையை தன்னுடைய வெவ்வேறு கோணங்களின் மூலம் மாற்ற முடியும் என்பதை காமிரா இப்படத்தில் காட்டவில்லை. தி காபினெட் அஃப் டாக்டர் கேலிகரி படமானது ஒரு சினிமா ஓவியமாகும். இது ஒரு படத்தினுடைய படமாகும். ஆனால் இப்படத்தில் ஓவியத்தன்மை, பிரதான அம்சமாக இல்லை. மாறாக இரண்டாவது அம்சமாகும்.

அலங்கார காட்சியமைப்பு

அலங்கார காட்சியமைப்பு என்பது மேற்சொன்ன காரணத்தால், நமக்கு திருப்தியளிக்கக்கூடிய ஒன்றாக இருக்காது. இயற்கையில் உள்ள எந்தப் பொருளையும் அப்படியே நம்மால் ஸ்டூடியோவில் உருவாக்க முடியும். ஆனால் அது அப்படியே இயற்கையில் உள்ளது போலவே தோற்றமளிக்க வேண்டும். ஒளியமைப்பு போன்ற தொழில்நுட்ப வசதிக்காகத் தான் நாம் அவற்றை அப்படியே ஸ்டூடியோவில் நிறுவுகிறோம். அப்போதும் அப்பொருள்கள் காமிராவின் படைப்புக்கான கலைப் பொருளாகவே விளங்குகிறது. ஒளியமைப்பு, காமிரா கோணங்கள் மூலம்தான் படத்தினுடைய உருவமைப்பை நிர்ணயிக்கக்கூடிய பணியைச் செய்ய முடியும். இதன் மூலமே சினிமாவை ஒரு பிரதான கலைப்படைப்பாக உருவாக்க முடியும்.

சினிமா முத்திரைவாதம் (Film-Impressionism)

மேடை நாடகத்தையும் சினிமாவையும் ஒப்பிடுவோமானால், பெரும் கூட்டத்தைக் காண்பிக்கக் கூடிய வசதி சினிமாவுக்குத்தான் உண்டு என்பது பொதுவாகச் சொல்லப்படுகின்ற ஒன்று. நாடக மேடை எவ்வளவுதான் பெரிதாக இருந்தாலும் சினிமாவோடு ஒப்பிடும் போது மிகக் குறைந்த அளவு கூட்டத்தையே காண்பிக்க முடியும். சினிமாவிலோ, தேவையென்றால் பத்தாயிரக்கணக்கான துணை நடிகர்களைக் கூட காண்பிக்க முடியும். மிகப் பெரிய கூட்டத்தைப் படம் பிடிப்பதன் மூலம் திரையில் காட்டலாம். ஆனால் அதில் இயக்குநரின் பங்கு என்பது அவ்வளவாக இல்லை.

உதாரணத்துக்கு பதிலாக ஒரு புகை மண்டலத்திற்கு பின்னே காண்பிப்போமானால் திரையில் தெரிகின்ற கூட்டம் உண்மையான கூட்டத்தை விடப்பெரிதாக இருக்கும். இவ்வாறு பெரிதாகத் தெரிவதற்கு காரணம் கூட்டத்தினரின் எண்ணிக்கை இல்லை. முடிவற்ற ஒரு பாலைவனப்பரப்பில் நாம் ஒரு லட்சம் பேரைக் காண்பித்தால் கூட அது ஏதோ சிறிய கூட்டம் போலத்தான் இருக்கும். நமக்கு தேவையான மாயைத் தோற்றத்தை உருவாக்குவது காமிராவின் கோணமும், கண்ணோட்டமும்தான். இது போன்ற முத்திரை வாத வழிமுறைகளால், சினிமாவுக்கே உரிய சாத்தியப்பாடுகள் பெருமளவுக்கு அதிகரிக்கிறது. பத்தாயிரம் கிளர்ச்சிக்காரர்களின் முறைப்படியான பேரணியை காட்டுவதைக் காட்டிலும், ஒரே ஷாட்டில் ஒரு குறுகிய இடத்தில் நூறு உயர்த்திய முஷ்டிகளை காண்பிப்பதன் மூலம் மக்களின் எழுச்சியுணர்வை அதிகமாகக் காட்ட முடியும்.

ஒரு சில காரணங்களால், சில விஷயங்களை காமிராமேனால் நேரடியாக காட்ட முடியாது. அது போன்ற இடங்களில் காமிராமேன் இது போன்று மறைமுகமாக காண்பிக்கலாம். காமிராவின் கோணமும் கண்ணோட்டமும் பார்ப்பவர்களின் கற்பனையைத் தூண்டி அதை ஒரு குறிப்பிட்ட பாதையில் இட்டுச் செல்வதாய் அமைய வேண்டும். பெரும்பாலான நேரங்களில் ஒரு நகரத்தை அப்படியே மிக கவனத்தோடு படம் பிடித்துக் காட்டுவதன் மூலம், அதன் உண்மையான பாவயியலை காட்டத் தவறிவிடுகிறோம். வெனிஸ் நகரின் பெரும் கால்வாய்களின் அருகே வரிசையாய் அமைந்துள்ள அரண்மனைகளை அப்படியே துளியும் பிசகாமல் படம் பிடித்துக்காட்டுவதை விட, இருளிலே பாலத்தின் தோற்றத்தையும், அதன் கீழே நீரில் பட்டுத் தெறிக்கும் ஒளியில் படகு ஒன்று ஆடுவதையும், கூழாங்கற்களால் ஆன அந்தப் படிகள் அசுத்தமான நீரின் கீழே செல்வதையும் காண்பிப்பதன் மூலம், வெனிஸ் நகரை மிக அழகாக காண்பிக்க முடியும்.

நிகழ்ச்சிகளின் முத்திரைகள்

சில நடப்புகளும், நிகழ்ச்சிகளும் தங்களுக்கேயுரிய உணர்ச்சிப் போக்கைக் கொண்டிருக்கும். இந்த உணர்ச்சிப் போக்கை, சரியானதொரு கோணத்தில், விளக்கமான ஷாட்டில் காண்பிப்பதன் மூலம் மிக ஆழமாக காட்ட முடியும். சங்கொலி குழாயிலிருந்து வேகமாய் வெளியேறும் நீராவியையோ, ஜன்னல் ஒன்றினைத் தட்டுகின்ற விரல்களையோ, சாய்வாகப் படம் பிடிக்கப்பட்ட அபாய அறிவிப்பு மணியையோ திடீரென்று பயந்து போன கண்களுடனும் மற்றும் அலகின்ற வாய்களுடன் இணைத்துக் காட்டுவோமேயானால் அதனால் ஏற்படுகின்ற பீதியானது பயந்து போன கூட்டத்தை தூரக் காட்சியில் காட்டும் போது ஏற்படுகின்ற பீதியைவிட அதிகமாக இருக்கும்.

கற்பனையைத் தூண்டுகின்ற இந்த புகழ்சேர்க்கும் முத்திரைவாதம் சினிமாவின் தன்மைக்கு மிகச் சிறப்பாகப் பொருத்துகிறது. ஏனெனில் வேகமாக மாறுகின்ற சிறப்பான க்ளோஸ்-அப்புகள், பார்வையாளனைத் திரையில் நிகழ்கின்ற காட்சியின் ஓரத்திலிருந்து படிப்படியாக காட்சியின் மையத்துக்கே அழைத்துச் சென்று விடுகிறது. பார்வையாளனின் உணர்ச்சி இறுக்கம் என்பது படிப்படியாக அதிகரிக்கும் அப்போது முழுமையான தோற்றத்தை ஒரு கண நேரம் பார்க்க தவித்துக் கொண்டிருப்பான். அவ்வாறு அத்தோற்றத்தை அவன் கடைசியில் பார்க்கும் போது எல்லா நேரங்களிலுமே இவ்வாறு பார்ப்பது தேவையாயிருக்காது. அவன் பார்க்கின்ற காட்சி, வெறும் காட்சியாய் மட்டும் இருக்காது. அது உண்மையாய் காண்பிக்கின்ற விஷயங்களை அவன் அதில் பார்ப்பான், அவன் அந்தப் படங்களையெல்லாம் பின்னோக்கி கடந்து விஷயங்களைப் புரிந்து கொள்வான்.

அகநிலை முத்திரைவாதம்

சில குறிப்பிட்ட காட்சிகளின் நோக்கம் ஏதோ சில புறநிலை யதார்த்ததைக் காண்பிப்பதை விட ஒரு சில விஷயங்களைப் பதிப்பதுதான் என்றிருந்தால், அங்கு விஷயமே வேறாகயிருக்கும். அது மாதிரியான இடங்களில் அகநிலை அனுபவம் தான் விஷயமாக இருக்கும். அப்போது படத்தின் நோக்கம் என்பது நிலவுகின்ற யதார்த்தத்தை காண்பிப்பது அல்ல, மாறாக ஒரு உணர்ச்சிப் போக்கை காண்பிப்பதாகும். நேரடியான வெளிப்படுத்துதல் வாதத்தைப் போலவே இதுவும் முதலாளித்துவ கலைக்கேயுரிய ஒரு பிற்போக்கு அம்சமாகும். அது முகத்திலிருந்து முகபாவத்தையும், பொருளிலிருந்து அதன் பாவயியலையும் நீக்கி விடுகிறது. மாறாக அது குழப்பமான ஏனோதானோவென்ற ஒரு பாவத்தை வெளிப்படுத்துகிறது. உண்மையில் அந்த பாவம் வெளிப்படுத்துவது என்பது ஏதுமில்லை.

எக்ஸ்பிரஸ்ஸனிஸம் எப்படி ஒரு கேலிகரி படத்தை உருவாக்கியதோ அதேபோன்று இந்த அகநிலை முத்திரைவாதமும் அதற்கேயுரிய ஒரு மிகச்சிறந்த படத்தை உதாரணமாக உருவாக்கியது. (ஏனெனில் இந்த வாதம் முழுமையாக உணரப்பட்டது) இந்த படமும் தி காபினெட் ஆஃப் கேலிகரியைப் போலவே ஒரு ஜெர்மானியப் படமாக அமைந்தது என்பது தற்செயலாக நிகழ்ந்த ஒன்றல்ல. ஏனெனில் ஜெர்மானியர்கள் மற்ற யாவரைக் காட்டிலும் தங்கள் கலைகளில் தீவிரவாதிகளாய் இருந்தனர். அவர்கள் தங்கள் கொள்கைகளைத் தொடர்ந்து செயல்முறைப்படுத்தினர். இயற்கையாய் அமைந்துள்ள நல்ல ரசனை உணர்வு என்பதை அவர்கள் வழிகாட்டியாய் மேற்கொள்ளவில்லை.

இந்த ஜெர்மானிய படத்தின் பெயர் பேன்த்தம் (Phantom) ஆகும். இது கெர்ஹார்ட் ஹாப்ட்மான் (Gerhart Hauptmaann) என்பவர் எழுதிய

நாவலை அடிப்படையாகக் கொண்டது. உணர்ச்சி மேலீட்டாலும், அதீத கற்பனையாலும் பாதிக்கப்பட்ட ஒருவன் புறநிலை யதார்த்தத்தைப் பார்க்க மறுக்கிறான். அவன் உலகத்தை எப்படி பார்ப்பானோ, அதைக் காட்டுவதாய் அமைந்திருந்தது இப்படம். இப்படத்தில் தினசரி வாழ்க்கையின் சாதாரண காட்சிகளைப் போல அதே மட்டத்தில் ஒரு பயங்கரமான பைத்தியக்காரனின் மனப்பிதற்றல்களும், கற்பனைகளும், தீர்மானமான கருத்துக்களும் காண்பிக்கப்பட்டது. அதில் காண்பிக்கப்பட்ட கற்பனைகள் யதார்த்தத்தைக் காட்டிலும் உண்மை போல் தோற்றமளித்தன. இவ்விரண்டிற்கும் இடையே உள்ள எல்லை என்பது முற்றிலுமாக ஒழிக்கப்பட்டது, கடைசியில் யதார்த்தம் கூட ஏதோ ஒரு மாயத் தோற்றம் போல் தெரிந்தது.

பேன்த்தம் (Phantom) படத்திலுள்ள முத்திரைவாதப் பணியானது மிக ஆழமாகவும், தொடர்ச்சியாகவும் இருந்தது. இதன் காரணமாக சினிமாவில் வரும் நிகழ்ச்சிகளின் இயல்பான அமைப்பு என்பது போகப் போக ஒரு துளியும் புரிந்து கொள்ள முடியாமல் போனது. படத்தில் காணப்பட்ட உணர்ச்சிப் போக்குகளும், காட்சிகளும் பார்வையாளனுக்கு ஏதோ குடிகார கதாநாயகனின் உள்ளார்ந்த கண்ணோட்டத்தில் நீந்துவது போல ஒன்றுக்கொன்று தொடர்பற்ற காட்சி சிதறல்களாய் இருந்தது. இப்படத்தின் ஒரு குறிப்பிட்ட பகுதிக்கான கிளைத்தலைப்பு 'தள்ளாடும் சூரியன்' என்பதாகும். இப்படத்தில் வரும் நிகழ்ச்சிகளோ ஒன்றுக் கொன்று தொடர்பில்லாமல் குழப்பமானதாக இருக்கும். கதாநாயகன் அப்டியே அசையாமல் இருப்பான். அவன் கண்களின் முன்னே வீடுகளெல்லாம் மெல்ல அசைவது போல வேகமாய் மிதந்து செல்லும். கதாநாயகன் தன் உடலை சிறிதும் அசைக்காமல் நிற்பான். நீண்ட வரிசையான படிக்கட்டுகள் அவன் கண்முன்னே தோன்றி மறையும். இவ்வாறு திரையில் என்ன நிகழ்க்கிறது என்பது முக்கியமல்ல. மாறாக அவைகள் நம்மிடையே விட்டு செல்லும் பாதிப்புகள் தான் முக்கியம். ஒரு கடையின் ஜன்னலில் ஒரு வைர நகை மின்னிக் கொண்டிருக்கும்... ஒரு மலர்க் கொத்தின் பின்னிருந்து முகம் ஒன்று தோன்றும்... ஒரு கையைப் பிடிக்க இன்னொரு கை நீளும்... ஒரு பெரிய ஹாலில் உள்ள தூண்கள் அப்படியே தள்ளாடும்... காரின் விளக்கு எரிந்து அணையும்... கைத்துப்பாக்கி ஒன்று தரையில் கீழே கிடக்கும்... இவ்வாறு அர்த்தமற்ற பல காட்சிகளை படத்தொகுப்பின் மூலம் ஒன்றாக சேர்க்க முடியும். இக்காட்சிகளை எடுக்கப்பட்ட கோணங்களின் மூலம் அவை உண்மையான பொருள்களின் படங்களாகத் தெரியாது. அவற்றை நாம் யதார்த்தத்தின் பதிப்பாக கருதுவதில்லை. மாறாக ஒரு கற்பனை மற்றும் நினைவின் சுவடுகளாக அவற்றை ஏற்றுக் கொள்கிறோம். அந்த அடிப்படையில் அவை ஒரு வரிசைப்படி வருவதில் எந்தத் தடையுமில்லை.

கதாநாயகனைப் பாதித்த சில விஷயங்களைத்தான்படம் காண்பிக் கிறது. தொடர்பற்ற கணங்களின் க்ளோஸ்-அப்புகளைத் தவிர வேறேதும் காண்பிக்கப்படவில்லை. அந்த காட்சிகளில் நாம் கால ஓட்டம் என்பதையே உணர்வதில்லை. நாம் பார்ப்பது நாட்களின் வரலாறு அல்லது வருடங்களின் வரலாறு என்பதைக் கூட நம்மால் சொல்ல முடியாது.

நேர்முகமல்லாத நிலைப்பாடு

பல நேரங்களில் காமிராவானது ஒரு நிகழ்ச்சியையோ அல்லது நபரையோ நேரடியாகக் காட்டாமல் கண்ணாடியின் மூலமாகவோ அல்லது சுவரில் விழும் நிழலின் மூலமாகவோ காண்பிக்கும். அடுத்து என்ன வரப்போகிறது என்ற ஆவலைத் தூண்டும் வகையில் இது ஒரு வழி முறையாக இருக்கலாம். குறிப்பாக நிழல்களை முன்னாடி காட்டுவது என்பது இந்த வழிமுறைகளை சார்ந்ததாகும். அவ்வாறு காட்டும் போது நாம் அந்த நிழல்களுக்குரிய உருவங்களை கற்பனை செய்து கொள்கிறோம். அது தேவையானதொரு சூழ்நிலையை முன்னரே உருவாக்குகிறது. இவ்வாறு வரக் கூடிய ஏதோ ஒன்று மறைமுகமான குறிப்பின் மூலம் காட்டும் காட்சிகள் பொதுவாக பயமுறுத்தக்கூடிய, உறுதி செய்யக்கூடிய அல்லது ஆர்வத்தைத் தூண்டக்கூடிய ரகசியத்தைச் கொண்டிருக்கும். அழகையோ, பயங்கரத்தையோ நாம் நேரடியாகப் பார்க்கும் போது கூட அத்தனை அழகாகவோ பயங்கரமாகவோ தெரியாது. ஆனால் அதையே நிழல் போன்ற மறைமுகமாக குறிப்பின் மூலம் பார்த்தோமானால் இன்னும் பயங்கரமாகவும் அழகாகவும் தெரியும்.

நேரடியாக காண்பிக்கும் போது குரூரமாகத் தெரியக்கூடிய காட்சிகளைத் தவிர்ப்பதற்காகவே பெரும்பாலான நேரங்களில் இது போன்ற காட்சிகளை உபயோகிப்பார்கள். ஒரு கொலைக் காட்சியோ அல்லது வன்முறையோ அல்லது ஏதாவது பயங்கரமான அழிவையோ கதையின் பொருட்டு காண்பிக்க வேண்டுமெனில் பெரும்பாலும் இந்த நேர்முகமில்லாத காட்சி வழிமுறையாக பயன்படுத்தப்படுகிறது. அதே நேரத்தில் பட இயக்குநர்களும் மாபெரும் சோகங்களை எந்த மாயையும் இல்லாமல் நேரடியாக காண்பிப்பதற்கு விரும்புவதில்லை. உதாரணமாக பைபிளைப்பற்றிய ஒரு படத்தில் ஏசு கிறிஸ்து வருகிறாரெனில் அவரை எந்த ரசனையுள்ள இயக்குநரும் நேரடியான உருவமாகக் காட்டமாட்டார்கள். அப்படி அவர் உருவரீதியாகத் தோன்றுவாரெனினும் அது சுவரில் விழுகின்ற ஒரு நிழலாகவே இருக்கும்.

சில சோகக் காட்சிகளை நாம் நேரடியாக காண்பிக்கும் போது அது தன் சோகத்தன்மையை இழந்து சாதாரணமாகத் தெரியும். இதையே ஒரு இயக்குனர் மறைமுகமான காட்சிகள் மூலம்

காண்பிப்பாரெனில், அது குரூரமாகத் தெரியக் கூடாது என்பதற்காக மட்டுமல்ல மாறாக அது சாதாரணக் காட்சியாக மாறிவிடக் கூடிய அபாயத்திலிருந்து காப்பாற்றி அக்காட்சியின் பாதிப்பை அதிகப்படுத்த வேண்டும் என்பதற்காகவும் ஆகும். நேரடியான காட்சியில் நாம் அந்த காட்சியை மட்டும் பார்க்கிறோம். உதாரணமாக ஒருவன் தன்னைத் தானே சுட்டுக் கொள்ள இருக்கிறான். அவன் கையில் துப்பாக்கி இருக்கிறது. அவன் கை துப்பாக்கி விசையை அழுத்த எழுகிறது. இந்தக் காட்சியின் போது திரையில் நாம் வேறு எதையாவது பார்த்தால் கூட, இக்காட்சி, தன் தன்மையின் காரணமாக திரை முழுவதும் ஆக்கிரமித்துக் கொள்கிறது. ஆனால் இதே காட்சியை நாம் நிழலாக சுவற்றில் பார்ப்போமெனில் இந்த நிகழ்ச்சிக்கு சாட்சியாக விளங்கும் பொருளின் பாவயியலை அதாவது அந்த அறையை, அறையின் சுவற்றைப் பார்க்கிறோம். அதே போல் கண்ணாடியில் நாம் எதையாவது பார்ப்போமெனில் அந்த கண்ணாடி யையும், அதன் தன்மையையும் அதில் தெரிகின்ற உருவத்தோடு சேர்ந்து பார்க்கிறோம். மனிதனும் அவன் நடிக்கின்ற காட்சியும் எந்த வித சூழ்நிலையும் இல்லாமல் வெறுமையாக நம் கண்ணுக்குத் தெரிவதில்லை. பின்புலக் காட்சிகளின் செறிவானது காட்சியின் ஜீவனை அதிகப்படுத்துகிறது.

பின்வரும் காட்சியை நான் ஒரு படத்தில் பார்த்தேன். ஒரு நீர்ப் பரப்பு. அது கரையையும், நிலவையும், மேகங்களையும் மற்றும் இரவின் மற்ற நிழல்களையும் பிரதிபலித்துக் கொண்டிருந்தது. பின்னர் கீழே இன்னொரு பிம்பம் தோன்றுகிறது. ஒரு பெண், நீர் பரப்பை நோக்கி குனிகிறாள். இப்போது அவள் பிம்பம் மேலாக, நீரின் மேல் மட்டத்தை நோக்கி அதாவது பார்வையாளனை நோக்கி விழுகிறது. பின் நீர் தெறிக்கின்ற சத்தத்தைக் கேட்கிறோம். நீர் பரப்பு அசைந்தாடுகிறது. நாம் அந்தப் பெண்ணையே பார்க்கவில்லை. இருந்தாலும் என்ன நிகழ்ந்தது என்பது நம் எல்லோருக்கும் புரிகிறது. இது போன்ற மறைமுகமான காட்சிகள், கவிதையைப் போல, பேசப்படாத வார்த்தையைப் போல நுட்பமான உணர்வை ஏற்படுத்துகிறது. ஏனெனில் அவை விஷயங்களை எந்த வித அழகும் இல்லாமல் நேரடியாகச் சொல்லாமல், அற்புதமான முறையில் விஷயங்களை தொகுத்துச் சொல்கிறது.

கோணங்களின் குறியீடு

புதோவ்கினின் மிகச் சிறந்த மௌனப்படங்களுள் ஒன்றான ' தி எண்ட் ஆஃப் செயின்ட் பீட்டர்ஸ்பர்க்' (The End of St. Petersburg) படத்தில் பீட்டர்ஸ்பர்க் நகரை இருமுறை காட்டுகிறார். இரண்டு காட்சிகளும் நேவா நதிக்கரையில் அமைந்துள்ள நகரின் பகுதியைக் காட்டுகிறது.

முதல் முறை நகரை ஆற்று நீர் பரப்பில் பிரதிபலிப்பதாகக் காட்டுகிறார். கரை நெடுக அரண்மனைகள் வரிசையாக அமைந்துள்ளன. வீடுகளும், அரண்மனைகளும் தோட்டங்களும் ஏதோ கனவைப் போல் இந்த பரபரப்பான நடுங்கும் படமாக தலைகீழாக காட்டப்படுகிறது. இது லெனினுடைய கற்பனை, மாயை மற்றும் கானல் நீராகும். ஆனால் படத்தின் முடிவிலோ அந்த நகரம் செயின்ட் பீட்டர்ஸ்பர்க்காக இல்லை அது இப்போது லெனின்கிராட் என்று அழைக்கப்படுகிறது. அதே வீடுகளை இப்போது காமிரா படம் பிடித்துக் காட்டுகிறது. ஆனால் படம் பிடிக்கப்பட்ட கோணமோ வேறாகும். வீடுகளை முன்பக்கத் தோற்றத்தில் காட்டுகிறது. இப்போது எல்லா வீடுகளும் உறுதியாக பூமியில் பதிந்துள்ளது. பிரம்மாண்டமான தூண்களின் பெரிதான நிழல்கள் பூமியில் விழுகின்றன. அவைகளில் எவ்வித நடுக்கமும் இல்லை. இது முழுக்க முழுக்க யதார்த்தமாகும். இது கனவோ, மாயையோ, கானல் நீரோ இல்லை. இந்த வீடுகள் என்றென்றைக்கும் அசைக்க முடியாதவைகளாக இருக்கும். இதைத்தான் படம் காட்டுகிறது. காமிராவின் கோணங்கள் உறுதியாகச் சொல்வதும் இதைத்தான்.

மனித முகம் கண்ணாடியைப் போல

நுட்பமான நாடகவியலை காண்பிப்பதற்கு பெரும்பாலும் ஒரு விஷயத்தை நேரடியாக காண்பிக்காமல் அதன் விளைவுகள் மூலம் காண்பிப்பதாகும். அதாவது ஒரு காட்சியை காண்பிப்பதற்கு பதிலாக அந்த காட்சியை பார்ப்பவனைக் காண்பிப்பது. இதன் மூலம் என்ன நடக்கிறது என்பதை மட்டும் நாம் தெரிந்து கொள்ளவில்லை. அதற்கு ஒருவன் எப்படி நடந்து கொள்கிறான். என்பதையும் தெரிந்து கொள்கிறோம். இருவர் பேசும் காட்சிகளின் போது, பேசுபவரைக் காட்டாமல் கேட்பவரைக் காண்பிப்பது என்பது நாம் பெரும்பாலும் பார்க்கக்கூடிய ஒன்றாகும். பேசும் படங்களில் பேசுபவர் எப்படியும் படத்தில் இருக்கிறார். அதாவது அவர் குரல் இருக்கிறது, எனவே இது போன்ற ஷாட்டுகள், வார்த்தைகளின் இரட்டை இனிமையை காட்டுவதோடு அவைகள் எழுப்பக்கூடிய முகபாவத்தையும் காட்டுகிறது.

காமிராக் கண்ணோட்டங்களின் உருவகங்கள்

சோவியத் படமொன்றில் விவசாயிகளின் புரட்சியைக் காண்கிறோம். தூரத்திலுள்ள வால்கா நதியின் கரையை இருட்டுவதற்கு சற்று முன்புள்ள ஒளியில் பார்க்கிறோம். நீளமான கூர்மையான முனைகளைக் கொண்ட நாணல்களும் புதர்களும் மறு கரையில் காற்றைக் கிழித்துக் கொண்டு ஆடுகின்றன. திடீரென்று நாணல்களும் புதர்களும் அடர்த்தியாகத் தெரிய ஆரம்பிக்கின்றன. இப்போது நிழலுருமாய் தெரியும் நாணல்களோ பூமியிலிருந்து பெரும் எண்ணிக்கையில்

தோன்ற ஆரம்பிக்கின்றன. அவைகள் ஒன்றோடொன்று கலந்து இப்போது அசைய ஆரம்பிக்கிறது. அப்போது நமக்குத் தெரிகிறது. நாம் இதுவரை பார்த்தது புரட்சி செய்யும் விவசாய' படையினர் கையில் வைத்திருக்கும் நீளமான குத்தீட்டி போன்ற ஆயுதங்கள் என்பது அவைகள் நாணல்களைப் போன்றும், புதர்களைப் போன்று பூமியிலிருந்து வளர்ந்தவைகளாய் தோன்றுகின்றன. காமிராவின் கண்ணோட்டம்தான் இவைகளை அவ்வாறு தோன்றச் செய்கிறது. இதே உருவகத்தை நாம் எழுத்தில் பார்ப்போமெனில் அது மிகச் சாதாரணமாக இருக்கும். ஆனால் அதையே காட்சியாகப் பார்க்கும் போது அதன் பிரதான சக்தி வெளிப்படுகிறது.

அமெரிக்கப் படமொன்றில், இரு போலீஸ்காரர்கள் ஒரு ஏழைப் பெண்ணை நீதிபதியின் முன்னே இழுத்து நிறுத்துகிறார்கள். இக்காட்சி படமாக்கப்பட்ட விதமோ இந்த இரு போலீஸ்காரர்களையும் மிக பயங்கரமாய் பூதாகரமாக திரையையே நிரப்பிக் காட்டுகிறது. அவர்களிருவருக்கும் இடையேயான மிகக் குறுகிய இடைவெளியில் ஒல்லியான அந்தப் பெண்ணின் சிறிய உருவத்தைப் பார்க்கிறோம். அந்த பெண்ணுக்கு என்ன நேரப் போகிறது என்பதை இந்தப் படமே காட்டி விடுகிறது.

கவிதைகளில் வரும் உருவகங்களைப் போலவே, இத்தகைய காமிராக் கண்ணோட்டங்களின் மறைமுக அமைப்புகளும் பாவயியல்களும் நம்முடைய கருத்து, சிந்தனை, மனநிலை மற்றும் உணர்வுகளைக் கிளறுவதாக அமைந்துள்ளது.

ஐஸன்ஸ்டைனுடைய பேட்டில்ஷிப் பொட்டம்கின் (Battleship Potemkin) படத்தில் மறக்க முடியாத காட்சி ஒன்றில் நீண்ட ஒடெஸா படிக்கட்டுகளில் இறந்தோரும், காயமுற்றோரும் விழுந்து கிடக்கிறார்கள் ரத்தக்கறையும், கண்ணீரும் படிந்த மனித முகங்களை காமிராக் கோணம் காட்டுகிறது. அதன் பின் கசாக்கியர்கள் கூட்டத்தினரை நோக்கி சுடுவதைப் பார்க்கிறோம். அவர்களின் முழு உருவத்தையும் நாம் பார்க்கவில்லை. அவர்களின் பூட்ஸுகளின் பாவயியல் நமக்கு முட்டாள்தனமாகவும், கர்ண கடூரமாகவும் தெரிகிறது. இக்காட்சியைப் பார்க்கின்ற பார்வையாளனோ கோபத்தில் தன் கை முஷ்டிகளை முறுக்கிக் கொள்கிறான்: இப்படங்கள் காட்டும் உருவங்கள் அந்த அளவுக்கு சக்தி வாய்ந்தவையாய் இருக்கிறது.

பெரும்பாலான நேரங்களில் இது போன்ற உருவகப் படங்கள் நையாண்டி செய்வதற்கும் பயன்படுத்தப்படுகிறது. உதாரணமாக புதோவ்கினுடைய படமொன்றில், ஆளும் வர்க்கப்படை தளபதிகளின் கூட்டம் ஒன்று நடக்கிறது. இக் கூட்டத்தை காமிரா குறிப்பிட்ட கோணத்தில் படம் பிடித்ததன் காரணமாக, தளபதிகளின் தலைகள் எல்லாம் பிரேமிற்கு வெளியே உள்ளன. நாம் திரையில் பார்ப்பதெல்லாம்

தலையில்லாமல் வெறும் பதக்கங்கள் அணிந்த ராணுவக் கவசத்துடன் கூடிய முண்டங்களைத் தாம்.

இதே மாதிரியான இன்னொரு உதாணரத்தை ஐஸன்ஸ்டைனுடைய அக்டோபரில் காணலாம். இப்படத்தில் புரட்சியின் ஆரம்ப நாட்களின் போது, செயின்ட் பீட்டர்ஸ் பர்க் நகரம் எப்படியிருந்தது என்பது காண்பிக்கப்படுகிறது. குளிர்கால அரண்மனை தாக்கப்படுகிறது. ஒரு சில போர்க்காட்சிகளைப் பார்க்கிறோம். போர்க்கப்பல் அரோரா முதன் முறையாக வெடிக்கிறது. சுடுவதைப் பார்க்கிறோம். பின்னர் அரியாசன அறையில் உள்ள பெரிய அலங்கார விளக்குகள் மெல்ல குலுங்குவதைப் பார்க்கிறோம். காமிரா இதை பல்வேறு கோணங்களில் காட்டுகிறது. அதன் மாபெரும் அழகு பளிச்சிடுகிது. அதில் உள்ள ஆயிரக் கணக்கான கண்ணாடி கற்கள் மின்னவும் ஒளி வீசவும் செய்கிறது. ஜார் மன்னனுடைய ஒளி வீசும் கிரீடத்தை இது நேரடியாகவே ஞாபகப்படுத்துகிறது. ஆனால் அந்த கிரீடமோ இப்போது ஆட்டங்கண்டுள்ளது. முதல் முறை இது ஓரளவுக்கு நாசுக்காக காண்பிக்கப்பட்டது. ஆனால் இப்போதோ அந்த நடுக்கத்துக்கான காரணம் என்ன என்பதைக் கூட காட்டத் தேவையில்லை. அதாவது அரோராவிலிருந்து பீரங்கி முழங்குவதைக் காட்டத் தேவையில்லை. அந்த மாபெரும் அலங்கார விளக்கு லேசாக அசைந்து நடுங்குகிறது. ரஷ்யாவின் அனைத்து பிரபுக்கள் மற்றும் முதலாளிகளின் பீதியை அந்த அந்த பிரம்மாண்டமான அலங்கார விளக்கின் நடுக்கத்தில் பார்க்கிறோம். இப்படத்தின் காமிராமென் எட்வர்ட் டிஸ்ஸே தன்னுடைய அற்புதமான காமிரா கோணத்தால் இதை சாதித்திருக்கிறார். இதன் காரணமாக போர்க் காட்சிகளை விளக்கமாக காண்பிக்க வேண்டும் என்பதற்கே அவசியம் இல்லாமல் போய்விட்டது. அந்த அலங்கார விளக்கு இப்போது ஆட ஆரம்பிக்கிறது. இதைக் காட்டிலும் விறு விறுப்பாகக் காண்பிக்க முடியாது. அலங்கார விளக்கு இன்னும் வேகமாக ஆட ஆரம்பிக்கிறது. மேற்கூரையில் ஒரு விரிசலைப் பார்க்கிறோம். அலங்கார விளக்கு மாட்டப்பட்டுள்ள கொக்கி இப்போது நழுவ ஆரம்பிக்கிறது. விரிசல் இன்னும் அதிகமாகிறது. ஆடுகின்ற அந்த மின்னும் அலங்கார விளக்கு அப்படியே கீழே விழுந்து நொறுங்கிறது. இந்த குறியீட்டு அர்த்தத்திற்கு எந்த விளக்கமும் தேவைப்படவில்லை.

பேட்டில்ஷிப் பொட்டம்கின் படத்தில் சிறு படகுகள் கரையிலிருந்து உணவை கப்பலுக்குக் கொண்டு செல்கிறது. இந்தக் காட்சி மிகச் சாதாரண காட்சியாகும். காட்சி சொல்கின்ற விஷயமும் குறிப்பான முக்கியத்துவம் வாய்ந்ததல்ல. ஆனால் இக்காட்சி போர்க் கப்பலின் மேல் தளத்திலிருந்து எடுக்கப்பட்ட விதம் காரணமாக, ப்ரேமானது மிக நெருக்கமாகவும் அதில் உள்ள படகுகளும் அவைகளின் விரிந்த பாய்மரங்களும் ஒரு பெருங்கூட்டமாகத் தெரிகிறது. இக்காட்சி

போர்க்கப்பலில் நிகழ்ந்த கலவரத்தின் நம்பிக்கையுணர்வை மீண்டும் பார்ப்பது போல் உள்ளது. பின் இந்த சிறிய படகுகளெல்லாம் கப்பலை அடைந்த உடன் தங்கள் பாய்மரங்களைக் கீழே இறக்கி விடுகிறது. எல்லாப் படங்களும் தங்கள் பாய்மரங்களை ஒரே நேரத்தில் கீழிறக்கி விடுகிறது. இந்தக் காட்சி ஏதோ ஒரு மாபெரும் வந்தனம் செய்வது போல் உள்ளது. பெரிய கப்பலுக்கு சிறிய கப்பல்களெல்லாம் தங்கள் தொப்பியைக் கையிலெடுத்து மரியாதை செய்வது போலுள்ளது. இவ்வாறு உருவகங்களாகப் படம் பிடிக்க இந்த காட்சிகளில் உள்ள பொருள்கள் எல்லாம் உண்மையான பொருள்களாகும். கசாக்கியர்களின் பூட்ஸுகள், குளிர்கால அரண்மணையின் அலங்கார விளக்கு, சிறிய பாய்மரப் படகுகள் எல்லாமே உண்மையானவையாகும். ஆனால் அவைகள் படம் பிடிக்கப்பட்ட காமிரா கோணமோ அவைகளுக்கு ஆழமான, இன்னுமொரு குறியீட்டு முக்கியத்துவத்தை தருகிறது. அதே நேரத்தில் அப்பொருள்களுக்கேயுரிய சாதாரண அர்த்தத்தையும் காமிரா கோணமானது மறுக்கவில்லை. இக்காட்சிகளின் இரண்டாவது அர்த்தத்தை ஒருவர் புரிந்து கொள்ள முடியாமல் போனாலும், அவருக்கு இவை சாதாரணக் காட்சியின் விளக்கங்களாக இருந்திருக்கும்.

காமிரா கோணங்களின் கலை மதிப்பு என்பது இது போன்ற விஷயங்களில் தான் உள்ளது. அவை வெறும் குறியீடுகள் அல்ல. அதாவது அவற்றிற்கு வெறும் குறியீட்டு அர்த்தங்கள்தான் இருக்கும் மற்றபடி அவைகள் அர்த்த மற்றவையாகும். சிலுவைக்குரிய மரபு, மத மற்றும் கிருத்துவ முக்கியத்துவம் நமக்குத் தெரியாதெனில், வெறும் சிலுவை என்பது நமக்கு எதை அர்த்தப்படுத்தும்? கேள்விக் குறியைப் பற்றி நாம் பள்ளியில் பயிலவில்லை எனில் அது நமக்கு எதைக் குறிக்கும்? வேறு ஏதும் அர்த்தங்கள் இல்லாத குறியீடுகள் என்பது தாங்கள் எதை சொல்கின்றனவோ அதைச் சொல்லாமல் வேறு ஒன்றை சொல்வதற்காகவே ஏற்படுத்தப்பட்டவையாகும். அவைகளுக் கென்று எந்த அர்த்தங்களும் இல்லை.

வெற்று வாக்கியங்களும் வெறுமைப் படங்களும்

ஒரு பொருளையோ அல்லது காட்சியையோ காட்டும்போது காமிராவின் கண்ணோட்டமும், கோணமும் அப்பொருள் அல்லது காட்சியில் பொதிந்துள்ள உணர்வுநிலையை வெளிப்படுத்தவோ அழுத்தமாக கூறவோ வேண்டும். அவற்றில் இல்லாத விஷயங்களை வெளிப்படுத்தக் கூடாது. படத்தில் உள்ள சூழ்நிலையின் பாவயியல் என்பது காட்சிக்கு உரியது எதுவோ அதிலிருந்து மாறவோ அல்லது மிகையாகவோ இருக்குமேயானால் அது அதிகப் பிரசங்கித்தனமாகவோ அல்லது போலியாகவோ இருக்கும். அல்லது கிட்டத்தட்ட மோசமான கவிதை வரிகளைப் போலவோ அல்லது வெறும் உணர்ச்சியை அடிப்படையாகக் கொண்ட சாதாரண இசையைப் போலவோ

இருக்கும். ஒரு பொருளில் மறைந்திருக்கக் கூடிய விஷயங்களை காமிரா கொண்டு வரலாம். ஆனால் அதில் இல்லாத விஷயங்களை காண்பிக்கக் கூடாது. இவ்வாறு இல்லாமல் இருக்கக் கூடிய படங்கள் வெறும் தகவல் சேகரிப்புகளைப் போலிருக்கும்.

ஒரு குறிப்பிட்ட உணர்வுப் பூர்வமான சூழ்நிலைக்காக வேண்டி, இயக்குநர் முன்னரே சூழ்நிலையை அமைத்து விடுவாரெனில் அது அவ்வளவு உண்மையானதாகவும், நம்பும்படியாகவும் இருக்காது. 'அழகு' என்பது முன்னரே உருவாக்கப்பட்டு காமிரா லென்ஸின் முன் நிறுத்தப்பட்டால், அதன் பிறகு காமிராவானது ஒரு கலாப்பூர்வமான சாதனமாக விளங்காது. இதே விஷயம் சினிமாவில் ஒளியமைப்புக்கும் பொருந்தும். காமிராவின் கோணமும் கண்ணோட்டமும் திரைப்படத்துக்கான உண்மையான சாதனங்களாகும். ஏனெனில் அவை காண்பிப்பது ஏதாவதொரு வகையில் யதார்த்தத்தையே ஆகும். அடிப்படையில் அவை உருவாக்குவது புகைப்படங்கள்தாம். ஆனால் ஒரு இயக்குநர் பொருள்களையோ யதார்த்தத்தையோ படம் பிடிப்பதற்கு முன்னரே மாற்றி அமைப்பாரெனில், அது திரைப்படத்துக்குரிய நம்பகத் தன்மையை இழக்கச் செய்கிறது.

ஆபத்தான அழகு

காமிராவின் சிறந்த படப்பிடிப்பினால் மட்டும் ஒரு காட்சி மிகுந்த அழகோடும் சிறப்போடும் விளங்குமெனில் சமயங்களில் அது ஆபத்தானதாக இருக்கும். மிகச் சரியான காட்சியமைப்பு, காட்சிக்கு போதுமான ஒருமைப்பாடு போன்றவை காட்சிகளை ஏதோ ஓவியங்களைப் போல எந்த அசைவுமின்றி ஆக்கி விடும். எழுச்சிமிக்க தொடர்ச்சியான காட்சியோட்டத்திலிருந்து அவைகளைத் தூக்கி எறிந்து விடும். அது மாதிரியான அழகுகள் தனக்குள்ளேயே முடிந்து போவதாய் இருக்கும். தங்களுடைய பிரேமை விட்டு முன்னேயோ பின்னேயோ செல்லாது.

பாதலெயர் (Baudelaire) தன்னுடைய அழகு பற்றிய கவிதையில் பின்வருமாறு எழுதுகிறார்.

"கோடுகளுக்கு மாற்றாக அமையும் அசைவை நான் வெறுக்கிறேன்" ஆனால் சினிமா என்பதோ அசைவை அடிப்படையாகக் கொண்ட கலையாகும்.

கலைப்படைப்பை படம் பிடித்தல்

திரைப்படமானது இயற்கையை படம் பிடிப்பதற்கு பதிலாக, ஓவியம், சிற்பம், பொம்மை நாடகம் போன்ற கலைப் படைப்புகளை படம் பிடிக்க வேண்டுமெனில், சில குறிப்பிட்ட பிரச்சனைகளை அது சந்திக்க வேண்டியுள்ளது. அதாவது ஓவியன் அல்லது சிற்பி அல்லது செதுக்குபவர் ஏற்கனவே கலைப்படைப்பாய் உருவாக்கிய ஒன்றை காமிரா அப்படியே பதிவு செய்ய வேண்டுமெனில் சில குறிப்பான

பிரச்சனைகள் எழுகின்றன. ஆனால் அதே நேரத்தில் இது போன்ற கலைப்படைப்புகளை கதாபாத்திரத்தினுடைய அக மற்றும் புற கண்ணோட்டங்களின் வழியாக அதாவது கதாபாத்திரத்தின் பார்வை அனுபவமாக காட்டவேண்டுமெனில் காமிரா மேன் செய்ய வேண்டிய பணியானது சிக்கலும் ஆர்வமும் நிறைந்ததாக இருக்கும்.

ஐஸன்டைனுடைய 'இவான் தி டெரிபிள், (Ivan the Terrible) படத்தில் இடைக்காலத்தைச் சேர்ந்த ஆசிய கோதிக் (Gothie) அமைப்பிலான ஓவியங்கள் படம் பிடிக்கப்பட்டுள்ளது. இவைகள் ஏற்கனவே இருக்கக் கூடிய வெறும் கலைப்படைப்புகளாக மட்டும் காண்பிக்கப்படவில்லை. மாறாக ஆதிகால மக்களின் மூடநம்பிக்கைகளையும், துன்பப்படுகின்ற மக்களின் கண்ணோட்டங்களையும் காண்பிக்கிறது. அலெக்ஸான்டர் கோர்டாவின் (Alexander Korda) லேடி ஹாமில்டன் (Lady Hamilton) படத்தில் ஒன்றும் தெரியாத அப்பாவிப் பெண்ணுக்கு அவளின் வருங்காலக் கணவன் தன்னுடைய மிகப் பெரிய கலைப்படைப்புகளின் சேகரிப்பைக் காண்பிக்கும் பொழுது, காமிராவானது அந்தக் கலைப்படைப்புகளை மட்டும் காண்பிக்கவில்லை. கூடவே உயர்ந்த ரசனையையும், உயர் சமூகச் சூழ்நிலைக்குரிய கலாச்சாரத்தையும் காண்பிக்கிறது. இந்த விஷயங்கள் பின்னால் கதாநாயகியைப் பெரும் பாதிப்புக்கு உள்ளாக்குவதோடு அது கதையோட்டத்தில் ஒரு திருப்பு முனையாகவும் அமைகிறது.

இவ்வாறு கலைப்படைப்புகள் படப்பிடிப்புக்கு முக்கியமான விஷயமாக விளங்கலாம். அப்போது கலைப்படைப்புகள் மீண்டும் மூலப் பொருளாய் மாறுகிறது. இதன் காரணமாக காமிராவே இப்போது அப்பொருள்களுக்கு ஏற்கனவே உள்ள பாவத்தோடு இன்னுமொரு இரண்டாவது பாவத்தைத் தரவேண்டிய கடினமான பணியை தன்னுடைய கோணம் மூலம் மாற்றம் செய்ய வேண்டியுள்ளது. இந்த இரண்டாவது பாவம் என்பது பார்வையாளன் உணர்கின்ற ஒன்றாகும். ஒரு இசை நடத்துனர் எப்படி ஒரு இசையமைப்பை தன் வாயிலேயே சொல்கிறாரோ அதேபோல் ஒரு திறமையான காமிராமேன் ஓவியத்தையோ அல்லது சிற்பத்தையோ காட்ட முடியும். அது போன்ற படைப்புகள் இரு கலைஞர்கள் ஒன்றாகச் சேர்ந்து உருவாக்கியதாகும்.

பாணி மற்றும் கண்ணோட்டம்

ஏற்கனவே உள்ள ஒரு கலைப்படைப்பை, மீண்டும் இன்னொரு கலைப்படைப்பாக மாற்றும் போது இந்த இரட்டைத் தன்மை உருவாகிறது. ஒரு பாணியிலிருந்து இன்னொரு பாணிக்கு மாறும்போது இந்தத் தன்மை பளிச்சிடுகிறது. உதாரணத்திற்கு ஒரு அறையிலுள்ள மேஜை நாற்காலியைப் படம் பிடித்தோனில், காமிராப் படப்பிடிப்பு மிகுந்த வினோதமாக இருக்குமெனில், இயக்குநரின் பாணி

எவ்வளவுதான் சிறப்பாகவும், எளிமையாகவும் இருந்தாலும் அது ஒன்றும் அவ்வளவாகப் பயன்தராது. பொருளின் அமைப்பைவிட காட்சியின் அமைப்பே முக்கியத்துவம் வாய்ந்ததாகும். எடுத்துக்கொண்ட பொருள் ஒரு புராதன கிரேக்க கோயிலாக இருக்கலாம். ஆனால் காமிராமேன் விரும்பினால் தன்னுடைய படப்பிடிப்பு கோணத்தின் மூலம் அதை கோதிக் அமைப்புப் போல் காட்டலாம்.

மற்ற கலைகளிலும் இது போன்ற நிகழ்ச்சிகளைப் பார்க்கலாம். பிரெஞ்சு மன்னனுடைய வெர்சயலிஸ் சபைக்காக, பாரிஸில் உள்ள Muse'e Guimet வில் தேநீர் கோப்பைகள் சீன மண் குடுவைகளில் சீனப் பாணியில் செய்யப்பட்டன. அங்கிருந்த ரொக்கோகோ (Rococo) பாணியிலான அலங்கரிப்புகள் சீனாவுக்கு அனுப்பப்பட்டது. சீன தேநீர் கோப்பைகளில் பிரெஞ்சு சீமான்களுக்கும் சீமாட்டிகளுக்கும் இடையேயான விருந்துக் காட்சி ஓவியமாய் தீட்டப்பட்டது. இந்த கோப்பைகள் முழுக்க முழுக்க சீனப் பாணியில் இருந்தாலும் அதில் உள்ள வெர்செயலிஸ் பிரபுக்களையும் சீமாட்டிகளையும் சற்று தூரத்தில் இருந்து பார்த்தால் அவர்கள் சீனப் பிரபுக்கள், சீமாட்டிகள் போலவே தோற்றமளித்தார்கள். சீன ஓவியமும், பாணியும் பிரெஞ்சு ரோக்கோகோ அமைப்பை முற்றிலும் மாற்றிவிட்டது.

மேற் கூறப்பட்ட சீன உதாரணம் பிரபலமான ஒன்றாகும் புராதன சீன மரபு வடிவங்கள் புதிய ஐரோப்பியத் தன்மையை வெகுவாக அடைந்தன. க்ளாட் மானே (Claude Monet) வயதான காலத்தில் தன்னுடைய கடைசி அற்புதத்தை நிகழ்த்தினார். இதனால் இவர் தன் கண் பார்வையையே இழந்தார். தன்னுடைய நோத்ர-டம் இன் தி சன்லைட் (Notre-Dame in the Sunlight) ஓவியத்தில் நோத்ர டம் (Notre-Dame) முடைய இடைக்கால கோதிக் தன்மையை அடர்ந்த பசுமையான ஒளி வீசும் காடாக மாற்றினார். வாழ்க்கையைத் தான் பார்த்தபடியே வெளிக் கொணர வேண்டும் என்று விரும்பிய அந்த பிரெஞ்சு முத்திரையியல்வாதிக்கு கோதிக் ஆலயம் அப்படியாகத்தான் தெரிந்தது.

ஷேடோஸ் ஆஃப் த யோஷிவாரா (Shadows of the Yoshiwara) என்ற ஜப்பானிய திரைப்படம் புத்தம் புதிய பாணியைக் கொண்டிருந்தது. இதற்கு காரணம் அப்படத்தில் உள்ள கட்டடங்களும் மற்றும் உடைகளும் நம்பும்படியாக இருந்ததல்ல. மாறாக படத்தில் வந்த ஷாட்டுகளும் அவைகளின் கோணங்களும் கண்ணோட்டங்களும் பழைய ஜப்பானிய மர வேலைப்பாடுகளைப் போல் இருந்தது தான்.

பாணிக்கு முக்கியத்துவம் கொடுத்த படங்கள்

மாபெரும் வரலாற்று ரீதியான பாணிகள் ஸ்டுடியோவிலோ அல்லது வேலைத் தளத்திலோ உருவாக்கப்படவில்லை. மாறாக தத்துவங்கள்,

ரசனைகள், காலம் மற்றும் சமூக வாழ்க்கையின் ஓட்டம் ஆகியவை காரணமாகத் தானாக உருவான ஒன்றாகும். வரலாற்றுக் கண்ணோட்டத் தோடு தொலைவிலிருந்து பார்க்கும் போதுதான் இந்த மாபெரும் பாணிகள் முழுமையானதாகவும் ஏற்றுக் கொள்ளக்கூடியதாகவும் இருந்தன. அவைகளின் காலகட்டத்தில் அவைகள் எப்போதுமே அவ்வாறு இருந்ததில்லை. பதினைந்தாம் நூற்றாண்டைச் சேர்ந்த இத்தாலியக் கலைஞர்கள், மறுமலர்ச்சிக் கலை என்ற மாபெரும் புதிய பாணியை உருவாக்கத் துவங்கியவர்கள் தாங்கள்தான் என்பதை ஒரு துளியும் அறிந்திருக்கவில்லை. அவர்கள் செய்ததெல்லாம் புராதன கிரேக்க மற்றும் ரோமானியக் கலைகளை அப்படியே பின்பற்றியது தான் ஆகும். புதிய பாணிகளை அறிந்து கொள்ளுதல் என்பது அப்புதிய பாணிகள் உருவாவதை விட மெதுவாகவே நிகழ்கிறது. பெரும்பாலும் அவை உருவாகி பல ஆண்டுகளுக்குப் பின்புதான் ஏற்றுக் கொள்ளப்படுகிறது.

கோதிக் (Gothie) அல்லது பிதர்மியர் (Biedermeier) போன்ற நன்கு விளக்கப்பட்ட பாணிகள் தற்போது இல்லை என்பது பலரது குறையாகும். இதற்கு பல காரணங்கள் உண்டு. இந்த பாணிகளை உருவாக்கியவர்கள் அவர்கள் காலத்திய நடப்பைத்தான் அறிந்திருந்தார்களே ஒழிய, அந்த பாணிகளை அறிந்திருக்கவில்லை. நம்முடைய கால கட்டத்திற்கும், அதற்கென்று ஒரு தனியான பாணி இருக்கத்தான் செய்கிறது. அவர்கள் நம்முடைய ரசனை, வாழ்க்கைமுறை, ஆசைகள் மற்றும் பழக்கவழக்கங்களில் வெளிப்படத்தான் செய்கிறது. பாணி மற்றும் காட்சி ஒருமையில் எப்போதும் ஒத்த தன்மையை நம்மால் நிஜவாழ்வில் பார்க்க முடியாது. ஆனால் அதை சினிமாவில் பார்க்கலாம். நம் வாழ்க்கையின் காட்சித் தோற்றம் என்பது சினிமாவில் புகைப்படங்களின் மூலம்தான் நம்பும்படி காட்டப்படுகிறது. இந்த காட்சித் தோற்றமானது ஒரு படத்தில் பல்வேறு வடிவங்களில் காட்டப்படுகிறது. இதில் உள்ள பொதுவான அம்சங்கள்தான் பாணியை உருவாக்குகிறது. இதைக் காமிராவின் கண்ணோட்டம் மற்றும் கோணங்களின் மூலம் அழுத்தமாகக் காட்டலாம். காமிராமேன் நம்முடைய காலகட்டத்தை சேர்ந்த பாணியைக் காட்ட வேண்டும் என்று விரும்பினால், அவருடைய படத்தில் அந்த பாணி நம்மால் எளிதில் புரிந்து கொள்ளும்படி இருக்கும். இது அத்தகைய பாணி தோன்றுவதற்கே கூட காரணமாக இருக்கலாம்.

நம்முடைய வாழ்க்கை மற்றும் கலையின் காட்சி வடிவங்களில் நம் காலகட்டத்திற்கான உணர்வு பிரதிபலிக்குமேயானால், அது சினிமாவிலும் எதிரொலிக்கும். வடிவங்கள் என்பது சினிமாவால் தானாகவே உருவாக்கப்படுவதில்லை. யதார்த்தத்தின் வடிவங்களை காமிராவின் கோணம் மற்றும் கண்ணோட்டம் விளக்குவதன் மூலமே அது உருவாகிறது. இதன் காரணமாக, இந்த யதார்த்த வடிவங்களின்

பொதுவான அம்சங்களையும் அவற்றின் அடிப்படை இயங்கு விதிகளையும் நம்மால் காட்சி ரீதியாகப் பார்க்க முடிகிறது. சினிமா வெகு சீக்கிரம் பழைமையடைந்து விடுகிறது. ஐந்து வருடத்திற்கு முன்பு வந்த படங்களில் கூட வரலாற்று ரீதியான அம்சங்கள் என்பது மிக அரிதாகவே உள்ளது. வேறு எந்த கலையைக் காட்டிலும் சினிமாவானது காலம் மற்றும் அதனுடைய நடப்போடு அதிக சம்பந்தப்பட்டதாக இருப்பது இதற்கு காரணமாக இருக்கலாம்.

10

படத்தொகுப்பு

படத்தொகுப்பு (editing) என்கின்ற இந்த பதம் எனக்கு பிடிக்க வில்லை. பிரெஞ்சுப் பதமான 'மோன்டாஜ்' (montage) அதைக் காட்டிலும் சரியானதாகவும், அர்த்தமுள்ளதாகவும் விளங்குகிறது. மோன்டாஜ் என்றால் 'ஒன்றாக சேர்த்தல், என்பது பொருள். படத்தொகுப்பில் நாம் செய்யக்கூடிய காரியமும் அதுதான். படத்தொகுப்பாளர் (Editor) ஷாட்டுகளையெல்லாம் ஏற்கனவே நிர்ணயித்த ஒரு வரிசைப்படி ஒன்று சேர்க்கிறார். அவ்வாறு ஒன்று சேர்ப்பதால் உருவாகின்ற காட்சியின் மூலம் தேவையான விளைவு கிடைக்கிறது. இயந்திரத் தொழிலாளி ஒருவன் எப்படி பல்வேறு உதிரி பாகங்களை ஒன்றிணைத்து அதை உற்பத்தி செய்யக் கூடிய இயந்திரமாக மாற்றுகிறானோ அப்படித்தான் படத்தொகுப்பும்.

அதிகபட்ச வெளிப்பாட்டுத் திறனோடு இருக்கக்கூடிய சூழ்நிலையில் கூட ஒரு பொருளின் எல்லா முக்கியத்துவத்தையும் திரையில் காட்ட முடியாது. படத்தொகுப்பினால்தான் அதைக் காட்டமுடியும். ஷாட்டுகளை ஒன்றிணைப்பதன் மூலமும், அவைகளைக் காட்சிகளாகத் தொகுப்பதன் மூலமும் இந்தக் காட்சி சேர்ப்புகள் அர்த்தமுள்ளதாக இருப்பதன் மூலமும்தான் அதை அடைய முடியும். இந்தப் படத்தொகுப்புதான், படைப்புத் திறனோடு எடுக்கக்கூடிய திரைப்படத்தில் மகுடம் சூட்டுவது போன்ற கடைசி செய்கையாகும்.

ஒரு ஓவியத்தின் மொத்தத்திலிருந்துதான் அவ்வோவியத்திலுள்ள ஒரு சிறு வண்ணப்பகுதியின் அர்த்தத்தை உணர முடியும். ஒரு ராகத்தின் மொத்தத்திலிருந்துதான் ஒரு ஸ்வரத்தைப் புரிந்து கொள்ள முடியும். ஒரு வாக்கியத்தின் மொத்தத்திலிருந்துதான் ஒரு சொல்லை விளங்கிக் கொள்ள முடியும். இந்த அடிப்படையில்தான், ஒரு மொத்தப் படத்தில் தனித்த ஒரு ஷாட்டின் பங்கு என்பதும் அமைந்துள்ளது.

தனித்த ஷாட்டுகள் தங்களுக்குள்ளே மறைந்திருக்கக்கூடிய அர்த்தங்களை நிறைத்து வைத்திருக்கலாம். இந்த அர்த்தங்களெல்லாம் இன்னொரு ஷாட்டுடன் இணைக்கப்படும் போதுதான் மின்பொறி போல வெளிப்படும். சில நேரங்களில் ஷாட்டுகள் ஒன்றொடொன்று இணைக்கப்படாமலேயே கூட அர்த்தத்தைத் தரலாம். உதாரணமாக

தனித்ததொரு ஷாட்டாக இருந்தாலும் புன்னகை என்பது புன்னகைதான். ஆனால் அது எதைக் குறிக்கிறது? அதற்கான காரணம் என்ன? அதன் விளைவு மற்றும் காட்சி முக்கியத்துவம் என்ன என்பதெல்லாம் அதை அடுத்து வரும் காட்சி அல்லது அதற்கு முந்திய காட்சியிலிருந்துதான் விளங்கும்.

இயற்கையாக அர்த்தம் காணுதல்

காட்சிகள் மூலம் தரக்கூடிய கருத்துக்களின் தொகுப்புதான் மோன்டாஜ் என்பதாகும். இது ஒரு தனித்த ஷாட்டுக்கு அதன் இறுதியான அர்த்தத்தை தருகிறது. இது இவ்வாறு நிகழ்வதற்கான ஒரே காரணம், பார்வையாளன், காட்சிகளின் தொகுப்பாகப் பார்க்கின்ற படத்திற்கு ஏற்கனவே நிர்ணயித்த அர்த்தம் ஒன்று இருக்கிறது என்பதை யூகிப்பதுதான். நாம் பார்க்கின்ற படம் ஒரு குறிப்பிட்ட நோக்கத்துக்காக, ஒரு குறிப்பிட்ட விஷயத்தை சொல்வதற்காகப் படைக்கப்பட்ட ஒன்று என்பதை நாம் அறிகிறோம். இவ்வாறு நாம் அறிகின்ற மன உணர்வானது, ஏதோ சந்தர்ப்பவசத்தால் பல படங்கள் ஒன்றாக தொகுக்கப்பட்டு திரையில் காண்பிக்கப்படுவதால் ஏற்பட்டதல்ல. மாறாக படம் பார்க்கின்ற அனுபவத்தின் காரணமாக நமக்குள்ளேயே ஏற்பட்ட மனோ ரீதியானதொரு தயார் நிலையாகும். இதன் காரணமாக நாம் பார்க்கின்ற படங்களுக்கு அர்த்தத்தை எதிர்பார்க்கவும், தேடவும், அனுமானிக்கவும் செய்கிறோம்.

இந்த உணர்வானது, பார்வையாளர்களாகிய நமக்கு அடிப்படையாகவே அமைந்த அறிவு ரீதியான ஒரு தேவையாகும். எந்த அர்த்தமும், வரிசையும் இல்லாமல் சேர்க்கப்பட்ட படங்களை நாம் பார்க்கும்போது கூட, இந்தத் தேவையின் காரணமாக உணர்வு செயல்படுகிறது. எதற்கும் ஒரு அர்த்தத்தை தேடுவது என்பது மனித மனதிற்கே உரிய ஒரு அடிப்படை செயலாகும். பார்க்கின்ற ஒன்றை சந்தர்ப்பவசத்தால் ஏற்பட்டது என எந்த அர்த்தமும் இன்றி ஏற்றுக் கொள்வதைக் காட்டிலும் கடினமான காரியம் ஒன்று மனிதனுக்கு இருக்க முடியாது. நம்முடைய கற்பனை மற்றும் கருத்துக்களோடு தொடர்புபடுத்துகின்ற மனோநிலை காரணமாக, எந்த ஒரு அர்த்தமற்ற தொகுப்பிலும் ஏதாவது ஒரு அர்த்தத்தை நாம் தேடுவோம்.

இந்த ஒரு காரணத்தினால் மோன்டாஜ் மூலமாக கவிதையை மட்டும்தான் உருவாக்க முடியும் என்பதில்லை. ஒரு விஷயத்தை வேறு எந்த மனித வெளிப்பாட்டு சாதனத்தாலும் செய்ய முடியாத அளவுக்கு பொய்யாக்கவும் போலியாக்கவும் முடியும். இதற்கு சான்றாக நகைப்புக்குரிய உதாரணம் ஒன்றைக் கீழே காணலாம்.

கத்தரிக்கோல் பொய் சொல்லும்போது

ஐஸன்ஸ்டைனுடைய பேட்டில்ஷிப் பொட்டம்கின் படமானது வெகு நாட்களுக்கு முன்பு உலகம் முழுவதும் வெற்றிகரமாக ஓடியது.

ஸ்காண்டிநேவிய படவிநியோகஸ்தர் ஒருவர் அப்படத்தை வாங்க விரும்பினார்.

ஆனால் தணிக்கையாளர்களோ படம் மிகுந்த புரட்சிகரமாக இருப்பதாக கருதினார்கள். ஆனால் அந்தப் பட விநியோகஸ்தருக்கோ அப்படம் நிச்சயமாய் வெற்றியடைந்து லாபத்தைத் தேடித் தரும் என்று தெரியும். அதை அவர் இழக்க விரும்பவில்லை. எனவே அவர் அப்படத்தை சிறிது மாற்றம் செய்வதற்கு அனுமதி கோரினார். ஆனால் அப்படத்தை விற்பதற்கான முக்கியமான ஒரு விதி அப்படத்திலிருந்து எந்த ஒரு காட்சியையும் எடுக்கவோ அல்லது சேர்க்கவோ கூடாது என்பதாகும். ஸ்காண்டிநேவிய விநியோகஸ்தர் இவ்விதிக்கு உடனே ஒப்புக் கொண்டார். அவர் விரும்பியதெல்லாம் அப்படத்திலிருந்து ஒரு குறிப்பிட்ட காட்சியை எடுத்து இன்னொரு இடத்தில் சேர்க்க வேண்டும் என்பதுதான். அவர் எந்தக் காட்சியை எங்கே சேர்க்க விரும்புகிறார் என்பதை அறிய ஐஸன்ஸ்டைன் விரும்புகிறார். படம் பார்த்தவர்களுக்கு நான் சொல்லப்போகும் விஷயம் தெரியும். படத்தின் துவக்கக் காட்சிகளில் மாலுமிகளை அதிகாரிகள் எத்தனை மோசமாக நடத்துகிறார்கள் என்பது காண்பிக்கப்படும். அவர்களுக்கு அளிக்கப்படும் மாமிசத்தில் புழுக்கள் நெளியும். அதை எதிர்த்து மாலுமிகள் குரல் எழுப்புகிறார்கள். ராணுவக் கோர்ட்டின் மூளை கெட்ட அதிகாரியோ முன்னின்று குரல் கொடுத்தவர்களையெல்லாலம் வளைத்துப் பிடித்து தூக்குத் தண்டனை கொடுக்கிறான். இந்த மரண தண்டனையைப் பார்ப்பதற்கு கப்பலில் உள்ள அனைவரும் மேல் தளத்துக்கு அழைக்கப்படுகிறார்கள். தண்டனையளிக்கப்பட்ட மாலுமிகள் அழைத்து வரப்படுகிறார்கள். அவர்களை சுடுவதற்காக துப்பாக்கியேந்திய அணி ஒன்று வருகிறது. அவர்கள் கடைசி நேரத்தில் தங்கள் துப்பாக்கிகளை அதிகாரிகளுக்கு எதிராகத் திருப்புகிறார்கள். கலகம் மூள்கிறது. கப்பலிலும் கரையிலும் கடும் சண்டை நடக்கிறது. இந்த கலகத்தை அடக்குவதற்காக மற்ற படைக்கப்பல்கள் அனுப்பப்படுகின்றன.

அந்தக் கப்பல்களில் உள்ள வீரர்களும் கலகம் செய்யும் மாலுமிகளோடு ஒன்று சேர்ந்து தங்கள் கப்பலோடு தப்பி விடுகிறார்கள். இதுதான் உண்மையான படத்தின் கதையாகும்.

ஸ்காண்டிநேவிய விநியோகஸ்தர் கோர்ட்டு விசாரணை மற்றும் தண்டனை தரும் காட்சிகளை அவைகளுக்கு உரிய இடத்திலிருந்து எடுத்துவிட விரும்பினார். இப்போது மாலுமிகள் கலகம் செய்ததற்கான காரணம் அவர்களின் சகதோழர்கள் சுட்டுக் கொல்லப்பட இருந்தார்கள் என்றில்லாமல் உணவில் புழுக்கள் இருந்தது தான் காரணம் என்பது போல் தோற்றமளிக்கும். அதற்குப் பின் படம் எந்தவித மாற்றமும் இல்லாமல் இறுதிவரைக்கும் சென்றது. மற்ற படைக்கப்பல்கள் தோன்றுகின்ற காட்சி வந்த உடனேயே அடுத்த காட்சியாக இந்த தண்டனை தரும் காட்சி இணைக்கப்பட்டது.

இப்போது கலகம் செய்த மாலுமிகள் தோற்கடிக்கப்படாமல் ருமேனியாவிற்கு தப்பிச் சென்றது போலல்லாமல் (உண்மையாக நிகழ்ந்த அந்த கலகத்தில் அவர்கள் ருமேனியாவுக்குத்தான் தப்பித்துச் சென்றார்கள்) அவர்கள் எல்லாம் சுட்டுக் கொல்லப்பட்டது போல் தோற்றமளிக்கும். பழிவாங்கும் போக்காக விதிக்கப்பட்ட மரணதண்டனைக்கும் கலகத்துக்கும் உள்ள தொடர்பும் மற்றும் அதையொட்டி துப்பாக்கியேந்திய அணி தன்னுடைய சகதோழர்களை சுட மறுத்தது போன்ற காட்சிகள் படத்தில் உண்மையில் இருந்தாலும் அந்த அர்த்தத்தில் அவைகள் இல்லாது போயிருக்கும். எனவே, எந்தக் காரணமும் இல்லாமல் கப்பலில் கலகம் உருவானது போலவும், அதிகாரிகள் சூழ்நிலையை உடனே கட்டுக்குள் கொண்டு வந்து விட்டது போலவும், கலகக்காரர்களுக்கு தகுந்த தண்டனை தரப்பட்டது போலவும் அது மகிழ்ச்சிகரமான முறையில் நிறைவேற்றப்பட்டது போலவும் முடிவு தோற்றமளிக்கும். இத்தனையும் நிகழ்ந்ததற்கு காரணம் ஒரே ஒரு காட்சி இடம் மாற்றப்பட்டது ஆகும். எந்த ஷாட்டும் விலக்கப்படவில்லை. தலைப்பும் மாற்றப்படவில்லை. ஆனால் ஒரே காட்சி மட்டும் இடம் மாற்றி வைக்கப்பட்டது. கத்தரிக்கோலின் சக்தி என்பது அத்தனை வலிமை வாய்ந்ததாக விளங்குகிறது.

படங்களுக்கு காலம் என்பது இல்லை

இது போன்ற விஷயங்கள் மௌனப் படங்களில் மட்டுமே நிகழ வாய்புண்டு. அவைகள் வெறும் நிகழ் காலத்தை மட்டுமே காட்டும். கடந்த காலத்தையோ எதிர்காலத்தையோ அவைகளால் வெளிப்படுத்த முடியாது. ஒரு படத்தில், அது அந்த படமாக இருப்பதற்கு இதுதான் காரணம் என்று நிச்சயமாக அறுதியிட்டு கூறும் அளவுக்கு எந்தக் குறியீடும் இருக்க முடியாது. ஒரு திரைப்பட காட்சியில் நம் கண் முன்னால் என்ன நிகழ்கிறதோ அதை மட்டும்தான் பார்க்கிறோம். அது ஏன் நிகழ்கிறது? எவ்வாறு நிகழ்கிறது போன்ற கேள்விகளுக் கெல்லாம் ஆயிரம் விதமான விடைகளை ஒருவரால் மௌனப் படத்தில் கூற முடியும்.

ஆனால் பேசும் படத்திலோ, அதற்கு நேர்மாறாக வார்த்தைகள் இருக்கிறது. அந்த வார்த்தைகள் கடந்த காலத்தையோ எதிர்காலத்தையோ காட்டக்கூடியதாக இருக்கும். எனவே தர்க்க ரீதியாகப் படத்தில் உள்ள காட்சிகள் கால கிரம வரிசைப்படி அமையும்.

சினிமாவில் காலம்

நாடகத்தில் உள்ளது போலவே சினிமாவிலும் காட்சிகள் நம் கண் முன்னே உண்மையான நேரத்தில் நிகழ்கிறது. படம் பிடிக்கப்பட்ட ஒரு சினிமாக் காட்சியானது திரையில் காட்டப்படும் பொழுது, அக்காட்சி எவ்வளவு நேரம் உண்மையில் நிகழ்ந்ததோ, அதைக் காட்டிலும் கூடவோ அல்லது குறையவோ இருக்காது, நாடக

மேடையில் ஒரு காட்சிக்கும் இன்னொரு காட்சிக்கும் இடையே திரையை மூடுவதன் மூலம் நாடக ஆசிரியர் தான் விரும்புகின்ற அளவுக்கு காலம் கடந்ததாக காண்பிக்கலாம். ஒரு சில நாடகங்களில் இரு காட்சிகளுக்கிடையே நூறு ஆண்டுகள் கூட கடந்திருக்கும். ஆனால் சினிமாவில் காட்சிகள் திரை அல்லது இடைவெளியினால் பிரிக்கப்படுவதில்லை. இருந்த போதிலும் காலம் கடத்தலை காண்பித்தாக வேண்டும். அதற்கான வழிமுறையும் தரப்பட வேண்டும். அது எவ்வாறு செய்யப்படுகிறது?

சினிமாவில் இரு காட்சிகளுக்கிடையே காலம் கடந்து போனதை நமக்கு உணர வைக்க வேண்டுமெனில் அந்த இரு காட்சிகளுக்கிடையே இன்னொரு இடத்தில் நிகழ்கின்ற இன்னொரு காட்சியை புகுத்த வேண்டும். மீண்டும் நாம் பழைய இடத்துக்கே வரும்போது, காலம் கடந்து போயிருக்கும். ஆனால் கதாபாத்திரம் ஒன்று, வாயினால் சொன்னால் ஒழிய எவ்வளவு காலம் கடந்து போனது என்பதை யாராலும் அந்த காட்சியிலிருந்து மட்டும் கண்டுபிடிக்க முடியாது.

கருத்து மற்றும் அனுபவமாக காலம்

காவியம், நாடகம், சினிமா எதை எடுத்துக் கொண்டாலும் காலம் என்பது நடிப்பு, கதாபாத்திரம் அல்லது உளவியல் ஆய்வு போன்ற அந்தக் கலைப்படைப்புக்குரிய பொருளாகும். ஏனெனில் காலம் என்பது இவைகளின் உயிரோட்டம் மிகுந்த ஒரு மூலக்கூறாகும். எந்த ஒரு கதையை எடுத்துக் கொண்டாலும் அதன் முக்கியத்துவம், பாதிப்பு என்பது அதை சொல்வதற்கு எடுத்துக் கொள்ளப்படும் நேரத்தைப் பொறுத்தே அமைகிறது. ஒரு நிகழ்ச்சி இரு முறை நிகழுமெனில், ஒருமுறை வேகமாகவும், இன்னொரு முறை மெதுவாகவும் நிகழுமெனில் அவை ஒரே நிகழ்ச்சியாக இருக்க முடியாது. வெடித்துச் சிதறுதலுக்கும், அமைதியான வேதியியல் கிரியைக்கும் நிறைய வித்தியாசம் உண்டு. முன்னதில் அதே கிரியை மிக வேகமாக நிகழ்கிறது.

முன்னதில் உள்ள வேகம் வாழ்க்கையைப் பறித்துக் கொள்ளும். பின்னதில் உள்ள வேகம் வாழ்க்கையைத் தரவல்லது. ஒரு காரியத்தை மெதுவாக முதிர்ச்சியோடு அணுகும் போதும் உணர்ச்சியூட்டும் வகையில் செய்யும் போதும் ஏற்படுகின்ற உளவியல் பாதிப்புகள் முற்றிலும் வேறானதாக இருக்கும். அதாவது காலம் என்பது அனைத்து மனித செயல்பாட்டிலும் ஒரு பிரிக்க முடியாத அம்சமாகும். இவைகளுக்கெல்லாம் அப்பாற்பட்டு காலம் கடந்து செல்வது என்பது நிலையற்ற மனிதனுக்கு ஒரு ஆழமான அனுபவமாகவும், அவன் எழுதுகின்ற கவிதைக்கு என்றென்றைக்குமான ஒரு கருத்துப் பொருளாகவும் விளங்குகிறது.

காவியம் மற்றும் நாடக கலைப் படைப்புகளில் காலம் பற்றிய அனுபவத்தை மணித்துளிகள் அல்லது மணி அல்லது நாட்கள்

மூலமாக அளவிட முடியாது. கதாபாத்திரங்கள் உலாவுகின்ற இடம் எப்படி உண்மையான இடம் இல்லையோ அதே பாணியில்தான் காலத்தையும் ஒரு விதமான கண்ணோட்டத்தில் உணர்த்த வேண்டும். இடத்தின் பாதிப்பைப் போலவே காலத்தின் பாதிப்பும் ஒரு விதமான மாயையாகும்.

சினிமாவில் காலம் மற்றும் இடத்தின் பாதிப்புகளுக்கு இடையேயான தொடர்பு என்பது சுவையான ஒன்றாகும். இது நெருக்கமாக ஆராயப்பட வேண்டிய விஷயமாகும். நான் சொல்லப்போகும் விஷயம் நம்முடைய ஒவ்வொரு அனுபவமும் உறுதி செய்யக் கூடிய ஒன்றாகும். ஏற்கனவே கூறியுள்ளது போன்று, சில சினிமாவில் இரு காட்சிகளுக்கு இடையே இன்னொரு இடத்தில் நிகழும் காட்சியை நுழைப்பதன் மூலம் காலம் கடந்து செல்வது காண்பிக்கப்படுகிறது. அவ்வாறு நுழைக்கப்பட்ட காட்சியின் இடம் எந்த அளவுக்கு மற்ற இரு காட்சிகளின் இடத்திலிருந்து தூரமாக இருக்கிறதோ அந்த அளவுக்கு காலமும் அதிகமாகக் கடந்து விட்டதாக நாம் உணர்வோம். ஒரு அறையில் ஏதோ நிகழ்கிறது. பின்னர் அதைத் தொடர்ந்து அடுத்த அறையில் நிகழ்கின்ற ஒன்றைக் காண்பிக்கிறோம். மீண்டும் பழைய அறைக்கே திரும்பி வருகிறோம். இப்போது நாம் ஒரு சில நிமிடங்களே கடந்ததாக உணர்வோம். அந்த அறையில் நடக்கும் காட்சி தொடர்ந்து செல்லலாம். கால அடிப்படையில் பெரிய தொடர்ச்சியின்மை எதுவும் இருக்காது. ஆனால் ஒரே அறையில் நடக்கக் கூடிய இரு காட்சிகளுக்கு இடையே நுழைக்கப்படும காட்சி ஆப்பிரிக்காவிலோ அல்லது ஆஸ்திரேலியாவிலோ நடப்பதாக இருப்பின் அறையில் நடக்கக்கூடிய காட்சியை நம்மால் அப்படியே தொடர முடியாது. ஏனெனில் பார்வையாளன் மிக அதிகமான காலம் கடந்து விட்டதாக உணர்வான். முன்பு அடுத்த அறையில் நிற்கின்ற காட்சி எடுத்துக்கொண்ட அதே நேரத்தை இப்போது நுழைக்கப்பட்ட காட்சி எடுத்துக் கொண்டாலும் பார்வையாளன் அதிகமாக காலம் கடந்ததையே உணர்வான்.

பாணி மற்றும் சூழ்நிலையின் தொடர்ச்சி

இரு காட்சிகளுக்கிடையே ஒரு காட்சியை நுழைக்கும் முறையைத் தவிர்ப்பது என்பது கடினமான ஒன்றாகும். இதன் காரணமாக ஒரு நடப்பின் பல்வேறு அம்சங்கள் ஒன்றுக்கொன்று இணையாகச் செல்லும்படி காட்சிகள் அமைக்கப்பட வேண்டியுள்ளது. சில சமயங்களில் சினிமாவில் இரண்டு அல்லது மூன்று காட்சிகள் ஒன்றாக பின்னப்பட்டு ஏதோ ஒரு காட்சிக் கலவை போலவும், அதில் ஒவ்வொரு காட்சியும் மற்ற இரு காட்சிகளுக்கு இடையே செருகப்பட்ட ஒன்று போலவும் காட்சியளிக்கும். இம்முறை வெறும் காலம் கடப்பதைக் காட்டுவதற்காக மட்டும் சினிமாவில் பின்பற்றப்படவில்லை. வேறு பல காரணங்களும் உள்ளன. அதைப் பற்றி பின்னால் கூறுகிறேன்.

ஒரு காட்சிக்கான பல்வேறு ஷாட்டுகளையும், அதன் நீளங்களையும் இயக்குநர் நிர்ணயிக்கும் பொழுது, அவர் வெறும் ஷாட்டுகளில் உள்ள பொருள்களை மட்டும் எண்ணுவதில்லை. கூடவே அதற்கு முன் பின் வரும் ஷாட்டுகளின் அமைப்பியல் மற்றும் அதன் நுணுக்கமான சூழ்நிலைகளையும் மனதில் கொள்ள வேண்டும். ஒரு ஷாட்டிலிருந்து இன்னொரு ஷாட்டிற்கு செல்லும்போது இயக்குநர் வெறும் கதாபாத்திரங்களின் உடல் அசைவின் தொடர்ச்சியை மட்டும் பார்ப்பதில்லை. கூடவே கதாபாத்திரங்களின் மனோநிலையின் தொடர்ச்சி, மற்றும் ஒரு ஷாட்டிலிருந்து இன்னொரு ஷாட்டிற்கு எந்தவிதத் தடங்கலும் இன்றி மாறுதல் போன்ற விஷயங்களையும் மனதில் கொள்ள வேண்டும்.

படைப்பியல் படத்தொகுப்பு

பல்வேறு ஷாட்டுகளை ஒன்றிணைத்து அவற்றைக் காட்சிகளாக மாற்றி அதன் மூலம் புரியும்படி கதை சொல்லுகின்ற மிகச் சாதாரணமான நேரடியான படத்தொகுப்பு கூட, அதாவது ஷாட்டுகளை ஒரு அடிப்படை அர்த்தத்தோடு இணைப்பது கூட குறிப்பிட்ட அளவு கலாப்பூர்வமானதொரு படைப்பாகும். இயக்குநர் நமக்கு சொல்ல விரும்புகின்ற எல்லா விஷயங்களும் ஏற்கனவே தனித்தனியான ஷாட்டுகளில் இருக்கிறதெனில், அது மாதிரியான சாதாரணக் கதை சொல்லுகின்ற பாணியிலான படத்தொகுப்பு என்பது தன்னுடைய பங்குக்கு என்று எதையும் கொண்டிருக்காது. இது மாதிரியான படத்தொகுப்புகளில் கருத்துக்களோடு தொடர்பு ஏற்படுத்தி அதன் மூலம் நம்மை கதையைப் புரிந்து கொள்ள வைக்கும் படத்தொகுப்பாளரின் (எடிட்டரின்) கத்தரிக்கோலில் மறைந்திருக்கும் மாபெரும் சக்தி வெளிப்படாது. படத்தொகுப்பு என்பது எந்த அளவுக்கு உண்மையாக, படைப்பு பூர்வமாக இருந்த போதிலும், எந்த ஒரு ஷாட்டிலும் நாம் பார்க்காத விஷயத்தை நமக்கு அது சொல்லும்.

கருத்துகளைத் தொடர்பு படுத்தும் படத் தொகுப்பு

மௌனப் பட காலங்களில் இவ்வாறு கருத்துக்களை தொடர்பு படுத்தும் மோன்டாஜ் முறை பெருமளவுக்கு வளர்ச்சியடைந்தது. இந்த வழி முறை சிறந்த காட்சிக் கலாச்சாரம் மற்றும் அர்த்தப் புஷ்டியுள்ள மிக நுணுக்கமான படங்களை மக்களுக்குத் தந்தது. மிக நுணுக்கமான விஷயங்களையும் இனங்கண்டு அவற்றுக்கான விளக்கங்களைக் கொடுத்து ஒன்றோடொன்று தொடர்பு படுத்துதலை நாம் கற்றுக் கொண்டோம். பேசப்படாத வார்த்தைகள் எப்படி ஆழமான பாதிப்பை ஏற்படுத்தியதோ அதே போன்று காண்பிக்கப்படாத ஆனால் பாவனையாய் காட்டப்பட்ட பொருள்களும் ஆழமான பாதிப்பை ஏற்படுத்தியது. நல்ல படத்தொகுப்பு என்பது காட்சிப் படங்களை ஒன்று சேர்த்து காட்சிக்கு விளக்கம் கொடுப்பததோடு

மட்டும் நின்று விடவில்லை. நம்முள்ளே இருக்கும் கருத்துக்களை பயிற்றுவிக்கவும் வழிகாட்டவும் துணை புரிகிறது. இந்த அடிப்படையில் சினிமா பார்வையாளன் மனதில் ஓடுகின்ற கருத்துகளைத் தொடர்பு படுத்தும் ரீதியாகக் காட்டவில்லை மாறாக வெறும் பாவணையாகத்தான் காட்டுகிறது. ஆனால் இது மாதிரியான கருத்துத் தொடர்பு ரீதியான காட்சிகளையும் திரையிலேயே கூட காட்ட முடியும். அதாவது இந்தப் படங்கள் நம் மனதிற்குள்ளே ஒன்றையொன்று தொடரும். ஒரு கருத்திலிருந்து இன்னொரு கருத்துக்கு இட்டுச் செல்லும். அது மாதிரியான படங்களில் தொடர்புகள் அடிப்படையில் உள் படம் ஒன்று பார்ப்பவர் மனதில் ஓடிக் கொண்டிருப்பதை நம்மால் பார்க்க முடியும்.

பின்னோக்கு காட்சிகள் (Flashbacks)

இந்த வழி முறையை ஏற்கனவே மௌனப் படங்கள் உபயோகிக்கிறது. பொதுவாக அப்போது படங்கள் சற்றே தெளிவற்று இருக்கும். அதாவது இது உண்மையில் நிகழவில்லை. மாறாக கதாபாத்திரம் தன் நினைவில் நிகழ்கின்ற ஒன்றை தன் மனக்கண் கொண்டு பார்க்கிறது என்பதைக் காட்டுவதற்காக இவ்வாறு படங்கள் தெளிவற்று இருக்கும். ஆரம்பகாலப் படங்களில் இந்த மிகச் சாதாரண வழிமுறை பயன்படுத்தப்பட்டதன் நோக்கம் என்னவெனில், முன்னால் காண்பிக்கப்படாத ஆனால் கதையைப் புரிந்து கொள்ளத் தேவைப்படுகிற கடந்த கால நிகழ்ச்சிக்களைக் காட்டுவது தான். இது போன்ற புராதன பாணியிலான பின்னோக்கு காட்சிகள் மனரீதியாக எந்த பாதிப்பையும் ஏற்படுத்தவில்லை.

எர்ம்லர் (Ermler) ரூயின்ஸ் ஆஃப் எம்ப்பயர் (Ruins of an Empire) படத்தில் இந்த பின்னோக்கு காட்சி உத்தியை முற்றிலும் வித்தியாசமாக உபயோகப்படுத்தினார். முதல் உலகப் போரின் போது சிப்பாய் ஒருவன் தன்னுடைய நினைவுகளை இழந்து விடுகிறான். தன்னைப் பற்றிய எந்த நினைவும் அவனுக்கு இல்லை. அவன் தன்னுடைய ஞாபக சக்தியை எப்படிப் பெறுகிறான், தன்னைப் பற்றியும் உலகைப் பற்றியுமான நினைவுகளை அவன் எப்படித் திரும்ப அடைகிறான்? அதற்கு ஏதுவாக இருக்கும் தொடர்ச்சியான கருத்துக்களை, எண்ணங்களைத்தான் இப்படம் காட்டுகிறது. இது போன்றதொரு விவகாரத்தில் உளவியல் ஆய்வு நடத்தினால் அது எந்தெந்த கருத்துக்களையெல்லாம் வெளிக் கொண்டு வருமோ, அதே போன்ற கருத்துக்களை பார்வையாளன் இப்படத்தில் உணர நேரிடுகிறது. இதுபோன்ற கருத்துக்களை படங்களால் காட்டுவது போல் வார்த்தைகளால் அந்த அளவுக்கு முழுமையாக காட்ட முடியாது. ஏனெனில் வார்த்தைகள் கருத்துப் பூர்வமானதும், அறிவுப் பூர்வமானதும் ஆகும். அவைகளால் மனதில் தெரியும் உள் படங்கள் தரக் கூடிய அறிவுப் பூர்வமில்லாத ஒரு தொடர்பினைத் தர முடியாது.

கருத்துக்களோடு தொடர்பு படுத்துதல் என்ற செய்கையின் உண்மை யான வேகத்தை படங்களை ஒரு குறிப்பிட்ட வேகத்தில் காட்டுதவன் மூலம் உணர வைக்கலாம். பேசுகின்ற அல்லது எழுதுகின்ற வாரத்தைகளோ, கருத்துக்களோடு தொடர்புபடுத்துகின்ற இந்த உள்ளார்ந்த சீர்மையைவிட மிகப் பொதுவாக இருக்கும்.

எர்ம்லர் படத்தில் வரும் சிப்பாய் தையல் இயந்திரம் ஒன்றைப் பார்க்கிறான். அது ஓடுகின்ற சத்தத்தைக் கேட்கிறான். அந்த சப்தம் திடீரென்று வேகமாகவும் அதிகமாகவும் கேட்க ஆரம்பிக்கிறது. இப்போது இயந்திரத் துப்பாக்கியின் ஓசை கேட்கிறது. பல்வேறு காட்சிகள் விநோதமான முறையில் தாறுமாறாகத் தெரிகிறது. வடிவம் மற்றும் தொனிகளை அடிப்படையாகக் கொண்ட பல்வேறு பொருள்கள் ஒன்றிலிருந்து ஒன்றாகவும் ஒட்டு மொத்தமாகவும் தெரிகிறது. இருந்த போதிலும் இவைகளோடு தொடர்பு படுத்துகின்ற நமது கருத்துக்கள் முறையாக ஒரு குறிப்பிட்ட திசையில் செல்கிறது. போரைப் பற்றிய நினைவுக் குவியல்... துப்பாக்கியின் சக்கரங்கள்.... தையல் இயந்திரத்தின் ஊசி... துப்பாக்கி முனை..... ஆவேசத்தோடு பற்றும் கரங்கள்....... இப்படியாக அந்த காட்சி சிப்பாயின் சுய உணர் வற்ற நிலையை விவரிப்பதாய் அவனை ஒரு உச்ச நிலைக்கு அழைத்துச் செல்கிறது. அது போன்ற ஒரு கொடுமையான பயங்கரமான காட்சிதான் அவனது நினைவையும் உணர்வையும் இழக்கச் செய்தது. அதன் காரணமாக இவன் இப்போது தன்னுடைய பழைய நிலைக்கே திரும்பி முந்தைய வாழ்க்கையைத் தொடரலாம்.

மனநிலையை அப்படியே காட்டுவது மற்றும் உள்மனதின் படங்களை கருத்துத் தொடர்புகளாக காட்டுவதற்கு இது ஒருசிறந்த உதாரணமாகும். இப்போது இதற்கு எதிர்மாறான செய்கைக்கு உதாரணம் ஒன்றை சொல்ல விரும்புகிறேன். அதில் காண்பிக்கப்படுகிற படங்கள் கருத்தோடு தொடர்பு படுத்துகிற படங்களின் தொடர்ச்சியாக இருக்காது. மாறாக அவைகளை அது ஒரு பாவனையாகக் காட்டும். ஆனால் ஒரு துவக்கமும், அதைத் தொடர்ந்து ஒரு குறிப்பிட்ட திசையில் செல்கின்ற முறையும் இருக்கும். அதாவது இதில் சினிமாவானது பார்வையாளனின் சிந்தனையையும், உணர்வையும் கிளறுமே தவிர அப்படியே வெளிப்படையாகக் காட்டாது.

உருவகப்பூர்வமான படத்தொகுப்பு

கிரிஃபின் இந்த முறையை ஏற்கெனவே உபயோகித்திருக்கிறார். தன்னுடைய படம் ஒன்றில், மஞ்சள் பத்திரிக்கையின் மூலம் ஒரு பெண்ணின் பெயர் எப்படிக் கெடுகிறது என்று காட்டினார். உலகம் முழுவதும் செல்லக்கூடிய பெரிய செய்தித்தாளின் ராட்சத இயந்திரம் காண்பிக்கப்படுகிறது. ராட்சத இயந்திரங்களைத் தொடர்ந்து தாக்க வரும் போர் பீரங்கிகளின் காட்சிகள் வருகிறது. இந்த இரு காட்சிகளின் தோற்றம் நமக்கு ஒரு ஒப்புமையைத் தருகிறது. அது நம்

மனதில் பல தொடர்ச்சியான கருத்துக்களையும் எண்ண வைக்கிறது. செய்தித்தாள் இயந்திர உருளைகள், பீரங்கியிலிருந்து வெளிவரும் குண்டுகளைப் போல செய்தித்தாள்களை வெளிக் கொட்டுகிறது. இந்த காட்சிகளுக்கிடையே அந்த பெண்ணின் பயந்து போனமுகம் காட்டப்படுகிறது. இதுவும் நமக்கு ஒரு ஒப்புமையைத் தருகிறது. நம் மனதில் ஏற்கெனவே ஏற்பட்ட கருத்துக்களின் தொடர்ச்சியின் காரணமாகவும், படத் தொகுப்பின் மறைமுகமான உணர்த்தலாலும் நமக்கு அந்த அச்சு இயந்திரங்கள் பூதாகரமானதாகவும் கொடுமை யானதாகவும் தெரிகிறது. கட்டுக்கட்டாக நம்மை நோக்கி வரும் செய்தித்தாள்களும், அலறுகின்ற இயந்திரங்களும், அந்தப் பெண்ணின் முகமும் மாறி மாறித் தெரிகிறது. அலையலையாய் வரும் செய்தித் தாள்கள் அந்த பாவப்பட்ட பெண்ணை அப்படியே புதைத்து விட்டாற்போல இந்தக் காட்சி தொடர்ந்து காண்பிக்கப்படுகிறது. காட்சியின் இறுதியில் அந்தப் பெண் இயந்திர உருளைகளின் கீழ் தளர்ந்து கீழே விழுந்திருக்கிறாள். இத்தகைய படத்தொகுப்பு நமக்கு ஒரு உருவகத்தைத் தருகிறது. பொட்டம்கின் படத்தில் கடைசிக் காட்சியில் வரும் போர்க்கப்பல், தண்ணீரைக் கிழித்துக் கொண்டு வரும் பெரிய கப்பல் இல்லை. மாறாக அதனுள்ளே, அதன் இதயத்திற்குள்ளே என்ன நிகழ்கிறது என்பதைத் தான் பார்க்கிறோம். இயந்திரங்கள், சக்கரங்கள், கைப்பிடிகள் ஆகியவற்றின் தொடர்ச்சியான பெரிய பெரிய க்ளோஸ்-அப்புகளின் இடையே மாலுமிகளின் முகங்களை க்ளோஸ்-அப்பில் பார்க்கிறோம். இத்தகைய படத்தொகுப்பு நம்மை இயற்கையாகவே ஒருவித ஒப்புமைக்கு இட்டுச் செல்கிறது. இந்தக் காட்சிகளின் தொடர்ச்சி நம் மனத்திலும் ஒரு கருத்து தொடர்ச்சியை உருவாக்குகிறது. கோபமும் தீர்மானமும் நிறைந்த மாலுமிகளின் முகங்களில் உள்ள அதே பாவங்களை நாம் அவர்கள் இயக்குகிற சக்கரங்களிலும் கைப்பிடிகளிலும் பார்க்கிறோம். ஆம், அவர்கள் தோழமையுணர்வோடு ஒரு பொதுவான போராட்டத்தை நடத்துகின்றனர். இயந்திரங்களின் வேகத்தை முழுவேகத்துக்கு வைக்கும்போது ஏற்படுகின்ற துடிப்பும், சீறலும், வால்வுகள் நீராவியை வேகமாக வெளியேற்றுவதும், சுழன்றெறியப்படும் வளையங்களும் நமக்கு கிட்டத்தட்ட ஒரு மனித உணர்வையே ஏற்படுத்துகிறது. அவைகளெல்லாம் தோழமை இயந்திரங்களின் தீர்மானமான பாவங்களாகவே தெரிகிறது.

கவிதாபூர்வமான படத்தொகுப்பு

இத்தகைய படத்தொகுப்பின் மூலம் உள் மனதின் ஆழத்தில் எண்ணத் தொடர்புகள் எழும். சில சமயங்களில் ஒரு பரந்த வெளி ஒரு முகத்தையோ அல்லது ஒரு சூழ்நிலையையோ நமக்கு நினைவு படுத்துவதாக இருக்கும். இது போன்ற பாதிப்புகளை இலக்கியப் பூர்வமானது என்று நம்மால் ஒரு போதும் சொல்ல முடியாது. நம்

உள்மனதில் ஏற்படும் இது போன்ற அறிவுக்கு அப்பாற்பட்ட தொடர்புகள் மற்றும் உருவகங்களை எந்த வார்த்தைகளாலும் நமக்குத் தர முடியாது.

புதோவ்கினுடைய மதர் திரைப்படத்தில், தொழிலாளிகளின் முதல் புரட்சிகர ஆர்ப்பாட்ட ஊர்வலம் வசந்த காலத்தில் சாலை வழியே செல்கிறது. அதற்கு இணையாக வரும் காட்சியில் பனி நீர் உருகி ஓடுவதைப் பார்க்கிறோம். பனி நீர் முதலில் துளித்துளியாக சொட்டுகிறது. பின்னர் மெலிதான நீரோட்டமாய் செல்கிறது. அதன் பின் வேகமாக நீரோட்டமாய் செல்கிறது. இறுதியாக பெருக்கெடுத்து வெள்ளமாக ஓடுகிறது. இந்த நீரோட்டமும், ஆர்ப்பாட்டமும் மாறி மாறி காண்பிக்கப்படுகிறது. இத்தகைய இணைப்பின் காரணமாக தவிர்க்க முடியாதபடி இரண்டையும் தொடர்புபடுத்திப் பார்க்கிறோம். ஓடுகின்ற நீரோடையில் சூரிய ஒளி பிரகாசமான நம்பிக்கை போல் மின்னுகிறது அதே நம்பிக்கை தொழிலாளர்களின் கண்களிலும் மிளிர்வதைப் பார்க்கிறோம். நம்பிக்கையும் எதிர்பார்ப்பும் மிகுந்த தொழிலாளர்களின் ஒளிரும் முகங்கள் நீர்த்தேக்கங்களில் பிரதிபலிக்கிறது. இந்தப் படங்களை அவ்வாறு தொடர்புபடுத்திப் பார்க்க வேண்டும் என்ற எண்ணம் இயற்கையாகவே எழுகிறது. மின்சாரத்தால் பாதிக்கப்பட்ட பொருள்கள் எப்படி தீப்பொறியைக் கிளப்புகிறதோ அதே போன்று இத்தகைய இணைப்புகள் சினிமாவில் ஒன்றுக் கொன்று தொடர்புபடுத்த வைக்கிறது. படத்தின் இயக்குநர் விரும்பினாலும் இல்லாவிட்டாலும் இத்தகைய தொடர்புபடுத்துதல் என்பது இயற்கையாகவே நிகழ்கிறது. இது திரைப்படத்திற்கு இயற்கையாக உள்ள சக்தியாகும். திரைப்பட இயக்குநர் ஒரு கலைஞனாக இருக்கும் பட்சத்தில் இந்த சக்தியை உபயோகப்படுத்தி தன் விருப்பப்படியும் தேவைக்கேற்றபடியும் படத்தை உருவாக்குகிறான்.

குறியீட்டு ரீதியான படத்தொகுப்பு

லுப்பு பிக்கின் (Lupu Pick) ஆரம்ப காலப் படமான நியு இயர்ஸ் ஈவ் (New Year's Eve) படத்தில் ஒரு காட்சியின் போது, பொங்கி வரும் அலை கடலை பல்வேறு வேகத்தில் இடையிடையே காட்டுகிறார். அந்த காட்சியின் விறுவிறுப்புத் தன்மையையும், பொங்கி வரும் கடலையும் மாறி மாறி காண்பிப்பதன் மூலம் அக்காட்சியின் உணர்ச்சியையும் வேகத்தையும் அதிகப்படுத்த விரும்பினார். இது மாதிரி காட்டுவதில் இயக்குநர் ஒரு முக்கியமான தவறு செய்து விடுகிறார். இது குறித்து குறியீட்டு சூழ்நிலை என்ற தலைப்பில் ஏற்கனவே சொல்லியிருக்கிறேன். ஐஸன்ஸ்டினுடைய கஸாக்கு பூட்டுகளும் குளிர்கால அரண்மனையின் அலங்கார விளக்குகளும் வெறும் ஒப்புமைக்காக படத்தில் சேர்க்கப்பட்ட ஒன்றல்ல. அவைகள் திரைப்படக் கதையின் உண்மையான கூறுகளாக விளங்கின. அவைகளைக் காட்டிய விதம் தங்களின் சொந்த தோற்றத்தை மீறி

குறியீடுகளாக மாறின. அதே போன்று புதோவ்கினின் மதர் படத்திலும், நீரோடையானது ஆர்ப்பாட்டம் செய்யும் தொழிலாளர்களின் கால் பட்டுத் தெறிக்கவும் சிதறவும் செய்கிறது. அவைகளுக்குள்ள குறியீட்டு அர்த்தம் என்பது படத்தொகுப்பு செய்த விதத்தினால் கிடைக்கிறது. ஆனால் லூப்பு பிக்வின் படத்தில் வரும் கடலோ திரைப்படக் கதையோடு எந்த விதத்திலும் சம்பந்தப்படாத ஒன்று. வெறும் ஒப்புமை காட்ட வேண்டும் என்ற ஒரே நோக்கத்திற்காக பொங்கி வரும் கடல் நகரத்தில் நடக்கும் அந்தக் காட்சியோடு இணைக்கப்பட்டுள்ளது. இது திரைப்படக் கதையின் உயிருள்ள அங்கமாகத் திகழவில்லை. பின்னர் குறியீட்டு முக்கியத்துவத்தோடு மாற்றப்படவில்லை. இது வெறும் ஒப்புமைக்காக வெளியிலிருந்து கொண்டு வரப்பட்டு படத்தோடு ஒட்டி வைக்கப்பட்ட ஒன்றாகும்.

இலக்கிய உருவகங்கள்

இயக்குநர்கள் சில நேரங்களில் இலக்கிய உருவகத்தை காட்ட வேண்டும் என்பதற்காக படத்தொகுப்பை பயன்படுத்துகின்றனர். ஐஸன்ஸ்டினுடைய படம் ஒன்றில் இரு பழங்காலத்து விவசாயிகள் தங்களின் மரபுச் சொத்தை பங்கு போட்டுக் கொள்ள விரும்புகின்றனர். அவர்கள் இதை தங்களுக்குச் சொந்தமான ஒரு குடிலை இரண்டாக அறுத்தெடுப்பதன் மூலம் செய்கின்றனர். அவர்களில் ஒருவனின் மனைவி ரம்பத்தால் அறுக்கும் இந்தக் கொடுமையான காட்சியைப் பார்த்துக் கொண்டிருக்கிறாள். அந்த ரம்பத்தின் பெரிய க்ளோஸ்-அப்பும் அந்தப் பெண் முகத்தின் பெரிய பெரிய க்ளோஸ்-அப்பும் மாறி மாறி வேகமாக காண்பிக்கப்படுகிறது. பார்வையாளன் அந்த ரம்பம் அவளின் இதயத்தையே இரண்டாக அறுப்பதாக உணர்கிறான். காரணம் அவ்வாறே அவன் திரையிலும் பார்க்கிறான். இது இலக்கிய ரீதியாக உருவாக்கப்பட்ட ஒரு நிகழ்ச்சியை காட்சி ரீதியான ஒன்றாக மாற்றப்பட்டதாகப் பார்க்கிறோம்.

கருத்துக்களோடு தொடர்புபடுத்துதல்

படத்தொகுப்பு நம்மை சில கருத்துக்களோடு தொடர்புபடுத்து மேயானால் அது வெறும் உணர்ச்சியை மட்டும் எழுப்புவதாக இருக்காது. கூடவே ஒரு சூழ்நிலையையும் உருவாக்குவதாக இருக்கும். மேலும் இவை நமக்குள்ளேயே தீர்க்கமான கருத்துக்களையும், தர்க்க ரீதியான விளைவுகளையும், முடிவுகளையும் உருவாக்கும்.

புதோவ்கினுடைய தி எண்ட் ஆஃப் செயின்ட் பீட்டர்ஸ்பர்க் படத்தின் ஒரு காட்சியில் ஸ்டாக் எக்சேஞ்சையும், போர்க்களத்தையும் மாறி மாறிப் பார்க்கிறோம். ஸ்டாக் எக்சேஞ்ச் போர்க்களம், ஸ்டாக் எக்சேஞ் போர்க்களம் என்று மாறி மாறி வருகிறது. ஸ்டாக் எக்சேஞ் சில் உள்ள கரும்பலகையில் ஸ்டாக்குகளின் மதிப்பு உயர்ந்து கொண்டே போகிறது. அங்கே போர்க்களத்திலோ வீரர்கள் வீழ்ந்து

கொண்டே இருக்கிறார்கள். ஸ்டாக் மதிப்பு கூடுகிறது வீரர்கள் வீழ்கிறார்கள். இவையிரண்டுக்குமிடையே உள்ள சதாராணத் தொடர்பை உணர்கின்ற பார்வையாளன், அந்தத் தொடர்பின் அர்த்தத்தையும் அறிவான். காட்சி ரீதியாகக் காணுகின்ற இந்த விளக்கம் அவனுக்கு அரசியல் விளக்கத்தையும் தரும்.

அறிவுப்பூர்வமான படத்தொகுப்பு (Intellectual Montage)

மேலே சொல்லப்பட்ட இணையாகக் காண்பிக்கப்படும் காட்சிகள் உண்மையான நடப்பின் உண்மையான படங்களாகவே இருந்தன. அந்த காட்சிகளும் படக் கதைகளோடு சம்பந்தமுள்ள ஒன்றாகவே இருந்தது. அவறை இவ்வாறு ஒன்றுக்கொன்று அடுத்து இணைத்ததன் காரணமாகத்தான் அவற்றிற்கு அர்த்தமும் அரசியல் முக்கியத்துவமும் கிடைத்தது. இதனால்தான் நாம் அவற்றை கால ரீதியாக நியாயப்படுத் தவும், உணர்வு ரீதியாக ஏற்றுக் கொள்ளவும் முடிகிறது.

ஹிரோகிளிபிக் என்று சொல்லப்படும் படங்களைக் குறியீடாக வைத்து எழுதப்படும் எழுத்தில், அந்தப் படங்கள் எதையாவது குறிக்கலாம் ஆனால் அவைகளுக்கென்று சொந்தமாக எந்த அர்த்தமும் இருக்காது. இதைப் போலவே இயக்குநர்களும் சமயங்களில் காட்சிகளின் மூலம் சில கருத்துக்களை சொல்ல முனைகின்றனர். இவைகள் குறியீட்டு எழுத்தில் உள்ள படங்களைப் போல ஆகும். அவை எதை அர்த்தப்படுத்துகிறதோ அதைப்பார்வையாளன்தான் ஊகித்தறிய வேண்டும். அந்தப் படங்கள் தனிப்பட்ட முறையில் நம்மைக் கவருவதாக இருக்காது.

ஐஸன்ஸ்டினுடைய அக்டோபர் படத்தில் நிலைப்படியிலிருந்து சிலை விழும்காட்சி அர்த்தப்படுத்துவது ஜார் மன்னனின் அதிகாரம் வீழ்த்தப்பட்டது என்பது ஆகும். இந்த இரு காட்சிகள் மீண்டும் பின்னோக்கி இணைவதாக இருந்தால், அது ஜார் மன்னனுக்கு மீண்டும் அதிகாரம் வந்து விட்டதாக அர்த்தப்படுத்தும் இந்தப் படங்கள் புதிராகத் தோற்றமளிக்குமே தவிர கலாப் பூர்வமான பாதிப்பை ஏற்படுத்தாது. ஐஸன்ஸ்டின் ஒரு சிறந்த திரைப்பட மேதையாவார். அவருடைய படங்கள் பகுத்தறிவு என்ற தளத்தைத் தாண்டி இனிய உணர்வையூட்டுவதாக இருக்கும். ஆனால் துரதிருஷ்டவசமாக, கருத்து ரீதியாக நாம் சிந்திக்கக் கூடிய உலகையும் சினிமாக் கலையால் வெல்ல முடியும் என்ற தவறான கருத்துக்கு அவர் அடிக்கடி பலியாகிப் போனார்.

இதன் அர்த்தம் சினிமாக் கலையால் கருத்துகளை தெரிவிக்க அல்லது கருத்து ரீதியாக விளைவுகளை உண்டாக்க முடியாது என்று அர்த்தமல்ல, ஆனால் அவைகளை வெறும் மறைமுகமாக காட்டினால் மட்டும் போதாது திரைப்பட மொழி மூலம் தெளிவாகவும் வெளிக்காட்ட வேண்டும். சினிமாவால் பார்வையாளன் மனதில்

கருத்துக்களை எழுப்ப முடியும். ஆனால் குறியீட்டு எழுத்துக்களைப் போல் தயார் நிலையில் உள்ள குறியீடுகளை கருத்துக்களுக்காக காண்பிக்க முடியாது. ஏனெனில் அவற்றிற்கு கேள்விக்குறி ஆச்சரியக் குறி, சிலுவை அல்லது ஸ்வஸ்திக் போன்று நிலையான தெரிந்த அர்த்தங்கள் உள்ளது. அது நம்முடைய சாதாரண எழுத்க்களை விட கடினமான குறியீட்டு எழுத்தாக, ஹீரோகிளிபிக்காக இருக்குமேயொழிய கலையாக இருக்காது.

படத்தொகுப்பில் சீர்மை

ஒரு படத்துக்கு கதை சொல்லும் பாணியையும், வேகத்தையும், சீர்மையையும் தருவது படத்தொகுப்புதான். இதன் மூலம் ஒரு படத்தை முடிவு வரைக்கும் நீளமான காட்சிகளைக் கொண்டு மெதுவாக சொல்லலாம். அப்படத்தில் உள்ள பரந்தவெளி மற்றும் களன்கள் பார்ப்பதற்காக மட்டும் இருக்கலாம். அதில் உள்ள விஷயங்கள் கனமானதாகவும் மெதுவாக செல்பவையாகவும் இருக்கலாம். அதே நேரத்தில் திரைப்படம், குறைந்த விளக்கங்களைக் கொண்ட சிறு காட்சிளால் மிக வேகமாக அம்பைப் போல் பாய்வதாகவும் இருக்கலாம். சினிமாவில் உள்ள காட்சிப் படங்களின் சீர்மைதான் படக் கதையின் விறுவிறுப்புக்கும் சீர்மையைத் தருகிறது. படத்தின வெளிப்படையான வடிவ ரீதியான சீர்மை வேகமாக இருக்குமேயானால் படத்தின் உள்ளார்ந்த நாடகத்தின் வேகமும் அதிகமாக இருக்கும். கதை சொல்பவரின் பாவங்கள் எத்தகைய பாதிப்பை ஏற்படுத்துமோ அதே பாதிப்பைத்தான் படத்தில் உள்ள ஷாட்டுகளின் வேகமும் கொடுக்கும்.

ஆரம்ப கால சோவியத் மௌனப் படங்களில் ஒரு விஷயத்தை வேகமாக சீராக சொல்வதற்காக இவ்வாறு சிறிய ஷாட்டுகளைக் கொண்ட வேகமான படத்தொகுப்பு முறை உபயோகப்படுத்தப்பட்டது. அது பல நேரங்களில் புரட்சிகர நடவடிக்கைளின் அசுர வேகத்தை மிக அழகாகக் காட்டியது. இவ்வாறு வேகமான படத்தொகுப்பில், ஷாட்டுகள் வேகமாக நம் கண் முன்னே பாய்ந்து செல்லும் போது, அந்த ஷாட்டுகளில் உள்ள பொருள்கள் நம் மனதில் பதிந்ததால் தான் அவைகளை நம்மால் கண்டறிய முடியும். அவ்வாறு புரிந்து கொள்ள முடிகிறதென்றால், நாம் முற்றிலும் வளர்ச்சியடைந்துள்ள புதிய திரைப்பட கலாச்சாரத்திற்கு நன்றி சொல்லியாக வேண்டும். இந்த புதிய கலாச்சாரத்தினால் தான் சினிமாவில் நாம் விஷயங்களை இத்தனை வேகமாக பிரதிபலிக்க முடிகிறது. அதே நேரத்தில் இத்தகைய வேகமான படத்தொகுப்பினால் சில ஆபத்துக்களும் உண்டு. இந்த வேகமான படத்தொகுப்பு படத்தின் உள்ளார்ந்த சீர்மையின் வேகத்தைக் காட்டுவதாக இருக்கவேண்டும், இல்லையெனில் அது ஒன்றுமில்லாத வடிவயியல் செயல்பாடாகவோ அல்லது சாதாரண தொழில் நுட்ப புதுமையாகவோ தான் இருக்கும்.

காட்சியின் வேகமும் படத்தொகுப்பின் வேகமும்

இந்த இரண்டும் இரு வேறு தனித்த விஷயங்களாகும். படத் தொகுப்பின் வேகத்தையும் காட்சியின் வேகத்தையும் பல்வேறு முறைகளில் இணைப்பதன் மூலம் சில நுட்பமான விளைவுகளை உண்டாக்கலாம். இதற்கு உதாரணமாக பந்தயக் காட்சியைச் சொல்லலாம். நீண்ட லாங் ஷாட்டுகள் முழு மைதானத்தையும் காட்டுவதாக இருக்கும். அதில் குதிரைகளோ அல்லது கார்களோ அதிவேகமாக ஓடிக் கொண்டிருக்கும். ஆனால் படத்தொகுப்போ மெதுவாக இருக்கும். ஆனால் இயக்குநரெனில் இப்பந்தயத்தின் கடைசிக் கட்டத்தை வேகமான படத்தொகுப்பின் மூலம் உயிருள்ளதாக்குவார். ஓடுபவர்களின் உண்மையான வேகம் என்னவோ மாறாமல்தான் உள்ளது. ஆனால் நுட்பமான கடைசி சில கணங்களில் படமே நின்று விட்டது போலவும், அதன் மூலம் காட்சியின் மிகச் சிறு விளக்கங்களையும் வெகு நெருக்கமாக பார்ப்பதாகவும் உணர்வோம். இது படத்தின் விறுவிறுப்புத் தன்மையைக் கூட்டுகிறது. ஐந்து நொடி திரையில் நிகழும் சிறிய காட்சியில் ஒரு ஆயிரம் மீட்டர் பந்தயத்தைக் காண்பிக்கலாம். ஆனால் கடைசி நூறு மீட்டர் தூரம் மிக வேகமான படத்தொகுப்பின் மூலம் அதாவது தோளோடு தோள் நெருங்கி ஓடுவதும், அவர்களின் மூச்சிரைப்பும், இறுதியில் வெற்றி பெறும் வரையில் வேகமாக முன்னேறுவதும், சற்றே பின்னடைவதும் வெறும் க்ளோஸ்-அப்புகளில் காண்பிக்கப்படுகிறது. இந்த கடைசி இருபது ஷாட்டுகள் கிட்டத்தட்ட நாற்பது நொடிகளை எடுத்துக் கொள்ளலாம். இது முதல் தொள்ளாயிரம் மீட்டருக்காக எடுத்துக் கொள்ளப்பட்ட நேரத்தை விட மிக அதிகம். இருந்தபோதிலும் இதை நாம் குறைவான நேரமாகத்தான் பார்க்கிறோம். அதற்கு காரணம் நம்முடைய காலம் பற்றிய கண்ணோட்டம்தான். இதன் காரணமாக காலம் என்ற பூதக் கண்ணாடியின் மூலம் பார்ப்பது போல அதைப் பார்க்கிறோம். பந்தயத்தின் கடைசி ஐம்பது மீட்டரைத்தான் நாம் திரையில் முழுக்கப் பார்க்கிறோம் எனில், இந்தக் காட்சி இயக்குநரால் இன்னும் குறைக்கப்பட்டது போல தோற்றமளிக்கலாம். ஆனால் படத்தொகுப்பின் வேகமோ அதிகரிக்கப்பட்டிருக்கிறது. படத்தில் மூன்று விதமான காலங்கள் தோன்றுவதைப் பார்க்கிறோம். பந்தயம் நடக்கக்கூடிய உண்மையான நேரம் படம் பிடிக்கப்பட்ட நேரம்; கடைசியில் வேகமான படத்தொகுப்பின் காரணமாக நாம் உணரும் உண்மையான நேரம், காலம் பற்றிய உணர்வு குறித்து ஆராய விரும்பும் உளவியலாளர்களுக்கு இத்தகைய படங்கள் மிகப் பெரிய விஷயதானமாக இருக்கும்.

வேகமான ஷாட்டுகளும் மெதுவான காட்சிகளும்

படத்தின் உச்சக்கட்ட காட்சியின் போது, காட்சியை மெதுவாக காட்டுகின்ற நிரூபிக்கப்பட்ட வழிமுறையைக் கையாண்டு விறுவிறுப்புத்

தன்மையைக் கூட்டலாம். ஆனால் காட்சியின் வேகமோ மெதுவாக உள்ளது. சமயத்தில் ஒரு கணம் நின்றே கூட போகலாம். காட்சியில் உள்ள க்ளோஸ்-அப் ஷாட்டுகளின் வேகத்தை அதிகப்படுத்தலாம். இதன் காரணமாக படத்தின் வெளிப்படையான சீர்மை மிகுந்த வேகத்தோடு இருக்கலாம். இந்த வேகம் படத்தின் உள்ளார்ந்த புயலையும், இறுக்கத்தின் துடிப்பையும் நமக்கு உணர வைக்கலாம். இந்த அடிப்படையில் முன்பு சொல்லப்பட்ட லுப்பு பிக்வின் கொள்ளைக்காரர்கள் பற்றிய படத்தை நினைவுபடுத்தலாம். சுரங்கப்பாதை வழியாய் சென்ற அந்தக் கொள்ளைக்காரர்கள் வங்கியின் வலுவான அறைக்குள் மாட்டிக்கொள்கிறார்கள் அந்தக் காட்சியோ அசையாமல் நிலையாக இருக்கிறது. அந்த கொள்ளைக் காரர்கள் அப்படியே ஆடாமல் அசையாமல் குண்டு வெடிப்பதற்காக காத்துக் கொண்டிருக்கிறார்கள். அப்போது மாறி மாறி வரும் வேகமான க்ளோஸ்-அப் ஷாட்டுகள் அந்த மனிதர்களுக்குள்ளே இருக்கும் தீவிரமான புயலைக் காட்டுகிறது. இவ்வாறு படப்பிடிப்பால் காட்ட முடியாத கண்ணுக்குத் தெரியாத விஷயங்களைப் படத்தொகுப்பின் மூலம் காட்டலாம்.

இந்த கடைசி கணத்தை காட்சி முழுவதற்கும் காட்ட வேண்டும் என்பது பல சிறந்த இயக்குநர்களுக்கு குறிக்கோளாக இருந்திருக்கிறது. கோடாரி உயர்த்தப்படுகிறது. வெடிகுண்டு பற்றவைக்கப் படுகிறது. அதற்கு பின்... இரு கண்ணிமை துடிப்புகளுக்கிடையே என்ன நிகழ்கிறது? வேகமாகத் தொடர்ந்து வரும் ஷாட்டுகள் மனித மனதின் அதிவேக துடிப்பைக் காட்டுகிறது.

ஷாட்டுகளின் நீளம்

படத்தொகுப்புக் கலையின் பிரதான அம்சம் என்னவெனில் ஷாட்டின் நீளத்தை நிர்ணயிப்பதுதான். ஒரு ராகத்தில் தொனி ஒரு அரை கட்டை ஏறவோ இறங்கவோ செய்தால் எப்படி அந்த ராகமே பாதிக்கப்படுமோ, அதே போல் ஷாட்டின் நீளம் கூடவோ குறையவோ இருக்குமெனில் அது அக்காட்சியையே பாதிக்கும்.

ஒரு ஷாட்டின் நீளத்தை படச்சுருளின் நீளத்தைக் கொண்டு தான் அளக்க முடியும். திரையில் அதன் நீளத்தை அது ஓடுகின்ற நேரத்தைக் கொண்டு நிர்ணயிக்க முடியும்.* ஒரு ஷாட்டின் நீளம் மற்றும் நீளக்குறைவு என்பது வெறும் காட்சி சீர்மை பற்றிய பிரச்சனை மட்டுமல்ல. காட்சியினுடைய கருத்து மற்றும் உள்ளடக்கத்தின் பாதிப்பு என்பது அது ஓடக்கூடிய நேரத்தைப் பொருத்துதான்

---

35 mm படத்தில் 1 நொடி ஓடக்கூடிய படச்சுருள் ஒன்றரை அடி இருக்கும். அதாவது 24 ஃபிரேம்களை கொண்டிருக்கும். 1 அடி படத்துக்கு 16ஃபிரேம்கள் இருக்கும். சரியாக ஒரு நிமிடம் ஓடக்கூடிய படம் 90 அடி நீளமுள்ளதாக இருக்கும் (மொ-ர்.)

அமைகிறது. உதாரணமாக குறைந்த நீளமுள்ள ஒரு ஷாட்டை வெகு நேரம் செல்வது போல காட்டலாம். ஒரு காட்சியின் உள்வேகம் என்பது அக்காட்சி எத்தனை அடி உள்ளது அல்லது எவ்வளவு நேரம் திரையில் ஓடுகிறது என்பதைப் பொறுத்து அமைவதல்ல. அது தனிப்பட்ட ஒன்றாகும். ஒரு குறிப்பிட்ட காட்சிக்கு உள் வேகத்தைத் தருவது சில விளக்கங்களைத் தரும் ஷாட்டுகளாகும். அந்த ஷாட்டுகளை எடுத்து விட்டால் படத்தின் நீளம் குறையலாம். ஆனால் படம் வெகு நேரம் செல்வது போல இருக்கும். ஒரு எறும்பு புற்றினை லாங்ஷாட்டில் ஆறு அடி காண்பித்தால் கூட அது நீளமானதாகவும் சுவையற்றதாகவும் தோன்றும். ஆனால் அதே எறும்பு புற்றின் உள் வாழ்க்கையை நெருக்கத்தில் காண்பிப்போமெனில் அது ஐம்பது அடியாக இருந்தால் கூட விறுவிறுப்பாய் இருக்கும்.

சினிமாவில் வரும் ஒவ்வொரு காட்சியும் இந்த எறும்பு புற்றைப் போலத்தான். சிறு விளக்கங்களை க்ளோஸ்-அப்பில் காட்டுவதும், சீரான படத்தொகுப்பும்தான் ஒரு காட்சியை சுவையானதாகவும், விறுவிறுப்பானதாகவும் மாற்றுகிறது. ஒரு நாவலின் மொத்தத்தை விட அந்நாவலின் கதைச் சுருக்கம் சுவை குன்றியதாகத்தான் இருக்கும். திடீரென்று நிகழ்கின்ற கத்தி குத்தைக் காட்டிலும் நீண்ட நேரம் நிகழ்கின்ற கத்திச் சண்டை சுவையானதாக இருக்கும்.

ஒரு நிகழ்ச்சியை திரைப்பட ரீதியாக காண்பிப்போமெனில் அதில் உள்ள சிறு சிறு அம்சங்களின் வேகம்தான் அந்நிகழ்ச்சிக்கு வேகத்தையும் உயிரோட்டத்தையும் தருகிறது. ஒரு கதையில் உள்ள வாக்கியங்கள் முழுக் கதையையும் சொல்லலாம். அதே நேரத்தில் அவை ஆயிரக்கணக்கான விளக்கங்களையும் தருகிறது. ஆனால் சினிமாவிலோ பல்வேறு விளக்கங்களைக் கொண்டதாய் மொத்தமும் காண்பிக்கப்படும் அல்லது க்ளோஸ்-அப்புகள் காட்டப்படும். அந்த க்ளோஸ்-அப்புகள் மொத்தத்தைக் காட்டாது. ஆனால் படத்தொகுப்பின் மூலம் ஒன்றிணைப்பதால் தான் மொத்தம் என்பது தெரியும்.

நான் ஏற்கனவே குறிப்பிட்ட வெனினா (Vanina) என்ற மௌனப் படத்தில் அஸ்டா நெல்சனின் மௌனப் பேச்சு மிகச் சிறந்த உதாரணமாகும். அப்படத்தில் வரும் இன்னொரு' காட்சியும் குறிப்பிடத்தக்க ஒன்றாகும். அஸ்டா தன்னுடைய காதலனை சிறையில் உள்ள மரண அறையிலிருந்து காப்பாற்றி விடுகிறாள். இருவரும் அந்த சிறையின் நீளமான குகைகள் வழியாக தப்பித்து ஓடுகின்றனர். அந்த குகைப் பாதைகளோ முடிவற்றதாய் உள்ளது. இந்த குகைப் பாதைகள் மீண்டும் மீண்டும் காட்டப்படுகிறது. அவைகளின் ஒரே மாதிரியான நீளங்கள்தான் அவைகளின் ஆபத்தான பாவயியலைக் காட்டுவதாக இருக்கிறது. ஓடுகின்ற காதலர்கள் தப்பிப்பதற்கு இன்னும் ஒரு சில நொடிகளே உள்ளன. அவர்கள் நம்பிக்கையெல்லாம் இழந்து உச்சகட்டமாய் இதோ தப்பித்து விட்டோம் என்று நினைத்து

ஒவ்வொரு கதவை திறக்கும் போதும் அது இன்னொரு நீண்ட குகைபாதைக்கு இட்டுச் செல்வதாய் இருக்கிறது. நேரம் செல்லச் செல்ல அவர்களின் முடிவும் நெருங்கி விட்டதோ என்று நினைக்கிறோம். ஒவ்வொரு பாதையை அடையும் போதும் அவர்கள் இரக்கமற்ற மூர்க்கத்தனமான விதியை சந்திக்கிறார்கள். அவர்களின் கதி அவ்வளவுதான் என்று நமக்கு ஏற்கனவே தெரிகிறது. ஆனால் அவர்கள் இன்னும் ஓடிக் கொண்டிருக்கிறார்கள். அவர்களை யாரும் பிடிக்கவில்லை. இவைகளுக்கெல்லாம் பின்........ மரணம் அவர்களுக்காக காத்திருக்கிறது. காட்சி எவ்வளவுக்கெவ்வளவு நீளமாக உள்ளதோ நமது திகைப்பும் அவ்வளவு அதிகமாகிறது.

ஒலிப் படத்தின் சீர்மை

ஒலிப்படங்கள் சீர்மை பற்றிய புதிய விதிகளைத் தன்னோடு கொண்டு வந்தது. வார்த்தைகளுக்கு உண்மையான ஒலி ரீதியான சீர்மை என்பது உள்ளது. எந்த விதமான நுட்பத்தை பயன்படுத்தியும் அதன் வேகத்தை அதிகமாக்கவோ குறைக்கவோ முடியாது. அவ்வாறு செய்தால் வார்த்தைகளின் அர்த்தமும் நாடக முக்கியத்துவமும் மாறிவிடும். ஒலிப்படங்களில் உள்ள மௌனப் பகுதிகள் தங்களுக்கென்று சீர்மை பற்றிய தனியான விதிகளைக் கொண்டுள்ளது.

இசையியல் மற்றும் அலங்காரிப்பான படத்தொகுப்பு

படக்கதையின் நாடகத்தன்மையோடு அவ்வளவாக சம்பந்தமில்லாத வகையில் செய்யப்படும் படத்தொகுப்பு முக்கியமான கலாப்பூர்வமான அம்சத்தை படத்துக்குத் தரலாம். இம்மாதிரியான படத்தொகுப்பு காட்சியின் இறுக்கத்தை அதிகமாக்கவோ, உள்ளார்ந்த உணர்ச்சிப் புயலை வெளிக் காட்டவோ செய்யாது. அது வெறும் வடிவு மற்றும் இசை ரீதியான, அலங்கரிப்பு ரீதியான முக்கியத்துவத்தைக் கொண்டிருக்கும். ஆனால் இது ஒரு பெரிய விஷயமாகும்.

பரந்தவெளி, கட்டடங்கள், உள் அமைப்பு ஆகியவற்றின் ஷாட்டு களை ஒரு குறிப்பிட்ட முறையில் படத்தொகுப்பு செய்து அவைகளுக் கிடையே ஒரு அறிதலுக்கப்பாற்பட்ட தொடர்பை ஏற்படுத்துமேயானால், அது சிம்பனி இசையில் உள்ள இனிமையைப் போல் அமையும். இந்த இசை வடிவான, அலங்கரிப்பான சீர்மையை படத்தின் நாடகக் கருப்பொருளோடு இணைப்போமெனில் அது மிகவும் முக்கியத்துவம் வாய்ந்ததாக இருக்கும். ஆனால் இத்தகைய படத்தொகுப்பை மற்றவற்றோடு எந்தவித சம்பந்தமுமில்லாமல் தனிப்பட்ட முறையில் அமைத்து அதற்கு உயிர் கொடுக்கமுயலுவோ மானால் அது எதுவுமில்லாத சாதாரண ஒன்றாகிவிடும். புதிய அலை திரைப்பட இயக்குநர்களும், எதிர்காலவாதிகளும் இது போன்ற படத்தொகுப்பில் உள்ள சீர்மையை விசேஷமான தனிப்பட்ட கலாப்பூர்வமான வெளிப்பாடு என்று தவறாகக் கருதினார்கள். இந்த அடிப்படையில்

தொடர்ந்து செய்யப்பட்ட சோதனை முயற்சிகள்தான் ஸ்தூலமற்ற (abstract) படங்கள் உருவாவதற்கு காரணமாயிருந்தன. இப்படங்கள்தான் முன்பு குறிப்பிட்ட குறியீட்டுக் கோணங்கள் மற்றும் படத்தொகுப்பை உபயோகப்படுத்தின. குறிப்பிட்ட சீர்மையை உருவாக்குவதற்காக மட்டும் எடுக்கப்பட்ட ஷாட்டுகள் தங்களுக்கென்று உள்ள பிரதான முக்கியத்துவத்தை இழந்து விடுகின்றன.

வால்டர் ரட்மானின் பெர்லின் படத்தில் வரும் சீர்மையின் வடிவங்களும், மாற்றங்களும் படத்தில் வரும் டிராம் வண்டிகளோடு எந்தத் தொடர்பைக் கொண்டுள்ளது.

அதேபோல் காவல்காண்டி (Cavelcanti)யின் Rien que lesheures படத்தில் வரும் மாண்ட் மார்த்ரே தெருக்களுக்கும் legato-st-accato வுக்கும் உள்ள தொடர்பு என்ன? இவைகளெல்லாம் படத்துக்கு ஒரு குறிப்பிட்ட சீர்மையைத் தருவதற்காகத்தான் எனில், இவைகள் வெறும் ஒளி-நிழல் உருவங்கள்தான். அவைகளை தனிப்பட்ட பொருள்கள் என்று அதற்கு மேலும் சொல்ல முடியாது. படத்தொகுப்பின் மூலம் காட்டப்படுகின்ற காட்சி ரீதியான இசைதான் படத்தினுடைய உள்ளடக்கமும் ஆகும்.

படத்திலுள்ள ஷாட்டுகள் நீளமாகவோ அல்லது நீளக்குறைவாகவோ தோன்றுவதற்கு காரணம் அந்த ஷாட்டுகளின் சீர்மை மட்டும் அல்ல. அந்த ஷாட்டுகள் காண்பிக்கக்கூடிய பொருள்களுமாகும். படத் தொகுப்பின் போது படத்தின் கருப்பொருளை மட்டுமல்ல ஷாட்டு களின் அமைப்பையும் மனதிற் கொள்ள வேண்டும். ஷாட்டுகளில் உள்ள அசைவு மற்றும் திசைக் கோடுகள் ஒன்றோடொன்று தொடர்புடையதாக இருக்க வேண்டும். பொருள்களின் ஒற்றுமை அல்லது வேற்றுமை அடிப்படையில் ஷாட்டுகளை ஒன்றிணைப்பது படத்தொகுப்பில் கையாளப்படுகின்ற ஒரு முறையாகும். அதாவது குறுகிய செங்குத்தான கோபுரங்களையும், தொழிற்சாலை புகைப் போக்கிகளையும் பெரிய அகலமான உருவங்களோடு படத்தொகுப்பில் இணைக்கலாம் அல்லது வடிவங்களின் ஒற்றுமையை, வட்டமான உருவங்களை வட்டமான உருவங்களோடு இணைப்பதன் மூலமும், வளைந்த கோடுகளை வளைந்த கோடுகளோடு இணைப்பதன் மூலமும் காட்டலாம். இது மாதிரியான இணைப்புகள் பொதுவாக எப்போதுமே படத்தின் உள்ளடக்கத்தைக் காட்டுவதாக இருக்காது. 'முழுமையான' படத்தை ஆதரிக்கும். உருவத்துக்கு முக்கியத்துவம் கொடுக்கும் இயக்குநர்கள் படத்தின் கருப்பொருள் குறித்து ஒரு துளியும் ஆர்வம் காட்டாதவர்கள். ஐஸன்ஸ்டைன் கூட தன்னுடைய ஓல்ட் அண்ட நியு (அல்லது தி ஜெனரல் லைன்) படத்தில் ரீங்காரமிடும் பூச்சியையும் அறுவடை இயந்திரத்தையும் மாறி மாறி காட்டுகிறார். அவ்வாறு காட்டியதற்கு காரணம் அவைகளின் அமைப்புக் கோடுகள் ஒரே மாதிரியாக இருந்ததுதான். அத்தகைய படத்தொகுப்பின் ஒரே

நோக்கம் அழகிய அலங்கரிப்பு என்பதைத் தவிர வேறு ஏதுமில்லை. இப்படத் தொகுப்பு உலகை அசையும் அலங்கரிப்பு பொருளாக காட்டுகிறது.

அகநிலைப் படத்தொகுப்பு

படத்தொகுப்பு என்பது கதை சொல்வது போலாகும். படத்தின் இயக்குநர் பொருளை எப்படிப் பார்க்கிறாரோ அப்படியே நமக்கு காண்பிக்கிறார். ஆனால் சில நேரங்களில் இயக்குனர் பொருள்களைத் தன்னுடைய கோணத்திலிருந்து காட்டுவதற்கு விரும்பமாட்டார். அதுமாதிரி நேரங்களில்தான் இந்த அகநிலை ரீதியான இனங்கண்டு கொள்ளக் கூடிய படத்தொகுப்பு நிகழ்கிறது. இதில் முழு காட்சியின் சூழ்நிலை மற்றும் கோணம் படத்தில் வரும் கதாபாத்திரம் ஒன்று பார்ப்பதாக இருக்க வேண்டுமென்பதில்லை. கதாநாயகன் வெளியே கிளம்புகிறான். காமிராவும் அவனைத் தொடர்ந்து செல்லும். தொடர்ந்து நிகழும் நிகழ்ச்சிகளை கதாபாத்திரம் ஒன்றின் கண் கொண்டு பார்க்கிறோம். சில நாவலில் கதை எப்படி தன்னிலை நோக்கி சொல்லப்படுமோ அதே போல் சினிமாவும் தன்னிலை அடிப்படையில் கதையை சொல்லும். லேடி இன் த லேக் என்ற படத்தில் இந்த வழி முறை மிகப் பொருத்தமான முறையில் கையாளப்பட்டுள்ளது. பார்வையாளன் கண் முன்னே இதில் பொருள்கள் அணிவகுத்துச் செல்லாது, மாறாக நாமே கதாபாத்திரத்தின் கூடவே நடந்து அப்பொருட்களைக் கடந்து செல்வோம். அது மாதிரியான நேரங்களில் கதாநாயகனின் பாதையைக் கூட படம் அப்படியே காட்டும். உதாரணமாக படத்தில் ஒரு பரந்த வெளியைத் தொலைவில் இருந்து ஒருவன் எப்படி பார்ப்பானோ அப்படி காட்டப்படுமெனில், அந்த பரந்த வெளி ஒருவனின் அகரீதியான அனுபவமாக அதே போன்ற சீர்மையோடு தோன்றும். அது மாதிரிப் படங்கள், விஷயங்களை செய்திப் படங்கள் போன்று அப்படியே காட்டினால் கூட அது மிகுந்த கவித்துவம் உடையதாக இருக்கும்.

நடை

அது மாதிரியான படங்களில் தொலைவிலிருந்து பரந்தவெளியைப் பார்ப்பவனின் நடையின் சீர்மை முக்கியமானதாகும். அது அக்காட்சியின் மொத்த சூழ்நிலையையும் நிர்ணயிப்பதாக இருக்கும். நடை என்பது சினிமாவுக்கே உரிய ஒரு குறிப்பிட்ட சக்தி வாய்ந்த வெளிப்பாட்டு பாவமாகும். அது குறித்து நாம் விவாதிப்போம்.

நடையைக் காட்டிலும் அதிக குணச்சித்திர ரீதியானதும், வெளிப்பாட்டு ரீதியானதுமான ஒரு பாவம் கிடையாது. இதற்கு காரணம் நடை என்பது பொதுவாக சுய உணர்வோடு நிகழக்கூடிய தொரு வெளிப்பாட்டு பாவமில்லை. அதே நேரத்தில் தன்னுடைய நடைபாவத்தை ஒருவன் சுயஉணர்வோடும் செய்ய முடியும். பல

நேரங்களில் தங்கள் நடையின் மூலம் தங்களின் தகுதி, தீர்மானம், அடக்கம் அல்லது வெற்றியைக் காட்டுகிறார்கள். அதே நேரத்தில் இந்த நடைபாவம் பொய்யானதாகவும் கூட இருக்கலாம். ஒருவன் தான் கவனிக்கப்படுகிறோம் என்பதை உணர்வானெனில் அது முதலில் அவன் நடையில்தான் வெளிப்படும். 'எந்தக் காலை முன் எடுத்து வைக்க வேண்டும் என்று கூடவா தெரியாது' என்று சொல்வது நம் வழக்கத்தில் உள்ள ஒன்றாகும். அந்த அளவுக்கு நம் கால் பாதம் முக்கியத்துவம் வாய்ந்ததாகும்.

நாடகத்தில் நடிகர்களுக்கு தங்களின் நடையை ஒரு குணசித்திர பாவமாக வெளிப்படுத்த அவ்வளவாக சந்தர்ப்பமில்லை. காரணம் நாடக மேடையில் உள்ள குறைவான இடவசதியாகும். இதனால் தான் எர்வின் பிஸ்கேட்டர் (Erwin Piscator) முன்னே நகர்ந்து செல்லும் தளத்தை (conveyor strip) தன்னுடைய நாடகத்துக்கு தளமாக உபயோகப் படுத்தினார். இதில் நடிகன் பின்னோக்கி நடப்பானேயானால் அவன் ஒரே இடத்திலும் இருப்பான். நடப்பது போலவும் காட்சியளிப்பான். இவ்வாறு நடையை அவன் தன் குணசித்திரமாக வெளிப்படுத்துவான். இருந்த போதிலும் நடையின் முழுமையான வெளிப்பாட்டுத் திறனை சினிமாவால்தான் காட்ட முடியும். ஏனெனில் அதில் பிஸ்கேட்டரின் நாடக மேடை நுட்பத்தைப் போன்ற ஒரே இடத்தில் இருந்து கொண்டு நடப்பதைப் போல தோற்றமளிக்கக் கூடிய தொந்தரவெல்லாம் இல்லை.

ஒரு சிறந்த இயக்குனர் மிக முக்கியமான காட்சிக்கான தயாரிப்பை காட்டுமிடத்தில் கதாநாயகன் அக்காட்சியின் முக்கிய திருப்பத்தை உணர்ந்தவனாக நெருங்கிறானோ அல்லது 'அவனுக்கு நேரப்போகும் முடிவைப் பற்றி ஒன்றுமே அறியாதவனாக நெருங்குகிறானா என்பதைத்தான் காண்பிப்பார். பல நேரங்களில் என்ன நடந்தது என்பதைக் கூட காண்பிக்க வேண்டிய அவசியமில்லை. நாம் செய்வதெல்லாம் அந்த சிக்கலான நிகழ்ச்சி நடந்த காட்சியிலிருந்து கதாநாயகன் திரும்பி வருவதை காண்பிப்பதுதான். கதாநாயகனின் நடையே என்ன நடந்தது என்பதை காண்பிப்பதாய் இருக்கும். சற்று முன் நடந்த காட்சியின் அனுபவத்தை வெளிக்காட்டுகின்ற தனக்குத் தானே பேசிக் கொள்கின்ற ஸோலேலிக்கி போல இருக்கும். அந்த நடை கதாநாயகனை அந்த நிகழ்ச்சி நடந்த இடத்திலேயே காண்பித்திருந்தால் கூட அந்த அனுபவம் இத்தனை முழுமையாகவும் உண்மையாகவும் இருந்திருக்காது. சில நடைகளைப் பார்த்தால் அவைகளின் அசைவுகள் ஒரு குறிப்பிட்ட திசையில் செல்வதாய் இருக்காது. அது மாதிரியான நேரங்களில் நடப்பவன் எந்த இடத்துக்கும் போகவில்லை என்பது அர்த்தம். அப்போது அவனுடைய கால்கள் நடப்பதற்கான ஒரு சாதனமாக இல்லாமல் ஒரு குறிப்பிட்ட மனோநிலையை மீறுகின்ற பாவமாக இருக்கும். மனதிற்குள் தனக்குத்

தானே பேசிக் கொள்ளுதலை காட்சி ரீதியாக காண்பிக்க மௌனப் படங்களில் இவ்வாறு நடப்பதைக் காண்பித்தார்கள். அவ்வாறு நடப்பது 'பயணம்' என்று சொல்லப்பட்டது. ஆனால் பலர் அதை நாடோடித் தனமாக நடத்தல் என்று கருதினார்கள். சில நேரங்களில் அது அவ்வாறு இருந்திருக்கலாம். ஆனால் பெரும்பாலான நேரங்களில் அதற்கு எதிர்மாறாகத் தான் இருந்திருக்கிறது. காதலோ, சண்டையோ அல்லது வேறு எதைப்பற்றிய காட்சியாக இருந்தாலும், நடிகர்கள் குறிப்பிட்ட நோக்கம் கருதி ஏதாவதொரு பாவத்தைச் செய்ய வேண்டியிருந்தது. அதாவது அவர்கள் யாரையாவது அடிக்கலாம் அல்லது அடிக்கும் போது தடுக்கலாம், எதையாவது கீழே போடலாம் அல்லது கீழேயிருந்து எடுக்கலாம். எதையாவது தூக்கியெறியலாம் அல்லது எதையாவது உறுதியாக அடிக்கலாம். இந்த அசைவுகளுக்கு ஏதாவதொரு நோக்கம் இருக்கும். ஆனால் அவைகளுக்கான காரணம் தெளிவாக இருக்காது. ஆனால் இந்தக் காட்சிக்குப் பின் தனியாக நடப்பதையோ ஓடுவதையோ காண்பிக்கும் போது அந்த அசைவுக்கு காரணமான உள் உணர்ச்சிகள் வெளிப்படுத்துகின்றன. எனவே அத்தகைய அசைவு மிகுந்த வெளிப்பாட்டுத் திறனோடு இருக்கும்.

லிலியான் கிஷ் ஒருமுறை வேலை தேடும் ஏழைப் பெண்ணாக நடித்தார். ஒரு தெருவிலிருந்து இன்னொரு தெருவிற்கு, படியேறுதல், படியிறங்குதல் என்று அவர் செல்லும் இடங்களுக்கெல்லாம் பார்வையாளனும் கூடவே சென்றான். அப்போது லிலியான் கிஷ்ஷின் நடையில்தான் எத்தனை நம்பிக்கை எத்தனை எதிர்பார்ப்பு, எத்தனை சோக இருள்! மொத்தத்தில் ஒரு சோக கவிதை போல இருந்தது.

சார்லி சாப்ளினின் சர்க்கஸ் படத்தைப் பார்த்தவர்கள் அதில் சாப்ளின் கடைசிக் காட்சியில் நடந்து போவதை யாராலுமே மறக்க முடியாது. வாழ்க்கை சாப்ளினை மறுபடியும் ஏமாற்றி விட்டது. மீண்டும் தன்னந்தனியாக விடப்பட்டார். வாழ்க்கையில் எல்லாவற்றையும் இழந்தாயிற்று. ஒவ்வொன்றையும் முதலிலிருந்து மீண்டும் துவங்க வேண்டும். பரந்த உலகம் அவர் கண்களுக்கு முன் உள்ளது. அதில் எதுவும் நிகழலாம். சூரியன் பிரகாசிக்கிறான். தூரத்துக் கனவுகள் அவரை மயக்குகிறது. முடிவற்ற எல்லையை நோக்கி சாப்ளின் நடந்து செல்வது அழகாக உள்ளது. நம்பிக்கை பற்றிய காட்சி ரீதியான கவிதை போல் அது உள்ளது.

அலெக்சாண்ட்ரோவின் ஜாஸ் காமெடி படத்தில் கதாநாயகனின் சீர்மிகுந்த நடையை மாற்றி மாற்றிக் காண்பிப்பது மகிழ்ச்சிகரமான உந்துதலின் குறியீடு போல் உள்ளது. கான்ராட் வீய்த்னுடைய காதல் பாவம் மிகுந்த சிறுத்தை போன்ற அந்த நடையை யாரால்தான் மறக்க முடியும்? அதை வைத்துத்தான் எத்தனை படங்கள் வந்து விட்டன.

பிரெவ் (Pyriev) தன்னுடைய படம் ஒன்றில் பெர்லினில் உள்ள வேலையில்லாத் தொழிலாளர்களுக்கிடையே உள்ள கடும்

போட்டியைக் காட்ட விரும்பினார். வேலையுள்ளதாக அறிவிக்கப்பட்ட ஒரு விலாசத்தை நோக்கி தொழிலாளர்கள் காட்டுத்தனமாக ஓடுகிறார்கள். அந்த ஓட்டம் சோகத்தின் குறியீடாக உள்ளது. அந்த ஓட்டத்தில் நலிந்தவர்களும் வயதானவர்களும் கீழே விழுந்து விடுகின்றனர். அவர்களின் உடலை மிதித்துக் கொண்டு மற்றவர்கள் ஓடுகின்றனர்.

இது மாதிரியாக காட்டுவதில் சில ஆபத்துகளும் உள்ளன. குறிப்பாக மேலே சொல்லப்பட்ட காட்சியில் பார்ப்பவர்களின் கவனம் பிரதான ஒன்றிலிருந்து திருப்பப்படலாம். பிரெவ் வேலையில்லாதோரின் அந்த ஓட்டத்தை திரையில் வெகுநேரம் காண்பிக்கிறார். எனவே பார்ப்பவர்களின் கவனம் ஏதோ விளையாட்டைப் பார்ப்பது போல் மாறிவிடுகிறது. பார்வையாளன் அதை வெறும் ஓடுகின்ற கூட்டமாக பார்க்கத் தொடங்கிவிடுவானே தவிர வேலையில்லாத கூட்டமாக பார்க்க மாட்டான். மேலும் இறுதியில் ஓடுவதாலான உடல் முயற்சியின் பலனாக உள்ள பிரபல பாவத்தைத்தான் அந்த முகங்கள் கொண்டிருக்கும். கடைசியாகப் பார்வையாளன் எல்லாவற்றிலும் ஆர்வமிழந்தவனாக ஓடுகின்ற அந்த மனிதர்களில் யார் வெற்றி பெறுவார்கள் என்பதைப் பற்றியும் கவலைப்பட மாட்டான்!

சினிமாவில் விளையாட்டு

சினிமா ஒரு பார்க்கக் கூடிய கலை. உடல் ரீதியான நடவடிக்கைகளை அதில் பார்க்கலாம். எனவே விளையாட்டு உடற்பயிற்சி மற்றும் உடல் சாகசங்களை மற்ற எந்த கலைகளைக் காட்டிலும் சினிமாவில் மிகச் சிறப்பாக காட்டலாம். அதே நேரத்தில் அப்படம் வெறும் செய்திப் படமாக இருக்கக்கூடாது என்பதையும், வெறும் உடற்பயிற்சி சாகச விளையாட்டைக் காண்பித்தால் கூட அது படக் கதையில் தன்னுடைய நாடகப்பங்கையோ முக்கியமான முடிவையோ மனித மனத்தையோ வெளிப்படுத்துவதாக இருக்க வேண்டும் என்பதையும் மறக்கக் கூடாது. ஏனெனில் அப்படி இருந்தால்தான் அது சுவையாக இருக்கும். சினிமாவில் வரும் ஒவ்வொரு காட்சியையும் பார்த்து நாம் வாயைப் பிளப்பதற்கு அதுவொன்றும் விந்தையான விளையாட்டல்ல மனித விதியைப் பற்றி காண்பிக்கக் கூடிய விஷயங்கள் மட்டுமே அதில் சுவையானதாக இருக்கும்.

தப்பித்து ஓடும் ஒருவன் ஒரு பெரிய பள்ளத்தைத் தாண்ட நேரிடுமெனில், அவனுடைய ஓட்டமும், தடையாக வரும் அந்தப் பள்ளமும் பார்ப்பவர்களுக்கு ருசிகரமானதாக இருக்கும். ஆனால் அதுவே பெரிய பள்ளமாக இருந்து, அதைத் தாண்டுபவன் ஒலிம்பிக் சாதனையை உடைக்க வேண்டுமெனில், பார்ப்பவர்களுக்கு அவனுடைய ஓட்டத்திலோ அவனுக்கு நேரப்போகும் கதியைப் பற்றியோ எந்த அக்கறையும் இருக்காது. சினிமாவின் கலாப்பூர்வமான உள்ளடக்கத்தோடு எந்தவித சம்பந்தமும் இல்லாத வகையில், வெறும் விளையாட்டு

நிகழ்ச்சியாகத்தான் அதில் ஆர்வம் காட்ட முடியும். கலாப்பூர்வமான படங்களில் கூட, கதாநாயகன் ஒரு விளையாட்டு வீரனாக இருப்பானெனில், நம்முடைய ஆர்வம் அதில் வரும் விளையாட்டு நிகழ்ச்சிகளில் இருக்காது. உதாரணமாக அன்னா காரனினோ (கிராட்டா கார்போ நடித்தது) படத்தில் வரும் குதிரைப் பந்தயம் சுவையாக இருப்பதற்கு காரணம், அன்னாவைக் கண்ட ரோன்ஸ்கி தட்டுத்தடுமாறிக் குதிரையிலிருந்து விழுவது தான்.

உணர்ச்சியற்ற விளையாட்டு

ஒரு விளையாட்டு நிகழ்ச்சியில் உள்ள அசைவுகள், மிகச் சரியான அசைவுகளாக இருந்த போதிலும் கூட, அவை இயற்கையாக எழுகின்ற ஒன்றாக இருக்காது. எனவே அந்த அசைவுகள் உணர்ச்சிப் பூர்வமானதாக இருக்காது. ஒருவேளை அது பார்ப்பதற்கு அழகாக இருக்கலாம். காரணம் அவைகள் உடல் வலிமையை, நலத்தை, பயனுள்ள அசைவைக் காட்டுகிறது. ஆனால் அவை தீவிர உணர்ச்சியையோ மனித மனத்தையோ காட்டுவதாக இருக்காது. உடல் வலிமையும் சுறுசுறுப்பும் தேவைப்படுகின்ற காட்சிகளில் சண்டை போடுகின்ற கதாநாயகனுக்கும், தொழில் ரீதியான குத்துச் சண்டை வீரனுக்கும் இடையே ஒரு மயிரிழை வித்தியாசம்தான் இருக்கும். இயற்கையான உணர்ச்சி பாவங்களுக்கு அடிப்படை ஏதாவது காரணங்களாக இருக்கும். நம் தினசரி வாழ்க்கையில் உள்ள அசைவுகள் இந்த இரண்டுக்கும் இடைப்பட்டதாய் இருக்கும்.

11

பரந்த காட்சி

பெனோரமிக் ஷாட் என்றழைக்கப்படும் பரந்த காட்சி

பெனோரமிக் ஷாட் (panoramic shot) என்றழைக்கப்படும் பரந்த காட்சிகளில் படத்தொகுப்பின் உதவியின்றியே மாற்றங்களைக் காண்பிக்க முடியும். இங்கு இயக்குனர் பல்வேறு பொருட்களைத் தனித்தனியாக எடுத்த ஷாட்டுகளை ஒன்றாக இணைப்பதில்லை. மாறாக காமிரா தன் அசைவின் மூலம் தன்முன் உள்ள பொருள்களை, அவைகள் உண்மையில் எந்த வரிசைப்படி உள்ளதோ அப்படியே படம் பிடிக்கும். அவ்வாறு படம் பிடிக்கப்படும் காட்சி ஸ்டுடியோ அரங்கத்தில் உள்ள காட்சியாக இருந்தாலும் சரி அப்படியே படம் பிடிக்கும். இந்த அடிப்படையில், படத்தொகுப்பின் மூலம் இக்காட்சிகள் உருவாக்கப்படவில்லை. அக்காட்சி அதற்கு முன்னரே இயற்கையாகவோ அல்லது ஸ்டுடியோ அரங்கத்திலோ இருக்கும். இக்காட்சிகளில் உள்ள சீர்மை மற்றும் மாற்றங்களின் வேகத்திற்கு காரணம் படத்தொகுப்பாளரின் கத்தரிக்கோல் அல்ல மாறாக காமிராவின் அசைவாகும். இந்த காமிரா அசைவு சில நேரங்களில் படம் பிடிக்கப்பட வேண்டிய பொருள்களின் வரிசைக்கு இணையாக இருக்கும். அல்லது நடந்து செல்லும் ஒருவனின் கூடவே செல்லும் அசைவாக இருக்கும். அதன் மூலம் அவன் கடந்து செல்லும் பொருள்களையெல்லாம் காட்டும். அல்லது தன் அச்சிலிருந்து ஒரு வட்டமாக சுற்றி தன்னைச் சுற்றியுள்ள பொருட்களைக் காட்டும்.

இது போன்று மாறுதல்களை காண்பிக்கும் ஷாட்டுகள் பெனோரமிக் என்றழைக்கப்படும். நவீன ஒளிப்பதிவு இந்த காமிரா உத்தியை அதிகமாக பயன்படுத்துகிறது. இவைகளுக்கெல்லாம் அப்பாற்பட்டு இந்த முறை அதிகமாக பயன்படுத்துவதற்கு இன்னொரு காரணம், ட்ராக்கிங் ஷாட்* என்று சொல்லப்படும் முறை சமீப காலங்களில் நன்கு வளர்ச்சியடைந்துள்ளது. இந்த முறையின் மூலம் நகர்கின்ற பொருள்களைப் படம் பிடிப்பதோடு அல்லாமல் அவ்வாறு படம் பிடிக்கும் பொழுது காமிராவின் கோணம் மற்றும் கண்ணோட்டத்தையும் மாற்ற முடியும். ட்ராக்கிங் அல்லது பேனிங் மூலம் செய்யும் படப்பிடிப்பின் போது அந்த ஷாட்டின் தொடர்ச்சியை பாதிக்காத வண்ணம் நாம் படம் பிடிக்கும் பொருளை நெருங்கவோ அல்லது விலகவோ முடியும். மேலும் ஷாட்டின் போது காமிராவை உயர்த்தவோ அல்லது தாழ்த்தவோ முடியும்.

சினிமாவானது இந்த வழிமுறையை உபயோகிப்பதில் மிகுந்த ஆர்வம் காட்டுகிறது. காரணம் இதன் மூலம் ஒரு காட்சியை மேலும் நம்பும்படியாக எடுக்க முடியும். ஏனெனில் காமிரா டிராக் செய்யப்படும் பொழுது காட்சி நிகழ்கின்ற உண்மையான இடத்தில் பார்வையாளனும் தொடர்ந்து இருக்கிறான். நிகழ்ச்சியின் மொத்தத்தையும் பார்வையாளன் இதில் விடாமல் பார்க்கிறான். ட்ராக்கிங் ஷாட் படத்தொகுப்பைப் போல் பார்வையாளனை ஏமாற்றுவதாக இருக்காது.

நவீன திரைப்பட இயக்குனர்கள் இவ்வழிமுறையை மேலும் உபயோகப்படுத்துவதற்கு இன்னொரு காரணம், இவ் வழிமுறையில் ஒரு மனிதன் நடக்கும்போது அவன் நடக்கின்ற இடத்தோடு அவன் பார்க்கின்ற இடத்தையும் காண்பிக்க முடியும். பெனோரமா காட்சி படத்தொகுப்பைக் காட்டிலும் கவித்துவத்தோடும், அகத்துவத்தோடும் விளங்கும்.

நவீனத் திரைப்படங்கள் துரதிருஷ்டவசமாக இவ்வழி முறையை இன்னொரு காரணத்திற்காகவும் உபயோகப்படுத்துகிறது. அதாவது கதாபாத்திரங்களை உண்மையான இடத்தில் (Space) நடக்க வைப்பதால் முன்பு சொல்லப்பட்ட படம் பிடிக்கப்பட்ட நாடகமாக மாறுவதற்கு சுலபமாக வாய்ப்புண்டு. இத்தகைய படம் பிடிக்கப்பட்ட நாடகங்களை சினிமா, கண்ணோட்ட ரீதியாக எதிர்த்து வருகிறது. ஹிட்ச்காக்கினுடைய

---

* டிராக்கிக் ஷாட் - காமிராவை ஒரு இடத்திலிருந்து இன்னொரு இடத்திற்கு உள்ளாகவோ, வெளியாகவோ அல்லது பக்கவாட்டாகவோ நகர்ப்பதன் மூலம் எடுக்கப்படும் ஷாட் சக்கரங்கள் பொருந்திய ஒரு பலகையை (trolley) இரு தண்டவாளங்கள் மீது நகர்த்தி, அந்த பலகையின் மீது காமிராவை வைத்தல் ஒருமுறை. அல்லது ரப்பர் சக்கரங்கள் உள்ள பலகையின் (dolly) மீது காமிராவை வைத்து நகர்த்துதல் இன்னொரு முறை. அல்லது கையிலும் காமிராவை பிடித்துக் கொண்டு செல்லலாம். டிராவலிங் ஷாட் என்றும் இதை அழைப்பதுண்டு. (மொ-ர்)

ரோப் (Rope) திரைப்படம் இத்தகைய துரதிருஷ்டவசமான போக்கைக் காட்டுகின்ற படமாகும்.

காலத்தை உணர்தல்

ஏற்கனவே கூறியுள்ளது போல பெனோரமா காட்சி, படத் தொகுப்பைக் காட்டிலும் உண்மையான இடத்தை அதிகமாக உணர வைக்கிறது. தொகுக்கப்பட்ட ஷாட்டுகளிலிருந்து அந்த ஷாட்டுகளெல்லாம் ஒரே இடத்தை சார்ந்ததா? இல்லையா? என்று அனுமானிப்பதைக் காட்டிலும் வேறு ஒன்றும் செய்ய முடியாது. ஒரு காட்சி நடக்கின்ற மொத்த இடத்தையும் ஏற்கனவே காண்பித்தாலும் கூட, ஷாட்டுகளின் உள்ளடக்கம், காரணம் மற்றும் நடக்கும் நிகழ்ச்சிகளுக்கும் நம் நினைவுக்கும் உள்ள தொடர்பு பற்றித்தான் நாம் கவலைப்படுகிறோம்.

ஆனால் பெனோரமா காட்சியானது காட்சியில் உள்ள இடத்தைவிட்டு நம்மை விலக்குவதில்லை. இனங்கண்டு கொள்கின்ற உணர்வின் மூலம் நாம் காமிராவின் துணை கொண்டு அதை ஆராய்கிறோம். நம்முடைய காலம் பற்றிய உணர்வு அக்காட்சியில் உள்ள பல்வேறு பொருள்களின் இடையே உள்ள உண்மையான தூரத்தை அளவிட உதவுகிறது. இதில் இடம் பற்றிய கண்ணோட்டத்தை உணர்வதற்கு பதிலாக இடத்தையே உணர்கிறோம்.

டிரையருடைய ஜோன் ஆஃப் ஆர்க்கில் விசாரணை நடக்கின்ற இடத்தை நாம் எப்போதுமே முழுமையாக பார்ப்பது இல்லை. இதில் காமிரா பெஞ்சுகளில் அமர்ந்திருக்கின்ற நீதிபதிகளின் தலைகளை க்ளோஸ்-அப்பில் நகர்ந்து சென்று காண்பிக்கிறது. இந்த தொடர்ச்சியான பெனோரமிக் ஷாட்டின் காரணமாக நாம் முழு இடத்தையும் பார்க்காவிட்டால் கூட அதைப்பற்றி முற்றிலும் உணர்ந்தவர்களாய் இருக்கிறோம். க்ளோஸ்-அப்புகளின் அணிவகுப்பைப் போல் உள்ள இந்த காட்சி முழுவதும் இந்த காட்சி நிகழ்கின்ற இடத்தைப் பற்றிய முழு உணர்வோடு இருக்கிறோம். தனிப்பட்ட நபர்களின் பாவயியலைத் தவிர நாம் வேறெதையும் பார்ப்பதில்லை. மிகப்பெரிய மனிதர்களின் முகங்களைத் தான் நாம் அங்கு உற்றுப் பார்க்கிறோம். இருந்த போதிலும் அங்கு அமர்ந்திருக்கும் அவர்களின் கூட்டத்தை நாம் மறக்கவில்லை. காரணம் அவர்களுக்கு நடுவே நாமும் காமிராவோடு சேர்ந்து இருப்பதுதான்.

ஷேடோஸ் ஆஃப் த யோஷிவாரா (Shadows of Yoshiwara) என்ற ஜப்பானிய படத்தின் இயக்குநர், ஒரு காட்சியில் காமிராவை ஒரு பொருளிலிருந்து இன்னொரு பொருளுக்கு மிக வேகமாகத் திருப்புகிறார். நாம் அப்பொருள்களுக்கு இடையே உள்ள இடைவெளியை மிக அரிதாகப் பார்க்கிறோம். இயக்குநரைப் பொறுத்தவரைக்கும் இடையே உள்ள பொருட்கள் அவருக்கு

முக்கியமில்லை. இருந்தபோதிலும் இடையே உள்ள தூரத்தை நாம் உணர வேண்டும் என்று விரும்புகிறார். இதனால்தான் அவர் அக்காட்சியை வெட்டவில்லை மாறாக தூரத்தை விலக்கவுமில்லை. அப்படிப்பட்ட படங்களில் இடம் என்பது மனிதர்களையோ, பொருள்களையோ இட்டு நிரப்புவதற்காக விளங்கவில்லை. மாறாக ஒரு யதார்த்தத் தன்மையை, முக்கியத்துவத்தை அதில் நிரப்பப்பட்டுள்ள பொருட்களுக்கு சம்பந்தப்படாத வகையில் பெறுகிறது.

அஸ்பா (Asphalt) என்ற தன்னுடைய படத்தில் ஜோ மே (Joe may) ஒரு ஜெர்மன் போலீஸ் அதிகாரியின் அறையைக் காட்டுகிறார். காமிரா அந்த அறையில் உள்ள ஒவ்வொரு பொருளையும் மிக அக்கறையோடு ஒரு ஆசிரியனைப் போல் காண்பிக்கிறது. துணிமணிகள், மேஜை, கூண்டில் உள்ள பறவை, கடிகாரம், தாய் தந்தையரின் பெரிய படம் என்று ஒரு பொருளிலிருந்து இன்னொரு பொருளுக்கு காமிரா நகர்கிறது. நாம் எல்லாவற்றையும் பார்க்கிறோம். எல்லாவற்றையும் அறிந்து கொள்கிறோம். ஒரு குட்டி முதலாளித்துவ வாழ்க்கையின் குறுகிய சூழ்நிலையை நம்மால் புரிந்து கொள்ள முடிகிறது. இவைகளுக்குப் பின்புதான் காமிரா அந்த மனிதனை நோக்கி நகர்கிறது. நாம் முதலில் அவனுடைய சூழ்நிலையைப் பார்க்கிறோம். அதில் நாம் பொருள்களை மட்டும் பார்க்கவில்லை. அதைவிட முக்கியமாக அப்பொருட்களுக்கு இடையே உள்ள குறுகிய இடைவெளியை இந்த உலகின் குறுகிய அடைசல் தன்மையைப் பார்க்கிறோம். பெனோரமிக் ஷாட்டானது லாங் ஷாட்டைக் காட்டிலும் யதார்த்தத்தை இந்த அளவுக்கு சிறப்பாக காட்டக் கூடியது.

பெனோரமாவின் நாடகத்தன்மை

சினிமாவில் ஏதாவதொரு கதாபாத்திரம் திடீரென்று ஒரு பாவத்தை வெளிப்படுத்தும். அதன் மூலம் அக்கதாபாத்திரம் எதையோ பார்த்திருக்கிறது என்று நாம் அறிந்து கொள்கிறோம். அவ்வாறு பார்த்தது என்னவென்று நாம் அறியாவிட்டால் கூட, அதனால் ஏற்பட்ட விளைவை நாம் பார்க்கிறோம். இந்த விளைவிற்கு காரணம் என்னவாக இருக்கும் என்று அறிய நாம் ஆவலாய் இருக்கிறோம். ஆனால் இயக்குநரோ அங்கிருந்து இன்னொரு ஷாட்டுக்குத் தாவவில்லை. மாறாக காமிராவை மெதுவாகத் திருப்புகிறார். இதன் மூலம் நம் ஆர்வத் துடிப்பு அதிகமாகிறது. ஒரு சிறந்த கதை சொல்பவனைப் போல, அது என்ன என்று திரையில் தோன்றுகின்ற வரைக்கும் காமிராவை மெதுவாகத் திருப்புகிறார்.

அதே போல உரையாடல் காட்சியின் போது காமிரா ஒரு முகத்திலிருந்து இன்னொரு முகத்திற்கு நகர்கிறது. அப்போது இருவரில் ஒருவர் எதிர்பாராத விதமாக எதையோ சொல்லவோ செய்யவோ செய்கிறார். அப்போது காமிரா திடீரென்று மிக மெதுவாக திரும்புவதன் மூலம் அதனுடைய அழுத்தத்தை

அதிகமாக்குகிறது. ஏனெனில் அடுத்தவர் முகத்தில் என்ன பிரதிபலிப்பு ஏற்பட்டது என்பதை அறிந்து கொள்ள சிறிது காலதாமதமாகிறது. நாம் சிறிது நேரம் அந்தரத்தில் தொங்குவதாய் உணருகிறோம். அது மாதிரியான நேரங்களில், பேனிங் (panning) என்பது உண்மையான நேரத்தை மட்டும் காட்டவில்லை. கூடவே அந்நேரத்தை அதிகப்படுத்துவதன் மூலம் விறுவிறுப்புத் தன்மையைக் கூட்டவும் செய்கிறது. உண்மை வாழ்க்கையில் நடக்கின்ற நிகழ்ச்சியாக இருக்குமெனில் காமிரா திரும்புவது நாம் நம் தலையை திருப்புவதைக் காட்டிலும் மிக மெதுவாக இருக்கும்.

காமிராவை மெதுவாக திருப்புதல் என்கின்ற இந்த பாணி மிகச் சிறப்பாக சாப்ளினி ஷோல்டர் ஆர்ம்ஸ் (Shoulder Arms) எனும் படத்தில் உபயோகப்படுத்தப்பட்டுள்ளது. இப்படத்தில் முதல் உலகப் போரின் போது வருகின்ற ஒரு சிப்பாயாக சாப்ளின் நடித்திருக்கிறார். பல்வேறு சோக நகைச்சுவை காட்சிகளுக்குப் பின், கீழ்க்காணும் காட்சியைப் பார்க்கிறோம். ஆழமான பள்ளத்தில் சாப்ளின் தன் சக தோழர்களோடு நின்று கொண்டிருக்கிறார். மேலே செல்லலாம் என்ற உத்தரவிற்காக காத்துக் கொண்டிருக்கிறார்கள். மற்றவர்களெல்லாம் ஆடாமல் அசையாமல் விறைப்பாக நின்று கொண்டிருக்கிறார்கள். சாப்ளினோ பயந்து நடுங்குகிறார். அந்த நடுக்கத்தில் தன் கையிலுள்ள சிறிய கண்ணாடியை கீழே போட்டு உடைத்து விடுகிறார். சாப்ளினுக்கு பக்கத்திலிருப்பவன் சாப்ளினைப் பார்த்து ஏதோ மரணத்தின் வாயிலில் இருப்பவனைப் பார்த்து அலறுவது போல் அவரிடமிருந்து பின் வாங்கித் தள்ளிப் போகிறான். அந்தப் பள்ளமோ மிகச் சிறியது. அதில் அவர்கள் மிக அதிகமாக தள்ளிப் போக முடியாது. ஆனால் சாப்ளினுக்கோ அவர்கள் ஏன் அவ்வாறு பின் வாங்குகிறார்கள் என்பது புரிந்து விட்டது. ஆபத்தான நேரத்தில் நண்பர்களால் அனாதையாய் விடப்பட்டவனைப் போல் சாப்ளின் அவர்களைப் பார்க்கிறார். சோகமும் பயமும் நிறைந்த சாப்ளினின் முகத்திலிருந்து காமிரா மெதுவாகத் திரும்பி சாப்ளினுக்கும் மற்றவர்களுக்கும் இடையே உள்ள இடைவெளியைக் காண்பிக்கிறது. காமிரா அத்தனை மெதுவாகத் திரும்புகிறது. அதனால் சில அடிகளே உள்ள இடைவெளி ஏதோ முடிவற்ற வெற்றுப் பாலைவனம் போல் உள்ளது. துரதிருஷ்டசாலியாக உலகியல் அனாதையாய் விடப்பட்டதாய் உணரும் சாப்ளின் தனக்கும் தன் நண்பர்களுக்கும் இடையே உள்ள மிகப்பெரிய வெற்றிடத்தை உணர்கிறார்.

இதுவரைக்கும் படங்களில் பாலைவனம், கடல், தொடுவானம் மறைவது போன்ற முடிவற்ற பரந்த காட்சிகளைத் தான் பார்த்திருக்கிறோம். இதற்கு முன்பு சினிமாவிலாகட்டும் அல்லது வேறு கலையிலாகட்டும் இது போன்று ஒரு குறுகிய இடத்தில் அத்தனை ஒரு தனிமையை நாம் உணர்ந்ததில்லை. இது பெனோரமா ஷாட்டுக்கேயுரிய நுட்பமான கவித்துவமாகும்.

12
காமிராவின் வெளிப்பாட்டுத் திறன்

படம் எடுப்பது மட்டுமல்லாமல் காமிராவின் மூலம் வேறு பல விஷயங்களையும் செய்ய முடியும். படம் எடுக்காமலேயே அது திரையில் பல்வேறு விளைவுகளைக் காட்சி ரீதியாகக் காட்ட முடியும். சில 'உருவம் அல்லது வடிவமைப்பு அல்லது ஏதாவது பொருளையோ அது திரையில் காட்ட முடியும். அது மாதிரியான நேரங்களில் காமிரா தான் படம் பிடிக்கும் பொருள்களிலிருந்து முற்றிலுமாக விலகி தன்னுடைய சொந்த நுட்பத்தை திரையில் காட்டுகிறது. இத்தகைய முயற்சிகள் முற்றிலும் அகரீதியான கவித்துவ வெளிப்பாடுகளாகும். படத்தின் இயக்குநர் இவைகளை சரியாகப் புரிந்து கொள்வாரெனில், அவைகளை உபயோகித்து படத்தில் உள்ள சில அம்சங்களுக்கு தனிப்பட்ட அபத்தத்தைக் கொடுக்க முடியும்.

ஃபேடிங் * (Fading)

மேலே சொல்லப்பட்ட விளைவுகளில் ஒன்றுதான் ஃபேடிங் என்பதாகும். இதில் ஐரிஸ் டையாப்ரம் (iris diaphragm) என்று சொல்லக் கூடிய லென்ஸின் வழியாக ஒளி செல்லுவதை அனுமதிக்கும் வட்டத் தகட்டை மெல்ல மூடுவதன் மூலம் காட்சியை இருட்டாக்கலாம். இதை ஒரு ஷாட் என்றோ அல்லது படமென்றோ சொல்ல முடியாது. இருந்த போதிலும் அது ஒரு உணர்ச்சிப்பூர்வமான வெளிப்பாடாக இருக்கும். கதை சொல்பவன் தன் குரலை எப்படி படிப்படியாகக் குறைத்து கடைசியில் ஒரு ஆழ்ந்த அமைதியில் நிறுத்துவானோ அதே போல் படம் படிப்படியாக இருட்டாவதும் ஏதோ ஒரு சோக கீதம் போலிருக்கும். முழுக்க தொழில் நுட்ப ரீதியான இந்த விளைவு நம் மனதில் பிரிவைக் குறித்த சோகத்தையும், பொருள்களின்

---

* பேடிங்:- ஃபேட் இன் (Fade-in):- காட்சிகளைப் பிரிப்பதற்கு உதவும் ஒரு வழிமுறை. முதலில் திரை இருளாக இருக்கும். அதில் உருவம் மெல்லத் தோன்றி படிப்படியாக முழு பிரகாசத்தை அடையும்.

ஃபேட் அவுட் (Fade-out):- பேட் இன் முறைக்கு எதிரான ஒன்றாகும். இதில் திரையில் பிரகாசமாக உள்ள உருவம் படிப்படியாக மங்கி கடைசியில் முழுவதும் இருட்டாகி விடும். வண்ணப்படங்களில் கறுப்புக்கு பதிலாக ஒரு குறிப்பிட்ட வண்ணத்தில் ஃபேட் இன், பேட் அவுட் செய்வதுண்டு (மொ-ர்)

'காமிரா'வின் மூலம் பல விஷயங்களைச் செய்ய முடியும் அதில் ஒன்றுதா 'ஃபேடிங்' எனப்படும் தொழில் நுட்பம்...

நிலையாத்தன்மையையும் உணர்த்தலாம். எழுத்தில் விளங்கக் கூடிய விஷயத்தில் வருகின்ற இடைக்கோட்டை போன்ற விளைவை சில சமயங்களில் நமக்குத் தரலாம். அல்லது ஒரு வாக்கியத்துக்குப் பின் வருகின்ற வரிசையான புள்ளிகளைப் போன்று ஒரு திறந்த வெளி உணர்வைத் தரலாம். அல்லது ஏதோ ஒன்று என்றென்றைக்குமாக நம்மை விட்டுத் பிரிந்து விட்டது போன்ற ஒரு சோகத்தைத் தருவதைப் போன்ற பாவத்தையும் தரலாம். ஆனால் எல்லா நேரங்களிலும் இது காலம் கடத்தலைக் குறிக்கிறது.

செப்பயவ் (Chapayev) என்ற அற்புதமான படத்தில் கமிசார் புர்மனோவ் தன்னுடைய போராட்ட அணி படைத் தலைவரையும், படை வீரர்களையும் பிரிந்து செல்ல வேண்டிய காட்சி, அவ்வாறு பிரிந்து செல்லுவது ஒரு சிறிய ஆர்ப்பாட்டமில்லாத ராணுவ நிகழ்ச்சியாகும். ஆனால் இந்தப் பிரிவுக் காட்சி மிக நீண்டு எடுக்கப் பட்ட ஒன்றாகும். புர்மனோவ் போராட்ட அணி ஊழியர்களிடமிருந்து பிரிந்து ஒரு மோட்டார் காரில் ஏறிச் செல்கிறார். அந்த மோட்டார் கார் நீண்ட நேர் சாலையில் செல்கிறது. அது தூரம் செல்லச் செல்ல படிப்படியாக சிறிதாகிக் கொண்டே வருகிறது. ஆனால் இன்னமும் கண்ணுக்குத் தெரிகிறது. படை வீரர்கள் அதைப் பார்த்துக் கொண்டே நிற்கிறார்கள். அது அவர்களின் கண்களையும், இதயத்தையும் ஆட்கொள்கிறது. அந்த கார் வெகு தொலைவு சென்றதும்

கிட்டத்தட்ட தொடு வானத்தில் பனிப்படலத்தோடு கலந்து விடுகிறது. அப்போது அந்த காட்சி மெதுவாக மறைந்து இருட்டாகிறது. கார் மெல்ல மெல்ல சிறிதாகிக் கொண்டே போனதால் ஏற்பட்ட உணர்வு இந்த ஃபேட் அவுட் மூலம் நம் மனதில் தொடர்ந்து நிலைக்கிறது. அந்தக் கட்டம் வரையில் காட்சியில் பிரிந்து செல்லும் நண்பன் தான் சிறிதாகி கொண்டே போனான். இப்போது காட்சியே சிறிதாகிக் கொண்டு போய் கடைசியில் மறைந்து விடுகிறது.

சாப்பயவ்வையும் அவனது கூட்டத்தையும் விட்டு நல்ல நண்பன் மட்டும் போகவில்லை. கூடவே ஒரு பெரிய அதிர்ஷ்டமும் போய்விட்டது போல இந்தப் பிரிதலின் துயரம் ஏதோ வரப்போகும் ஆபத்தின் அபாய எச்சரிக்கையாய் மாறுகிறது. டையாப்ரம் முழுவது மாக மூடப்படும் பொழுது உலகமே தொட்டுணர முடியாதபடி இருண்டு விடுகிறது. இருந்த போதிலும் அவர்களின் மீது ஏதோ மரணத்தின் நிழல் விழுந்து விட்டது போல் உணர்கிறோம். மிகச் சிறந்த கவிதையில் வருவது போல, காமிராவின் ஆழமான உணர்ச்சி களை நம்முள்ளே எழுப்புகிறது.

டயாப்ரமின் ரகசியம்

வேறு பல தொழில் நுட்ப உதவிகளைக் கொண்டு டயாப்ரமினால் மேலே சொல்லப்பட்டதற்கு எந்த விதத்திலும் குறையாத உளவியல் ரீதியான வெளிப்பாடுகளைத் தரமுடியும். ஃபேட் இன் மற்றும் டிஸ்ஸால்வ்* (dissolve) முறைகளினால் வெறும் கவிதாப் பூர்வமான விளைவுகளைத்தான் உண்டாக்க முடியும். இந்த முறைகள் வெகு காலமாகவே பழக்கத்திலும் உள்ளது. ஆனால் அவை உருவாக்கும் இந்த விளைவுகளுக்கான விளக்கங்கள் என்னவாக இருக்க முடியும்?

சினிமாவானது வெறும் புறரீதியான உண்மைகளை மட்டுமே காட்டுமானால், ஒரு சாதாரண வளர்ச்சியடையாத பார்வையாளனால், இயக்குநரின் அகரீதியான பங்கு பற்றி எதுவும் புரிந்து கொள்ள முடியாது. இயக்குநரின் பங்கு என்று இங்கு குறிப்பிடப்படுவது, அவர் படத்தில் விஷயங்களைத் தன்னுடைய பாணியில் காட்டுவதாகும். நாடக மேடையில் நாடகாசிரியன் எப்படி நேரடியாகத் தோன்றி பேசுவதில்லையா, அதே பாணியில்தான் சினிமாவிலும் இயக்குநர் தோன்றாமலேயே தன்னுடைய வேலையைச் செய்கிறார்.

நாம் திரையில் வெறும் பொருட்களின் படங்களை மட்டும் பார்க்காமல் கூடவே ஃபேட்ஸ், டிஸ்ஸால்வ்ஸ் போன்ற நுட்பங்களையும் பார்ப்போமெனில், நாம் பொருள்களின் வெறும் அப்பட்டமான

---

* டிஸ்ஸால்வ் (Dissolve) - பேட் - இன்னிற்கு மேலாக பேட் -அவுட் வருவது. அதாவது திரையில் ஒரு காட்சி மெல்ல மறைந்து கொண்டிருக்கும் அதே தறுவாயில் இன்னொரு காட்சி மெல்லத் தோன்றி கடைசியில் முழுவதுமாகத் தெரியும். (மொ-ர்)

மறுபதிப்புகளை மட்டும் பார்க்கவில்லை. கூடவே படத்தின் கதை சொல்பவரை, ஆசிரியரை அதாவது படத்தின் இயக்குநரையும் பார்க்கிறோம்.

கண்ணுக்குத் தெரியாத பொருட்களை காமிரா காட்டுகிறது

இதில் வினோதமான விஷயம் என்னவெனில் ஃபேட், டிஸ்ஸால்வ்ஸ் போன்றவைகள் திரையில் காண்பிக்கப்படும் பொழுது, உண்மையில் காமிரா நமக்கு கண்ணுக்குத் தெரியாத பொருட்களைக் காண்பிக்கிறது. உதாரணமாக செப்பயவ் (Chapayev) படத்தில் புர்மனோவின் பிரிவு காட்சியை சொல்லலாம். அக்காட்சி ஆழமான கவித்துவதோடு விளங்கியது. சாப்பெயவ்வினுடைய சோகமான மனநிலையையும், வரப்போகும் அழிவைப் பற்றிய அவர் உணர்வையும் அது காட்டியது. ஆனால் இது போன்ற விஷயங்கள் படம் பிடிக்கக்கூடிய பொருட்கள் இல்லை. அவைகள் கண்ணுக்குத் தெரியாத உணர்வுகள் ஆகும். இத்தகைய கண்ணுக்குப் புலப்படாத சூழ்நிலையைக் கூட படத்தை மெல்ல இருளாக்குவதன் மூலம் நமக்கு காட்சி ரீதியாகக் காட்டுகிறது.

காலம் பற்றிய கண்ணோட்டம்

ஒரு படத்தின் ஃபேட் அவுட் திரையில் நிகழும் பொழுது நாம் காலம் நடந்து செல்லுவதை உணர்கிறோம். கப்பல் ஒன்று தொடு வானத்தின் கீழே மெல்ல மறைவதைப் பார்ப்போமெனில், அக்காட்சியின் சீர்மை காரணமாக ஒரு குறிப்பிட்ட அளவு காலம் கடத்தலை உணர்கிறோம். அப்படியே அந்த படம் ஃபேட் அவுட்டும் ஆகுமானால், நம்மால் அனுமானிக்க முடியாத அளவு மேலும் காலம் கடப்பதை உணர்கிறோம். இந்த ஷாட்டில் நாம் இரு அசைவுகளைப் பார்க்கிறோம். ஒன்று கப்பலின் அசைவு இன்னொன்று காமிரா டையப்ரமின் அசைவு இதில் இரண்டு காலங்களையும் பார்க்கிறோம். ஒன்று கப்பல் மறைகின்ற உண்மையான நேரம். இன்னொன்று ஃபேட் அவுட் காரணமாக நாம் உணருகின்ற திரைப்பட ரீதியான நேரம்.

திரைப்பட நேரம் என்று இங்கு சொல்லக் கூடிய காலம் பற்றிய உணர்வை, கண்ணோட்ட ரீதியாக இடம் பற்றிய உணர்வோடு ஒப்பிடலாம். வெறும் வடிவத்தை மட்டும் காட்டும் வரைபடம், இடம் பற்றிய கண்ணோட்டத்தை நமக்கு உணர்த்துகிறது. ஒரு ஷாட்டில் உள்ள சில அசைவுகள் நமக்கு காலத்தை கண்ணோட்ட ரீதியாக உணர்த்துகிறது. இது போன்ற விளைவுகளைக் குறித்த ஆய்வு, திரைப்பட இயக்குநர்களுக்கும், உளவியலாளர்களுக்கும் மிகுந்த பயனுள்ளதாக இருக்கும்.

சினிமாவில் ஒரு ஷாட்டில் இருது இன்னொரு ஷாட்டுக்கு வெட்டுதல் காலம் கடத்தலைக் காண்பிக்கும் எனில் ஒரு காட்சிக்கு இடையே காண்பிக்கப்படும் ஷாட் அசையாத ஒன்றாக இருக்குமெனில்,

அசைவுள்ள ஷாட்டில் உணர்வதை விட இதில் அதிகமான காலம் கடத்தலை உணர்வோம். ஒரு காட்சியின் இடையே ஒரு விறுவிறுப்பான அசைவுள்ள ஷாட்டை (அது வேறு இடத்தில் நடப்பதாக இருந்தாலும் சரி) செருகிப் பின் மீண்டும் அந்த காட்சிக்கே வருவோமெனில் பார்வையாளனுக்கு இடையே பல ஆண்டுகள் கழிந்து விட்டதாகத் தெரியாது. இதற்கு காரணம் பொருள்களின் அசைவுகளுக்கு உண்மையான நேரம் என்பது உண்டு. எனவே உண்மையான நேரம் பற்றிய உணர்வை அது நமக்குத் தருகிறது. ஆனால் ஒரு அசைகின்ற காட்சிக்கு நடுவே காட்டப்படும் ஷாட்டானது ஒரு அசையாத பாறையோ அல்லது ஏரியின் மேல் நீர்மட்டப் பரப்போ அல்லது அது போன்ற ஏதாவது அசையாத ஒன்றாக இருக்குமெனில், பார்வையாளன் அதிக காலம் கடந்ததாக உணர்வான், ஏனெனில் அசையாத பொருள்களின் பொழுதைக் காட்சி ரீதியாக நம்மால் அளவிட முடியாது. அவைகளுக்கு காலப் பரிமாணம் என்பது இல்லை. அவைகள் எவ்வளவு நேரத்தை வேண்டுமானாலும் கொண்டிருக்கலாம். மலை, கடல் போன்றவைகள் நமக்கு முடிவற்ற நேரத்தை உணர்த்துவதாக இருக்கும். காரணம் அவை அதிகமாக காலம் கடத்தலை காண்பிப்பதல்ல. மாறாக அவை எதையுமே காண்பிக்காதது தான்.

டிஸ்ஸால்வின் மனவியல்

ஒரு ஷாட்டில் இளமையான முகத்தையும் அதைத் தொடர்ந்து வரும் ஷாட்டில் அதே முகத்தில் வயதான தோற்றத்தையும் காண்பித்தால், பார்ப்பவர்களுக்கு சம்பந்தமில்லாமல் தாவியது போலத் தோன்றும். அவையிரண்டும் ஒரே முகம் தான் என்பதைக் கூட கண்டுபிடிக்க முடியாமல் போகலாம். ஆனால் இளைய முகமானது மெதுவாக வயதான முகத்திற்கு டிஸ்ஸால்வ் ஆகுமேயானால் நமக்கு காலம் கடத்தலை உணர்த்தும். அது காலக் கடத்தலை அப்படியே பிரதிபலிக்கவோ அல்லது காண்பிக்கவோ இல்லை. மாறாக மிக நுட்பமாக ஒரு பாவனையாய் காட்டுகிறது. இந்த இடத்திலும் கதை சொல்பவர் அதாவது திரைப்படத்தின் இயக்குநர் நேரடியாகப் பார்வையாளர்களிடம் பேசுகிறார். காமிராவின் தொழில் நுட்பத்தைக் கொண்டு அவர் அவ்வாறு பேசுகிறார். இரு ஷாட்டுகளுக்கு இடையே நிகழும் டிஸ்ஸால்வானது அவைகளுக்கு இடையேயான ஆழமான தொடர்பைக் குறிக்கும். இது திரைப்பட மொழியில் ஏற்றுக் கொள்ளப்பட்ட வழிமுறையும், வெளிப்பாடும் ஆகும். ஒரு ஷாட்டிலிருந்து இன்னொரு ஷாட்டுக்கு மெல்ல டிஸ்ஸால்வ் நிகழுமேயானால் அவைகளின் பிணைப்பு ஆழமானதும் நாடக முக்கியத்துவம் வாய்ந்ததும் ஆகும். பொருள்களை அப்படியே காட்டும் பல்வேறு ஷாட்டுகளை வரிசையாகக் காண்பிப்பதன் மூலம் இந்த தொடர்பை வெளிக்காட்ட முடியாது. சினிமாவில் நமக்குத்

தேவைப்படும் இடத்தில் கவித்துவத்தையும், அறிவுப் பூர்வமான முக்கியத்துவத்தையும் தருவதற்கு இந்த தொழில் நுட்ப வழிமுறை பயன்படுகிறது.

காலமும் காட்சித் தொகுப்பும்

ஜோ மே (Joe May) தன்னுடைய ஹோம் கம்மிங் (Home coming) எனும் படத்தில் தப்பித்தோடிய இரு போர்க் கைதிகளின் நீண்ட அலைச்சலைக் காண்பித்தார். அந்த முடிவற்ற ரஷ்ய நெடுஞ் சாலைகளிலும், எல்லையற்ற பரந்த சைபீரிய வெளிகளிலும் அவர்கள் மேற்கொண்ட அந்தப் பயணத்தை இயக்குநர் எவ்வாறு காண்பித்தார்? அவர்கள் கடக்கின்ற முடிவற்ற தூரத்தையும் காலத்தையும் உணர்த்து வற்கு இயக்குநர் எத்தனை பரந்த வெளியையும், நகரங்களையும், கிராமங்களையும், காண்பிக்க வேண்டியிருக்கும்? ஜோ மே புத்திசாலி, அவர் எதையுமே காண்பிக்கவில்லை. நாம் எந்தப் பரந்த வெளியையும் பார்க்கவில்லை. அந்த இரு கைதிகளைக் கூட பார்க்கவில்லை. அவர்களின் நடக்கின்ற பாதங்களைத் தான் க்ளோஸ்-அப்பில் பார்க்கிறோம். அங்கு அப்படிப்பட்ட ஆயிரம் பரந்த வெளிகள் கூட இருந்திருக்கலாம்.

தொடர்ந்து நடக்கின்ற அந்தப் பாதங்களை நாம் டிஸ்ஸால்வுகளில் பார்க்கிறோம். அப்போது அந்த தடித்த கனமான ராணுவ பூட்ஷூகள் எப்படி சின்னா பின்னமாகிறது என்று பார்க்கிறோம். அதைவிட மெதுவான டிஸ்ஸால்வுகளில் அவர்கள் அணிந்திருக்கின்ற சாதாரண விவசாயிக்குரிய காலணிகளும் சின்னா பின்னமாகிறது. பின்னர் அவர்கள் கால்களில் சுற்றியிருப்பதோ வெறும் கந்தைதான். கடைசியாக நாம் பார்ப்பது ரத்தம் கசியும் அவர்களின் வெற்றுப் பாதங்களைத்தான். ஆனால் இந்த நான்கு ஷாட்டுகளை வரிசையாக டிஸ்ஸால்வ் இன்றி பார்த்திருப்போமெனில் அவை காட்சி ரீதியாக ஒன்றிலிருந்து மற்றொன்றுக்குத் தாவுவதாக இருந்திருக்கும். ஏனெனில் அவை ஒவ்வொன்றும் தனித்ததொரு அசையா நிலையைக் காண்பிக்கிறது. ஒரு ஷாட்டிலிருந்து இன்னொரு ஷாட்டுக்கு மெதுவாக டிஸ்ஸால்வ் செய்வதன் மூலம், காலம் மெதுவாகக் கழிதலையும், மாற்றத்தையும் நாம் உணருகிறோம். நாம் திரையில் பார்க்கின்ற அந்த தொழில் நுட்ப ரீதியான செய்கை உண்மையான ஒன்றாக இல்லாத போதிலும் அதை நாம் உணருகிறோம். பாதங்கள் நடந்து செல்வதை நாம் திரையில் பார்ப்பது வெறும் மூன்று நிமிடங்கள் மட்டுமே இருக்கலாம். ஆனால் அதில் பல மாதங்கள் ஏன் பல வருடங்கள் கழிவதாகத் தோன்றுவதை நம் மனம் ஏற்றுக் கொள்கிறது.

டிஸ்ஸால்வுகளும் படங்களின் அளவும்

ஷாட்டுகள் க்ளோஸ்-அப்புகளாக இருக்கும் பட்சத்தில்தான் இப்படிப்பட்ட தொடர்ந்து வரும் டிஸ்ஸால்வுகள் ஏற்றுக் கொள்ளக்

கூடியதாய் இருக்கும். ஒரு பரந்த நிலப்பரப்பில் நிற்கின்ற முழு மனித உருவமானது அதனுடைய இடம் மற்றும் உருவரீதியான தன்மையில்தான் நமக்கு அழகாகத் தெரிகிறது. இதன் காரணமாக இந்த ஷாட்டுகளில் மிருதுவான டிஸ்ஸால்வ் போன்ற வழி முறைகள் நமக்கு ஏற்புடையதாக இல்லை. நாம் மேலே பார்த்த நான்கு டிஸ்ஸால்வுகளில் மலை, காடு, ஆறு, வீடு, போன்றவைகள் ஒன்றிலிருந்து ஒன்று டிஸ்ஸால்வ் ஆவதாக நாம் ஒருமுறை பாரத்திருந் தால் கூட டிஸ்ஸால்வ் தொழில் நுட்ப வழி முறையானது மிகவும் வெளிப்படையான ஒன்றாக மாறியிருக்கும். நிலப்பரப்பில் ஏற்படும் காட்சி ரீதியான மாற்றம் கனவைப் போன்ற வினோதமான பாதிப்பைக் கொடுக்கும். அதில் நாம் பார்க்காத நிலப்பரப்புகள் ஏாராளமாகவும், கணக்கிட முடியாத காலம் முடிவற்றதாகவும் இருக்கும். க்ளோஸ்-அப்பானது பொருள்களை இடரீதியாக மட்டும் தனித்துக் காட்ட வில்லை. கூடவே அவற்றை அவற்றிற்குரிய இடங்களிலிருந்து முற்றிலுமாக வெளியேற்றி நம்முடைய கருத்து ரீதியான இடத்தில் பொருத்தி வைக்கும். இதிலிருந்து வேறு புதிய விதிகள் கிடைக்கின்றன.

டிஸ்ஸால்வ் என்கின்ற இந்தத் தொழில் நுட்ப முறை காரணமாக பல நேரங்களில் கதையோட்டத்திற்காக நாம் பயன்படுத்தும் இடைச் செருகல் காட்சி என்ற முறை (ஒரு காட்சியின் போது இணையாக இன்னொரு காட்சியைக் காண்பிப்பது) தேவையில்லாமல் போய் விட்டது.

டிஸ்ஸால்வுகளும் எளிமையான கதைகளும்

ஒருகாட்சியில் நாம் பார்க்கின்ற உருவத்தை திடீரென்று தொடர்ந்து வரும் இன்னொரு காட்சியில் எந்தவித இடைப்பட்ட காட்சியும் இல்லாமல் பார்ப்போமெனில்,. பார்ப்பவர்களுக்கு அந்த உருவம் அங்கே எப்படிப் போனது என்ற சந்தேகம் நேரடியாகவோ மறைமுகமாகவோ எழும். இத்தகைய படத்தொகுப்பு அசிங்கமாகவும், மோசமான வழிமுறையாகவும் நமக்குத் தோன்றும். ஆனால் இதே இரண்டு ஷாட்டுகளை ஒன்றிலிருந்து இன்னொன்றிற்கு டிஸ்ஸால்வ் செய்வோமெனில் பார்ப்பவர்களுக்கு அந்த உருவம் எப்படி அங்கு போனது என்ற திகைப்பு வராது. இந்தக் காட்சியில் நாம் வெறும் அமைதியான பார்வையாளர்களாய் இருப்பதில்லை. படத்தின் இயக்குநருடைய குறுக்கீட்டை இதில் நாம் பார்க்கிறோம். அவர் தன்னுடைய கதை சொல்கின்ற ஓட்டத்தில் தன்னுடைய குறுக்கீட்டில் நம்மையும் பங்கு கொள்ள அழைக்கிறார். அந்தக் குறுக்கீடுதான் காலம் கடத்தலை நமக்கு உணர்த்துகிறது.

இந்த வழிமுறை நமக்கு மிகவும் பயனுள்ள ஒன்று. இதன் மூலம் இணையான காட்சிகளைக் காண்பிக்க வேண்டிய வழி முறையை நாம் தவிர்க்கலாம். கதை சொல்லுகின்ற பாணியை இது

எளிமையாக்குகிறது. நவீன மனயியல் அடிப்படையிலான படங்களுக்கு இந்த வழிமுறை மிகவும் பயனுள்ளதாய் உள்ளது. இதன் காரணமாக அப்படங்கள் கதாநாயகன் சம்பந்தப்பட்ட பிரதான காட்சிகள் மீது அதிக கவனம் செலுத்த முடிந்தது.

படத்தின் இயக்குநர் தன்னுடைய படம் எந்தவித தட்டுத் தடங்கலும் இன்றி, காவியம் போல் சென்றிட வேண்டும் என்று விரும்புவாரெனில், அதற்கு டிஸ்ஸால்வ் நுட்பம் மிகவும் பயனுள்ள ஒன்றாய் உள்ளது. படக்கதைக்கு திடீரென்று விறுவிறுப்பான அழுத்தம் வேண்டுமெனில், அம்மாதிரியான நேரங்களில் குறுக்கே வெட்டுதல், இணையான காட்சிகள் போன்ற வழிமுறைகள் பயனுள்ளதாய் இருக்கும்.

டிஸ்ஸால்வுகளும் இடத்தோடு கூடிய தொடர்பும்

இரு ஷாட்டுகளுக்கு இடையே நிகழும் டிஸ்ஸால்வ், எப்போதும் தவிர்க்க முடியாத வகையில் இந்த இரு ஷாட்டுகளுக்கு இடையேயான முக்கியமான தொடர்பைக் காட்டுவதாய் இருக்கும் என்று நாம் ஏற்கனவே பார்த்தோம். இரு காட்சிகள் ஒன்றோடொன்று டிஸ்ஸால்வ் ஆகும் போது, அவ்விரு காட்சிகளில் உள்ள உருவம் தான் நமக்கு காட்சி ரீதியான தொடர்பைத் தருவதாகும். அது மாதிரியான நேரங்களில், அந்த உருவத்தை எந்த அளவுக்கு பிரதானமாகக் காட்ட முடியுமோ அந்த அளவுக்கு காட்டுவது நல்லது. ஏனெனில் அப்போதுதான் அப்பொருளைச் சுற்றியுள்ள சூழ்நிலை என்பது குறைந்த முக்கியத்துவமுடையதாய் மாறும். அதாவது அந்த பிரதான உருவம், தன்னுடைய கோட்டை மாற்றுகின்ற ஒரு மனிதனாக இருக்குமெனில், அது தன்னுடைய சூழ்நிலையையே மாற்றுவதாக இருக்கும்.

இந்த காட்சியமைப்பைத் திரையில் காண்பிப்பதற்கான சிறந்த வழிமுறை என்னவெனில், பிரேமில் முன்னால் உள்ள உருவத்தை மட்டும் நல்ல தெளிவான நிலையிலும், சூழ்நிலையை (பின்புலத்தை) மங்கலான நிலையிலும் காட்டுவதாகும். இதன் மூலம் அடுத்த காட்சி டிஸ்ஸால்வ் ஆவதற்கு முன்பு இந்த உருவம் தனக்குரிய இடத்திலிருந்து தனியாகப் பெயர்த்து வைக்கப்படுகிறது.

நார்கோஸிஸ் (Narcosis)

என்னுடைய சொந்தப் படங்களில் ஒன்றான நார்கோஸிஸ் எனும் படத்தில் வெட்டுதல் என்பதை படத்தொகுப்பில் உபயோகிக்கவே இல்லை. காரணம் ஷாட்டுகள் எல்லாம் ஒருவித சீர்மையோடு ஒன்றோடொன்று கலக்க வேண்டியது படத்தின் பாணிக்கு அவசியமானதாய் இருந்தது. அப்படத்தின் கதாநாயகன் பயணத்திற்கு தயாராகிறான். தயாராயிருக்கும் அவனுடைய சூட்கேஸை க்ளோஸ்-அப்பில் பார்க்கிறோம். இப்போது சுற்றுப்புற சூழ்நிலை மங்கலாகி வெறும் சூட்கேஸ் திரையில் தெரிகிறது. இப்போது அந்த சூட்கேஸ்

மெதுவாக பிரகாசிக்க ஆரம்பிக்கிறது. ஆனால் இப்போதோ அந்த சூட்கேஸ் ரயில்பெட்டி ஒன்றில் பெட்டி படுக்கைகள் வைக்கும் மேல் தட்டில் இருக்கிறது. ஓடிக் கொண்டிருக்கும் ரயிலில் இப்போது நாம் இருக்கிறோம். காமிரா சூட்கேஸிலிருந்து பக்கவாட்டில் திரும்புகிறது. அங்கே நமது கதாநாயகன் இருக்கையில் அமர்ந்து பயணம் செய்து கொண்டிருக்கிறான்.

படத்தின் கதாநாயகி யாருமற்ற அனாதையாய் தெருவில் நிற்கிறாள் டையாப்ரம் மெல்ல குறுகலாக்கப்பட்டு, இப்போது அவளின் கைகள் மட்டும் தெரிகிறது. அந்தக் கைகள் கண்ணீரால் நனைந்த கைக்குட்டையைப் பிசைந்து கொண்டிருக்கிறது. ஒரு மெதுவான டிஸ்ஸால்வ் மூலம் அந்த கைக்குட்டை ஒரு வெள்ளை ரோஜாவாக மாறுகிறது. ஆனால் டையாப்ரம் இன்னும் சிறிது திறக்கப்படுகிறது. இப்போது அந்த கைகள் மலர் கொத்தில் அந்த ரோஜாவை செருகுவதைப் பார்க்கிறோம். டையாப்ரம் முற்றிலுமாகத் திறக்கப்படுகிறது. இப்போது அந்தப் பெண் மலர்க்கடை ஒன்றில் வாடிக்கையாளர் ஒருவருக்கு மலர்க்கொத்து ஒன்றை விற்றுக் கொண்டிருககிறாள். இத்தகைய டிஸ்ஸால்வுகள் வெறும் இரண்டு நிகழ்ச்சிகளை மட்டும் காண்பிக்கவில்லை. கூடவே மனித வாழ்வின், மனித விதியின் மாபெரும் ஓட்டத்தையும் காண்பிக்கிறது. இருந்த போதிலும் ஒருவர் இந்த வழிமுறையை அளவாகத்தான் பயன்படுத்த வேண்டும். இல்லையெனில், இது வெறுமையான, அர்த்தமற்ற வடிவயியலாய்க் கீழிறங்கிவிடும்.

அசைவுகள் இல்லாமல் காட்சிகளின் மாற்றம்

மேற்குறிப்பிட்ட டிஸ்ஸால்வ் முறையானது பெரும்பாலும் ஒரு காட்சியின் இறுதி ஷாட்டாக அமையும். அது க்ளோஸ்-அப்பில் காண்பிக்கப்படும் ஒரு முகமாகவோ,கையாகவோ அல்லது ஏதாவது ஒரு பொருளாகவோ இருக்கலாம். இவ்வாறு அப்பொருள் அதற்குரிய இடத்திலிருந்து பெயர்க்கப்பட்டு இருக்கலாம். ஒரு காட்சியின் கடைசி ஷாட்டாக விளங்குகிற அதே நேரத்தில் இன்னொரு காட்சியின் முதல் ஷாட்டாகவும் அது அமையும். அந்தக் காட்சி டையாப்ரமைத் திறப்பதன் மூலம் தோன்றுகிறது. இவ்வாறு க்ளோஸ்-அப்பில் காண்பிக்கப்படும் அந்தப் பொருள் அசையாமல் உள்ளது. ஆனால் அதைச் சுற்றியுள்ள சூழ்நிலைகள் மட்டும் மாறுகிறது. இந்த அடிப்படையில் ஏற்படும் மாற்றத்தைப் பார்வையாளன் தானாகவே உணர முடிகிறது. அத்தகைய படங்களில் உருவரீதியான அசைவையோ இடம் விட்டு இடம் பெயரக்கூடிய அசைவையோ பார்க்க முடியாது. மேலும் இந்த மாற்றங்களில் உண்மையான நேரம் என்பது இல்லாததன் காரணமாக, படங்களின் உருவங்களுக்கு அப்பாற்பட்ட தன்மை அதிகரிக்கிறது.

அதே நேரத்தில் இந்தத் தொழில் நுட்ப முறை பார்வையாளனின் ஆர்வத்தையும் தூண்டுகிறது. அடுத்த காட்சி வருவதற்கு முன்பே அதில் கதாநாயகன் எப்படி இருப்பான் என்பதை ஆவலோடு எதிர் நோக்குகிறான். டையாப்ரம் இன்னும் முற்றிலும் திறக்கப்படாமல் புதிய சூழ்நிலைகள் தெரியாமலிருக்கும் போதே அப்புதிய சூழ்நிலைகளை அவன் கதாநாயகன் முகத்தில் பார்க்கிறான்.

இதே ஒலிப்படமாக இருந்தால், அடுத்த காட்சிக்கான ஒலியை முந்திய காட்சியிலேயே நுழைப்பதன் மூலம் இந்த விளைவை இன்னும் அதிகப்படுத்தலாம். இதன் மூலம் புதிய சூழ்நிலைகளைக் கண்ணால் பார்ப்பதற்கு முன்னால் காதால் கேட்கிறோம்.

டிஸ்ஸால்வும் மனதில் தோன்றும் படமும்

காட்சி மாற்றத்தை ஏற்படுத்தவும் இடம் காலம் பற்றிய மாயையை ஏற்படுத்தவும் இந்த டிஸ்ஸால்வ் வழிமுறை உதவுகிறது. இதன் காரணமாக இந்த வழி முறை நம் நினைவு, கனவுகள் மற்றும் கற்பனையில் தோன்றுகின்ற மனக் காட்சிகளைக் கருத்துகளோடு தொடர்புபடுத்தி காண்பிக்கப் பொருத்தமான ஒன்றாகும்.

நார்கோஸிஸ் படத்தில் மயக்கமுற்று இருக்கும் ஒரு பெண் தன்வாழ்வைத் தன் கனவில் பார்ப்பதாகக் காட்டப்படுகிறது. அந்தப் பெண்ணின் அனுபவத்தை, உணர்வு ரீதியான உண்மையை ஷாட்டு களிலும், காட்சிகளிலும் காண்பிப்பதற்காகத்தான் இந்த வழிமுறை பயன்படுத்தப்பட்டுள்ளது. இதில் தேவையில்லாத, சாதாரண வாழ்க்கை பற்றிய விளக்கங்களை காட்ட வேண்டிய அவசியமில்லை. அதே நேரத்தில் இவைகள் இல்லாமல் தினசரி வாழ்க்கையின் யதார்த்தத்தை உடனடியாகப் புரிந்து கொள்ளவும் முடியாது.

நார்கோஸிஸ் படத்தின் கதாநாயகி ஒரு பள்ளிச் சிறுமி. ஒருநாள் அவள் வகுப்பு முடிந்து செல்கிறாள். (இவையெல்லாம் அவள் மயக்கமுற்ற நிலையில் கனவாய்க் காண்கிறாள்.) அவள் அறையை விட்டு வெளியேறி நடந்து செல்கிறாள். காமிரா அவளைத் தொடர்கிறது. அவளை நாம் எந்த நேரமும் பிரேமின் ஒரு குறிப்பிட்ட இடத்தில் பார்த்துக் கொண்டிருக்கிறோம். அவள் கதவைத் திறப்பதையோ அல்லது படிகளில் இறங்குவதையோ பார்க்கவில்லை. எனினும் இப்போது அவள் தெருவில் இருப்பதைப் பார்க்கிறோம். இதுபோன்ற விஷயங்கள் அவ்வளவு முக்கியமானது இல்லை எனினும், யதார்த்த நிலையைக் காண்பிக்கும் பட்சத்தில் அவைகளை நாம் விட்டுவிட முடியாது. நார்கோஸிஸ் படத்தில், நடக்கின்ற நிகழ்ச்சியைக் பாதிக்காத வண்ணம் சூழ்நிலைகள் மட்டும் மாறுகிறது. நாம் இப்போது தெருவில் இருக்கிறோம். வரிசையாக உள்ள தெருவிளக்குகள் மூலம் அது தெரு என்பதை அறிந்து கொள்கிறோம். தூரத்திலிருந்து ஒரு ஒளி நெருங்கி வருகிறது. அந்த பெண் அசையாமல் இருக்கிறாள்.

புத்தகக் கடை ஒன்றின் காட்சி சன்னல் மின் விளக்குகளால் பிரகாசமாகத் தெரிகிறது. அந்தப் பெண் புத்தகக் கடைக்குள் தன் நிலையிலேயே இருக்கிறாள். சூழ்நிலைகள் மட்டும் மாறுகிறது. ஏனெனில் அந்தப் பெண் மாறாமல் ஒரே நிலையில்தான் இருக்கிறாள். இந்தக் காட்சிகள் எல்லாம் அவள் கனவில்தான் நிகழ்கின்றன. இப்போது அவள் ஒரு அரங்கத்தின் முன்னே டிக்கட் வாங்க வேண்டுமென்று விரும்புகிறாள். ஆனால் முடியவில்லை. அந்த அரங்கத்தின் முற்றத்தில் ஆண்களும், பெண்களும் அவளை வேகமாகக் கடந்து செல்கின்றனர். அவள் போய்விடலாம் என்று திரும்புகிறாள். ஒரே ஒரு அடிதான் எடுத்து வைக்கிறாள். ஆனால் இப்போதோ அவள் பனித்துகள் மீது நடந்து கொண்டிருக்கிறாள். இன்னொரு அடி எடுத்து வைக்கிறாள் இப்போதோ பனிகளால் மூடப்பட்ட மரங்களடர்ந்த காட்டில் நடந்து கொண்டிருக்கிறாள். அந்தப் பெண்ணை நாம் தொடர்ந்து பார்த்துக் கொண்டிருக்கிறோம். ஆனால் அவள் எப்போது, எப்படி அரங்கத்தை விட்டு காட்டுக்குச் சென்றாள் என்பதை மட்டும் பார்க்கவில்லை. நம்முடைய கனவில் காலம் இடம் ஆகியவற்றை இப்படித்தான் பார்க்கிறோம். இதில் ஏதோ ஒரு பொய்யான வேகத்தில் ஒரு காட்சி இன்னொரு காட்சிக்கு மாறவில்லை. ஆனால் இந்த பல்வேறு காட்சிகளுக்கு ஸ்திரமான சுயத்தன்மை என்பது இல்லை. உதாரணமாக நாம் ஒரு அறையில் இருக்கலாம். அதே நேரத்தில் நாம் ஒரு காட்டிலும் இருக்கலாம். இவையிரண்டும் ஒரே சமயத்தில் நிகழும். நாடகத்திலோ அல்லது இலக்கியத்திலோ இது போன்ற விஷயங்களைக் காண்பிக்கவோ அல்லது தோன்றச் செய்யவோ முடியாது. ஆனால் இதை சினிமாவில் செய்து காட்ட முடியும். இருந்த போதிலும் நம்முடைய திரைப்படங்களில் இது போன்ற உணர்வு ரீதியான திரைக்கதைகளை வெகு அரிதாகவே பார்க்கிறோம்.

படம் பிடிக்கப்பட்ட திரை

இன்னுமொரு வழிமுறையையும் நாம் சினிமாவில் அடிக்கடி பார்க்கிறோம். ஒரு காட்சியிலிருந்து இன்னொரு காட்சியை இயக்குநர் காட்ட விரும்புகிறார். ஆனால் இடைப்பட்ட காட்சி எதையும் அவர் காண்பிக்க விரும்பவில்லை. அதற்காக அவர் ஒரு நிழல் திரையை உபயோகப்படுத்துகிறார். அதைத் தொழில் நுட்ப ரீதியாக வைப்* (wipe) என்று அழைக்கிறோம். இது படத்தின் குறுக்காக அமையும்

---

* வைப் (wipe) ஒரு காட்சியிலிருந்து இன்னொரு காட்சிக்கான மாற்றத்தைக் காண்பிக்க உபயோகப்படுத்தும் வழிமுறை. இதில் ஒரு காட்சியானது பிரேமின் நீளவாட்டிலோ, பக்கவாட்டிலோ அல்லது குறுக்குவாட்டிலோ மறுமுனையை நோக்கித் துடைத்து அழித்தது போல் மறைந்து அந்த இடத்தில் அடுத்த காட்சி தெரியும் (மொ-ர்)

ஒரு புதிய காட்சியைத் துவங்குவதற்காக உபயோகப்படுத்தப்படும். இந்த வழிமுறை நாடகத்திலிருந்து கடன் வாங்கப்பட்டதாகும். இதை சினிமாவில் பயன்படுத்துவது கையலாகாத்தனத்துடன், சினிமாவின் நெறிக்கு எதிரானதும் ஆகும்.** படத்தின் கதையோட்டத்திற்கு எவ்வித உந்துதலும் தராத சாதாரண வெட்டுதலை விட இந்த (wipe) வழிமுறை மேலானது என்று வேண்டுமானால் சமாதானம் கூறிக் கொள்ளலாம்.

** ஆரம்பகாலப் படங்களில் வேண்டுமானால் இந்த (wipe) வழிமுறையானது நாடகப்பாணியில் உபயோகப்படுத்தப்பட்டிருக்கலாம். ஆனால் தற்போது பல சிறந்த இயக்குநர்கள் இதை படைப்பு ரீதியாக உபயோகப்படுத்துகின்றனர். உலகப் புகழ்பெற்ற ஜப்பானிய இயக்குனர் அகிரா குரோசோவா படங்களில் வரும் வைப் (wipe) புகள் பிரபலத்தன்மையுடையவை. *(மொ-ர்)*

பகுதி - 2

13
சினிமாவில் பாணி குறித்த பிரச்சனைகள்

இப்புத்தகத்தின் முதல் பகுதி, ஒளிப்பதிவு (cinematography) என்பது எப்படி தொழில் நுட்பம் என்ற அம்சத்திலிருந்து கலையாக மாறியது என்பதையும், மேடை நடிப்பை அப்படியே பதிவு செய்யக்கூடிய அசையும் பட தொழில்துறை என்பது எப்படி தனித்து, சுயமாக இயங்குகிறது, முற்றிலும் புதிய கலையை உருவாக்கியது என்பதையும், அப்புதிய கலை எப்படி தனக்கேயுரிய வெளிப்படுத்தும் திறனை வளர்த்துக் கொண்டது என்பதையும், அதைப் புரிந்து கொள்ளத் தேவையான புதிய உணர்வையும், புதிய காட்சி கலாச்சாரத்தையும் மக்களிடையே எப்படி வளர்த்தது என்பதையும் குறித்து விவாதித்தது. அந்த அடிப்படையில் திரைப்படங்களில் புதிய வடிவம்-மொழிக்கான இயக்க விதிகள் என்னவென்பதைக் குறித்து ஆராய்வதற்கு அந்தப் பகுதியில் நான் முயற்சித்திருக்கிறேன். குறிப்பாக மௌனப் படங்களின் மிகச் சிறந்த வளர்ச்சிக் கட்டத்தில் அவ்விதிகளை ஆராய முயற்சித்திருந்தேன். ஒலியோ வண்ணமோ இல்லாத அப்போதைய திரைப்பட மொழி குறித்த கோட்பாடாகும் அது. இவ்விஷயங்கள் குறித்து தனியான ஒரு பகுதியில் ஆராய்ந்ததற்கு காரணம் மௌனப் படங்களின் கடைசி ஆண்டுகளில் ஏற்பட்ட காட்சி கலாச்சாரம் என்பது, தொடர்ந்து வந்த தொழில் நுட்ப வளர்ச்சி காரணமாக அழிந்து போனதாகும். அவ்வாறு ஏற்பட்ட கலாச்சாரத்தின் அளவை நாம் நமது நினைவில் பாதுகாத்து வைக்க வேண்டும். ஏனெனில் திரைப்படத்தின் எதிர்காலத்தில் புதிய திருப்பங்கள் ஏற்படும் பொழுது, அந்தக் கலாச்சார அளவு என்பது மீண்டும் ஒரு புதிய வடிவத்தில் தோன்றுவதற்கு சாத்தியப்படலாம்.

சினிமாவின் புதிய வெளிப்பாட்டுத் திறன் காரணமாக கீழ்கண்ட விஷயங்களை நாம் அறிந்து கொள்ள முடிந்தது.

காட்சி என்பதை ஷாட்டுகளாகப் பிரித்தல், அதாவது விளக்கங்களைக் காட்டும் படங்கள்.

ஒரே காட்சியில் காமிராவின் கோணம் மற்றும் கண்ணோட்டங்களை மாற்றுவது.

காமிராவுக்கும் பார்வையாளர்களுக்கும் இடையே ஏற்பட்ட இனங்காணுகின்ற தன்மை.

க்ளோஸ்-அப்

மோன்டாஜ் (வெட்டுதல், படத்தொகுப்பு)

இவ்வாறு சொல்வதன் காரணமாக சினிமா கலைக்கு வேறு விசேஷ குணாம்சங்கள் இல்லை அல்லது ஒரு சினிமா கலைப் படைப்பின் மதிப்பு மேற்கூறிய அம்சங்களை மட்டும் சார்ந்து இருந்ததே என்று அர்த்தம் ஆகாது. அதே நேரத்தில் அப்படிப்பட்ட ஒரு சினிமா கலை படைப்பின் வேறு எந்த ஒரு அம்சத்தையும், விதிகளைக் கொண்டுதான் வெளிப்படுத்த முடிந்தது. ஒரு ஓவியத்தின் மதிப்பைக் காட்டுவது மட்டுமே வண்ணத்தின் வேலை அல்ல. ஆனால் வண்ணத்தின் உதவியில்லாமல் ஓவியத்தின் அத்தகைய மதிப்பையும் காட்ட முடியாது. அதாவது ஓவியத்தின் அத்தகைய மதிப்பை வண்ணம் என்கின்ற ஒரு துறையின் மூலம் மட்டுமே உணர முடியும்.

உரையாடல் என்பது பேசும் படத்திற்கு மட்டுமே உரித்தான ஒரு அம்சம் இல்லை. அது அதற்கு வெகு காலத்துக்கு முன்பே, நாடகத்திலும், காவியத்திலும் ஒரு முக்கிய அம்சமாக விளங்கியது. ஆனால் முன்பு குறிப்பிட்ட திரைப்படக் கலையில் அடிப்படை வடிவமானது, மற்ற குறிப்பான புதிய விதிகளைத் தீர்மானிக்கிறது. இந்த விதிகளின் அடிப்படையில், ஒலியைப் திரைப்படத்தில் உபயோகிக்க முடிந்தது. அந்தப் புதிய விதிகள் சினிமாவில் வந்த உரையாடல்களுக்கு புதிய தன்மைகளையும் விளைவுகளையும் தந்தது.

தூய ஒளிப்பதிவியல் (Pure cinematography)

ஒலிப்படங்கள் தோன்றுவதற்கு பல ஆண்டுகளுக்கு முன்பு மௌனப் படங்களானது. மிகச் சிறந்த வளத்தையும் நுட்பத்தையும் அடைந்திருந்தது. இதன் காரணமாக அது மற்ற வெளிப்பாட்டு வழிமுறைகளை ஒதுக்கித்தள்ள முனைந்தது. அந்த நேரத்தில்தான் கலையின் மற்ற துறைகளில் கலைஞர்கள் 'தூய' பாணி என்பதைத் தேடிக் கொண்டும் வற்புறுத்திக் கொண்டும் இருந்தார்கள். ஆனால் சினிமாக் கலையைப் பொறுத்த மட்டில் இந்த கோரிக்கையானது ஏற்புடையதாக இல்லை.

நுட்பமான உடற் பாவயியல், நாடகவியல், கோணம், கண்ணோட்டம் மற்றும் படத்தொகுப்பு காரணமாக ஏற்பட்ட சினிமாவின் படைப்பு சக்தியானது வாழ்க்கையின் மிக ஆழமான அம்சங்களை வெளிக்கொண்டு வந்ததை நாம் ஏற்கனவே பார்த்தோம். அவை யதார்த்தத்தின் மூலக் கூறுகளை உயிரோட்டத்தோடு படைத்தன. இதன் காரணமாக உறுதியான கதையோட்டம், அடிப்படை இலக்கியத் தன்மை, கதை, திரைக்கதை போன்றவைகளின்

உதவியில்லாமலேயே அதில் போதுமான நாடக வெளிப்பாட்டு கூறுகளைத் தர முடிந்தது.

இந்தப் போக்கின் காரணமாக, காமிராவானது ஏற்கனவே எழுதப்பட்ட நாவலோ அல்லது நாடகத்தையோ (அல்லது சினிமாவுக்கென்றே எழுதப்பட்டதையோ) காண்பிக்க வேண்டிய அவசியமில்லை. மாறாக வாழ்க்கையின் மூலக் கூறுகளை நேரடியாக அணுகுவதன் மூலம் காமிராவானது தன் படைப்பை உருவாக்க முடியும் என்ற கலைக் கோட்பாடு நிறுவப்பட்டது. அக்கலை, தனக்கான விஷயங்களைத் தேடி நாவலுக்கோ, நாடகத்துக்கோ போக வேண்டிய அவசியமில்லை. மாறாக நாம் கண்ணால் பார்க்கக் கூடிய விஷயங்களே அதற்கு போதுமானதாக இருந்தது. கிட்டத்தட்ட இதே கோட்பாடுதான் இருபதாண்டுகளுக்கு முன்னால், ஓவியத்திற்கு மையக் கருத்து தேவையில்லை என்ற நிலையைக் கொண்டு வந்தது.

சினிமாக் கலையில், இந்த 'தூயபாணி' என்ற கோரிக்கையானது கலாப்பூர்வமான சில நியாயப்படுத்துதல்களைக் கொண்டிருக்கத்தான் செய்தது. இந்தப் போக்கை பின் பற்றியவர்கள், சினிமாக் கலையின் வடிவம் மற்றும் பாணியை சந்தேகத்திற்கிடமின்றி வளப்படுத்தத்தான் செய்தார்கள். ஐரோப்பிய சினிமாக்கலையில் இந்தப் போக்கு அவான்ட் கார்ட்டிஸம்* (avantgardism) என்றழைக்கப்பட்டது. இப்போக்கு கலை கலைக்காகவே என்ற கவித்துவப் போக்காக மாறியது. இதில் உருவம் என்பதன் பலன் என்ன என்பதைப் பற்றிக் கவலைப்படாமல், வெறும் உருவத்தை மட்டும் வைத்து நடத்தக்கூடிய விளையாட்டாக அதை மாற்றினார்கள். ஒரு காலத்தில் இவ்வுருவத்திற்கு கொடுக்கப்பட்ட மதிப்பு காரணமாக செய்திப் படங்கள் (documentaries), கதாநாயகன் இல்லாத படம் போன்றவைகள் உருவாக ஏதுவாக இருந்த முக்கியமான கலைப்படைப்புகளை உருவாக்கின. ஆனால் இப்போதோ அது சீரழிந்த உருவவாதம் என்ற வெளிப்பாட்டுத்தன்மையினால் ஆட்கொள்ளப்பட்டு, இறுதியில் முழுமையான படங்கள் (absolute films) என்ற குருட்டுப் பள்ளத்தில் போய் விழுந்தது. வெளிப்பாட்டு சாதனங்களின் சாத்தியப்பாடுகள் முடிவுகளையும், உருவத்துக்குத் தந்த முக்கியத்துவம் படத்துக்கான கருப்பொருள்களையும் நிர்ணயித்தது.

---

* அவான்ட் கார்டிஸம் (avantgardism) : கால அடிப்படையில் கலையின் வளர்ச்சியை நோக்குவோமெனில், அது இயற்கையாகவே கலைஞர்களை வெளிக்காட்டுவதாய் இருக்கும். ஆனால் அவான்ட் கார்டிஸ்டுகளோ அறிவு ரீதியாகவும், அழகியல் ரீதியாகவும் தங்கள் சமகாலத்தவர்களை விட முன்னேறியவர்களாயிருந்தார்கள். சமீப காலங்களில் கலையின் நிலைத்த தன்மை கோட்பாடு காரணமாக, அவான்ட் கார்ட் என்பதின் முக்கியத்துவம் குறைந்து போனது. பொதுவாக அவான்ட் கார்ட் படங்கள் சீரற்ற (non-narrative) கதையோட்டத்தைக் கொண்டிருந்தன. அவைகள் முழுமையான படங்கள் (absolute films), ஸ்தூலமற்ற படங்கள் (abstract films) கவித்துவப் படங்கள் (poetic films) என்றழைக்கப்பட்டன. (மொ-ர்)

இப்போக்கு தன்னுடைய தொடர்ந்த வளர்ச்சியின் இறுதியில் இயற்கையாகவே உருவத்துக்காக உள்ளடக்கம் என்ற நிலையை அடைந்தது. அதாவது வார்த்தைகளின் நோக்கம் பொருள்களைத் தருவது அல்ல மாறாக வேறு வார்த்தைகளைத் தருவது என்பது போல வெறும் விரக்தியையும் வெறுமையை மட்டுமே காண்பிப்பதாக அவை அமைந்தன.

இத்தகைய போக்குகள் எந்த அளவுக்கு நிலவுகிறதோ அதைக் காட்டிலும் அதிகமாகவே அதற்கு முக்கியத்துவம் கொடுத்துள்ளேன். உலக சினிமாவில், அவான்ட் கார்டிஸம் மற்றும் முழுமையான படங்கள்* என்பது மிகக் குறைவாகவே உள்ளது. உண்மையில் பார்க்கப் போனால் பாரிஸ், லண்டன், பெர்லின் ஆகிய இடங்களில் மட்டுமே இத்தகைய படங்கள் ஆர்வத்துக்குரியதாய் இருந்தது. மேலும் இப்படங்களை ரசித்தவர்கள், சிறப்பியலாளர்கள், கொள்கையாளர்கள், அலட்டிக் கொள்ளும் அறிவாளிகள் போன்றோர்களைக் கொண்ட சிறு குழுக்களாகத்தான் இருந்தது.

இருந்த போதிலும் அவற்றின் முக்கியத்துவம் குறிந்து நாம் குறைவாக மதிப்பிட்டு விட முடியாது. ஏனெனில் முதலாவதாக அவை கலாப்பூர்வமான வடிவங்களை உருவாக்குதில் பயனுள்ள சோதனைக் கட்டங்களாக அமைகின்றன. இரண்டாவதாக அத்தகைய அவாண்ட் கார்டிஸ்டுகளின் சமகாலத்தவராக உள்ள மற்ற இயக்குநர்கள், அவர்களைப் போலவே தூய பாணியைக் கொண்ட அவான்ட் கார்டிஸ்டு படங்களை எடுக்க விரும்பாவிட்டாலும் கூட, அவர்களால் உருவாக்கப்பட்ட புதிய வடிவங்களை அவர்கள் பயன்படுத்துகிறார்கள். மௌனப் படங்களின் உச்சகட்ட வளர்ச்சியை பற்றி சொல்லும்போது, அவைகளின் மீதான அவான்ட் கார்டிஸ்டு படங்களின் பாதிப்பைக் குறித்து குறிப்பிடாமல் இருக்க முடியாது. பின்னால் பிரபலமாக விளங்கிய பல வெற்றி இயக்குநர்கள், இத்தகைய அவான்ட் கார்டிஸ்டு போக்கை ஒரு காலத்தில் கொண்டவர்களாக இருந்தார்கள். அப்போது அவர்கள் அங்கு பயின்ற காட்சி கலாச்சாரத்தைப் பின்னால் தங்களுடைய வியாபார ரீதியான படங்களில் உபயோகப்படுத்தினார்கள். அவ்வாறு அவர்கள் பயின்ற வித்தைதான் பின்னால் அவர்களின் படங்களை சுவையானதாகவும், பிரபலமானதாகவும் மாற்றியது. இதற்கு உதாரணமாக ரினே க்ளேரை (Rene Clair) சொல்லலாம்.

இந்த இடத்தில் இன்னொரு கருத்..தயும் நான் சொல்லியாக வேண்டும். இந்த புத்தகத்தின் பிரதான நோக்கம், புதிய கலையை

---

* முழுமையான படங்கள் (absolute films): இதில் வரும் காட்சிகள் எதையும் பிரதிநிதித்துவப்படுத்துவதாக இருக்காது. இதில் உருவம் மற்றும் வடிவமைப்புகளுக்கு பிரதான முக்கியத்துவம் கொடுக்கப்பட்டு, அதன் விளைவுகள், ஏதோ காட்சி பூர்வமான இசை போல் இருக்கும். (மொ-ர்)

ஆளுகின்ற வடிவம் தரும் விதிகளைப் பற்றி ஆராய்வதற்கும். வழி காட்டி புத்தகத்தைப் போல, பல்வேறு கலைப்படைப்புகளை பகுத்தாய்ந்து அவைகளை மதிப்பீடு செய்வதுமல்ல இப்புத்தகத்தின் நோக்கம். முதலாவதும் முக்கியமானதும் இதில் என்னவெனில் ஒரு கலைப்படைப்பு எந்த அளவுக்கு முழுமையான கலைப்படைப்பாக உள்ளது என்பதைக் குறித்து ஆராய்வதல்ல. மாறாக கலையின் விதிகளை நிர்ணயிப்பதில் அவைகளின் பங்கு என்ன என்ற கண்ணோட்டத்தில் நமக்கு எந்த அளவுக்குப் பயன்தருவதாக உள்ளது என்பதாகும். இந்த அடிப்படையில் சீரழிந்த கலை என்று சொல்லப்படும் கலை சீரழிவு குறித்த கருத்தானது ஒரு முழுமையான மிகச் சிறந்த படைப்பின் எளிமையான மற்றும் சிதைவற்ற போக்கை விட, கலாப்பூர்வமான படைப்பை ஆளுகின்ற மனவியல் மற்றும் அழகியல் விதிகளை நமக்குத் தெளிவாக சொல்கிறது. நல்ல நிலையில் உள்ள உயிரமைப்பில் தெரிந்து கொள்வதை விட அழுகிய நிலையில் உள்ள உயிரமைப்பில் வேதியியல் பற்றிய விதிகளை அதிகமாகத் தெரிந்து கொள்ளலாம். உலோகம் மற்றும் பாறைகளின் தன்மை அவைகளின் உடைந்துபோன மேல் தகடுகளின் மூலம் தான் அறியப்படுகிறது. இப்படிப்பட்ட ஒரு காரணத்தால் தான் கலையின் ஆழமான வேதியியலைத் தெரிந்து கொள்ள வேண்டுமெனில், சீரழிந்த பகுதி என்று சொல்லப்படும் கண்ணோட்டம் குறித்து நாம் அதிக கவனத்தைச் செலுத்த வேண்டும்.

இறுதியாக கலையின் வரலாற்றுப் போக்கில் பாணி குறித்த தனது ஆய்வில் அலோய்ஸ் ரீல் (Alois Riegl) பலமுறை சொல்லியுள்ள கருத்தைப் பார்ப்போமாக, ஒரு சில போக்குகள், ஒரு குறிப்பிட்ட காலத்தில், ஒரு குறிப்பிட்ட பிரிவில் உள்ள கலையின் சீரழிவைக் காட்டுவதாக அமையலாம். அதே நேரத்தில் அவை ஒரு புதிய பிரிவு மற்றும் காலகட்டத்திற்குரிய மொழி வடிவத்தின் முதல் வெளிப் பாடாகவும் இருக்கும். அவான்ட் கார்டு படங்களால் உருவாக்கப்பட்ட, கருத்துகளோடு தொடர்பு படுத்துகிற வழிமுறையானது சினிமா கலையில் பயனுள்ள வகையில் பணியாற்ற இன்னும் சில காலம் பிடிக்கும் என்று நான் நம்புகிறேன். அதாவது ஒலிப்படங்கள் மற்றும் பேசும் படங்கள் ஒரு உண்மையான புதிய திசையை அடையும் வகையில் வளர்ச்சி பெற்றதாக வேண்டும். இவ்வாறு கலையின் வரலாறு, ஒரு குறிப்பிட்ட பகுதியை மட்டும் உபயோகத்திற்காக தனியாக எடுத்து வைக்கலாம். மீதியுள்ளவற்றை மீண்டும் புதிய வடிவில் உருவாக்குவதற்காக அப்படியே விட்டு வைத்திருக்கலாம்.

சினிமாவில் அவான்ட் கார்டிஸ்டு இயக்கம் பிரான்சில் தோன்றியது. அப்போது கலைவடிவங்களிலும், ‘முழுமைப்படுத்துகிற’ இயக்கம் என்பது தோன்றியது. மற்ற கலைகள் எல்லாம், இலக்கியம் தங்கள் வட்டத்திற்குள் ஆக்கிரப்பதைக் கடுமையாக எதிர்த்தன. ஒவ்வொருவரும்

எளிமை மற்றும் தூய்மையான காட்சி அற்புதத்தை உருவாக்க விரும்பினார்கள். ஆனால் அந்த காட்சி அற்புதத்தில் வெளியான யதார்த்தத்தைப் பற்றி யாருமே கவலைப்படவில்லை. முதல் உலகப்போரின் பின் உருவான மனோநிலையின் ஒரு சொச்சமாகத்தான் இது இருந்தது. முதலாளித்துவ மனோநிலை உண்மையிலிருந்து தப்பித்துக் கொள்வதற்காக இதை ஒரு வழியாகப் பயன்படுத்தியது.

கதை அல்லது கதாநாயகன் இல்லாத படங்கள்

இப்படிப்பட்ட தப்பித்தல்வாதங்கள் பெரும்பாலும் சுற்றுப் பாதைகளைத்தான் மேற்கொண்டது. உளவியலாளர்கள் இதை நன்கு அறிவர். உதாரணமாக, ஏற்கனவே உருவாக்கப்பட்ட திரைக் கதைகளிலிருந்து விலகியிருப்பதன் நோக்கம் யதார்த்தத்தை இன்னும் நெருக்கமாகக் காட்ட வேண்டும் என்பதாகும். இலக்கிய பாதிப்புகள் ஏதுமில்லாமல் வாழ்க்கையின் உடனடியான யதார்த்தங்களை அப்படியே ஒளிப்பதிவு செய்தல், நுட்பமான கதையோட்டத்தைக் கொண்டிருக்கும் கதைப் படங்களைக் காட்டிலும் உண்மையாக இருப்பதாகத் தோன்றியது. அதாவது திரைக்கதையிலிருந்து விலகிச் செல்லுதல் என்பது யதார்த்தத்தை நோக்கிச் செல்வதாகும். ஆனால் அதே நேரத்தில் இன்னுமொரு வலுவான போக்கு இன்னொரு திசையில் வளர ஆரம்பித்தது. இந்தப் போக்கிலும், இலக்கியம், காவியம் அல்லது நாடக கருப்பொருளிலிருந்து விலக வேண்டும் என்ற உந்துதல் இருந்தது. ஆனால் இவைகள் அவ்வாறு விலகிச் சென்றடைய விரும்பியதோ கருப்பொருளில்லாத (abstract) ஓவியங்களைப் போல் ஸ்தூலமற்ற உருவங்கள் மற்றும் வடிவமைப்புகளைக் கொண்ட வெறும் காட்சித் தன்மையே ஆகும். இவ்வாறு சினிமாவானது வெறும் நாடகம் மற்றும் காவிய கருப்பொருள்களிலிருந்து விலகி இரு எதிரான திசைகளில் செல்ல முயற்சித்தது. ஒரு புறத்தில் இது முழுக்க முழுக்க செய்தி சேகரிப்பாக அதாவது டாக்குமெண்டரி படமாக உருவெடுத்தது. இன்னொரு புறத்திலோ 'முழுமையான' படங்களின் வடிவ அடிப்படைகளாக, முழுக்க முழுக்க காட்சி ரீதியாக கலைடாஸ்கோப் போன்ற பல வண்ணங்களைக் கொண்ட தன்மையாக உருவெடுத்தது.

கதாநாயகன் இல்லாத படம்

இத்தகைய போக்கில் முதன் முதலில் உருவானது கதாநாயகன் இல்லாத படமாகும். இருந்தபோதிலும் அந்த படங்களில், ஏற்கனவே நிர்ணயிக்கப்பட்ட நிகழ்ச்சிகள், காட்சிகள் மற்றும் அவைகளுக்கிடையே யான தொடர்பு இருக்கத்தான் செய்தன. அப்படங்களுக்கு கதை என்று கூட ஒன்று இருந்தது. ஆனால் அக்கதை ஒரு மையக் கதாபாத்திரத்தைச் சுற்றியதாக இல்லை. இதன் காரணமாக அப்படங்களில் தீர்மானிக்கப்பட்ட நாடக மோதல்களும், இரண்டு அல்லது மூன்று நபர்களுக்கிடையே ஏற்படும் போராட்டம் காரணமாக எழும் கதையோட்டம்

போன்றவைகளும் இல்லாமல் இருந்தது. இந்தப் போக்கை பின்பற்றியவர்கள் மனித விதியின் தனித்த மெல்லிய நூலிழையில் வாழ்க்கையின் முக்கியமான அம்சங்களை மீட்ட விரும்பவில்லை. மாறாக வாழ்க்கையின் பரந்துபட்ட பகுதிகளை அவர்கள் காண்பிக்க விரும்பினார்கள். ஒரு தனிமனித சக்தியால் மட்டுமே உணரக் கூடிய வாழ்க்கையின் ஒரு சிறு பகுதியை மட்டும் அவர்கள் காண்பிக்க விரும்பவில்லை. வாழ்க்கையை வாழ்க்கையாகக் காட்ட விரும்பினார்கள். ஒரு தனி மனிதனின் தற்செயலான வாழ்க்கையை அவர்கள் காட்ட விரும்பவில்லை. அப்படிப்பட்ட படங்கள் போலியானதாகவோ, ஒரு திரைக்கதை ஆசிரியரின் வெறும் கண்டுபிடிப்பாகவோ இருக்காது என்று கருதப்பட்டது. இது ஒரு கோட்பாடாக விளங்கியது.

அப்படிப்பட்ட படங்களை முதன் முதலாக எடுத்தவர்களில் நானும் ஒருவன். அப்படத்தின் தலைப்பு தி அட்வென்சர்ஸ் ஆஃப் ஏ டென் மார்க் நோட் (The Adventures of a Ten-Mark Note) என்பதாகும். அது பெர்லினில் உள்ள பாக்ஸ் கம்பெனியின் ஐரோப்பிய கிளையால் தயாரிக்கப்பட்டது. அப்படத்தை இயக்கியவர் பெர்த்தோல்ட் வீர்த்தல் (Berthold Viertel). ஒளிப்பதிவு செய்தவர் கார்ல் பிரயுந் (Karl Freund) ஆவர். இப்படத்தின் ஆடம்பர கதாநாயகன் யாரெனில் பத்து மார்க் (mark) மதிப்புள்ள ஜெர்மானிய வங்கி நோட்டாகும். அந்தப் பணம் எப்படி ஒரு கையிலிருந்து இன்னொரு கைக்கு என்று, பல கைகள் மாறியது காரணமாக ஏற்பட்ட சுவையான நிகழ்ச்சிகளைக் காட்டுவதுதான் அப்படமாகும். மற்ற கதாபாத்திரங்களோ ஒவ்வொரு காட்சியிலும் மாறிக் கொண்டேயிருந்தார்கள். அதில் வந்த நிகழ்ச்சிகளோ ஒன்றுக்கொன்று மிகச் சாதாரண தொடர்பையே கொண்டிருந்தன. ஆனால் மனித கதாபாத்திரங்களோ பனிப்படலத்தில் இருப்பது போல் ஒருவரையொருவர் வேகமாகக் கடந்து சென்றார்கள். அவர்கள் ஒருவரைப் பற்றி ஒருவர் அறியாதவராயும் அவர்களின் செயல்கள் மற்றவர்களின் தலைவிதியையே பாதித்தது என்பது குறித்து எந்தவித சந்தேகமும் கொள்ளாதவர்களாயும் இருந்தனர். அந்த பத்து மார்க் வங்கி நோட்டுதான் எல்லா காட்சிகளையும் இணைக்கின்ற ஒரே நூலாய் செயல்பட்டது.

அப்படிப்பட்ட படங்களில் உள்ள காட்சிகளும், மிகச் சிறந்த கதையோட்டம் உள்ள காட்சிகளைப் போலவே கவனமான முறையில் எழுதப்பட்டதாகும். மேலும் அத்தகைய படங்களின் காட்சித் தொகுப்பு மற்றும் தொடர்புகள் அதிக நுட்பமானவையாகும். ஏனெனில் அவை ஒரு இலக்கிய நாவலை விட செறிவான முறையில் உருவாக்கப்பட்டதாகும். ஆனால் அப்படிப்பட்ட படங்களின் காட்சி வரிசைக்கு ஒரு நிர்ணயிக்கப்பட்ட திசையோ, கதையோட்டத்துக்கு ஒரு உச்சகட்டமோ, ஒரு குறிப்பிட்ட முடிவை நோக்கிச் செல்வது என்பதோ கிடையாது. அழகிய திரைச்சீலையில் உள்ள இழைகள்

போன்று அவைகள் ஒரே தளத்தில் செல்பவையாகும். அவைகளின் எண்ணிக்கை வேண்டுமானால் விருப்பத்திற்கேற்றவாறு அதிகமாகவோ அல்லது குறைவாகவோ இருக்கலாம். இப்படிப்பட்ட படங்களில், தற்செயலாய் நடக்கக்கூடிய விஷயங்களின் தன்மை காரணமாக சந்தேகத்திற்கிடமின்றி அப்படங்களின் தன்மை அமைப்பு யதார்த்தங்களின் உண்மையான தொகுப்பாய் தெரிகிறது. ஆனால் கலாப்பூர்வமான தேவைக்கு உள்ள சக்தி இதில் இல்லாததன் காரணமாக இது அந்த அளவுக்கு ஏற்றுக் கொள்ளக்கூடியதாய் இருக்காது. இத்தகைய 'இலக்கிய சார்பில்லாத' படம் குறித்து எனக்கு முதன் முதல் ஒரு எழுச்சியைக் கொடுத்தது பிரபல இலக்கியப் படைப்பாகும் என்பது இங்கு குறிப்பிடப்பட வேண்டிய ஒன்று. அந்த இலக்கியப் படைப்பு டால்ஸ்டாயினுடைய தி ஃபோர்ஜ்ட் கூப்பன் (The Forged Coupon) எனும் கதையாகும். இக்கதையில் வரும் கூப்பனும் என்னுடைய பத்து மார்க்கு நோட்டைப் போல ஒரு கையிலிருந்து இன்னொரு கைக்கு மாறிக் கொண்டே செல்கிறது.

சோவியத் யூனியனில் 1917 புரட்சிக்குப் பிறகு 'கதாநாயகர்கள் இல்லாத' மிகச் சிறந்த படங்கள் தயாரிக்கப்பட்டன என்பது ஆச்சரியத் திற்குரிய விஷயம் இல்லை. ஏனெனில் தானாகக் கிளர்ந்தெழும் வெகுஜன எழுச்சி என்ற இனிய கருத்தானது அப்போது மிகவும் பழக்கத்தில் இருந்த ஒன்றாகும். ஐஸன்ஸ்டினுடைய பிரம்மாண்டமான அக்டோபர் (அல்லது உலகைக் குலுக்கிய பத்துநாட்கள்) படமானது, லெனின் கிராடில் நிகழ்ந்த அத்தகையதொரு எழுச்சியைக் காட்டியது. இப்படத்தில் லெனின் உட்பட மைய கதாபாத்திரம் என்று யாருமே கிடையாது. ஒரு வெகுஜனத் திரள் இன்னொரு வெகுஜனத்திரளுக்கு எதிராக எப்படி இருந்தது என்பதைத்தான் படம் காண்பித்தது. ஆனால் இந்த வெகுஜனத் திரள் மிக அற்புதமாக படைக்கப்பட்டிருந்தன. அவை தங்களுக்கென்ற தன்மையையும் குணாம்சத்தை காட்டக்கூடிய உடல் பாவயியல்களையும் கொண்டிருந்தன.

இத்தகைய படங்களில் இயற்கையாகவே உள்ள அடிப்படை ஆபத்து இரண்டு விதமானது. ஒன்று, இப்படங்களில் வரும் வெகு ஜனங்களின் குறிப்பிட்ட தன்மை மற்றும் குணாம்சம் என்பது வெறும் வெளிப்படையாகவும் மற்றும் காட்சி ரீதியாக மட்டும் வெளிப்படவில்லை. கூடவே அவர்களின் நடத்தை மற்றும் நிகழ்ச்சிகளிலும் இவை வெளிப்படுகிறது. மேலும் இத்தகைய படங்களில் நிகழ்ச்சிகளில் ஏதாவது தவிர்க்க முடியாத வகையில் நிகழ்ந்து கொண்டிருக்கும். இந்த நிகழ்ச்சிகள் பெரும்பாலும் குழப்பமானதாகவும், தற்செயலானதாகவும் தனிப்பட்ட கதாநாயகனின் நிலைபோல் தெளிவான ஒன்றாக இல்லாமலும் இருக்கும்.

இரண்டாவதாக உருவாகும் அடிப்படை ஆபத்து என்னவெனில் பல்வேறுபட்ட அல்லது வெகுஜனத்திரள் கொண்ட நிகழ்ச்சிகளையுடைய

இத்தகைய படங்களின் இயக்குநர்கள், கதாநாயகன் போன்ற மைய கதாபாத்திரம் இல்லாததால், ஒரு தனிமனித விதியின் தற்செயலான போக்கைத் தவிர்க்க முடியும் என்றும், அதன் காரணமாக பிரம்மாண்டமானதொரு படத்தை உருவாக்க முடியும் என்றும் கருதினார்கள். இதில் உண்டான கோளாறு என்னவெனில், இவ்வாறு அவர்கள் தனி மனிதத்ததுவத்தைக் கைவிட்டதன் மூலம் பொது மனிதத்துவத்தின் மதிப்பை அடைந்தார்களா என்றால் அதுதான் இல்லை. மாறாக, முழுமையானதொரு சிதைவைத்தான் பார்த்தோம். உணர்வுபூர்வமாக உருவாக்கப்பட்ட ஒவ்வொரு பொருளுக்கும் குறிப்பிட்டதொரு உடற்பாவயியல் இருக்கத்தான் செய்கிறது. மிகச் சிறிய பொருள்கள் மட்டுமே ஒரே மாதிரியாக இருக்கும். மலையில் உள்ள ஒரு கல்லையும் மைக்கலேஞ்சலோவின் ஒரு சிலையில் உள்ள கல்லையும் எடுத்துக் கொண்டால் இரண்டுமே கற்கள்தான். கல் என்ற அடிப்படையில் இரண்டின் உட்பொருளும் ஒன்றேதான். இவ்விரண்டுக்கும் இடையே உள்ள வித்தியாசத்தைத் தருவது அந்த உட்பொருள் அல்ல. மாறாக அவைகளின் வடிவங்கள்தான். வடிவத்துக்கு மாறாக வெறும் மூலப்பொருளை மட்டுமே காண்பிக்க விரும்பும் கலைஞர்கள் தங்களின் படைப்பையே அழித்தொழிக்கிறார்கள். ஒரு பொருளின் உணர்வு மற்றும் விதி என்பது அப்பொருளிலான மிகச் சிறந்த கலைப்படைப்பின் வடிவத்திலே தான் வெளிப்படும். மாறாக அப்பொருளிலே அல்ல என்பது கலை பற்றிய பழையதொரு அடிப்படையாகும்.

கதை, கற்பனை என்பதெல்லாம் ஒரு மனித உருவத்தைப் போன்றதாகும். அதை ஒரு தனித்ததொரு உயிரோட்டமுள்ள உருவமாக, கலைநயத்தோடு வடித்தெடுப்பதில்தான் அது உணர்வுபூர்வமானதாக இருக்கும். அதன் மூலம் அது தன்னுடைய மூலப் பொருளுக்கு மிகச் சிறந்த வெளிப்பாட்டுணர்வைத் தர முடியும். வடிவத்தோடு எந்த சம்பந்தமும் இல்லாமல் ஒரு மூலப் பொருளைத் தருவோமெனில் அதற்கென்று எந்த வடிவமைப்போ அல்லது உருவமோ இருக்காது. ஒரு மேஜையையோ நாற்காலியையோ உடைத்து நொறுக்குவோமெனில் அதன் ஒரு துண்டு மீண்டும் ஒரு மரத்துண்டாகத்தான் இருக்க முடியும்.

பயணப் படங்கள்

பயணப் படங்கள் இன்று சினிமாக் கலையின் முக்கியமான மற்றும் ஆர்வத்துக்குரிய ஒரு வடிவமாக வளர்ந்துள்ளது. இப்படங்களில் யதார்த்தமானது இலக்கிய கருப்பொருள், திரைக்கதை, இலக்கியசார்பு போன்ற ஏதும் இல்லாமல் சினிமாகலை என்ற புதிய, முழுவதும் வளர்ச்சியடைந்த கலைச்சாதனத்தின் மூலம், கலாப்பூர்வமாக கொடுக்கப்பட்டுள்ளது. இந்தப் படங்கள் படங்களுக்காகவென்று மேற்கொண்ட பயணத்தைப் பற்றியல்ல. மாறாக உண்மையாகவே

மேற்கொள்ளப்பட்ட பயணங்களைப் பற்றியதாகும். இருந்த போதிலும் இவை கலைப்படைப்பாக விளங்குகின்றன. இந்தக் கலையின் அடிப்படை புதிதாக கண்டுபிடிப்பது அல்ல. மாறாக ஏற்கனவே இருப்பதிலிருந்து புதியதாகக் கண்டறிவது. இங்கு கலைஞன் என்பவன் நம்முடைய அனுபவரீதியான யதார்த்தம் என்ற மாபெரும் கடலிலிருந்து மிகுந்த சுவையானதையும், மிகுந்த குணச்சித்திரத்தோடு கூடியதையும், மிகுந்த உணர்ச்சிப் பூர்வமானதையும், மிகுந்த தோற்றப் பொலிவைக் கொண்டதையும் தேர்ந்தெடுக்கிறான். இவைகளின் மூலம் மிகுந்த உயிரோட்டமுள்ள ஒரு போக்கையும் கொள்கை ரீதியான விருப்பங்களையும் அதில் கொண்டு வருகிறான். யதார்த்தத்தை காண்பிக்கக் கூடிய எல்லாப் படங்களும் நேரடியாகவோ அல்லது மறைமுகமாகவோ இந்த கொள்கை ரீதியான விருப்பங்களைக் கொண்டிருக்கும்.

இப்படங்களின் கலாரீதியான அமைப்பு என்பது பயணங்களைத் திட்டமிடுவதில்தான் துவங்குகிறது. ஏற்கனவே எடுத்த ஷாட்டுகளை ஒருங்கிணைப்பதிலோ அல்லது படத்தொகுப்பிலோ இது இல்லை. தன்னுடைய பயணத்தை வார்த்தைகளின் மூலம் விவரிக்க விரும்பும் எந்த ஒருவரும், பயணம் மேற்கொள்வதற்கு முன்பே, அவர் அடையப் போகும் அனுபவங்களைப் பற்றி கருத்துக் கொண்டிருப்பவராய் இருக்க வேண்டும். இது நாட்குறிப்பு எழுதுபவர்களுக்கும் பொருந்தக்கூடிய ஒன்றே. மாறுதலுக்குள்ளாகும் ஆர்வத்திற்குரிய கலைவடிவம் என்பது இங்கே உள்ளது. இந்தக் கலைவடிவமானது யதார்த்தத்தை அப்படியே பதிவு செய்வதற்கும் இயக்குனர் சொல்ல விரும்பும் விளக்கங்களுக்கு மிடையே அமைந்துள்ளது. அத்தகைய விருப்பங்கள் உள்மனப்பூர்வமாக இருந்தாலும் சரி, இல்லாவிட்டாலும் சரி, அவை குறித்த ஆய்வு என்பது உளவியல் அடிப்படையில் ஆர்வத்துக்குரிய ஒன்றாகும்.

நாடோடி ஒருவன் தன்னுடைய வழியில் பார்ப்பதெல்லாம் சந்தர்ப்பவசத்தால் ஏற்பட்டவையாகும். ஆனால் பயணியோ ஒரு நல்ல எழுத்தாளரைப் போல உறுதியான குறிக்கோளைக் கொண்டிருக்க வேண்டும். படத்தின் வடிவத்தை நிர்ணயிப்பது பயணம்தான். பயணி மேற்கொள்ளும் வழிப்பாதைகள் தான் படத்தின் படத்தொகுப்புக்கான அடிப்படையை நிறுவுகிறது. உண்மையான படத்தொகுப்பின் மூலம் சில தெளிவற்ற மேம்போக்கான விஷயங்களைத்தான் விலக்குகிறோம்.

செய்திப் படங்களை கலைப்படைப்பின் ஒரு வடிவமாகக் கருத முடியுமா? அப்படங்கள் யதார்த்தத்தை மிகவும் உண்மையாகத் தர வேண்டுமெனில், அவற்றின் பிரதான நோக்கம் யதார்த்தம்தானே ஒழிய கலை அல்ல. ஆனால் முழுக்க விஞ்ஞானப் பூர்வமான அறிவிப்பு படங்களை (instructional films) கூட, கலாப்பூர்வமான விஷயங்களையும் கலாப்பூர்வமான சாதனங்களையும் கணக்கில் எடுத்துக் கொள்ளாமல் படைக்க முடியாது என்ற உண்மை விரைவிலேயே தெரிய ஆரம்பித்தது.

யதார்த்தத்தின் விதி மற்றும் அர்த்தம் என்பது பிரத்தியட்ச பூர்வமான யதார்த்தப் பனிப் படலத்திலிருந்து தான் உருவாக வேண்டும். இவ்வுண்மையானது பட இயக்குநர், தான் பார்த்தல் மற்றும் தன்னுடைய அனுபவங்களை விளக்குவதன் மூலம் தான் வெளிப்படும். அத்தகைய இயக்குநர் சினிமா கலையில் தனக்கு கிடைக்கக்கூடிய எல்லா வெளிப்பாட்டுச் சாதனங்களையும் உபயோகித்தாக வேண்டும்.

கதாநாயகன் உள்ள அறிவிப்புப் படங்கள்

மாறுதலுக்குள்ளான கலைவடிவம் (transitional forms) என்று மேலே குறிப்பிட்ட கலைவடிவத்திலிருந்து பல சுவையான பிரபலமான மற்றும் மதிப்பு வாய்ந்த படங்கள் உருவாயின. இந்த அடிப்படையில் உருவான படங்களில் மிக முக்கியமானது என்னவெனில், மைய கதாபாத்திரத்தை அதாவது கதாநாயகனைக் கொண்ட செய்திப் படங்களாகும். இத்தகைய படங்களில் யதார்த்தத்தின் பொதுவான அம்சங்களை மட்டும் நாம் பார்க்கவில்லை. கூடவே அவைகளின் மையமாக மனிதன் விளங்குவதையும், அவனின் தினசரி வாழ்க்கை மற்றும் விதியை இந்த அம்சங்கள்தான் உருவாக்குகின்றன என்பதையும் மற்றும் இந்த யதார்த்தத்திற்கு உயிரோட்டத்தையும் அர்த்தத்தையும் தருவது இந்த மனிதன்தான் என்பதையும் பார்க்கிறோம். இத்தகைய நடிக்கப்பட்ட அறிவிப்புப் படங்கள் யதார்த்தத்தை ஒரு முழுமையான விஞ்ஞானப் பூர்வமாக காட்டுகிறது. ஆனால் அவற்றை அதே நேரத்தில் ஒரு மனிதனின் அனுபவப்பூர்வமாகவும் காட்டுகிறது. இதன் காரணமாக அப்படம் உயிரோட்டத்தோடும் ஆர்வத்துக்குரியதாகவும் இருப்பதோடு மட்டும் இல்லாமல் பல நேரங்களில் உண்மையானதாகவும் இருக்கிறது. இயற்கையின் யதார்த்தங்கள் கூட ஒரு சமூக அனுபவமாகத் தரப்படும்போதுதான் மனிதனுக்கு மிக ஆழமான அர்த்தங்களைத் தருகிறது. புராதன காடுகள் மற்றும் ஆர்ட்டிக் பனிக்குன்றுகளின் அதிக பட்ச சமூகத் தன்மை என்பது கூட அடிப்படையில் ஒரு சமூக அனுபவமாகவே உள்ளது. தனிமை என்ற ஒன்றைப் பற்றிய கருத்து கூட மற்றவற்றோடு சம்பந்தமுடைய ஒன்றாகும். அதற்கு எதிரான தனிமையற்ற தன்மையைப் பற்றி நாம் அறிந்து கொள்ள வேண்டியது அவசியமாகும். அப்போதுதான் தனிமை பற்றிய கருத்து அறிவு மற்றும் உணர்வு பூர்வமான உள்ளடக்கத்தைப் பெற முடியும்.

இந்த அடிப்படையில் மௌனப் பட காலத்தில் வந்த முதல் செய்திப் படம் நானுக் ஆப் தி நார்த் (Nanook of the North) ஆகும். இப்படம் உலகின் ஒரு பகுதி பற்றிய யதார்த்தங்களை மனித விதி வடிவில் காண்பித்தது. சாங் (Chang) என்ற படம் காடுகளைப் பற்றியும் மோனா (Moana) என்ற படம் தெற்கு பசிபிக்கைப் பற்றியும் காண்பித்தது.

சாங் திரைப்படம், ஏழை இந்தியக் குடும்பம் ஒன்று காட்டின் சூழ்நிலைக்கு எதிராகப் போராடி அங்கு வசிப்பதைக் காட்டுகிறது.

மௌனப் பட காலத்தில் வந்த முதல் செய்திப் படமான 'நானுக் ஆப் தி நார்த்' படத்தின் விளம்பர அட்டை...

அப்போராட்டம் படிப்படியாக இந்தியக் கிராமம் ஒன்றிற்கும் காட்டு யானைக் கூட்டத்திற்கும் இடையேயான கடும் போராட்டமாக மாறுகிறது. இது டாக்குமெண்டரி திரைப்படம்தான். இருந்தாலும் இதில் உள்ள விறுவிறுப்புத்தன்மை அழகியல் மற்றும் நாடகவியல் விதிகளை அடிப்படையாகக் கொண்டு கட்டப்பட்டுள்ளது. இப்படத்தில் வரும் மனிதர்களுக்கும் யானைகளுக்கும் இடையே

நிகழும் போராட்டத்தைக் குரங்குகள் தென்னை மரங்கள் மீது அமர்ந்து பார்க்கின்ற காட்சி நமக்குப் புராதன சோக குழுப் பாடலை நினைவுப்படுத்துகிறது. சண்டையை வேடிக்கை பார்க்கும் குரங்குகள் அமர்ந்திருக்கும் காட்சியை இணைத்திருக்கின்ற விதம், விளையாட்டுக் காட்சியின் போது எப்படி சிறந்த இயக்குநர்கள் இடையிடையே எழுச்சியடைந்த பார்வையாளர்கள் கூட்டத்தைக் காட்டுவார்களோ அப்படியிருந்தது. குரங்களின் இந்த சைகை ரீதியான பிரம்மாண்டமான கோரஸ், படம் முழுக்க வருகிறது. அவை மனிதர்களின் போராட்டத்தின் ஒவ்வொரு கட்டத்திற்கும் அழுத்தம் தருகிறது.

சாங் திரைப்படத்தில் 'கண்டு பிடிக்கப்பட்ட' காட்சி என்று ஏதும் கிடையாது. எல்லாமே 'இயக்கப்பட்ட' காட்சிகள் தான். ஒரு அறிஞனின் பேச்சு மற்றும் விளக்கங்களைப் போல அப்படம் காட்சி ரீதியாக நம்பவைக்கும் அளவில் அமைந்திருந்தது. அறிஞனின் பேச்சில் போதனையைப் போல படத்தில் கலாப்பூர்வமான நோக்கங்கள் வெளிப்பட்டன. காட்டு யானைகளைப் போல இயற்கையான கோபத் தோடு பயிற்றுவிக்கப்பட்ட யானைகள் காமிராமுன் நடித்திருப்பதற்கு எல்லா சாத்தியப்பாடும் உண்டு. அத்தகைய நடிப்பின் மூலம் யதார்த்தம் கூட இன்னும் நம்பும்படியாக காட்டப்பட்டுள்ளது.

இன்னுமொரு மாறுதலுக்குள்ளான திரைப்பட வடிவம் (transitional film form) உள்ளது. இது டாக்குமெண்டரி படத்தைக் காட்டிலும் கதைப் பட (feature film) த்தோடு நெருக்கமான ஒன்றாகும். அது வாழ்க்கை வரலாற்றுப் படமாகும். இத்தகைய படங்கள் சமீப காலங்களில் பிரபலமாகியுள்ளன. முழுக்க முழுக்க விஞ்ஞான பூர்வமுறையில் அல்லாத எழுதப்பட்ட வாழ்க்கை வரலாற்றை அடிப்படையாக கொண்ட நவால்களில் வருவது போல இந்தப் படங்களிலும் பல கற்பனா ரீதியான ஜோடிக்கப்பட்ட காட்சிகள் உள்ளன. எடிசன், பாஸ்டியர் மற்றும் மேடம் க்யூரி ஆகியோரின் வாழ்க்கையை அடிப்படையாகக் கொண்ட பல மிகச் சிறந்த படங்கள் உள்ளன. லெனின் மற்றும் கார்க்கி ஆகியோரின் வாழ்க்கையை அடிப்படையாகக் கொண்ட ரஷ்ய படங்களும் இத்தகைய படங்களே. இந்தப் படங்களில் வரும் முக்கியமான நிகழ்ச்சிகள் கண்டுபிடிக்கப் பட்டவை அல்ல. ஆனாலும் சில தனிப்பட்ட காட்சிகள் இயக்கப் பட்டதும் மிகச் சிறந்த முறையில் ஜோடிக்கப்பட்டதும் ஆகும். இருந்தபோதிலும், உண்மையான வாழ்க்கை வரலாற்று குறிப்புகள் இலக்கிய ரீதியான கண்டுபிடிப்புகளைக் கட்டுப்படுத்துகின்றன.

அறியாத நெருக்கம்

இலக்கிய சார்பில்லாத 'தூய திரைப்பட பாணி' யை விரும்பிய இயக்குநர்கள், தங்களின் காமிராக்களை எடுத்துக் கொண்டு தெரியாத இடங்களுக்கு மட்டும் செல்லவில்லை. கூடவே இதுவரை கண்டுபிடிக்கப்படாத, அறியாத நெருக்கத்தையும் காமிராவின்

துணைகொண்டு ஊடுருவினார்கள். இவ்வாறு கால மற்றும் இட ரீதியான நெருக்கத்தில் பயணம் செய்த முதல் திரைப்பட இயக்குநர் ரஷ்யாவைச் சேர்ந்த ஜிகா வெர்ட்டோவ் (Dziga Vertov) ஆவார்.

அவர் தன் பாணியை சினிமா கண்* என்று கூறினார். நம்முடைய தினசரி வேலைநாள் வாழ்க்கையில் நிகழும் சிறு சிறு நிகழ்ச்சிகளை காமிராவின் வழியாக கூர்ந்துப் பார்ப்பதுதான் இவரது பாணியின் நோக்கம். இத்தகைய சிறு நிகழ்ச்சிகளை நாம் மேம்போக்காகத்தான் பார்க்கிறோம். கூர்ந்து கவனிப்பதில்லை. வாழ்க்கையின் இத்தகைய சிறு துகள்களை க்ளோஸ்-அப்பில் தனித்து காண்பிக்கும்போது அவை முக்கியத்துவமுடையதாய் மாறுகிறது. இவ்வாறு அவற்றைத் தனித்துக் காட்டுவதன் மூலம் தோற்றங்களையும் வடிவத்தையும் தர முடிகிறது.

இத்தகைய சிறு நிகழ்ச்சிகள் அப்படியே காமிராவால் படம் பிடிக்கப்பட்டவையாகும். அவை ஜோடிக்கப்பட்ட ஒன்றல்ல. சாவி துவாரம் வழியாகப் படம் பிடிக்கப்பட்டது போல் அவை விளங்கும். விளையாடுகின்ற ஒரு குழந்தை; முத்தமிட்டுக் கொள்ளும் காதலர்கள்; டாக்ஸி டிரைவர் தன் வண்டியைத் திருப்புவது; பார்க் பெஞ்சில் அமர்ந்து வெறித்துக் கொண்டிருக்கும் வயதான மனிதர் இப்படியாக தாங்கள் எதைப் படம் பிடிக்கிறோம் என்பது தெரியாமலேயே படம் பிடித்தார்கள். இந்தப் படங்கள் அவைகளின் உண்மைத் தன்மை காரணமாக மிகவும் ஆர்வத்துக்குரியதாய் இருந்தது. ஏதோ பார்க்கக் கூடாததை துவாரம் வழியாக பார்ப்பது போலவும், போகக் கூடாத இடத்தில் காலெடுத்து வைப்பது போலவும் நமக்குள்ளே அவைகள் ஒருவித மறைமுகமான ஆர்வத்தைக் கிளப்புகிறது. யதார்த்தத்தின் இத்தகைய சிறு துண்டுகளைப் பின்னால் இயக்குநர் தான் விரும்பும் ‘உண்மை’யை விளக்குவதற்காக ஒன்று சேர்க்கிறார். இத்தகைய படங்களின் படத்தொகுப்பில் கத்தரிக்கோலானது ஏதோ தீவிரக் கவிஞனைப் போல் பங்காற்றுகிறது. ‘நிறுத்து, அது வாழ்க்கை, கத்தரித்து விடாதே’ என்று அது சொல்கிறது.

முழுக்க முழுக்க நடக்கக்கூடிய யதார்த்தத்தை அப்படியே நம்பும்படி படம் பிடித்தால் அது மிகவும் அகநிலைவயப்பட்டதாக இருக்கும். அவைகளுக்கு கதை என்று எதுவும் கிடையாது. ஆனால் மைய கதாபாத்திரம் அதாவது கதாநாயகன் என்பது உண்டு. இந்த கதாநாயகனோ கண்ணுக்குத் தெரியமாட்டான். ஆனால் காமிராவின்

---

* சினிமா கண் (Cine-Eye): விஷயங்களை அப்படியே நேரடியாக அதே நேரத்தில் கலைநயத்தோடு காண்பிப்பது திரைப்பட அழகியலில் சினிமா வெரித்தே (cinema-verite) அல்லது நேரடியான சினிமா (direct- cinema) என்று அழைக்கப்படும் பாணியில் முதன் முதல் உருவான அணுகுமுறையாகும். இதை ஜிகா வெர்த்தோவ் 1920இல் ரஷ்யாவில் துவக்கினார். அவரின் படமான மேன் வித் த மூவி காமிரா (Man with the Movie Camera) இதற்கு சரியானதொரு உதாரணமாகும். (மொ-ர்)

பின்னிருந்து காமிராக் கண் மூலம் எல்லாவற்றையும் பார்க்கிறான். அவ்வாறு பார்க்கப்படும் ஒவ்வொன்றும் பார்ப்பவனின் தன்மையைப் பிரதிபலிக்கிறது. இந்த ஷாட்டுகளில், யதார்த்தம் என்பது எந்த அளவுக்கு ஜோடிக்கப்படாததாக இருந்தாலும், அது பார்ப்பவனின் தன்மையைப் பிரதிபலிக்கும். யதார்த்தத்தின் வேறு துண்டுகளை விட்டு அந்த குறிப்பிட்ட சிறு பகுதிகளைத் தேர்ந்தெடுப்பதன் மூலம் அவன் அந்த ஷாட்டுகளில் தன்னையே காண்பித்துக் கொள்கிறான். அவனுடைய அகநிலை உணர்வுதான் அவனுடைய விருப்பத்தையும், காட்சித் தொகுப்பையும் படத்தொகுப்பின் சீர்மையையும் நிர்ணயிக்கிறது. அவன் ஒரு கலைஞனாவான். அவன் தன்னை புறநிலை பாதிப்புகளுக்கு, அவைகளுக்கு இடையே உள்ள தொடர்பைக் கண்டு கொள்ளாதவனாய் ஆட்படுத்திக் கொள்கிறான். அதற்கான தொடர்பை அவனே தருகிறான். அவனுடைய அகநிலை உணர்வுதான் படத்தின் கட்டுமானத்திற்கு அடிப்படை கோட்பாடாய் விளங்குகிறது. அவன் தன் படங்களை எத்தனை உண்மையாக எடுத்தாலும், அடிப்படையில் அவைகள் அவனுடைய தேர்ந்தெடுப்பாகும். அவ்வாறு தேர்ந்தெடுக்கக்கூடிய உலகம் அவனுடைய சொந்த உலகமாகும். அத்தகைய 'உண்மை அடிப்படையிலான' படங்கள்தான் மற்ற படங்களைக் காட்டிலும் அகநிலை வாய்ந்ததும், வளமானதும், மிகுந்த திரைப்பட ரீதியானதுமான ஆனால் இன்னும் உருவாகாத கவித்துவத்தோடு கூடிய சினிமா கவிதையை உருவாக்க உதவும்.

செய்திப் படங்கள் (News Films)

பிரதான படத்திற்கு முன்னே காண்பிக்கப்படும் இந்த செய்திப் படங்களை நாம் நிறையவே பார்த்திருக்கிறோம். காட்சி ரீதியாகத் தகவல் தரும் இந்தப் படங்கள், எந்த தோற்றத்தில் பார்த்தாலும் மிகச் சாதாரண வடிவத்தைக் கொண்டிருப்பதாகும். உண்மையில் இவை பிரச்சாரத்திற்கான மிக பயங்கரமான ஆயுதங்கள் ஆகும். இவை சிமினா கண் (Cine-Eye) என்றழைக்கப்பட்ட படங்கள் போல கவித்துவமானதோ, கலாப்பூர்வமான அகநிலை வயப்பட்டதோ அல்ல. இந்தப் படங்களைத் தயாரிப்பவர்கள் ஆளும் வர்க்கத்தினர் ஆவர். எனவே இவைகள் அவர்களின் நலன்கள் மற்றும் நோக்கங்களை வெளிப்படுத்துவதாகவே இருந்தன. செய்திகளை சிதைத்துத் தரும் செய்தித் தாள்களை காட்டிலும் இத்தகைய படங்கள் மிக தைரியமாக பொய்களை சொல்லின. ஏனெனில் இவை ஏதோ குறிப்பிட்ட கால கட்டத்தின் காட்சி ரீதியான குறிப்பேடு போல விஷயங்களை புறநிலை வயப்பட்டதாகவும், நம்பும்படியாகவும் படங்களில் தொகுப்பின் மூலம் சொல்லியது. ஒரே விஷயத்தைக் குறித்து இரு வேறான எதிரெதிர் குழுக்கள் எடுத்த படங்களை ஒரே நேரத்தில் பார்க்க சந்தர்ப்பம் கிடைக்குமெனில், அவை நமக்கு மிகவும் சுவையானதாகவும், அறிவூட்டுவதாகவும் இருந்தன. அவை எந்தவிதமாக பொதுத்

தன்மையையும் கொண்டிருக்கவில்லை. அவையிரண்டும் ஒரே விஷயத்தை சொல்ல விரும்பினாலும், எந்த எந்த விஷயங்களை காண்பிக்கவில்லையோ அந்த அடிப்படையில்தான் குணாம்சத்திலும், வெளிப்படுத்துவதிலும் வேறுபட்டது.

இத்தகைய படங்களின் ஷாட்டுகளின் வரிசையை நாம் ஒரு சிறிது மாற்றினாலே போதும், அவை முற்றிலும் மாறுவதாய் இருந்தது. ஹிட்லர் ஆட்சியைக் கைப்பற்றுவதற்கு முன்னால் வீய்மரி (Weimar)ன் ஆட்சி ஆட்டங்கண்டு கொண்டிருந்தது. அப்போது பெர்லினில் தொழிலாளர்களுக்கான பிலிம் சொசைட்டி ஒன்று துவக்கப்பட்டது. அவர்கள் தங்கள் விருப்பப்படி திரைப்படங்களையும் செய்திப் படங்களையும் காண்பித்தார்கள். ஆனால் அவற்றை தணிக்கைக் குழு தடைசெய்து விட்டது. அதற்காக அவர்கள் என்ன செய்தார்கள் தெரியுமா? UFA கம்பெனியின் பழைய செய்திப் படங்களை வாங்கினார்கள். அப்படங்கள் எப்போதோ ஓடி முடிந்தவை. அப்படங்கள் தணிக்கைக் குழுவால் முதலில் வெளிவந்த போது அனுமதிக்கப்பட்டதும் ஆகும். அவற்றை மாற்றியமைத்தல் மூலம் புதிய செய்திப் படங்களாக உருவாக்கினோம். உதாரணமாக முதலில் 'நாய் அழகுப் போட்டி' காட்சியைக் காண்பித்தோம். அதீத கவர்ச்சியோடு பெண்கள் தங்கள் சொகுசு நாய்களைக் கைகளில் பிடித்திருந்தார்கள். அதன்பின் 'போட்டியில் பங்கு பெறாத ஒருவர்' என்று குருட்டுப் பிச்சைக்காரன் ஒருவன் தனக்குத் துணையான நாயோடு நின்று கொண்டிருப்பதைக் காண்பித்தோம். குளிரில் நடு நடுங்கிக் கொணடிருக்கும் அந்த பாவப்பட்ட எஜமானனை நாய் பார்த்துக் கொண்டிருந்தது. பிறகு 'செயின்ட் மோரிட்ஸ் (St. Moritz)' என்ற சறுக்கு விளையாட்டு பனிப் பாதையையும் சொகுசு ஓட்டல் மேல்தளம் ஒன்றில் விருந்தினர்கள் இருப்பதையும் காண்பித்தோம். அதன் பின் 'இதுவும் செயின்ட் மோரிட்ஸ்தான்' என்று ஏழைகளின் துயரம் மிகுந்த ஊர்வலத்தையும், பனியிலும் பசியிலும் வாடிக் கொண்டிருக்கும் தொழிலாளர்கள் பனி சறுக்குப் பாதையை சுத்தம் செய்வதையும் காண்பித்தோம். 'எழுச்சி மிகுந்த ராணுவ ஊர்வலத்தைக் காண்பித்த பின் முடமாகிப்போன ராணுவ வீரர்கள் தெருவில் பிச்சை எடுப்பதையும் காண்பித்தோம். இவைகளைத் தவிர வேறெதையும் நாங்கள் காண்பிக்கவில்லை. காவலர்களுக்கோ இப்படங்களை எப்படியாவது தடை செய்ய வேண்டும் என்று கைகள் உறுத்திக் கொண்டிருந்தன. அவர்களால் அவ்வாறு செய்ய முடியவில்லை. ஏனெனில் அவை மரியாதைக்குரிய யு.எஃப்.ஏ (UFA) வின் செய்திப் படங்கள் ஆகும். தணிக்கைக்குழு அவற்றைத் திரையிட ஏற்கனவே அனுமதி வழங்கிவிட்டது. ஆனால் இப்போது படத்தின் வரிசைதான் சிறிது மாற்றப்பட்டுள்ளது.

தனிப்பட்ட படங்கள் வெறும் யதார்த்தம் தான். மோன்டாஜ் ஒன்றுதான் அவைகளை உண்மையானதாகவோ பொய்யானதாகவோ

மாற்றியது. இதனால்தான் செய்திப் படங்கள் மாபெரும் பொறுப்பு வாய்ந்ததாக இருந்தது. பார்வையாளன் அப்படங்களை ஏதோ காட்சியைப் போலப் பார்த்தான். இதன் காரணமாக அப்படங்கள் காண்பிப்பது அவனுக்கு நம்பும்படியாக இருந்தது. காமிராவானது மற்ற பொருள்களை விட்டு ஒரு குறிப்பிட்ட பொருள் முன்புதான் நிற்கிறது. இது தற்செயலான ஒன்றல்ல. இருந்த போதிலும் ஒரு ஷாட் என்பது ஒரு உண்மையாகவும், முடிவான நிரூபணம் ஒன்றைத் தருவதாகவும் ஏற்றுக் கொள்ளப்பட்டது.

உழைப்பின் காவியங்கள்

'கலாச்சார' படங்கள் என்றழைக்கக்கூடிய அளவுக்கு சில படங் களுக்குத் தகுதியிருக்குமேயானால், அப்படங்கள் திறமையாலும் வியர்வையாலும் இவ்வுலகத்தைப் பூந்தோட்டமாக்கிய மனித சக்தி மற்றும் உழைப்பின் புகழ் பாடுபவையாகவும், மனித உழைப்புக்கான திரைப்பட நினைவகங்களாகவும் விளங்கின. இத்தகைய டாக்கு மெண்டரிக்கு உதாரணமாக மிகச்சிறந்த படம் ஒன்றைக் குறித்து சொல்ல விரும்புகிறேன். அப்படம் துரின் (Turin) இயக்கிய துர்க்சிப் (Turkshib) என்ற படமாகும். இப்படம் சைபீரியாவிலிருந்து துர்க்கிஸ்தானுக்கு ரயில்பாதை போடப்படுவதைக் காண்பித்தது. அதற்கு முன்பு எத்தனையோ ரயில் பாதைகள் போடப்பட்டிருக்கின்றன. அவைகள் அதை விட நீளமாகவும், அதைவிட தொழில் நுட்ப வேலைப்பாடுகள் கொண்டதாகவும் இருந்திருக்கின்றன. இருந்தபோதிலும் இப்படம் மாபெரும் வெற்றியாகவும், பெரும் எழுச்சியூட்டுவதாகவும் மேற்கொண்டு செல்ல வைக்கும் பாதிப்பை உண்டாக்குவதாகவும் இருந்தது. இதனோடு போட்டி போடக்கூடிய அளவுக்கு காவியமாக இப்படத்தில், சோவியத் கட்டுமானப் பணி ஒன்றில் மனித முக்கியத்துவத்தை சோவியத் இயக்குநர் மிகுந்த உணர்ச்சியோட்டத்தோடு வெளிப்படுத்தியிருக்கிறார். சோவியத் யூனியனின் எல்லைகளுக்கப்பாலும் இப்படம், பார்ப்பவர்களைப் பெரும் பாதிப்புக்கு உள்ளாக்குவதாக இருந்தது.

சைபீரியாவையும், துர்க்கிஸ்தானையும் இணைக்கும் முதல் ரயில்பாதை கட்டுமானத்தை இப்படம் மிகுந்த விறுவிறுப்போடும், தீவிரமான அர்ப்பணிப்பு உணர்வோடும் காண்பித்தது. இதற்கு இணையாக எந்த கதைப்படம் கூட நிற்கமுடியவில்லை. படத்தின் துவக்கத்தில் இரு பகுதிகளிலும் ஒருவரையொருவர் நம்பி வாழும் மக்கள், இந்த ரயில் பாதையின் அவசியம் குறித்துப் போராடுவதைப் பார்க்கிறோம். அவர்களுக்கிடையேயான பாதையற்ற பாலைவனம் ஒருவரிடம் இருந்து இன்னொருவரைப் பிரித்தது. இதன் காரணமாக அவர்கள் வாழ முடியாதவர்களாய் இருந்தார்கள். வடக்கேயும் தெற்கேயும் மக்கள் துன்பப்பட்டார்கள் பயங்கரமான பாலைவன மணல் சூறைக் காற்று பயணம்செய்தவர்களை அழித்தொழித்தது.

உழைப்பின் காவியப் படமான 'துர்க்சிப்' படத்தில் ஒரு காட்சி.

இந்த காட்சிகள் துன்பத்தின் சின்னங்களாக விளங்கின. அந்த ரயில் பாதையைக் கட்டுவதை வாழ்க்கையைக் காப்பாற்றுகின்ற ஒரு முயற்சியாக காண்பித்தார்கள். அது வெறும் ரயில் பாதை அல்ல. இந்த இரு மக்களின் வாழ்க்கையை அதுதான். இந்தக் கட்டுமானப் பணியின் வளர்ச்சியைப் பார்வையாளன் ஆர்வத்தோடும் துடிப்போடும் பார்த்துக் கொண்டிருக்கிறான்.

இப்போது படம் அவர்கள் மேற்கொள்கின்ற தடைகளையும் துன்பங்களையும் காண்பிக்கிறது. தெற்கிலோ வறுத்தெடுக்கும். பாலைவனம் வெற்றி காணமுடியாத தடைகள் இவைகளிலெல்லாம் தலையாயது எதுவெனில், ஒன்று மறியாத பின்னடைந்த பாலைவன நாடோடிகளின் தீவிரமான எதிர்ப்பை சமாளிக்க வேண்டிய பணியாகும். முதலில் அவர்களை வென்றாக வேண்டும். புராதன காவியங்களில் வருவது போல, இங்கே மனித உறுதியானது இயற்கையின் பயங்கர சக்தியோடு புரியாததொரு போராட்டத்தில் இறங்குகிறது. ஒவ்வொரு ஷாட்டும் சண்டையைப் போல் இருந்தது. அது தொடர்ச்சியான, உறுதியான மக்களின் நன்மைக்கான போராட்டமாகும். இதன் காரணமாகவே அப்படம் அத்தகையதொரு பாதிப்பை ஏற்படுத்துவதாக இருந்தது. இதன் காரணமாகவே படத்தின் இறுதி அத்தகையதொரு வெற்றிகரமான ஆயாச உணர்ச்சியைத் தந்தது. ஆனால் படத்தின் இறுதியில் காண்பிக்கப்பட்டதோ அந்த ஒற்றைப் பாதை சாலையில் புகையைக் கக்கிக் கொண்டு செல்லும் சிறு ரயில் வண்டிதான். ஆனால்

பாதையின் இரு மருங்கிலும், மக்கள் நெடுக நின்று கொண்டிருக்கிறார்கள். அவர்கள் கைகளை அசைக்கிறார்கள். சிரிக்கிறார்கள், நாட்டிய மாடுகிறார்கள். மகிழ்ச்சியில் அழுகிறார்கள். குதிரைகள் மீதும், கழுதைகள் ஒட்டகங்கள் எருதுகள் மீதும் அவர்கள் வெற்றிக்களிப்போடு அந்த ரயிலுக்கு இணையாக வேகமாக ஓடுகிறார்கள். ஓடிக்கொண்டிருக்கும் அந்த ரயில் என்ஜினோ சைபீரியாவுக்கும் துர்கிஸ்தானுக்கும் புதிய சகாப்தத்தையே கொண்டு வருகிறது.

இந்த ரயில் பாதை கட்டுமானப் பணியின் போதுதான் இப்படம் எடுக்கப்பட்டது. படத்தின் கடைசி ஷாட், பாதை கட்டி முடிக்கப்பட வேண்டிய தேதியைப் புகையினூடே காண்பித்தது. துர்க்சிப் 1930 ஆம் ஆண்டுதான் கட்டி முடிக்கப்பட்டிருக்க வேண்டும்.

ஆனால் 1930-ம் ஆண்டு, அப்படத்தை நான் ஐரோப்பிய ரசிகர்களுக்காக மீண்டும் படத்தொகுப்பு செய்து கொண்டிருந்தேன். கடைசி தேதியை 1929 ஆம் ஆண்டு என நான் மாற்ற வேண்டியிருந்தது. ஏனெனில் ரயில் பாதை ஆறுமாதங்களுக்கு முன்னரே கட்டி முடிக்கப்பட்டது. அது 1930 ஆம் ஆணடு செயல்பட்டுக் கொண்டிருந்தது. இது எவ்வாறு நிகழ்ந்தது?

1928 ஆம் ஆண்டு எடுக்கப்பட்ட இந்தப் படம், முதன் முதலாக துர்க்சிப் ரயில்வே ஊழியர்களுக்காக போட்டு காண்பிக்கப்பட்டது. அவர்கள் தங்களின் உழைப்பின் முக்கியத்துவத்தைப் பார்த்தார்கள். தங்களின் கட்டுமானப் பணியை ஆறு மாதங்களுக்கு முன்பே முடித்ததைக் குறித்து மிகவும் எழுச்சியடைந்தனர். அவர்கள் தங்கள் வார்த்தையைக் காப்பாற்றி விட்டார்கள். இவ்வாறு வாழ்க்கைக்கும் கலைக்கும் இடையே உள்ள இயங்கியல் ரீதியான தொடர்பானது, புரிந்து கொள்ளக் கூடிய வகையில் கதையில் வெளிப்படுத்தப்பட்டது. துர்க்சிப் (Turksib) படமானது டாக்குமென்டரிப் படமாகும். அதில் கட்டுமானம் பற்றிய உண்மையானது கலையாக மாறிவிட்டது. இந்த புதிய யதார்த்தம் இன்னொரு புறத்தில் கலைக்கான ஒரு கருப்பொருளாக விளங்கியது. புதிய கலைப்படைப்புகளோ அதை மீண்டும் பாதிப்புக்குள்ளாகும். இவ்வாறு வாழ்க்கையும் கலையும் ஒன்றையொன்று உற்சாக மூட்டிக்கொண்டும், எழுச்சியூட்டிக் கொண்டும், ஒருவரின் முயற்சியை இன்னொருவர் இயக்கிக் கொண்டும், ஒருவரின் முயற்சியை இன்னொருவர் இயக்கிக் கொண்டும் இணையாக ஓடியது. ஜோரிஸ் ஐவனின் சூய்டர்ஜி (Zuiderzee) என்ற படமும் மிக அருமையான படமாகும். கடலிலிருந்து மனிதர்கள் நிலத்தை வெற்றி கொள்கிறார்கள். இப்படத்தில் கண்ணுக்குத் தெரியாத சக்தி ஒன்று கண்ணிற்கு புலப்படுவதாய் இருந்தது. மரக் கிளையின் அசைவின் மூலம் எப்படி கண்ணுக்குத் தெரியாத காற்றை நாம் கண்டோமோ அதேபோல மனிதனை இயக்குகின்ற அவனுடைய புத்திசாலித்தனத்தையும் இப்படத்தில் பார்த்தோம்.

மனிதனை காண்பிக்கிறது

மனித குல வரலாற்றை காலக்கிரம வரிசைப்படி படங்கள் ரீதியாகத் தருகின்ற மாபெரும் பணியை டாக்குமெண்டரி படத்தால் செய்து முடிக்க முடியுமா? எந்த நிகழ்ச்சிகள் நடந்தாலும் அடிப்படையில் அவை எல்லாம் மனிதர்களிடத்தும் மனிதர்கள் மூலமாகவும்தான் நடைபெறுகிறது. நீங்கள் ஒரு மாபெரும் நாகரிகத்தையும், தொழில்நுட்ப வளர்ச்சியையும் காட்ட வேண்டும் என்று விரும்புகிறீர்களா? அவைகளை வேலை செய்யும் மனிதர்களிடத்தில் காட்டுங்கள். அவர்களின் முகங்களை, கண்களைக் காட்டுங்கள். அதைக்கொண்டு அந்த நாகரீகம் பற்றியும் அதன் பயன்பற்றியும் எங்களால் கூற முடியும். நீங்கள் வயலில் அறுவடையைக் காட்ட விரும்புகிறீர்களா? உழவனின் முகபாவத்தைத்தான் நாம் நிலமகளின் முகபாவத்திலும் பார்க்கிறோம். டாக்குமெண்டரி படங்களிலேயே மிக முக்கியமான செய்தி என்பது இதுதான். கடலில் வீசும் கொடும்புயலின் சோகத்தை உயிரோட்டத்தோடு உணர வேண்டுமெனில் அவைகளை நாம் மாலுமிகளின் முகங்களில் உள்ள சிறு நாடகங்களில்தான் பார்க்க முடியும்.

யுத்தப் படங்கள்

டாக்குமென்டரி படங்களின் மதிப்பு மற்றும் முக்கியத்துவம் என்பது முதலாவதாக அப்படங்கள் எத்தகைய யதார்த்தத்தைக் காட்டுகின்றன என்பதைப் பொறுத்துத்தான் அமையும். ஆனால் அத்தகைய யதார்த்தத்தைக் குறித்து ஆராய்வதல்ல இப்புத்தகத்தின் நோக்கம். திரைப்பட ரீதியாக அந்த யதார்த்தத்தை எப்படித் தருவது என்பதுதான் இப்புத்தகத்தின் பொருளாகும். எனவே ஒருபடத்தின் கருத்துப் பொருள் எவ்வளவுதான் ஆர்வத்துக்குரியதாக இருந்தாலும், அது எந்த அளவுக்கு திரைப்பட சாதனத்தின் குறிப்பிட்ட சாத்தியப்பாட்டை விளக்குகிறது என்பதைப் பொறுத்துத்தான் இங்கு விவாதிக்கப்படும். யுத்தம் சம்பந்தமான செய்திப் படங்களும் இந்த அடிப்படையிலேயே நம்முடைய ஆர்வத்தைத் தூண்டுகிறது. ஏனெனில் அவை சினிமாவைத் தவிர வேறெந்த சாதனத்தாலும் காண்பிக்க முடியாத விஷயங்களைக் காண்பிக்கிறது. நமது அக்கறையெல்லாம் பரந்த வெளியில் எடுக்கப்பட்ட ஆயிரக்கணக்கான துப்பாக்கியின் படங்களோ, போர்க்கப்பல்களின் படங்களோ, வெடிக்கின்ற குண்டுகளோ, துப்பாக்கி ரவைகளோ அல்ல. மாறாக இவைகளுக் கெல்லாம் மூலமாக இருப்பது என்ன என்பதுதான். அது மனித முகம்தான். மனித முகத்தை அத்தனை நெருக்கமாக காமிராவால் மட்டுமே அணுக முடியும். பொதுவாக யுத்தப்படங்கள், யுத்தத்தைப் போலவே புராதனமானதும், காட்டு மிராண்டித் தனமானதும் ஆகும். இதன் காரணமாகவே யுத்தப் படங்கள் பற்றி நாம் இங்கு குறிப்பிட வேண்டியவர்களாய் இருக்கிறோம். இத்தகையப் படங்களின்

கலாப்பூர்வமான நீதி போதனாப்பூர்வமான விஷயங்கள் காரணமாக இவை என்றென்றைக்குமாக பாதுகாத்து வைக்கப்பட வேண்டிய மானுடக் குறிப்புகளாகும்.

உலகத்தின் அமைதிக்காக (Pour la Paix du Monde) என்பது முதல் உலகப்போருக்குப் பின்னால் தயாரிக்கப்பட்ட ஒரு படமாகும். இப்படம் வடு நிறைந்த முகங்கள் (Les Gueules Cassess) என்ற பிரெஞ்சு ஸ்தாபனத்தால் தயாரிக்கப்பட்ட படமாகும். யுத்தத்தில் படுகாயம் அடைந்தவர்களுடைய ஸ்தாபனமாகும் இது. இப்படம் இராணுவத் திரைப்பட காப்பகங்களிலிருந்து பல்வேறு திரைப்படங்களைத் தொகுத்து உருவாக்கப்பட்டதாகும். இப்படத்தின் இயக்குநர் பிக்வார்ட் (Piquard) ராணுவ அதிகாரியாவார். இவர் முகமற்றவர்கள் (Faceless Ones) என்ற அமைப்பின் தலைவராவர். படுகாயங்களால் பாதிக்கப்பட்ட அந்த ராணுவ வீரர்கள் ஏதோ குஷ்டரோகிகளைப் போல, தனித்த ஒரு குழுவாக வாழ்ந்து கொண்டிருந்தனர். ஏனெனில் அவர்களின் தோற்றம் சக மனிதர்களால் சகித்துக் கொள்ள முடியாததாய் இருந்திருக்கும். இவ்வாறு அந்தப் படமானது துவக்கத்தில் இந்த முகமற்ற மனிதர்களைக் காட்டுகிறது. அவர்கள் தங்கள் ஊனங்களை திரைபோட்டு மறைத்திருக்கிறார்கள். பிறகு அவர்கள் தங்களின் பட்டுத் திரையை விலக்குகிறார்கள். அப்போது யுத்தத்தின் முகத்திரையும் கிழிக்கப்படுகிறது.

யுத்தமானது அவர்களின் முகங்களைக் களவாடிச் சென்று விட்டது. இப்போது அவர்கள் யுத்தத்தைப் பற்றி ஒன்றும் அறியாதவர்களுக்கு யுத்தத்தின் முகத்தைக் காட்டுகிறார்கள். யுத்தத்தின் இந்த பாவயியலானது உணர்வு ரீதியாக மாபெரும் சக்தி வாய்ந்தது. யுத்தத்தைப் பற்றி வந்த எந்த கதைப்படத்தாலும் கூட இத்தகையதொரு சோக சித்திரத்தை காண்பிக்க முடியாது. இங்கு யுத்தத்துக்கு பலியானவர்கள் யுத்தத்தைக் காட்டுகிறார்கள். சித்திரவதைக்குள்ளானவர்கள் சித்திரவதையைக் காட்டுகிறார்கள். ஆபத்துக்குள்ளானவர்கள் இந்த மரண ஆபத்தைக் காட்டுகிறார்கள். இவற்றையெல்லாம் அவர்கள் அதனுடைய உண்மையான வடிவத்தில் பார்த்தவர்கள்.

அமைதியான இப்போது அமைதியாக்கப்பட்ட யுத்தக்களத்தை காமிராவானது மெல்ல பக்கவாட்டில் திரும்புவதன் மூலம் காண்பிக்கிறது. அந்த பரந்த வெற்று நிலப்பரப்பில் நம்மால் இப்போது ஒரு சிறு புல்லைக் கூட காணமுடியவில்லை. மலைப்பகுதிகளில் நடந்த துப்பாக்கி வெடிப்புகள், மலைப்பாறைகளின் மேற்பரப்பை சிதறவைத்துள்ளன. முடிவற்ற குண்டுகளும் குழிகளும் நிறைந்திருந்தன. இறந்துபோன மனித உடல்கள் நிறைந்த பள்ளங்கள் இன்னும் எத்தனை எத்தனையோ பள்ளங்கள் அந்த மாபெரும் பரப்பில் எதுவுமே அசையவில்லை. பிணங்கள், பிணங்கள் என்று எங்கு பார்த்தாலும் ஒரே பிணங்கள்தான். பரந்து விரிந்திருக்கிறது அந்தக்

காட்சி அந்தக் காட்சியில் உள்ள மாறாத வெறுமைத்தொனி நம்மை மீள முடியாதபடி அப்படியே ஆட்கொள்கிறது. ஆழத்திலிருந்து வரும் சோகத்தின் ஒலியாய் அது தெரிகிறது.

இன்னுமொரு காட்சி: எரிந்து கொண்டிருக்கும் ப்ருக்ஸ் நகரின் தெருக்களில் விஷவாயுவால் குருடாக்கப்பட்ட வீரர்களின் கூட்டம் ஒன்று ஓட்டிச் செல்லப்படுகிறது. ஆட்டு மந்தைகளைப் போல் துப்பாக்கியின் கூர்மையான முனைகளால் இடித்துக் தள்ளப்பட்டவர் களாய் அவர்கள் எரியும் தெருக்களின் நடுவே ஓட்டிச் செல்லப்படு கிறார்கள். இது இன்னொரு தான்தேவுக்கு உரிய காட்சியாகும். இதைக்காட்டிலும் இன்னும் மோசமான காட்சிகள் கூட இருந்தன. அவைகளில் எந்த மனிதர்களும் தோன்றவில்லை என்ற போதிலும் கூட அந்தக் காட்சிகள் அத்தனை மோசமாக இருந்தன. ஜெர்மன் ராணுவ அதிகாரிகளுக்கான விருந்து நடக்கக்கூடிய தோட்டங்களைப் பார்க்கிறோம். (ஜெர்மானியர்கள் தங்களுடைய சிலவழி முறைகளை இரண்டாம் உலகப்போரின் போதுதான் கண்டுபிடித்தார்கள் என்றில்லை). அந்த அழகிய புராதனத் தோட்டத்தில் இறந்து போன மனித உடல்களும், எலும்புகளும் குவிக்கப்பட்ட ஒரு அறையைப் பார்க்கிறோம். ஆயிரக்கணக்கான மிக உயர்ந்த பழ மரங்களைப் பார்க்கிறோம். அவைகள் எல்லாம் மினசார ரம்பத்தால் ஒரே அளவு வெட்டப் பட்டிருக்கின்றன. பல நூற்றாண்டுகளாக உருவான திறமை மற்றும் தொழில் மிக கச்சிதமாக அழிக்கப்பட்டிருக்கிறது. இந்தப் படங்கள் கூட தங்களுக்கான பாவயியலைக் கொண்டிருக்கின்றன. இறந்துபோன மனித முகங்களைப் போலவே இந்த இறந்து போன மரங்களின் முகங்களும் நம்மை பயமுறுத்துவதாய் உள்ளன. அதற்கான தலைப்பு என்னவோ மௌனமான ஒன்றுதான். ஆனால் ஷாட் மௌனமாக இல்லை. “ஜெர்மானிய காட்டுமிராண்டித் தனத்தை நிறுத்து” ‘இதுதான் யுத்தம்‘ (C’est la guerre) என்று கூறியது. அமைதியை விரும்பும் பிரெஞ்சுக்காரர்களின் உன்னத நம்பிக்கையோ, இங்கே ஜெர்மானியர்களைக் குறை கூறவில்லை. மாறாக யுத்தத்தைத்தான் குறை கூறினார்கள். இருந்தபோதிலும் வீய்மர் குடியரசில், இப்படம் ஜெர்மனியில் தடை செய்யப்பட்டது.

இந்த பிரெஞ்சுப் படத்தை படம் பிடிக்கும் போது அதில் முழுமையாக ஈடுபட்டிருந்த ஆறு காமிராமேன்கள் கொல்லப் பட்டார்கள். அவர்களுக்குத்தான் இந்தப் படம் அர்ப்பணிக்கப் பட்டிருந்தது. பெர்லினைக் கைப்பற்றுவது பற்றிய சோவியத் யுத்தப் படத்தில் அப்படத்தின் படப்பிடிப்பின்போது கொல்லப்பட்ட பதினான்கு காமிராமேன்களின் பெயரைக் காட்டினார்கள். இவ்வாறு கலாச்சார வரலாற்றில் படைப்புக் கலைஞர்களின் விதி என்பது கூட புதிய விஷயமாக விளங்கியது. குறிப்பாக சினிமாக் கலையைப் பொறுத்தவரை. முந்திய நாட்களிலெல்லாம், தங்களுடைய ஆபத்தான

படைப்புத் தொழில் காரணமாக கலைஞர்கள் இறந்தது என்பது வெகு அரிதான ஒன்றாகும். இதற்கு வெறும் அரசியல் மற்றும் ஒழுக்க அடிப்படையில் மட்டும் முக்கியத்துவம் இல்லை கூடவே கலையின் உளவியல் என்ற அடிப்படையிலும் இதற்கு முக்கியத்துவம் உண்டு.

இவ்வாறு அசையும் படங்கள் மூலம் காண்பிக்கப்படும் யதார்த்தமானது. மற்ற எந்த வழிகளில் காட்டக் கூடியதைக் காட்டிலும் வித்தியாசமானது. மற்ற வழிகளில் காண்பிக்கப்படும் யதார்த்தமானது முழுமையடையாத ஒன்று. ஏனெனில் அளிக்கப்படுகின்ற வழிமுறையின் தயாரிப்பின் போதுதான் யதார்த்தம் என்பது உருவாகிக் கொண்டிருக்கிறது. ஆனால் இத்தகைய சினிமாவிலோ, படைப்புக் கலை ஏன் என்ன நடந்தது என்பதை நினைவு கூறத் தன்னுடைய நினைவுகளில் மூழ்க வேண்டிய அவசியமில்லை. என்ன நடக்கிறதோ அவன் அங்கேயே இருக்கிறான். அதில் பங்கும் கொள்கிறான்.

ஒருவன் பழைய யுத்தங்களைப் பற்றிப் பேசும் போது, அந்த யுத்தங்கள் முடிந்து போன ஒன்றாகும். அப்போது ஏற்பட்ட அபாயங்கள் இப்போது அபாயங்களாக இல்லை. அவைகள் கடந்த காலமாகி விட்ட பின்பு அவற்றை வார்த்தைகள் மூலமாகவோ எழுத்துகள் மூலமாகவோ சொல்லி விடலாம்.

ஆனால் காமிரா தரும் படங்களோ வித்தியாசமானவை. இவைகள் நிகழ்ச்சி நடந்து முடிந்த பிறகு உருவாக்கப்பட்ட ஒன்று அல்ல. நாம் படத்தில் காண்பிக்கின்ற அதே ஆபத்தில் காமிராமேனும் இருக்கிறான். படம் வெளியாகும் போது அவன் உயிரோடு இருப்பான் என்று எந்த விதத்திலும் உறுதி சொல்ல முடியாது. காமிராவில் ஓடிக் கொண்டிருக்கும் படச்சுருள் முடியும் வரையில் அது முடியுமா முடியாதா என்றே சொல்ல முடியாது. இவ்வாறு நடக்கின்ற காட்சியின் நடுவே இருக்கின்ற தொட்டுணர்வு கூடிய நிலைதான். மற்றெந்த கலைகளைக் காட்டிலும் சினிமாவுக்கு அதிகமான இறுக்கத்தைத் தருகிறது.

யுத்தகள நிலையைப் பற்றி தொலைபேசி மூலம் நேரடியான அறிவிப்பை கேட்போமெனில், அறிவிப்பின் கூடவே, யுத்தகள சப்தங்களையும், குண்டுகள்வெடிக்கும் சப்தங்களையும், காயமடைந்தவர் களின் அலறல்களையும் கேட்கிறோம். அதுபோன்ற நேரங்களில் மேலே கூறப்பட்ட அதே இறுக்கத்தை நாம் ஒலி ரீதியாக உணர்கிறோம். அத்தகைய தொலைபேசி அறிவிப்புகள் திடீரென்று நடுவிலேயே நின்று போகும். அதைத் தொடர்ந்து வரும் அமைதியோ, ஒரு பயங்கர வேதனையின் அலறலாக இருக்கும்.

நாம் சற்று முன்பு பார்த்த பிரெஞ்சு யுத்தப் படத்தில் அப்படித்தான், ஒரு காட்சி நடுவில் திடீரென்று அப்படியே நின்று போகிறது. திரை முழுவதும் இருட்டாகிறது. காமிராவோ முன்னும் பின்னும் ஆடுகிறது. மரணத்தின் வாயிலில் கண் மங்குவதைப் போலிருந்தது அது.

துண்டான இந்தக் காட்சியைப் படத்தின் இயக்குனர் வெட்டி எறிந்து விடவில்லை. இது காமிரா எப்படி தலை கீழாக விழுந்தது என்பதையும், காமிராமேன் கொல்லப்பட்டதையும் இருந்தாலும் காமிரா இன்னும் ஓடிக் கொண்டிருந்ததையும் காணபித்தது. இன்னொரு படத்திலே, தான் எடுக்கின்ற காட்சியின் பொருட்டு காமிராமேன் இறந்து போவதைப் பார்க்கிறோம்.

இத்தகைய ஷாட்டுகளில் நாம் காணும் மரணத்துக்கஞ்சாத தைரியமும், அதற்கு சாட்சியாக அவைகளே இருப்பதும் மட்டும் முக்கியத்துவம் இல்லை. மரணத்தை கண்ணுக்கு எதிரே, நேருக்குநேர் சந்தித்த மனிதர்களைப் பற்றி நாம் கேள்விப்பட்டிருக்கிறோம். ஏன், நாம் அவர்களை பார்த்துக் கூட இருக்கலாம். ஆனால் இந்தப் படங்களில் புதுமையானதும் வித்தியாசமானதும் என்னவெனில் இதில் காமிராமேன்கள், மரணத்தைத் திரைப்பட காமிராவின் லென்ஸ் வழியாக நேருக்கு நேர் பார்க்கிறார்கள். இவ்வாறு நிகழ்வது யுத்தகளத்தில் மட்டும்தான் என்பதில்லை.

கேப்டன் ஸ்காட்டினுடைய படத்தை யாரால் மறக்க முடியும்? அப்படத்தில் அவர் தன்னுடைய மரணத்தைத் தானே படம் பிடித்தது போலவும், தன்னுடைய கடைசி மூச்சை மைக்ரோ போனில் ஒலிப்பதிவு செய்தது போலவும் இருந்தது அது.

சர் எர்னஸ்ட் ஷாக்லெட்டனுடைய அண்டார்க்டிக் பயணம் பற்றிய மாபெரும் படத்தை யாரால் மறக்க முடியும். அல்லது பனி உடைப்பு கப்பலின் அழிவிற்கு அருகே இருந்து எடுத்த சோவியத் துருவ ஆராய்ச்சியாளர்களின் படத்தை யாரால் மறக்க முடியும்.

ஆம். காமிராவும் மனிதனும் சேர்ந்ததன் காரணமாக உருவான புதிய மானுட மன உணர்வாகும் அது. இந்த மனிதர்கள் தங்கள் உணர்வு நிலையை இழக்கும் வரையில், அவர்களின் கண்கள் காமிரா லென்ஸ் வழியாக பார்த்து நமக்கு அறிவிப்பதோ, அவர்களின் சூழ்நிலையை உணர்ச்சிப் பூர்வமானதாகவும் மாற்றுகிறது. பனியில் அவர்களின் கப்பல் மட்டும் மூழ்கவில்லை. அவர்களின் கடைசி நம்பிக்கையும் தான். அவர்கள் படம் பிடித்துக் கொண்டிருக்கிறார்கள். அவர்களின் கால்களின் கீழே பனி மெல்ல உருகுகிறது. அவர்கள் இன்னமும் படம் பிடித்துக் கொண்டிருக்கிறார்கள். காமிராவை வைப்பதற்கு கூட இடம் இல்லை என்ற உண்மையை அவர்கள் படம் பிடித்துக் கொண்டிருக்கிறார்கள்.

தன்னுடைய பாலத்தில் உள்ள காப்டனைப் போல, தன் வயர்லெஸ் கருவியின் அருகே உள்ளவனைப் போல காமிராமேனும் தன்னுடைய இடத்தில் கடைசி செய்திக்காக காத்திருக்கிறான். இங்கு காமிராவால் படப்பதிவு செய்வதன் மூலம், பார்த்தறிதல் மற்றும் உடனடி மனோ நிலை ஆகியவற்றிற்கிடையே உள்ளார்ந்த தொடர்பு வெளிப்படையாகக்

காட்டப்படுகிறது. தன்னுடைய விருப்பப்படி படப்பதிவு செய்கின்ற வரையில் காமிராமேன் பொருள்களைத் தெளிவாகவும் அமைதியாகவும் பார்க்க முடிகிறது. இயந்திர ரீதியாக தன் உணர்வு நிலையைப் பாதுகாத்து வைப்பதற்கு இதுதான் அவனுக்கு உதவுகிறது. இந்த உணர்வு நிலை மற்ற நேரங்களில் அவனுடைய மனதில் படங்களின் தொகுப்பாக உள்ளது. ஆனால் இப்போது அது காமிராவில் படச்சுருளின் மூலம் வெளிப்படையாக காட்டப்படுகிறது. இதில் இன்னொரு நன்மையும் உள்ளது. காமிராவிற்கு நரம்புகள் என்பது இல்லை. எனவே அது குழப்பமடையும் என்றெல்லாம் நாம் கருத வேண்டிய அவசியமில்லை. இதன் உளவியல் அடிப்படை தலை கீழானது. தன்னுடைய உணர்வுநிலை காரணமாக காமிராமேன் படப்பதிவு செய்யவில்லை. மாறாக படப்பதிவு செய்வதன் காரணமாக உணர்வு நிலையோடு இருக்கிறான்.

இயற்கைப் படங்கள்

ஒரு படம் மனித நடவடிக்கைகளை விவரிக்குமேயானால், அது உருவாக்கப்பட்ட கற்பனை செய்யப்பட்ட அல்லது ஜோடிக்கப்பட்ட காட்சிகளில் எதையாவது ஒன்றை எதிர்கொள்ளுவதாக இருக்கும். திரையில் காண்பிக்கின்ற நிகழ்ச்சிகள் உண்மையானது எனில், அதைப் பார்ப்பவர்கள் நம்பவேண்டுமெனில் அது குறித்து அவர்களுக்கு ஏற்கனவே அறிவிக்கப்பட்டிருக்க வேண்டும். திரையில் பார்க்கின்ற நிகழ்ச்சிகள் ஜோடிக்கப்பட்ட ஒன்றில்லை. உண்மையானது தான் என்று சொல்வதற்கு நம்பக்கூடிய அம்சங்கள் ஏதும் அதில் இல்லை. திரைப்பட காமிராவின் தொழில்நுட்பம் காரணமாக, ஜோடிக்கப்பட்ட பொய்யான காட்சிகள் கூட நம்மை ஏமாற்றும் வகையில் உண்மையைப் போல் தோற்றமளிக்கும். ஆனால், உண்மையான காட்சிகளோ அது ஜோடிக்கப்பட்ட ஒன்றில்லை என்று உறுதி தருவதற்கு எந்த அம்சத்தையும் கொண்டிருக்கவில்லை.

மனிதர்களற்ற இயற்கை குறித்த படங்கள் மட்டுமே, நமக்கு எந்த சந்தேகத்திற்கிடமுமின்றி நம்பக் கூடியதாய் உள்ளது. தாவரங்களோ மிருகங்களோ காமிராவின் முன்னால் நடிப்பதில்லை. பயிற்றுவிக்கப்பட்ட மிருகங்கள் கூட அவ்வாறு நடிப்பதில்லை.

நம்பக்கூடிய இந்த இயற்கைப் படங்கள் கூட பல நேரங்களில் மிகவும் விநோதமான முறையில் ஏதோ கற்பனைக் காட்சி போல் தெரிகிறது. ஒரு துளி நீரில் வாழ்கின்ற தாவரங்களின் வளர்ச்சியையோ அல்லது படிகங்களின் வளர்ச்சியையோ காண்பிக்கின்ற விஞ்ஞானப் படங்களைக் காட்டிலும், கற்பனா ரீதியான காட்சிகளை ஒருவரால் பார்க்க முடியாது. பார்வையாளனின் மனித வட்டத்துக்கும் அந்த காட்சிகளுக்கும் இடையே உள்ள தூரத்தைப் பார்வையாளன் மிக உயிரோட்டத்தோடு உணர்வதன் காரணமாகத் தான் அந்த காட்சிகளின் நம்பகத் தன்மை அவனுக்கு அவ்வாறு தெரிகிறது.

படத்தில் காண்பிக்கக்கூடிய வாழ்க்கை, எவ்வளவுக்கெவ்வளவு அது போலியானதாகவோ, பொய்யானதாகவோ, ஜோடிக்கப்பட்டதாகவோ தோன்றாது. நம்மால் சென்றடைய முடியாத கற்பனா உலகத்திற்கும், சென்றடைய முடியாத இயற்கைக்கும் இடையே உள்ள ஒத்தத்தன்மை என்பது இதனால்தான் நமக்குத் தெரிகிறது. நாம் பார்க்கின்ற இந்த காட்சிகள் இயற்கையானதாக இருந்தபோதிலும், அவற்றை நம்மால் பார்க்க முடிகிறதே என்கின்ற உண்மை அவற்றை இயற்கையற்றதாய் நமக்குத் தோன்ற வைக்கிறது. நுண்ணிய உயிரினங்கள் இனிய சப்தம் எழுப்புவதையும், மீன் குஞ்சுகளின் குதூகல விளையாட்டையும், பாம்புகளின் நடுநடுங்க வைக்கும் மூர்க்கத்தனமான சண்டையையும், நாம் மிக நெருக்கத்தில் பார்க்க முடியும் என்கின்ற உணர்வே நமக்கு ஏதோ இதுவரை யாருமே சாப்பிடாத தடைசெய்யப்பட்டிருந்த பழத்தைச் சாப்பிடுவது போல ஒரு துடிப்புணர்வைத் தரும், இத்தகைய காட்சிகளைப் பார்க்கும்போது, ஏதோ மனிதர்கள் போகமுடியாத இடத்துக்குப் போனதுபோல் உணர்கிறோம். சாதாரண சூழ்நிலைகளில் பார்க்க முடியாத ஒன்றை நாம் திரையில் காண நேரிடும்போது, அவைகளைப் பார்த்தால் கூட, அவற்றை ஏதோ கண்ணுக்குத் தெரியாத ஒன்று போலவே உணர்கிறோம். இதன் காரணமாகவே அத்தகையதொரு கற்பனாப்பூர்வமான சூழ்நிலை உருவாகிறது.

14

அவான்ட் கார்டும் உருவ முக்கியத்துவமும்

முந்திய அத்தியாயத்தில் சினிமா எப்படி இலக்கியச் சார்பு, கதை போன்றவற்றிலிருந்து தன்னைத்தானே விடுவித்துக் கொள்ள முயற்சித்தது என்பதைப் பார்த்தோம். அந்த முயற்சியின் பயனாய் சினிமா எப்படி இரு எதிரெதிரான திசைகளில் சென்றது என்பதையும் பார்த்தோம். ஒன்று உண்மைகளை அப்படியே காட்டுவது இன்னொன்று வெறும் கருத்துக்களைக் காட்டுவது. ஒரு புறத்தில் பொருள்கள் இல்லாமல் வெறும் உருவம் மட்டும் காட்டப்பட்டது. இந்தப் போக்கின் காரணமாக ஒரு புறம் டாக்குமெண்டரி படங்களும், இன்னொரு புறம் பொருள்கள் இல்லாத வெறும் வடிவங்களோடு கூடிய விளையாட்டும் உருவானது.

இலக்கிய கருப்பொருள் ஏதும் இல்லாமல் வெறும் காட்சி வடிவங்களோடு கூடிய விளையாட்டு குறித்து நாம் இப்போது பார்ப்போம். இந்த போக்கின் பிரதான நோக்கம் வெறும் காட்சி அற்புதத்தைக் காட்டுவது மற்றும் பிரும்மாண்ட காட்சியை காட்டுவதும் ஆகும். ஆரம்பத்தில் அவைகள் அசையா வாழ்வின் அசையும் படங்களைத் திரையில் காண்பித்த போது கூட அதன் ஒரே கருப்பொருள் என்பது காட்சி ரீதியான பாதிப்புகள் தான். அக்காட்சிகள், அவைகளின் தோற்றத்திற்கு அப்பாற்பட்டு எந்த முக்கியத்துவத்தையும் கொண்டிருக்கவில்லை, அவைகள் பார்வையாளனுக்கு எந்தப் புதிய உண்மையையும் எடுத்துக்காட்டவில்லை.

யதார்த்தத்தை புறநிலையோடு தருகின்ற டாக்குமெண்டரி படங்கள் கூட, பட இயக்குநரின் நோக்கம், கொள்கை, தத்துவம் மற்றும் மனோநிலையைப் பொறுத்து எந்த அளவுக்கு அக நிலைவயப்பட்டது என்பதை ஏற்கனவே பார்த்தோம். டாக்குமெண்டரி படத்தின் யதார்த்தம் என்பது எப்படி விருப்பத்தைப் பொறுத்து உண்மையாகவோ பொய்யாகவோ அமையும் என்பதையும் பார்த்தோம்.

ஆனால் அவான்ட் கார்டிஸ்டுகளோ ஏதாவது ஒரு உண்மையையோ, அர்த்தத்தையோ, விதியையோ கண்டுபிடிக்கக்கூடிய அளவுக்கு கூட யதார்த்தத்தை தங்கள் படங்களில் காண்பிக்க மாட்டார்கள். மேகங்கள் பிரிந்து செல்வதையும், காற்றில் மலர்கள் அசைந்தாடுவதையும்

பார்ப்போமெனில், அவைகள் நமக்கு காற்று குறித்த யதார்த்தத்தைப் பற்றி ஏதாவது சொல்கிறதா என்ன? அவைகள் நமக்கு சொல்வது எதுவுமே இல்லை. இவ்வாறு இலக்கிய வடிவமைப்பு ஏதும் இல்லாமல் யதார்த்தத்தை தருகின்ற முறையானது, உண்மையில் படம் எதைச் சொல்ல விரும்புகிறதோ அதற்கு நேர் எதிரான விளைவைத்தான் அடைகிறது. இது ஒரு கற்பனைக் கதையைக் காட்டிலும் எந்த விதத்திலும் உண்மையானதல்ல. ஏனெனில் இதில் உள் அடிப்படை யதார்த்தம் கூட வெறும் காட்சி அற்புதமாகவும் வெறும் பாதிப்பாகவும் மாற்றப்பட்டுள்ளது. வெறும் அடிப்படை உண்மைகளை மட்டுமே காண்பிக்கக் கூடிய படங்கள் மிகவும் பொய்யானதாகவும், முழுமையான (absolute films) படங்களிலேயே மிகுந்த ஸ்தூலமற்றதாகவும் இருக்கும். எந்தவொரு பொருளும், தனிப்பட்ட முறையில் யதார்த்தத்திலிருந்து விலகியதாகவே இருக்கும். ஒன்றோடொன்று கூடிய விளக்கத் தொடர்பு இல்லாமல் எந்தவொரு யதார்த்தப் பொருளும் உண்மையாக இருக்க முடியாது. பொருட்கள் வெறும் அவைகளாக மட்டும் இருப்பதில்லை மற்ற நிகழ்ச்சிகள் மற்றும் நடப்புகளோடு கூடிய தொடர்புகளாகவும் உள்ளது.

பாஸட்டு (Basset) னுடைய மார்க்கெட் ஆன் தி விட்டன் பெர்க் பிளாட்ஸ் (Market on the Wittenbergplatz) போன்ற மிகச் சிறந்த படங்களும் இருக்கத்தான் செய்கின்றன. யதார்த்தம் என்பதை ஏராளமாக அதில் பார்த்தோம். கடைகள் வைப்பது பழக்கூடைகளின் குவியல், மக்கள் அதை வாங்குவது விற்பது, மிருகங்கள், மலர்கள், பொருள்கள், குப்பை என்று எல்லாவற்றையும் பார்க்கிறோம். இந்த தனிப்பட்ட படங்கள் எந்த அர்த்தத்தையோ, தொடர்பையோ, நடப்பையோ கொண்டிருக்கவில்லை. இருப்பவைகளின் அழகிய வெறும் காட்சிகள்தான். ஒரு வயதான பெண் தலை வாரிக் கொண்டிருக்கிறாள். குதிரை ஒன்று தன்முகத்தை பக்கெட் தண்ணீரில் கவிழ்க்கிறது. ஈரமான திராட்சைக்கொத்துகள் சூரிய ஒளிபட்டு மின்னுகின்றன. இந்த பழக்கமான பொருட்களைப் பார்த்து மகிழ்ச்சியடைகிறோம். ஆமாம் அது அப்படியே உண்மையாக காட்சியளிக்கிறது என்றெல்லாம் சொல்வோம். ஆனால் இந்த சந்தைக் காட்சி என்பது, புறநிலைப் பூர்வமாக தரப்பட்ட சந்தைக் காட்சிகளாகும். இடம் மற்றும் கால அடிப்படையில் நிலவுகின்ற ஒரு யதார்த்தத்தின் படைப்பு, படத்துக்கு அப்பாற்பட்டு ஒரு தனித் தன்மை உள்ள யதார்த்தமாகும். இதனால் நமக்குக் கிடைக்கக்கூடிய பாதிப்பு என்னவெனில், அப்படம் உண்மையில் உள்ள சில பொருள்களை அப்படியே காண்பித்திருக்கிறது. அப்படம் பொருள்களை கிரகித்துக் கொள்ளவில்லை.

முழுமையான படம் (Absolute films)

ஜோரிஸ் ஐவன்ஸ், இவர் டச்சு திரைப்பட இயக்குநராவார். கவிதாப்பூர்வமான படங்களை எடுத்த மாபெரும் கலைஞர். அவருக்கு

தன்னுடைய படங்களில் வெறும் புறநிலை யதார்த்தத்தை மட்டும் காண்பிப்பதில் நம்பிக்கையில்லை. அவருடைய ரெய்ன் (Rain) மற்றும் தி பிரிட்ஜ் (The Bridge) போன்ற படங்கள் புகழ் பெற்ற முத்திரைவாதப் படங்களாகும். இப்படங்கள் நாம் நடப்பில் பார்க்கக்கூடிய வெறும் பொருள்களையோ, உண்மைத் தகவல்களையோ மட்டும் காண்பிக்கவில்லை. விட்டன்பெர்க்ப்ளாட்ஸ் சந்தையில் பாஸட் படமெடுத்த எல்லாப் பொருள்களையும், பார்வையாளன் ஏதோ தானே நேரில் போய் பார்ப்பது போல் பார்த்தான். ஒருவேளை நேரில் கூட அத்தனை அழகாகப் பார்த்திருக்கமாட்டான். ஆனால் ஐவனின் படத்தில் வரும் மழைக் காட்சிகளை எந்த ஒருவனும் எந்த மழையிலும் பார்த்திருக்கமுடியாது. ஒருவேளை ஐவனின் படத்தைப் பார்த்த பிறகு, அந்தக் காட்சிகளால் அவன் கண்கள் நன்கு பழக்கப்பட்ட பின்பு, பின்னால் அத்தகைய காட்சிகளை உண்மையில் பார்க்கும்போது அவனால் அடையாளங்கண்டு கொள்ள முடியலாம். ஐவனின் மனநிலையும், பாதிப்பும் அவற்றின் கருத்தை விறுவிறுப்பாக்குகிறது. க்ளாட் மோனே (Claude Monet) வின் ஓவியங்களில் காணுகின்ற சூழ்நிலையை யாரால் இயற்கையில் பார்க்க முடியும். அவைகள் மோனேவின் ஓவியத்திற்கு அப்பாற்பட்டோ, மோனே ஓவியமாய் தீட்டிய அந்த அனுபவத்திற்கு அப்பாற்பட்டோ நிலவவில்லை. ஐவன் படங்களில் வரும் காட்சிகளை, தனிப்பட்ட முறையில் படங்களுக்கு அப்பாற்பட்டு இருப்பதாக ஒருவரால் கற்பனைச் செய்து பார்க்க முடியாது. அது ஒரு 'முழுமையான' படமாகும்.

ஐவன் படத்தில் நாம் பார்க்கின்ற மழை எங்கேயோ எப்போதோ பெய்த மழை அல்ல. இந்தக் காட்சி பாதிப்புகளின் ஒருங்கிணைப்பு என்பது காலம், இடத்தை அடிப்படையாகக் கொண்டதில்லை. இந்தப் படங்களில் அவர் மிக நுட்பமான உணர்ச்சியோட்டத்தோடு காண்பித்திருப்பது உண்மையான மழையல்ல. மாறாக வசந்த கால மழை மர இலைகளை நனைக்கும் போது எப்படித் தோன்றும், ஒரு குளத்தின் மேற்பரப்பு மழையின் போது எப்படித் தோன்றும், ஒரு மழைத் துளி தயங்கித் தயங்கி ஜன்னல் கண்ணாடியின் மேல் விழுதல், ஈரமான நடைபாதைகள் எப்படி நகர வாழ்வைப் பிரதிபலிக்கிறது. இப்படியான நூற்றுக்கணக்கான காட்சி பாதிப்புகள். ஆனால் எந்த ஒன்றையும் அப்படியே பார்க்கவில்லை. அது போன்ற விஷயங்கள், இப்படத்தைப் பொறுத்தவரை ஆர்வத்துக்குரிய ஒன்றுமில்லை. நாம் பார்க்க விரும்புவதெல்லாம், தனித்த நெருக்கமான ஆச்சரியமூட்டக் கூடிய காட்சி விளைவுகள்தான். நாம் பொருள்களைப் பார்க்க விரும்பவில்லை. மாறாக பொருள்களின் படங்கள் நம் அனுபவத்தை உருவாக்குகிறது. உண்மையில் பார்க்கப் போனால் இத்தகைய படங்களுக்குப் பின் எந்தவித ஸ்தூலமான பொருட்களும் இல்லை. அவைகள் வெறும் பிம்பங்கள் தான். மறுபதிப்புகள் கூட இல்லை.

ஐவன்ஸ் தன்னுடைய படத்தில் ரோட்டர்டாம் பாலத்தைக் காண்பித்து, இது தான் ரோட்டர்டாமின் மிகப்பெரிய பாலம் என்று சொல்லும் போது கூட, அந்த மாபெரும் இரும்புக் கட்டுமானமானது பல்வேறு படங்களாக பல்வேறு கோணங்களாக டிஸ்ஸால்வ் ஆகிறது. இவ்வாறு அந்தப் பாலத்தை பல்வேறு படங்களாகப் பார்க்கிறோம் என்ற உண்மையே, அதை உண்மையில்லாத ஒன்றாக்கி விடுகிறது. அது பயன்படக் கூடிய தொழில் நுட்ப கட்டுமானமாகத் தெரியவில்லை. மாறாக அவை வினோதமான காட்சி விளைவுகளாகவும், ஒரு கருத்தைப் பற்றிய பல்வேறு காட்சிகளாகவும் தான் இருந்தது. அதன் மீது ஒரு சரக்கு ரயில் செல்லும் என்பதே நம்ப முடியாததாக இருந்தது. ஒவ்வொரு கோணமும், ஒவ்வொரு பாவயியலையும், குணாம்சத்தையும் கொண்டிருந்தது. அவைகள் எதுவும் பாலத்தினுடைய பயன்பாடுடனோ அல்லது கட்டுமான அமைப்புடனோ எந்தவிதத் தொடர்பையும் கொண்டிருக்கவில்லை.

இத்தகைய 'முழுமையான' படங்களின் பாணியானது. அதீத அகநிலைவாதம் காரணமாக எழுந்ததாகும். சந்தேகத்திற்கிடமின்றி இது கொள்கை ரீதியான ஒரு தப்பித்தல் ஆகும். சீரழிந்து போன கலாபூர்வ கலாச்சாரத்தின் குணாம்சம் ஆகும். இதை கலாச்சார வரலாற்றில் எப்படியும் ஒரு அனுமதிக்கக் கூடிய போக்காக இருக்கலாம். ஆனால் அழகியல் மதிப்பீடுகளைப் பொருத்தவரை இவைகளை ஒருகாலும் ஏற்றுக் கொள்ள முடியாது.

அழகியல் மதிப்பீடு பற்றிய ஆய்வு

கலைப்படைப்பு பற்றிய அறிவாய்வியல் இந்நேரம் உருவாகியிருக்க வேண்டும். ஒரு கலைப்படைப்பின் தோற்றத்தை எடுத்துக் கொண்டால், அதில் பொருளின் பங்கு என்ன? அப்பொருள் படைக்கப்பட்ட விதத்தின் பங்கு என்ன? இது போன்ற விஷயங்களை மதிப்பீடு செய்ய அழகியலின் துணை என்பது இதுகாறும் மிகக் குறைவாகவே இருந்தது. அத்தகையதொரு ஆய்வின் முடிவு மிகவும் ஆச்சரியத்துக்குரிய ஒன்றாகும். ஒரு தனித்த பொருள் அல்லது அதன் அசைவற்ற தன்மை படமாக காண்பிக்கப்படும் போது அப்படத்தில் முழுக்க ஒன்றிப் போய் ஒரு காட்சி அற்புதமாய் மாறி விடுகிறது. ஒவ்வொரு நிகழ்ச்சித் தொகுப்பின் போதும், ஏதாவது சில அம்சங்கள் முழுக்க தங்களைக் காட்சிப் பூர்வமாக மாற்றிக்கொள்வதில்லை. அந்த சில அம்சங்கள் நடப்புத் தன்மைகள் ஆகும். ஒரு நிகழ்ச்சியின் ஒவ்வொரு கட்டமும் தனித்த ஒன்றாகும். ஆனால் ஒன்று இன்னொன்றுக்கு காரணமாகிறது என்கின்ற அந்த அம்சம் நமக்குத் தெரியமட்டும் தான் செய்யும். அதை நாம் காட்சி ரீதியாக எந்த ஷாட்டிலும் பார்க்க முடியாது. ஒரு தனித்த முழுமையான பொருள் காரணமாகவோ விளைவாகவோ இல்லாது வெறும் ஒரு காட்சிப் பொருளாக மட்டுமே இருக்கும் பட்சத்தில் அது நடப்பிலிருந்து விடுபட்டுப் போகுமேயானால், காலம் மற்றும்

இடத்திலிருந்தும் விடுபட்டுப் போகும். அப்பொருள் அதற்கு மேல் காண்ட் (Kant) டிய அடிப்படையில் எந்தப் பிரிவைச் சேர்ந்ததாக இருக்காது. வெறும் படமாக மட்டுமே இருக்கும். அப்படம் சாதாரணக் காட்சியாகவோ அல்லது பிரமாண்டமான காட்சியாகவோ இருக்கலாம். இந்த இரண்டில் அது எது என்பது ஒரு சிறிதும் முக்கியத்துவமில்லாததாக இருக்கலாம். இந்த அடிப்படையில் தாம் முழுமையான படத்துக்குப் பொருளற்ற கருப்பொருள் என்பது நிலவுகிறது.

வெளி உலகின் தோற்றம்

பாஸட் அல்லது ஐவன்ஸ் நமக்குத் திரையில் காணபித்த அந்த பாதிப்புகளானது ஸ்தூலமான யதார்த்தத்தைக் காட்டுவது அல்ல. அவை வெறும் காட்சிப் பொருள்களே. பெரும்பாலான நேரங்களில் நாம் அவற்றை வெளி உலகில் பார்க்க முடியும். கானல் நீர் என்பது வெறும் ஒரு மாயைதான். இருந்தாலும் அதை, அதே போன்று நம்மால் பார்க்க முடியும். நாம் கனவிலோ அல்லது நினைவிலோ பார்க்கக்கூடிய காட்சிகளைப் போன்றதல்ல இந்த காட்சிப் பாதிப்புகள். ஏனெனில் அவைகள் நமது உள் மனதில் தோன்றுகின்ற மனப் பிம்பங்களின் தொகுப்பாகும். ஐவன்ஸினுடைய படங்கள், வெறும் படங்களே. ஐவன்ஸ் அவைகளைப் பார்த்திருக்கிறார். ஏன் வேறு சிலரும் அதைப் பார்த்திருக்கலாம். அவைகள் படப்பதிவு செய்யக் கூடிய காட்சி அற்புதங்கள் ஆகும்.

உள்ளார்ந்த நிகழ்ச்சிகள்

வால்டர் ரட்மானு (Walter Ruttmann) டைய பெர்லின் படக் கதையோ முற்றிலும் வித்தியாசமானது. அது உண்மையில் பார்க்கக் கூடிய காட்சிப் பொருள்களைக் காட்டவில்லை. இப்படத்தில் பொருள்கள் உருவங்களானது கரைந்தும், மங்கியும், பிரகாசமாயும், ஒன்று கலந்தும் கலங்கியும் காட்டப்பட்டது. இதன் மூலம் அவைகள் திரையில் உள்ளார்ந்த பார்வையைக் காட்டியது.

டிராம் வண்டிகள், இசைக் குழுக்கள், பால் வண்டிகள், பெண்களின் கால்கள், தெருவில் முண்டியடித்துக் கொண்டு செல்லும் மக்கள், சுழலும் சக்கரங்கள் இவைகள் உள் மனதில் பிம்பங்களாக ஏதோ அரைத்தூக்கத்தில் பார்ப்பது போல் தெரிகிறது. இங்கு தனிப்பட்ட காட்சிப் பொருளுக்கு முக்கியத்துவமில்லை. மாறாக மொத்தப் படத்தின் நிலையற்ற மோன்டாஜினால் உருவாக்கக் கூடிய பாதிப்புக்குத்தான் முக்கியத்துவம் உள்ளது. வெளி உலக பாதிப்பை நிரந்தரப்படுத்துவது என்பது இங்கு காமிராவின் நோக்கமாக இல்லை. மாறாக நம் மன நிலையில் அது ஏற்படுத்துகின்ற வெளிப்படையான பிரதிபலிப்பைக் காட்டுவதாகும். இந்த பாதிப்பு என்பது முத்திரைவாதமாக இல்லை. மாறாக வெளிப்படுத்துதல் வாதமாக

இருந்தது. முத்திரைவாதிகள் எவ்வளவுதான் அகநிலைவாதிகளாக இருந்த போதிலும், யதார்த்தத்தின் பாதிப்பை அப்படியே பிரதிபலிக்க இருந்த போதிலும், யதார்த்தத்தின் பாதிப்பை அப்படியே பிரதிபலிக்க விரும்பினார்கள். வெளிப்படுத்துதல்வாதிகள் உள்ளத்தின் பரப்பை வெளிப்படையாகக் காட்ட விரும்பினார்கள். ரட்மானுடைய பெர்லின் பற்றிய படம், பெர்லினுக்கு முதன்முதலாக வருபவனுக்கு வெகு அரிதாக பயன்படுவதாகவே இருந்தது. பெர்லின் நகரைப் பிரிந்து செல்லும் ஒருவனின் நினைவுகள் மற்றும் விட்டுச் சென்ற மனோநிலையை ஒருமித்துக் காட்டுவதாகவே இருந்தது இப்படம். இருந்த போதிலும் அப்படம் நகரின் குணாம்சத்தைக் காட்டுவதாக இருந்தது. ஆனால் அது அப்படத்தின் ஷாட்டுகளில் இல்லை. மாறாக அது படத்தில் மோன்டாஜ் மற்றும் சீர்மையில் இருந்தது.

தி ஸ்டிரிட் (The Street) என்ற படத்தில், கார்ல் க்ருனே (Karl Grune) தான் முதன் முதலாக ஒரு நகரை, வாழ்க்கையைத் தேடி அலையும் இளைஞன் ஒருவனின் மனோ நிலையை சித்தரிப்பதன் மூலம் காண்பித்தார். ஷேடோஸ் ஆஃப் த யோஷிவாரா (Shadows of Yoshiwara) எனும் படத்தில், ஒருவனின் கண் பார்வை போய் விடுகிறது. கண் பார்வை போவதற்கு முன்பு கடைசியாக, வண்ணமிகு விழா ஒன்றின் ஆரவாரத்தைப் பார்க்கிறான். இந்தப் படங்கள் திரையில் எந்தவித

நகரத்தில் வாழ்க்கையைத் தேடி அலையும் இளைஞனின் மனோநிலையைச் சித்தரிக்கும் 'தி ஸ்டிரிட்' படத்தில் ஒரு காட்சி...

வடிவமோ, உருவமோ இன்றி, அடிபட்ட கண்ணிலிருந்து ஒழுகும் ரத்தத்தைப் போலக் காட்சியளிக்கிறது.

முழுமையான படங்களில் உபயோகப்படுத்தப்பட்ட காட்சி முறைகள், பின்னர் வலுவாக வெளிப்படுத்தும் சக்தியாக மாறியது. அது சில கலாப்பூர்வமான கதைப் படங்களில் கனவுப் படங்களை காட்டுவதற்குப் பயன்படுத்தப்பட்டது. அத்தகைய படங்களிலும், முழுமையான படங்களைப் போலவே அவர்கள் யதார்த்தத்தை அப்படியே காட்ட விரும்பவில்லை. முழுமையான படங்கள் மானுட உளவியலை, முகபாவங்கள் போன்ற வெறும் உயர் ரீதியான வெளிப்பாடுகள் மூலம் மட்டும் அணுகவில்லை. கூடவே மனதின் உள்ளார்ந்த கருத்தோட்டங்களையும் நேரடியாகத் திரையில் காண்பிக்க முயற்சி செய்தது. அப்படிப்பட்ட விஷயங்களைப் படம் பிடிப்பது என்பது அவ்வளவு சாதாரணமான விஷயம் இல்லைதான். படத்தின் இயக்குநர் அவைகளைத் தெளிவாக, நன்கு அறிந்தவராக மனதில் கொண்டிருக்க வேண்டும். அப்போது தான் அவரால் அதை படப்பிடிப்பிற்கான விஷயமாக காமிராவின் முன்னால் நிறுத்த முடியும்.

இந்த முழுமையான படம் என்பது, ஏதோ யதார்த்த கதைப் படங்களில், மனக் காட்சிகளைக் காண்பிப்பதற்கான ஒரு வழி முறையாக உருவாக விரும்பவில்லை. அது தனித்ததொரு திரைப்பட கலைப் பிரிவாக உருவாக விரும்பியது. அது உலகத்தில் உள்ளதைக் காட்ட விரும்பவில்லை. மாறாக உள்ளத்தின் உலகத்தைக் காட்ட விரும்பியது. அவ்வாறு அந்த உள்ளத்தைக் கூட உடல் ரீதியாக வெளிப்படும் யதார்த்தமாக காட்ட விரும்பவில்லை. அதாவது சைகை, முகபாவம், வார்த்தை அல்லது நடிப்பு போன்ற அந்நிய சாதனங்கள் மூலம் ஏதோ சரியில்லாத ஒரு மொழி பெயர்ப்பு போல காட்ட விரும்பவில்லை. இதற்கு மாறாக, உள்ளத்தில் பிரதிபலிக்கும் வெளி உலகைப் பற்றிய உள்ளாய்வுப் பூர்வமான பிம்பங்களாக காண்பிக்க விரும்பியது. உள்ளத்தை முகத்தில் காட்டுவதற்கு பதிலாக உள்ளத்தின் முகத்தையே காட்ட விரும்பியது. யதார்த்தத்தை அடிப்படையாகக் கொண்ட டாக்குமென்டரிப் படங்களுக்கு எப்படி இலக்கிய கதைகள் தேவைப்படவில்லையோ அதே போன்ற உள்ளார்ந்த யதார்த்தத்தைப் பற்றிய இந்த மனரீதியான டாக்குமென்டரிகளுக்கும் அவை தேவைப்படவில்லை.

காவல்காண்டி (Cavalcanti) யின் மோன்ட்மார்த்ரே படமும் மற்றும் மேன் ரே (Man Ray), ரெனுவார் (Renoir) காக்டேவ் (Cocteau) போன்ற அவான்கார்டிஸ்டுகளின் படங்களில் வரும் அழகிய மிதப்பது போன்ற நிலப்பரப்பு காட்சிகள், ஏதோ கண்ணை மூடிக் கொண்டு பார்க்கின்ற காட்சிகள் போல இருந்தது. யதார்த்தம், காலம், இடம், நடப்பு என்ற எதற்குமே இங்கு எந்த மதிப்பும் இல்லை. இந்த முழுமையான

படங்களுக்குத் தெரிந்ததெல்லாம் ஒரே ஒரு விதிதான். அது, கருத்துக்களை தொடர்பு படுத்துவதுதான். அது படத் தொகுப்பில் செய்யப்படும் வெட்டுதல் மற்றும் ஒருங்கிணைப்பில்தான் உள்ளது.

கருத்துப்பூர்வமான படங்கள் (Conceptual Films)

ஷான்ஸ் ரைஷரு (Hans Richter) டைய இன்ஃப்ளேஷன் (Inflation) படமானது ஒரு பயங்கர கனவைப் போன்றதாகும். இப்படத்தில் நாம் பார்ப்பதெல்லாம், ரூபாய் நோட்டுக் கத்தைகளும், வெற்று பலமாடிக் கட்டடங்களும், ஸ்டாக் எக்ஸேஞ்சில் உள்ள பீதியும், ஒரு கடிகார மைனரும், ஒரு தற்கொலையும், செய்தி நாடாக்களும் மற்றும் பணம், பணம் என்று ஏராளமான பணமும் தான். இவைகள் எல்லாம் ஒரே குழப்பமாக ஒன்றோடொன்று கலந்து படத்தொகுப்பு செய்யப் பட்டிருக்கும். இவைகளில் தொடர்ச்சியான நிகழ்ச்சி. காமிராவின் முன்னால் நடந்த காட்சி என்று எதுவுமே இருக்காது. உளவியல் அடிப்படையில் கூட அவைகள் ஸ்தூலமான மனோநிலையைக் காட்டாது. உள்ளார்ந்த பிம்பங்கள் என்பது இங்கே கருத்துக்களாகவும் சிந்தனைகளாகவும் ஒருங்கிணைக்கப்பட்டுள்ளது. இருந்த போதிலும் இப்படத்திற்கும் கருத்து என்ற ஒன்று உள்ளது. படத்திற்கு வெளியே இருக்கக்கூடிய ஒரு விஷயத்தைப் பற்றி இது சொல்கிறது. பெர்லினில் உள்ள பணவீக்கத்தைப் பற்றி இது சொல்கிறது. படத்தில் உள்ள ஷாட்டுகளின் தொகுப்பு முழுக்க உளவியல் அடிப்படையிலானதாகும். இவைகள் காலம் இடம் அல்லது நடப்பு போன்ற எதையும் அடிப்படையாய் கொண்டிருக்கவில்லை. இருந்த போதிலும் இது பெர்லினின் பண வீக்கத்தைப் பற்றிச் சொல்கிறது.

வழிமுறை: தர்க்க சாஸ்திரம்
முடிவு: உளவியல்

தர்க்க சாஸ்திரம் பெரும்பாலான நேரங்களில், ஒரு கலைப்படைப்பின் கட்டுமானத்திற்கான சாதனமாக இருக்கலாம். ஆனால் அது எந்த நேரத்திலும் கருத்துப் பொருளாக இருக்க முடியாது. ஒரு படைப்பை உருவாக்குவதில் தர்க்க சாஸ்திரம் என்பது உதவுகின்ற படியாக இருக்கலாம். ஆனால் ஒரு போதும் அதுவே முடிவாக இருக்க முடியாது.

ஒரு படைப்பை உளவியல் பூர்வமாக படைக்கும் பொழுது, அதில் உளவியலும் இருக்கத்தான் செய்கிறது. ஒரு கதையோட்டத்தில் என்ன நிகழ்கிறது என்பது மட்டும் நம் ஆர்வமல்ல. அதற்கும் மேலாக, அதன் உளவியல் பின்னணியில் அது எப்படி, ஏன் நிகழ்கின்றது என்பது தான் அது போன்ற ஒரு நிகழ்ச்சி நடப்பதற்கு காரணமாக இருக்கின்ற கருத்துக்களின் உள்ளார்ந்த தொடர்புகளின் செய்கைதான் நம் ஆர்வத்துக்குரியதாகும். அது போன்ற உள்ளார்ந்த நிகழ்ச்சி மற்றும் நடப்பு என்பது வெளிப்படையாக நிகழ்பவற்றைக் காட்டிலும்

முக்கியமான ஒன்றாகும். இது போன்ற கருத்து தொடர்புகளை, பேச்சுக்கலையைக் காட்டிலும் சினிமாவால் இன்றும் முழுமையாக உணர வைக்க முடியும். ஏனெனில் வார்த்தைகள் எப்போதுமே கருத்துப் பூர்வமான கூறுகளைக் கொண்டதாகும். ஆனால் படமோ பகுத்தறிவுப் பூர்வமான கூறுகளைக் கொண்டதாகும். ஆனால் படமோ பகுத்தறிவுப் பூர்வமற்ற பிம்பமாகும். அது போன்ற படங்களின் தொகுப்பை தொடர்புபடுத்த வார்த்தைகளின் உதவி ஏதும் தேவையில்லை. ஆனால் இவ்வாறு பகுத்தறிவு பூர்வமற்ற உள்ளார்ந்த படத்தொகுப்புகளின் காட்சிக்கு இணையாக கூடவே பகுத்தறிவுப் பூர்வமான, உணர்வுப் பூர்வமான வார்த்தைகளை அதற்கு எதிரிடையாக கேட்கலாம். இவ்வாறு இந்த இரு தனித்ததின் ஆழம் பரிமாணத்தைக் கொண்டதாக இருக்கும். மேலும் திரைப்படத்தின் சாத்தியப் பாடுகளும் பெருமளவு அதிகரிக்கும். இந்த இடத்தில் திரைப்படத்தின் பரிணாம வளர்ச்சியில் ஒரு புதிய மூன்றாவது கால கட்டத்திற்கான மாபெரும் சந்தர்ப்பத்தைப் பார்க்கிறேன். இதன் காரணமாகத்தான் முழுமையான படங்களின் பிரச்சனை குறித்து இத்தனை கவனம் செலுத்தியுள்ளேன்.

சர்ரியலிஸ்டு படங்கள் (Surrealist Films)

சர்ரியலிஸ்டு படங்களை எடுத்த அவான்ட்கார்டிஸ்டுகள், தங்கள் படங்களில் உள்ளார்ந்த மனநிலைகளையும், மனப்போக்குகளையும், ஏதோ காட்சி ரீதியான மாயை போல் காண்பித்தார்கள். எப்ஸ்டைனி (Epstein) ன் படமான தி பால் ஆஃப் தி ஹவுஸ் ஆஃப் அஷர் (The Fall of the House of Usher) என்ற படத்தில் நாம் பார்ப்பது என்ன? அப்படத்தில் நாம் பார்ப்பது எட்கர் ஆலன் போ வின் கதையையல்ல. மாறாக அக்கதை அதைப் படித்தவர்களிடையே எழுப்பிய ஆழமான பாதிப்பை, மனநிலையை தொடர்பைப் பார்க்கிறோம். வடிவமைப்பு இல்லாத பெரிய அறைகள் நம்ப முடியாத படிக்கட்டுகள், இருண்ட முடிவற்ற தாழ்வாரங்கள், அவற்றில் ஏனோதானோ என்று உலாவும் சோக நிழல்கள், கதவுகள் திறக்கின்றன. திரைகள் ஆடுகின்றன. கைகள் வெளியே நீளுகின்றன. பனிப்படலம் போர்த்திய நீரில் மிதக்கும் மெல்லிய திரை, இவைகள் கதையைப் புரிந்து கொள்வதற்கான காட்சிகள் அல்ல. மாறாக, ஒரு சூன்யக் கதையின் இருண்ட பதிப்புகளை உருவாக்கக் கூடிய புரியாத தொடர்புகளாகும். மான்ரேயின் படங்கள் உளவியல் ஆய்வுச் சோதனையோடு தொடர் புள்ள காட்சி வரிசைகளை நமக்கு காண்பிக்கிறது. எப்படி சில காட்சிகள், சில கருத்துக்களை நம் மனதில் தோற்றுவிக்கின்றன என்ற செய்கையை மட்டும் அப்படங்கள் காண்பிக்கவில்லை. கூடவே அவைகள் அத்தகைய கருத்துக்களையும் நம் மனதில் எழுப்புகிறது. பார்வையாளனுக்கு, அவன் திரையில் பார்க்கின்ற படங்கள் ஏதோ திசைகாட்டும் உந்துதல் போல் அமைகிறது. பின்னர் திரைப்படமோ பார்வையாளன் மனதில் தானே தொடர்கிறது.

சர்ரியலிஸ்ட்டு படமான 'தி பால் ஆஃப் தி ஹவுஸ் ஆஃப் அஷர்' படத்தில் ஒரு காட்சி.

இது போன்ற சர்ரியலிஸம் அகநிலை வாதத்தின் உச்சகட்ட வடிவமாகும். தற்போது நடப்பில் இருக்கும் எக்ஸிஸ்டென்ஷியலிஸப் போக்கானது சர்ரியலிஸத்தின் ஒரு பூச்சே ஆகும். உண்மையைக் கண்டு பயந்து ஒதுங்கிப் போன கலைஞர்கள் தங்களைக் காப்பாற்றிக் கொள்வதாய் நினைத்து தலையை மணலில் புதைத்துக் கொள்ளும் பறவைகள் போல, இவர்கள் தங்கள் படங்களில் தங்களின் தலையையே புதைத்துக் கொண்டனர். இவைகள் எந்த வித சந்தேகத்திற்கிடமுமின்றி, சீரழிவுக் கலாச்சாரத்தின் போக்குகளைக் காட்டுவதாய் இருந்தது. அத்தகைய போக்குகள் மீண்டும் உண்மைத் தகவல் பற்றிய விளக்கங்களாக இருந்ததே ஒழிய, அழகியல் பற்றிய மதிப்பீடாக இல்லை.

அப்படிப்பட்ட விளக்கங்கள் எந்த விதத்திலும் மிக உயர் அளவில் வளர்ந்த நுண்ணிய கலாப்பூர்வமான வழிமுறையின் அனைத்து சாத்தியப்பாடுகளையும் காண்பிப்பதாய் இல்லை. உதாரணமாக இசை பற்றிய கொள்கையில், ஸ்வரமற்ற கடும் தொனிகள், முதலாளித்துவ சீரழிவைக் காட்டியது என்று சொல்லப்பட்டது. ஆனால் அது உண்மையல்ல. ஏனெனில் பேல பார்தோக் (Bela Bartok) அதைத் தன்னுடைய புதிய தீவிரமான இளம் கலைக்கு பயன்படுத்தினார். பழைய அழிவிலிருந்து எடுக்கப்பட்ட கற்களைக் கொண்டு பல

நேரங்களில் புதிய அரண்மனைகள் கட்டப்பட்டிருக்கின்றன. சீரழிந்த பிரெஞ்சு அவான்ட்கார்டிஸ்டுகளின் மிக உயரிய வடிவமைப்பை உருவாக்கும் போக்கும் கலாப்பூர்வமான உணர்வும், உரிய நேரத்தில் புதிய உணர்வுக்கும் புதிய கலையின் வளர்ச்சிக்கும் உதவும். இப்போது நாம் சினிமாவின் மூன்றாவது சகாப்தத்தில் இருக்கிறோம். இந்த கட்டத்தில், மௌனப் படக் காலத்தில் மிக உயரிய நிலையில் இருந்த சாதனைகளுக்கு மீண்டும் உயிரூட்டப்பட்டு அவைகள் திரைப்படத்தை செழிக்கச் செய்யும். அவான்ட் கார்டிஸ்டுகளின் முழுமையான படங்கள் மற்றும் சர்ரியலிஸ்டு படங்களைப் பயில்வதன் மூலம் நாம் அதிகமான பலனைப் பெறுவோம். இந்த காரணத்திற்காகத்தான் இந்தப் பிரச்சனைகளுக்கு இவ்வளவு இடம் இங்கே ஒதுக்கப்பட்டுள்ளது.

ஸ்தூலமற்றபடம் (Abstract Film)

'தூய பாணி' என்ற ஒன்றை நோக்கிய போக்கானது. இறுதியாக சினிமாவில் வாழ்க்கையோடு சம்பந்தப்பட்ட எதையுமே இல்லாததாக்கி விட்டது. தர்மசாஸ்திரம் எப்படித் தன்னுடைய இறுதியான முடிவுகள் மூலம் மனித சிந்தனை அனைத்தையும் அர்த்தமற்றதாக்கியதோ அது போன்ற பாதிப்பை இந்த 'தூய பாணி'யின் இறுதிக்கட்டம் சினிமாவில் ஏற்படுத்தியது. 1917 ஆம் ஆண்டே ஈஃக்லிங் (Eggeling) என்ற ஸ்வீடன் நாட்டு ஓவியர் ஸ்தூலமற்ற படத்தைக் கண்டுபிடித்தார். இப்படத்தில் ஸ்தூலமற்ற வடிவங்கள், வட்டங்கள், சதுரங்கள், அலைகள், சட்டங்கள் அசைகின்ற மற்றும் மாறுகின்ற தோற்றங்கள் போன்றவை ஒன்றோடொன்று டிஸ்ஸால்வ் ஆகியது. உண்மையில் இருக்கக் கூடிய பொருள்களையோ அல்லது பொருள்களின் இயற்கையான தோற்றத்தையோ அப்படங்கள் காண்பிக்கவில்லை. அவை அவைகளாக அவைகளுக்காகவே இருந்தது. அவைகள் எதையாவது குறிப்பாகக் காட்டியது என்றால் அதுவும் அவைகளைத் தவிர வேறெதுவும் இல்லை. நாம் பார்த்ததெல்லாம் வாழ்க்கைபற்றிய வடிவங்கள் அல்ல. மாறாக வடிவங்கள், ஆட்டம், சீர்மை மற்றும் கோடுகள், தளங்கள், கன உருவங்களின் அழகிய அசைவு ஆகியவற்றின் வாழ்க்கையை மற்றும் வடிவங்களின் இத்தகயை நடனத்தை, அப்படங்களை எடுத்தவர்கள் காட்சி ரீதியான இசை என்றனர்.

அவற்றை இசையின் சீர்மையோடு வெகு சுலபமாக பொருத்திப் பார்க்க முடிந்தது. இந்த வட்டங்களும் சதுரங்களும் ஒரு குறிப்பிட்ட இசையின் சீர்மைக்கேற்றவாறு சரியான நேரப்படி அசையுமேயானால், அத்தகைய படங்களுக்கும் நடப்பிலிருக்கும் யதார்த்தத்தின் விதிகளுக்கும் எந்த விதமான மோதலும் இருக்காது.

அவைகள் முழுக்க முழுக்க இயக்குநரின் படைப்புகளாகவே இருந்தது. இயக்குநர் அவைகளை தன் விருப்பப்படியெல்லாம் ஆட்டி வைத்தார். இப்படங்களில் பெரும் சுதந்திரமும் அதன் காரணமாக

முழுமையான, தடையற்ற, தேவையான தீர்வுகளை இயக்குநரால் உபயோகிக்க முடிந்தது. ஆனால் இதே காரணங்கள் வடிவங்களோடு மாற்றிய இந்த குழப்பத்திற்கு தீர்வு என்பது அங்கு எதுவுமே இல்லை. இதன் காரணமாக மிகச் சிறந்த வடிவமைப்புக் கூட வாழ்க்கைப் பற்றிய அம்சத்தை ஒரு சிறிதே கொண்டிருந்தன.

ஸ்தூலமற்ற ஒலி

ஸ்தூலமற்ற ஒலிப்படங்கள் என்பது ஒரு எதிர்பார்த்த வளர்ச்சியாகவே இருந்தது. வியன்னாவைச் சேர்ந்த ஒருவர் ஸ்ட்ராஸ் (Strauss) ஸின் இசைக்கேற்றவாறு கோடுகளின் நடனத்தை மிக அற்புதமானதாக அமைத்திருந்தார். அப்படம் கிட்டத்தட்ட கார்ட்டூன் படத்தின் நுட்பத்தைக் கொண்டிருந்தது. அது நம்பக்கூடியதாகவும் இருந்தது. இத்தகைய படங்கள் பெரும்பாலான நேரங்களில் இசையின் மிக நுணுக்கமான, மறைந்திருக்கும் அம்சங்களை நாம் கேட்கும் படி செய்தது.

அழகியல் ஆய்வறிவின் கண்ணோட்டப்படி இப்படங்களை நாம் பார்ப்போமெனில், ஸ்தூலமற்ற மௌனப் படங்களைப் போல் அந்த அளவுக்குப் பொருளற்றதாய் இல்லை. இப்படங்களுக்கு இசைதான் பொருள். இந்த இசையின் தொனியோட்டங்கள், கோடுகளின் ஓட்டம் மூலம் காண்பிக்கப்படுகிறது. கோடுகளின் இந்த அசைவு, இசைக்கேற்றவாறு நடனமாடும் ஒருவரின் பாவங்களைப் போலவே இருக்கும். அது ஒரு அழகிய அலங்கார அசைவாகும். அதற்கு மாபெரும் அழகியல் மதிப்பு உண்டு. சினிமாக்கலையிலும் அத்தகையதொரு வடிவம் ஏன் இருக்கக்கூடாது. பல திரைப்பட ரசிகர்கள் இத்தகைய படத்தை வெகுவாக ரசித்துப் பார்ப்பார்கள்.

திரைப்பட சப்டைட்டில்கள்

மௌனப் படங்களில் ஆரம்ப நாட்களிலிருந்தே, அவைகளின் டைட்டில்களில் ஸ்தூலமற்ற படங்களின் தொனியைப் பார்த்தோம். பேசப்படும் வார்த்தைகளின் உணர்வு பூர்வமான அதே பாதிப்பை வார்த்தைகளை எழுதுகின்ற வடிவங்கள் மற்றும் அளவுகள் மூலமும் பெற முடியும் என்பதை திரைப்பட இயக்குநர்கள் வெகு விரைவிலேயே உணர்ந்தார்கள். மௌனப் படங்களைப் பார்த்தவர்களுக்கு, கறுப்பு வெள்ளையில் பார்த்த அந்த எழுத்துக்களின் பல்வேறு வடிவங்களில் தாங்கள் உணர்ந்த ஆச்சரியம், இறுக்கம், திகைப்பு, விரக்தி, தீவிர உணர்ச்சி போன்றவை இன்னும் நினைவிருக்கலாம். இந்தத் துறையில் மௌனப் பட காலத்தில், வெகுவாக பாராட்டப் பட்ட, விசேஷசமான, பயனளிக்கக்கூடிய கலை ஒன்று உருவானது. இந்தத் திரைப்படங்களை உருவாக்குவதில் டைட்டில் எழுதுபவர்கள் முக்கியப் பங்காற்றினார்கள். அவர்கள் தங்களுடைய பேனா மற்றும் தூரிகை மூலம் ஆற்றிய பணி தற்போது அறிவிப்பாளர் அல்லது நேர்முக வர்ணனையாளர் செய்கின்ற

பணிக்கு ஒப்பாகும். ஏதோ அபாய அறிவிப்புபோல எழுத்துக்கள் சிறிய அளவிலிருந்து வேகமாக பெரிய அளவாய் மாறி திரையில் நம்மை நோக்கி வருவது போல காட்டுவது அப்போது வழக்கமாய் இருந்தது. இரைச்சல் நம் காதுகளைத் தாக்குவது போல அவ்வெழுத்துக்கள் நம்மை நோக்கி வந்து தாக்கியது. சில சமயங்களில் எழுத்துக்கள் அப்படியே மங்கலாகி இருட்டாகிப் போனது. அவை அர்த்தம் நிறைந்த நிறுத்தங்களாகவும், சோகம் நிறைந்த சிந்தனைகளாகவும் விளங்கியது. சில டைட்டில்கள் வாக்கியத்துக்குப் பின் முற்றுப்புள்ளிக்குப் பதிலாக வரும் கோடுபோல இருந்தது. மௌனப்படத்தின் கடைசி காலத்தில் சிறப்பான படங்கள் எதுவுமே சாதாரண எழுத்துக்களைத் தங்கள் டைட்டில்களில் கொண்டிருக்கவில்லை. காட்சி ரீதியான தொடர்ச்சியை காட்டுவதற்காக, படங்களில் இருந்த அதே பாவயியல் டைட்டிலிலிருந்த எழுத்துக்களிலும் தொடரப்பட்டது. கிட்டத்தட்ட இவை ஏற்கனவே ஒரு ஸ்தூலமற்ற படம் போல இருந்தது. ஏனெனில் இவை பொருள்களைக் காட்டவில்லை மாறாக உணர்ச்சிகளைக் காட்டியது. இவை புறப் பொருள்களை அடையாளங் காட்டவோ, படம் பிடிக்கவோ இல்லை. மாறாக பொருட்களின் பிம்பங்கள் உதவியின்றி பாவங்களை வெளிக்காட்டியது.

தவறான ஒப்புமை

இத்தகைய ஸ்தூலமற்ற படங்கள் எதையாவது படைப்பதற்கு பதிலாக நேரடியாக உணர்ச்சியை வெளிக்காட்டியதால் இவைகளை கொள்கையாளர்கள் 'காட்சி ரீதியான இசை' என்று அழைத்தனர். முழுமையான அறிவியல் ஆய்வின்படி பார்த்தால் இது தவறாகும்.

இதைத் தவறென்று ஏன் சொல்கிறேன் எனில் 'ஸ்தூலமற்ற' என்பது சார்புக் கருத்தாகும். ஸ்தூலமான (Concrete) என்ற பதத்தோடு ஒப்பிடுகையில் தான் இதற்கு பொருளும் அர்த்தமும் உள்ளது. அந்தப் பதத்திலிருந்து சுருக்கப்பட்டது தான் இது. உதாரணமாக ஆப்பிள் என்பது கோள வடிவமானது. இந்த இயற்கையான வடிவத்தின் சுருக்கம், அதாவது ஸ்தூலமற்ற வடிவம் வட்டமாகும். ஆனால் இசையை எதனுடைய ஸ்தூலமற்ற வடிவம் என்றும் சொல்ல முடியாது. கோள வடிவ ஆப்பிளின் ஸ்தூலமற்ற வடிவம் தான் வட்டமாகும். ஆனால் இசையானது நடப்பிலிருக்கும் எதனுடைய ஸ்தூலமற்ற வடிவம்?

உடலவயங்களின் பாவத்தை விட ஒலியின் தொனி என்பது ஸ்தூலமற்றது என்று சொல்லிவிட முடியாது. ஒலியின் உணர்ச்சிப் பூர்வமான பாவம்தான் தொனி. கட்டடக்கலையைக் காட்டிலும் இதை ஸ்தூலமற்றது என்று சொல்லி விட முடியாது. இசைக்கு மூலப் பொருள் அதன் தொனி அளவாகும் அதைக் கொண்டுதான் இசைக்கப்படுகிறது.

இருந்த போதிலும், இசைக்கு ஸ்தூலமற்ற வடிவம் உள்ளது இசை மற்றும் இசைக் குறிப்புக்களின் எழுத்து வடிவங்கள் அத்தகையன. இந்த வடிவங்கள் கேட்கக்கூடிய சிந்திக்கக் கூடிய இசையைக் காட்டுகிறது. கேட்கக்கூடிய இசைதான் இதனுடைய ஸ்தூலமான வடிவம் ஆகும்.

இந்த ஸ்தூலமற்ற வடிவங்களுக்கு இன்னொரு முக்கியமான குணாம்சமும் உண்டு. அதைப் பற்றி இங்கு சொல்லியாக வேண்டும் எவரெஸ்ட் மலை அல்லது கடலின் மாதிரி வடிவங்களை எடுத்துத் கொண்டால் கூட அவைகள் அந்தப் பொருள்களின் பெரிய பரந்த தன்மைகளைக் காட்டுவதாய் இருக்கும். அந்தப் பொருள்களைக் காட்டுவதிலேயே அப்பொருள்களின் பிரம்மாண்டத்தன்மை உள்ளடங்கிய அம்சமாகும். அத்தகைய உள்ளடங்கிய அம்சமான பிரமாண்டத்தன்மை ஸ்தூலமற்ற வடிவங்களில் இருக்காது. அகைளுடைய சொந்த வடிவத்தின் பரிமானத்தைக் காட்டிலும் அதிகமான பரிமானத்தை அவைகளால் காட்ட முடியாது. ஒரு வட்டமோ, முக்கோணமோ அவைகளின் சொந்த அளவைத் தான் நமக்குத் தருமே ஒழிய, அதைக் காட்டிலும் ஒரு சிறிதும் அதிகமாகத் தராது. படத்தில் ஒரு பொருளைப் பார்க்கிறோம் என்று வைத்துக் கொள்வோம். ஆனால் உண்மையில் அப்படம் படத்தில் உள்ளதை விட ஆயிரம் மடங்கு பெரிதாக இருக்கலாம். ஆனால் அப்படம் அதையும் காட்டவில்லை. ஏனெனில் அது வெறும் படமாக மட்டுமே இருக்கும். அதில் உள்ள பொருளின் அளவு படத்தின் சொந்த அளவாக மட்டுமே இருக்கும்.

15

காட்சி ஜாலங்கள், கலவைப் படங்கள், கார்ட்டூன்கள்

காமிராவின் தொழில் நுட்பம் காரணமாக, காமிராமேன், தான் படம் பிடிக்கும் பொருளில் தன்னுடைய அகநிலை கண்ணோட்டத்தையும், மனநிலையையும் காட்ட முடியும் என்று ஏற்கனவே பார்த்தோம். பேட்ஸ், டிஸ்ஸால்வ், ஸ்லோ மோஷன்* (slow motion): காலம் கடத்தல் (time lapse) ஸாப்ட் போக்கஸ், சிதையல், இரட்டை ஒளிப்பதிவு (double exposure) என்று பல காமிரா நுட்பங்கள் உள்ளன. இந்த பல்வேறு விஷயங்களை வெளிப்படுத்தலாம் ஆனால் அவைகள் யதார்த்தம் என்ற ஒன்றைக் காட்டுவதாக இருக்காது. அவைகள் திரைப்பட இயக்குநரின் சிந்தனை மற்றும் உணர்வின் காட்சி ரீதியான வெளிப்பாடுகளாகும். எனவே அந்த நுட்பங்களை 'முழுமையான' படங்களின் நுட்பங்கள் என்று சொல்லலாம்.

காமிரா ஜாலங்களின் முக்கியத்துவம்

ஒரே விதமான காட்சி ஜாலத்திற்கு பல்வேறு அர்த்தங்கள் உள்ளன. உதாரணமாக திரையில் ஒரு மனிதனுடைய படத்திலிருந்து ஒரு மரத்தின் படம் டிஸ்ஸால்வ் ஆகலாம். இது ஒரு கனவுக் காட்சியாகவோ, அற்புதக் காட்சியாகவோ, அல்லது மாயாஜாலக் காட்சியாகவோ இருக்கலாம். ஆனால் அப்படிப்பட்ட டிஸ்ஸால்வுகள் பெரும்பாலான நேரத்தில் படத்தில் இட மாற்றத்தைக் குறிப்பதற்காக பயன்படுத்தப்படுகிறது. சற்று முன்பு தான் நாம் ஒரு மனிதனை அறையில் பார்த்தோம். அடுத்த நிமிடமே கதை காட்டில் தொடர்கிறது.

---

* ஸ்லோமோஷன் (Slow motion): திரையில் மனிதர்கள் மற்றும் பொருட்களின் அசைவு வழக்கத்தைவிட மெதுவாக இருக்கும். வழக்கமாக காமிரா ஒரு நொடிக்கு 24 பிரேம்களைப் படம் பிடிக்கிறது. அப்பொழுது பொருட்களின் அசைவு வழக்கமாக இருக்கும். காமிரா நொடிக்கு 24 பிரேமுக்கு மேல் ஒன்றைப் படம் பிடித்தால் அது திரையில் உண்மையான நேரத்தை விட அதிக நேரத்தை எடுத்துக் கொள்ளும். எனவே அதன் அசைவு மெதுவாக இருக்கும். இதே அடிப்படையில், ஒரு பொருளை 24 பிரேமுக்கு குறைவாக படம் பிடித்தால் அது திரையில் வேகமாகத் தெரியும். (மொ-ர்)

அது மாதிரியான காட்சிகளில், டிஸ்ஸால்வ் இரு பொருட்களுக்கிடையே உள்ள ஆழமான தொடர்பை காண்பிக்கிறது. அதாவது இங்கு மரத்துக்கும் மனிதனுக்கும் இடையே உள்ள தொடர்பைக் காட்டுகிறது. மனிதனிலிருந்து மரத்துக்கு டிஸ்ஸால்வ் ஆகும் காட்சி ஒன்று கனவுக் காட்சியாக இருக்க வேண்டும். இல்லை ஒரு தொடர்ச்சியின் வரிசையாக இருக்க வேண்டும், அப்படி இருக்கும் பட்சத்தில் அதை தொடர்புபடுத்துகிற ஒரு செய்கையாக கருதலாம். அவ்வாறு இல்லையெனில் அது ஒரு கேலியாகத்தான் இருக்குமே தவிர வேறெதுவுமாக இருக்காது.

இவ்வாறு ஒரு காட்சியிலிருந்து இன்னொரு காட்சிக்கு மாறுகின்ற இந்த நுட்பமானது, கனவுக் கதையில் வருவது போல் இருந்தால் தான் உண்மையாக இருக்கும். உண்மையான அர்த்தத்தில் அது அவ்வாறு இருக்காது. அதே நேரத்தில் மனப்போக்கையோ, உள்மனதின் கருத்துத் தொடர்பையோ காண்பிப்பதற்காக டிஸ்ஸால்வை உபயோகப்படுத்தினால், அந்த மாற்றம் இயற்கையாக இருக்கும். ஆனால் புறநிலை வயப்பட்ட உண்மையான நிகழ்ச்சியாக இருக்காது. ஆனால் இதே டிஸ்ஸால்வ் முறையை ஒரு யதார்த்தபாணிப் படத்தில் பார்த்தோமெனில், அது கற்பனை காட்சியை காட்டுவதாகவோ அல்லது மனப்போக்கைக் காட்டுவதாகவோ இருக்காது.

வெறும் பொருள்களுக்கிடையேயான தொடர்பை மட்டுமே காட்டும். அதாவது சரியானதொரு அர்த்தத்தைக் கொண்டிருக்கும். இவைகள் எதுவும் இல்லாத சமயங்களில் வெறும் கேலிப் பொருளாக இந்நுட்பம் அமையும், அப்போது அது அர்த்தமற்றதாகவும், குழப்பமானதாகவும் இருக்கும். ஒவ்வொரு காட்சி ஜாலத்துக்கும் பல்வேறு அர்த்தங்கள் உண்டு. அந்த குறிப்பிட்ட அர்த்தம் எது என்பது அந்த குறிப்பிட்ட காட்சிக்கும் காட்சி ஜாலத்திற்கும் இடையே உள்ள தொடர்பை பொறுத்ததாகும். ஒரு விஷயத்தின் முழுமைதான் அதன் சிறுவிளக்கங்களுக்கு எப்போதும் அர்த்தத்தைத் தருகிறது. ஒரு குறிப்பிட்ட ஷாட்டில் ஏராளமான அர்த்தங்கள் மறைந்திருக்கின்றன. அதில் ஏதாவது ஒரு அர்த்தத்தை அடுத்து வரும் ஷாட் தேர்ந்தெடுக்கிறது. படத் தொகுப்பின் போதுதான் ஒரு ஷாட்டிற்கு இறுதியான அர்த்தம் கிடைக்கிறது.

முகமூடிகள்

ஒரு கண்ணாடி மனித முகத்தை எத்தனை சிதைத்துக் காட்டினாலும், அந்த சிதைவு இயற்கையான நிகழ்வாகவே உள்ளது. ஏனெனில் அந்த சிதைவு நாமறிந்த காட்சி விதிகளுக்கு உட்பட்டே நிகழ்கிறது. உருவத்தை சிதைத்துக் காட்டும் கண்ணாடியை உள்ளத்தைக் காட்டுகிறது என்று சொன்னாலும் அது தவறில்லை. ஆனால் முகமூடி என்பது சிதைக்கப்பட்ட முகம் அல்ல. முகமூடி வழக்கமான

முகத்தோடு போட்டி போடவில்லை. சிதைக்கப்பட்ட முகத்திலோ நாம் வழக்கமான முகத்தை வேறு வடிவத்தில் பார்க்கிறோம். ஆனால் முகமூடி என்பது இரு வேறு முகங்களையோ, அவ்வாறு ஒரு முகத்திலிருந்து இன்னொரு முகமாக மாறுவதற்கு காரணமாக இருக்கக்கூடிய இறுக்கத்தையோ காண்பிக்கவில்லை. ஒரு வளைந்த கம்பு ஒரு குறிப்பிட்ட சக்தியின் தாக்கத்தைக் காண்பிக்கலாம். ஆனால் ஒரு அரைவட்டக் கோடு அதனைக் காண்பிக்காது.

பொம்மைகள் மற்றும் நிழலுருவங்கள் போன்றவை படம் பிடிக்கப்பட்டாலும், அவைகள் ஏற்கனவே கலைப்பொருட்களாக உள்ளன. அவற்றுக்கு அத்தகைய தோற்றத்தைத் தருவது காமிராவல்ல. பெரும்பாலான நேரங்களில் காமிரா அவற்றை அப்படியே படம் பிடிக்கிறது.

'பெரும்பாலான நேரங்களில்' என்று ஏன் சொல்கிறேன் என்றால், சமயத்தில் ஒரு பொம்மையின் முகத்தில் உள்ள பாவத்தைக் காமிராவால் நூறு மடங்கு அதிகரித்துக் காண்பிக்க முடியும். காமிராக் கோணம் மற்றும் கண்ணோட்டங்களின் உதவி கொண்டு நிழலுருவங்களையோ மேலும் செழுமையாக்க முடியாது. இந்த இடத்தில் சினிமா என்பது அப்படியே உள்ள பொருட்களை அசைவுகளோடு காட்டக் கூடிய ஒரு தொழில் நுட்பம்தான். படத்தொகுப்பின் மூலம் உண்மையான பொம்மலாட்டத்தில் காணுகின்ற சீர்மையை விட அதிகமான சீர்மையைக் காட்ட முடியும். அது போன்ற படங்கள் வாழ்க்கைக்கு வடிவத்தைத் தரவில்லை. மாறாக வடிவங்களுக்கு வாழ்க்கையைத் தருகிறது.

பொம்மைகள் அல்லது வரைபடங்களை வைத்து தயாரிக்கப்பட்ட நல்ல காட்சி ரீதியான கதைப் படங்களை 'இலக்கிய பூர்வமானது என்று சொல்ல முடியாது. ஏனெனில் இதில் கதையின் துவக்கம், கதையோட்டத்தை அடிப்படையாக கொண்டிருக்கவில்லை. மாறாக அதில் நடிக்கப் போகும் உருவங்களின் அமைப்பை வடிவமைப்பதை அடிப்படையாகக் கொண்டுள்ளது. முதலில் அவைகளின் தோற்றமே ஒரு கதையைச் சொல்வதாக அமைந்துள்ளது. அத்தகைய படங்களில் வரும் கதாபாத்திரங்கள் என்ன செய்கிறது என்று பார்க்கத் தேவையில்லை. அவைகளின் தோற்றத்தைப் பார்த்த உடனேயே அப்படக் கதையின் கற்பனைத் தன்மையை நம்மால் உணர முடியும். இக்கதைகளின் ஓட்டத்திற்கு உந்துதலாக இருப்பது காட்சி ரீதியான கற்பனைதான். இப்படங்கள் நமக்கு காண்பிக்கக் கூடிய காட்சி ரீதியான கற்பனை உலகம், நாம் சாதாரணமாக வாழ்க்கையில் பார்க்கக்கூடிய வடிவங்களிலிருந்து மாறுபட்ட வடிவங்களின் உலகமாகும். இப்படங்களில், நாம் காணும் அற்புதங்கள் நாம் வாழும் உலகில் நிகழ்த்தப்படுவதில்லை. மாறாக நாம் வாழும் உலகின் விதிகளை மீறி நடத்தப்படும் அற்புதங்களாகும். அப்படங்கள் கிட்டத் தட்ட நமக்கு

இன்னொரு உலகைக் காட்டுகிறது. அவ்வுலகத்தின் விதிகளும், அதில் உள்ள வடிவங்களும் வேறானவை. அது ஒரு தனிப்பட்ட உலகம் அங்கு எல்லாமே விதிப்படித்தான் நடக்கிறது. ஆனால் அந்த விதிகள் நம் சொந்த உலகின் விதிகளைப் போன்றதல்ல.

இதன் காரணமாக இத்தகைய பொம்மைப் படங்களின் கதைகள் இயற்கையாகவே, அந்த பொம்மைகளின் வடிவம் மற்றும் தன்மையை அடிப்படையாகக் கொண்டு படைக்கப்பட வேண்டியுள்ளது. மனிதர்களைப் போன்றே பொம்மைகளை நடிக்க வைக்க வேண்டும் என்றால் அது பொருந்தாத ஒன்றாக இருக்கும். பொம்மைகள் அவைகளுக்கான சொந்த விதியைக் கொண்டுள்ளது. ஆடு மேய்க்கும் சீனப்பெண் தவறிக் கீழே விழுவாளெனில், அவள் சுக்கு நூறாக உடைந்து போவாள். போர்வீரனின் கால் நெருப்பில் விழுமெனில் அது உருகிப் போக வேண்டும். இந்த அடிப்படையில் தான் அப்படிப்பட்ட கதைகள் அவைகளுக்குரிய பொருள்களோடு ஒத்துப் போகிறது.

இந்த விஷயம் நிழலுருவங்களுக்கும் பொருந்தும். அவைகளின் விதியை நிர்ணயிப்பது உளவியலோ காட்சி ஜாலங்களோ அல்ல மாறாக கத்தரிக்கோலாகும். முழுக்க முழுக்க வடிவங்களை அடிப்படையாகக் கொண்டு கதை உருவாகும் எனில் அதை இலக்கியப்பூர்வமனாது என்று கூறமுடியாது. குறிப்பாக சொல்லப் போனால் அதை உண்மையில் ‘முழுமையான’ படம் என்று சொல்ல வேண்டும். வடிவங்கள் உயிரோட்டத்தைப் பெறுகின்ற இந்த விறுவிறுப்பான போக்கு, அதற்கான சொந்த காரண காரியத்தைக் கொண்டுள்ளது. அந்த காரண காரியங்களை நிர்ணயிப்பது வடிவத்துக்கான விதிகள் தானே தவிர, இயற்கையின் விதிகள் அல்ல. இரண்டு கதாபாத்திரங்கள் ஒன்றையொன்று வண்ணத்தூரிகையால் தூக்கிக் கொண்டு ஒன்று இன்னொன்றின் முதுகை தூரிகையைக் கொண்டு வளைத்துவிடும் எனில் பாவம் அந்தக் கதாபாத்திரம் படம் முழுவதும் வளைந்தே இருக்கும். நிழலுருவில் நிழலுருவப் படத்தில் எல்லாமே வடிவங்களின் விதி மற்றும் தர்க்க சாஸ்திரத்துக்கு உட்பட்டுத்தான் நிகழ்கிறது. அதில் கிடைக்கக்கூடிய நகைச்சுவை உணர்வுக்கும் இது தான் காரணம்.

இதன் காரணமாகத்தான், ரஷ்யாவைச் சேர்ந்த கல்லிவெர்ரி (Gulliver) ன் படங்களில் உண்மையான மனிதர்களையும் பொம்மைகளையும் ஒன்றாக காண்பித்ததால் பிரச்சனை எழுந்தது. டுஷ்கோ (Ptushko) வால் தயாரிக்கப்பட்ட இந்தப் படம், ஸ்விஃப்டி (Swift) ன் அழியாக் கதையைப் போலவே ஒரு குறியீடாகும். கலையிலும் இயக்கத்திலும் இது போன்ற குறியீடுகள் ஆயிரக்கணக்கான ஆண்டுகளின் பாரம்பரியத்தைப் பின் நோக்கிப் பார்க்கிறது. ஈசாப்பிலிருந்து லாஃபோன்டைன் (La Fontaine) வரையிலும் மற்றும் ஸ்விஃப்டின் படைப்புகள் உலக இலக்கியத்தில் பொக்கிஷங்களாகத்

திகழ்கின்றன. இந்தப் படைப்புகளெல்லாம் மிருக கதாபாத்திரங்களைக் கொண்டிருந்தாலும், மிருகங்கள் என்ற திரையில் அவைகள் மனித கதாபாத்திரங்களையும் மனித மனோநிலையையுமே காட்டியது. எழுதப்பட்ட அந்தக் கதையின் கதாபாத்திரங்கள் காகம், நரி, ஆமை அல்லது முயல் என்று அழைக்கப்பட்டாலும் அவை காட்சி ரீதியான கருத்துக்களை நம் மனதில் எழுப்பவில்லை. இதன் காரணமாக மிருகங்களுக்கும் அவைகளின் மனித மனோபாவத்துக்கும் இடையேயான முரண்பாடுகளை நம்மால் ஏற்றுக் கொள்ள முடிகிறது.

இந்த மிருகங்கள் உண்மையில் நாம் காணும் மிருகங்களைப் போல் நம் கண்ணுக்குத் தெரிவதாய் இருந்து, அவைகள் கதையில் வருவது போல் பேசவும், செய்யவும் செய்தால், அவைகளுக்கிடையே அந்தப் பொருந்தாத்தன்மை நம்மால் மிகவும் தாங்க முடியாததாக இருக்கும். ஆனால் இதே மிருகங்கள் வரைபடங்கள் போன்று அவ்வளவாக உண்மை போன்று இல்லாத தோற்றத்தில் இருக்குமேயானால், அவைகள் குறியீடுகளாக மாறி விடுகின்றன. பின்னர் அவைகள் தாங்களாக இல்லாமல் வெற்று குறியீட்டு எழுத்துக்களாய் வேறு எதையோ பிரதிநிதித்துவப் படுத்துவதாக உள்ளன.

ஒரு குறியீடானது, எந்த அளவுக்கு கிராமியக்கலையின் கலைநயமற்ற யதார்த்தத்தைக் காட்டுகிறதோ அந்த அளவுக்கு அது உணருகின்ற கலையாக இருக்கும். (எல்லாக் கலைகளுமே உணரக் கூடியதுதான்). உண்மையான கற்பனைக் கதையில் உள்ள கதாபாத்திரங்கள் உண்மையான வாழ்க்கையைக் கொண்டிருக்கின்றன. அந்த உண்மையான வாழ்க்கை, கற்பனைக் கதை உலகதுக்கேயுரிய பொதுவான விதிகளுக் குட்பட்டதே தவிர நம்முடைய இந்த உலகத்தின் விதிகளுக்குட்பட்டது அல்ல. ஆனால் குறியீடு என்பது எந்த விதத்திலும் யதார்த்தம் அல்ல. அது உண்மையைச் சொல்வதாக அமையலாம். ஆனால் யதார்த்தத்தைக் காட்டுவதாக அமையாது. அது உண்மையான யதார்த்தத்தையோ, கற்பனைக் கதைக்கேயுரிய யதார்த்தத்தையோ காண்பிக்காது. இதன் காரணமாக, குறியீடுகள் என்பது உயிரற்ற வெற்று விஷயங்களாகவே உள்ளது. மிக ஆழமான உண்மைகளைக் கொண்டிருந்தால் கூட அவைகள் உயிரற்றவைகளாகவே இருக்கின்றன.

திரைப்பட நகைச்சுவை

திரைப்பட நகைச்சுவையின் உண்மையான ரகசியம் என்னவெனில், அதில் உள்ள பிரதானக் கதாபாத்திரங்கள் பொருள்களோடு சேர்ந்து எந்தவித அர்த்தமோ மூலப்பொருளோ இல்லாமல் தங்களுக்கென்ற ஆவி போன்ற வாழ்க்கையை வாழ்கிறது. மனித நடிகர்கள் நடிக்கும் நகைச்சுவைப் படங்களுக்கு, அதற்கென்றே உள்ளார்ந்த விதி என்பது உள்ளது. தர்க்கசாஸ்திரம் என்ற ஒன்று அந்தப் படங்களில் ஒரு

துளியும் இருக்காது. அந்த அம்சமே நகைச்சுவைக்குரிய ஒன்றாகும். மிகவும் யதார்த்தமாகப் படம் பிடிக்கப்பட்ட இயற்கை காட்சிககளைக் கூட சில காட்சி ஜாலங்கள் மூலம் நகைச்சுவையான ஒன்றாக ஆக்கிவிட `முடியும். ஹான்ஸ் ரைஷரின் ஹான்ட்டட் மார்னிங் (Haunted Morning) எனும் படத்தில், ஆறு பேர்களின் தொப்பிகள் காற்றில் அடித்துக் கொண்ட போய்விடும். அந்த தொப்பிகள் ஏதோ பறவைக் கூட்டம் போல் பிடிக்க முடியாதவாறு காற்றில் வட்டமடித்துச் செல்லும். அதே திரைப்படத்தில் அந்த ஆறு பேரும் எதையோ திருடிவிட்டு ஒரு மெல்லிய விளக்குக் கம்பத்தின் பின்னால் ஒளிந்து கொள்வர். அந்த விளக்குக் கம்பம் ஏதோ பெரிய சுவர் போல் அவர்கள் எல்லோருமே அதன் பின் முழுவதுமாக மறைந்து விடுகின்றனர். பின்னர் ஒரு தோட்டத்தை லாங்ஷாட்டில் பார்க்கிறோம். அதன் நடுவே திடீரென்று ஒரு கதவு திறக்கிறது. ஏதோ அந்த தோட்டமே ஒரு காகிதச்சுவர் போல், அந்த ஆறுபேரும் கதவு வழியாக வெளியே வருகின்றனர். இவைகளுக்கெல்லாம் எந்தவிதமான அர்த்தமுமில்லை. அவ்வாறு அர்த்தமற்றிருப்பதின் ஒரே நோக்கம் நகைச்சுவையாகத் தோற்றமளிப்பதுதான்.

இப்படித்தான் இன்னுமொரு படத்தில் சண்டை போட்டுக் கொண்டிருக்கும் மனிதர்கள் சுழல் காற்றில் மாட்டிக் கொள்கிறார்கள். அவர்கள் இப்போது பூமியில் இல்லாமல் அந்தரத்தில் இருக்கிறார்கள். அதையும் மறந்து அவர்கள் சண்டை போட்டுக் கொண்டேயிருக்கிறார்கள். இவைகள் எல்லாம் சுழல் காற்றின் வேலைதான், காமிராவின் வேலையல்ல என்பது போல் தோற்றமளிக்கிறது. காமிராவின் பணி இங்கு கண்ணுக்குத் தெரியாமல் தனித்தும் ஏதோ அதன் பணி வெறும் படம் பிடிப்பதுதான் என்பது போல் தோன்றுகிறது. ஒரு கற்பனா ரீதியான காட்சியைக் காண்பிப்பதற்காக சினிமா இங்கு தன் தொழில் நுட்ப வசதிகளைப் பயன்படுத்துகிறது.

ஒரு புகைப்படத்தை நம்மால் கொல்ல முடியாது

ஒரு படம், ஏதோ ஒன்றின் மறுபதிப்பாகத் தோன்றாத வரையிலும், அதில் உள்ள பொருளை மீறி அப்படம் நம் மனதில் உணர்வை எழுப்புமேயானால் அதாவது அப்படம் தனித்து எதனோடும் சம்பந்தமில்லாமலும், இறுதியான யதார்த்தமாகவும், தன்னிறைவு பெற்றதாகவும் இருக்குமெனில், அப்படம் பொருளற்றதாகவும். மிகவும் லேசானதாகவும் இருக்கும். இதன் காரணமாக மிகப் பயங்கரமான காட்சிகள் கூட ஒரு சிறிதும் ஆபத்தற்றவை போல் தோன்றும். அப்படிப்பட்ட திரைப்பட நகைச்சுவையில் வரும் கதாநாயகன், வேகமான ரயில் ஒன்று வர அவன் தண்டவாளத்தில் படுத்துக் கொண்டிருக்கலாம். இருந்தாலும் அது குறித்து நாம் அஞ்ச வேண்டியதில்லை. ஒரு படம் இன்னொரு படம் மீது ஏறிப் போகப் போவதால் என்ன நிகழ்ந்து விடப் போகிறது. அதிகபட்சம்

நிழலுருவத்துக்காக வெட்டியெடுக்கப்படும் ஒரு காகித உருவத்தைப் போல தட்டையாக்கப்பட்டு விடும். அது குறித்து நாம் கவலைப்பட வேண்டியதில்லை. அவனுடைய நண்பன் ஒருவன் அங்கே வருகிறான். ஏதோ பலூனை ஊதுவதைப் போல அவனை அப்படியே ஊதி விடுகிறான். அந்த நண்பன் கொஞ்சம் வேகமாகவே ஊதி விடுகிறான். இப்போது, அவன் அந்த ஊதல் காரணமாக முன்பிருந்ததைப் போன்று இரு மடங்கு ஊதிப் போய் விடுகிறான்.

இவ்வாறு பொருளற்ற, கனமற்ற ஆபத்திலிருந்து முற்றிலும் விலகிய தன்மைதான் பழைய பாணியிலான திரைப்பட நகைச்சுவைகளுக்கு ஆதாரமாய் அமைந்தது. எத்தனை தமாஷாக எழுதப்பட்ட கதையாக இருந்தாலும் சரி., அதில் வரும் மனிதன் இறப்பதற்கோ அல்லது அதில் வரும் பொருள் அழிந்து போவதற்கோ சந்தர்ப்பமிருந்தது. ஆனால் அது ஒரு படமாக இருக்கும் பட்சத்தில் அதை ஒன்று அழிக்கலாம் அல்லது மீண்டும் அதைத் தீட்டலாம் அல்லது டிஸ்ஸால்வ் செய்யலாம். அல்லது ஃபேட் அவுட் செய்யலாம். ஆனால் ஒரு போதும் கொல்ல முடியாது.

நீளமும் உளவியலும்

பழைய அமெரிக்க ஸ்லாப்ஸ்டிக் நகைச்சுவைப் படங்களில் பிரதானப் பங்கு வகித்தது உளவியலற்ற இயந்திர ரீதியான குழப்பமும், வினோதமுமான, புத்திசாலித்தனமான காமிரா ஜாலங்களும் தான். படத்தில் வரும் பொருள்களெல்லாம் எந்த கனமோ, சொந்த விதியோ இன்றி காமிராவின் படைப்புகளாக இருப்பதால், காமிரா நினைத்தபடியெல்லாம் அவைகளை ஆட்டிப்படைக்க முடிகிறது. அத்தகைய அமெரிக்க ஸ்லாப்ஸ்டிக் படங்களில் உளவியல் இல்லாததற்கு இன்னொரு காரணம் பெரும்பாலான நேரங்களில் அப்படங்களின் நீளம் ஒரு ரீலுக்கு* மிகையாகாமல் இருந்ததுதான். இயந்திர ரீதியான நிகழ்ச்சிகள் மாற்றங்களை ஏற்படுத்துவதற்கு ஏற்றதல்ல. திரையில் நாம் பார்க்கக்கூடிய ஓட்டங்களும் அசைவுகளும் எத்தனை குழப்பமாகவும், வேகமாகவும் இருந்தாலும், அவைகளுக்கு உள்ளார்ந்த அசைவுகள் என்று ஏதும் இருக்காது. படத்தில் வரும் சண்டை மற்றும் ஓட்டல்களுக்குக் காரணம் எதுவாக இருந்தாலும் அவை கடைசி வரைக்கும் மாறாத ஒன்றாகவே இருக்கும். மாறாத உள்ளார்ந்த நிலைமையைக் காட்டுவதாக உள்ளது இது.

---

* ரீல் (Reel): பொதுவாக ஒரு ரீல் 1000 அடிகளைக் கொண்டது. இது 11 நிமிடம் திரையில் ஓடக்கூடியது. அல்லது 1 ரீல் 300 மீட்டர்களைக் கொண்டிருக்கும். ரீல் என்பது படத்தின் நீளத்தை மிகச்சரியாக அறிந்து கொள்வதற்கான வழிமுறை அல்ல. அடி அல்லது மீட்டர் தான் நீளத்தைக் குறிக்க சரியான அளவாகும். (மொ-ர்)

இத்தகைய படங்களில் எப்போதுமே இருக்கக்கூடிய நகைச்சுவை அம்சம் என்னவெனில், தீர்க்க முடியாத பிரச்சனை போல் தோற்றமளிப்பவற்றுக்கு திடீரென்று இயந்திர ரீதியானதொரு தீர்வைத் தருவதாகும். இவ்வாறு திடுதிப்பென்று ஆச்சரியப்படக்கூடிய வகையில் தீர்வுகளைத் தருவதால், மெதுவாக உருவாகக் கூடிய இறுக்கம் என்பது இருக்காது. நாம் அறியாத இந்த எதிர்பாராத்தன்மை நமக்கு எந்த இறுக்கத்தையும் தராது. நம்முடைய எதிர்பார்ப்பும் முன்னுணர்வும் தான் நிகழ்ச்சிகளை ஒன்று சேர்ந்து விறுவிறுப்பாக்குகிறது. அது படிப்படியாகத் திரையில் நிகழ்வதால்தான் நம்முடைய ஆர்வமும் தொடர்ந்து நிலைக்கிறது. இது ஒரு ரீலுக்கும் மேற்பட்ட நேரத்தில் நிகழ்கிறது. பார்வையாளன் பார்க்கக்கூடிய காட்சிகள் ஒன்றோடொன்று சாதாரண முறையில் இணைந்திருப்பதுபோல் அவனுக்குத் தோன்ற வேண்டும். அப்போதுதான் எதிர்பார்ப்பும், முன்னுணர்வும் அவன் மனதில் எழும் அவன் ஏற்கனவே பார்த்த நிகழ்ச்சிகளிலிருந்து தான் அடுத்து என்ன நிகழப்போகிறது என்பதை எதிர்பார்க்க முடியும். நிகழ்காலம் தான் எதிர்காலம் பற்றிய முன்னுணர்வை எழுப்ப முடியும். ஆனால் இந்த ஆச்சரியம் என்பது ஏதோ அளவைப் பொறுத்து அமைவதல்ல. ஒரு கற்பனைக் கதையில் கூட ஒரு மனிதனுக்கோ அல்லது ஒரு மிருகத்துக்கோ என்ன நிகழப்போகிறது என்பதை ஓரளவு முன் கூட்டியே சொல்ல முடியும். ஆனால் வெறும் கோடுகளுக்கும், ஒளி மற்றும் நிழல் கற்றைகளுக்கு என்ன நிகழப்போகிறது என்பதை யாராலுமே சொல்ல முடியாது.

கார்ட்டூன்கள்

இந்தப் புத்தகத்தின் ஆரம்பத்தில், ஒரு சீனக்கதையைப் பற்றிச் சொன்னேன். அதில் ஓவியன் ஒருவன் தன் ஓவியத்துக்குள்ளேயே புகுந்து சென்றான் என்பதையும், அவன் பின்னர் திரும்ப வரவேயில்லையென்பதையும் சொன்னேன். அது ஒரு எளிமையான உ தாரணமாகும், அங்கு நிகழ்ந்தது என்னவெனில் அந்த சீன ஓவியன் தன்னுடைய தூரிகை மூலம் கலையை உருவாக்குவதற்கு பதிலாக யதார்த்தத்தை உருவாக்கினான். தோற்றம்தான் ஒரு பொருள் என்பதும், தோற்றத்துக்கும் யதார்த்தத்துக்கும் வித்தியாசம் இல்லை என்பதும் சீனர்களின் நம்பிக்கையாய் இருந்தது. நன்கு வரையப்பட்ட பூதங்கள் பறந்து போவதாய் இருந்தது.

கார்ட்டூன் படங்களின் இயற்கையான வரலாறு என்பது இத்தனை எளிமையானதாக இல்லை. அது முதல் முதலில் பெலிக்ஸ் பூனையில்தான் வெளிப்பட்டது. இந்த அதிசயமான கலைக்கு அது தான் முன்னோடியாய் விளங்கியது. இதை உருவாக்கியவர் பாட்சுலீவன் (Pat Sullivan) என்ற புத்திசாலியாவார். இவர் உருவாக்கிய அந்த அதிசய உலகில் ஆட்சி செய்தது. அவரின் பென்சில் அல்லது வண்ணத்தூரிகைதான். இந்த உலகின் மூலப்பொருள் கோடுகள் தான். அவைகள் அந்த வரைபட

உலகின் எல்லை வரை சென்றது. இத்தகைய வரைபடங்கள் அந்த சீன ஓவியனைப் போலவோ அல்லது அவனுடைய நிலப்பரப்பைப் போலவோ தானாகவே இயற்கையான யதார்த்தமாக மாறவில்லை. பென்சில் அல்லது பேனாவால் வரையப்பட்ட மனிதர்கள் மட்டுமே இவ்வுலகை ஆக்ரமித்துக் கொள்பவர்களாக இருந்தனர். இப்பொருள்களின் தோற்றக்கோடுகள் இவ்வுலகத்திற்கு அப்பாற்பட்டு இருக்கும் உருவங்களைக் காட்டவில்லை. மாறாக அவைகளின் சொந்த வடிவத்தையே காண்பிக்கின்றன. சீனக் கதையில் வந்தது போல், இங்கு தோற்றம் என்பது யதார்த்தமாக மாற்றப்படவில்லை. தோற்றம் என்பதுதான் இங்குள்ள ஒரே யதார்த்தமாகும். இங்கு கலை என்பது யதார்த்தத்தை அடிப்படையாய்க் கொண்டு உருவாவதில்லை. உண்மையில், சுல்லிவனின் படங்களுக்கு இந்த இரட்டைத்தன்மை பற்றி எதுவும் தெரியாது. பெல்லிக்ஸ் பூனை தன் வாலை ஏதோ சக்கரம் போல் சுற்றுகிறது. இப்போது அது அதன் மேலேயே உருண்டு செல்கிறது. அது உண்மையான சக்கரமாக மாற வேண்டிய அவசியமில்லை. வரையப்பட்ட பூனைக்கு வரையப்பட்ட சக்கரமே போதுமானது. சுல்லிவனின் வரையப்பட்ட உலகத்தில் அற்புதங்களுக்கு இடமில்லை. ஏனெனில் அதில் கோடுகள் மட்டுமே உள்ளது. அவைகளின் பணி தாங்கள் விரும்பும் உருவத்தை உருவாக்குவதுதான்.

பெலிக்ஸ் பூனை தன்னுடைய வாலை இழந்து விடுகிறது. இப்போது என்ன செய்வதென்று ஆச்சரியப்படுகிறது. இந்த ஆர்வமான கேள்வி அதன் தலையின் மீது பெரிய கேள்விக் குறியாக எழுகிறது. அதன் மண்டையை உடைக்கும் சந்தேகங்கள் வரைபடத்தின் மூலம் காட்டப்படுகிறது. பெலிக்ஸ் இப்போது அந்த அழகான கேள்விக் குறியை ஆழ்ந்து பார்க்கிறது. அதற்கு பளிச்சென்று யோசனை உதிக்கிறது அந்தக் கேள்விக் குறியை அப்படியே லபக் என்று பிடித்து அதையே தன் பின்னால் வாலாக ஒட்ட வைத்துக் கொள்கிறது இப்போது பிரச்சனை தீர்ந்து விட்டது. கேள்விக்குறி என்பது ஸ்தூலமற்ற குறியீடுதானே என்று சிலர் ஆட்சேபம் தெரிவிக்கலாம். ஆனால் இது கார்ட்டூனிலோ ஒருகோடாய்த்தான் தெரிந்தது. வரைவாளன் (draughtsman) ஒருவனுக்கு கோடு எப்படியோ அப்படித்தான் இதுவும். பெலிக்ஸ் உடலைப் போலவே கேள்விக்குறியும் கோடுதான், இரண்டுமே ஒரே பொருளால் ஆனது. இதில் உள்ள உயிரினங்கள் எல்லாமே கோடுகளாலானது, இங்கு சாத்தியப்படாதது என்பது கோடுகளால் வரையப்படாத விஷயங்கள்தான்.

இதுபோன்ற வரைபடங்களைப் பொறுத்தவரை, காமிராக்கோணம், கண்ணோட்டம் என்பது பொம்மலாட்டப் படங்களைக் காட்டிலும் குறைவான முக்கியத்துவத்தையே உடையது. பல்வேறு கோணங்களில் இருந்து பறக்கப்படும் முகமூடிகளுக்குக் கூட பல்வேறு பாவங்கள் உண்டு. ஆனால் இந்த வரைபடங்களோ இரு பரிமானங்களை

மட்டுமே கொண்டது. காமிராவால் அவைகளை அப்படியே மறுபதிவு செய்யத்தான் முடியும். இருந்த போதிலும் கார்ட்டூன் படத்தில் காமிராவின் ஆக்கப்பூர்வமான பங்கு என்பது தான் என்ன?

இத்தகைய படங்கள், முழுமையாக வரையப்பட்ட படங்களை மட்டும் காண்பிக்கவில்லை. ஒரு நிகழ்ச்சியை வரையப்படும் பொழுதே காட்டக்கூடியது. அந்தக் கோடுகள் நம் கண் முன்னேயே தோன்றி, அந்நிகழ்ச்சி நடைபெறுகிறது. அவைகள் வெறும் வரைபட தகவல்கள் இல்லை. வரைபட நிகழ்ச்சியாகும்.

இத்தகைய கார்ட்டூன்களின் இயற்கையான அம்சம் என்னவெனில் அவைகளின் கேலித்தன்மையும், வினோதத்தன்மையும் ஆகும். உண்மையான நிகழ்ச்சிகளை உண்மையாகப் படம் பிடித்த படங்களைக் காட்டிலும், இத்தகைய வரைபட சினிமாவுக்கு ஒருமைப்பாடுடனான பாணி என்பது அத்தியாவசியமாகும். இத்தகைய ஒருங்கிணைப்பைப் படத்தில் பெறுவதற்கு, இப்படங்களை வரையும் வரைவாளன், எல்லாப் படங்களையும் ஒரு குறிப்பிட்ட கண்ணோட்டத்திலிருந்து வரைய வேண்டும். எல்லாப் படங்களும் இணையான நகைப்புணர்வையும், கேலித்தன்மையும் கொண்டிருக்க வேண்டும். உதாரணமாக, அத்தகைய படம் ஒரு அரசியல் நையாண்டியாக இருக்குமெனில் படவரைவாளனுடைய அரசியல் எதிரிகளை மட்டுமே அவன் காட்ட முடியும் படவரைவாளன் தான் ஆதரிக்கின்ற அரசியல்வாதிகளை அதே போல் கேலியாக சித்தரிக்க முடியாது. மாறாக அவற்றை அவன் வேறு விதமாக வரைவானெனில், அத்தகையப் படங்களுக்குள்ள பாணியையே அவன் மீறுபவனாகிறான்.

ஜார்ஜ் குரோஸ் (George Grosz) என்ற மாபெரும் ஜெர்மானிய புரட்சிகர கார்ட்டூனிஸ்டு இத்தகைய குழப்பத்துடன்மாபெரும் போராட்டமே நடத்த வேண்டியிருந்தது. ஆளும் வர்க்கங்களின் முகங்கள் என்ற தலைப்பில் அவர் வரைந்த கேலிச்சித்திரங்களின் தொகுப்பு மிகவும் பயங்கரமானதாகவும், எரிச்சலூட்டுவதாகவும் இருந்தது. அத்தகையபடம் ஒன்றில் பாட்டாளி ஒருவனைக் காண்பிக்க வேண்டுமெனில், அவருக்கு என்ன செய்வதென்றே புரியவில்லை. பாட்டாளியையும் ஒரு கேலிச் சித்திரமாக வரைய அவருக்கு மனம் ஒப்பவில்லை.

ஏனெனில் தொழிலாளி ஒருவனை அவர் அவ்வாறு பார்க்கவும் இல்லை. காண்பிக்க விரும்பவும் இல்லை. அதற்காக அவரால் பயங்கர கேலியுணர்வோடு வரைந்த படங்களையும் அன்போடு உன்னதமாக வரைந்த படங்களையும் ஒன்றாக சேர்க்க முடியுமா? இதற்கு ஒரே ஒரு தீர்வுதான் இருக்க முடியும். அது குழந்தைகள் வரையும் படங்களில் உள்ள பாணியைப் பின் பற்றுவதாகும். இந்த முறையை பல மிகச்சிறந்த கலைஞர்கள் உபயோகப்படுத்தினர். அத்தகைய படங்களில் குழந்தைகளின் திறமைக் குறைவு காரணமாக, அவை ஓரளவு

சிதைக்கப்பட்டிருக்கும். இதை ஒரு அனுகூலமாகப் பயன்படுத்துவதன் மூலம் இப்படங்கள் ஆதரவுணர்வை ஏற்படுத்துவதோடு மற்ற படங்களைப் போல நகைப்புக்குரியதாகவும் உள்ளது.

படங்களில் ஒலி வந்த பிறகு புதிய ஒலி ரீதியான நகைச்சுவையும், புதிய மாபெரும் இசை ரீதியான கலை நயமும் கார்ட்டூன் படங்களுக்கு கிடைத்தது. இந்தப் புதிய கலை வடிவத்தின் ஈடு இணையற்ற மன்னனாக விளங்கிய வால்ட் டிஸ்னியைக் குறித்து, பின்னால் ஒலிப்படங்களின் குறிப்பான பிரச்சனைகளை விவாதிக்கும் பொழுது பார்ப்போம்.

16
ஒலி

சோக தீர்க்க தரிசனம்

தீர்க்க தரிசியாய் இருப்பது ஒரு கடினமான பணியாகும். சில சமயங்களில் தங்களுடைய சொந்த தீர்க்க தரிசனத்தில் நம்பிக்கையில்லாத போதுதான். தொடர்ந்து வாழவும், பணி செய்யவும் முடியும். ஒலிப்படம் முதன் முதலாக வந்தபோது, அது, அப்போது உயரளவில் வளர்ந்திருந்த மௌனப்பட கலாச்சாரத்தை அழித்து விடும் என்று சொன்னேன். ஆனால் அது ஒரு சிறிது காலத்திற்கே இருக்கும் என்றும், ஒலியின் வெளிப்பாட்டுத்திறன் உயர் அளவில் வளரும் வரையில் தான் இருக்கும் என்றும் சொன்னேன். அப்போது நிகழ்ந்ததை நான் ஒரு பேரழிவு என்றும், அது போன்று வரலாற்றில் எந்த கலைக்கும் நிகழ்ந்ததில்லை என்றும் சொன்னேன். அதே நேரத்தில் மீண்டும் மௌனப் படத்திற்கு திரும்புவது என்பது நடக்க முடியாத ஒன்று என்றும் சொன்னேன். ஏனெனில் தொழில் நுட்ப பரிணாம வளர்ச்சி என்பது, மனித குல உற்பத்திச் சக்திகளின் பரிணாம வளர்ச்சியைக் குறிக்கிறது. இந்த வளர்ச்சியின் காரணமாக வரக்கூடிய சில ஆபத்துகளை, அவ்வளர்ச்சியைத் தடுப்பதன் மூலம் நிறுத்தி விட முடியாது. அது இயந்திரத்தையே உடைப்பது போன்ற அறிவற்ற செயலாகும். மக்களை அவர்கள் படும் துன்பங்களிலிருந்து காப்பாற்றும் பொருட்டு, அவர்களையே கொன்று விட முடியாது.

கிட்டத்தட்ட இருபது ஆண்டுகளுக்கு முன்பு ஒலிப்படம் வருவதற்கான முதல் அறிகுறிகள் தெரிந்தன. அப்போது என்னுடைய Der Geist des films என்ற புத்தகத்தில், ஒலி என்பது தற்போது சினிமாவுக்கான ஒரு பயனாக இல்லை.

அது ஒரு பணிதான். அந்தப் பணியை செய்து முடிக்கும் போது தான் அது சினிமாவுக்கு மாபெரும் பயனைத் தரும் என்று எழுதினேன். சினிமாவில் உள்ள படங்களைப் போல, ஒலியும் சுலபமாகக் கையாளப்படும் சாதனமாக மாறும் போதுதான் இது நிகழும் என்றும் அதாவது படச்சுருளைப் போல ஒலிப்பதிவுச் சுருளும் வெறும் பதிவு செய்யும் சாதனம் என்ற நிலையிலிருந்து மாறி, படைப்பு சாதனக் கலையாக மாறும் போது இது நிகழும் என்று எழுதினேன்.

இப்போது இருபதாண்டுகளுக்குப் பிறகு என்னுடைய அதே Der Geist des films புத்தகத்தின் சம்பந்தப்பட்ட அத்தியாத்திலிருந்து, வார்த்தைக்கு வார்த்தை அப்படியே சொல்ல வேண்டியதாய் உள்ளது. நான் அப்போது எதைக் குறித்து பயந்தேனோ அது இப்போது முடிந்து போன விஷயமாகி விட்டது. அது மட்டுமல்லாமல் ஒலிப்படங்களைப் பற்றிய நம்முடைய நம்பிக்கையும் எதிர்பார்ப்பும் இன்னும் நிறைவேறவில்லை. மௌனப் படக்கலை என்பது அழிந்து விட்டது ஆனால் அதன் இடத்தை ஒலிப்படத்தின் வெறும் தொழில் நுட்பம்தான் எடுத்துக் கொண்டதே தவிர, அது கடந்த இருபது ஆண்டுகளில்* தனித்த தொரு கலையாக வளரவில்லை ஒட்டு மொத்தத்தில் பார்த்தால் சினிமாவானது மீண்டும் பேசுகின்ற படம் பிடிக்கப்பட்ட நாடகமாக மாறிவிட்டது. சமயங்களில் மிக அழகாகப் படம் பிடிக்கப்பட்ட மிக அழகான நாடகமாய் இருப்பதை யாராலும் மறுக்க முடியாதுதான். இந்தப் புதிய தொழில் நுட்பத்தின் வளர்சசி, பழைய கலைக்கு மிக நன்றாகவே பயனளித்துள்ளது. மௌனப் படங்கள் எப்படி புதியக் கோட்பாடுகளை அடிப்படையாகக் கொண்டு மானுட அனுபவங்களின் புதிய தளத்தைக் காண்பிக்கக் கூடிய புதிய கலையாக வளர்ந்ததோ, அது போன்று இந்த புதிய தொழில்நுட்ப முறை வளரவில்லை. ஒட்டு மொத்தமாக என்று ஏன் சொன்னேனெனில், ஒளிப்படங்களின் ஒலி ரீதியான தனித்த வெளிப்பாடு என்பது இன்னமும் அழிந்து விடவில்லை என்பதற்கு சான்றாக சில அறி குறிகள் இருந்து கொண்டு தானிருக்கின்றன. மனித கலாச்சாரத்தின் முழுமையடையாத இந்த மாபெரும் சாத்தியப்பாடு மற்றும் திறமை சமீபத்தில் சில திரைப்படங்களில் இழையோடுவதை என்னால் பார்க்க முடிகிறது.

குருட்டுப் பாதை

நான் முன்பு சொல்லிய அனுமானிப்பு எந்த அளவுக்கு சரியானது என்பதை நிருபிப்பதற்காக, கடந்த இருபதாண்டுகளாக இருக்கக்கூடிய இந்த ஒன்றுக்கும் உதவாத மெத்தனப் போக்கு தேவையா என்ன? இது குருட்டு சந்து என்பதை நமக்கு நாமே நிரூபித்துக் கொள்ள நாம் இதன் வழியாய் சென்றுதான் ஆகவேண்டுமா என்ன? சரி, வளர்ச்சியின் தொடர்ச்சியில் எனக்கு நம்பிக்கை இருக்கத்தான் செய்கிறது. எனவே இந்தக் காலம் வீணாய் போகவில்லை என்று நம்புகிறேன். வளர்ச்சியற்ற இந்த நிலை வெறும் தோற்றம் மட்டும் இல்லை என்பதைக் கண்டறிவது கொள்கையாளர்களுக்கான பணியாகும். ஆனால் மீண்டும் துவங்கியுள்ள வளர்ச்சிதான், கடந்த காலத்துக்கு எந்த அளவுக்குக் கடன் பட்டுள்ளது என்பதைச் சொல்ல முடியும்.

---

* இக்கட்டுரை 1948 ஆம் ஆண்டு எழுதப்பட்டது. (மொ-ர்)

இரண்டாம் உலகப்போருக்குப் பின், ஐரோப்பாவில் மீண்டெழுந்துள்ள மாறிவரும் புதிய திரைப்படக் கலாச்சாரத்தில், தற்போது நிலவும் ஒலிப்படங்கள் மீதான அதிருப்தியை எல்லா இடங்களிலும் உணர முடிகிறது. திரைப்படக் கொள்கையாளர்கள் இதற்கு சரியானதொரு கருத்தைத் தரக் கூடிய நிலையில் இருக்கலாம். ஒலிப்படக் கலைக்கான நேரம் வந்து விட்டது. எனவே அது குறித்த கொள்கைக்கான நேரமும் வந்து விட்டது. இது காறும் வெறும் இயற்கையறிவு அடிப்படையைக் கொண்டு இருந்த இந்த உந்துதலை, விருப்பத்துக்குரியதாகவும், நோக்கமுள்ளதாகவும் முழுமையான உணர்வோடு மாற்ற இந்தக் கொள்கை பயன்படும்.

தீர்க்க தரிசனம்

இருபதாண்டுகளுக்கு முன்பு நான் பின்வருமாறு எழுதினேன்: ஜெர்மன் (மௌன) படம் தன்னுடைய கடைசி ஆண்டுகளில் உண்மையிலேயே மிக வேகமாக வளர்ந்தது. அந்த வளர்ச்சியில் ஒலிப்படம் வந்ததன் காரணமாக திடீர் மாற்றம். ஆனால் அந்த வளர்ச்சி பாதி தூரத்தைக் கடப்பதற்குள்ளேயே நின்று விட்டது. படக் காமிராவே அப்போதுதான் தன்னுடைய உணர்வு நரம்புகளையும் கற்பனையையும் பெற ஆரம்பித்திருக்கிறது. காமிராவின் கோணம், கண்ணோட்டம், நிலைப்பாடு மற்றும் தொகுப்பு காரணமாக, சினிமா அப்போதுதான் பொருள்களின் புராதன புறத்தன்மையை மீறுகின்ற ஒரு நிலையை அடைந்திருந்தது. வேறு எந்தக் கலைகளிலும் இல்லாத அளவுக்கு, மௌனப் படஙகள் அப்போதுதான் உளவியல் நுண்பாட்டையும், படைப்புச் சக்தியையும் பெற ஆரம்பித்திருந்தது. ஆனால் அப்போது ஒலிப்படமானது ஏதோ பெரும் நிலச்சரிவைப் போல அதனைத் தாக்கியது. முந்திய அத்தியாயங்களில் நான் குறிப்பிட்டிருந்த மௌனப் படங்களின் வளமான கலாச்சாரம் இப்போது ஆபத்தில் உள்ளது. வளர்ச்சியடையாத வெளிப்பாட்டுச் சாதனம் ஒன்று ஏற்கனவே நன்கு வளர்ச்சியடைந்த ஒன்றை அதன் ஆரம்ப நிலையை நோக்கி இழுத்துக் செல்லப் பார்க்கிறது வெளிப்படுத்தும் திறன் எந்த அளவுக்கு குறைகிறதோ அதே அளவு, அதன் உள்ளடக்கமும் குறையும் என்பது தவிர்க்க முடியாத ஒன்று.

நாம் வரலாற்றைப் பார்ப்போமெனில், அதில் மனிதகுலம் முழுவதற்குமான பிரச்சனைகளைப் பார்ப்போமெனில், நெருக்கடிகள்தான் இருந்திருக்கின்றனவே தவிர, என்றென்றைக்குமான சோகம் என்பது இருந்ததில்லை. அப்படித்தான் இதுவும், பழைய பாதையை மறித்துவிட்ட புதிய பாதையாகும். பொருளாதாரத் துறையை எடுத்துக் கொண்டால் கூட, ஒவ்வொரு பெரும் தொழில் நுட்ப கண்டு பிடிப்பு வரும் போதும் அது நெருக்கடியையும், பெரும் அழிவையும் கொண்டு வந்திருக்கின்றன. இருந்த போதிலும், அவை பின்னால் மனித குல வளர்ச்சிக்கே பயன்பட்டிருக்கிறது.

கலையில் ஒவ்வொரு தொழில் நுட்ப புதுமையும், உற்சாக மூட்டக்கூடிய உந்து சக்தியாகும். சந்தர்ப்பம்தான் உண்மையான கலைக் கடவுளாகும். வண்ணத்தைக் கண்டு பிடித்தது ஓவியன் அல்ல. சுத்தியும், உளியும் மனிதன் சிலையை செதுக்குவதற்கு முன்பே தேவையில் இருந்த ஒன்றாகும். அதே போன்று திரைப்பட காமிராவும் அது ஒருவன் கைகளில் கிடைத்து புதிய கலை மற்றும் கலாச்சாரத்துக்கான சாதனமாக மாறும் முன்பே இருந்த ஒன்றாகும். ஒரு சாதனம் தான் உருவாக்குகிற கலாபூர்வமான நோக்கங்களுக்கு முன்னரே இருக்கக்கூடிய ஒன்றாகும். அப்படி ஒரு புதிய எழுச்சி ஏற்பட்ட பின்புதான் இயங்கியல் ரீதியான வளர்ச்சிப் போக்கு என்பது ஏற்படும். அதாவது இந்தப் புதிய நோக்கங்கள், புதிய தொழில் நுட்ப ரீதியான வெளிப்பாட்டைத் தேடுவதாய் அமையும். அந்த குறிப்பிட்ட கட்டத்திலிருந்து, கலை தன் சொந்த தேவைக்கேற்றவாறு, தொழில் நுட்ப வளர்ச்சியின் திசை மற்றும் பணியை வழி நடத்திச் செல்கிறது. முதன் முதலாக வந்த ஒலிப்படங்கள் கேலிக்குரியதும், சங்கடப் படுத்துவதுமான வெறுமையாய் நமக்குத் தெரியக் காரணம் என்ன? ஏனெனில் அவற்றின் அப்போதைய நிலையை வைத்து மதிப்பிடவில்லை. மாறாக அவைகளின் சாத்தியப்பாடு மற்றும் திறமையை வைத்து மதிப்பிடுகிறோம். இவற்றை மறுப்பதற்கான காரணம் நம்முடைய வெறுப்பல்ல மாறாக உடனடி கோரிக்கையாகும்.

நாம் கோருவது என்ன?

நம்முடைய இந்த கோரிக்கைதான், ஒலிப்படத்திற்கு புதிய மாபெரும் கலை என்ற அந்தஸ்தையே தருகிறது நம்முடைய கோரிக்கை என்னவெனில், ஒலிப்படம், மௌனப் படத்தை இயற்கையாய் தோன்றச் செய்ய வெறும் ஒலியைச் சேர்ப்பதாக மட்டும் இருக்கக்கூடாது. மாறாக மானுட அனுபவத்திற்கு புதிய புதையல்களைத் தரும் வகையில், அது வாழ்க்கையின் யதார்த்தத்தை முற்றிலும் வேறான கோணத்திலிருந்து அணுக வேண்டும். ஆரம்ப நிலையில் இருக்கும் இந்த ஒலிப்படங்களிலிருந்து நாம் கோருவது எல்லாம், தொழில்நுட்ப நிறைவையல்ல, மாறாக புதிய கருத்துக்களை ஆகும். நம்முடைய பிரதான ஆர்வமெல்லாம் அது எவ்வாறு ஒலிக்கிறது என்பதல்ல மாறாக தன்னுடைய ஒலி வெளிப்பாட்டுச் சக்தியின் மூலம் தருவது என்ன என்பதுதான்.

ஒலிப்படங்களின் பணி என்பது, நாம் ஆயிரக்கணக்கான ஆண்டுகளாகப் பார்த்து வருவது போல் பேசுவதும் இசை மற்றும் ஒலிகளை எழுப்புவதும் எனில், அது எவ்வளவுதான் வளர்ச்சியடைந்தாலும் வெறும் மறுபதிப்பு செய்கின்ற கருவியாகத் தான் இருக்குமே ஒழிய வேறேதுவுமாக இருக்காது. ஆனால் கலையில் ஒரு கண்டுபிடிப்பின் முக்கியத்துவம், அது இதுகாறும் நம் கண் காதுகளுக்குத் தெரியாத எந்த விஷயங்களைக் கண்டு பிடித்தது என்பதைப் பொறுத்துதான் அமைகிறது.

மௌனப் படம் ஒரு கலையாக மாறிய போது நம் கண்களுக்கு அது வரைக்கும் தெரியாத ஒரு காட்சி உலகத்தைத் தந்தது. அது நமக்கு பொருட்களின் முகங்களையும், இயற்கையின் சைகைகளையும் மற்றும் நுண்ணிய நாடகவியலையும், உடல் பாவயியலையும் நமக்கு காண்பித்தது. படத்தொகுப்பின் மூலம் உருவான ஷாட்டுகளின் தொகுப்பில், நாம் அதுகாறும் காணாத, பொருள்கள் மற்றும் அசைவுகளுக்கிடையேயான தொடர்பையும், அதன் மூலம் உருவான சக்திவாய்ந்த கருத்து தொடர்பையும் பார்த்தோம்.

ஒலி உலகம்

நம்மைச் சுற்றியுள்ள ஒலி சூழ்நிலையை நமக்கு காண்பிப்பதும் நாம் வாழுகின்ற ஒலி ரீதியான பரப்பையும், பொருட்களின் பேச்சையும், இயற்கையின் நெருக்கமான முனகல்களையும் நமக்கு காண்பிப்பதுதான் ஒலிப்படங்களின் பணியாகும். மனிதப் பேச்சைத் தவிர, பேசுகின்ற எல்லாவற்றையும், கடலின் ஆர்ப்பரிப்பையும், நகரின் இரைச்சலையும் இயந்திரத்தின் அலறலையும், ஜன்னல் கண்ணாடியின் மீது விழுகின்ற மழையின் இதமான தாளத்தையும் அது நமக்கு காட்டவேண்டும். அவைகள் தம்முடைய பரந்த பேச்சு சக்தியால் நம்முடைய சிந்தனைகளையும், உணர்வுகளையும் பாதித்து வழிகாட்டக் கூடியதாய் உள்ளது. தனித்த ஒரு அறையில் தரைப்பலகை உடைகின்ற சப்தம், நம் காதுகளை வேகமாய் கடந்து செல்கின்ற தோட்டாவின் சப்தம், ஒரு பழைய நாற்காலியில் மரணத்தோடு போராடும் தேனீயின் சப்தம், கற்களின் மீது ஓடுகின்ற காட்டு ஓடையின் சப்தம் ஆகியவற்றிற்கான அர்த்தங்களை அது நமக்கு சொல்ல வேண்டும். மென்மையான உணர்வுகளைக் கொண்ட கவிஞர்களால் இந்த சப்தங்களைக் கேட்டு, அவற்றைத் தங்கள் கவிதைகளில் வடிக்க முடியும். ஒலிப்படங்கள் இத்தகைய சப்தங்களைத் திரையிலிருந்து நம்மோடு நேராக பேச வைக்க வேண்டும்.

சப்தத்தின் கண்டுபிடிப்பு

நம் தினசரி வாழ்க்கையின் ஒலிகளை, நாம் இதுகாறும் ஒரு குழப்பமாக சப்தமாகவும், வடிவமற்ற இரைச்சலாகவும் ஏதோ இசையைப் பற்றி ஒன்றும் அறியாத ஒருவர் சிம்பனி இசையைக் கேட்டது போலத்தான் உணர்ந்திருக்கிறோம். அதிகபட்சம், அதில் பிரதான இனிமையை மட்டும் நம்மால் அடையாளங் கண்டு கொள்ள முடியலாம். மற்ற சப்தங்களெல்லாம் நமக்கு ஒரு குழப்படியாகத்தான் இருக்கும். குழப்பமாக சப்தங்களை நம் காதினால் ஆராய்வதற்கு கூட ஒலிப்படம் நமக்கு கற்றுத் தந்துள்ளது. அதன் மூலம் நாம் வாழ்க்கையின் சிம்பனி இசையை அறிந்து கொள்கிறோம். பொதுவான அர்த்தமற்ற சப்தங்களில் பல்வேறு குரல்களை நாம் கேட்கிறோம். அவற்றின் குணாம்சங்களைத் தனிப்பட்ட வாழ்க்கையின்

வெளிப்பாடுகளாக அறிந்து கொள்கிறோம். குழப்பத்திலிருந்து கலை நம்மைக் காக்கிறது என்பது பழைய கருத்து. குழப்பத்தை எதிர்த்துப் போராடுவதில் கலைகள் ஒன்றுக்கொன்று குறிப்பிட்ட விதத்தில் வித்தியாசப்படுகின்றன. எந்த வடிவமுமற்ற ஒலிகளை ஒரு வெளிப்பாடாக, முக்கியத்துவமாக, அர்த்தமானதாக ஏற்றுக் கொள்கின்ற குழப்பத்திலிருந்து நம்மைக் காப்பதுதான் ஒலிப்படங்களின் பணியாகும்.

இந்த நிலைமையை நான் எழுதி இருபது ஆண்டுகளுக்கு மேல் ஆகிவிட்டது. ஆனால் இன்று வரைக்கும் ஒலிப்படங்கள் இந்தப் பணியைச் செய்யவில்லை. இந்தக் கலைகள் என்னுடைய கொள்கை ரீதியான விருப்பங்களை நிறைவேற்றவில்லை. மனிதக் கலாச்சாரத்தின் மாபெரும் பாதையில் விட்டுச் செல்லப்பட்ட பல்வேறு பணிகள், உறுதிமொழிகள், நம்முடைய மனித உணர்வின் பரிணாம வளர்ச்சியின் ஒவ்வொரு கட்டத்திலும் உள்ளது. எந்தக் கலையும் அதன் எல்லா சாத்தியப்பாடுகளையும் உபயோகிப்பதில்லை. அழகியல் காரணங்கள், தேர்ந்தெடுத்த பாதையை மட்டும் பாதிக்கவில்லை. பல்வேறு பாதைகள் இருக்கும்போது அந்தக் குறிப்பிட்ட பாதையைத் தேர்ந்தெடுக்கவும் வைக்கிறது.

ஒலிப்படமானது நான் அன்று விரும்பியபடி இன்னொரு பாாதயில் முன்னேறியிருக்குமேயானால், இன்று மீண்டும் அதே பழைய கோரிக்கையை முன்வைக்க மாட்டேன். ஆனால் அது எந்தப் பாதையிலும் முன்னேறவில்லை. இருபது ஆண்டுகளுக்கு முன்பு சந்தர்ப்பம் மற்றும் கண்ணோட்டமாக எது இருந்ததோ அதுவேதான் இன்றும் இருக்கிறது. இது குறித்து முன்பு நான் எழுதியதை இப்போது சொல்கிறேன்.

ஒலிப்படங்கள் எப்போது சப்தத்தை அதன் கூறுகளாக, தனி அம்சங்களாக, நெருக்கமான குரல்களாக மாற்றி நம்மோடு மிக நெருக்கத்தில் ஒலியாக குரலாகப் பேச வைக்கிறதோ; இந்த தனிப்பட்ட ஒலி விளக்கங்கள் எப்போது ஒலி மோன்டாஜ் மூலம் அர்த்தமுள்ள ஒன்றாக சேர்க்கப்படுகிறதோ அப்போது தான் இந்த ஒலிப்படம் ஒரு புதிய கலையாகப் பரிணமிக்கும். இது காறும் இயக்குநர் மௌனப் படங்களில் நம் கண்களைத்தான் வழி நடத்திச் சென்றிருக்கிறார். வரிசையான பல்வேறு க்ளோசப்புகளின் மூலம் காட்சிகளின் அழுத்தத்தையும் தனித்துவத்தையும் அவைகளுக்கிடையே உள்ள தொடர்பையும் காண்பித்தார். அதே போல் எப்போது இயக்குநர் நம் காதுகளை வழி நடத்தி வாழ்க்கையின் சப்தங்களை புரிய வைக்கிறாரோ, அப்போதுதான் வாழ்க்கையின் இரைச்சல்களும் சந்தடிகளும் உயிரற்ற குழப்பமான சப்தமாக நம்மை ஆட்கொள்ளாமல் இருக்கும். ஒலிக் காமிராவானது இந்த குழப்பமான சப்தத்திற்கு இடையே புகுந்து, அதை ஒழுங்கு படுத்தவும், அதற்கு விளக்கம் கொடுக்கவும் செய்யும்.

அதன் பின்புதான் திரையிலிருந்து நம்மோடு பேசுபவன் மீண்டும் மனிதனாகவே இருப்பான்.

ஒலியின் நாடகவியல்

தனக்கென்று ஒரு பாணியைக் கொண்டு உண்மையான ஒலிப்படமானது, முன்பு மௌனப் படங்கள் காட்சி ரீதியாக காண்பித்த மனிதனின் பேச்சை இப்போது கேட்கக் கூடியதாக

வயலின் வாசிப்பால் எல்லோரையும் மயக்கக்கூடிய 'பாகனினி'யைப் பற்றிய படத்தின் விளம்பர அட்டை.....

மாற்றுவதில் மட்டும் திருப்தியடையாது. அல்லது நிகழ்ச்சிகளை வெறும் ஒலிரீதியாகப் படைப்பதில் மட்டும் திருப்தியடையாது. ஒலியானது படத்தோடு இணைக்கப்பட்ட ஒன்றாக மட்டும் இருக்காது, அது ஒரு கருத்து மூலமாகவும் நிகழ்ச்சியை மேற்கொண்டு நடத்திச் செல்பவைகளாகவும் இருக்கும். அதாவது அது சினிமாவில் ஒரு நாடகவியல் கூறாக மாறும். உதாரணமாக, இருவருக்கிடையயே நிக ழும் சண்டையில் ஒலி வெறும் துணையாக மட்டும் இருக்காது. மாறாக அதற்கு ஒரு காரணமாகவும் இருக்கும். சண்டை போடும் போது மோதுகின்ற வாள்களின் சப்தமானது, தூரத்திலிருந்து அதைப் பார்த்துக் கொண்டிருக்கும் எதிரிகளின் பாடல் அல்லது சமயத்தில் அவர்களுக்கிடையே நிகழும் சண்டையின் சப்தத்தைவிட முக்கியத்துவம் குறைந்ததாக இருக்கும். ஏனெனில் முந்தியதின் பங்கு நாடக ரீதியாக அமையாததுதான். அத்தகைய சப்தங்கள் ஒரு கதைக்கு தேவையான அம்சங்களாகும். ஒரு நிகழ்ச்சியைத் தூண்டுவதற்கு காட்சியைக் காட்டிலும் ஒலியின் முக்கியத்துவம் குறைவாக இருக்க வேண்டும் என்பதற்கு எந்தவித காரணமும் இல்லை. ஆரம்பகால ஒலிப்படங்கள், ஒலியின் இந்த விசேஷ சாத்தியப் பாடுகளை உபயோகப்படுத்துவதில் குறியாய்த்தான் இருந்தன. அச்சமயம் ஒரு சிறு இசைப்படம் ஒன்று பெர்லினில் தயாரிக்கப்பட்டது. அதில் ஒரு இளம் இசைக் கலைஞன் அடுத்த நாள் விடிவதற்குள் புதிய இசை ஒன்றை அமைத்தாக வேண்டும். அவன் தன் மூளையை எவ்வளவோ கசக்கிப் பார்க்கிறான். பொருத்தமான ஒன்று அவனுக்கு கிடைக்கவேயில்லை. அப்போது திடீரென்று ஒரு பெண் அவன் அறைக்குள் தவறுதலாக நுழைகிறாள். முற்றிலும் எதிர்பாராத அந்த திடீர் நிகழ்ச்சியின் காரணமாக புதிய இசை பிறக்கிறது. அதை அந்த இசைக் கலைஞன் பியானோவில் இயற்றுகிறான். அவள் அதைப் பாடுகிறாள். கடவுள் போல் திடீரென்று வந்த அந்தப் பெண் போனதும், இசைக்கலைஞன் அந்த இசையை மறந்து விடுகிறான். அவன் அதை இயற்றினானே ஒழிய, குறிப்பெடுத்து வைத்துக் கொள்ளவில்லை. ஒருவேளை யாரென்று அறியாத அந்தப் பெண்ணுக்கு அது நினைவிருக்கலாம். எனவே அவன் செய்தித்தாளில் 'ஒரு இளம் பெண்' அவள்....' என்ற விளம்பரத்தைத் தருகிறான். அதன்பின் அந்த இசையைக் குறித்து சில சாதாரண ஒன்றுமில்லாத திருப்பங்கள் ஏற்படுகிறது. இறுதியாக அந்த இசை காதலர்களை ஒன்று சேர்த்து வைக்கிறது. இது ஒலிப்படத்துக்குரிய ஒரு சாதாரணக் கதையாகும். காணாமல் போய் மீண்டும் கிடைத்த அந்த இசை இப்படத்தின் கதையோட்டத்திற்கும், நிகழ்ச்சிப் போக்கிற்கும் முக்கிய காரணமாய் விளங்கியது.

ஒலி பேசுகிறது

மேற்குறிப்பிட்ட கதையில், காணாமல் போய் மீண்டும் கிடைத்த அந்த இசையின் அதே பங்கை, வேறு ஏதாவது ஒரு பொருளால் கூட

ஆற்றியிருக்க முடியும். அது நாடகக் கதைப் பின்னலில் ஒரு சாதாரணப் பொருளேயாகும் ஒரு மோதிரமோ அல்லது பாத்திரத்தையோ விட அந்த இசை ஒன்றும் முக்கியமானதல்ல. அந்த இசையைப் போலவே, மோதிரமும், பாத்திரமும் காணாமல் போயிருக்கலாம். அதைச்சுற்றி அதைப் போன்ற கதையோட்டமும் நிகழ்ந்திருக்கலாம். இசை, இந்தப் படத்தில் வெறும் ஒரு உண்மைத் தகவலாகத்தான் தரப்பட்டுள்ளது. அதற்கென்று எந்த ஒலி முக்கியத்துவமோ பாதிப்போ தரப்படவில்லை. இதன் காரணமாக, அப்படம் ஒரு மேம்போக்கான வடிவத்தைக் கொண்டுள்ளது. எனவே இசையால் இந்தக் கதையில் நாடக ரீதியாக முக்கியப் பங்காற்ற முடிகிறது.

ஒலியின் பாதிப்பு கதையோட்டத்தை எந்த அளவுக்குப் பாதிக்கிறதோ அத் அளவுக்கு ஒலியின் நாடகப் பங்கும், உயிரோட்டமும் அமையும், அதாவது ஒலியானது கதையோட்டத்தின் நடுவே கேட்கக் கூடியதாக மட்டும் இருக்க வேண்டிய அவசியமில்லை. மாறாக அது கதையின் நடுவே புகுந்து அதன் ஓட்டத்தைப் பாதிப்பதாகவும் இருக்கலாம். ஒரு பழைய மௌனப்படத்திலிருந்து இதற்கு ஒரு உதாரணத்தைச் சொல்கிறேன். அல்லது இதுகுறித்த இன்னொரு பிரச்சனையை விளக்குவதற்காக ஒரு உதாரணத்தை நானே கண்டு பிடிக்கிறேன் என்று சொல்லலாம்.

மௌனப் படங்களின் ஆரம்ப நாட்களில் பாகனினி (Paganini) யைப் பற்றி ஒரு படம் தயாரிக்கப்பட்டது. காண்ராட்வீய்த்தான் இப்படத்தில் பாகனினியாய் நடித்தவர். அவன் தன் வயலின் வாசிப்பால் எல்லோரையும் மயக்கக் கூடியவன் அவன் சிறையில் அடைக்கப்படுகிறான். அவன் தன் வாசிப்பின் மூலம் மீண்டும் வெளியேறி விடுகிறான். அவன் வாசிப்பு ஆளைமயக்குவதாய் உள்ளது. அவனின் வயலின் வாசிப்பு அவனுக்கு வழியைத் தருவதோடு அவனைத் தப்பவிடாமல் எதிர்ப்பவர்களையெல்லாம் செயலிழக்கச் செய்து விடுகிறது. வெளியே காத்திருக்கும்கூட்டம், அவன் வாசிப்பில் அப்படியே மயங்கி, அவனுக்கும் அவன் வயலினுக்கும் வழி விடுகிறது.

இந்தப் படத்தில் கேட்க முடியாத அந்த வயலின் நாடக ரீதியாக முக்கியப் பங்காற்றியுள்ளது. அது கதாநாயகனின் தலை விதியையே தீர்மானித்தது. அவனைச் சிறையில் இருந்து தப்பிக்கவும் செய்தது. காட்சி ரீதியாக, இது அற்புதமாகவும் நம்பும் படியாகவும் இருந்தது. ஏனெனில் அது மௌனப் படமாக இருந்தது தான் பிரதான காரணம். அந்த சிறந்த நடிகனின் ஊமை நடிப்புக் காரணமாக, அந்த கடும் காவலாளிகளையே ஆயுதங்களைக் கீழே போடச் செய்த அந்த வயலின் வாசிப்பைப் பற்றிய நம் கற்பனை, நம்மையே மயக்குவதாக இருந்தது. இதே ஒலிப்படமாக இருக்குமெனில், இதே பாதிப்பை பெறுவதற்கு அந்த வயலினை வாசிப்பவன் எத்தனை ஒரு பெரிய மேதையாக

இருந்திருக்க வேண்டும் வெறும் பார்க்கக் கூடிய ஆனால் கேட்க முடியாத, நம்முடைய கற்பனையில் மட்டுமே இருக்கக்கூடிய இசையின் பாதிப்பு ஏதோ ஒரு மயக்கும் மந்திரம் போல் இருக்கும். அது கேட்கக் கூடிய உண்மையான இசயைாக இருக்குமெனில், அதன் பாதிப்பு பொது மக்களின் இசை பற்றிய ரசனை மற்றும் அறிதலைப் பொறுத்தே அமையும். மேலும் அது ஆளுக்கு ஆள் பல் வேறு வித்தியாசங்களைக் கொண்டிருக்கும். மேலும் இந்த இசை நம்பக்கூடியதாக இருக்க வேண்டுமெனில், அது காவலாளிகளை எப்படி மயக்கியதோ அதே போன்று ரசிகர்களை மயக்கியாக வேண்டும். பாகனினி பற்றிய ஒலிப்படம் வரவில்லை என்பது ஏதோ சந்தர்ப்ப வசத்தால் நிகழ்ந்த ஒன்றல்ல.

கிரிகொரி ரோஷல் (Grigori Roshal) இயக்கிய ரஷ்யப் படமான பீட்டர்ஸ்பர்க் நைட் படத்தின் கதாநாயகனும் ஒரு இசைக் கலைஞன் தான். இப்படம் ரசிகர்களை பல்வேறு விதமாக பாதித்தது. இதற்கு காரணம் இசை வாசிக்கப்பட்ட விதமல்ல. மாறாக வாசிக்கப்பட்ட இசையின் தன்மையாகும். அந்த ரஷ்ய வயலின் வித்துவான், கிராமியப் பாடல்களை வாசிக்கிறான். உயர்ந்த இருக்கைகளில் அமர்ந்திருக்கும் கனவான்களுக்கும் சீமாட்டிகளுக்கும் அது பிடிக்கவில்லை. எனவே கூச்சலிடுகிறார்கள். ஆனால் காலரியில் அமர்ந்திருக்கும் ஏழை ரசிகர்களோ அதைப் பெரிதும் ஆர்வத்தோடு ரசிக்கிறார்கள். மேலே சொல்லப்பட்ட பாகனினிப் பற்றிய கதை எப்படி மௌனப்படத்துக்கு மட்டுமே பொருந்துமோ, அதே போன்று இந்த ரஷ்யப்படம் ஒலிப் படத்திற்கு மட்டுமே பொருந்த முடியும். ஏனெனில் இதில் வரும் பாடலைக் கேட்டு ஒரு சாரார் ஏன் கோபமடைந்தனர். இன்னொரு சாரார் ஏன் மகிழ்ச்சியடைந்தனர் என்பதைப் புரிந்து கொள்ள நாமே அந்தப் பாட்டைக் கேட்டு உணர வேண்டியுள்ளது. இந்தக் காட்சி இசையைக் காட்டுவதோடு, கூடவே ரசிகர்கள் அதைக் கேட்பதையும், அதனுடைய நாடக ரீதியான பங்கையும் காட்டுகிறது. அதற்கும் மேலாக இப்படம் ஆழமான ஒரு தத்துவார்த்த முக்கியத்துவத்தையும் காட்டுகிறது.

ஒலிகள் நாடக கதாபாத்திரங்களாக

ஒலிப்படத்தில் இசை மட்டும் தன் நாடகப் பங்கை ஆற்ற வேண்டும் என்றில்லை. உதாரணமாக மாலுமி ஒருவன் தன் பணியின் பொருட்டு குடும்பத்தினரிடமிருந்து விடை பெறுகிறான். தொட்டிலை ஆட்டிக் கொண்டிருக்கும் அவன் மனைவியோ அவனை வீட்டிலேயே இருக்கும்படி கெஞ்சுகிறாள். அவனுடைய அன்புக்குப் பெரும் எதிரியாக இருக்கக் கூடிய கடலை, நாம் சன்னல் வழியாய் பார்க்கிறோம். மாலுமியோ தயங்குகிறான். பிறகு இரு சப்தங்களும் நமக்கு கேட்கின்றன. இரண்டுமே ஒன்றுக்கொன்று எதிராக அவனை மயக்கப் பார்க்கின்றன. ஒன்று அந்தப் பெண் பாடும் மென்மையான தாலாட்டு, இன்னொன்று

அவனை அழைக்கக்கூடிய கடலின் முணுமுணுப்பு. ஆனால் நாம் இப்போது படத்தில் மாலுமியை மட்டுமே, அவன் முகத்தை மட்டுமே பார்க்கிறோம். இருந்தாலும் இந்த இரு சப்தங்களின், இரு அழைப்புகளின் காரணமாக அவன் மனதில் நடக்கிற கடும் போராட்டத்தையும், மோதலையும் பார்க்கிறான். இந்த மிக முக்கியமான நாடக முக்கியத்துவமுள்ள காட்சியில் ஒரு வார்த்தை கூட பேசப்படவில்லை. ஒரு உள்ளத்தை அடைவதற்காக, ஒரு பெண்ணின் தாலாட்டும், கடலின் சப்தமும் போட்டி போட்டுக் கொள்கிறது.

துணையாக வரும் ஒலியின் பாதிப்பு

சில நேரங்களில் ஒலியின் நாடகப் பங்கு நேரடியாக இருக்காது. ஒரு வீரன் தன் காதலியிடமிருந்து விடைபெறுகிறான். யுத்தகளம் அருகிலேயே உள்ளது. துப்பாக்கி வெடிச் சத்தம் நமக்கு கேட்கிறது. இந்த விடைபெறும் காட்சியை உடன் கேட்கும் ஒலிகள் இன்றியே எடுத்திருக்கலாம். ஆனால் அதன் பாதிப்பு முற்றிலும் வேறாக இருந்திருக்கும். ஒவ்வொரு துப்பாக்கி சத்தம் கேட்கும் போதும், வரப்போகும் ஆபத்தை அவளால் உணரமுடிகிறது. ஒரு வசதியான, பாதுகாப்பான, சொகுசான அறையில் அவள் விடைபெற்றிருப்பாளெனில் அவளால் இவைகளை உணர்ந்திருக்க முடியாது. இது போன்ற விஷயங்கள் இருக்கின்றன என்பதைக் கூட அவள் அறிந்திருக்க மாட்டாள்.

ஒலிகளின் சண்டை

உருவாகி சில காலமே ஆகியிருந்த இத்தாலிய திரைப்படத்துறை, தன்னுடைய படங்களில் நாடகரீதியான ஒலிகளை மிகவும் சுவையான முறையில் உபயோகப்படுத்தியது. சினிமாவை கலையாக்குவதில் மீண்டும் தாங்களே முதலில் இருக்கிறோம் என்பதை இதன் மூலம் காண்பித்தார்கள். லூய்கி ஸாம்பா (Luigi Zampa) வின் அற்புதமான விவர் இன் பேஸ் (Vivere in pace) எனும் பாசிச எதிர்ப்பு படத்தில், முக்கியமான காட்சி முழுக்க முழுக்க ஒலி விளைவுகளை அடிப்படையாகக் கொண்டது. இத்தாலிய விவசாயி ஒருவன் தன்னுடைய வீட்டில் அடிபட்ட அமெரிக்க நீக்ரோ சிப்பாய் ஒருவனை வைத்திருக்கிறான். அப்போது ஜெர்மன் அதிகாரி ஒருவன் விவசாயி வீட்டுக்கு வருகிறான். அந்த நீக்ரோ இப்போது உடனடியாக மறைக்கப்பட வேண்டும். அவசரத்தில் வேறு இடம் கிடைக்காததால் அவனைக் கீழே பாதாள மதுபான அறையில் அடைத்து விடுகிறார்கள். ஆனால் அந்த ஜெர்மனோ மிகவும் சாவகாசமாக இருக்கிறான். அவன் அங்கேயே இருக்கிறான். போவதற்கான எந்த அறிகுறியையும் காட்டவில்லை. அவன் உணவும் பாணமும் கேட்கிறான்.

அவன் சந்தோஷமாக இருக்க விரும்புகிறான். அந்த இத்தாலிய விவசாயக் குடும்பமோ அமைதியாக உட்கார்ந்து கொட்டாவி விட்டுக்

கொண்டிருக்கிறது. சலிப்பேற்படுத்தி அந்த ஜெர்மன் அதிகாரியை எப்படியாவது வெளியேற்ற நினைக்கிறார்கள். திடீரென்று அப்போது கீழே மதுபான அறையிலிருந்து வினோதமான சப்தங்கள் கேட்கின்றன. அந்த இருட்டிலும், குளிரிலும் அடைபட்டு இருந்த அந்த நீக்ரோ சலித்துப்போய், ஒரு மதுக்குடுவையைத் துளைபோட்டு நன்றாகக் குடித்து விடுகிறான். ஜெர்மன்காரனோ தன் காதுகளை கூர்மையாக்கிக் கொள்கிறான். அப்போது இத்தாலியக் குடும்பத்தினர் திடீரென்று மகிழ்ச்சி கூக்குரலிடுகின்றனர். கீழிருந்து வரும் அந்த ஆபத்தான சப்தங்களை தங்கள் சத்தத்தால் அமுத்தப் பார்க்கின்றனர். நன்றாக குடித்திருந்த நீக்ரோவோ கீழ் அறையிலுள்ள எல்லாவற்றையும் அடித்து நொறுக்குகிறான். அந்த வயதான விவசாயியும் அவன் வயதான மனைவியும், பாடவும் சுத்தவும், ஆடவும் ஆரம்பித்து விடுகிறார்கள். அந்த ஜெர்மன்காரனையும் கூட இழுத்துக் கொண்டு ஆடுகிறார்கள். ஒரே ஒலிமயமான மகிழ்ச்சி ஆரவாரம். கீழறையிலிருந்து வரும் சப்தத்தோடு கஷ்டப்பட்டு போட்டி போடுகின்றனர். தொடர்ந்து நடப்பது என்னவெனில், ஒலிகளுக்கிடையான கடும் மோதலாகும். அது ஒரு பயங்கரமான காட்சி. அந்த நீக்ரோ செய்கின்ற கலாட்டா அதிகமாக அதிகமாக, இங்கே ஒலியின் மோதல்களும் அதிகமாகின்றன. அந்த நீக்ரோ கதவை அடித்து உடைத்துக் கொண்டு வெளியே வரப் பார்க்கிறான்.

அந்த பயங்கர மகிழ்ச்சி ஆரவாரத்தின் மீது மரணத்தின் நிழல் விழுகிறது. இறுதியில், அந்த நீக்ரோ கதவை இரண்டாக உடைத்துக் கொண்டு வெளியே வருகிறான். அந்த ஆரவாரம் அப்படியே நின்று அவன் ஆடாமல் அசையாமல் மௌனியாய் நின்று விடுகிறான். இதைக் காட்டிலும் நெகிழ வைக்கக் கூடிய காட்சி ஒன்று வெர்கனோ (Vergano) வின் இல் ஸோல் ஸோர்ஜே அங்காரா (Il Sole Sorge Ancora) எனும் படத்தில் வருகிறது. பாதிரியார் ஒருவர், பாசிச எதிர்ப்புக் குழுவைச் சேர்ந்தவர். அவருக்கு மரண தண்டனை விதிக்கப்படுகிறது. தண்டனையை நிறைவேற்ற ஜெர்மானியர்கள் அவரை அழைத்துச் செல்கின்றனர். சாலையின் மருங்கில் அவரைப் பார்க்க ஏராளமான கூட்டம். கூட்டம் அதிகமாகிக் கொண்டே போகிறது. பாதிரியாரைச் சுற்றி நிற்பவளும் அதிகமாகிக் கொணிடே போகிறார்கள். பாதிரியார் பிரார்த்தனை சொல்லத் துவங்குகிறார். முதலில் மெலிதாக சொல்கிறார். பின்னர் நடக்க நடக்கச் சப்தமாக சொல்கிறார். காமிரா அவரை டிராக் ஷாட் மூலம் பின் தொடர்கிறது. பாதிரியார் நமக்கு எப்போதும் தெரிந்து கொண்டேயிருக்கிறார். ஆனால் கூட்டத்தில் இரண்டு மூன்று முகங்கள்தான் தெரிகின்றன. அதுவும் பாதிரியாரும், காமிராவும் கடக்கும் போது தெரிகின்ற முகம். பாதிரியார் பிரார்த்தனை சுலோகங்களை சொல்லிக் கொண்டேயிருக்கிறார். கூட்டத்திலுள்ள இருவர் அல்லது மூவர் அதற்கு 'Ora pro nobis' என்று பதிலை

முணுமுணுக்கின்றனர். ஆனால் பாதிரியார் நடக்க, நடக்க இந்தப் பதிலும் பெரிதாகிக் கொண்டே போகிறது. நாம் இரண்டு அல்லது மூன்று பேர்களுக்கு மேல் பார்க்கவில்லை. ஆனால் சப்தம் மட்டும் எல்லாத் திசைகளிலும் முன்னோக்கி அதிகமாகிக் கொண்டே போகிறது. ஆனால் ஷாட் என்னவோ எப்போதும் க்ளோஸ்-அப்பாகவே உள்ளது. இரண்டு மூன்று பேருக்கு மேல் நாம் பார்ப்பதில்லை. ஆனால் 'Ora pro nobis' என்று சொல்கின்ற குரல்கள் மட்டும் வளர்ந்து கொண்டே போகின்றன. வலுத்துக் கொண்டே போகும் மழையைப் போல, சப்தம் அதிகமாவதை நாம் கேட்கிறோம். இது கேட்கக் கூடிய மக்களின் கிளர்ச்சியாகும். அதன் சக்தியும் உணர்வும் எதிர்ப்பைக் காண்பிக்கக் கூடிய ஒலி குறியீடாக மாறுகிறது. இதற்கு பிரதான காரணம் கூட்டத்தை நாம் கண்களால் பார்க்காதது தான். நாம் மொத்தக் கூட்டத்தையும் திரையில் பார்த்திருப்போமெனில், அது அவ்வளவு பெரிய கூட்டத்துக்குரிய சப்தம் என்பது நமக்குத் தெளிவாகப் புரிந்து விடும். ஆனால் ஒலி அப்போது தன்னுடைய குறிப்பான முக்கியத்துவத்தை இழந்து விடுகிறது. இந்தக் குறியீடான ஒலியை தனித்துக் கேட்கிறோம். அந்த ஒலியிருப்பது உண்மையான இடத்தில் அல்ல, எனவே இவ்வளவு பெரிய கூட்டத்தை அந்த ஒலி வரும் இடத்திற்கேற்ப பொருத்தமாக காண்பிக்க முடியாது. நாம் கேட்கின்ற அந்தக் குரல் தேசத்தின் குரலாகும். இருந்த போதிலும் அதை அந்த தியாகி பாதிரியாரின் க்ளோஸ்-அப்பில் கேட்கிறோம். பாதிரியாரின் அமைதியான பாவத்துக்குப் பதில் போல் அமைகிறது அந்தக் குரல்.

ஒவ்வொரு ஒலிப் படத்திலும், ஒலி இத்தகைய மிக முக்கியமான நாடகப் பங்கை ஆற்ற வேண்டும் என்று சொல்லவில்லை. மௌனப் படம் தற்போது மறைந்து விட்டதன் காரணமாக, ஒலிப் படங்கள் பல்வேறு விதமான கதைகளைக் கையாள வேண்டும். ஒலிப்படம் என்பது ஏதோ சினிமாவின் ஒரு குறிப்பிட்ட வடிவம் இல்லை. மாறாக சினிமாவில் இன்று முழுவதுமாக இருக்கக் கூடிய ஒன்றாகும். எனவே ஒரு விதமான படத்தின், குறிப்பிட்ட பாணி என்பது எல்லாப் படங்களுக்கும் பொதுவாக இருக்க முடியாது. அது கிடைக்கக் கூடிய எல்லா விஷயங்களையும் படைத்தாக வேண்டும். ஆயினும் ஒலிப்படங்கள் இது போன்று ஒலி விளைவுகளை வளர்த்தெடுப்பதை முழுமையாக விட்டுவிட்டது. இது பரிதாபகரமானதொரு நிலையாகும்.

ஒலி நாடகத்தின் பிரச்சனை

பொதுவாக ஒலி நாடகத்தின் வடிவப் பிரச்சனைகளைக் குறித்து விவாதிப்பதற்கு இது ஒரு நல்ல சந்தர்ப்பமாகும். காட்சிகளுக்குப் பேச்சு ரீதியான விளக்கமோ, தெளிவோ, இல்லாமல் வயர்லெஸ் நாடகங்கள் நடக்க முடியாத ஒன்றாகும். பேசுகின்ற ஒருவரின் முகத்தையோ,

உடல்பாவத்தையோ பார்க்கவில்லையெனில், அவர் பேசுகின்ற வார்த்தையின் சரியான அர்த்தத்தைக் கூடப் புரிந்து கொள்ள முடியாது. பேசுகின்ற வார்த்தை என்பது, மனித வெளிப்பாட்டின் ஒரு பகுதியைத் தான் கொண்டிருக்கிறது. மக்கள் வாயினால் மட்டும் பேசுவதில்லை. பார்வை, முகத்தின் ஒரு துடிப்பு, கைகளின் அசைவு எல்லாமே பேசுகிறது. இவைகள் எல்லாம் ஒன்று சேரும்போதுதான், நாம் சொல்ல விரும்புகின்ற அர்த்தம் வெளிப்படும். வார்த்தை என்பது இசையில் வெறும் ஒரு தொனி போன்றது. எனவே வார்த்தையின் சரியான அர்த்தத்தைப் புரிந்து கொள்ள வேண்டுமென்றால் கூட, அது யாரால், எப்போது எந்த சூழ்நிலையில், எந்த தொடர்புக்காக சொல்லப்பட்டது என்பது தெரிந்திருக்க வேண்டும். இயற்கை ஒலிகளைப் பற்றி நாம் அறிந்திருப்பது ஒரு சிறிதுதான். பல நேரங்களில் அந்த ஒலி எதிலிருந்து வெளிவருகிறது என்பதைக் கூட கண்டு கொள்ள முடியவில்லை. ஒரு பண்ணையை ஓரளவு மிருகங்களின் குரல்கள் மூலம் காண்பிக்கலாம். ஆனாலும், பசுவின் கத்தல், குதிரையின் கனைத்தல், காகத்தின் கரைதல், கோழியின் கொக்கரிப்பு ஆகியவைகளை கேட்பதன் மூலம், ஒருவன் அது மிருகப்பண்ணையில் ஒலிப்படமோ அல்லது மிருகச் சந்தையின் ஒலிப்படமா என்பதைச் சொல்ல முடியாது. நம்மால் அடையாளங்கண்டு கொள்ள முடிந்த சப்தங்கள் கூட ஒரு பொதுவான தன்மையைத்தான் காட்டுகிறது. ஆனால் எல்லா படக்கலைகளின் உயிரோட்டம் என்பது பொருள்களின் தனித்தன்மையைக் காட்டுவதில் தான் உள்ளது.

ஆனால் காட்டின் சலசலப்பையும், கடலின் சப்தத்தையும் எப்போதுமே நம்மால் இனங்கண்டு பிரிக்க முடியாது. காகிதங்களின் சலசலப்பும், கல்லின் மீது இழுத்துச் செல்லப்படும் கோணியின் சப்தமும் கிட்டத்தட்ட நமக்கு ஒரே மாதிரி தான் தோன்றும், நம் காதுகள் இன்னும் அந்த அளவுக்கு நுட்பத் தன்மையை அடையவில்லை. மௌனப்படங்கள் எப்படி நம் கண்களைப் பயிற்றுவித்ததோ அதே போல் ஒலிப்படங்கள் தான் நம் காதுகளைப் பயிற்றுவித்தாக வேண்டும். காட்டின் சப்தங்களை ஒரு வேட்டைக்காரனால் இனம் கண்டு கொள்ள முடியும். நகரத்தில் வாழும் ஒருவனால் இனங்கண்டு கொள்ள முடியாது. நம் காதுகளை மட்டுமே நம்பியிருக்க வேண்டுமெனில், நம்மில் பெரும்பாலோருக்கு நம் வீட்டிலேயே வழி தெரியாமல் போயிருக்கும்.

இதனால் ரேடியோ நாடகங்களில் எப்போதுமே, நாம் எதைப் பார்க்க வேண்டும் என்பதை ஏதாவது ஒரு வழிமுறைகளில் சொல்லி விடுகிறார்கள். அப்போதுதான் சொல்லப்படும் காட்சியின் வெறும் ஒலி ரீதியான விளக்கங்கள்தான் அதில் உள்ள ஒலி என்றும், அல்லது வார்த்தைகளால் சொல்லப்படுகின்ற காட்சிதான் அது என்றும் புரிந்து கொள்ள முடியும்.

படம் ஒலியை உருவாக்குகிறது.

ஒலிப்படங்களில், ஒலிக்கு விளக்கம் கொடுக்க வேண்டும் என்று அவசியமில்லை. வார்த்தையுடன் கூடவே, பார்வை, புன்னகை, சைகை என்று மொத்த பாவத்தையும் எல்லா நுணுக்கத்தையும் பார்க்கிறோம். பொருட்களின் குரலோடு அவைகளின் பாவயியலையும் நாம் பார்க்கிறோம். ஒரு சுழல் இயந்திரத்தைப் பார்க்கின்ற நேரத்தில், அதன் சப்தத்தையும் கேட்போமெனில், அந்த சப்தம் சற்று வித்தியாசமாகத்தான் இருக்கும். அவைகளின் சப்தத்தை கேட்கின்ற அதே நேரத்தில் அவைகளின் அசைவையும் பார்ப்போமெனில், அந்த சப்தம் வித்தியாசமாகத்தான் இருக்கும். ஒரு ஓவியத்தில் ஒரு வண்ணத்தின் மதிப்பும், தொனியும் அடுத்து வரும் வண்ணத்தைப் பொறுத்து அமைகிறதே அதே போல் தான் ஒலித்தொனியும். ஒலிப்படத்தில், நாம் கேட்கின்ற ஒலியின் தொனி, நாம் பார்க்கின்ற அவ்வொலியை உருவாக்குகின்ற பொருளின் பாவயியல் மற்றும் சைகையைப் பொறுத்தே அமைகிறது.

ஒரு தனிப்படத்தில் காட்சி மற்றும் ஒலியின் பாதிப்பு இரண்டும் ஒரே அளவில் இணைக்கப்பட்டிருக்கிறது.

வானொலி நாடகத்திலோ, மேடை என்பது வார்த்தைகளால் விவரிக்கப்பட வேண்டும். ஏனெனில் ஒலி மட்டுமே இடத்தை (space) உருவாக்காது.

மௌனம்

மௌனம் கூட ஒலி ரீதியான விளைவுதான். ஆனால் அதை மற்ற சப்தங்கள் கேட்குமிடத்தில் தான் உணர முடியும். மௌனத்தை உபயோகப்படுத்துவது, ஒலிப்படங்களின் ஒரு மிக முக்கியமான குறிப்பிட்ட நாடக விளைவாகும். வேறு, எந்தக் கலையிலும் மௌனத்தை உருவாக்க முடியாது. ஓவியமோ, சிற்பமோ, இலக்கியமோ ஏன் மௌனப் படமோ கூட மௌனத்தை உருவாக்க முடியாது. மேடை நாடங்களில் கூட மௌனம் வெகு அரிதாகவே, நாடக ரீதியான விளைவாகப் பயன்படுத்தப்படுகிறது. அதுவும் ஒரு சில களங்களுக்குத் தான் பயன்படுத்தப்படுகிறது. வானொலி நாடகத்தால் மௌனத்தின் ஆழத்தை உணர வைக்கவே முடியாது. நம்முடைய வானொலிப் பெட்டியிலிருந்து சப்தம் வரவில்லையெனில், நாடகமே நின்று விட்டது போலிருக்கும் ஏனெனில் மௌனத்தை ஒரு நிகழ்ச்சியின் தொடர்ச்சியாக நம்மால் பார்க்க முடியாது. வானொலி நாடகத்தின் ஒரே அம்சம் ஒலிதான். எனவே அது நின்று போனால் மௌனமாக இருக்காது. மாறாக அது ஒன்றுமில்லாததாக ஆகிவிடும்.

மௌனமும் இடமும்

நாம் பார்க்கின்ற பல பொருள்கள் ஒன்றுக்கொன்று வித்தியாசமாக உள்ளது. அவை ஒலியை உண்டாக்கும் போது இன்னும்

வித்தியாசமானதாக இருக்கும். ஒலியெழுப்பும் போது அவைகள் எல்லாமே ஒன்றுக்கொன்று வித்தியாசமாய் உள்ளது. ஆனால் அவற்றின் மௌனம் ஒரே மாதிரியாகவே உள்ளது. ஆயிரக் கணக்கான சப்தங்களும் குரல்களும் உள்ளன. ஆனால் மௌனப் படம் மட்டும் எப்போதும் ஒன்றுதான். பார்க்கக்கூடிய பொருள்களை ஒலி வித்தியாசப்படுத்துகிறது. ஆனால் மௌனமோ அவைகளை ஒன்றுக்கொன்று அருகே வரவைத்து வித்தியாசங்களைக் குறைக்கிறது. எல்லா ஓவியங்களிலும் கீழ்க்காணும் அழகிய ஒருமைப்பாட்டைக் காணலாம். ஊமையாய் உள்ள பொருள்கள் எல்லாம் தங்களுக்கான பொது மொழியை ஒன்றுக்கொன்று பேசிக் கொள்கின்றன. ஒன்றோடொன்று வடிவங்களை இனங்கண்டு கொண்டு, பொதுவான வடிவமைப்பில் தங்களுக்கிடையே தொடர்புகளை ஏற்படுத்திக் கொள்கிறது. இந்த அம்சம் ஒலிப் படங்களுக்கு இல்லாத, மௌனப் படங்களுக்கு மட்டுமே இருந்த மாபெரும் அம்சமாகும். அதே நேரத்தில் அந்த மௌனம் என்பது ஊமைத்தனம் இல்லை. பின்னணியில் தரப்பட்ட இசையில் அதன் குரல்கள் இருந்தது. நிலப்பரப்பு, மனிதர்கள், பொருள்கள் எல்லாமே, ஒரு பொதுவான பின்னணி இசையில் காணப்பட்டது. இதன் காரணமாக அவைகள் பொதுவானதொரு மௌன மொழியைப் பேசின. அந்தப் பொதுவான இசையில் அவற்றின் அர்த்தமற்ற உரையாடல்களை நம்மால் உணர முடிகிறது.

ஆனால் மௌனப் படங்களால் மௌனத்தை அத்தனை சுலபமாக உருவாக்கி விடமுடியாது. மேடை நாடகத்தில் பேசுகின்ற வசனங்கள் நின்று போகுமெனில் அது மௌனத்தைப் போன்றதொரு ஆழமான உணர்வு அனுபவத்தை நமக்குத் தராது. ஏனெனில் நாடக மேடையில் உள்ள இடம் என்பது மிகச் சிறியதாகும். மௌனத்தை உணர்வது என்பது இடரீதியான உணர்வாகும்.

நாம் மௌனத்தை எவ்வாறு உணர்கிறோம்? காதினால் எதையுமே கேட்காததின் மூலமா? அது ஒன்றும் கேட்காதது என்பதாகும். இருந்த போதிலும் மனிதனைப் பொருத்தவரை, மௌனத்தைக் காட்டிலும் சிறந்த அனுபவங்கள் என்பது ஒரு சிலவே உள்ளன. செவிடர்களுக்கு அனுபவம் என்னவென்று தெரியாது. காலையில் வீசுகின்ற இளங்காற்றில், பக்கத்து கிராமத்திலிருந்து சேவலுடைய கூவலைக் கேட்போமெனில், மலைமீது இருக்கும்பொழுது, கீழே பள்ளத்தில் மரம் வெட்டுகிறவனின் கோடாரி ஓசையைக் கேட்போமெனில், ஒரு மைலுக்கப்பாலிருந்து சவுக்கடி சத்தத்தைக் கேட்போமெனில் அப்போது நாம் நம்மைச் சுற்றியுள்ள மௌனத்தைக் கேட்பவர்களாயிருக்கிறோம். வெகு தொலைவிலிருந்து ஒரு சப்தத்தையோ அல்லது மிக அருகில் இருக்கும் ஒரு நுணுக்கமான சப்தத்தையோ கேட்கும் போது தான் மௌனத்தை உணர்கிறோம். ஜன்னல்

கண்ணாடியின் மேல் பறக்கும் தேனீயின் இறகு சப்தத்தை அறை முழுக்க கேட்போமெனில், கடிகாரத்தின் டிக் டிக் சப்தம் ஏதோ பெரிய சுத்தியைப் போல காலத்தைத் துண்டு துண்டாக்குமேயெனில், அதுதான் மௌனம். எவ்வளவுக்கெவ்வளவு பெரிய இடத்தில், எவ்வளவுக் கெவ்வளவு தூரத்திலிருந்து ஒரு சப்தத்தைக் கேட்கிறோமோ அவ்வளவுக்கவ்வளவு இது மௌனத்தைப் பற்றிய அனுபவத்தை நமக்குத் தரும். மிகப் பரந்த இடத்துக்கு அப்பாலிருந்து நாம் கேட்கக் கூடிய பழக்கப்படாத ஒலியானது, அந்த மிகப் பரந்த பரப்பையே நமக்கு சொந்தம் போல் காட்டும். இதற்கு நேர் மாறாக எந்த சப்தமுமற்ற நிசப்தமான இடமோ ஸ்தூலமான ஒன்றாக இருக்காது. நம் உணர்வுக்கு அது உண்மையாகவும் தெரியாது. அது கணமற்றதாகவும், பொருளற்றதாகவும் தோன்றும். ஏனெனில் நாம் வெறுமனே பார்ப்பது காட்சியாக மட்டுமே இருக்க முடியும். நாம் பார்க்கக்கூடிய இடப்பரப்பில் ஏதாவது ஒலி இருந்தால்தான் அதை நாம் இடப்பரப்பாக ஏற்றுக் கொள்கிறோம். ஏனெனில் ஒலிதான் இடப்பரப்புக்கான ஆழத்தையே தருகிறது.

மேடையிலோ, மௌனம் பேச்சுக்கு எதிரான ஒன்றாகும். சமயத்தில் அது நாடகீதியான பங்கையும் ஆற்றுகிறது. உதாரணமாக, இருவர் பேசிக் கொண்டு வரும்போது, இன்னொரு கதாபாத்திரம் வந்து விடுமெனில் அவர்கள் அப்படியே மௌனமாகி விடலாம். ஆனால் அந்த மௌனம் ஒரு சில நொடிகளுக்கு மேல் நிலைக்காது. அப்படி நீடித்தால் அவர்கள் நடிப்பதே நின்று விட்டது போல் இருக்கும். மௌனத்தின் அனுபவத்தை மேடையில் வெகுநேரம் காட்டவோ அல்லது இழுக்கவோ முடியாது.

ஆனால் சினிமாவிலோ, மௌனம், அதற்கு குரல் இல்லையெனில், அது பல்வேறுபட்டதாகவும், மிகுந்த ஆழமானதாகவும் இருக்கும். அதற்கு பல்வேறு பாவங்களும், சைகைகளும் உண்டு. ஒரு மௌனமான பார்வை ஏராளமான விஷயங்களைச் சொல்லலாம். ஒலியற்ற அதன் தன்மை இன்னும் உணர்ச்சிப் பூர்வமானதாக இருக்கும். ஏனெனில் மௌனமாக முகத்தில் உள்ள பாவம் அந்த மௌனத்திற்கான காரணத்தை விளக்கும். அதன் கனத்தை, ஆபத்தை, இருக்கத்தை உணர வைக்கும். சினிமாவிலோ நடிக்கப்படும் நிகழ்ச்சியை, மௌனம் ஒரு நொடி கூட நிறுத்தாது. அப்படிப்பட்ட அமைதியான நிகழ்ச்சிதான் அமைதிக்கே உயிரோட்டத்தைத் தருகிறது.

மனிதர்கள் மௌனமாய் இருக்கும் போது அவர்களின் பாவயியல் இன்னும் வலிமை வாய்ந்ததாக இருக்கும். மேலும் மௌனத்தின் போது, பொருள்கள் தங்கள் முகத்திரையைக் கிழித்தெறிந்து விட்டு விரிந்த கண்களோடு நம்மைப் பார்ப்பது போலிருக்கும். ஒரு ஒலிப்படத்தில், பல்வேறு தினசரி வாழ்க்கையின் சப்தங்களுக்கிடையே நாம் பார்க்கின்ற பொருள், திடீரென்று எல்லா சப்தமும் நின்று போய்,

அப்போது அந்தப் பொருள் நமக்கு க்ளோஸ்-அப்பில் தெரியும் எனில், அந்தப் பொருளின் பாவயியல் குறிப்பிட்ட முக்கியத்துவத்தை அடைகிறது. அத்தோடு அது நமக்கு இறுக்கத்தைக் காட்டுவதோடு, அடுத்து வரப்போகும் காட்சிக்கும் காரணமாகிறது.

ஷாட்டில் ஒலியின் நாடக ரீதியான பங்கு

நாடக ரீதியான நடப்பின் விதிகளைப் பற்றிக் கூறுவதுதான் நாடகவியல் எனில், ஒரு தனித்த ஷாட்டில் நாம் நாடக வியலைப் பற்றி பேச முடியுமா? ஒன்றன் பின் ஒன்றாக வரும் பல்வேறு சூழ்நிலை களின் இடையேயான உறவில்தான் அதாவது காட்சித் தொகுப்பில்தான். அதீத சக்தி வாய்ந்த நிகழ்ச்சிகள் நிகழ வேண்டுமா என்ன? கிரேக்க தத்துவவாதிகள் சொல்லிய பிரச்சனைக்கும் சினிமாவுக்கும் எந்தத் தொடர்பும் இல்லை. அவர்கள் கேட்டது என்னவெனில், இயக்கம் என்பது பல்வேறு நிலைகளைக் கொண்டிருக்க வேண்டுமா என்பதும், அசையா நிலைகளின் தொகுப்பு இயக்கமாகுமா என்பதுதான். நாம் ஷாட்டில் பார்க்கக்கூடிய ஒவ்வொரு பிரேமும் அசைவற்ற நிலையை காட்டக்கூடிய தனித்த புகைப்படமாக இருந்தபோதிலும் கூட, அவைகளை நம் கண்கள் அவ்வாறு உணர்வதில்லை. நாம் பார்ப்பது அசைவுடன் கூடியதாய் உள்ளது. சினிமாவானது அசையும் படமாக இருப்பதற்கான காரணம், அதில் உள்ள மிகச்சிறிய ஷாட்கூட அசைவைக் காட்டுவதுதான்.

ஒரு நிகழ்ச்சியின் மிகச்சிறிய கூறை எடுத்துக் கொண்டால் கூட, அது வெளிப்படையான ஒன்றாக இருந்தாலும் சரி, உள்ளார்ந்த ஒன்றாக இருந்தாலும் சரி, அதன் காட்சி ரீதியான வெளிப்பாடு என்பது அசைவுதான். தனித்த ஒரே ஷாட்டில் நிகழ்வதாயிருந்தாலும் அது அசைவைக் காட்டக்கூடியதாய் இருக்கும். நம்முடைய உணர்வையும், மனதையும் தாக்குவது இதுதான். கலையில் பிரதான விஷயமாக இருப்பதும் இதுதான். ஒரு நிகழ்ச்சியின் முடிவையோ திசையையோ மாற்றக்கூடிய உந்துதல் வரும்போது அந்தக் கணத்தை அப்படியே க்ளோஸ்-அப்புகளின் மூலம் நிறுத்தி கைப்பற்றிக் கொள்வதுதான் சினிமாவின் குறிப்பிட்ட பணியாகும்.

ஒரு நிகழ்ச்சி எவ்வளவுதான் விரிவானதாகவும், பெரிதாகவும் இருந்தாலும், அதில் உள்ள ஏதோ ஒரு சிறு பொறிதான் பெரிய மாற்றத்துக்கு காரணமாய் அமைகிறது. எங்கோ ஒரு சிறு கல் நகர்ந்து விட்டதன் காரணமாகத்தான், நிலச்சரிவே நிகழ்கிறது. நாடக ரீதியாக இத்தகைய பெரும் முக்கியத்துவம் வாய்ந்த காரணத்தின் சிறு துகள்களை சினிமாவால் ஒரு ஷாட்டில் காண்பிக்க முடியும், அந்த ஒரு ஷாட்டில் கடைசி நொடிக்கு முந்திய நொடியில் ஏற்படும் தயக்கத்தைக் கண் பார்வையில் காட்ட முடியும். இறுதி நிகழ்ச்சியின் ஆரம்பத்திலிருந்து இறுதிவரை சாதாரணமாக காண்பிக்கும்

பொதுவான காட்சியிலிருந்து மேற்கூறிய அம்சங்களை சினிமாவானது க்ளோசப்பின் மூலம் பிரித்துக் காட்டும். அத்தகைய முக்கியத்துவம் வாய்ந்த இறுதித் தீர்வுக்கே காரணமாக விளங்கும் க்ளோஸ்-அப்புகளில், ஒலியாலும் மிக முக்கியமாக நாடக ரீதியான பங்கை ஆற்ற முடியும்.

ஒரு மனிதனை உஷார் படுத்தக்கூடிய ஒரு சிறிய சப்தமோ அல்லது கேட்கக்கூடிய ஒரு வார்த்தையோ மிகுந்த முக்கியத்துவம் வாய்ந்ததாகும். க்ளோஸ்-அப்பில் நாம் முகத்தைப் பார்ப்பதோடு ஒலியையும் கேட்க முடியும். அந்த க்ளோஸ்-அப் முகத்தில் நடக்கக் கூடிய நாடகத்தை காண்பிப்பதோடு அதே நேரத்தில் அதற்கான காரணத்தையும், விளக்கத்தையும் நம்மால் கேட்க முடியும். இது இருவேறு தளங்களில் நிகழ்கிறது. எதிரெதிரான விளைவுகளையும் ஏற்படுத்துகிறது.

ஒலியை விளக்கும் படங்கள்

ஒரு முகத்தின் நுண்பாவயியலில் வெளிப்படும் நுண் நாடகவியலை அதற்கு காரணமாக ஒலியின் மூலம்தான் அறிந்து கொள்ள வேண்டுமென்பதில்லை. அது போன்ற க்ளோஸ்-அப்பும் ஒலியும் எதிர்மாறான விளைவையும் ஏற்படுத்தலாம். ஒரு ஒலியைக் கேட்பவரின் முகத்தின் க்ளோஸ்-அப் அவர் கேட்கும் ஒலி என்ன என்பதையும் நமக்கு காட்டலாம். ஒரு சில ஒலி அல்லது சப்தத்தின் முக்கியத்துவத்தை, அதை கேட்கக் கூடியவரின் முகத்தில் என்ன பாதிப்பை ஏற்படுத்துகிறது என்பதை பார்த்த பிறகுதான் புரிந்து கொள்வோம். உதாரணமாக சைரனின் அலறலை நாம் கேட்க நேரிடலாம். அத்தகைய சப்தம் அபாய அறிவிப்பா, அல்லது அறைகூவலா என்பதை மனித முகங்களில் காணும் பாவத்திலிருந்து நாம் அறிந்த பிறகுதான் அதற்கு நாடக முக்கியத்துவம் என்பதே கிடைக்கிறது. ஒரு அழுகையின் சப்தத்தை நாம் கேட்கலாம். ஆனால் அந்த அழுகையின் ஆழமான அர்த்தத்தை, அதற்கு ஆதரவாகப், புரிந்து கொள்ளுதலின் அறிகுறியாய் இன்னொரு முகத்தில் எழுகின்ற பாவத்திலிருந்துதான் புரிந்து கொள்ள முடியும். மேலும் ஒரு ஒலியின் தன்மையை நாம் வித்தியாசமாகவும் புரிந்து கொள்கிறோம். நாம் கேட்கக் கூடிய சைரனின் ஒலி ஒரு பெரும் ஆபத்தைத் தடுப்பதற்கான அபாய அறிவிப்பு என்பதை நாம் அறிந்து கொண்டோமெனில், அந்த சைரனின் ஒலி நமக்கு வித்தியாசமாக கேட்கும்.

இசையைக் கேட்டுக் கொண்டிருக்கிற ஒருவனின் முகம், இரு விதமான விஷயங்களை நமக்குக் காட்டலாம். ஒன்று அந்த இசையின் பிரதிபலிப்பு அந்த மனித உள்ளத்தைப் புரிந்து கொள்ள உதவலாம். இன்னொன்று அந்த இசையின் பாதிப்பு காரணமாக அதைக் கேட்பவரின் முகத்தில் எழுகின்ற பாவம், அந்த இசையையே புரிந்து கொள்ள உதவலாம். ஒரு இசைக்குழு நடத்துனரை நாம் க்ளோஸ்-

அப்பில் பார்க்கும் அதே நேரத்தில், கண்ணுக்குத் தெரியாத அந்த இசைக்குழுவின் வாசிப்பையும் கேட்கிறோம். நடத்துநர் நடத்துகின்ற அந்த மௌனமான காட்சியிலிருந்து நாம் இசையின் தன்மையை மட்டும் தெரிந்து கொள்ளவில்லை. கூடவே அந்த நடத்துனரின் முகபாவத்திலிருந்து அந்த இசையொலியின் சில விளக்கங்களையும் நாம் புரிந்து கொள்கிறோம். இசை ஒரு மனிதனிடத்திலே உணர்ச்சியை ஏற்படுத்துகிறது. அதை அம்மனிதனுடைய க்ளோஸ்-அப் நமக்கு எடுத்துக் காட்டுகிறது. இது ஒலியின் அளவைக் கூட்டுவதைக் காட்டிலும் அந்த இசையின் சக்தியை அதிகமாக அறிந்து கொள்ள உதவுகிறது.

பொருந்தாத ஒலி

ஒரு க்ளோஸ்-அப்பில் அதன் சூழ்நிலைகள் நம் கண்ணுக்குத் தெரிவதில்லை. அப்போது அந்த ஷாட்டில் திடீரென்று எழுகின்ற சப்தம் சில சமயம் ஏதோ புரியாத புதிரைப் போல தோன்றலாம். காரணம் அந்த ஒலி எங்கிருந்து வருகிறது என்பதை நாம் பார்க்க முடிவதில்லை. ஆர்வம் மற்றும் எதிர்பார்ப்புக்கு இடையேயான இறுக்கத்தை அது நமக்கு உணர்த்துகிறது. சில நேரங்களில் படம் பார்ப்பவர்களுக்கு என்ன ஒலியைக் கேட்கிறோம் என்று தெரியாது. ஆனால் கதாபாத்திரத்தால் அந்த ஒலியைக் கேட்க முடியும். அந்த ஒலி எங்கிருந்து வருகிறது என்பதை படம் பார்ப்பவர்களுக்கு முன்னரே அது பார்த்து விடும். இவ்வாறு படத்தையும் ஒலியையும் கையாள்வதன் மூலம், அது இறுக்கம் மற்றும் ஆச்சரியத்தை தரக் கூடிய சிறந்த சந்தர்ப்பங்களைத் தருகிறது.

பொருந்தாத ஒலி (படத்தில் நாம் பார்க்கின்ற ஒன்றுக்கும், அதனோடு கேட்கின்ற ஒலிக்கும் சம்பந்தம் இல்லாமல் இருந்தால்) குறிப்பிட்ட அளவு முக்கியத்துவத்தைப் பெறக்கூடியது. ஒரு ஒலியோ குரலோ அது எங்கிருந்து வருகிறது என்று படத்தோடு சேர்ந்து காண்பிக்கப்படவில்லையெனில், அந்த ஒலி அந்தப் படத்தின் பரிமாணங்களுக்கு அப்பாற்பட்டு விளங்குவதாய் இருக்கும். அப்போது அது ஏதோ ஒன்றின் சப்தமாகவோ குரலாகவோ இருக்காது. மாறாக எல்லாவற்றுக்கும் பொருந்தக்கூடிய மதிப்பு வாய்ந்த சப்தமாய் இருக்கும். இத்தாலிப் படத்தில் வந்த 'Ora pro nobis' பற்றி நான் ஏற்கனவே சொல்லியிருக்கிறேன். அதில் அந்தப் பதம் எப்படி பின்னால் ஒரு எதிர்ப்பு புயலையும், அநீதியையும் க்ளோஸ்-அப்புகளில் காட்டியது என்பதையும் சொன்னேன். ஒரு மிகப்பெரிய கூட்டத்தையே உண்மையில் படம் பிடித்திருந்தால் கூட அத்தகைய பாதிப்பு ஏற்பட்டிருக்காது. சோகம் மற்றும் குறியீட்டு அர்த்தங்களை ஒலியின் மூலம் இயக்குநர் காண்பிக்க விரும்புவாரெனில் அதற்கு பொருந்தாத ஒலியை உபயோகப்படுத்துவது தான் மிகச் சரியான வழியாகும்.

ஒலியின் நெருக்கம்

நமக்கு வழக்கமான தினசரி வாழ்க்கையின் ஒலியில் கலந்துள்ள சப்தங்களை, ஒலி ரீதியான க்ளோஸ்-அப்புகள் மூலம் நம்மால் உணர முடிகிறது. சாதாரணமாக தனித்த ஒலியாக இவைகளை நாம் கேட்பதில்லை. காரணம் அவை பொதுவான இரைச்சலில் அமுங்கி விடுவதேயாகும். ஒருவேளை அவை நம்மைப் பாதித்திருக்கலாம். அதை நாம் உணர்ந்திருக்க மாட்டோம். ஒரு க்ளோஸ்-அப் மூலம் அந்த ஒலியைப் பற்றி நாம் அறிய நேரிடலாம். அதே நேரத்தில் அதன் தாக்கத்தை நாம் காட்சியின் மீதும் பார்க்கிறோம். மேடையில் இது போன்ற விஷயங்களுக்கு சாத்தியமேயில்லை. ஒரு நாடக இயக்குநர், நாடக திருப்பு முனைக்கு காரணமாக இருக்கின்ற ஒரு பெருமூச்சை ரசிகர்கள் கேட்க வேண்டும் என்று நினைத்தால், ஒன்று அப்பெருமூச்சை கேட்க வைப்பது கடினமான ஒன்றாகும். அப்படியே கேட்க வைத்தாலும் கூட, ஒன்று அதன் பொருட்டு மேடையில் உள்ள மற்றெல்லா நடிகர்களும் அமைதியாய் ஆகிவிட வேண்டும். அல்லது அவ்வாறு பெரு மூச்சு விடுபவர், மேடையின் விளிம்புக்கே வந்து விட வேண்டும். என்ன தான் இருந்தாலும் இப்படிச் செய்தால், அந்தப் பெருமூச்சு ஒலிக்குரிய முக்கியத்துவமே போய் விடும். அது அவ்வளவாக கேட்க முடியாத ஒன்றாகத்தான் இருக்க வேண்டும். மௌனப் படங்களில் இருந்தது போலவே, ஒலிப்படங்களிலும், உணர்வதற்கு கடினமாக, நெருக்கமாக விஷயங்களை, மறைந்திருந்து ஒட்டு கேட்பவனின் ரகசியத் தன்மையோடு படைக்கப்பட வேண்டும், அந்த ஒலியைக் கேட்க வேண்டும் என்பதற்காக வேறெந்த சப்தங்களையும் மௌனப் படுத்த வேண்டியதில்லை. அப்படியிருந்த போதிலும் அந்த ஒலியை நம்மால் மிக நெருக்கமாக உணர முடியும். பொதுவான இரைச்சல் அது இயல்பாக கேட்டுக் கொண்டிருக்கலாம். ஒரு கொசுவின் மெல்லிய பதத்தை அது அமுக்கி விடலாம். இருந்த போதிலும் மைக்ரோ போனை அந்த சப்தத்தின் மூலாதாரமான கொசுவின் மிக அருகில் கொண்டு செல்வதன் மூலம் அச்சப்தத்தை நம் காதால் கேட்கலாம்.

சிந்தனை மற்றும் உணர்வுகளுக்கிடையேயான மிக நுணுக்கமான தொடர்புகளையும், உறவுகளையும், மிக மெல்லிய, தாழ்ந்த தொனியிலான ஒலிகள் மூலம் காட்டலாம். அப்படிப்பட்ட உணர்வு அல்லது அறிவு ரீதியான தொடர்புகள் மிக முக்கியமான நாடகவியல் பங்கை ஆற்ற முடியும். அது காலியனா அறையில் கேட்கும் கடிகாரத்தின் டிக் டிக் சப்தமாகவோ, ஒரு பெரிய குழாயிலிருந்து சொட்டும் ஒரு நீர்த் துளியாகவோ அல்லது தூக்கத்தில் குழந்தையின் முனகலாகவோ, அது போன்று எது வேண்டுமானாலும் இருக்கலாம்.

ஒலியைப் பிரிக்க முடியாது

அது போன்று ஒலிகளை உபயோகப்படுத்தும் க்ளோஸ்-அப்புகளில் நாம் மிகவும் ஜாக்கிரதையாக இருக்க வேண்டும். ஒரு க்ளோஸ்-அப்

ஷாட்டின் மூலம் ஒரு படத்தை அதனுடைய சூழ்நிலையிலிருந்து தனியாக பிரித்து விடலாம். ஆனால் ஒலியை அதனுடைய சூழ்நிலை ஒலிகளிலிருந்து தனியாகப் பிரித்து விட முடியாது. பிரேமில் இல்லாத பொருள்களை நம்மால் பார்க்க முடிாயது. பிரேமில் உள்ள பொருள்களுக்கு மிக அருகிலேயே உள்ள பொருளாக இருந்தாலும் அது பிரேமில் இல்லையானால் பார்க்க முடியாது. வெளியிலுள்ள பொருளின் நிழல் கூட பிரேமில் விழலாம். இருந்தாலும் பொருள் தெரியாது. ஆனால் ஒலியைப் பொருத்தவரை விஷயங்கள் வேறானதாகும். க்ளோஸ்-அப்பில் உள்ள இடம் ஒரு பரப்பின் சிறு பகுதியாக இருந்தாலும் அதில் அந்த பரப்பு முழுவதும் கேட்க கூடிய ஒலிகளையும் கேட்கலாம். ஒலியைத் தடுத்து நிறுத்துவது என்பது முடியாது.

ஒரு ரெஸ்டாரண்டில் ஒலிக்கக்கூடிய இசையை, அந்த ரெஸ்டாரண்டின் மூலையில் மென்மையாகப் பேசிக்கொள்ளும் இருவரைக் க்ளோஸ்-அப்பில் காண்பிக்கும்போது முழுவதுமாக தடுத்து விட முடியாது. அந்த இசைக்குழு நம் கண்ணுக்கு எப்போதும் தெரிய வேண்டும் என்பதில்லை. இருந்தாலும் அந்த இசை எப்போதும் நம் காதுகளில் ஒலித்துக் கொண்டிருக்கும். அதே நேரத்தில் அந்த இருவரின் மெல்லிய பேச்சை ஏதோ மிக அருகில் உட்கார்ந்து கேட்பது போல் கேட்பதற்காக இசையை அமைதிப்படுத்த வேண்டிய அவசியமுமில்லை. ரெஸ்டாரண்ட முழுவதும் உள்ள எல்லா ஒலியையும் அந்தக் க்ளோஸ்-அப் கொண்டிருக்கும். இவ்வாறு நாம் அந்த இருவரின் பேச்சை மட்டும் கேட்கவில்லை. அவர்களின் பேச்சு ஒலிக்கும், ரெஸ்டாரண்டின் மற்ற ஒலிக்கும் உள்ள தொடர்பையும் கேட்கிறோம். மொத்த ஒலி சூழ்நிலையில் அந்தப் பேச்சைப் பொருத்திப் பார்க்க முடிகிறது.

ஒரு விதமான சூழ்நிலையை உருவாக்கத்தான் இது போன்ற ஒலிகள் சினிமாவில் உபயோகப்படுத்தப்படுகிறது. காட்சி ரீதியான நிலப்பரப்பை எப்படிக்காட்ட முடியுமோ அதே போன்று ஒலி ரீதியான நிலப்பரப்பையும் அதாவது ஒலி ரீதியான சூழ்நிலையையும் சினிமாவில் காட்ட முடியும்.

செவியைப் பயிற்றுவித்தல்

ஒரிரு முறை பார்த்த பொருளாக இருந்தாலும் கூட, நமது கண் அவைகளை அடையாளங் கண்டுகொள்கிறது. ஆனால் ஒலியை அவ்வாறு அடையாளங் கண்டுக்கொள்வது கடினமான காரியமாகும். நமது கேட்கும் சக்தியின் உதவியில்லாமலே, இவ்வுலகில் நமது வழியை கண்டுபிடிக்கும் பழக்கம் உண்டு. ஆனால் பார்வையின் உதவியில்லாமல் அது முடியாது. இதனால் நமது செவி அந்த அளவு நுட்பமானது அல்ல என்று அர்த்தமாகாது. ஆனால் அது நமக்கு கண்கள்

பயிற்றுவிக்கப்பட்டது போல் பயிற்றுவிக்கப்படவில்லை. விஞ்ஞான அடிப்படையில் பார்த்தால், நம் கண்களை விட செவிகளுக்குதான் மிக நுட்பமான விஷயங்களைக் கண்டு பிடிக்கும் திறமை உண்டு. நம் கண்களால், கண்டுபிடிக்கக் கூடிய வண்ணங்களின் பல்வேறு தொனி களையும், ஒலியின் பல்வேறு நிலைகளையும் விட ஆயிரக்கணக்கான ஒலி, மற்றும் சப்தங்களை நம் காதுகளால் அறிய முடியும். இருந்த போதிலும் ஒரு ஒலியைக் கேட்பதற்கும், அவ்வொலியின் மூலத்தை அறிவதற்கும் வித்தியாசம் உள்ளது. நாம் இப்போது கேட்கும் சப்தம் முன்பு கேட்ட சப்தத்திலிருந்து வித்தியாசமாக உள்ளது என்பதை அறிவோமே தவிர, அது யாருக்கு எதற்கு சொந்தம் என்பதை அறியமாட்டோம். காட்சி ரீதியாக பொருளை உணர்வது இன்றும் கடினமானதாக இருக்கலாம். ஆனால் அவ்வாறு உணர்ந்து விட்டோமெனில், வெகு சுலபமாக அதை அடையாளங்கண்டு கொள்வோம். எர்ட்மானு (Erdmann) டைய சோதனைகள் நமக்குச் சொல்வது என்னவெனில், ஒரு பெரிய கூட்ட ஒலியின் எண்ணற்ற தொனிகளை நம் காதுகளால் அடையாளங்காண முடியும். ஆனால் அந்த ஒலி, கூட்டத்தின் மகிழ்ச்சியைக் காட்டுகிறதா அல்லது கோபத்தைக் காட்டுகிறதா என்பதைச் சொல்ல முடியாது.

நம்முடைய பார்வை ரீதியான கல்விக்கும், செவி ரீதியான கல்விக்கும் ஏராளமான வித்தியாசம் உண்டு. பல நேரங்களில் நாம் காட்சிகளை எந்த ஒரு ஒலியையும் கேட்காமலேயே பார்ப்பது இதற்கு ஒரு காரணமாகும். நாம் பல காட்சிகளைத் தொலைவிலிருந்து பார்க்கிறோம் சன்னல் வழியாகப் பார்க்கிறோம்; படத்தில் பார்க்கிறோம்; புகைப்படத்தில் பார்க்கிறோம். ஆனால் இயற்கை மற்றும் காட்சி ஒலிகளை, காட்சிகளின்றி வெறுமனே கேட்பது வெகு அபூர்வம், எனவே நாம் கேட்கக்கூடிய ஒலிகளிலிருந்து அதற்கான காட்சியை நிர்ணயிப்பதில் நமக்கு அவ்வளவாகப் பழக்கமில்லை. இவ்வாறு நமது கேட்கும் பயிற்சியான வளர்ச்சியின்மையால், ஒலிப்படங்களில் சில ஆச்சரியமான விளைவுகளை உண்டாக்க முடிகிறது. இருட்டில் ஸ்ஸ்ஸ்..... என்ற சத்தத்தைக் கேட்கிறோம். ஒரு வேளை பாம்பா திரையில் ஒரு மனித முகம் சப்தம் வரும் திசையை நோக்கித் திரும்புகிறது. பார்வையாளர்கள் ஒருவித திகிலோடு, இருக்கையில் அமர்ந்திருக்கின்றனர். காமிரா, இப்போது மெதுவாக ஒலிவரும் திசையை நோக்கித் திரும்புகிறது. அந்த ஸ்ஸ்ஸ்..... சப்தம், அடுப்பிலுள்ள பாத்திரத்திலிருந்து வருவதைப் பார்க்கிறோம்.

ஆச்சரியத்தைத் தரும் இதுபோன்ற ஏமாற்றங்கள், சமயத்தில் சோக மயமானதாகவும் இருக்கலாம். அது போன்ற நேரங்களில், ஒரு காட்சியைப் பார்த்து, அதை உடனே அடையாளங்கண்டு கொள்வதைக் காட்டிலும் ஒரு ஒலியை மெல்ல நெருங்கி மெதுவாக அடையாளங்கண்டு கொள்வது அதிகமான பயத்தையும் இறுக்கத்தையும் தரும். ஒரு

வெள்ளமோ அல்லது நிலச்சரிவோ மெல்ல நெருங்குவதும் சோகம் மற்றும் பயத்தின் அழுகையை நாம் மெல்ல இனங்கண்டு கொள்வதும், ஏதோ ஒரு பயங்கர அழிவே நம்மை வெகுவாக பாதிக்கிறது. இது போன்ற நாடகவியல் விளைவுகளின் மாபெரும் சாத்தியப்பாடுகளுக்குப் பிரதான காரணம் என்னவெனில், ஒரு செய்கையை நாம் மெல்ல அறிந்து கொள்கின்ற விதமாகும். அதாவது, கேட்கின்ற ஒலியின் மூலம் அது என்ன என்பதை ஓரளவு உணர்கிறோம். இருந்தாலும் அதை நம் மனது ஏற்றுக் கொள்ள மறுக்கிறது.

ஒலிகளுக்கு நிழல் இல்லை

மற்ற எல்லாக் கலாச்சாரங்களைப் போலவே செவிக்கலாச்சாரத்தையும் வளப்படுத்தலாம். நமது காதுகளைப் பயிற்றுவிக்க ஒலிப்படங்கள் பொருத்தமான ஒன்றாகும். இருந்தாலும், பார்வையின் துணையின்றி இவ்வுலகின் பாதையை வெறும் செவி மூலமே அறிதலில் சில கட்டுப்பாடுகள் உள்ளன. இதற்கான காரணம் என்னவெனில், ஒலிகளினால் நிழலை உண்டாக்க முடியாது. அதாவது ஒலியால், இடரீதியாக உருவங்களை உருவாக்க முடியாது. நாம் இரு பொருள்களைப் பார்க்க வேண்டுமெனில், அவை அருகருகே இருக்க வேண்டும். ஒன்றைப் பார்க்க முடியவில்லை எனில், அது வேறொன்றால் மறைக்கப் பட்டிருக்கிறது என்று அர்த்தமாகும். காட்சிரீதியான பாதிப்புகள் ஒன்றோடொன்று கலப்பதில்லை. ஆனால் ஒலிகளைப் பொறுத்தவரையில் அவ்வாறு இல்லை ஒரே நேரத்தில் பல ஒலிகள் இருக்குமேயானால், அவைகள் எல்லாம் ஒன்று சேர்ந்து மொத்த ஒலியாக மாறுகிறது. ஒரு இடத்தில் நாம் பரிமாணத்தையும், திசையையும் பார்க்கலாம். ஆனால் கேட்பதில் அவ்வாறு பரிமாணத்தையோ திசையையோ உணர முடியாது. ஒரு கூட்டு ஒலியின் பல்வேறு ஒலிக் கூறுகளைப் புரிந்து கொள்ள நமக்கு அபூர்வமான, வழக்கத்தில் இல்லாத, மிக நுட்பமான அதாவது முழுமையானது என்று அழைக்கப்படும் சினிமா தேவைப்படுகிறது. ஆனால் அந்த ஒலியில் கூட, அந்த ஒலிக்கூறுகளின் இடப்பரிமாணம் மற்றும் திசையை எந்தக் காதாலும் பார்வைக்கான காட்சிகளின் உதவியின்றி புரிந்து கொள்ள முடியாது.

வானொலி நாடகங்களின் வடிவத்தினுடைய அடிப்படையான பிரச்சனையாகும் இது. ஏனெனில் ஒலியை இடரீதியாகக் காட்ட முடியாது. எனவே அதன் மூலம் மேடையை உருவப்படுத்த முடியாது.

ஒலிகளுக்குப் பக்கங்கள் இல்லை

ஒலியை இடரீதியாக ஒரு நிலைப்படுத்த முடியாது. இது பட இயக்குநர்கள் கவனத்தில் கொள்ள வேண்டிய உண்மையாகும்.

ஒரு படத்தில் மூவர் பேசுவதைப் பார்க்கிறோம். ஆனால் அவர்கள் படம் பிடிக்கப்பட்ட விதம் காரணமாக, அவர்களின் வாயசைவுகளை

நம்மால் பார்க்க முடியவில்லை. அவர்கள் தங்கள் பேச்சுகளோடு ஏதாவது உடல் பாவத்தையும் காட்டினாலன்றி, யார் பேசுகிறார்கள் என்பதை அறிய முடியாது. ஒருவேளை குரல்கள் மிகவும் வித்தியாசமாய் இருந்தால் கண்டு பிடிக்க முடியலாம். ஒளியை வேண்டிய திசையில் அழகாக பிரதிபலிப்பது போல், ஒலியை ஒரு திசையை நோக்கி செலுத்த முடியாது. ஒரு திசை நோக்கி நேராக செல்கின்ற ஒளிக்கற்றைகள் போல ஒலிக்கற்றைகள் கிடையாது. பார்க்கக் கூடிய பொருள்களுக்கு, வலப்பக்கம், இடப்பக்கம் முன்பக்கம், பின்பக்கம் என்று பல பக்கங்கள் உண்டு. ஒலிகளுக்கு அது மாதிரியான அம்சங்கள் இல்லை. ஒரு ஒலிப்படச் சுருளின் மூலம், அந்த ஷாட் எந்த பக்கத்திலிருந்து எடுக்கப்பட்டது என்பதைச் சொல்ல முடியாது.

ஒலி அதன் இடத்தன்மையைக் காட்டுகிறது

மேடையிலோ அல்லது வேறெங்கேயோ ஒலிக்கப்படும் ஒவ்வொரு இயற்கை ஒலியும் ஒரு தவறான தொனியைக் கொண்டதாய் இருக்கும். எவ்வாறெனில், ஒரு ஒலி எந்த இடத்திலிருந்து மக்களுக்கு தரப்படுகிறதோ, அந்த இடத்தின் தன்மையைத்தான் அவ்வொலி கொண்டிருக்கும் தவிர, அது எந்த இடத்தைப் பிரதிநிதித்துவப்படுத்த வேண்டுமோ அந்த தொனியைக் கொண்டிருக்காது. ஒரு புயல் சத்தத்தையோ, காற்றின் ஒலியையோ, இடியோசையையோ அது போன்ற ஏதாவதொன்றையோ கேட்க நேரிடுமெனில், அதன் தொனி அந்த மேடைக்குரிய தொனியாக இருக்குமே தவிர காட்டுக்குரிய தொனியாகவோ, கடலுக்குரிய தொனியாகவோ அல்லது அந்த ஒலி எந்த இடத்திலிருந்து வருவதாக இருக்க வேண்டுமோ, அந்த இடத்தின் தொனியையோ கொண்டிருக்காது. சர்ச்சின் பாடல் ஒன்று மேடையில் பாடப்படுமெனில், கோதிக் கட்டட அமைப்புக்கேயுரிய அந்த தொனியை அதில் கேட்க முடியாது. ஏனெனில் ஒவ்வொரு ஒலியும், அது எந்த இடத்தில் ஒலிக்கப்படுகிறதோ அந்த இடத்தின் தன்மையைக் கொண்டிருக்கும்.

ஒவ்வொரு ஒலிக்கும், அதனுடைய இடத்தை அடிப்படையாகக் கொண்ட குணாம்சம் உண்டு. ஒரே ஒலி, சிறு அறை, பாதாள அறை, பெரிய வெற்று அறை, வீதி, காடு, கடல் என்று பல்வேறு இடங்களில் பல்வேறு விதமாக ஒலிக்கும்.

எந்த ஒரு ஒலியும், அது எந்த இடத்தில் உருவாக்கப்பட்டிருந்தாலும் அந்த இடத்திற்குரிய தன்மையைக் கொண்டிருக்கும். ஒலியின் நுட்பமான அம்சத்தை உபயோகிக்க விரும்புபவர்கள், ஒலியின் இந்த முக்கியமான தன்மையை மனதில் கொண்டிருக்க வேண்டும். ஒலியின் இந்த இடத்துக்குரிய தொனி என்பது மேடை நாடகங்களில் எப்போதுமே தவறாக இருக்கும். இன்று மைக்ரோ போன்களில் மிக முக்கியமான கலாப்பூர்வத் தன்மை என்ன வெனில், அது ஒலி எந்த

இடத்திலிருந்து உருவாகிறதோ அந்த இடத்தின் தன்மையோடு பதிவு செய்து கொள்கிறது. ஒரு பாதாள அறையில் ஒலிப்பதிவு செய்யப்பட்ட ஒலியானது. பின்னர் அது திரைப்பட அரங்கத்தில் ஒலிக்கச் செய்தாலும் கூட அது பாதாள அறையின் ஒலியாகவே இருக்கும். திரைப்பட காமிராவின் கண்ணோட்டத்தை எப்படி படம் பதிவு செய்துள்ளதோ, அந்த படத்தைப் பார்வையாளன் சினிமா அரங்கத்தின் எந்த பகுதியிலிருந்து பார்த்தாலும் அந்த கண்ணோட்டம் மாறாது. அதே போல் இந்த ஒலிப்பதிவு செய்யப்பட்ட ஒலியின் தன்மையும் மாறாது. ஒரு படம் மேலிருந்து எடுக்கப்பட்டிருக்கு மேயானால், உண்மையில் அவன் திரையைக் கீழ் நோக்கிப் பார்க்காமல் மேல் நோக்கிப் பார்த்தால் கூட அப்பொருளை அவன் மேலிருந்துதான் பார்ப்பான். காமிரா லென்ஸோடு, நமது கண் எப்படி தன்னை ஐக்கியப்படுத்தி கொள்கிறதோ, அதே போல் நமது காதும் மைக்ரோஃபோனுடன் தன்னை ஐக்கியப் படுத்திக்கொள்கிறது. ஒலி எந்த இடத்தில் ஒலிக்கப்பட்டாலும், அதை மைக்ரோஃபோன் எந்த இடத்தில் பதிவு செய்ததோ அந்த இடத்தின் தன்மையைத்தான் அது கொண்டிருக்கும். இவ்வாறு ஒலிப்படங்களில், பார்வையாளனுக்கும் நடிகனுக்கும் இடையே உள்ள மாற்ற முடியாத நிலையான இடைவெளி, முன்பு இப்புத்தக்கத்தில் சொல்லியது போல் காட்சி ரீதியாக மட்டுமல்ல ஒலி ரீதியாகவும் விலக்கப்படுகிறது. திரையில் நிகழும் நிகழ்ச்சிகள் எந்த இடத்தில் நடைபெறுகிறதோ, நம் இருக்கையிலிருந்து அந்த இடத்திற்கு வெறும் பார்வையாளர்களாய் மட்டுமல்லாமல் நேயர்களாயும் மாறிவிடுகிறோம்.

ஒலிப்பதிவின் அடிப்படைப் பிரச்சனை

நம்முடைய ஒலிக்கருவிகள், ஒலியை அப்படியே மிகச் சரியாக பதிவு செய்து, கிட்டத்தட்ட அதே தன்மையோடு மீண்டும் ஒலிக்கவும் செய்கிறது. ஆனால் மிகச் சாதாரணக் காமிரா கூட எப்படி அகநிலை ரீதியாகப் பொருள்களின் வடிவங்களைப் பாதிக்கிறதோ, அதே போன்று நமது ஒலிப்பதிவுக் கருவியாலோ அல்லது ஒலிபெருக்கியாலோ ஒலியை அக நிலைரீதியாகப் படைக்க முடியாது. ஒரு கொந்தளிக்கும் கடலை, வேறு விதமான ரசனையுள்ள இரு காமிராமேன்கள் படம் பிடித்தார்களெனில், இரண்டு படங்களும் வெவ்வேறாக இருக்கும். ஆனால் அந்தக் கொந்தளிப்பில் இருவருடைய ஒலிப்பதிவும் ஒரே மாதிரியாகத்தான் இருக்கும். அப்படி ஏதாவது வித்தியாசம் இருக்கு மேயானால் அதற்கு தொழில் நுட்ப ரீதியாகத் தான் காரணங்கள் இருக்க முடியும். ஒரு ஒலிப்பதிவு பொறியியலாளரால், அந்த ஒலியை தன் சொந்த ரசனைப் படி தரமுடியாது. ஒரே காட்சியை இரு காமிராமேன்கள் எடுப்பார்களெனில், அந்த இரண்டு படங்களிலுமே உள்ள பொருள்களை நம்மால் ஒரே மாதிரியாய் அடையாளங்கண்டு கொள்ள முடிந்தாலும், அந்த இரு படங்களுக்கிடையான ஒற்றுமை

என்பது மிகக் குறைவாகவே இருக்கும். ஆனால் ஒரே விதமான தொழில் நுட்பத்தோடு இரு ஒலிப்பதிவாளர்கள் ஒரே ஒலியைப் பதிவு செய்வார்களெனில், அதில் எந்த தனிப்பட்ட வித்தியாசத்தையும் பார்க்க முடியாது.

இதற்குக் காரணம் என்ன? இன்று நம்மிடையே உள்ள ஒலிப்பதிவுக் கருவிகளில் உள்ள குறையா இல்லை ஒலியின் இயற்கை அல்லது நமது கேட்கும் சக்தியின் இயற்கையோடு சம்பந்தப்பட்ட ஆழமான காரணங்களா?

காமிராமேன் ஒரு நடிகனின் நடிப்பைப் படம் பிடிக்கும் போது, அது ஒரு காட்சி அடிப்படையாகும். அது இரண்டு கலாப்பூர்வமான செய்கைகளின் தொகுப்பாகும். ஒன்று நடிகனின் குணச்சித்திர நடிப்பு, இரண்டு காமிராமேனுடைய காட்சி வடிவமைப்பு. காமிராமேன் ஆயிரக்கணக்கான சாத்தியப்பாடுகளிலிருந்து மிகுந்த குணாம்சரீதியான தோற்றத்தையும் ஒளியமைப்பையும் தேர்ந்தெடுக்கிறார். ஷாட்டின் சூழ்நிலையும், உணர்வு பாவமும் நடிகனின் முகத்தில் உள்ள உணர்ச்சியை அதிகப்படுத்தும். இந்த ஒரு காரணத்திற்காகவே சினிமாவில் உள்ள ஷாட் என்பது வெறும் மறுபதிப்பு மட்டும் செய்யவில்லை. படைக்கவும் செய்கிறது.

ஆனால் ஒலியைப் பொறுத்தவரை, நடிகனின் குரலில் உள்ள அதே பாவம்தான் இருக்கும். அதற்கு கூடவோ குறையவோ இருக்காது. ஒலிப்பதிவுக் கருவி அதை அப்படியே எந்தவித மாற்றமுமில்லாமல் பதிவு செய்யும். ஒலிப்பதிவு பொறியியலாளரால் உள்ளதை உள்ளபடியேதான் பதிவு செய்ய முடியும். கோணம், கண்ணோட்டம் என்ற அடிப்படையில் அதை சொந்த விருப்பப்படியோ ரசனைப் படியோ மாற்ற முடியாது.

ஆனால் அத்தகைய அகநிலை ரீதியாக வெளிப்படுத்துகின்ற சாத்தியப்பாடு இருந்தால்தான், ஒலிப்பதிவாளரால் கலாப்பூர்வமாக தன் பணியை செய்ய முடியும். காட்சிப் பொருளின் வடிவங்களை பல்வேறு கோணங்களின் மூலம் மாற்றுவது போல், ஒலியின் வடிவம் மற்றும் தோற்றத்தை மாற்ற முடியாது. ஒலிக்கு 'கோணங்கள்' என்பது இல்லை. ஒரு குறிப்பிட்ட திசையிலிருந்து வரும் ஒரு ஒலியை பல்வேறு விதமாக பதிவு செய்ய முடியாது. ஒலிப்பதிவாளருக்கு தன் விருப்பப்படி செய்வதற்கு பல்வேறு வழிகள் இல்லாமல் போகுமேயானால், அவர் செய்வது வெறும் மறுபதிப்பாகத்தான் இருக்குமேயொழிய வேறெதுவுமாக இருக்காது.

படங்கள் மூலம் ஒலியைக் காண்பிக்க முடியாது

நாம் திரையிலிருந்து கேட்பது ஒலியின் பிம்பம் அல்ல மாறாக ஒலியேதான். அந்த ஒலி ஒலிப்பதிவுக் கருவியால் ஒலிப்பதிவு செய்யப்பட்டு இப்போது ஒலிக்கப்படுகிறது. திரையில் நாம் கேட்கின்ற

'தி கிரேட் வால்ட்ஸ்' படத்தில் ஒரு காட்சி....

அதே ஒலிதான், உண்மையான ஒலியும், ஒலிக்கு பிம்பங்கள் கிடையாது. உண்மையான ஒலி, அதன் உண்மையான பரிமாணம் மற்றும் புறநிலைத் தன்மைகளோடு திரையில் ஒலிக்கப்படுகிறது. உண்மையான பொருள்களுக்கும் படம் பிடிக்கப்பட்ட பொருள்களுக்கும் இடையே உள்ள வித்தியாசத்தைப் போல, உண்மையான ஒலிக்கும், ஒலிப்பதிவு செய்யப்பட்டு ஒலிபரப்பப்படுகிற ஒலிக்கும் எந்த வித வித்தியாசமும் இல்லை.

ஒலி மோன்டாஜ்

ஒலி விளைவுகளுக்கு அடிப்படையாய் இருப்பது ஒலி மற்றும் இசையின் விதிகளாகும். எனவே வெறும் ஒலி மற்றும் இசைப் பிரச்சனைகளைக் குறித்து அதாவது ஒலி மோன்டாஜின் வடிவவியல் பிரச்சனை குறித்து இங்கு விவாதிக்க விரும்பவில்லை. திரைப்பட நாடகவியல் ஒலி மோன்டாஜின் பங்கு என்ன என்பதுதான் இங்கு நம்முடைய அக்கறையாகும்.

உதாரணமாக, ஒத்ததன்மையுள்ள இரு ஒலிகளைக் கேட்கும் போது, அவைகள் சில கருத்துத் தொடர்புகளை நம் மனதில் எழுப்பலாம். ஸ்ட்ராஸ் (Strauss) பற்றிய தி கிரேட் வால்ட்ஸ் (The Great Waltz) எனும் படத்தில், வண்டியை ஓட்டிச் செல்லும் குதிரையின் சீரான குளம்படி ஓசை நமக்கு வால்ட்ஸின் சீர்மையை நினைவுபடுத்துகிறது. அந்த ஒலியோடு, வைனர் வால்டி (Wienerwald) ன் காலை நேரத்து ஒலிகளும்

சேர்ந்து இனிமை உருவாகிறது. எர்ம்லர் (Ermler) டைய படம் ஒன்றில், தன் நினைவுகளை இழந்த போர்வீரன் ஒருவன், தையல் இயந்திரத்தின் படபடப ஒலியைக் கேட்டு, அது அவனுடைய இயந்திரத் துப்பாக்கியின் வெடிக்கின்ற ஓசையை நினைவுபடுத்த, இழந்த தன் நினைவுகளை மீண்டும் பெறுகிறான். பல்வேறு வித்தியாசமான காட்சிக்ளை ஒன்றாகக் தொகுப்பதைக் காட்டிலும், பல்வேறு விதமான ஒலிகளை ஒன்றோடொன்று இணைத்து தொகுப்பதன் மூலம் உண்டாகும் பாதிப்பு வலுவானதாக இருக்கும். அழுகையொலி, சிரிப்பொலி, வலியின் துடிப்பு, நாட்டிய இசை போன்ற ஒலிகளை ஒன்றோ டொன்று இணைப்பதன் மூலம் ஆயிரக்கணக்கான விளைவுகளை உண்டாக்கலாம்.

ஒலி மோன்டாஜில், ஒலியின் தொடர்ச்சியாக உபயோகப்படுத்தப் படுகிற மௌனம் கூட ஒரு ஒலியைப் போலவே விளைவை ஏற்படுத்தும். இதற்கான காரணம் என்னவெனில், காட்சி ரீதியான படம் போல், ஒலி மறைந்த உடனே, அது நம் உணர்விலிருந்து உடனே மறைவதில்லை. அந்த ஒலி சில கணப்பொழுது எதிரொலிக்கிறது. அப்போது அந்த ஒலி திரையில் தொடர்ந்து வரும் படங்களோடு மோதுகிறது. ஒரு பரபரப்பான நடன இசையோடு கூடிய காட்சியை பார்த்த பின் உடனே அமைதியான அழகற்ற அறை ஒன்றை பார்ப்போமெனில், அது முந்தியக் காட்சி அமைதியான ஒன்றாக இருக்கும்பொழுது ஏற்படுத்துகிற பாதிப்பை விட அதிகமான பாதிப்பை ஏற்படுத்தும். ‘இன்றும் அது என் காதுகளில் ஒலித்துக் கொண்டிருக்கிறது’ என்று நாம் சொல்வது போல, ஒலியானது அதைத் தொடர்ந்து வரும் மௌனத்தை ஆழப்படுத்தவும் அர்த்தப்படுத்தவும் செய்கிறது.

ஒலி டிஸ்ஸால்வுகள்

ஒலிகளில் உள்ள ஒத்ததன்மை காரணமாக படங்களில் டிஸ்ஸால்வ் செய்வது போலவே ஒலியிலும் டிஸ்ஸால்வ் செய்யலாம். இது வெறும் வடிவரீதியான தொடர்பு மட்டுமல்ல. இது இரு காட்சிகளுக்கிடையே, முக்கிய அர்த்தத்தைத் தருகின்ற தொடர்பாகவும் அமைகிறது. ‘ஆயுதங்களைக் கீழே போடு’ ‘எல்லோரும் வெளியேறுவோம்‘ போன்ற கோஷங்கள், தொழிற்சாலையின் சைரன் ஒலியோடு டிஸ்ஸால்வ் ஆகுமெனில், அதன் விளைவு உருவரீதியாக அமையும். அதாவது அப்போது சைரன் ஒலி தொழிற்சாலையின் கோபக் குரலைக் காட்டுவதாய் அமையும். இது போன்ற டிஸ்ஸால்வுகள் மாதிரி உதாரணத்தைத் தருவதாக அமையலாம். ராணுவத்தலைமையகம் ஒன்றில், தந்தியடிக்கும் ஒலியைக் கேட்கிறோம். அது படிப்படியாக வலுவடைகிறது. பின்னர் அவ்வொலி துப்பாக்கி வெடிக்கும் சப்தத்தோடு டிஸ்ஸால்வ் ஆகிறது. இவ்வாறு இந்த இரு ஒலிகளுக்கிடையே மிகச் சாதாரணமான அர்த்தமுள்ள தொடர்பு

ஏற்படுகிறது. அந்த தந்தி அடிக்கும் சப்தம், பின்னால் கேட்கின்ற துப்பாக்கி வெடிக்கும் சப்தங்களுக்கு ஆணைபோல் அமைகிறது. இத்தகைய ஒத்த ஒலிகளும், ஒலிக்குறியீடுகளும் மிகவும் வெளிப்படையாக இருப்பதால், அவைகள் வெற்று வடிவயியலாக மாறுவதற்கு நிறைய சந்தர்ப்பமுண்டு.

பொருந்தாத ஒலி விளைவுகள்

இது போன்ற ஒலி விளைவுகளை உபயோகப்படுத்துவதில் நமக்கு பழக்கப்பட்ட ஒன்று என்னவெனில், முந்தியக் காட்சியின் ஒலி அடுத்த காட்சியில் தொடர்ந்து சிறிது நேரம் ஒலித்துக் கொண்டிருப்பதாகும். உதாரணமாக நாம் சற்று முன்பு பார்த்த இரவு விடுதியின் ஜாஸ் இசையொலி இன்னமும், நாம் பார்க்கின்ற ஒரு மனிதன் இறந்து கிடக்கும் அறையில் கேட்கும் நெரிசலான நகரின் சந்தடிமிகு பாதாள விடுதி ஒன்றின் அமைதியில் இன்னமும் அலையொலிக்க கேட்டுக் கொண்டிருக்கலாம். அல்லது இதற்கு எதிர்மாறாகவும் கேட்கலாம். வயலில் உழுகின்ற ஒருவனைப் பார்த்துக் கொண்டிருக்கும்போது, அடுத்த காட்சிக்குரிய தொழிற்சாலை இயந்திர சப்தங்களைக் கேட்கலாம். இந்த ஒலி அடுத்து வரும் ஷாட்டிலிருந்து, ஏதோ அடுத்த வீட்டிலிருந்து வருவது போல் கேட்கிறது. ஆனால் சினிமாவின் கலாப்பூர்வமான வடிவமைப்பு காரணமாக இது திரைப்பட ரீதியான அருகாமையாகும். அது போன்ற எதிர்பார்ப்புகள் நமக்கு ஒரு இறுக்கத்தைத் தருவதோடு, ஒருவித சூழ்நிலையையும் உருவாக்குகிறது.

மிகவும் சக்திவாய்ந்த கருவி

ஒலிப்படங்களில் இவ்வாறு படத்தோடு பொருந்தாக ஒலியை உபயோகப்படுத்துவது என்பது மிகவும் சக்தி வாய்ந்த வழிமுறையாகும். பதிவு செய்யப்பட்ட ஒலி பொருந்துவதாக இருக்குமெனில், நாம் பார்க்கக்கூடிய படத்திற்கு இயற்கையாக துணைபோகும் ஒன்றாகத்தான் இருக்கும். அப்படத்தை இன்றும் யதார்த்ததோடு காட்டுவது தான் அவ்வொலியின் பணி. ஆனால் பொருந்தாத ஒலியை உபயோகப் படுத்துவதில், ஒலி படத்திற்கு அப்பாற்பட்டு வளர்ந்து, இன்னொரு இணையான அர்த்தத்தையும் தருகிறது. காட்சிகளுக்கான ஒருவித நேர்முக வர்ணனை போல் அமைகிறது.

சோவியத் யுத்தப்படம் ஒன்றில், ஒரு இளம் வீரன் முதன் முதலாக கடுமையை சந்திக்கும்போது, அவன் சகதோழர்களை விட்டு வெளியேறி விடுகின்றான். சிறிய பொந்து ஒன்றில் மறைந்து கொள்கின்றான். திரையில் அவன் முகத்தை க்ளோஸ்-அப்பில் பார்க்கிறோம். அவன் வாய் இறுக மூடியுள்ளது. எனவே அவன் பேசவில்லை என்பதை உணர்கிறோம். இருந்த போதிலும் அவன் பேசுவதைக் கேட்கிறோம். அது அவன் அவனுக்குள்ளேயே மௌனமாகப் பேசிக் கொள்வதாகும். அதை நாம் மிகவும் இறுக்க உணர்வோடு கேட்கிறோம். அவன்

இப்போது அமைதியாகத் தனக்குத் தானே பேசிக் கொள்கின்ற அதே விஷயத்தை உரக்கப் பேசியிருப்பானெனில், அந்தக் காட்சி நமக்கு மிகவும் தாங்க முடியாததாயிருந்திருக்கும். இப்போதெல்லாம், மேடை நாடகங்களில் கூட, இயற்கையாய் இல்லாத தனக்குத் தானே பேசிக் கொள்ளுதலை நம்மால் ஏற்றுக் கொள்ள முடியவில்லை. ஒரு காரின் வேகத்தோடு மனிதன் ஒருவனைத் தரையில் நடந்து செல்ல வேண்டும் என்று சொல்வதைவிட இது செயற்கையாக இல்லையா? நாம் பார்க்கக்கூடிய விஷயங்கள் யதார்த்தத்தோடு நெருங்கி இருக்கும். ஆனால் நாம் பார்க்கும் விஷயங்கள் யதார்த்தத்திலிருந்து விலகியதாய் இருக்கும் எனில், அது கற்பனைக் கதையாகவோ அல்லது குறியீடாகவோ மாறிவிடும். மனிதனுக்கு பறப்பதற்கான இறக்கை இருக்குமெனில், அவன் ஆகாய விமானத்தோடு கூட போட்டிபோட முடியும். இயற்கையான அளவு கோள்களை அப்போது நாம் பயன்படுத்துவதில்லை. பொருந்தாத ஒலி என்பது இயற்கையாக இருக்க வேண்டும் என்று அவசியமில்லை. அதன் விளைவு குறியீடாக இருக்கும். அதன் முக்கியத்துவ அடிப்படையில் அது தான் சேர்ந்து வரும் பொருள்களோடு தொடர்பு கொள்கிறது. அந்தத் தொடர்பு என்பது மனஅளவில் இருக்குமே தவிர யதார்த்த அளவில் இருக்காது. கலாப்பூர்வமான வெளிப்பாட்டின் ஆழமான மற்றும் வளமான சாத்தியப்பாடுகள் இதுவரை ஒலிப்படங்களில் மிகக் குறைவாகவே பயன்படுத்தப்பட்டுள்ளது. ஆயினும் இதை அடிப்படையாகக் கொண்டுதான் அதன் எதிர்கால வளர்ச்சியே அமைந்துள்ளது. இவ்வாறு எவ்விதத் தடங்கலுமின்றி ஒலியையும், படத்தையும் ஒன்றுக்கொன்று எதிரான வகையில் சேர்ப்பதன் மூலம்தான், ஒலிப்படங்களை புராதன இயற்கை வாதத்திலிருந்து மீட்க முடியும். அப்போது தான் மௌனப்படக் காலத்தின் போது இருந்து பின்னால் ஒலியின் வருகையால் பறிபோன சினிமாக் கலையின் நுட்பத்தை மீண்டும் பெற முடியும்.

பொருந்தாத ஒலிப்படங்களில், ஒரு நிகழ்ச்சியானது இருவேறு தளங்களில் இணையாகச் செல்லக்கூடியதாக இருக்கும். ஒன்று அது ஒலியினுடைய தளத்திலும், இன்னொன்று காட்சிப் படத் தளத்திலும் செல்லும். உதாரணமாக, இப்போது மிக அழகாக நடக்கின்ற நிகழ்ச்சியைப் பார்க்கலாம்; ஒரு காட்சியில் ஈடுபட்டிருக்கின்ற சிலர் பேசுவதைக் கேட்கின்ற அதே நேரத்தில் அவர்கள் தங்களுக்குள்ளாக என்ன நினைத்தார்கள், என்ன உணர்கிறார்கள் என்பதையும் புரிந்து கொள்ள முடியும். அல்லது இதற்கு எதிர்மாறாகவும் பார்க்கலாம். அதாவது, வர்ணனையாளர் ஒருவர் நடப்பதை அப்படியே சொல்வார். என்ன நடக்கிறது என்பதைக் கூட நாம் பார்க்க வேண்டிய அவசியமில்லை. அவ்வாறு நாம் பார்ப்பது எல்லாம், சிந்தனைத் தொகுப்பும், பகுத்தறிவுப் பூர்வமற்ற தொடர்பு சங்கிலியுமாகும். இந்த அடிப்படையில் திரைப்பட பாலே (balled) மற்றும் கவிதாப் பூர்வமான

திரைப்படக் கவிதை போன்ற புதிய கலைவடிவங்கள் உருவாகலாம். இசையை துணையாகக் கொண்டு வரும் கவிதையைப் போல, தொடர்ச்சியான படங்களைத் துணையாகக் கொண்டு வரும் கவிதையை நாம் கேட்கலாம். ஆனால் இங்கு எல்லாம் காட்சித் தளமாக மாற்றப்பட்டுள்ளது. இதில் வரும் காட்சி விளக்கங்கள், உணர்வால் உந்தப்பட்ட, நம் மனதில் தோன்றும் படங்களின் தொகுப்பாக இருக்கும்.

பொருந்தாத படமும் பொருத்துகின்ற ஒலியும்

கேட்பவர் ஒருவரின் முகத்தை தனியாக ஒரு க்ளோஸ்-அப்பில் பார்க்கிறோம். அவரோடு பேசுகின்ற இன்னொருவரின் குரலையும் கூடவே கேட்கிறோம். இந்தக் காட்சி பார்ப்பதற்கு இயற்கையான பொருந்துகின்ற ஒன்றாகத் தோன்றினாலும் இந்த ஷாட் பொருந்தாத ஒன்றாகவே இருக்கும். ஒலிகள் என்னவோ ஒரே அறையில்தான் நிகழ்கின்றன. ஆனால் ஒரே ஷாட்டில் நிலவவில்லை. இந்த வேற்றுமை ஒன்றுக்கொன்று எதிரான விளைவுகளைக் கொண்டிருக்கும். இதில் பார்வையாளன் கவனம் எல்லாம் அமைதியான அந்த முகத்தில் பதிந்திருக்கிறது. அவன் பிரேமிற்கு அப்பால் இருந்து எதைக் காதால் கேட்கிறானோ, அதற்கு முற்றிலும் வேறான ஒன்றைத்தான் கண்களால் பார்க்கிறான். இது மறுபடியும் எதிரெதிரான விளைவுகளையே தருகிறது. இந்த விஷயம் மேடை நாடகத்திலோ அல்லது மௌனப் படத்திலோ சாத்தியப்படாத ஒன்று.

சார்லி சாப்ளின் தன்னுடைய முதல் ஒலிப்படத்தில் (இப்படத்தில் அவர் பேசவில்லை) இத்தகைய பொருந்தாத தன்மை என்பதற்கு மிக அழகான உதாரணத்தைக் காட்டியிருக்கிறார். அவருடைய காதலி அரங்கம் ஒன்றில் பாடிக்கொண்டிருக்கின்றாள். ஆனால் அது கேட்பவர்களை மகிழ்ச்சியடையச் செய்யவில்லை. அந்தப் பெரிய அரங்கத்திலுள்ள மொத்தக் கூட்டமும் எந்தவித சப்தமுமின்றி அமைதியாய் அமர்ந்திருக்கிறது. ஒரே ஒரு ஜோடி கை மட்டும் தட்டுவதைக் கேட்கிறோம். காமிரா மெதுவாகத் திரும்புகிறது. கை தட்டும் ஒரேயொரு ஆசாமியை அது தேடுகிறது. இப்போது அந்த கைதட்டல் ஜோராக ஒலிக்க ஆரம்பிக்கிறது. காமிரா நெருங்கி வருகிறது. கடைசியாக நாம் சாப்ளினைப் பார்க்கிறோம். பாவம் அந்த அரங்கத்தின் ஒரு மூலையில் உட்கார்ந்து கொண்டு தனிப்பட்ட மனிதராக, அந்த உணர்வற்ற கூட்டத்தையும், விதியையும் எதிர்த்துப் போராடுகிறார்.

சோவியத் இயக்குநர் பிரிவ் (Pyriev) இயக்கிய பார்ட்டி க்ரௌட் (Party Crowd) எனும் படத்தில் இதே போன்ற பாதிப்பை உண்டாக்கக் கூடிய காட்சி ஒன்று உள்ளது. அதில் கதாநாயகியைக் கட்சியிலிருந்து நீக்குவதற்கான ஓட்டெடுப்பில் கைகள் உணர்த்தப்படுகின்றன. அதில்

படத்தின் கதாநாயகி, கைகளை உயர்த்திக் காட்டுவதன் மூலம் கட்சியிலிருந்து நீக்கப்படுகிறாள். கமிட்டி கூட்டம் ஒன்று நடைபெறுகிறது. அவளை நாம் தனியாக க்ளோஸ்-அப்பில் பார்க்கிறோம். அப்போது வாக்குப்பதிவில் உயர்த்தப்பட்டிருக்கும் கைகளை நம்மால் பார்க்க முடியவில்லை. முதல் பார்வையில், பெரும்பாலானவர்கள் அவளுக்கு ஆதரவாக இருக்கிறார்களா அல்லது எதிராக இருக்கிறார்களா என்பதைக் கூட புரிந்து கொள்ள முடியவில்லை. ஆனால் வாக்கு எண்ணுபவரின் குரலை நாம் கேட்கிறோம். 'ஒன்று, இரண்டு, மூன்று.....' கதாநாயகி சிறிது சிறிதாக தலையைத் தொங்கப் போட்டுக் கொள்கிறாள். 'ஐந்து, ஆறு, ஏழு...' இப்போது அந்த எண்கள் கவிழ்ந்திருக்கும் அவள் தலையை சம்மட்டியடிகளாகத் தாக்குகின்றன. ஆனால் இறுதி முடிவை நம்மால் பார்க்க முடியவில்லை. ஒருவேளை அந்த ஷாட் க்ளோஸ்-அப்பாக இல்லாமல் இருந்து லாங் ஷாட்டாக இருந்திருக்குமெனில், நாம் அந்த முடிவைப் பார்த்திருக்கலாம். வெறும் எண்ணிக்கையை மட்டும் நாம் கேட்டுக் கொண்டிருப்பதால் நமக்கு நம்பிக்கை இன்னும் இருந்து கொண்டிருக்கிறது. எண்ணிக்கையைச் சொல்பவரின் முகத்தைப் பார்க்காததன் காரணமாக, அவரது குரல் உருவமற்ற, தீவிர விதியைப் போல், பெரிய பரிமாணத்தைக் கொண்டுள்ளது.

17

உரையாடல்

பேசும் படம் முதன் முதலாகத் தோன்றிய பொழுது, தயாரிப்பாளர்கள், இயக்குநர்கள், நடிகர்கள், திரைக்கதை எழுத்தாளர்கள் ஆகியோரிடையே பெரும் பீதி நிலவியது. இந்த ஒரு நிகழ்ச்சி வேறு எந்த கலையின் வரலாற்றிலும் இதற்கு முன்பு எப்போதும் நிகழ்ந்ததில்லை. கலையைத் தொழிலாகக் கொண்ட அந்தக் கலைஞர்களை, இந்த வெளிப்பாட்டுச் சாதனத்தின் தொழில் நுட்ப வளர்ச்சி அந்த அளவுக்கு சங்கடப்படுத்தியது.

இந்தத் திகைப்புக்கும், நிலையாமைக்கும் பல காரணங்கள் இருந்தன. மௌனப் படங்களுக்கு இருந்த சர்வதேச மதிப்பை பேசும் படங்கள் அச்சுறுத்துவதாக இருந்தன. அப்படங்களின் ஏற்றுமதியை அது கடுமையாக்கின. அதில் பெரும் முதலீடு செய்து தொழிலாய் நடத்தியவர்கள் ஆபத்து வந்துவிட்டதாய் நடுங்கினார்கள். பேச்சை உபயோகப்படுத்துவற்கான போதுமான திறமை நடிகர்களிடத்திலும், இயக்குநர்களிடத்திலும் இல்லாமல் இருந்தது. ஒலி முதலில் வந்த போது, அதற்கு யாருமே எதிர்ப்பு தெரிவிக்கவில்லை என்பது இங்கு குறிப்பிடப்பட வேண்டிய ஒன்றாகும். சார்லி சாப்ளின் உடனேயே விநோதமான ஒலிகளை உபயோகப்படுத்துவதற்கு தயாராய் இருந்தார். அவருடைய முதல் ஒலிப்படத்தில் அவர் ஒரு விசிலை விழுங்கி விடுவார். அது தேவையில்லாத நேரங்களிலெல்லாம் விசிலடித்துக் கொண்டிருக்கும். எல்லோருமாக தங்கள் எதிர்ப்பைக் காட்டியது பேச்சுக்கெதிராகத்தான். கலைஞர்களும் கொள்கையாளர்களும் பேசும் படங்களுக்கு எதிராக கலை, மரபு விதி, தத்துவங்களையும், அழகியல் விதிகளையும் ஒன்று சேர்த்தார்கள். மௌனப்படங்கள் எதிர்த்தும் அவர்கள் இதையேதான் செய்தார்கள். அதைப்போலவே, இதிலும் அவர்கள் வெற்றிபெற முடியவில்லை.

ஒருவேளை லூமியர் சகோதரர்கள் மௌனக் காமிராவை கண்டுபிடித்த அதே நேரத்தில், ஒலிக் காமிராவையும் கண்டுபிடித்திருப் பார்களெனில், இப்போது இவர்கள் போடுகின்ற கூச்சலெல்லாம் எத்தனை அர்த்தமற்றதாக இருந்திருக்கும். ஆனால் அது போன்ற ஒன்றை அப்போது அவர்கள் அடிப்படையிலேயே கண்டு பிடிக்க முடியாதவர்களாய் இருந்தார்கள். ஒருவேளை

கண்டு பிடித்திருப்பார்களெனில், யார்தான் விறுவிறுப்பான காட்சிகளை வெறும் மௌனக் காட்சியாய் காட்ட விரும்பியிருப்பார்கள். ஒவ்வொருவரும் அது போன்ற காட்சிகளை, செயற்கையானது என்றும், கேலிக்கூத்தானது என்றும் சாடியிருப்பார்கள். கதாபாத்திரங்கள் பேசுகின்றன. ஆனால் ஒலியோ பேச்சோ வரவில்லை. அவர்கள் மறைந்து விடுகிறார்கள். பின்னர் அவர்கள் என்ன பேசியிருப்பார்களோ அதை டைட்டில்-அட்டையில் படிக்கிறோம். மீண்டும் அவர்கள் தோன்றி அதே மாதிரி மௌனமாகப் பேசுகிறார்கள்! அப்பப்பா என்ன பைத்தியக்காரத்தனம்!

நமக்கிருந்த தொழில்நுட்பக் குறையை சரி செய்வதற்காக, நாம் கண்டுபிடிக்க கலைநயமற்றதும், புராதனமானதுமான வழிமுறையாகும் இது என்பதை நாம் ஒப்புக் கொள்வோம். இருந்தபோதிலும் அதற்கு அழகியல் கோட்பாட்டு ரீதியான அந்தஸ்தைக் கொடுத்தோம். அந்தக் கருத்து தேவையான ஒன்றாகவும், மிகுந்த பயனளிக்கக் கூடியதாகவும் இருந்தது. இவைகளுக்கெல்லாம் மேலாக அந்தப் படங்களின் மௌனம் குறித்து நாம் ஒன்றும் செய்ய முடியவில்லை. நாம் விரும்பினோமோ இல்லையோ நம்மிடம் இருந்த அந்த ஒரு பொருளைக் கொண்டுதான் வேலை செய்ய வேண்டியிருந்தது. அவைகளுக்கிருந்த ஒவ்வொரு கலாப்பூர்வமான சாத்தியப் பாட்டையும் முழுமையாக உபயோகப்படுத்த வேண்டியிருந்தது.

ஆரம்பத்தில் எல்லோருமே பேச்சை ஒரு தொந்தரவாகத்தான் கருதினார்கள். மிகச்சிறந்த இயக்குநர்கள் கூட தங்கள் கற்பனை, திறமையையெல்லாம் கதாபாத்திரங்களைப் பேசாமலிருக்கவே உபயோகப்படுத்தினார்கள். எப்படியாவது அந்த புதிய தொழில் நுட்பத்தை உபயோகிப்பதை தவிர்க்கவே விரும்பினார்கள். இன்று நிலவும் ஒலிப்படங்களைப் பற்றி இன்னமும் ஏதாவது குறை சொல்ல வேண்டுமானால், அப்போதைய ஒலிப்படங்களின் நிலையிலிருந்து இப்போதைய நிலை ஒன்றும் மாறிவிடவில்லை என்பது உண்மைதான். உரையாடல் என்பதை இன்னமும் தேவையான ஒரு அநீதியாகவே கருதுகிறார்கள். அதாவது, ஒலிப்படங்கள் கலையாக விளங்குகிறது. ஆனால் அதன் பிரதான வெளிப்பாட்டுச் சாதனம் அதற்கு தடையாக இருக்கிறது என்று கருதினார்கள். இது எப்படி இருக்கிறதென்றால், ஓவியன் ஒருவன் வண்ணங்களை முடிந்த அளவுக்கு உபயோகப்படுத்தாமல் ஓவியம் தீட்ட விரும்பியது போலாகும்.

ஸ்ட்ரோஹைம் (Stroheim) தன்னுடைய முதல் ஒலிப்படத்தில், கதாநாயகனை ஒரு வென்ட்ரிலோகிஸ்டா * (ventriloquist): படைத்த

---

* வென்டிரிலோகிஸம் (Ventriloquism): பேச்சோ அல்லது எழுப்புகின்ற ஒலியோ தன் வாயிலிருந்து வராமல் வேறெங்கிருந்தோ வருவது போல் நடிக்கக்கூடிய கலை. (மொ-ர்)

தன் மூலம் இப்பிரச்சனையைத் தீர்த்தார். ரீனே க்ளேர் (Rene Clair) கூட தன்னுடைய ஸோ லெ டோய்ஸ் தே பாரிஸ் (Soul Les Toits de Paris) எனும் படத்தில் கதாபாத்திரங்களையெல்லாம் ஒன்று ஜன்னலின் பின்னாலிருந்தோ அல்லது கூட்டத்திலோ பேசுமாறு வைத்தார். எனவே அவைகளின் வாயசைவைத்தான் பார்த்தோமே ஒழிய, அவைகள் என்ன பேசியது என்பதைப் புரிந்து கொள்ள முடியவில்லை.

இவ்வாறு இந்த உரையாடலுக்கு எதிராகக் கிளம்பிய எதிர்ப்பும் பேசும் படத்துக்கான வரலாற்று உண்மையை ஏற்க மறுத்ததுமான இந்த பத்தாம்பசலித்தனமான, நலிவான போக்கு, கடந்த பத்தாண்டுகளில் ஒலிப்படங்கள் அடைந்த வீழ்ச்சியைவிட அதிகப் பயனுள்ளதாகவும், கலாப்பூர்வமானதாகவும் இருந்தது. ஏனெனில் கடந்த பத்தாண்டுகளில் ஒலிப்படம் அமெரிக்க கருத்தின் அடிப்படையில் முழுக்க முழுக்கப் பேசும் படமாக மாறியது. இதன் மூலம் மௌனப் படங்கள் உதறித் தள்ளிய படம் பிடிக்கப்பட்ட நாடகம் என்ற பழைய நிலைக்கே அது திரும்பியது. பேசப்பட்ட வார்த்தைகளால் ஒன்றுமில்லாமல் ஆக்கப் பட்ட, மௌனப் படங்களால் உருவான திரைப்பட கலாச்சாரத்தை இந்தக் குழப்பத்திலிருந்து காப்பாற்ற விரும்பியவர்கள் தங்களால் முடிந்ததையெல்லாம் செய்தார்கள். ஆனால் புதிதாக உருவான அமெரிக்கத் திரைப்படத் தொழிலும், தொழில்துறையும் இத்தகைய கலாப்பூர்வமான ஆர்வம் எதையும் கொண்டிருக்கவில்லை. ஒரு மாபெரும் கலை தங்களின் ஹாலிவுட் தொட்டிலில்தான் பிறந்தது என்பதையும் அது இப்போது இறந்து விட்டது என்பதையும் அவர்கள் முழுமையாக மறந்துவிட்டார்கள். தங்கள் கதாபாத்திரங்களை அவர்கள் ஆரம்பம் முதல் முடிவு வரை க்ளோஸ்-அப்பில் மிகவும் மகிழ்ச்சியாக காண்பித்தார்கள். இது அவர்களுக்கு சுலபமானதாகவும் மலிவானதாகவும் இருந்தது. ஆரம்பத்தில் இருந்த படம் பிடிக்கப்பட்ட நாடகம் போலவே இருந்தது இது.

நாம் இப்போது திரைப்படக் கலையின் இரண்டாவது கட்ட வாசலுக்கு வந்திருக்கிறோம். அங்கே, ஐரோப்பாவானது மீண்டும் சினிமாவைப் புதிதாகக் கண்டு பிடிக்கும். ஒலிப்படம், பேசும் படம், வண்ணப்படம், முப்பரிமாணப் படம் என்று பல படங்களைக் கண்டுபிடிக்கும். இருந்த போதிலும் அது, நாடகத்தின் ஒரு மறுபதிப்பாக இல்லாமல், தனித்த ஒரு புதுக் கலையாக இருக்கும். அவைகள் மேடை நாடகத்தில் உபயோகப்படுத்தப்பட்ட வழிமுறை களிலிருந்து முற்றிலும் வித்தியாசமான முறையில் தன்னுடைய வெளிப்பாட்டுச் சாதனங்களை உபயோகப்படுத்தியது. இந்தக் கலை, உரையாடலை ஒரு தொந்தரவாக நினைக்காது. மாறாக அதை தன்னுடைய சொந்தப் புதிய வழிமுறைகளில் பயன்படுத்தும்.

என்னுடைய கண்ணிற்கு புலப்படும் மனிதன் (Der sichtbare Mensch) புத்தகத்தில், திரைப்படக் கலையின் மௌனத்தின் அழகியல் பற்றி

எழுதினேன். ஒலிப்படம் என்பது மௌனப் படத்தின் இயற்கையான தொடர்ச்சி இல்லை என்பதும் மாறாக வித்தியாசமான ஒரு கலை என்பது என்னுடைய தவறில்லை. மௌனப்பட காலத்து மௌனப்படங்களில், மௌனம் என்பது ஒரு தேவையான அம்சமாக இருந்தது.

திரைப்படக் காமிரா உருவான அதே நேரத்தில், ஒலிக் காமிராவும் உருவாகியிருக்குமெனில், மௌனப்படம் எந்த அளவுக்கு வளர்ந்ததோ அந்த அளவுக்கு வளர்ந்திருக்காது என்பது என்னவோ உண்மைதான். வரலாற்றின் ஒவ்வொரு நிகழ்வுக்கும் ஏதாவதொரு காரணம் உண்டு. ஆனால் எல்லா நிகழ்வுகளுமே அதற்கு தேவையான ஒன்றாக இருக்க வேண்டிய அவசியமில்லை. வார்த்தைகளின் காட்சி ரீதியான கலாச்சாரத்திற்கும், அறிவு ரீதியான கலாச்சாரத்திற்கும் பிரதான வித்தியாசம் உள்ளது என்று என்னுடைய கண்ணிற்கு புலப்படும் மனிதன் புத்தகத்தில் எழுதினேன். அதற்காக அந்த வித்தியாசம் என்றென்றைக்கும் தீர்க்கப்படாமல் இருக்க வேண்டும் என்று அவசியமில்லை.

அதே நேரத்தில், பேசும் படமானது, நன்கு வளர்ச்சியடைந்திருந்த காட்சிக் கலாச்சாரத்தை அதன் புராதன நிலைக்கே மீண்டும் திருப்பியடித்துது என்பதும் உண்மைதான். ஆனால் இந்தத் தொழில் நுட்ப நெருக்கடியை காட்சி ரீதியான மற்றும் வார்த்தை ரீதியான படைப்புகளிடையேயான என்றென்றைக்கும் தீர்க்க முடியாத இடைவெளியாய் கருதுவது குருட்டுத்தனமானதும், எதேச்சதிகாரத்தன மானதுமாகும்.

உண்மையில் பார்க்கப்போனால், மௌனப் படத்திலேயே காட்சி களுக்கும், எழுதப்பட்ட வார்த்தைகளுக்கும் இடையே முரண்பாடு இருந்தது. மக்கள் படத்துக்கான தலைப்பு செய்திகளைப் படிப்பதற்காக, காட்சிகளில் ஒவ்வொரு முறையும் குறுக்கிட வேண்டியிருந்தது. படம், எழுத்து, இரண்டும் மனதின் வெவ்வேறான பரிமாணங்களைக் கொண்டது. அவற்றை இவ்வாறு ஒன்று மாற்றி ஒன்றாக காட்ட வேண்டியிருந்தது. படத்தொகுப்பின் சீர்மை என்பது இதனால் தடைப்பட்டுப் போனது. இன்று அவற்றைப் பார்க்க நேரிடும்போது, தாள முடியாத நயமற்றதாய் உள்ளது.

ஒலிப்படங்களிலோ, காட்சித் தொகுப்புகளில் இது மாதிரி எந்தக் குறுக்கீடுகளும் இல்லை. காட்சி ரீதியான மோன்டாஜ், படிப்பதற்காக எழுதப்பட்ட தலைப்புகளால் ஒரு போதும் தடைப்பட்டதில்லை. இதில் பேச்சு என்பது படத்தோடு ஒன்றாகக் கலக்கப்பட்டிருந்தது. அவை எழுதப்பட்ட வார்த்தைகளில் இல்லை. அவைகளுக்கான அழுத்தத்தை ரசிகர்கள் படிக்கும்போதே தர வேண்டியிருந்தது. பார்க்கின்ற படங்களோடு வெறும் பேசப்பட்ட வார்த்தைகள் மட்டும் கலக்கவில்லை. ஒலி மற்றும் பட பாவங்கள் ஒன்றாக உயிரோட்டத்தோடு இணைந்து, அவைகள் கதாபாத்திரங்களின் மனோநிலையைக்

காட்டுவதாக இருந்தது. இந்த அடிப்படையில், மௌனப் படங்களில் வார்த்தைகளுக்கு எதிராக எழுதப்பட்ட ஆட்சேபனை நியாயமானதே. ஏனெனில் எழுதப்பட்ட தலைப்புகள், காட்சித் தொகுப்பில் அந்நியப்பட்ட ஒன்றாக இருந்தது. மௌனப் படங்களின் பிரதான குறிக்கோளாக இருந்தது முழுக்க முழுக்க டைட்டில் கார்டுகள் இல்லாத படங்களாகும். உண்மையில், அது போன்ற சில படங்களும் எடுக்கப்பட்டன. இத்தகையை முயற்சிகள், பேச்சுக்கு எதிரான ஒன்றாக இல்லை, மாறாக படிக்க வேண்டிய அவசியத்திற்கு எதிரான ஒன்றாக இருந்தது. இவ்வாறு எழுத்துக்களைப் படிப்பதும், காட்சி ரீதியான செய்கையாகத்தான் இருந்தது. ஆனால் அவைகள் படங்களைப் பார்ப்பது போன்ற காட்சி ரீதியான செய்கையாக இல்லை. சில விறுவிறுப்பான காட்சிகளில், கதாபாத்திரங்கள் பேசுவதைக் காணவே விரும்பினார்கள். படத்திற்கு குறுக்கீடாக இல்லாத வரையில், பேசுவதைக் கேட்பது என்பது ஒரு தொல்லையாகவே இல்லை. எழுதப்பட்ட விளக்கத் தலைப்புகள் மட்டும் காட்சிகளினூடே குறுக்கிடாமல் இருந்திருந்தால், நாம் எல்லோரும் அது குறித்து மிகவும் மகிழ்ந்திருப்போம். ஆனால் மௌனப்படம், மௌனப்படமாகத் தான் ஒரு முழுமையை அடைய முடியும்.

பார்க்கப்பட்ட பேச்சும் கேட்கப்பட்ட பேச்சும்

இதுபோன்ற தர்க்க வாதங்களுக்கெல்லாம் அப்பாற்பட்டு, சிறந்த ரசனையுடையவர்களே, குறிப்பாக பேசும் படங்களுக்கு எதிராக உரத்தக் குரல் எழுப்பினார்கள். உண்மையில் ஆரம்பத்தில், மௌனப்படங்கள் எப்படி க்ளோஸ்-அப்புகள் மூலம் நடிகர்களின் நுண்ணிய உடல் பாவயியல்களையும், பொருட்களின் முகங்களையும் காட்டியது போலவும்; பரந்த நிலப்பரப்பின் உயிரோட்டத்தையும், படத்தொகுப்பின் சீர்மையையும், கோணம் மற்றும் கண்ணோட்டங்களின் மாற்றம் போன்றவற்றை காண்பித்தது போலவுமான சிறப்பான கலாப்பூர்வமான சாதனைகளை, ஒலிப்படங்களும் கொண்டிருக்கும் என நம்பப்பட்டது. அப்படியெனில் அவர்கள் ஆரம்பத்தில் அத்தனை தீவிரமாக எதிர்த்தது எதைத்தான்?

இதுகாறும் திரைப்பட நட்சத்திரங்கள் பேசுவதைப் பார்த்து மட்டுமே பழக்கமாயிருந்த மக்களுக்கு, இப்போது அவர்கள் பேசுவதைக் கேட்கவும், புரிந்து கொள்ளவும் முடியும் என்றபோது, அது அவர்களுக்கு கசப்பான அனுபவமாகவும், கடுமையான பாடமாகவும் இருந்தது. உண்மையில் அவர்கள் பேசினார்கள் என்பதைக் காட்டிலும், என்ன பேசினார்கள் என்பதுதான் பார்த்த ரசிகர்களுக்கு மிகவும் அதிர்ச்சியாய் இருந்தது. அவர்கள் பேசியது எல்லாம் அந்த அளவுக்கு வெறுமையாகவும், சாதாரணமாகவும் இருந்தது. உயர் ரசனையுள்ளவர்க ளெல்லாம் இதைக் கேட்ட பின்பு, மீண்டும் மௌனப்படத்துக்கே போக மாட்டோமா என்று ஏங்கினார்கள். இவ்வாறு உரையாடல்களின்

சாதாரண மற்றும் முட்டாள் தன்மைகளின் காரணமாக, உரையாடல் மீதே தவறான கருத்து உருவாகி விட்டது.

மௌனப்பட இயக்குனர்களில், சிறந்த எழுத்தாளர்களாகவும் இருந்தது மிகச் சிலரே. அவர்கள் எழுதிய வசனங்களும், அவர்கள் எந்த அளவுக்கு எழுத்தாளர்களாயிருந்தார்களோ அதைத் தான் காட்டியது. மிகச் சிறந்த நடிகர்களின் பாவனையாய் உச்சரிக்கப்பட்ட வசனங்கள், அப்போதைய மிகச் சிறந்த திரைப்பட எழுத்தாளர்கள் எழுதிய வசனத்தைக் காட்டிலும், அதிக உணர்வுபூர்வமானதாகவும், ஆழமானதாகவும், பாதிக்கக்கூடியதாகவும் இருந்தது. மௌனப் படங்களிலோ, கண்களின் மொழியைக் கூட வார்த்தைகளின் உதவியின்றி புரிந்துகொள்ள முடிந்தது. பல சிறந்த எழுத்தாளர்கள் எழுதியதையெல்லாம் விட, அஸ்டாநெல்சன் அல்லது லிலியான் கிஷ் அல்லது சார்லி சாப்ளினின் ஒரு பார்வை ஏராளமாகப் பேசியது. அவர்கள் நடித்த படக்கதைகள் சமயங்களில் மிகவும் முட்டாள்தனமாக இருந்தால் கூட, அவர்களின் பாஷைகள் நம்மை வெகுவாகப் பாதிப்பதாக இருந்தது.

இந்த மாபெரும் மௌனப் பேச்சாளர்கள் உண்மையாகப் பேசத்து வங்கியபோது, ஏதோ பயங்கரமாய் நிகழ்ந்துவிட்டது போலிருந்தது. அவர்களின் ஆழமான மனிதநேயம் நிறைந்த பார்வைகளும், பாவங்களும், அவர்கள் பேச்சின் வெறுமை காரணமாக ஒன்று மில்லாதாகி விட்டது. ஏனெனில் இப்போது, நம்மோடு பேசுவது, பார்வையாலும், பாவத்தாலும் பேசிக் கொண்டிருந்த இந்த சிறந்த நடிகர்களல்ல, மாறாக திரைக்கதை எழுத்தாளர்களாவர் ஒரு மாபெரும் மாயை விலக்கப்பட்டு விட்டது.

ரசிகர்களும் சரி, விமர்சகர்களும் சரி மிகவும் விநோதமான முறையில், நாடகத்தில் தாங்கள் கேட்ட வசனங்களைக் காட்டிலும், இந்த ஒலிப்படங்களில் உள்ள வசனங்களில் மிக அதிகமான ஈடுபாட்டைக் காட்டினார்கள். ஆனால் அந்த பழைய நாட்களில், சினிமாவானது இலக்கியத்தோடு எந்த அளவு தொடர்புடையது என்பதைப் பற்றி எந்தக் கருத்தும் இல்லாதவர்களாகவும், ஒலிப்படங் களில் வரும் வசனங்களின் சாத்தியப்பாடுகள், பணி மற்றும் பிரச்சனைகள் நாடக வசனங்களுக்கு உரியதைக் காட்டிலும் ஆழமானது என்பதை உணராதவர்களாகவும், அந்தக் கலை முழுக்க முழுக்க நம் காலத்துக்கேயுரிய புத்தம்புதியகலை என்பதை உணராதவர் களாகவும் இருந்தனர்.

மௌனமே நடிப்பு

எவ்வளவு குறைவாகப் பேச முடியுமோ, அவ்வளவு குறைவாகப் பேசு, என்பது இன்றும் சொல்லப்படுகின்ற ஒன்றாகும். இருந்த போதிலும், நாடகத்தில் பேசுவதைக் காட்டிலும், சினிமாவில்

கதாபாத்திரங்கள் எப்போதும் எப்படியாவது குறைவாகவே பேச வேண்டும் என்று கருதுவது தவறாகும். உண்மையில் பார்க்கப் போனால், மௌனப் படங்களில் கூட கதாபாத்திரங்கள் பேசின. ஆனால் அதனை நாம் கேட்கத்தான் இல்லை. இடையே காண்பிக்கப் பட்ட தலைப்புக்களும், அந்த மௌன பாஷைகளைப் பற்றி ஒன்றும் அதிகமாக சொல்லவில்லை. பொதுவாக என்ன நடக்கிறது என்பதைப் புரிந்து கொள்ளத் தேவையானதை மட்டுமே அது தந்தது.

ஆனால் ஒலிப்படங்களிலோ, பேசுவதை நாம் கேட்கவில்லையெனில், பேசுவதை நாம் பார்க்கவும் முடியாது. மனிதப் பேச்சைத் தவிர மற்ற எல்லா சப்தங்களையும் கேட்க வேண்டும் என்று நினைப்பது கிட்டத்தட்ட நடக்க முடியாத ஒன்றாகும். அதே போல், 'முக்கியமான' இரு வாக்கியங்கள் மட்டும் பேசப்பட வேண்டும். மீதியை ரசிகர்கள் மௌனப்படக் காலத்தில் இருந்தது போன்று வெறும் வாயசைவாய் பார்த்துக் கொள்ளலாம் என்பது நடக்க முடியாத ஒன்று. எனவே ஒலிப்படத்தில் பேச்சு என்பது கேட்கப்படவே கூடாது எனில், அதில் கதாபாத்திரங்களும் பேசவே கூடாது.

ஆனால் மனிதர்களின் மௌனம், வெறும் செயல்பாடற்ற எதிர்மறையல்ல, மௌனமாய் இருந்து நடித்தல் என்பது, பெரும்பாலும் குறிப்பிட்ட நோக்கத்துக்காகவும், நாடக மயமான விறுவிறுப்புக்காவும் ஆகும். அது எப்போதும் ஒரு குறிப்பிட்ட மனநிலையைக் காட்டுவதாக இருக்கும்.

மௌனமானது, மௌனத்தை வெகு அபூர்வமாகவே உணர்த்துகிறது. மௌனம் என்பது பெரும்பாலும் ஒரு கதாபாத்திரத்தின் குணாம்சத்தைக் குறிப்பதாகவோ அல்லது நாடகவியல் நோக்கத்தைக் காட்டுவதாகவோ இருக்கும். சினிமாவில் நாடகத்தில் இருப்பதைக் காட்டிலும் கதாபாத்திரங்களை வெறுமனே குறைவாகப் பேச வேண்டும், என்பதற்காக மௌனமாக்க முடியாது. எந்த வித நோக்கமும், இல்லாமல் இருக்கின்ற மௌனம் அர்த்தமற்ற வெறுமையாக இருக்கும்.

நிறையப் பேசுவது அல்லது குறையப் பேசுவது என்பது வெறும் அளவுப் பிரச்சனை மட்டுமல்ல. இங்கு அளவு என்பது வெகு விரைவாகவே தன்மையாய் மாறிவிடும். வெறும் வடிவ ரீதியான ஒலிவிளைவு அதற்கும் அப்பால் வளர்ந்து ஒரு நாடகவியல் காரணமாக மாறிவிடும். நிறையப் பேசுவது அல்லது குறைவாகப் பேசுவது என்பது குணாம்சரீதியான வேறுபாட்டைக் காண்பிப்பதாகும்.

ஓஸ்த்ரோவ்ஸ்கியின் நாடகமான புயலி (Strom) ன் கதாநாயகி, காதரினா ஒரு வாயாடி, அவள் தொன தொன வென்று பேசிக் கொண்டேயிருப்பாள். இவ்வாறு ஓயாமல் முடிவற்ற அவளின் பேச்ச, அவளின் நிலையற்ற, துடிப்பான, குணாம்சத்தைக் காட்டுகிறது.

அவளின் பேச்சு ஒரு பறவையின் சிறகடிப்பை ஞாபகப்படுத்துவதாக உள்ளது. அது போன்ற படபடப்பான, புத்தியற்ற குழந்தைக்குத்தான், காதரினுக்கு நேர்ந்த சோக முடிவைப் போன்ற ஒன்று ஏற்படும். ஆனால் இந்நாடகத்தை பெட்ரோவ் (Petrov) இயக்கிய போது, அதிகமாக பேசுவதைத் தான் விரும்பாத காரணத்தால், காதரீனாவை ஒரு அமைதியான பெண்ணாக மாற்றினார். இப்போது அவள் நிலையான, அமைதியான தீர்மானமான கதாபாத்திரமாக விளங்கினாள். எனவே ஒஸ்த்ரோவ்ஸ்கியின் உண்மையான காதரினாவுக்கு இயற்கை யாய் ஏற்பட்ட முடிவு இந்த காதரீனாவுக்கு ஏற்படவில்லை.

மனிதனுடைய பேச்சு என்பது, ஏதோ கேட்பவர்களுக்காக தரப்படும். ஒரு தொடர்ச்சியான அறிக்கை அல்ல. இது அழுகை மற்றும் சிரிப்புப் போலவே அறிவுப்பூர்வமான நோக்கங்களுக்கு அப்பாற்பட்ட இயற்கையான உணர்வு வெளிப்பாடுகளாகும்.

உயிருள்ள ஆணும், பெண்ணும் சொல்வதெல்லாம் காரணத்தையோ, நோக்கத்தையோ கொண்டிருக்க வேண்டும் என்ற அவசியமில்லை. பகுத்தறிவுப் பூர்வமான பேச்சு மட்டும்தான் அவர்களின் குணாம்சத்தைக் காட்ட வேண்டும் என்பதுமில்லை. அதே நேரத்தில் ஒலிப்படங்களில் கூட, பேச்சு என்பது எல்லாவற்றிற்கும் அப்பாற்பட்டு உடலவயங்களில் பாவம் என்பதை மறந்து விடக்கூடாது.

பேச்சின் கேட்கக்கூடிய பாவம்

சமீபத்திய அமெரிக்கப் படங்களிலெல்லாம், உண்மையிலேயே கதாபாத்திரங்கள் அதிகமாய்த்தான் பேசுகின்றன. அமெரிக்க சினிமா, பழைய படம் பிடிக்கப்பட்ட நாடகம் என்ற போக்கை நோக்கி திரும்பவும் செல்கின்ற சீரழிவுப் பாதையின் அறிகுறிதான் இது. தயாரிப்புச் செலவைக் குறைக்க வேண்டும் என்கின்ற தொழில் நுட்பக் காரணங்களாலேயே பெரும்பாலும் இவ்வாறு நிகழ்கிறது. இருந்த போதிலும் இப்படங்களில் உள்ள உரையாடல் காட்சிகளில் குறிப்பாக சினிமாவுக்கேயுரிய சில தன்மைகள் இருந்தன.

மௌனப் படங்களைப் பற்றி விவாதிக்கும்போதே பேச்சு என்பது உணர்வு பூர்வமான பாவம் என்று அறிந்தோம். நாம் என்ன பேசப்படுகிறது என்பதைத் தெரிந்துக் கொள்ளாவிட்டாலும், அவைகள் மிக நுணுக்கமான உணர்வுகளை காண்பிப்பதாய் இருந்தது. இப்போதோ ஒலிப்படங்களில் பேசுகின்ற வார்த்தைகளைப் புரிந்து கொள்கிறோம். எனவே பெரும்பாலான நேரங்களில் அவைகளின் அர்த்தம் எந்த அளவுக்கு முக்கியத்துவம் அற்றது என்பதையும் தெரிந்து கொள்கிறோம். ஆனால் இவைகளையெல்லாம் விட பேசப்படுகின்ற பேச்சின் தொனி முக்கியமானதாகும். பேச்சின் சீர்மை அழுத்தம், தொனி, உள்ளிருந்து பேசுவது போன்றவை உணர்வு பூர்வமானதோ, குறிப்பிட்ட நோக்கத்தைக் கொண்டதோ அல்ல. ஒரு

குரலில் உள்ள பல்வேறு அதிர்வுகள், வார்த்தைகளின் அர்த்தங்களுக்கு அப்பாற்பட்டு பல்வேறு விஷயங்களை சொல்வதாய் இருக்கும். இது வார்த்தைகளோடு உடன் வருகின்ற கேட்கக்கூடிய ஒரு பாவமாகும்.

படபடப்பாக பேசுவது என்பது பெரும்பாலான நேரங்களில் பகுத்தறிவுக்கு அப்பாற்பட்ட ஒரு பாவத்தைக் காட்டுவதாகவே அமையும். நவீனப் படங்களில் உள்ள சுலபமாக, சரளமாகப் பேசுகின்ற முறை, இத்தகைய பேச்சு வெளிப்பாடுகளுக்கு பொருத்தமானதாகும். இந்த அடிப்படையில், வாயிலிருந்து வார்த்தைகள் சறுக்கிக் கொண்டும், மெல்லிய புன்னகையோடும், கண்களில் உள்ள கண்டுபிடிக்க முடியாத சோகத்தோடும் வெளி வருகின்றன. க்ளோஸ்-அப்பில் உள்ள நுண்ணிய பாவங்கள் இத்தகைய பேச்சை கேட்கக் கூடிய பாவயியலாக மாற்றுகிறது.

நவீன மேடை நாடகங்களில், இப்போது நவீன நடிகர்கள் கூட எந்தவித உச்சரிப்பு அழுத்தமும் இல்லாமல் பேசுகிறார்கள். ஆனால் நவீன மேடையமைப்பு, ஒளியமைப்பு மற்றும் பார்வையாளர்களுக்கும் மேடைக்கும் இடையே உள்ள தூரம் ஆகியவை பேச்சின் இந்த லேசான தன்மையை அனுமதிக்காது. மேலும் மூச்சு வாங்குவது போன்ற ஒலிகளை, நாமே ஒரு நோக்கமுள்ள செய்கையாய் உணர்வதில்லை. உடல் அல்லது முடியின் நறுமணம் போன்று, மனிதனின் பேச்சுக்கு இயற்கையாய் அமைந்துள்ள ஒன்றாகும். இது மாதிரியான விஷயங்களை சாதிப்பதற்கு ஒலிப்படங்களில் குறிப்பாக சந்தர்ப்பமுண்டு. மிக அழுத்தத்தோடு உச்சரிக்கப்படும் பேச்சானது, நாடக மேடையில், அதனுடைய எப்போதுமான திறந்த வெளி காரணமாக அழுத்தமற்றதாகி விடுகிறது. சினிமாவின் க்ளோஸ்-அப்பில், தீவிர முகபாவம், அந்த ஒப்பனை, வேகமான பாவங்கள் எப்படித் தேவையில்லையோ, அதே போன்று இந்த அழுத்தமும் தேவையில்லை.

மொழிமாற்றம் ஏன் முடியாது

இன்று திரைப்படத்துறைக்குள்ள மிக முக்கியமான ஒரு பிரச்சனை என்னவெனில், ஒரு மொழி திரைப்படத்தை இன்னொரு மொழி பேசுகின்ற இடத்துக்கு ஏற்றுமதி செய்வதாகும். சிறிய நாடுகளை இப்பிரச்சனை வெகுவாக பாதிக்கிறது. சிறு நாடுகளில் உள்ள சந்தை என்பது திரைப்படச் செலவை சமாளிக்கக் கூடியதாய் இல்லை. பெரிய நாடுகளால் தங்களின் சொந்த தயாரிப்பைக் கொண்டு, தங்களின் தேவையைப் பூர்த்தி செய்து கொள்ளலாம். அவர்கள் வெளியிலிருந்து படம் வாங்குவது என்பது மிகவும் அரிது. அப்படி வாங்கப்பட்ட படங்களில் அன்னிய மொழியை மக்களுக்கு டைட்டில்களின் மூலமாக புரிய வைக்க வேண்டும். ஆனால் அவ்வாறு செய்யும் போது படத்தின் பாதிப்பு பாதிக்கு மேல் குறைந்து விடுவது நாம் அறிந்ததே.

அப்படியானால் வசனங்கள் ஏன் இன்னொரு மொழியில் மாற்றம் (dubbing) செய்யப்படவில்லை. ஒலிப்படங்களின் ஆரம்ப காலங்களில்

இம்முறை வெகுவாகப் பயன்படுத்தப்பட்டது. அப்போதிலிருந்து இந்த வழிமுறை நன்கு வளர்ச்சியடைந்திருக்கவும் செய்கிறது. ஆனால் இவ்வழி முறையை திரைப்படத் தொழில் துறை கைவிட்டு விட்டதற்கு மிக முக்கியமான காரணம் இருந்திருக்க வேண்டும். ஏனெனில் அதனால் வெளிநாடுகளிலிருந்து வரக் கூடிய கணிசமான வருவாயும் போய்விட்டது.

அதற்கு காரணம் என்னவெனில், ஒலிப்படங்களில் உள்ள வசனங்களை மொழி மாற்றம் செய்வது என்பது தற்போது முடியாத காரியமாகி விட்டது. திரைப்படக் கலாச்சாரம் மிக உயர் அளவில் வளர்ந்து விட்டதன் காரணமாக ஏற்பட்ட ஒரு பலனாகும் இது. பேச்சுக்கும் முகபாவத்துக்கும் இடையே உள்ள ஆழமான தொடர்பை புரிந்து கொள்ள ஒலிப்படங்கள் நமக்கு கற்றுத் தந்துள்ளது. இப்போது மக்கள், பேசுகின்ற வார்த்தையில் அர்த்தத்தை மட்டும் புரிந்து கொள் வதில்லை. கூடவே அந்த ஒலியின் பாவத்தையும் புரிந்து கொள்கிறார்கள். (இது குறித்து இதற்கு முந்திய பகுதியில் விவாதிக்கப்பட்டுள்ளது) அவர்கள் அந்தப் பேச்சை, சைகை மற்றும் முகபாவங்களுக்கு இணையான ஒன்றாகவே கேட்கிறார்கள். எனவே பண்படுத்தப்பட்ட, பொதுமக்களோ, பிரெஞ்சு முகபாவத்துக்கும், அது மொழி மாற்றம் செய்யப்பட்டுள்ள ஆங்கில மொழிக்கும் இடையே உள்ள முரண்பாட்டைப் புரிந்து கொள்கிறார்கள். முன்பெல்லாம், நாங்கள், பேசக்கூடிய வசனங்களின் கருத்துக்களில் மட்டும்தான் கவனம் செலுத்தினோம். எனவே, ஒருவன் ஆங்கிலேயனின் அமைதி மற்றும் குளிர்ந்த தொனியோடு 'நான் உன்னை காதலிக்கிறேன்' என்று ஆங்கிலத்தில் சொல்லும்போது, உணர்வு பூர்வமான இத்தாலியப் பாவங்களையும் காட்டுவான். இன்று பார்க்கக்கூடிய மக்கள், இதை கவனிப்பார்களெனில் அது அவர்களுக்கு மிகவும் கேலியாக இருக்கும். ஏனெனில், அவர்கள் வார்த்தை மற்றும் பாவத்தின் தன்மைகளின் இடையேயான பொருந்தாத் தன்மையையும் பார்க்கிறார்கள். டப்பிங் நாட்களுக்குப் பின், ஒலிப்படங்கள் பற்றிய மக்களின் கலாச்சாரம் மிகவும் வளர்ச்சியடைந்துள்ளது என்பதை இது காண்பிக்கிறது. அதே நேரத்தில் இந்த வளர்ச்சி, டப்பிங்கை சாத்தியப்படாத ஒன்றாகிவிட்டது.

கடக்க முடியாத் தன்மையின் அழகியல் விதி

ஷேக்ஷ்பியர் நாடகங்களுக்கு காட்சிப் பின்னணிகள் கிடையாது என்பது நாம் அறிந்த ஒன்றே, நாடகத்தில் பேசப்படும் வசனங்களிலிருந்து பார்ப்பவர்களின் கவனத்தைத் திருப்புவதற்கு அங்கு எந்த விதமான காட்சி ரீதியான பாதிப்புகளும் கிடையாது. ஷேக்ஷ்பியரின் அற்புதமான மொழிவளம் காரணமாக மேடை முழுவதும் பரோக்கி (baroque) பிம்பங்களால் நிரப்பப்பட்டிருந்தது. பௌதீகத்தில் இருக்கின்ற கடக்க முடியாத்தன்மையின் விதிக்கு இணையானதுதான்

அழகியலுக்கான ஒரு விதியுமாகும். இந்த விதிப்படி, ஒலிப்படத்தில் முழுக்க காட்சிப் பிம்பங்களாகவே உள்ளன. வார்த்தைகளுக்கான இடம் என்பது மிகக் குறைவாகவே உள்ளது. ஷேக்ஷ்பியர் நாடக மேடையில் உள்ள நிலைக்கு முற்றிலும் நேர் எதிரான நிலையாகும். ஒலிப்படம் ஏராளமான படங்களைத், தொடர்ச்சியாகக் கொண்டுள்ளது. வார்த்தைகள் அதனுள்ளிருந்து தான் ஒலிக்கின்றன. கோடு மற்றும் நிழல்களைப்போலவே, ஒலியும் படத்தின் ஒரு அம்சமாக விளங்குகிறது. அவைகள் படத்தின் பாதிப்புக்கு முழுமை தரவோ அல்லது அழுத்தம் தரவோதான் செய்யும். இந்த ஒரு காரணத்திற்காகவே, வார்த்தைகள் என்பது மிகவும் முக்கியத்துவமுடையதாய் இருக்கக் கூடாது. கனமற்ற வார்த்தைகளின் பாணியைத்தான், ஒலிப்படம் கோருகிறது.

சினிமா ஷாட்டும் வார்த்தையும்

ஒவ்வொரு ஷாட்டும் சரியானபடி வடிவமைக்கப்பட்ட படமாக இருக்க வேண்டும் என்பது கலாப்பூர்வமான அடிப்படையாகும். வார்த்தைகள் அந்த வடிவமைப்பின் எல்லைகளைத் தாண்ட அனுமதிக்கக்கூடாது. வார்த்தைகள் படத்தின் காட்சிகளுக்கு உதவி புரிய முடியும். என்ன நடக்கிறது என்பதை எளிமையாகப் புரிந்து கொள்ள சில காட்சிகளைக் காட்ட வேண்டியுள்ளது. ஆனால் அவைகள் காட்சிரீதியாக காட்டுவதற்கு அவ்வளவு தகுதியானது அல்ல. அது மாதிரிநேரங்களில் அக்காட்சிகளுக்குப் பதிலாக வார்த்தைகளில் அதை விவரிக்கலாம். பேசும் படத்தால் வார்த்தைகளுக்கு காட்சி ரீதியாக முக்கியத்துவத்தைக் கொடுக்கலாம். உதாரணமாக ஒரு கதாபாத்திரம் சொல்கின்ற முக்கியமான வாக்கியத்தை, க்ளோஸ்-அப்பில் காட்டுவதன் மூலம் அந்த வார்த்தையை மற்றவைகளைக் காட்டிலும் முக்கியமானதாய் காட்டலாம். அல்லது ஒருவர் பேசிக் கொண்டிருக்கும்போது, பரந்த காட்சியிலிருந்து காமிராவை பேசுபவருக்கு அருகே மிக வேமாக நகர்த்திச் செல்வது, இவ்வாறு பேச்சாளரின் துணையின்றியே, அவர் பேசுகின்ற ஒரு வார்த்தைக்கு காமிராவின் நுட்பம் மூலம் முக்கியத்துவம் கொடுக்க முடியும். ஆனால் நாடக மேடையிலோ, நடிகன்தான் தான் பேசும் வார்த்தைக்கு அழுத்தம் கொடுத்தாக வேண்டும். ஒரு குறிப்பிட்ட வார்த்தைக்கு அவன் முக்கியத்துவம் கொடுத்தாக விரும்பினானெனில், அவன் அதை மற்ற வாக்கியங்களிலிருந்து வித்தியாசமாகப் பேச வேண்டும். மற்றபடி இவ்வாறு வித்தியாசமாக பேசுவதற்கு எந்தத் தேவையும் இருக்காது. ஆனால் பேசம் படத்தில் எந்தவித மாற்றமுமின்றி ஒரே மாதிரியாக அழுத்தமும் இல்லாமல் நடிகன் பேசலாம். திடீரென்று காமிராவின் கோணம் (இது இயக்குனருக்கான வேலையாகும்) அந்த வார்த்தையின் முக்கியத்துவத்தைப் பார்ப்பவர்களுக்கு உணரச் செய்யும். அந்த வார்த்தையைப் பேசுகின்ற கதாபாத்திரத்திற்கு தான் பேசுகின்ற வார்த்தை முக்கியமானது என்று கூட தெரியாது. அந்த முக்கியத்துவத்தை

காண்பிப்பபது நடிகன் அல்ல மாறாக காமிராவின் கோணமாகும். எனவே ஒலிப்படங்களில் உரையாடல் காட்சியானது, மேடை நாடகங்களில் இருப்பது போல், அவ்வளவு விளக்கமாக, தர்க்க அடிப்படையில் அமைக்க வேண்டும் என்ற அவசியமில்லை. படத்தில் அதில் உள்ள பொருள்களுக்கு அப்பாற்பட்டு அதன் மொத்த சூழ்நிலையானது, வார்த்தைகள் சொல்லாத பல விஷயங்களைக் காட்டுவதாக இருக்கும்.

அதே நேரத்தில் வார்த்தைகளும் படங்களின் வடிவமைப்போடு பொருந்துவதாக இருக்க வேண்டும். அவ்வாறு பொருந்துவதன் மூலம் அதன் ஒலியமைப்பு வளமாக இருக்க வேண்டுமே ஒழிய, மாறாக படத்தின் காட்சி அமைப்புக்கு எதிராக இருக்கக்கூடாது. உதாரணமாக, காட்சி ரீதியில் நாம் முக்கியமான ஒன்றைப் பார்த்துக் கொண்டிருக்கும் போது வார்த்தைகள் கவனத்தைக் கவர்வதாக இருக்கக் கூடாது.

ஒலியின் தொனியும், ஒளியின் தொனியும் ஒன்றுக்கொன்று இணைவுற்றதாக இருக்க வேண்டும். மேலும், பேசப்படுகின்ற வார்த்தைகளுக்கு ஒலிப்பின்னணி (பின்னணி இசை அல்லது சப்தம்) இருக்குமேயானால், அதே நேரத்தில் காட்சிக்கும் படரீதியான பின்னணி ஒன்று இருக்குமேயானால், அப்போது பேசுபவன் தன்னுடைய காட்சிப் பின்னணியைக் காட்டிலும் முக்கியத்துவத்தோடு இருப்பது, வார்த்தைகள் தங்களுடைய ஒலிப் பின்னணியைக் காட்டிலும் முக்கியத்துவத்தோடு இருப்பது அதிகமாய் இருக்கக் கூடாது.

பேச்சு, பகுத்தறிவுக்கொவ்வாத ஒலி விளைவு

பேசப்படும் வார்த்தை என்பது வெறும் கருத்தினுடைய பிரதிபலிப்பு மட்டுமல்ல. அதன் தொனி மற்றும் அது பேசப்படுகின்ற விதம் ஆகியவை பகுத்தறிவுப் பூர்வமற்ற உணர்வு வெளிப்பாட்டையும் குறிக்கும் என்பதை நாம் ஏற்கனவே பார்த்தோம். ஒலிப் படமானது தன்னுடைய க்ளோஸ்-அப் மூலம், ஒலியின் உள்ளார்ந்த தொனிகளைக் காட்டுகிறது. அவைகள் பேசுபவரின் தர்க்கரீதியான கருத்துக்களை மட்டும் காண்பிக்கவில்லை. கூடவே கதாபாத்திரங்களின் முகபாவங்கள் வெளிப்படுத்துகின்ற சுய உணர்வற்ற மனோநிலையையும் காட்டுகிறது. இவ்வாறு நாடக மேடையில் செய்ய முடியாது. ஏதோ, வார்த்தைகளுக்கு நடுவே இருப்பது போன்று, மனோநிலையை கவிஞர்கள் வார்த்தைகளிலே பிடிக்க வேண்டியதாய் உள்ளது. ஆனால் பகுத்தறிவு பூர்வமற்ற வெளிப்பாட்டிற்கு ஒரு முரண்பாடு உண்டு. அதாவது, பகுத்தறிவுப்பூர்வமான வரிகள் இருக்கும் போது, பகுத்தறிவுப் பூர்வமற்ற வரிகளில் ஒருவன் உள்ளார்ந்த அர்த்தத்தை மட்டுமே பார்ப்பான். பேசப்பட்ட வார்த்தைகளுக்கு இணைவாய்த்தான் பேசப்படாத வார்த்தைகள் குரலைப் பெற முடியும். இரண்டு தெளிவான

வார்த்தைகளுக்கு நடுவே, இல்லாத வார்த்தையொன்றை, இடுக்கியின் இரு முனைகளில் பிடிப்பது போல் பிடிக்கலாம். பகுத்தறிவுப்பூர்வமான அர்த்தமில்லாத வார்த்தைகளால், பகுத்தறிவுபூர்வமற்ற மனோநிலையை காண்பிக்கின்ற ஒலிகளை ஒரு போதும் உருவாக்க முடியாது. அவைகள் அலறல், அழுகை சிரிப்பு போன்ற தீவிர உணர்ச்சிகளைக் காட்டுகின்ற தெளிவற்ற கருத்துக்களாகத்தான் இருக்க முடியும். அவைகளால் உணர்வின் பல்வேறுபட்ட பாவங்களை நுணுக்கமாக வெளிக்காட்ட முடியாது. அப்படிப்பட்ட ஒலிகளின் பகுத்தறிவுப்பூர்வமற்ற தன்மை, வார்த்தைகளுக்கு ஆழமான அர்த்தத்தைக் கொடுக்காமல் இருப்பது மட்டுமல்ல; அதற்கு நேர்மாறாக அவைகளின் எல்லா அர்த்தத்தையும் இழக்கவும் செய்து விடுகிறது.

18
ஒலி நகைச்சுவையின் பிரச்சனை

வார்த்தைகளுக்கேயுள்ள கருத்து மற்றும் பகுத்தறிவுப்பூர்வமான தன்மை காரணமாக ஒலிப்பட நகைச்சுவைக்கு விஷேசமான பிரச்சனை உள்ளது. ஒரு காட்சி வடிவத்தின் சிதையல் நமக்கு சிதையலாகத் தெரிகிறதென்றால் அதற்கான காரணம் அது எந்த உண்மையான வடிவத்தின் சிதையல் என்பதை நாம் அடையாளங்கண்டு கொள்வதுதான். அது அவ்வாறு இல்லையெனில், இருக்கக் கூடிய எந்த ஒன்றோடும் தொடர்பில்லாத இன்னொரு வடிவத்தைத் தான் நாம் பார்த்துக் கொண்டிருப்போம். ஒரு கேலிச்சித்திரம் என்பது, எந்த அளவுக்கு உண்மையான உருவத்தைக் காட்டுகிறதோ அந்த அளவுக்கு அது கேலியானதாக இருக்கும். ஆனால் ஒலியை, நான் ஏற்கனவே சொன்ன மாதிரி பல்வேறு கோணங்களில் காட்ட முடியாது. ஒரு ஒலியில் ஏதாவது மாற்றம் நிகழும் எனில், அது இன்னொரு ஒலியாகத்தான் இருக்கும். அது முந்தைய ஒலியோடு எந்தத் தொடர்பையும் கொண்டிருக்காது.

வடிவத்துக்கு ஏற்ற ஒன்றை சொல்ல வேண்டுமெனில், அது தனியான ஒலியாக இருக்காது. மாறாக ஒலிப்படமாகவோ அல்லது இனிமையாகவோதான் இருக்கும். இனிமையைக் கொண்டு உருவாக்கக்கூடிய கேலிச்சித்திரங்கள் என்பது சாத்தியமானதே. ஆனால் ஒருவரின் குரலையோ அல்லது இயற்கையில் ஒலியையோ எங்கனம் மீண்டும் அதை அடையாளங்கண்டு கொள்ளக்கூடிய வகையில் சிதைக்க முடியும்.

பொய்யான ஒலிகள் கற்பனையான அல்லது வினோதமான சப்தங்கள் என்பதெல்லாம் சாத்தியம்தானா? கற்பனை உருவங்கள், பேய் பிசாசுகள், பூதங்கள் போன்ற கற்பனா பாத்திரங்களை நம்மால் கற்பனை செய்ய முடியும். அவைகளை வரையவும் முடியும். ஆனால் கற்பனைக்கதை குரல்கள் மற்றும் சப்தங்கள்....போன்றவை எப்படி இருக்கும்? இல்லாத முடியாத எல்லா விதமான பொருள்களையும் நம்மால் கண்டுபிடிக்க முடியும். ஆனால் முடியாத சப்தங்களை நாம் உருவாக்க முடியாது. அதாவது உண்மையில் இல்லாத சப்தங்களை நம்மால் கேட்க முடியாது. எனவே அவைகளை நாம் உருவாக்க வேண்டுமெனில், அவைகளை நாம் கேட்டாக வேண்டும். ஒரு படம்

என்பது, பிம்பம் மற்றும் மாயையாகும் எனவே இல்லாத ஒன்றை வெறுமனே கற்பனை செய்து கொள்ளலாம். ஆனால் சினிமாவில் உள்ள ஒலியானது இதற்கு நேர்மாறானது. அது பிம்பம் அல்ல, உண்மையான ஒலியாகும். அதாவது உண்மையான ஒலியின் மறு ஒலிபரப்பாகும். அதாவது சாத்தியப்படாத ஒலியைக் கண்டுபிடிப்பது என்பது சாத்தியப்படாத ஒன்றாகும்.

பொய்யான ஒலி

ஒரு ஒலி அதுவாகவே பொய்யான ஒன்றாக இருக்காது. ஆனால் அவ்வொலியின் மூலாதாரம் என்பது பொய்யானதாகவோ, சரியற்றதாகவே இருக்கலாம். ஒரு சிங்கத்தின் கர்ஜனை என்பது வினோதமான ஒன்றல்ல. ஆனால், அதுவே ஒரு எலியின் வாயிலிருந்து வருமானால் வினோதமானதாகும். ஒரு ஒலியை, சிதைந்த ஒன்றாகப் பார்க்க முடியாது. ஆனால் அதைப் பொருந்தாத படம் ஒன்றோடு சேர்த்துப் பார்த்தால் அவ்வாறு இருக்கலாம். அதே நேரத்தில் ஒரு ஒலிக்குப் பொருந்தாத மூலத்தைப் பார்ப்போமெனில், அது மிகவும் நகைச்சுவைக்குரியதாயிருக்கும் இந்த வழிமுறையை அமெரிக்க கார்டூனிஸ்டுகள் பெருமளவு உபயோகித்திருக்கின்றனர். மிக்கி மவுஸ்* தரையில் எச்சிலைத்துப்பும் போது அது ஏதோ முரசு போல ஒலிக்கிறது.

குரலே இல்லாத ஏதேனும் ஒன்று திடீரென்று பேசத்துவங்குமெனில் அதுவும் இதைப் போலவே பொய்யானதாகவும், கற்பனைக் கதை போன்றும் இருக்கும். அல்லது உதாரணமாக, சிலந்தி ஒன்று திடீரென்று தன் வலையில் யாழிசைக்க ஆரம்பித்து அந்த வலையிலிருந்து உண்மையான யாழொலியும் கேட்கும். அந்த வகையிலுள்ள இழைகள், இசைக்கருவி ஒன்றின் இசைகளை ஞாபகப்படுத்துவதாக இருக்கலாம். இந்தக் காட்சி ரீதியான ஒப்புமைதான், நாம் கேட்கின்ற ஒலிக்கு ஆதாரமாக உள்ளது. எலும்புக்கூடு என்று நாட்டியமாடுவதைப் பார்ப்போமெனில், அப்போது யாராவது ஒருவர் அதன் இடுப்பெலும்பில், ஸலோஃபோன் வாசிப்பவர் தட்டுவது போல் தட்டினால், அதிலிருந்து ஸலோபோனிலிருந்து வருவது போல் ஒலியும் வருமெனில் அது கேட்பவர்களுக்கு நம்பும்படியாகவும் இருக்கும்.

சில குறிப்பிட்ட காட்சிப் பாதிப்புகள் சில ஒலித் தொடர்புகளை நமக்கு நினைவுபடுத்துவதாய் இருக்கும் என்பது நன்கறியப்பட்ட விஷயமாகும். கவிஞர்கள் அது போன்ற விஷயங்களை அடிக்கடி குறிப்பிடுவார்கள். நிலவின் கதிர்களின் வெள்ளியோசையைக் கேட்காதவர்கள் யார்? அடர்ந்த மரங்களின் கானத்தைக் கேட்காதவர்கள்

---

* மிக்கி மவுஸ் : கார்ட்டுனிஸ்ட் வால்ட் டிஸ்னி உருவாக்கிய பிரபல எலி கதாபாத்திரம். (மொ-ர்)

யார்? கார்ட்டூன் படங்கள் எப்போதுமே நகைச்சுவையான ஒலியை எழுப்புவதற்கும், நம்பும் படியான ஒலிப்படங்களைக் கொடுப்பதற்கும் எப்போதும் மிகச்சாதாரண உருவகங்களையே எடுத்துக் கொண்டன.

பேச்சின் விநோதங்கள்

வார்த்தைகளின் இயற்கையான கருத்துப்பூர்வமான மற்றும் பகுத்தறிவுப்பூர்வமான தன்மை காரணமாக அதில் விநோதங்களை உருவாக்குவதற்கு அவ்வளவாக சாத்தியப்பாடில்லை. நகைச்சுவை உணர்வை உருவாக்கும் பொருட்டு பேசுகின்ற விதத்தை வேண்டுமானால் மிகைப்படுத்தவோ அல்லது சிதைக்கவோ செய்யலாம். புரியக்கூடிய வார்த்தைகள் இன்றி, தொனி மற்றும் சீர்மையை இவ்வாறு மிகைப் படுத்தலாம். ஆனால் வார்த்தைகளை அதன் புரிந்து கொள்கின்ற தன்மையை அடிப்படையாய் வைத்தே சிதைக்க முடியும். புரிந்து கொள்ள முடியாத வார்த்தைகளோ, வாக்கியங்களோ எந்த விதமான நகைச்சுவை உணர்வையும் தராது.

ஒரு வேளை புரிந்து கொள்ள முடியாத ஒன்றை நாம் இருட்டிலோ அல்லது கனவிலோ பார்ப்போமெனில், அது குழப்பமானதாகவும், பயமுறுத்தக்கூடியதாகவும் இருக்கலாம். ஆனால் வார்த்தைகள், புரியாதவைகளாக இருந்தால், அவைகள் பயமுறுத்துவதற்கான எல்லா சாத்தியப்பாட்டையும் இழந்து விடுகிறது. அவை வெறுமையானதாகவும், குழப்பமானதாகவும் மாறி விடுகின்றது. அவை நமக்குள் எந்த அர்த்தத்தையும் தொடர்பையும் தருவதில்லை.

ஒலிப்படங்களின் வருகைக்குப் பின்னால், அதற்கு முன் நன்கு வளர்ந்திருந்த அமெரிக்க ஸ்லாப்ஸ்டிக் நகைச்சுவை கிட்டத்தட்ட முற்றிலுமாக மறைந்து போனது. இது நகைச்சுவை ஒலிப்படங்களின் பெரும் பிரச்சனைகளைக் காட்டக்கூடிய முக்கிய நிரூபணமாய் உள்ளது. ஸ்லாப்ஸ்டிக் நகைச்சுவையில் மிகச் சிறந்து விளங்கிய பல மேதைகளால் ஒலிப்படங்களில் தங்கள் பிரபலத்தன்மையைக் காப்பாற்றிக் கொள்ள முடியவில்லை. பஸ்டர் கீட்டனும் சரி, "ஹெரால்ட் லாய்டும் சரி எந்த அளவுக்கு தங்கள் உடல் பாவங்களால் கோணங்கித்தனம் செய்தார்களோ அந்த அளவுக்கு தங்கள் குரல்களால் கோணங்கித்தனம் செய்ய முடியவில்லை. சார்லி சாப்ளின் இதற்கு விதிவிலக்கானவர். இது குறித்து அவரைப் பற்றி பின்னால் விவாதிப்போம்.

இசை வினோதம் பற்றிய பிரச்சனை

இசையின் ஒலி, அதை உண்டாக்கக்கூடிய கருவிக்குப் பொருந்தாது இருக்குமெனில், அவ்விசை வினோதமானதாக இருக்கும். அலெக்ஸாண்ட்ராவோவின் ஜாஸ் காமெடி (Jazz Comedy) என்ற படம் இசை நகைச்சுவைப்படமாகும். அதில் ஆடு மேய்ப்பவன் ஏதோ இசைக்கருவியை வாசிப்பது போல், தன்னுடைய விவசாயக் குடுவைகளைத் தட்டி இசையை எழுப்புவான் இவ்வாறு அவன்

உருவாக்குகினற் இனிமை வினோதமான ஒன்றாகவே இருக்காது. அவன் அந்த மண்குடுவைகளைத் தட்டுவதன் மூலம் இத்தனை அழகான இனிமையை எந்த வித சிதைவும் இல்லாமல் உருவாக்குவது தான் இங்கு வினோதமான ஒன்றாகும். இசை எங்கிருந்து வருகிறது என்கின்ற நகைச்சுவையான அதன் மூலத்தைக் காட்டவில்லையெனில், அது நமக்கு நகைச்சுவையான ஒன்றாகவே தெரியாது. இவ்வாறு ஒரு அழகிய இனிமை, அதற்கு பொருந்தாத மூலாதாரம் ஒன்றிலிருந்து வெளிவருமேயானால், அது நகைச்சுவைக்குரியதாயிருக்கும். சர்க்கஸ் வளையங்களில் இருந்த இசைக் கோமாளிகள், நினைவுதெரிந்த நாள் முதலாய் இத்தகைய வழி முறையைப் பயன்படுத்துகின்றனர். ஒரு கோமாளி ஒரு துடைப்பத்தையும், ஒரு இழையையும் எடுத்து வைத்துக்கொண்டு அதை ஒரு இசைக் கருவியாக்கி வாசிப்பார். அதிலிருந்து இனிய இசை கிளம்புகிறது. நமக்கு நகைச்சுவையாய் இருப்பது இந்த இனிய இசையல்ல. மாறாக அது ஒரு துடைப்பத்தால் எழுப்பப்படுவதுதான்.

ஒரு ஒலியைச் சிதைக்கும் போது கவனிக்கப்பட வேண்டிய முக்கியமான விஷயம் என்னவெனில், அந்த சிதைவின் நோக்கம் என்ன என்பதை வெளிக்காட்ட வேண்டும். எந்த ஒலி சிதைக்கப்படுகிறதோ அந்த ஒலி மக்களுக்கு ஏற்கனவே அறிமுகமான ஒன்றாக இருக்க வேண்டும். அல்லது சிதைக்கப்பட்ட, ஒலியுடன் கூடவே, இந்த ஒலியும் கேட்கப்படவேண்டும். அப்போதுதான் சிதைவின் நோக்கத்தை காண்பிப்பது சாத்தியமான விஷயமாகும். உதாரணமாக அடிக்கடி உபயோகப்படுத்தப்படும் இசை நகைச்சுவை என்னவெனில், இசைக்கருவிகள் மூலம் மனித அல்லது மிருக ஒலிகளை எழுப்புவதாகும். ஜாஸ் காமெடி படத்தில் இது அதிகமாக பயன்படுத்தப்பட்டுள்ளது. ஸேக்ஸஃபோன் சிரிக்கிறது. க்ளாரினட் கோழி போல் கத்துகிறது. இது பார்ப்பதற்கு நகைச்சுவையாய் இருக்கிறது. இதுவே இசைக்குழுவில் உண்மையான ஒருவர் சிரித்திருந்தாலோ அல்லது உண்மையான ஒருவர் கோழி போல் கத்தியிருந்தாலோ இத்தனை நகைச்சுவையாய் இருந்திருக்காது.

சினிமா இசை

இன்று மிகச்சிறந்த இசைக்கலைஞர்கள் கூட சினிமாவுக்காக இசையமைக்கிறார்கள். அவர்கள் இவை நாடகத்தைப் (opera) போலவே இதனையும் முக்கியமான கலைவடிவமாக கருதுகிறார்கள். இதற்கு காரணம் ஒலிப்படங்கள்தான். மௌனப்படங்கள் எப்போதும் இசையின் துணையுடன்தான் காட்டப்பட்டன. ஆனாலும் அவைகள் இசைக்கலைஞர்களின் ஆர்வத்தைத் தூண்டவில்லை. இதற்கு முக்கியமான காரணம் என்னவெனில், பெரும்பாலான திரைப்பட அரங்குகள் தங்களுக்கென்று சொந்த இசைக்குழுவை வைத்திருந்தது. மேலும் அப்போது படத்தின் போது இசைக்கப்பட்ட இசையும் மிகக்

குறைவாகவே இருந்தது. ஆனால் ஒலிப்படங்களோ, இசைத்தட்டுகளைப் போல, நல்ல இசையை, எப்போதும் நிரந்தரமாக வைத்திருந்தது.

மௌனப் படங்களின் இறுதி ஆண்டுகளில், சில முக்கியமான படங்களுக்கு, பெரும்பாலும் படத்துக்கென்றே சிறப்பான இசை அமைக்கப்பட்டது. மௌனப்படங்களுக்குத் துணையாக அமைக்கப் பட்ட இப்படிப்பட்ட இசைகள், படத்தில் இல்லாத ஒலிகளுக்காகவும் பயன்படுத்தப்பட்டது. எனவே இது கிட்டத்தட்ட திட்டமிடப்பட்ட இசையாய் இருந்தது. கடலின் இரைச்சல், இயந்திரத்தின் அலறல் போன்ற இயற்கையான ஒலிகளும் இசையமைப்பைப் போலவே இசைக்கருவிகள் மூலம் இசைக்கப்பட்டன. இசை நடத்துனர் கையை அசைத்த உடனே, இந்த ஒலிகள் எல்லாம், ஏதோ வினோத இசைக்கருவிகளிலிருந்து வருவது போல் வந்தன.

ஒலிப்படங்கள் வந்த பின்பு, இயற்கை ஒலிகளை இவ்வாறு இசையின் மூலம் உருவாக்குவது என்பது தேவையில்லாமல் போய் விட்டது. ஒலிப்படங்களில் கடலே அதன் உண்மையான ஒலியை எழுப்பியது. இயந்திரங்கள் பெருஞ்சத்தம் போட்டன. கோழி கூவியது, இசையானது இது போன்ற ஒலிகளை எழுப்பவில்லை. இசை முழுக்க முழுக்க இசையாகவே இருந்தது. அதே நேரத்தில் இங்கு, இசைக் கலைஞர் தான் வாசிக்கும் இசையின் அளவை மனதில் கொள்பவராக இருக்க வேண்டும். அப்படி மனதில் கொண்டு, வாழ்க்கையின் இயற்கையான ஒலி போல வாசித்து பதிவு செய்யப்படவேண்டும். அப்போதுதான் இறுதியாகப் படத்தின் ஒலி ரீதியான பாதிப்பு என்பது ஒரே மாதிரியாக இருக்கும்.

இவ்வாறு, ஒலிப்படங்கள் தங்களுடைய சமீபத்திய வளர்ச்சியின் காரணமாக, படத்தில் வரும் ஒலி, படக் காட்சிகளை விளக்குவதாக இல்லை. மாறாக படத்திற்கு இணையான வேறான இசை வெளிப் பாட்டைக் கொடுத்தது. இவ்வாறு படத்தில் காட்சி ரீதியான பாதிப்பும், இசையின் ஒலி ரீதியான வெளிப்பாடும், ஒரே மானுட அனுபவமாக, ஒன்றையொன்று சார்ந்திராமல் ஆனால் ஒன்றுக் கொன்று இணையாக ஓடியது. படத்தின் முக்கியமான திருப்புமுனைகளில் இசை படத்தோடு ஒட்டிப்போக வேண்டியது என்பது இயற்கைதான். ஆனால் அதற்காக படத்தின் ஒவ்வொரு நோக்கத்தையும் இசைச்சீர்மையில் காட்ட வேண்டும் என்று அவசியமில்லை. படத்தின் நிகழ்ச்சியைச் சார்ந்தே இசை இருக்க வேண்டுமெனில், சினிமாவானது ஏதோ பாலே நடனத்தைப் போலவோ அல்லது மௌனக் கலையைப் போலவோ இருக்கும்.

ஒலிப்படத்திற்காக இசையமைப்பவருக்குத் தேவையான இடத்தில் மௌனமாக இருக்கவும் தெரிய வேண்டும். ஏனெனில் ஒலிப்படத்தில் மௌனம் என்பது முக்கியமான வெளிப்பாட்டுச் சாதனம் ஆகும். இது இறுக்கமான தருணத்தில் அப்படியே மூச்சை அடக்குவது போல்தான் இது. அது ஒரு விதமான சூழ்நிலையை உருவாக்க உதவும்,

ஆனால் பெரும்பாலான நேரங்களில், மௌனம், அமைதி பற்றிய மாபெரும் உணர்வை, இசைதான் நமக்குத் தருகிறது. மௌனத்தின் உணர்வு ரீதியான அனுபவத்தை வெறும் சப்தமில்லாத நிலையால் மட்டும் அடைந்துவிட முடியாது.

அமைதியாய் இருக்கும் ஒருவனின் முகத்தில் இந்த மௌனத்தைப் பார்க்கிறோம். அல்லது மௌனத்தின் குரலாய் உள்ள பாவம் அல்லது இசையில் பார்க்கிறோம். இதற்கு ஒரு அருமையான உதாரணமாக, வாக்னருடைய ப்ளையிங் டச்மேன் (Flying Dutchman) படத்தில் டச்மேனும் சென்டாவும் முதன் முதலாகச் சந்திக்கின்ற காட்சியை சொல்லலாம். அவர்கள் ஒருவரையொருவர் மௌனமாக வெகு நேரம் பார்த்துக் கொண்டிருக்கின்றனர். அப்போது அவர்கள் தான் மௌனமாய் உள்ளனரே தவிர, இசையில்லை. இதுபோன்ற நீண்ட ஆழமான அமைதி, நாடக மேடையில் தாளமுடியாத ஒன்றாக இருந்திருக்கும். ஆனால் இங்கு மௌனம் மட்டுமே முழுமையாயில்லை. அந்த மௌனமாக கதாபாத்திரஙகளின் இதயத்திலிருந்த தீவிர உணர்வுகளை இசையானது வெளிக்காட்டிக் கொண்டிருந்தது.

சார்லி சாப்ளினின் ரகசியம்

ஆரம்பத்திலிருந்தே பேசும் படத்தை சார்லி சாப்ளின் எதிர்த்தார். ஒலி மற்றும் சப்தங்களுக்கு அவர் எந்த ஆட்சேபனையும் சொல்லவில்லை. அவைகளை ஆரம்பத்திலிருந்தே உபயோகப்படுத்தவும் செய்தார். அவர் படங்களில், மற்ற கதாபாத்திரங்கள் பேசுவதைப் பற்றிக்கூட கவலைப்படவில்லை. ஆனால் அவர் மட்டும் மௌனமாக இருக்க விரும்பினார்.

இந்தப் பழமைவாதப் போக்கு காரணமாக, அவர் படங்களின் காட்சி நுட்ப போக்கு மிகவும் மோசமான முறையில் பழமையாய் இருந்தது. விறுவிறுப்பான காட்சியில் கூட அவர் கதாபாத்திரங்களை க்ளோஸ்-அப்பில் காட்டவில்லை. ஏனெனில் அவ்வாறு க்ளோஸ்-அப்பில் காட்டினால் அவர்கள் என்ன பேசுகிறார்கள் என்பதை படம் பார்ப்பவர்கள் கேட்டாக வேண்டும். ஒலிப்படக் காலமாகிய இப்போது நாம் அதைப் பார்த்தால், ஏதோ ஒலிப்பதிவுக் கருவிதான் உடைந்து விட்டதோ என்பது போல் தோன்றும். இப்போது, சினிமாவின் மௌனம் என்பது, கலாப்பூர்வமான நோக்கமாக ஒரு போதும் கருதப்பட மாட்டாது. ஒரு தொழில் நுட்ப குறையாகத்தான் பார்ப்பார்கள். இதன் காரணமாகத்தான் சாப்ளினின் மாடர்ன் டைம்ஸ் (Modern Times) படம் அவருடைய பிந்திய மௌனப்படங்களைக் காட்டிலும் பழமையானதாகவும், அப்படத்தில் காமிரா மிகவும் தற்காலத்தோடு ஒத்துப் போகாததாகவும் இருந்தது.

இவ்வாறு சாப்ளினின் முக க்ளோஸ்-அப்பை படங்களில் பார்க்க முடியாமல் போனது, சாப்ளினின் ஆரம்ப காலப் படங்களில்,

சார்லி சாப்ளினின் 'மாடர்ன் டைம்ஸ்' படத்தில் புகழ்பெற்ற காட்சிகளில் ஒன்று.

வருத்தமும் புத்திசாலித்தனமும் தோய்ந்த அந்தக் குழந்தை போன்ற கண்களையுடைய சாப்ளினின் குறும்புத் தனமான கவர்ச்சிப் புன்னகை இழையோடும் முகத்தில் உள்ள சோக பாவத்தைப் பார்த்தவர்களுத்தான், அது எத்தகைய இழப்பு என்பது தெரியும்.

இருந்த போதிலும் சாப்ளினின் இறுதிப் படங்கள் மாபெரும் கலாப்பூர்வமான சாதனைகளாக விளங்கின. இதற்கு காரணம் அவைகளின் மௌனம் அல்ல. மாறாக அவ்வாறு மௌனமாக இருந்தும் கூட, அவைகள் மாபெரும் கலைப்படைப்புகளாக விளங்கியது. இந்தப் படங்களின் மௌனத்திற்கு காரணமாக அப்படங்களில் இருந்த எதையுமே ஒரு கலாப்பூர்வ தேவையாகக் கூற முடியாது. இவ்வாறு, சாப்ளின் தன்னுடைய மாடர்ன் டைம்ஸில் தான் நாவைப் பயன்படுத்தும் வரையில், (அது கூட பாடுவதற்கு மட்டும்) அவரது மௌனம் என்பது ஒரு புரியாத ரகசியமாகவே இருந்தது. அப்பாடல் காட்சியைப் பார்த்த உடனேயே புரிந்து விட்டது. சாப்ளின் ஏன் அது காறும் மௌனமாக இருந்தார் என்பது.

இதற்குக் காரணம் அவரது குரல் இனிமையற்றதாக இருந்தது அல்ல. உண்மையில் பார்க்கப் போனால் அவரது குரல் மிகுந்த இனிமையான ஒன்றாகும். ஆனால் சார்லி எப்படிப் பேசுவார்?

நகைப்புக்குரிய அந்த நீண்ட தொப்பியையும் அகன்ற சுருங்கிய காற்சட்டையையும் அணிந்து கையில் சிறிய கம்பை ஏந்தியிருக்கும் அந்த தமாஷான குள்ள மனிதன் எப்படிப் பேசுவான்? வாத்து போன்ற அகன்ற பாதங்களைக் கொண்டு ஆடி ஆடி தமாஷாக நடந்து செல்லும் அந்த மனிதன் எவ்வாறு பேசுவான். இத்தகை நகைப்புக்குரிய உருவத்துக்கு அதன் குரலும், தொனியும் அதே நகைப்புக்குரியதாக இருக்க வேண்டும் அல்லவா. அப்படிப்பட்ட குரலும் தொனியும் எதுவாக இருக்கும்? ஒரு கேலிச் சித்திரம் எப்படிப் பேசும்? ஒரு முகமூடி எங்கனம் பேசும்? அதன் குரல் எப்படி இருக்கும். அலங்கோலமாகவும், சுறுசுறுப்பாகவும் அதே நேரத்தில் நல்லியல்டையும், தந்திரத்தையும் கொண்டிருந்த சாப்ளினின் தோற்றத்திற்கு பொருத்தமாக தமாஷாகவும், நெகிழவைப்பதாகவும் எத்தகையதொரு குரல் இருக்க முடியும்? இத்தகைய பொய்யாக, இருந்தாலும் நம்பக் கூடிய உண்மை. அதே நேரத்தில் செயற்கையான உருவத்தால் எப்படி இயற்கையாக எந்த வித பாதிப்புமின்றிப் பேச முடியும்?

சார்லி, அந்த நகைப்புக்குரிய குள்ளமான மனிதன் எப்படி மற்ற மனிதர்களிடமிருந்து வித்தியாசமாகத் தோன்றினானோ; அதே போன்று மற்ற மனிதர்களின் பேச்சிலிருந்து வித்தியாசப்பட்ட ஒரு பேச்சையும் கண்டுபிடிக்க வேண்டியிருந்தது. பழைய கிரேக்க நாடகங்களில், நடிகர்கள் இயற்கையாகப் பேசவில்லை. மாறாக தங்கள் வரிகளைப் படிப்பதற்காக ஒரு வித ஒலிபெருக்கியை உபயோகப்படுத்தினார்கள். அவர்களின் மொழியும் குரலும் இயற்கையாக இல்லை. பழைய ஜப்பானிய பொழுதுபோக்கு இசை நாடகங்களில் கூட பேச்சுக்கள் இயற்கையானதாக இல்லை. இவ்வாறு சார்லி உருவமும், தன்னுடைய காட்சி ரீதியான தோற்றத்திற்கு பொருத்தமான வகையில், ஒரு செயற்கையான குரலைக் கண்டுபிடித்திருக்க வேண்டும்.

சார்லி, தானே கண்டு பிடித்த அந்த வினோதமான முகத்திரையில் சிறைப்பட்டவராயிருந்தார். அந்த முகத்திரைக்கு கிடைத்த வெற்றியும், புகழும், அதிலிருந்து அவரை மீள முடியாதபடி செய்து விட்டது. எனவே சாப்ளின் மௌனமாக இருக்க வேண்டியதாகிவிட்டது.

தன்னுடைய பழைய சார்லி முகத்திரையின் பிடியிலிருந்து தப்பிப் பதற்கு கடுமையாகப் போராடினார் என்பதையும் இது தெளிவாகக் காட்டுகிறது. சாப்ளின் சமூக ரீதியாகவும், உளவியல் ரீதியாகவும் மதிப்பும் மரியாதையும் மிகுந்த நபராய் வளர்ச்சியடைந்து கொண்டிருந்தார். அவருக்கிருந்த ஒரே முகத்திரை அவருக்கு திருப்தியளிப்பதாய் இல்லை. சார்லி என்கின்ற அந்த முகத்திரை உலகம் முழுவதும் புகழ் பெற்றதாய் விளங்கியது. அந்த முகத்திரை மூலம்தான் அவர் ஒரு மாபெரும் மனிதராகவும், கலைஞராகவும் திகழ்ந்தார். அந்த முகத்திரையை அவர் தன்னுடைய மோஷே வெர்தூ (Monsieur Verdoux) படத்தில் முழுவதுமாக கிழித்தெறிய வேண்டியதாயிற்று.

மாடர்ன் டைம்ஸ் படம் இந்த திசையில் முதல் படியாகும் சார்லி தன்னுடைய சிறிய நீண்ட தொப்பியை தற்போது வெகு அபூர்வமாகத் தான் அணிகிறார். அவர் கையிலுள்ள சிறு கம்பு அவரின் கையை விட்டு எப்போதோ போய்விட்டது அசைந்து அசைந்து நடக்கும் அவர் பாதங்களில் உள்ள ஷூக்களும் இப்போது இல்லை. மாடர்ன் டைம்ஸின் கடைசி ஷாட்டை கவனமாகப் பார்த்தவர்களுக்கு நன்றாக நினைவிருக்கும். பள்ளத்தில் தன் காதலியோடு இருந்த போதிலும் சாப்ளின் ஏன் மாடர்ன் டைம்ஸில் தன்னுடைய மௌனத்தைக் கலைத்தார்? ஏனெனில் அந்த படத்தில் அவர் பாடினார். அவ்வாறு அவர் பாடியதின் பொருளோ இயற்கையான ஒன்றாக இல்லை. அது காட்சி ரீதியான தோற்றத்தைப் போலவே நகைப்புக்கரிய விதத்தில் சிதைக்கப்பட்டிருந்தது. அந்தப் பாடல் காட்சியில், தான் பாட வேண்டிய பாடல் வரிகளைத் தன் கைப்பட்டையில் குறித்து வைத்திருந்தார். அவர் அந்தப் பாட்டையை தொலைத்து விடுகிறார். அவ்வாறுஅவர் அதை ஏன் தொலைத்து விடுகிறார். அப்போதுதான் அவரால் இயற்கையான, அர்த்தமுள்ள வார்த்தைகளை உச்சரிக்க வேண்டிய அவசியமில்லாமலிருக்கும். அவர் முதலில் உளற ஆரம்பிக்கிறார். அவர் அர்த்தமற்ற இல்லாத வார்த்தைகளைப் பாட ஆரம்பிக்கிறார். இதன் விளைவாக, ஒலி ரீதியான வினோத கேலிச் சித்திரம் உருவாகிறது. இது அவருடைய காட்சி ரீதியான தோற்றத்தோடும், தொனியோடும் ஒத்துப் போகிறது. ஏனெனில் இதுவும் அதைப்போலவே செயற்கையானதாய் உள்ளது.

இவ்வழிமுறை எப்படியிருந்த போதிலும், பிரச்சனையிலிருந்து சாதுரியமாக தப்பிப்பது போல்தான். மற்றபடி இது ஒரு தீர்வாகாது. அதே நேரத்தில், பள்ளத்தில் அமர்ந்திருக்கும் சாப்ளினுக்கு இப்போது அந்த பழைய முகத்திரை இல்லை. இப்போது அவர் முகம் நகைப்புக்குரியதாக இல்லை. சுத்தமான, உறுதியான முகமாக உள்ளது. அது சாப்ளின் அடுத்த படத்தில் பேசப் போகிறார் என்பதை தெளிவாகக் காட்டியது.

தி கிரேட் டிக்டேட்டர் (The Great Dictator) படத்தில், சாப்ளின் பேசத்துவங்கி விட்டார். அச்சாக ஹிட்லரைப் போல் இருக்கக் கூடாது என்பதற்காக தன்னுடைய சிறிய மீசையைக் கூட இதில் மழித்துவிட்டிருந்தார்.

சாப்ளின் பழைய வினோத முகத்திற்கும், புதிய பல்வேறு தொனிகளைக் கொண்ட முகத்திற்கும் இன்னுமொரு மிக முக்கியமான வித்தியாசம் இருந்தது. அது மிகவும் ஆர்வத்துக்குரிய ஒன்றாகும். மாடர்ன் டைம்ஸின் கடைசி ஷாட்டில் தன் பாதையில் சாப்ளின் தனியாகச் செல்லவில்லை. காதலியோடு செல்கிறார். மௌனமாயிருந்த சாப்ளின் வெறும் மௌனமாய் மட்டும் இருக்கவில்லை. அவர் எப்போதும் தன்னந்தனியனாகவே இருந்தார்.

பேசும் படமான 'தி கிரேட் டிக்டேட்டர்' படத்தில் சார்லி சாப்ளின், ஹிட்லர் பாத்திரத்தில்.

ஒலிப்படங்களின் கண்ணோட்டங்கள்

ஓவியம் எப்படி, கறுப்பு வெள்ளை வரைபடக் கலையின் வளர்ச்சியடைந்த நிலையாக இல்லாமல் தனித்ததொரு கலையாக உள்ளதோ அதே போல ஒலிப்படமும் மௌனப் படத்தின் இயற்கையானதொரு தொடர்ச்சியாக இல்லாமல், தனித்ததொரு கலையாக விளங்குகிறது என்பதை ஏற்கனவே பார்த்தோம். இது ஏன் தலைகீழாகத் தோன்றியிருக்கக்கூடாது என்று கற்பனை செய்து பார்ப்பது சுலபமான காரியமாகும். ஒருவேளை ஒலிப்படம் முன்னதாக கண்டுபிடிக்கப் பட்டிருக்குமேயானால், அப்போதும் கூட யாராவது ஒருவர் வெறும் ஊமைப்படங்களை வைத்து, மௌனப் படத்தை ஒரு தனித்த கலையாக உருவாக்க கருதியிருக்கலாம். இது இன்று பெருமளவு பரவியிருப்பதும் மற்றும் கொச்சைப் படுத்தப்பட்டதுமாய் இருக்கும் ஒலிப்படங்களுக்கு எதிரானதொரு கலைநயமிக்க நுணுக்கமாக இருக்கும். ஏன், அதற்கு மேலான ஒன்றாகக் கூட இருக்கலாம். ஒரு புது விதமான மௌனப் படம் மீண்டும் துவக்கப்படுவதை என்னால் கற்பனை செய்து பார்க்க முடிகிறது. ஏன் அதைத் துவக்கி வைப்பவனே நானாகக் கூட இருக்கலாம். (தற்போது ஒலிப்படமானது உயரிய ஒன்றாகிவிட்டது.) அந்த மௌனப் படங்கள் ஒலிப்படங்களில் காண்பதற்கு சாத்தியமில்லாத காட்சி அனுபவங்களைக் கொண்டதாக இருக்கும். அதே நேரத்தில் இதுகாறும் இல்லாத மௌன மற்றும் ஒலிப்படங்களின் தொகுப்பின் மூலம் கலாப்பூர்வமான திரைப்படம் ஒன்று உருவாவதையும் என்னால்

தெளிவாகக் கற்பனை செய்து பார்க்க முடிகிறது. அது போன்ற ஒன்றை நானே உருவாக்கவும் ஆவலாய் உள்ளேன். அத்தகைய படங்களின் உள்ளடக்கம் என்பது கதையாய் இருக்காது. மாறாக கவிதையாய் இருக்கும். இதில் கவிதையின் வார்த்தைகள் ஒலித்துக் கொண்டிருக்கும். அதற்கு இணையாகப் படக் காட்சிகள் இந்த வார்த்தைகளுக்கு ஒரு மௌனத் துணையாக வந்து கொண்டிருக்கும். இவைகள் அந்த வார்த்தைகளுக்கு விளக்கம் தருபவையாக இருக்காது. மாறாக தனித்து கருத்துக்களைத் தொடர்பு படுத்துபவைகளாய் இருக்கும். நடனப் பாடலில் எப்படி இசையும் இனிமையும் வருகின்றதோ, அதே போல், ஒலியும், காட்சியும் இதில் ஒன்றுக் கொன்று எதிராய், அதே நேரத்தில் விளக்கம் தருவதாய் அமையும். மௌனப் படங்களின் இசையோ, இந்த திரைப்படக் கவிதையை மூன்று குரல்களிலான கவிதைப் படைப்பாக மாற்றிவிடும். அதில் வார்த்தைகள், இசை, படங்கள் மூன்றும் உயிரோட்டமுள்ள ஒன்றாக இணைந்து விடும்.

ஒலியை அளவாகப் பயன்படுத்துதல்

நாம் எதிர்பார்த்த மாதிரி, ஒலிப்படங்கள், நமக்கு ஒலியனுபவத்தின் புதிய உலகைக் காட்டக் கூடிய கலையாக வளரவில்லை என்று நான் குறை கூறினேன். ஒலிப்படங்களின் பணியும் ஆரம்பத்தில் அப்படித்தான் இருந்தது. ஆனால் இப்போது அதற்கு எதிர்மாறாக, ஒலிப்படங்கள் மீண்டும் தன்னுடைய சில பகுதிகளில் மௌனமாக வளர ஆரம்பித்து விட்டன. குறிப்பாக ஏற்கனவே ஒலித்து விட்ட இடங்களில் அவ்வாறு மாற ஆரம்பித்து விட்டது. முதலில் ஓடுகின்ற எல்லா நீரினுடைய சலசலப்பு மற்றும் கொந்தளிப்புச் சத்தத்தையும் கேட்டோம். நடக்கும் ஒவ்வொரு பாதத்தின் ஓசையையும், ஒவ்வொரு கதவின் கீறிச்சிடலையும், ஒவ்வொரு கண்ணாடி மோதுகின்ற சத்தத்தையும் கேட்டோம். அப்போது ஒலிப்படங்கள், சந்தடிமிக்க வாழ்க்கையைக் காட்டிலும் சப்தம் மிகுந்ததாய் இருந்தது. தற்போது ஒலிப்படங்களில் ஒலியானது மிகவும் அளவாக சரியான முறையில் பயன்படுத்தப்படுகிறது. தேவையாய் உள்ள இடங்களில் மட்டும் இந்த ஒலிகள் பயன்படுகிறது. சிலை ஒன்று உண்மை போல் தோற்றமளிக்க வேண்டும் என்பதற்காக எப்படி மேம்போக்காக வண்ணப்பூச்சு செய்யப்படுமோ, அதே போன்றுதான் இதில் ஒலியும் பயன்படுத்தப் பட்டது. பயன்படுத்துகிற ஒவ்வொரு ஒலிக்கும் கலாரீதியான முக்கியத்துவம் இருக்க வேண்டும். அதாவது அது ஒரு சூழ்நிலையை உருவாக்குவதாகவோ அல்லது நாடகரீதியாகத் தன் பங்கை செலுத்துவதாகவோ இருக்க வேண்டும்.

வார்த்தையின் ஆட்சி

ஒலிப்பதிவு நுட்பத்தின் பிரதான அம்சமே, சப்தங்களை, ஒலியை அப்படியே பதிவு செய்வதுதான். இருந்த போதிலும், சினிமாவில் ஒலிரீதியான சூழ்நிலை, சப்தங்களின் உலகம், ஏன் கருத்து ரீதியாகக்

கூட பின்னுக்குத் தள்ளப்பட்டது. ஒலிப்படங்கள் தங்களுடைய வளர்ச்சியில் மௌனப்படங்கள் அடைந்த ஒரு நிலையைக் காட்டிலும், பழையதொரு நிலையை அடைந்தது. அது மீண்டும் நாடகப் பாணிக்கு மிக அருகாமையில் வந்தது.

இதற்கான காரணமும் விளக்கமுமாக இருந்தது வார்த்தைகள்தான். ஒலிப்படங்கள் பேசும் படங்களாகவும் இருந்தது. மௌனப்படங்களில் வார்த்தைகளுக்கு எந்தவித ஆக்க ரீதியான பங்கும் இல்லாத காரணத்தினால், அது காட்சி வடிவத்தில் மொழியில் உணர்வு ரீதியான மற்றும் பகுத்தறிவுப் பூர்வமற்ற அனுபவங்களை வெளிப்படுத்தியது. ஒலிப்படத்தால், தன்னுடைய ஒலிவடிவமான மொழியின் மூலம், இது போன்ற உணர்வு ரீதியான பகுத்தறிவு பூர்வமற்ற அனுபவங்களை வெளிப்படுத்த முடியவில்லை. ஏனெனில், இதில் அர்த்தமுள்ள வார்த்தைகளை அவைகளுக்குரிய இடத்தில் வைக்க வேண்டியதாயிற்று. இல்லையெனில் அது ஒலிகளோடு கூடிய மௌனப்படமாகவோ அல்லது ஊமைகளின் படமாகவோ இருந்திருக்கும். வார்த்தைகளின் கருத்து ரீதியாக விளக்கக் கூடிய சக்தியும், அதன் பொருளும் எதிர்காலம் மற்றும் கடந்த காலத்தை இனங்காட்டுகின்ற அதன் திறமையும், மௌனப்படங்களால் இத்தகைய நோக்கத்திற்காக உருவாக்கப்பட்ட ஒலி ரீதியான வழிமுறையைப் பின்னுக்குத் தள்ளியது. அவ்வாறு பின்னுக்குத் தள்ளியது மட்டுமல்லாமல், முன்பு சொல்லப்பட்ட கடக்க முடியாததின் அழகியல் விதியின் சக்தியின் காரணமாய் அதை சினிமாவிலிருந்தே முற்றிலுமாய் விலக்கிவிட்டது.

சினிமாவின் பரிணாம வரலாற்றைக் குறித்த யதார்த்தங்களாகும் இவை. இவற்றைக் குறித்து விவாதிப்பதில் எந்த விதப் பயனும் இல்லை. எந்த விதமானதொரு கொள்கைகளாலும் இந்த நடைமுறையை மாற்றியமைக்க முடியாது. அதே நேரத்தில், இயற்கையான உணர்வு பௌதிக சக்தியாக மாறும் என்பதை உணர வைக்கக் கூடிய சக்தி, கொள்கைக்கு உண்டு என்பதை நாம் ஏற்கிறோம். அதே நேரத்தில் இந்த பௌதீக வளர்ச்சி என்பதே பரிணாம வளர்ச்சியின் ஒரு பகுதியாகும். அது இயங்கியல் ரீதியாய் அந்த பரிணாம வளர்ச்சியையே பாதிக்கக்கூடியது. இவ்வாறு ஒலிப்படம் ஒரு முந்திய நிலைக்குத் தள்ளப்படுவது என்பது தவிர்க்க முடியாததோ இறுதியானதோ அல்ல. வார்த்தைகளுக்கு உள்ள முக்கியத்துவம் எந்த விதத்திலும் குறையாமல், ஒலி ரீதியான அனுபவத்தின் கலாப்பூர்வமான வெளிப்பாடு என்பது ஒரு உயரிய நிலையை அடையும். (இது குறித்து நான் உறுதியாய் உள்ளேன்.) ஒலிப்பட இயக்குநர் விரைவிலேயே, நாடக மேடையில் உள்ள வசனங்களிலிருந்து மாறுபட்ட பல்வேறு சாத்தியப்பாடுகளை வார்த்தைகள் கொண்டிருக்கிறது என்பதையும், அதன் காரணமாக அதற்கு முற்றிலும் வித்தியாசமான பணிகள் உள்ளது என்பதையும் உணருவார்கள் என நான் உறுதியாய் நம்புகிறேன்.

சினிமாவில் கதை சொல்பவர்

கதை சொல்கின்ற படங்களுக்கு ஒரு மாபெரும் எதிர்காலம் உள்ளது என்று நம்புகிறேன். அதில் படத்தின் இயக்குநர், கண்ணுக்குத் தெரியாத ஆசிரியர்தான் கதையைச் சொல்கிறார். இந்த வழிமுறை காரணமாக, கதையைப் புரிய வைக்க வேண்டும் என்பதற்காக, தேவையில்லாத விளக்கங்களைக் காண்பிக்க வேண்டும் என்ற தொல்லையிலிருந்து காட்சி ரீதியான சினிமா விடுபடுகிறது. ஏனெனில் கதை சொல்பவரின் வார்த்தைகள் மூலம் என்ன நடந்தது என்பதை நாம் கேட்கிறோம். அவர் அவ்வாறு கதை சொல்கின்ற அதே நேரத்தில், படங்களோ எதிரான கருத்துக்களைத் தொடர்பு படுத்துகின்ற வகையில் உள்ளார்ந்த நிகழ்ச்சிகளைக் காட்டும். இதன் மூலம், சினிமா முன் எப்போதும் அடைந்திராத ஒரு ஆழப்பரிமாணத்தை அடையும்.

இது போன்ற ஒலிப்படமும் விரைவிலேயே தோன்றக் கூடிய ஒன்றாகும். மௌனப் படங்கள் முன்பு அடைந்த உயரிய காட்சிக் கலாச்சாரத்தை, அது மீட்டு, மீண்டும் உபயோகப்படுத்தும்.

19

வண்ணப் படம் மற்றும் ஸ்டீரியோ – ஸ்கோப்பிக்* படம் பற்றிய சில குறிப்புகள்

வண்ணப்படத்தின் தொழில் நுட்பப்பிரச்சனைகள் குறித்து இங்கு நமக்கு அக்கறையில்லை. குறிப்பான திரைப்பட அனுபவத்தை வெளிப்படுத்தும் போதுதான். சினிமாவில் வண்ணத்திற்கு கலாரீதியான முக்கியத்துவம் உண்டு. மாறாக ஓவியத்தின் கலாப்பூர்வ தன்மைகளோடு வண்ணப்படம் போட்டிபோட நினைக்குமெனில், அது துவக்கத்தி லிருந்தே தோல்வியைத் தழுவும். பின்னர் அது மிகப் புராதனமானதும், சிறப்பானதுமான ஓவியக்கலையின் வளர்ச்சியடையாத நகைப்புக்குரிய மறுபதிப்பாக இருக்கும். அசையும் வண்ணத்தின் அனுபவமும் வெளிப் பாடும்தான் வண்ண ஒலிப்பதிவின் கலாப்பூர்வமான காரணமாக இருக்க முடியும்.

அசைகின்ற வண்ணங்கள்

வண்ணப்படத்தில் இருக்கின்ற ஒரு ஆபத்து என்னவெனில், சமயங்களில் ஷாட்டுகளை அப்படியே ஓவியம் போல் அசையாத படங்களாக வடிவமைக்க முயற்சிப்பதாகும். இதன் காரணமாக படத்தின் ஓட்டத்தில் அப்படியே பாதியில் நின்றுவிடுவது போல் அடைகள் இருக்கும். அதே நேரத்தில் தொழில் நுட்பங்கள் சிறப்பாக இருக்கும் பட்சத்தில், வண்ணங்களை அசைவில் அப்படியே பதிவு செய்ய முடியும். அவைகளை அப்படியே உணரக்கூடிய அளவு நமது சக்தியும் வளர்ந்துள்ளது. இது மனித அனுபவத்தின் மாபெரும் தளத்தை விரிவு படுத்துவதாய் இருக்கும். இந்த அனுபவத்தை வேறு எந்தக் கலையிலும் பெறமுடியாத. ஓவியத்தில் கூட அந்த அனுபவத்தைப் பெற முடியாது. ஒரு ஓவியன் சிவந்த முகத்தை வரையலாம். ஆனால் வெளிறிய முகம் வெட்கத்தால் படிப்படியாய் சிவப்பாவதை வரைய

---

* ஸ்டீரியோஸ்கோப்பிக் படம் : இது முப்பரிமாண (3-D) படத்தைக் குறிக்கின்ற பதமாகும். இதில் உண்மையில் இருப்பது போல் ஆழத்தைத் தருவதற்காக, ஒரு பொருளின் இரு பிம்பங்கள் படம் பிடிக்கப்பட்டு அவைகள் ஒன்றின் மீது ஒன்றாகத் திரையில் காண்பிக்கப்படும். (மொ-ர்)

முடியாது. அவனால் வெளிறுகின்ற முகத்தை வரைய முடியும். ஆனால் வெளிறுகின்ற அந்த நாடகரீதியான காட்சியை வரைய முடியாது.

சூரியன் மறைகின்ற காட்சி உண்மையில் பார்க்கும் போது, அற்புதமாகவும், ஆர்வத்தைத் தூண்டுவதாக இருந்த போதிலும், அதே காட்சியைத் தீட்டப்பட்ட ஓவியமாய் பார்க்கும்போது அது ஏன் மிக சாதாரணமானதாகத் தோன்றுகிறது. ஏனெனில், உண்மையில், சூரியன் மறைகின்ற காட்சி என்பது ஒரு நிகழ்ச்சியாகும். அது அசையாத ஒரு நிலை அல்ல. மாறாக வண்ணத்தில் ஏற்படுகின்ற மாற்றமாகும். ஒரு காட்சி அற்புதத்திலிருந்து இன்னொரு காட்சி அற்புதமாக நிகழ்கின்ற மாற்றம். ஓவியத்திலோ இத்தகைய காட்சி ஒரு சாதாரண விதியாக மாற்றப்படுகிறது.

ரஷிய இயக்குநரான எக் (EKK), தன்னுடைய முதல் வண்ணப் படத்தில், ஒரு மோசமான மேஸ்திரி, பெண் ஒருத்தியைத் தவறான நோக்கத்துடன் எப்போதும் அனுகுவதைச் சித்தரிக்கிறார். அந்தப் பெண் அவனின் அநீதியை முறியடிக்கிறாள். அப்போது அவளின் அழகிய நீலக் கண்கள் படிப்படியாய் கறுப்பாகி அதிலே ஒரு ஒளி வீசுகிறது. இவ்வாறு வண்ணங்களின் மாற்றம் மூலம், வெறும் வண்ணமற்ற முகபாவத்தால் காட்டமுடியாத உணர்வுகளையும், உணர்ச்சிகளையும் காட்ட முடியும். வண்ணங்களின் மாற்றம் பாவங்களுக்கு அழகையும், நுட்பத்தையும் தருகிறது. முகத்தில் உள்ள எந்த சதையும் அசையாவிட்டால் கூட, வண்ணத்தில் ஏற்படுகின்ற மாற்றம் மிகுந்த உணர்ச்சிகரமானதாக இருக்கும். வண்ணங்களுக்கு மிக நுட்பமான உடல் பாவயியலை மேலும் செழுமையாக்கக் கூடிய சக்தி உண்டு.

சமயங்களில் வண்ணத்தின் அசைவு என்பது, நம்மால் உணர முடியாத அளவுக்கு மிக நுட்பமாக இருக்கும். இருந்த போதிலும் அது சூழ்நிலையில் ஒரு மாற்றத்தை உண்டாக்கும். ஒரு வண்ணத் திரைப்படத்தில் நாம் காணுகின்ற கோடை கால மதிய நேரத்து நிலப்பரப்பின் தோற்றமானது, அது அசைவற்றதாக இருந்த போதிலும் கூட, அதே நிலப்பரப்பின் அழகிய ஓவியத்தைக் காட்டிலும் வித்தியாச மான ஒரு உணர்வைத் தரும். ஒரு திறமை வாய்ந்த ஓவியன், அத்தகைய ஓவியத்தில் சூடான காற்றின் அதிர்வுகளை எவ்வளவு தான் அற்புதமாக வரைந்தாலும், அதே காட்சியை நாம் வண்ணத் திரைப்படத்தில் பார்க்கும்போது, அந்த கருநீல ஆகாயமானது உண்மையிலேயே அதிர்கிறது. அந்த அதிர்வு நம்மால் உணர முடியாத ஒன்றாக இருந்தாலும், நிலப்பரப்பின் மீதான அதன் தாக்கத்தை உணர்கிறோம்.

படத்தொகுப்பில் வண்ணம்

வண்ணப்படங்களை படத்தொகுப்பு செய்வதில் புதிய பிரச்சனை களும், பணிகளும் எழுந்தன. படத்தொகுப்பில் ஒன்றையொன்று

தொடர்ந்து வருகின்ற வண்ணங்கள் ஒரு வித ஒருமைப்பாட்டைக் கொண்டிருக்க வேண்டியதாய் இருந்தது. கறுப்பு வெள்ளைப் படங்கள் ஒரே விதமான பொருளால் ஆனது போலவும், அதிகமான ஒருமைப் பாட்டைக் கொண்டதாகவும் இருந்தது. பழைய கறுப்பு வெள்ளைப் படஙகளைக் காட்டிலும் வண்ணப்படங்கள் பொருள்களையும், உருவங்களையும் அதிகமாக வித்தியாசப்படுத்தியது. இதன் காரணமாக வண்ணப் படங்களில் டிஸ்ஸால்வுகளுக்கான விதி என்பது வேறு விதமாய் இருந்தது. கறுப்பு வெள்ளைப் படங்களோ ஒன்றோடொன்று மிக சுலபமாக கலந்தன. ஆனால் வண்ணப் படங்களால் அவ்வாற சுலபமாக கலக்க முடியவில்லை. இரண்டு வண்ணப்படங்கள் தங்களின் பிரதான வண்ணத்தின் மூலம் டிஸ்ஸால்வ் ஆகும் போது தான் அது ஓரளவு சுலபமானதாக இருந்தது. கறுப்பு வெள்ளைப்படங்களில் உருவங்களின் ஒற்றுமையை அடிப்படையாய் வைத்து டிஸ்ஸால்வ் செய்யப்பட்டது. ஆனால் வண்ணப் படங்களில் அத்தகைய டிஸ்ஸால்வ் வெகு அரிதாகவே செய்யப்பட்டது. காரணம், வண்ணப் படங்களில் ஒரு பொருளின் பிரதான அம்சம் என்பது அதன் உருவம் அல்ல மாறாக அதன் வண்ணமாகும்.

இவ்வாறு வண்ணப்படங்களில் படத்தொகுப்பில் வண்ணங்களின் ஒற்றுமை மற்றும் வேற்றுமை என்பது பிரதான பங்கு வகித்தது. வண்ணங்கள் வடிவ ரீதியாக மட்டும் மாற்றங்களை ஏற்படுத்தவில்லை. அவற்றின் அந்த குறியீட்டுத் தன்மை காரணமாக அவை கருத்துக்களை தொடர்புபடுத்துவதிலும், உணர்ச்சிகளைத் தூண்டுவதிலும் மிகுந்த சக்தி வாய்ந்ததாய் இருந்தன.

வண்ணப்படங்களின் படத்தொகுப்பில் இருந்த இன்னொரு பிரச்சனை என்னவெனில், வண்ணமானது காட்சிகளுக்கு ஆழத்தையும், கண்ணோட்டத்தையும் கொடுத்ததாகும். அந்த இருபரிமாண பிம்பங்கள் அவ்வளவு சுலபமாக ஒன்றோடொன்று ஒத்துப் போக வில்லை. கறுப்பு வெள்ளைப் படங்களிலேயோ பின்புலம் என்பது ஒரே விதமான சாம்பல் நிறமாய் இருந்தது. வண்ணமானது பொருள்களை அதனுடைய பின்புலத்தை வைத்து வித்தியாசப்படுத்தும். கறுப்பு வெள்ளைப் படங்களில் தூரம் பற்றிய உணர்வு என்பது, எதிர்மாறான விளைவாகும். அதாவது நாம் பொருள்களைத் தெளிவாகப் பார்க்க முடியாததை வைத்து அது அமைந்தது. ஆனால் வண்ணப் பின்புலத்திலோ, பொருட்கள் எவ்வளவு தொலைவிலிருந்தாலும் அவைகளை நாம் தெளிவாகப் பார்க்கிறோம். மற்றும் படங்கள் மாறும் போது, அவைகள் மீதிருந்து நம் பார்வையை அகற்றுவதைக் கடினமான ஒன்றாக உணர்கிறோம்.

ஸ்டீரியோஸ்கோப்பிக் படங்கள்

ஸ்டீரியோஸ்கோப்பிக் படங்களோ படத்தொகுப்பை இன்னும் கடினமான ஒன்றாக ஆக்குகிறது. பழைய கறுப்பு வெள்ளைப் படங்களிலோ, படங்களின் ஆழமில்லாத் தன்மை காரணமாக

படத்தொகுப்பின் மூலம் மாற்றம் ஏற்படுத்துவது என்பது சுலபமான ஒன்றாய் இருந்தது. வண்ண ஸ்டீரியோஸ்கோப்பிக் ஒலிப்படங்களிலோ, யதார்த்தம் என்பது முப்பரிமாண ரீதியாக உணரக் கூடிய ஒன்றாய் இருந்தது. இதன் காரணமாய் நமது எண்ணத்தின் வேகத்தைப் போல, ஷாட்டுகள் ஒன்றையொன்று வேகமாகத் தொடர்ந்து வருவது என்பது கடினமான ஒன்றாய் இருந்தது. இதற்கும் மேலாக, ஸ்டீரியோஸ்கோப்பிக் படங்களில், அதனுடைய முப்பரிமாணத் தன்மை காரணமாக படங்கள் ரசிகர்களின் நடுவேயே நீண்டு செல்வது போல் இருந்தது. அது சினிமாவின் குறிப்பான சிறப்பம்சமாக, அது காறும் இருந்த மரபு ரீதியான வடிவமைப்பு (composition) என்பதைப் பாதித்தது. இந்த அடிப்படையில் ஸ்டீரியோஸ்கோப்பிக் படங்கள் இரட்டைப் பரிமாண படங்களைக் காட்டிலும் அதிக திரைப்பட ரீதியாக விளங்குகிறது. ஆனால் அதன் படத்தொகுப்பைப் பொறுத்தவரை, முற்றிலும் வித்தியாசமான புதிய விதிகள் தேவைப்பட்டது.

ஒரு படத்தில், வண்ணமானது, குறிப்பாக வண்ணத்தில் ஏற்படுகின்ற மாற்றமானது, படத்தின் நாடக நிகழ்ச்சியோட்டத்தையே மாற்றக் கூடியது. மேலும் அதற்கு குறியீட்டு ரீதியான முக்கியத்துவமும் இருக்கலாம். நான் ஏற்கனவே குறிப்பிட்ட எக்கு (Ekk) படத்தில் கடைசிக் காட்சியில் அந்தப் பெண் வெள்ளைத் துணியை உயரத்திலிருந்து ஆட்டுகிறாள். அவள் காயம்பட்டிருப்பதன் காரணமாக, அந்த வெள்ளைத் துணியில் அவளின் ரத்தக்கறை உள்ளது. அந்த ரத்தக் கறை படிந்த வெள்ளைத் துணியானது அப்படியே செங்கொடியாய் மாறுகிறது. இது படத்தில் வரும் நிகழ்ச்சிகளை அதிக பாதிப்புக்குள்ளாக்குவதாக இருக்கிறது. தொழிற்சாலையில் உள்ள தொழிலாளர்கள் உச்சியிலிருந்து அசைக்கப்படும் அந்த செங்கொடியைப் பார்க்கிறார்கள். இருந்த போதிலும், அதிக ஆழமான முக்கியத்துவத்தைக் கொண்டுள்ள வார்த்தையைப் போல், படத்தினுடைய நாடக அமைப்பை வண்ணத்தால் மாற்ற முடியாது. சில காட்சிகளின் முக்கியத்துவத்தை வேண்டுமானால், வண்ணத்தால் சில சமயம் அதிகப்படுத்த முடியும்.

வண்ணம் தீட்டப்பட்ட கார்ட்டூன்கள்

வண்ணத்தின் உடனடியானதும், இறுதியானதுமான வெற்றி என்பது கார்ட்டூன் உலகை அது கைப்பற்றியதுதான். தொழில் நுட்ப ரீதியான பிரச்சனைகள் என்பது இதில் அவ்வளவாக இல்லாதது மட்டுமல்ல. நாம் விரும்பிய வண்ணங்களைத் தீட்டுவதின் மூலம் இதில் கலாரீதியான விளைவுகளை ஏற்படுத்த முடிந்தது. மேலும் அவற்றை படம் பிடிக்க வேண்டிய அவசியமில்லை. மிகத் திறமையாக வரையப்பட்ட கார்ட்டூன் படங்களில் கூட, வண்ண அசைவுகளின் கலாரீதியான தோற்றம் என்பது மிகக் குறைவாக இருந்ததன் காரணமாக அதில் ஏற்படுகின்ற அனுபவம் நன்கு படம் பிடிக்கப்பட்ட சூரியோதய அல்லது சூரிய அஸ்தமனத்தைப் போன்று இயற்கையானதாக இல்லை.

20

திரைக்கதை

திரைப்படத்தை ஒரு தனித்த சுதந்திரமான கலையாகவோ, அதற்கென்ற சொந்த விதிகள் உள்ளதையோ சற்று முன்பு வரை பலர் ஏற்றுக் கொள்ளவில்லை. ஆனால் இன்று நிலமை அவ்வாறில்லை. அதோடு மட்டுமல்லாமல், இந்தப் புதிய கலையின் இலக்கிய அடிப்படையாய் நிகழ்கின்ற திரைக்கதைகூட இன்று எழுதப்பட்ட மேடை நாடகத்தைப் போல தனித்த சுதந்திர இலக்கிய வடிவமாக கருதப்படுகிறது. திரைக்கதை என்பது தற்போது வெறும் தொழில் நுட்ப ரீதியாக உதவும் ஒரு பொருளாகவோ, வீடு கட்டிய உடன் கலைக்கப்பட்டு விடும் தற்காலிய அமைப்பாகவோ இல்லை. அது தற்போது ஒரு கவிஞனின் பேனாவிலிருந்து உதித்த கவிதை போன்ற ஒரு இலக்கிய வடிவமாகவும், படிக்கக் கூடிய புத்தகமாகவும் திகழ்கிறது. ஒரு திரைக்கதை என்பது, மற்ற இலக்கிய படைப்புகளைப் போலவே, சிறப்பான ஒன்றாகவோ அல்லது மோசமான ஒன்றாகவோ இருக்கலாம். ஆனால் அவற்றை சிறந்த இலக்கியப் படைப்புகளாக இருப்பதிலிருந்து எதனாலும் தடுத்துவிட முடியாது. திரைக்கதை என்ற இலக்கிய வடிவத்தில், ஒரு ஷேக்ஸ்பியரோ, ஒரு கால் டெரானோ, ஒரு மோலியரோ, ஒரு இப்சனோ இல்லை என்பது குறித்து நாம் கவலைப் பட வேண்டிய அவசியம் இல்லை. நிச்சயம் ஒருநாள் அவர்கள் தோன்றத்தான் செய்வார்கள். அதே நேரத்தில் ஆயிரக்கணக்கான திரைக் கதைகளிடையே ஒரு மிகச்சிறந்த இலக்கியப் படைப்பு உள்ளதா இல்லையா என்பது கூட நமக்குத் தெரியாது. ஏனெனில் அவற்றைப் பற்றி நாம் அந்த அக்கறையும் கொள்வதில்லை. அவற்றிற்கிடையே மிகச் சிறந்த படைப்புகளை நாம் எப்போதுமே தேடியதில்லை. அப்படிப்பட்ட மிகச் சிறந்த படைப்பு ஒன்று இருக்கலாம் என்பதைக் கூட நாம் பல நேரங்களில் மறுத்திருக்கிறோம்.

நாடக மேடையில் எப்படி ஒரு எழுதப்பட்ட கதையைப் பார்க்கிறோமோ அதேபோலத்தான் சினிமாவிலும் நாம் எழுதப் பட்ட ஒரு திரைக்கதையைப் பார்க்கிறோம் என்பதை திரைப்படம் பார்ப்பவர்களில் பெரும்பாலானவர்கள் உணர்வதில்லை. நாடகத்தில் கூட எத்தனை பேர் இதனை உணர்கிறார்கள். செய்தித்தாள்கள் நாடகத்தையும், அது நடிக்கப்பட்ட விதத்தையும் இரு வேறு தனிப்பட்ட விஷயங்களாக விமர்சனம் செய்யாவிடில், ஒவ்வொரு

நாடகமும் மேடையில் நடிக்கப்படுவதற்கு முன்பு அது இலக்கிய படைப்பாக படைக்கப்பட வேண்டும் என்பதை, நாடகம் பார்ப்பவர்களில் ஒரு சிலரே உணர்வர்.

நாடகத்திற்கும் அதன் மேடை அரங்கேற்றத்திற்கும் இடையே உள்ள வித்தியாசம் திரைக்கதைக்கும், திரையிடப்பட்ட சினிமாவுக்கும் இடையே உள்ள வித்தியாசத்தைக் காட்டிலும் சுலபமாகப் புரிந்து கொள்கிறார்கள். இதற்கு காரணம் என்னவெனில், ஒரே நாடகம், பல்வேறு அரங்கங்களில் பல்வேறு விதமாக நடிக்கப்படலாம். இதன் காரணமாக நடிக்கப்படுவதற்கு அப்பாற்பட்டு நாடகம் என்ற ஒன்று தனியாக உள்ளது என்பது உணரப்படுகிறது. ஆனால் திரைப்படமோ இதற்கு எதிர்மாறாக, திரைக்கதையை முழுவதுமாக உபயோகப்படுத்திக் கொள்கிறது. எனவே அதை ஒரு தனித்த பொருளாக, மீண்டும் இன்னொரு திரைப்படத் தயாரிப்பிற்கு உபயோகப்படுத்திக் கொள்ள முடியாது. பெரும்பாலும் அவைகள் அச்சில் கிடைப்பதில்லை. திரைக்கதையைப் படிப்பதற்காக அச்சிடுவது என்பது இன்னும் வழக்கத்தில் இல்லாத ஒன்றாகத்தான் இருக்கிறது.*

சினிமாவின் திரைக்கதை என்பது முழுக்க முழுக்க புதிய இலக்கிய வடிவம் ஆகும். இது சினிமாவைக் காட்டிலும் புதிய ஒன்றாகும். எனவே இலக்கியத்தின் அழகியல் பற்றிய எந்த புத்தகமும் இதைப் பற்றிக் குறிப்பிடவில்லை என்பது ஆச்சரியமான விஷயமில்லை. சினிமாவின் வயதோ ஐம்பது ஆண்டுகளாகும்.** திரைக்கதைக்கு ஒரு இலக்கிய வடிவம் என்ற அடிப்படையில் அதிகபட்சம் இருபத்தைந்து ஆண்டுகள்தான் ஆகிறது. ஜெர்மனியில் 1920களில்தான் சில சுவையான திரைக்கதைகள் முதன் முதலாக அச்சில் வெளியிடப்பட்டன.

இந்த விஷயத்திலும் சினிமாவின் வளர்ச்சி, நாடகத்தின் வளர்ச்சியைப் போலவே இருந்தது. நாடகம் என்பது மிகை உயர் அளவில் வளர்ச்சியடைந்திருந்தது. நாடகங்கள் எழுதப்பட்டு அரங்கத்திற்கு வெளியே கிடைப்பதற்கு முன்னாலேயே மிகச்சிறந்த நாடகாசிரியர்கள் இருக்கத்தான் செய்தார்கள். புராதன கிரீஸில், மத்திய காலங்களிலும், மறு மலர்ச்சிக் காலத்திலும், எழுதப்பட்ட நாடகம் என்பது பின்னால் வந்த ஒன்றாகவே இருந்தது. நாடகமானது வழக்கமான நிகழ்ச்சி களிலிருந்தும் தன்னிச்சையான போக்குகளிலிருந்தும் தோன்றியது. அல்லது நாடகக்குழுவின் முழுநேர கதாபாத்திரங்களிலிருந்து நாடக மேடையிலேயே தோன்றியது. நாடக அரங்கம் என்பது நாடகத்தைக் காட்டிலும் பழமையானது. ஷேக்ஸ்பியரின் நாடகங்கள் நடிகர்களுக்காக எழுதப்பட்ட கதாபாத்திரங்களைப் பின்னால் ஒன்று சேர்த்ததன் மூலம் உருவானது என்பது நமக்குத் தெரிந்த ஒன்றே. இதே போன்று

* தற்போது திரைக்கதைகள் அச்சில் படிக்கக் கிடைப்பது சாதாரண ஒன்றாகும். (மொ-ர்)

** இப்புத்தகம் 1948ல் எழுதப்பட்டது. (மொ-ர்)

சினிமாவானது, திரைக்கதையைக் காட்டிலும் மிகப் பழமையான ஒன்றாகும். 'மிக' என்பது சினிமாவின் மொத்த வரலாற்றில் கிட்டத்தட்ட பாதியாகும்.

சினிமா ஒரு தனித்த புதிய கலையாக நன்கு வளர்ச்சியடைந்த பின்பே திரைக்கதை என்பது தோன்றியது. அப்போது புதிய காட்சி விளைவுகள் என்பது காமிராவின் முன்னால் கடைசி நேரத்தில் உருவாக்க முடியாததாக இருந்தது. அவைகள் வெகு கவனமாக முன்னரே திட்டமிடப்பட வேண்டியிருந்தது. சினிமாவானது, இலக்கிய ரீதியான விளைவுகளை கைவிட்ட பிறகுதான், அதாவது காட்சி விளைவுகளை அடிப்படையாகக் கொண்ட தனித்த கலையாக மாறிய பின்புதான், திரைக்கதை என்பது ஒரு இலக்கிய வடிவமாய் மாறியது. படம் பிடிக்கப்பட்ட நாடகங்களின் காட்சித் தொகுப்புகளை வழக்கமான மேடை நாடகத்தைப் போல் எழுதிவிடலாம். ஆனால் குறிப்பான காட்சி விளைவுகளைக் கொண்ட சினிமா நாடக வடிவிலோ அல்லது நாவல் வடிவிலோ எழுத முடியாத ஒன்றாக இருந்தது. அதற்கென்று ஒரு புதிய வடிவம் தேவைப்பட்டது. அதுதான் சொல்லவேண்டிய விஷயங்களையும், புதுமையையும் காட்டுவதற்கு அதனுடைய பணி முரண்பாடுடைய ஒன்றாக இருந்தது. அதாவது மௌனப் படங்களின் காட்சி அனுபவங்களை வார்த்தைகளில் வடிக்கவேண்டியிருந்தது. அதாவது வார்த்தைகள் மூலம் போதுமான அளவு வெளிப்படுத்த முடியாததை அது படைக்க வேண்டியிருந்தது.

ஆரம்பகால திரைக்கதைகள் என்பது, வெறும் தொழில்நுட்ப ரீதியில் உதவுபவையாகவே இருந்தது. அவைகள் இயக்குநரின் வசதியின் பொருட்டு எழுதப்பட்ட காட்சி மற்றும் ஷாட்டுகளின் வரிசையாகவே இருந்தது. அவைகள், படங்களில் என்ன இருக்க வேண்டும், எந்த வரிசைப்படி இருக்க வேண்டும் என்பதைத்தான் சொல்லியதே தவிர, அவைகள் எப்படிப் படைக்கப்பட வேண்டும் என்பது குறித்து எதுவும் சொல்லவில்லை.

தீரச்செயல் கொண்ட திரைப்படக் கதைகள் எப்படி எளிமையாக்கப் பட்டதோ, அந்த அடிப்படையில்தான், மௌனப்படக் காலங்களில் திரைக்கதையின் இலக்கிய முக்கியத்துவம் என்பது வளர்ந்தது. தீரச்செயல் கதைகள் எழுதுகின்ற கதாசிரியர்கள் கொண்டிருந்த கற்பனை என்பது இதற்கு போதுமானதாக இல்லை. சினிமாவுக்கே உரிய ஒரு குறிப்பிட்ட புதிய கற்பனை அவர்களுக்குத் தேவைப்பட்டது. சிக்கலான கதையோட்டம் இல்லாமல், நுட்பமான காட்சி ரீதியான கருத்துக்களைச் சொல்ல வேண்டியிருந்தது. க்ளோஸ்-அப்பின் தாக்கமானது சிக்கலான கதையை மாற்றி ஒரு புதிய இலக்கிய வடிவத்தை உள்ளே கொண்டு வந்தது.

அவ்வாறு எளிமைப்படுத்தப்பட்ட கதை என்பது சினிமாவை எந்த விதத்திலும் எளிமைப்படுத்தவில்லை. தீரச்செயல்கள் குறைவாக

இருந்தன. ஆனால் உளவியல் என்பது அதிகமாய் இருந்தது. எனவே திரைக்கதை எழுதுவது என்பது உள்ளார்ந்த வளர்ச்சியைக் கொண்டதாக இருந்தது. மிகச் சிறந்த எழுத்தாளர்களுக்குரிய ஒரு பணியாக அது இப்போது மாறிவிட்டது. மௌனப்படங்களின் வளர்ச்சியில், இவ்வாறு வெறும் தீரச்செயல் கதைகளின் வீழ்ச்சி மட்டும் ஒரு போக்காக இல்லை. அதே நேரத்தில் அதி வினோத கற்பனாவாதத்தை நோக்கிய போக்கும் ஏற்பட்டது. இரண்டுமே எதிரெதிரான திசையில் சென்ற தப்பித்தல் வாதப் போக்குகளாகும். ஒரு புறம் சினிமா வினோத கற்பனை தீரச்செயல்களில் தப்பிப்பதற்கு வழி செய்தது. இன்னொரு புறம், யதார்த்தத்தின் மற்ற பகுதிகளிலிருந்து முற்றிலுமாக விலகிய ஒரு சிறு பகுதியில் தப்பிப்பதற்கு வழி செய்தது.

பேசும் படங்கள் தோன்றிய உடனேயே, திரைக்கதைகளுக்கு ஒரு நிரந்தர முக்கியத்துவம் என்பது தானாகவே வந்தது. நாடகங்களைப் போலவே அதற்கு வசனங்கள் தேவைப்பட்டது. ஆனால் அதற்கும் மேலேயே அதிகமான விஷயங்கள் திரைக்கதைக்கு தேவைப்பட்டது. நாடகம் என்பது வசனங்கள், வெறும் பேசப்படும் வசனங்கள்தான். வேறெதுவும் இல்லை. மேடை என்பது நாடக ஆசிரியரின் விருப்பப்படி அமைக்கப்பட்டாலும் அது இலக்கிய வடிவத்தில் படைக்கப்படுவதில்லை. நாடகத்தில் ஸ்தூலமற்ற உணர்வு ரீதியான இடம் என்பது, அதாவது நாடக கதாபாத்திரத்தின் காட்சி ரீதியான சூழ்நிலை என்பது வெறும் பின்புலம்தான். அது கதாபாத்திரங்களின் மனோநிலையைப் பாதிப்பதாக இல்லை. எனவே நடக்கின்ற நிகழ்ச்சியில் எந்தப் பங்கையும் அது வகிக்கவில்லை. ஆனால் சினிமாவிலோ, கதாபாத்திரங்களைப் போலவே, பார்க்கக்கூடிய கேட்கக்கூடிய விஷயங்களும் ஒரே தளத்தில் படைக்கப்படுகின்றன. படரீதியான வடிவமைப்பு என்பது அவற்றிற்கு பொதுவான ஒன்றாக உள்ளது. எனவே நடக்கின்ற நிகழ்ச்சியில் அவை எல்லாம் ஒரே அளவில் பங்கு கொள்கின்றன. இதன் காரணமாக, திரைக்கதை எழுதுபவர், ஏதோ நாடக மேடையை அடிப்படையாக வைத்து எழுதுவதுபோல் எழுத முடியாது. காட்சி ரீதியான அம்சங்களையும் மற்ற விஷயங்களைப் போலவே திரைக்கதை எழுதுபவர் குணச்சித்திர ரீதியாக, இலக்கிய வடிவில் படைக்க வேண்டியுள்ளது. நாவலாசிரியரைக் காட்டிலும் அதிக விளக்கத்தோடு இவர் இந்தக் காரியத்தைச் செய்ய வேண்டியுள்ளது. நாவலாசிரியர் பெரும்பாலான விஷயங்களை வாசகரின் கற்பனைக்கே விட்டுவிடுவார். திரைக்கதை எழுதுபவர் திரைக்கதையின் மற்ற பகுதிகளைப் போலவே, பொருட்களின் பிம்பங்களின் பங்கையும் மிக நுணுக்கமாக விளக்க வேண்டும். ஏனெனில், மனித கதாபாத்திரங்களின் விதி அதன் மூலம்தான் நிர்ணயிக்கப்படுகிறது.

இவ்வாறு முழுவதுமாக வளர்ச்சியடைந்துள்ள, முதிர்ச்சியடைந்த திரைப்படக் கலையானது, திரைக்கதை என்ற புதிய இலக்கிய

வடிவத்தை ஒரு புதிய பலனாய் தந்துள்ளது. இப்போது பல திரைக்கதைகள் புத்தக வடிவில் கிடைக்கின்றது. விரைவிலேயே அவர்கள் ஸ்தூலமற்ற மேடை நாடங்களைப் படிப்பதைக் காட்டிலும் சுவையான ஒன்றாக இருக்கும். நம் கண் முன்னே பிறந்த இந்த காட்சி அற்புதத்தை இலக்கிய விமர்சகர்கள் கண்டுகொள்ள இன்னும் எவ்வளவு காலம் ஆகும் என்று சொல்வது கடினமான ஒன்றாகும். இதன் காரணமாக இந்தப் புதிய இலக்கிய வடிவத்தை ஆளுகின்ற விதிகளைப் பற்றிப் பார்ப்போம்.

இங்கு பிரச்சனை என்னவெனில், திரைக்கதை என்பது நாடகத்திலிருந்தும், நாவலிலிருந்தும் எந்த அடிப்படையில் வித்தியாசப்படுகிறது? இத்தகைய கேள்வியை நான் ஏன் எழுப்புகிறேன் என்றால், திரைக்கதையோடு, மிக நெருக்கமாக உள்ள மற்ற வடிவங்களிலிருந்து திரைக்கதையை எத்தகைய தன்மைகள் வித்தியாசப்படுத்துகிறது என்பதை விவரிப்பதன் மூலம் திரைக்கதைக்கேயுரிய குறிப்பான கோட்பாடுகளையும், விதிகளையும் சுலபமாக விளக்க முடியும்.

தற்போதைய திரைக்கதை என்பது, ஒரு முடிக்கப்படாத மேலோட்டமாக படைப்போ, அல்லது ஒரு அடிப்படை அமைப்போ அல்ல. அது தனித்த முறையில் ஒரு முழுமையான கலைப்படைப்பாக விளங்குகிறது. திரைக்கதையால் யதார்த்தத்தைப் படைக்க முடியும். மற்ற எந்தக் கலைப்படைப்புகளையும் போலவே திரைக்கதையாலும் யதார்த்தத்தைப் புரியும் படியாகப் படைக்க முடியும். திரைக்கதை என்பது, திரைப்படமாக எடுக்க வேண்டிய காட்சிகளையும் வசனங்களையும் எழுத்து வடிவில் தருகிறது. அதே போல்தான் நாடகமும் மேடையில் நடிக்கப்பட வேண்டியதை எழுத்து வடிவில் தருகிறது. இருந்த போதிலும், பிந்தியது முந்தியதைக் காட்டிலும் உயர்ந்த கலை வடிவமாகக் கருதப்படுகிறது.

எழுத்து வடிவிலான இசைக் குறிப்புகள் என்பது, வாத்தியங்களால் வாசிக்கவிருக்கும் இசையின் குறியீடுகளாகும். இருந்த போதிலும், பீத்தோவனின் சோனட்டாவை 'மேலோட்டமானது' அல்லது 'முடிக்கப் படாதது' என்று யாரும் சொல்வதில்லை. தற்போது படிப்பதற்காக மட்டுமே இருக்கக்கூடிய திரைக்கதைகள் கூட உள்ளன. அவைகளை படம் பிடிக்க முடியாது. நடிப்பதற்காக அல்லாமல் படிப்பதற்காக மட்டுமான புத்தக நாடகங்கள் போலத்தான் இவைகள். இருந்த போதிலும் அவைகளை, நாடகங்கள் என்றோ, நாவல் என்றோ சிறுகதை என்றோ அழைக்க முடியாது. அவைகளை திரைக்கதை என்று தான் அழைக்க முடியும். அவை ஒரு புதிய இலக்கிய வடிவைக் கொண்டதாய் அமைந்துள்ளது.

சினிமா காதால் கேட்கக்கூடிய ஒரு பிரம்மாண்டமான காட்சி. அது அசையும் படம். அதாவது நம் கண் முன்னே நிகழ்த்தப்படுகின்ற காட்சி. இந்த உண்மைதான் திரைப்பட வடிவத்திற்கு அடிப்படையாகவும்,

திரைக்கதையை ஆளுகின்ற விதியை நிர்ணயிப்பதாகவும் உள்ளது. இந்த அடிப்படை உண்மையில் இருந்து எழுகின்ற இன்னொரு விஷயம் என்னவெனில், நாடகத்தைப் போலவே திரைக்கதையும் உண்மையான நேரத்தைத்தான் படைக்க முடியும். நாடகத்தில் எப்படி முடியாதோ அதே போல், திரைக்கதையிலும் அதன் ஆசிரியன் தனக்காகப் பேசிக் கொள்ள முடியாது. ஆசிரியனால் இடையில் பல காலம் கழிந்து விட்டது....' அல்லது 'பல ஆண்டுகளுக்குப் பிறகு...' அல்லது 'இதற்குப் பின்....' என்றெல்லாம் சொல்ல முடியாது. திரைக்கதையால் கடந்த காலத்தைக் காட்ட முடியாது. வெகுகாலத்துக்கு முன்பு நடந்ததையோ அல்லது வேறு இடத்தில் நடந்ததையோ அதனால் நமக்குச் சொல்ல முடியாது. காவிய வடிவங்களைப் போல் அதனால் நிகழ்ச்சிகளை சுருக்கிச் சொல்ல முடியாது. நம் கண் முன்னே நிகழ்காலத்தில் நடக்கக் கூடியவைகளை மட்டும் தான் திரைக்கதையால் சொல்ல முடியும். நாடகத்தில் இருப்பது போலவே காலமும் இடமும் நம் புலன்களால் உணரக் கூடியதாய் இருக்க வேண்டும்.

அப்படியானால், நாடகத்திலிருந்து திரைக்கதை எவ்வாறு வேறுபடுகிறது?

நாடகத்தைப் போலவே சினிமாவிலும் காட்சிகள் பார்க்கக் கூடியதாகவும், கேட்கக் கூடியதாகவும் உள்ளது. ஆனால் நாடகத்தில் காட்சிகள் உண்மையான இடத்தில் (மேடையில்) உயிருள்ள மனிதர்களால் (நடிகர்களால்) நடிக்கப்படுகிறது. ஆனால் சினிமாவில் நாம் பார்ப்பதோ வெறும் படங்கள்தான். இடம் மற்றும் மனிதர்களின் பிம்பங்களைத்தான் பார்க்கிறோம். ஏதோ கவிஞனின் கற்பனையில் உதித்த ஒன்றை சினிமா நமக்குக் காட்டவில்லை. அரங்கத்திலோ அல்லது திறந்த வெளியிலோ உண்மையான மனிதர்களால் நடிக்கப்பட்ட நிகழ்ச்சியைத்தான் அது காட்டுகிறது. ஆனால் இந்த நிகழ்ச்சிகளை அவை படங்களாகக் காட்டுகிறது. இவ்வாறு இது வெறும் கற்பனையோ அல்லது உடனடியான யதார்த்தமோ இல்லை.

திரையில் பார்க்கக் கூடியது மற்றும் கேட்கக்கூடியதை மட்டும் தான் திரைக்கதை இலக்கிய வடிவம் என்ற முறையில் கொண்டிருக்க முடியும் என்பதை மேற்கூறியதிலிருந்து புரிந்து கொள்ளலாம். இந்த விதியின் எல்லையை நாம் ஆராயவில்லை எனில் இது ஒரு மாபெரும் உண்மை போல் தோற்றமளிக்கும். ஆனால் இந்த விதிதான் எல்லாவற்றிற்கும் அடிப்படையாய் விளங்குகிறது.

செப்பயவ் என்ற அற்புதமான சோவியத் படத்தில் செப்பயவின் அணியைச் சேர்ந்த அரசியல் கமிசார், அணித் தலைவர்களில் ஒருவன் பன்றி ஒன்றைத் திருடிவிட்டதற்காக கைது செய்யப்பட்டு அவர்கள் தங்கியிருக்கின்ற பண்ணையிலேயே ஒரு பாழடைந்த கிடங்கில் அடைக்கப்படுகிறான். அதன் கதவு உடைந்து போய் தாளிடப்பட முடியாமல் இருக்கிறது. அடைக்கப்பட்ட அவன், பெரிய உருவத்தைக்

கொண்டவனாக இருக்கிறான். அவன் அடிக்கடி தன் தலையை புலியைப் போல் நீட்டுவதைப் பார்க்கிறோம். அவன் நினைத்திருந்தால் வெளியே அங்கிருந்து உடனே வெளியேறியிருக்க முடியும். அதை உடைத்துக் கொண்டு வெளியே வராமல் அவனை எது தடுக்கிறது. அரசியல் கமிசாராகிய பர்மனோவ். அந்தக் கிடங்கு கதவுக்கு காவலாளி ஒருவனை வேறு நியமிக்கிறான். அவன் நிற்கக்கூடிய அந்த சிறு கூடாரமோ அந்த கிடங்கைக் காட்டிலும் மிகவும் நைந்து போய் உள்ளது. அவன் ஒட்டிய மார்பினனாய், பார்வை குறைவானவனாய் பார்ப்பதற்கே பரிதாபமான சிறிய மனிதனாய் இருக்கிறான். துப்பாக்கியின் முனை எது என்று கூடத் தெரியாத அப்பாவி குமாஸ்தா அவன். அடைப்பட்டு இருக்கும் அந்த பருத்த மனிதன் நினைத்திருந்தானேயெனில் இவனை ஒரே ஊதாக ஊதியிருப்பான். ஆனால் அவன் அவ்வாறு செய்யவில்லை. இதன் மூலம் அடைப்பட்டிருக்கும் அந்த மாபெரும் மனிதனைத் தடுப்பது சிறை வைத்தவர்களின் பலத்த பாதுகாப்பு அல்ல. மாறாக அவனுடைய தார்மீக உணர்வாகும். அந்த தார்மீக உணர்வைதான் நாம் பார்க்கிறோம். இது படத்தில் காட்சி ரீதியாக மிக அழகாக வெளிப்படுத்தப்பட்டுள்ளது.

பிறகு செப்பயேவே தன் நண்பனை விடுதலை செய்வதற்காக வருகிறார். காவலுக்கு நிற்கும் பரிதாபமான அந்த சிறிய மனிதன் செப்பயவையே போக விடாமல் தடுக்கிறான். ஆனால் செப்பயவ் யார்? அவன் அணித் தலைவன், மாபெரும் சக்தி வாய்ந்த அவன் ஆவேசமும் ஆபத்தும் நிறைந்தவன். பெரும் கோபக்காரன், அற்புதமாய் கத்தியை சுழற்றுபவன். ஆனால் அந்த பரிதாபத்திற்கு உரிய சிறிய உருவம் கொண்டவனை ஒன்றும் செய்யவில்லை. இப்போது செப்பயவை தடுப்பதும் பலத்த பாதுகாப்பல்ல மாறாக தார்மீக உணர்வுச் சக்தியாகும். இந்த சக்தி காட்சி ரீதியாகப் படத்தில் காட்டப்பட்டுள்ளது. கட்சியின் பிரதிநிதியாக நிற்கும் அந்த பரிதாபத்திற்குரிய சிறிய மனிதனிடமிருந்து அந்த உள்ளத்து சக்தி வெளிப்படுகிறது. இங்கு நாம் பார்ப்பது கம்யூனிஸ்ட் கட்சியின் சக்தியேயாகும். எத்தனை மோசமான, முரடனாக, கோபக்காரனாக இருந்தாலும், கம்யூனிஸ்ட் கட்சியின் மீது அவர்களுக்கு இருந்த மரியாதைதான் அந்த பரிதாபத்திற்குரிய சிறிய மனிதனுக்கு அத்தகைய மதிப்பைத் தருகிறது.

இங்கு கட்சியின் அதிகாரம் என்பது, ஸ்தூலமற்ற ஒரு கருத்தாக இருந்தாலும் அது விறுவிறுப்பானதொரு காட்சியில், காட்சி ரீதியாகவும் படம் பிடிக்கக் கூடியதாகவும் காட்டப்படுள்ளது. இந்த உதாரணத்தில் குறியீட்டு ரீதியாகவோ, உருவக ரீதியாகவோ எந்த ஷாட்டும் இல்லை. நாம் பார்த்த எல்லாமே சாதாரண உண்மையான படங்களாகும். அவைகளில் பொய் என்று சொல்வதற்கு ஏதும் இல்லை. இருந்த போதிலும் அவை ஆழமான அர்த்தத்தைத் தருகின்றன.

லெஸ்ஸிங்கும் சினிமாவும்

நாடகத்திற்கும் அது மேடையில் நடிக்கப்படுவதற்கும் இடையேயான அடிப்படையான வித்தியாசத்தை லெஸ்ஸிங் ஆராய்ந்திருந்தார். அந்த அடிப்படையில் சினிமாவும் திரைக்கதையும் தோன்றுவதற்கு 150 ஆண்டுகளுக்கு முன்னேயே அவைகளுக்கிடையேயான வித்தியாசத்தை லெஸ்ஸிங் நமக்கு காட்டியிருக்கிறார். மேடை நாடகத்தின் தன்மை மற்றும் ஆளுகின்ற விதிகள் குறித்து அவர் கொடுத்த மிக அற்புதமான விளக்கங்கள் 150 ஆண்டுகளுக்குப் பின்னரும் சினிமா (நாடகத்தோடு முற்றிலும் தொடர்பற்றது என்று சொல்ல முடியாது) என்ற வேறுபட்ட கலையின் வித்தியாசமான விதிகளையும் புரிந்து கொள்ள உதவுகிறது.

அவர் தன்னுடைய "ஹொம்பர்கிய நாடகாசிரியர்களைப் பற்றிய புத்தகத்தின் துவக்கத்தில் நாவலைத் தழுவி உருவாக்கப்பட்ட நாடகங்களைப் பற்றி பின்வருமாறு எழுதுகிறார். '... தனித்த உணர்வுகளை காட்சிகளை விவரிப்பது....' என்பது கடினமான காரியம் இல்லை... ஆனால் நாடகாசிரியரின் கண்ணோட்டத்திலிருந்து ஒருவர் கதாபாத்திரத்தின் உண்மையான கண்ணோட்டத்திற்கு தன்னை மாற்றிக் கொள்ள வேண்டும். மற்றும் அவர்களின் உணர்வுகளை விவரிப்பதற்கு பதிலாக, அந்த உணர்வு நாடகம் பார்ப்பவர்களிடையே ஏற்பட்டு, அது ஒரு மாயையான தொடர்ச்சியில் தொடர்ந்து வளர வேண்டும் - நமக்கு இங்கு தேவைப்படுவதெல்லாம் இதுதான்' இந்த பத்தியில் நாடகத்துக்கும் காவியத்துக்கும் இடையேயான மிக முக்கியமான வித்தியாசம் தரப்பட்டுள்ளது. இதே வித்தியாசம்தான் திரைக்கதைக்கும் காவியத்துக்கும் இடையே உள்ளது. நாடகத்தைப் போலவே, திரைக்கதையும் உணர்வுகளை விவரிப்பதில்லை. மாறாக அவைகளைப் பார்வையாளர்களின் கண்ணுக்கெதிரிலேயே உயிரோட்டத்தோடு வளர்க்கிறது. ஆனால் இதே பத்தியில் நாடகத்துக்கும் திரைக்கதைக்கும் இடையேயுள்ள வித்தியாசத்தையும் லெஸ்ஸிங் விளக்கியிருக்கிறார். இதன் மூலம் திரைப்படக் கலையின் ஒரு மிக முக்கியமான கோட்பாட்டைப் புரிந்து கொள்ள முடிகிறது. நாடகமானது உணர்வுகளை எந்தத் தடையும் இன்றி ஒரு வித மாயையான தொடர்ச்சியில் தருகிறது என்று கூறுகிறார். நாடகத்தின் குறிப்பான தன்மை என்பது இதுதான். நாடகம் என்பது மேடைக்காக எழுதப்படுவது. இந்த உண்மையின் காரணமாக ஏற்பட்ட தேவைதான் மேலே சொல்லப்பட்ட அந்த தொடர்ச்சியாகும். மேடையில் தோன்றுகின்ற கதாபாத்திரம் அது மேடையை விட்டு வெளியேறுகிற வரையில், நம் கண் முன்னே ஒரு தடையற்ற தொடர்ச்சியாக இருக்கிறது.

இணையான நிகழ்ச்சிகள்

நாவலாசிரியன் தன்னுடைய வாசகர்களை ஒரு பெரிய கூட்டத்துக்கு இட்டுச் செல்லலாம். பின்னர் அந்தக் கூட்டத்தில் உள்ள ஒருவரை

மட்டும் அவர் ஆராயலாம். அந்த ஒரு மனிதனின் முழு வாழ்க்கையையே ஆசிரியன் சொல்லலாம். அப்போது மற்ற மனிதர்கள் என்ன செய்து கொண்டிருக்கிறார்கள் என்பதைப்பற்றி அவர் வாசகர்களுக்கு எதுவும் சொல்ல வேண்டிய அவசியமில்லை. வாசகர்கள் மற்றவர்கள் அங்கே இருக்கிறார்கள். என்பதைச் சுலபமாக மறந்து விடலாம். காவிய வடிவங்களில் இது போன்ற 'தாவல்'கள் சாத்தியமானது ஒரு காட்சியின் தடையற்ற மாயைம் தொடர்ச்சி நாடக மேடையைப் போன்று இதற்கு அவசியம் ஒன்று அல்ல. காவியம் மற்றும் நாடக வடிவங்களுக்கு இடையான அடிப்படையான வித்தியாசம் என்பது இதுதான்.

இந்த அடிப்படையில், திரைக்கதை என்பது நாடகத்தைக் காட்டிலும் காவியத்தோடு ஓரளவு தொடர்புடையது. சினிமா, காவியத்தைப் போலவே தடையற்ற மாயையான தொடர்ச்சியைக் கொண்டிருக்க வேண்டிய அவசியமில்லை. அது போன்ற தொடர்ச்சியைக் கொண்டிருப்பது சாத்தியமும் இல்லை. ஒரு திரைப்படக் காட்சி ஒரு இடத்தில் உள்ள எல்லோரையும்எல்லா ஷாட்டுகளிலும் எல்லா நேரங்களிலும் காண்பிக்க வேண்டும் என்ற அவசியமில்லை. மேலும் எல்லோரையும் எல்லா நேரங்களிலும் காண்பிப்பது என்பது திரைப்பட பாணிக்கும், திரைப்பட நுட்பத்துக்கும் எதிரான ஒன்றாகும். படக் காட்சி சம்பந்தப்பட்ட எல்லோருமே அக்காட்சியில் எப்போதும் தெரியவில்லையானால் கூட, அவர்கள் இருப்பது போன்ற மாயையை ரசிகர்கள் கொண்டிருப்பார்கள். தொடர்ந்து மாயை கொண்டிருக்கும் சிறு சிறு ஷாட்டுகளிலும், க்ளோஸ்-அப்புகளிலும் நமக்குத் தேவையான முகங்களையும், வார்த்தைகளையும் மட்டுமே பார்க்கிறோம். ஒரு பெரிய கூட்டத்திலிருந்து அப்படிப்பட்ட உருவத்தை மட்டும் சினிமா தனியாக எடுத்து அதைக் குறிப்பாக விளக்கிக் காட்டும். அதனுடைய உணர்வு மற்றும் உளவியல் ஆழமாக ஊடுருவும். இந்த அடிப்படையில் சினிமா மற்றும் திரைக்கதை, காவியத்தோடு ஒத்துப் போகக் கூடியது.

ஒரு காட்சியில் உள்ள எல்லோரையும் எல்லா நேரங்களிலும் காட்டாததன் மூலம் மட்டும் சினிமா ஒரு காட்சியின் தொடர்ச்சியைத் தடைசெய்யவில்லை. முழுக்காட்சியே கூட தடை செய்யப்படலாம். அதாவது ஒரு காட்சியின் நடுவே, வேறு இடத்தில் நிகழ்கின்ற இன்னொரு காட்சியை காண்பித்து விட்டு, மீண்டும் பழையக் காட்சியையே தொடரலாம். நாடக மேடையில் இது சாத்தியப்படாத ஒன்று. இணையான காட்சித் தொகுப்பில், ஒரே நேரத்தில் நிகழ்கின்ற ஒன்றுக்கு மேற்பட்ட நிகழ்ச்சிகளைக் காட்டுதல் என்பது சினிமாவுக்கே உரிய குறிப்பான தன்மையாகும். எனவே இந்த குறிப்பான சாத்தியப்பாடு, ஒரு கலை வடிவம் என்ற முறையில் திரைக்கதைக்கும் உண்டு.

வடிவத்தைச் சார்ந்திராத நாடகங்களைக் காட்டிலும், சினிமாவில் இடம் பற்றிய ஒருமைப்பாடு என்பது குறைவாகவே உள்ளது. நாடகத்தில் நிகழ்கின்ற ஒரு காட்சியின் நடுவே இன்னொரு இடத்தில் நிகழ்கின்ற நிகழ்ச்சியைக் காண்பித்து விட்டு மீண்டும் பழைய காட்சிக்கே திரும்புவது என்பது சாத்தியப்படாத ஒன்று. இட ஒருமைப்பாடு பற்றிய விதி என்பது சினிமாவுக்கு முற்றிலும் பொருந்தாத ஒன்று. அதே போன்று காலம் பற்றிய ஒருமைப்பாட்டு விதியும் பொருந்தாத ஒன்றே. ஒரு காட்சியின் குறுக்கே வரும் இன்னொரு இடத்தில் நிகழ்கின்ற காட்சி, வேறொரு நேரத்தில் நடப்பதாக இருக்கக்கூடாது. அந்தக் காட்சி சற்று முந்தியோ, பிந்தியோ நிகழக்கூடாது. ஆனால் ஒரே நேரத்தில் நிகழ்வதாய் இருக்க வேண்டும். இல்லையெனில் என்ன நடக்கிறது என்பதை ரசிகர்களால் புரிந்து கொள்ள முடியாது அல்லது அவர்கள் அதை நம்ப மாட்டார்கள்.

தொழில் நுட்ப சூழ்நிலையும் கலாப்பூர்வ கோட்பாடுகளும்

கீழ்காணும் பிரச்சனையைப் பார்ப்போம். ஒரு நாடகத்தில் பல்வேறு, கதாபாத்திரங்கள் இருக்கும் போது, ஒன்றோ அல்லது இரண்டு கதாபாத்திரங்கள் மட்டும் பேச்சிலோ, நடிப்பிலோ ஈடுபட்டிருக்கு மேயானால், மற்ற கதாபாத்திரங்கள் வெறும் உயிரற்ற ஜடங்களாக மாறிவிட வில்லையா? (சினிமாவில் தொழில் நுட்பம் இப்பிரச்சனையைத் தீர்க்க உதவுகிறது) ஒரு நல்ல நாடகத்தில் இது நிகழாது. ஏனெனில் நல்ல நாடகத்தின் மையப் பிரச்சனை என்பது நாடகத்தின் எல்லா கதாபாத்திரங்களையும் உயிரோட்டத்தோடு ஒன்றிணைப்பதாய் இருக்கும். நாடக மேடையில் யார் எதைச் சொன்னாலும், அது எல்லாக் கதாபாத்திரங்களுக்கும் முக்கியமான ஒருபிரச்சனையைப் பற்றியதாகவே இருக்கும். எனவே எல்லாக் கதாபாத்திரங்களும் உயிரோட்டத்தோடு, ஆர்வத்துக்குரியவர்களாயும் இருப்பார்கள். இவ்வாறு நாடகத்தின் இலக்கிய அமைப்பை மேடையின் தொழில் நுட்ப தேவைகள் நிர்ணயித்தது.

ஆனால் நாம் ஏற்கனவே பார்த்தது மாதிரி, சினிமாவின் தொழில் நுட்ப தேவைகள் வித்தியாசமானது. எனவே திரைக்கதையில் இலக்கிய வடிவமும் வித்தியாசமானது. நாடக அமைப்பை உருவாக்குகின்ற நாடகத்துக்கு தனித்த மையமான பிரச்சனை மற்றும் தனித்த மைய முரண்பாடு என்பது சினிமாவுக்கு பொருந்தாத ஒன்று. ஏனெனில் சினிமாவின் தொழில் நுட்ப சூழ்நிலை என்பது வித்தியாசமான ஒன்று, ஒரு சில நீளமான காட்சிகளை மட்டும் கொண்ட அமைப்பை சினிமாவின் காட்சி ரீதியான தன்மையால் ஏற்றுக் கொள்ள முடியாது. காட்சிகள் முழுக்க முழுக்க உள்ளார்ந்த அசைவுகளைக் கொண்டிருக்கு மேயானால் நீண்ட காட்சிகள் என்பது சினிமாவில் சாத்தியமானதே. ஒரு அறையில் அமர்ந்து கொண்ட சிலர் மணிக்கணக்காகப் பேசலாம். அவர்களின் வார்த்தைகள் உள்ளார்ந்த அசைவைவும் உள்ளார்ந்த

போராட்டத்தையும் காண்பிப்பதாக இருக்கலாம். ஆனால் சினிமாவில் பிரதான அம்சம் என்பது காட்சியாகும். எனவே அது போன்ற நீண்ட, வெறும் உள்ளார்ந்த - காட்சி ரீதியற்ற காட்சிகளை சினிமாவால் பொறுத்துக் கொள்ள முடியாது. ஒவ்வொரு உள்ளார்ந்த நிகழ்ச்சியிலும், வெளிப்படையான, காட்சி ரீதியான, படம் பிடிக்கக்கூடிய படங்களே சினிமாவுக்குத் தேவைப்பட்டது. இதன் காரணமாக சினிமாவானது நாவலைப் போல முரண்பாடுகளை மையப்படுத்தவில்லை. மாறாக பல்வேறு பிரச்சனைகளைக் கொண்ட கதாபாத்திரங்களை கதையோட்டத்தினூடே சந்திக்கிறது.

திரைக்கதையின் வடிவத்தை ஆளுகின்ற ஒரு முக்கியமான விதி என்னவெனில், அதனுடைய நிர்ணயிக்கப்பட்ட நீளமாகும். இந்த அம்சத்தில் சினிமா நாடகத்தை ஒத்திருக்கிறது. மேடையில் நடிக்கப் படுகின்ற வசதியைப் பொறுத்துதான் நாடகத்தின் நீளம் நிர்ணயிக்கப்படுகிறது. அதே நேரத்தில் நடிக்கப்படுவதை பிரதானமாகக் கொள்ளாத நாடகங்களும் உண்டு. அவைகள் இந்த சூழ்நிலையை மதிப்பதில்லை. இதே முறையில், சினிமாவாகப் படம் பிடிப்பதற்காக அல்லாமல், படிப்பதற்காக மட்டும் மிகச்சிறந்த திரைக்கதைகளை எழுத முடியும்.

தற்போது சினிமா கூட ஒரு குறிப்பிட்ட நீளத்தை அளவு கோளாய் கொண்டுள்ளது. வியாபார காரணத்திற்காக, அதாவது ஒரு நாளுக்கு இத்தனை காட்சிகளைத் திரையரங்கத்தில் காட்டலாம் என்பதற்காக இந்நிலைமை வளர்ந்துள்ளது. இவை அல்லாமல் உடல்ரீதியான காரணங்களும் படத்தின் நீளத்தை நிர்ணயிக்கிறது. தற்போதைய நிலையில், பத்தாயிரம் அடிகளுக்கு மேற்பட்ட படங்கள் நம் கண்களுக்குச் சோர்வைத் தருகிறது.

இவைகள் வெறும் வெளிப்படையான, தொழில் நுட்ப ரீதியான காரணங்கள்தான். ஆனால் பல நேரங்களில் கலையைப் பொறுத்தவரை இத்தகைய வெளிப்படையான தொழில் நுட்ப காரணங்கள்தான் கலையின் உள்ளார்ந்த கலாப்பூர்வ வடிவமைப்பையே ஆளுகின்ற விதிகளாக மாறுகிறது. சிறுகதைகள் என்பது, செய்தித் தாள்கள் அவைகளுக்கு நிர்ணயித்த நீளத்தை அடிப்படையாகக் கொண்டுதான் உருவானது. பின்னால் இந்த கலைவடிவம் தான் மாப்பசான் மற்றும் செக்காவ் போன்ற மேதைகளின் சிறுகதைகளை நமக்குத் தந்தது. சிற்பங்களுக்கான பல வடிவமைப்பை கட்டடக்கலை வடிவமைப்புகள் தான் தந்தது.

நிர்ணயிக்கப்பட்ட நீளம் என்பது உள்ளடக்கத்தையே நிர்ணயிப்ப தாக இருக்கலாம். சோனட்டுகளில் நிர்ணயிக்கப்பட்ட நீளங்கள்தான். அவற்றின் பாணியைத் தீர்மானிக்கிறது. சோனட்டையோ, திரைக் கதையையோ எழுதுவதற்கு யாருமே கட்டாயப்படுத்தப் படுவதில்லை. அவ்வாறு ஒருவர் கட்டாயத்தின் பேரில் எழுதுவார் எனில்,

நிர்ணயிக்கப்பட்ட நீளம் என்பது உள்ளடக்கத்தைப் பாழ்படுத்துவதாக இருக்கக்கூடாது. திரைக்கதையில் நிர்ணயிக்கப்பட்ட நீளம் அதன் கருத்து, உள்ளடக்கம், பாணி ஆகியவற்றுக்கு எழுச்சியூட்டுவதாக இருக்க வேண்டும். இந்த நிர்ணயிக்கப்பட்ட நீளம் என்பதே ஒரு பாணியாகும். திரைக்கதை ஆசிரியர் அதை நன்கு பயின்றவராய் இருக்க வேண்டும்.

தற்போது திரைக்கதை என்பது தனித்த ஒரு இலக்கிய வடிவமாய் உள்ளது. மேடை நாடகத்திலிருந்து எப்படி நாடகம் பிறந்ததோ அதே போன்று திரைக்கதை சினிமாவிலிருந்து பிறந்த ஒன்றாகும். காலப் போக்கில் நாடகம் என்பது மேடை நாடகத்தைக் காட்டிலும் முக்கியத்துவம் வாய்ந்ததாக மாறியது. மேடையின் பணி மற்றும் பாணியையே நாடகம்தான் இப்போது நிர்ணயிக்கிறது. மேடையின் வரலாறு என்பது நீண்டகாலமாகவே நாடக வரலாற்றின் ஒட்டுப் பகுதியாகவே உள்ளது.

சினிமாவில் அதே போன்ற வளர்ச்சிக்கான அறிகுறி இதுவரையில் ஏதும் இல்லை. ஆனால் அது உரிய நேரத்தில் வரும். இதுவரையில் திரைக்கதையின் வரலாறு என்பது சினிமாவின் வரலாற்றின் ஒரு அத்தியாயமாகவே உள்ளது. ஆனால் விரைவிலேயே, திரைக்கதை சினிமாவின் வரலாற்றை நிர்ணயிப்பதாக இருக்கும். தற்போதைய வளர்ச்சி அத்தகைய போக்கை உறுதியாகக் காட்டுவதாய் உள்ளது.

திரைக்கதையை ஒரு இலக்கிய வடிவம் என்ற முறையில் விவாதிக்கும் பட்சத்தில், இன்னும் சில விஷயங்களைச் சொல்ல வேண்டியுள்ளது. முழுக்க முழுக்க குறிப்பிட்ட கூறுகளை மட்டும் கொண்ட கலையோ அல்லது கலைவடிவம் என்பதோ இல்லை. ஏனெனில் யதார்த்தத்தை அப்படியே படைப்பதற்கு சில அடிப்படைக் கோட்டுபாடுகள் உள்ளன. அது எல்லாக் கலைகளுக்கும் பொருந்துகின்ற ஒன்றாகும். அழகியல் பற்றிய எந்த ஒரு புத்தகத்திலும் இந்தக் கோட்பாடுகளை எளிதாகப் பார்க்க முடியும். இருந்த போதிலும், எந்த ஒரு பொருளும், மற்ற பொருள்களிலிருந்து எந்த குறிப்பான அம்சங்களில் வித்தியாசப் டுகிறதோ, அந்தக் குறிப்பான அம்சங்கள்தான் அப்பொருளின் சரியான குணாம்சத்தைக் காட்டுவதாய் உள்ளது. இந்த குறிப்பிட்ட ஒரு அம்சம்தான், ஒவ்வொரு, கலையினுடைய பல்வேறு வெளிப்பாட்டு வடிவங்களை, அவற்றிற்கான அடிப்படைக் கூறுகள் என்பது ஒன்றாக இருந்த போதிலும் நிர்ணயிக்கிறது. உதாரணமாய், ஓவியமானது ஓவியத்துக்கு மட்டுமே முழுமையான உரிய அம்சங்களை வெளிப்படுத்த வேண்டும் என்ற அவசியமில்லை. இலக்கியம், தத்துவம், உளவியல் போன்றவற்றை சார்ந்த நோக்கங்களையும் அதனால் வெளிப்படுத்த முடியும். இவ்வாறு அந்த ஓவியம் காட்டுகின்ற உள்ளடக்கம் என்பது எதுவாக இருந்தாலும், அது ஓவியத்துக்கு உரிய குறிப்பான பொருள்களின் மூலம்தான், அதாவது காட்சி முத்திரைகளாகத்தான்

காட்ட முடியும். இல்லையெனில் அது வெளிக்காட்டும் சாதனமாகவே இருக்க முடியாது. எனவே நாம் ஓவியத்தைப் பற்றி பேசுவோமேயானால், முதலில் அதன் குறிப்பான பொருள் என்ன என்பதைப் பற்றி விளக்க வேண்டும்.

சினிமாக் கலை என்பது வெறும் குறிப்பான திரைப்பட விளைவுகளை மட்டுமே கொண்டதாக இல்லை (ஓவியம் என்பது வெறும் வண்ண விளைவுகளை மட்டுமே கொண்டிருக்கவில்லை). இருந்த போதிலும், முழுமையான படங்கள் போன்றவை அத்தகைய போக்கை என்னதான் தீவிரமாய் கடைப்பிடித்த போதிலும், அதில் நம்மால் நாடகரீதியான படைப்பையும், உளவியல் ரீதியான குணாம்சத்தையும் பார்க்க முடிந்தது. ஆனால் ஒன்று மட்டும் நிச்சயம், சினிமாவைப் பொறுத்தவரை இத்தகைய கூறுகள், அசையும் மற்றும் பேசும் பட வடிவங்களில்தான் வெளிப்பட முடியும். அதாவது அவை சினிமாவுக்கே உரிய குறிப்பான விதிகளோடு ஒத்துப் போவதாய் இருக்க வேண்டும்.

உள்ளடக்கம்தான் உருவத்தை நிர்ணயிக்கிறது என்பது சொல்லப் படுகின்ற ஒன்று. ஆனால் விஷயங்கள் ஒன்றும் அத்தனை சுலபமானதாக இல்லை. காலம் காலமாக எழுத்தாளர்கள் நாவலிலோ, நாடகத்திலோ படைக்க முடியாத விஷயங்களைத்தான் சினிமாவின் கருத்துக்களிலும், கதைகளிலும், கதாபாத்திரங்களிலும் காண்பிக்கிறார்கள் என்று இதற்கு அர்த்தம் எடுத்துக் கொள்ள வேண்டியதில்லை. லூமியர் சகோதரர்கள் சினிமாவைக் கண்டுபிடிக்கும் வரையில், தங்களின் புதிய விஷயங்களை இந்தப் புதிய வடிவங்களில் சொல்ல, பாவம் இந்த எழுத்தாளர்கள் அத்தனை ஆண்டுகளாக காத்துக் கொண்டிருந்தார்களா என்ன.

வரலாறு நமக்கு சொல்வது என்னவெனில், நிகழ்ந்தது என்னவோ இதற்கு எதிர்மாறான ஒன்றுதான் என்பதாகும். உண்மையான திரைப்பட ரீதியான, குறிப்பான திரைப்படக் கதைகள் பிறப்பதற்கு பன்னிரண்டு ஆண்டுகளுக்கு முன்பு வரையிலும், லூமியர் சகோதரர்கள், மேடை நிகழ்ச்சிகளைத் தான் படம் பிடித்துக் கொண்டிருந்தனர். சிற்பிகள் தங்களுக்காகவென்று, அவர்களாகவே கண்டுபிடித்ததல்ல, சுத்தியும் உளியும். திரைப்படத் தொழில் நுட்பம் என்பது சில காலமாகவே இருந்து வந்தது. ஆனால் புதிய உள்ளடக்கமும், புதிய பல்வேறு விஷயங்களும் அதில் சேர்க்கப்படாதவரை அது புதிய வடிவமாக, மொழியாக வளர்ச்சியடையவில்லை. கற்களை சுத்தியாலும் உளியாலும் செதுக்கித் தங்களின் அனுபவங்களை அதில் வெளிப்படுத் துகின்ற கலைஞர்கள் தோன்றாமல் இருந்திருப்பார்களெனில், சுத்தியும், உளியும் வெறும் கல்லுடைக்கும் தொழிலாளியின் உபகரணங்களாகவே இருந்திருக்கும். ஆனால் ஒரு குறிப்பிட்ட கலை வடிவம் வளர்ச்சியடைந்த பின்பு, இயங்கியல் அடிப்படையில் அதன் குறிப்பிட்ட விதிகள் அப்படைப்புக்குரிய குறிப்பான கருத்துக்களையும், உள்ளடக்கத்தையும்

தீர்மானிப்பதாய் இருக்கிறது. திரைக்கதை ஆசிரியர்கள், முற்றிலும் வளர்ச்சியடைந்த திரைப்படக் கலை வடிவத்தை ஆளுகின்ற விதிகளுக்கு உட்பட்டதாக, அதன் உள்ளடக்கங்களை எழுத வேண்டும்.

புதிய உள்ளடக்கங்களும் ஒரு குறிப்பிட்ட காலத்துக்கு பழைய உருவங்களிலேயே இருக்கலாம். ஆனால் அவைகள் அந்த உருவத்தின் மீது படிப்படியாக சிறிதான மாற்றங்களை ஏற்படுத்தும், ஆனால் சில காலங்களுக்கு பின்பு, ஒரு வேளை வெகு காலத்துக்குப் பின்பு, அந்த புதிய உள்ளடக்கமானது பழைய உருவத்தை உடைத்து நொறுக்கி புதிய உருவத்தை உருவாக்குகிறது. ஆனால் இதுவும் நாம் எடுத்துக் கொள்கின்ற கலை வடிவத்தின் எல்லைகளுக்கு உட்பட்டே செயல்பட முடியும். நாடகம் இன்னமும் நாடகமாகத்தான் இருக்கிறது. நாவல் நாவலாகவும், சினிமா சினிமாவாகவும் தான் உள்ளது. நாம் நம்முடைய வரலாற்றில் முழுவதுமான புதிய கலை ஒன்று பிறப்பதைப் பார்க்கின்ற அனுபவத்தை ஒரே ஒரு முறைதான் பெற்றோம். அந்தக் கலை திரைப்படக் கலையாகும்.

உருவத்துக்கும் உள்ளடக்கத்துக்கும் இடையேயான இயங்கியல் ரீதியான தொடர்பை, ஆற்றுக்கும் அதன் படுக்கைக்கும் இடையே உள்ள தொடர்போடு ஒப்பிடலாம். நீர் என்பது உள்ளடக்கம். ஆற்றுப் படுகை என்பது உருவம், சந்தேகத்திற்கிடமின்றி, இந்த நீர்தான் ஒரு காலத்தில் அந்த ஆற்றுப் படுகையைத் தோண்டியிருக்க வேண்டும். அதாவது உள்ளடக்கம் உருவத்தை உருவாக்குகிறது. ஆனால் ஆற்றுப்படுகை என்பது உருவான பின்பு அது சுற்றியுள்ள நிலப்பரப்புகளிலிருந்து நீரை தன்னகத்தே கொண்டு அதற்கு உருவத்தைத் தருகிறது. அதாவது இங்கு உருவம் உள்ளடக்கத்தை உருவாக்குகிறது. நீர் தனக்காக புதிய ஆற்றுப் படுகையை உருவாக்கிக் கொள்ள, அந்த ஆற்றுப் படுகையைத் தோண்டுவதற்கு வழிந்தோடும் வெள்ள நீரின் மாபெரும் சக்தி தேவைப்படுகிறது.

21

கலைவடிவமும் பொருளும்

நாவல்களையும், நாடகங்களையும் திரைப்படமாக எடுப்பது என்பது இப்போது பொதுவாக ஏற்றுக் கொள்ளப்பட்ட ஒன்றாகும். அவைகளின் கதைகள் சினிமாவுக்கு ஏற்றதாக இருப்பதாக சில நேரங்களில் நாம் நினைக்கிறோம். சில நேரங்களில் அந்த நாவல் மற்றும் நாடகங்களின் பிரபலத் தன்மை காரணமாக, அவற்றிற்கு திரைப்படச் சந்தையில் நல்ல லாபம் கிடைக்கும் என நினைக்கிறோம். உண்மையான திரைப்படக் கதைகள் என்பது வெகு அரிதாகவே உள்ளன. இந்த சூழ்நிலை, நிச்சயமாக திரைக்கதை எழுதுதலின் வளர்ச்சியடையாத குறையுள்ள நிலையைக் காட்டுவதாகவே அமைகிறது.

இப்பிரச்சனையின் நடைமுறை அம்சங்கள் குறித்து விவாதிப்பதில் எந்தவித பயனுமில்லை. தழுவல் கதைகள் போதுமான அளவு இல்லாத போதுதான், நாம் உண்மையான கதைகளைக் கேட்க வேண்டுமா என்ன? நடைமுறை ரீதியாகப் பார்க்கப்போனால், தேவை மற்றும் வினியோகம் தான் இப்பிரச்சனையை நிர்ணயிக்கிறது. சினிமாவுக்கென்றே எழுதப்பட்ட மூலக் கதைகள் அதிகமாக இருக்குமேயானால் ஒருவேளை தழுவல் கதைகளை உபயோகிப்பது குறையலாம்.

ஆனால் இப்போது நம்முடைய ஆர்வமெல்லாம் கலையின் விதிகளைப் பற்றித்தானே ஒழிய, தேவை மற்றும் வினியோகம் குறித்த விதிகளைப் பற்றியல்ல. பின்னால் சொல்லப்பட்ட இந்த விதி, நாவல் மற்றும் நாடக கதைகளைத் தழுவுகின்ற முறைக்கு பொருந்துவதாக இருக்கலாம். ஆனால் அது பொதுவான கலையின் விதிகளுக்கு முரணாக இல்லையா? கலையின் நலன் மற்றும் பொதுமக்களின் அரசியல் கலாச்சாரம் ஆகியவற்றைப் பாதுகாப்பதில் இது போன்ற நடை முறைத் தேவையை அவசியம் பூர்த்தி செய்வது ஊறுவிளைவிக்குமா?

அவசியம் என்கின்ற இந்த வார்த்தைதான் இங்கு பிரதானமாகும் இப்பிரச்சனை கொள்கை அடிப்படையிலானதாக இல்லையா என்பது அதைப் பொறுத்துதான் உள்ளது. கொள்கை அடிப்படையில் அது போன்ற தழுவல்கள் சிறந்ததாக இருக்குமெனில், பின்னர் அப்படங்கள் சிறந்த முறையில் எடுக்கப்பட்டுள்ளனவா அல்லது மோசமான

முறையில் எடுக்கப்பட்டுள்ளனவா என்பதைத் திரைப்பட விமர்சகர்கள் தான் முடிவு செய்ய வேண்டும். இதில் கோட்பாடு ரீதியான பிரச்சனை ஏதுமில்லை.

அதே நேரத்தில் அழகியல் பற்றிய ஒரு பழைய கருத்துப்படி எல்லா தழுவல் படைப்புகளையும் கலாப்பூர்வமற்றது என்ற அடிப்படையில் ஒதுக்கித் தள்ளுகிறது. கலைக் கோட்பாடைப் பொறுத்தவரை இது மிகவும் சுவையானதொரு பிரச்சனையாகும். தழுவல் படைப்புகளை எதிர்க்கிறவர்கள் சந்தேகத்திற்கிடமற்ற சரியான அடிப்படையைக் கொண்டிருந்தாலும் அவர்களின் கூற்று தவறாகவே இருக்கிறது. இலக்கிய வரலாற்றை எடுத்துக் கொண்டால் பெரும்பாலான மிகச் சிறந்த படைப்புகள் மற்ற படைப்புகளின் தழுவல்களாகவே உள்ளன.

தழுவல் படைப்புகளை எதிர்ப்பவர்கள், அதற்கு தங்களுடைய பிரதான காரணமாக கூறுவது என்னவெனில், ஒவ்வொரு கலைப்படைப்பிலும் வடிவத்துக்கும் உள்ளடக்கத்துக்கும் உயிரோட்டமான தொடர்பு உள்ளது என்பதாகும். ஒரு குறிப்பிட்ட உள்ளடக்கத்துக்கு ஒரு குறிப்பிட்ட வடிவம்தான் சரியான வெளிப்பாட்டைத் தரமுடியும் என்பதும் இவர்கள் கருத்தாகும். எனவே ஒரு குறிப்பிட்ட கலைப்படைப்பை அது சிறந்த படைப்பாக இருக்கும் பட்சத்தில் இன்னொரு கலை வடிவத்துக்கு மாற்றுவோமேயானால் அது அந்த கலைப்படைப்புக்கு ஊறு விளைவிக்கும் என்று சொல்கிறார்கள். அதாவது அவர்கள் சொல்ல வருவது என்னவெனில் ஒரு மோசமான நாவலைத் தழுவி மிகச்சிறந்த திரைப்படம் ஒன்றை எடுக்கலாம். ஆனால் சிறந்த நாவலைத் தழுவி சிறந்த திரைப்படம் எடுக்க முடியாது என்பதாகும்.

கொள்கை அடிப்படையில் குறையற்ற இந்த விளக்கம் பின் வரும் உண்மைகளின் காரணமாக முரண்பாடுடையதாக அமைகிறது. ஷேக்ஸ்பியர் தன்னுடைய நாடகங்களுக்கான சில கதைகளைப் பழைய இத்தாலிய கதைகளிலிருந்தும், பழைய கிரேக்க நாடகங்களின் கதையமைப்பிலிருந்தும் எடுத்தார். இந்த கிரேக்க நாடகங்களோ அதைவிட பழமையான காவியங்களைத் தழுவியதாகும்.

பெரும்பாலான மிகச்சிறந்த பழைய நாடகங்களின் கருப்பொருள் அதைக் காட்டிலும் பழமையான காவியங்களிலிருந்து எடுக்கப் பட்டதாகும். லெஸ்ஸிங்கின் "ஹாம்பர்க் நாடகங்கள் புத்தகத்தை எடுத்து புரட்டினால் அதில் உள்ள முதல் மூன்று விமர்சனங்கள் நாவலைத் தழுவிய நாடகங்களைப் பற்றியதாகும். லாக்கூன் புத்தகத்தில் நிலைத்த கலைத்தத்துவத்தைப் பற்றி எழுதுகின்ற ஆசிரியர், ஒவ்வொரு கலைக்கும் அடிப்படையாக இருக்கின்ற விதிகளைப் பற்றி ஆராய்கையில், தான் விமர்சனம் செய்கின்ற நாடகங்களைப் பற்றித்தான் குறை கூறுகிறாரே தவிர, அவை நாவல்களைத் தழுவி எழுதப்பட்டது குறித்து எந்த ஆட்சேபணையும் தெரிவிக்கவில்லை.

மாறாக அந்தத் தழுவல் படைப்புகள் இன்னும் எப்படி சிறப்பாக செய்யப்பட்டிருக்கலாம் என்ற நல்ல அறிவுரையைத் தான் தந்திருக்கிறார்.

இது குறித்து கற்றறிந்த அழகியல்வாதி யாருமே இதுவரைக்கும் கவலைப் பட்டதாகத் தெரியவில்லை. எனவே இந்த முரண்பாடு இன்னும் தெளிவாகத் தெரிகிறது. தழுவல் படைப்புகளுக்கான ஆட்சேபணை வெறும் கொள்கை அளவில் மட்டுமே இருக்குமே யானால் அதை வெறும் சாதாரண கோட்பாடு ரீதியான தவறு என்று சொல்லி விடலாம். மாறாக இந்த ஆட்சேபணை என்பது உள்ளடக்கம் மற்றும் உருவத்துக்கிடையேயான தொடர்பு என்கின்ற மிகச் சரியான கருத்துக்களின் அடிப்படையில் எழுந்த முடிவாக உள்ளது.

இந்த முரண்பாடு மேலோட்டமான ஒன்று என்பது தெளிவு. அதாவது ஓரளவு உண்மையை இது இயங்கியலுக்கு எதிரான அடிப்படையில் மறுக்கிறது. இந்த தவறுக்கான காரணம் குறித்து ஆராய்வது பயனுள்ளதாக இருக்கும். உள்ளடக்கம் மற்றும் கருப் பொருள்கள்தான் உருவத்தைத் தீர்மானிக்கிறது என்றும் பின்னர் அதுதான் கலை வடிவத்தைத் தீர்மானிக்கிறது என்றும், இருந்த போதிலும் அதே உள்ளடக்கத்தை இன்னொரு கலை வடிவத்தில் பொருத்த முடியும் என்றும் ஒப்புக் கொள்ள வேண்டுமெனில், அந்த உருவமும் உள்ளடக்கமும் அவ்வளவு சிறந்த முறையில் உபயோகித் திருக்கப்பட மாட்டாது என்று கருத வேண்டும். அதாவது இந்த உருவமும் உள்ளடக்கமும் ஒரு புறம் மூலப் பொருள் என்று சொல்கின்ற கதை, கதாபாத்திரங்கள், நடிப்பு கருத்து போன்றவற்றையும் இன்னொரு புறம் அந்தக் கலை வடிவத்தையும் அத்தனை சரியாக உள்ளடக்கியிருக்காது. ஒரு நாவலுடைய கதை, கதையோட்டம், பொருள் ஆகியவற்றைக் கொண்டு படைக்கக்கூடிய நாடகமோ, சினிமாவோ முழுமையான கலைப்படைப்பாக விளங்க முடியும் என்பதில் எந்த வித சந்தேகமும் இல்லை. ஒவ்வொன்றிலும் உருவம், உள்ளடக்கத்துக்குப் போதுமான ஒன்றாகவே உள்ளது. இது எவ்வாறு சாத்தியமாகும்? இரண்டு படைப்புகளிலும், பொருள் அல்லது கதை என்பது ஒன்றாக இருந்தாலும் அவைகளின் உள்ளடக்கம் என்பது வேறாகவே இருக்கும். இந்த ஒரு காரணத்தினால்தான் அது சாத்தியமாகும். இவ்வாறு தழுவல் காரணமாக, அந்த வித்தியாசமான உள்ளடக்கம் என்பது வேறாகவே இருக்கும். இந்த ஒரு காரணத்தினால் தான் அது சாத்தியமாகும். இவ்வாறு தழுவல் காரணமாக, அந்த வித்தியாசமான உள்ளடக்கம் இன்னொரு மாறிய வடிவத்தில் போதுமான அளவு வெளிப்படுகிறது.

எழுத்தாளன் ஒருவனுக்கு அவன் எழுதுகின்ற நாடகங்களையும் நாவல்களையும் அப்படியே தருவது வாழ்க்கைதான் என்கின்ற கருத்து மேம்போக்கானதும், பத்தாம்பசலித்தனமாதும் ஆகும். இந்தக் கருத்தின்

படி பார்த்தால், ஒவ்வொரு நிகழ்ச்சிக்கும் ஒரு முன்னோடி என்பது இருக்க வேண்டும். ஒவ்வொரு நிகழ்ச்சியும் ஒரு குறிப்பிட்ட கலைவடிவத்தோடு இயற்கையாகவே தொடர்பு கொண்டிருக்க வேண்டும். அதாவது நடக்கின்ற நிகழ்ச்சிகள், நாடகத்துக்கு பொருத்தமானதா, நாவலுக்குப் பொருத்தமானதா, சினிமாவுக்குப் பொருத்தமானதா என்பதை வாழ்க்கையே தீர்மானிக்கிறது என்பதாகும். அதாவது வாழ்க்கையானது, எழுத்தாளனுக்கு ஒரு விஷயத்தை ஏற்கனவே நிர்ணயித்த ஒரு கதைப் பொருளாக, ஒரு குறிப்பிட்ட கலைவடிவத்தில்தான் உபயோகப்படுத்தும்படி தருகிறது. ஒரு குறிப்பிட்ட விஷயத்தை எழுத்தாளன் விரும்புவானெனில், அதை அவன் விரும்புகின்ற கலைவடிவத்தில் படைக்க முடியாது. ஏனெனில் அந்த விஷயத்தில் இயற்கையாக உள்ள கலாப்பூர்வமான நிர்ணயிப்பு என்பது அதற்கான கலைவடிவத்தை தீர்மானிக்கிறது.

நமக்கு வெளியே உள்ள உலகம் ஒரு புறநிலை ரீதியான யதார்த்தத்தைக் கொண்டுள்ளது. அது நம் மன உணர்வுக்கு அப்பாற்பட்ட ஒன்றாகும். எனவே, அது நம்முடைய கலாப் பூர்வமான கருத்துக்களுக்கும் அப்பாற்பட்ட ஒன்றாகும். வண்ணங்கள்,உருவங்கள், ஒலிகள் என்பது யதார்த்தத்திலேயே உள்ளது. ஆனால் அவை ஓவியம், சிற்பம் இசை போன்ற வடிவங்களோடு எந்த இயற்கையான உறவையும் கொண்டிருப்பதில்லை. ஏனெனில், அவை மனிதனுடைய படைப்புகளாகும். யதார்த்தம் என்பது தானாகவே கலைவடிவமாக மாறுவதில்லை. கலைவடிவத்துக்குப் பொருத்தமான பொருளாகக் கூட மாறுவதில்லை. ஏதோ யாராவது ஒரு கலைஞன் வந்து தன்னை பறித்துக் கொள்வான் என்பது போல பழுத்த ஆப்பிள்களாக அவைகள் காத்திருப்பதில்லை. கலை மற்றும் அதன் வடிவங்கள் யதார்த்தத்திலேயே இயற்கையாக இருக்கக்கூடிய ஒரு அடிப்படை இல்லை. மாறாக யதார்த்தத்தின் மீதான மனிதனின் அணுகுமுறையாகும். அதே நேரத்தில் இந்த அணுகு முறையின் வழிமுறைகள் முழுமையான யதார்த்தத்தின் கூறுகளாகும்.

இந்த அணுகு வழிமுறைகள், இயற்கையாகவே சுயமானதோ அல்லது எண்ணிலடங்காததோ இல்லை. நாகரீகமடைந்த மனித சமூக கலாச்சாரத் துறையில் இப்படிப்பட்ட பல அணுகுமுறைகள் (அல்லது கலை வடிவங்கள்) ஏதோ வரலாற்றுப் பூர்வமாக தரப்பட்ட கலாச்சார புறநிலை வடிவங்களாக உருவாகியுள்ளது. ஆனால் அவை யதார்த்தத்தின் மீதான மனித அணுகு முறையால் உருவான அகநிலை வடிவங்களாகும். இருந்த போதிலும் ஒருவர் அதைப் பார்க்கும் போது புறநிலை ரீதியாக படைக்கப்பட்டது போல் தோன்றுகிறது. ஆற்றுக்கும் ஆற்றுபடுகைக்கும் இடையேயான இயங்கியல் ரீதியான உறவுமுறை என்று நாம் முன்பு பார்த்த அதே உதாரணத்தை இங்கு மீண்டும் பொருள் மற்றும் கலைவடிவத்திற்கும் இடையேயான உறவைக் குறிப்பதற்கு அடையாளமாக சொல்லலாம்.

எனவே, 'நாடகரீதியான' ஒரு கருத்தோ அல்லது ஒரு பொருளோ இருக்குமெனில், அது அவ்வாறு தோன்றுவதற்கு காரணம், அது ஏற்கனவே ஒரு நாடக கலைவடிவத்துக்குரிய அம்சங்களைக் கொணடிருக்கிறது என்று அர்த்தமாகும். அதாவது அது ஏற்கனவே உள்ளடக்கமாய் உள்ளது. (அதற்குரிய உருவத்தை அதுதான் தீர்மானிக்கிறது) அப்போது, அது வெறும் பொருள். அதாவது யதார்த்தத்தில் உள்ள மூலப்பொருளாக அதாவது, அதனால் அதற்குரிய கலைவடிவத்தை நிர்ணயிக்க முடியாது. அது இன்னும் ஒரு உள்ளடக்கமாக தானாகவே மாறவில்லை.

அப்படிப்பட்ட குறிப்பான கருத்துக்கள் (அல்லது உள்ளடக்கங்கள்) வெறும் யதார்த்தத்தின் பகுதிகளாக மட்டும் இருப்பதில்லை. அவைகள்ஒரு குறிப்பிட்ட கலைவடிவத்தின் கண்ணோட்டத்திலிருப்பது யதார்த்தத்தின் மீதான அனுகுமுறையாகும். அவைகளை 'பாதி வடிவத்தைக் கொண்டது என்று ஒருவர் அழைக்கலாம். ஏனெனில் அவைகள் ஒருகுறிப்பிட்ட வடிவத்துக்கும் தங்களைப் பொருத்திக் கொள்ளத் தயாராகியிருக்கிறது. அவைகளை நாம் கருத்துக்கள், பொருள்கள் அல்லது கதைகள் என்று அழைப்போமெனில், அந்தப் பதங்கள் சார்பு ரீதியானவையாகும். அதாவது அவைகள் ஏதாவது ஒன்றின் கருத்தாக இருக்க வேண்டும் உதாரணமாக ஒரு நாடகத்தினுடையதாகவோ, ஒரு நாவலின் பொருளாகவோ, ஒரு திரைப்படத்துக்கான மூலக்கதையாகவோ இருக்க வேண்டும். ஏதாவது ஒரு குறிப்பிட்ட கலைவடிவத்தின் கண்ணோட்டத்தில் இருந்து யதார்த்தத்தை பார்க்கும் போதுதான் அத்தகைய விஷயங்கள் நமக்கு புலப்படும். இதிலிருந்து நாம் மேற்கொள்ளும் முடிவுதான் என்ன? யதார்த்தத்தின் மூலப்பொருளை, பல்வேறு கலைவடிவங்களாக வடிவமைக்க முடியும் என்பதாகும். ஆனால் உள்ளடக்கமானது அதாவது தன் உருவத்தை நிர்ணயிக்கின்ற உள்ளடக்கமானது அப்படிப்பட்ட ஒரு மூலப்பொருளாக இருக்க முடியாது.

வெறும் நாடகங்களை மட்டுமே அல்லது வெறும் நாவல்களை மட்டுமே எழுதக்கூடிய எழுத்தாளர்கள் உலகத்தில் இல்லையா என்ன, அவர்கள் வாழ்க்கையின் மொத்த யதார்த்தத்தையும் தான் எடுத்துக் கொள்கிறார்கள். ஆனால் அவர்கள் தங்களின் சொந்தக் கலை வடிவ கண்ணோட்டத்தின் மூலம் யதார்த்தத்தைப் பார்க்கிறார்கள். அது அவர்கள் அணுகுமுறையின் உயிரோட்டமுள்ள ஒரு பகுதியாக மாறி விடுகிறது. ஒன்றுக்கு மேற்பட்ட கலைவடிவங்களில் பணி புரிகின்ற எழுத்தாளர்களும் இருக்கிறார்கள். அவர்கள் வாழ்க்கையை ஒரு நாவலாசிரியனின் கண்ணோட்டத்திலும், நாடகாசிரியரின் கண்ணோட்டத்திலும் பார்க்கிறார்கள். அவர்கள் யதார்த்தத்தின் ஒரே பகுதியைக் கூட ஒன்றுக்கு மேற்பட்ட முறை பார்க்கலாம். ஒருவேளை ஒருமுறை நாடகமாகவும், இன்னொரு முறை சினிமாவாகவும்

பார்க்கலாம். இவ்வாறு நிகழுமெனில், அவர்கள் தங்கள் சொந்த நாடகத்தையே திரைப்படமாக எடுக்க வேண்டிய அவசியமில்லை. அவர்கள் தங்களின் சொந்த அடிப்படை அனுபவத்தை வைத்தே அதாவது ஒரே மூலப்பொருளைக்கொண்டே, ஒருமுறை நாடகமாகவும், இன்னொரு முறை சினிமாவாகவும் வடிவமைப்பார்கள் வரலாற்றில் சில மிக முக்கியமான நிகழ்ச்சிகள் நடனத்துக்கோ, நாடகத்துக்கோ, காவியத்துக்கோ அல்லது நாவலுக்கோ ஏற்ற மூலப்பொருளாகத் திகழவில்லை என்பது உண்மைதான். ஒரு வரலாற்று நிகழ்ச்சி என்பது அடிப்படையில் வெறும் ஒரு மூலப்பொருளாகத்தான் இருக்குமே ஒழிய, கருத்தாக இருக்காது. அத்தகைய மூலப் பொருளை பல்வேறு கலைவடிவங்களின் கண்ணோட்டங்களிலிருந்து அணுகலாம். ஆனால் கருத்து (theme) என்பது ஏற்கனவே ஒரு குறிப்பிட்ட கலைவடிவத்தின் கண்ணோட்டமாகும். பல்வேறு வடிவங்களைக் கொண்ட யதார்த்தத்திலிருந்து தனித்து எடுக்கப்பட்டு ஒரு பிரதான கருத்தாக வளர்த்தெடுக்கப்படுகிறது. அத்தகைய கருத்துக்களை ஒரே ஒரு கலைவடிவத்தின் மூலம்தான் முழுமையாக வெளிப்படுத்த முடியும். அவற்றிற்கான கலை வடிவங்களை அவையே தீர்மானித்துக் கொள்கிறது. ஏனெனில் அந்தக் கலை வடிவங்கள் தான் அவற்றையே தீர்மானிக்கிறது. அப்படிப்பட்ட கருத்து, அப்படிப்பட்ட யதார்த்தம், அப்படிப்பட்ட மூலப் பொருள் ஏற்கனவே உள்ளடக்கமாய் உள்ளது. அவற்றிற்கான வடிவங்களையும் தீர்மானிப்பதாய் உள்ளது.

ஒரு மனித உருவ ஓவியத்தை எடுத்துக் கொள்வோமெனில், அதற்கான மாடலாக இருப்பவர் இன்னமும் வெறும் மூலப்பொருள் தான். அந்த உருவத்தை வண்ணத்திலோ அல்லது கறுப்பு வெள்ளையிலோ வரையலாம். அல்லது களிமண்ணிலும் வடிவமைக்கப்படலாம். அந்த மாடலை உண்மையான ஓவியர் ஒருவர் பார்ப்பாரெனில், முதலில் அவர் வண்ணங்களைத் தான் கவனிப்பார். வண்ணங்கள்தான் அவருக்கு பிரதான அம்சமாக விளங்கும். அதற்கு பின் அவைகள் வெறும் மூலப்பொருளாக இருக்காது. அந்த ஓவியனுக்கான கருத்துப் பொருளாக, உருவத்தை தீர்மானிக்கிற உள்ளடக்கமாக மாறிவிடும். அந்த உருவம்தான் அதன் கலைவடிவம் ஆகும். அதாவது ஓவியம் ஆகும். கறுப்பு - வெள்ளைக் கலைஞன் அதே மாடலைப் பார்ப்பானெனில், அதே மூலப்பொருள் அவனுக்குரிய கலாப்பூர்வமான கருத்துப்பொருளைத் தருகிறது. அந்த கருத்துப் பொருள்தான் உருவத்தைத் தீர்மானிக்கிற உள்ளடக்கம் ஆகும். அந்த உருவம் என்பது வரைபடமாகவோ அல்லது கோடுகளைக் கொண்ட வேறு ஏதாவது நுட்பமாகவோ இருக்கலாம். ஒரு சிற்பி அதே மாடலை பார்ப்பானெனில், அது அவனுக்கு அதே மாடலாக இருக்காது. ஏனெனில் அது அவனின் சிற்பத்துக்குரிய மாடலாக இருக்கும். அதே மூலப்பொருள் அவனுக்குத் தோற்ற ரீதியான உருவங்களை கருத்துப் பொருளாகத் தரும் அந்தக் கருத்துப் பொருள்

அதனின் உருவத்தை அதாவது சிற்பத்தை தீர்மானிப்பதாக இருக்கும்.

இந்த விஷயம் இலக்கிய வடிவங்களுக்குப் பொருந்துவதாகும். ஒரு எழுத்தாளன் ஒரு பொருளின் சூழ்நிலை மற்றும் மன ஓட்டத்தை மட்டும் தன்கருத்துப் பொருளாக எடுத்துக் கொள்ளலாம். ஒரு வேளை அதன் மூலம் அவன் ஒரு சிறுகதை எழுதலாம். இன்னொரு எழுத்தாளனோ, அப்பொருளில் உள்ள மைய முரண்பாட்டை எடுத்துக் கொள்ளலாம். அத்தகைய தீவிரப் பிரச்சனை நாடக வடிவத்தைக் கோருவதாக இருக்கலாம். ஆனால் இரு எழுத்தாளர்களின் கருத்துப் பொருள்கள் என்பது வேறாக இருக்கும். வெவ்வேறு விதமான கருத்துப்பொருள்கள் வெவ்வேறு விதமான உள்ளடக்கங்களைத் தரும். வெவ்வேறு விதமான உள்ளடக்கங்கள் வெவ்வேறு விதமான கலைவடிவங்களைக் கோரும். மூன்றாவது எழுத்தாளனோ அதே நிகழ்ச்சியை வெறும் நிகழ்ச்சியாகப் பார்க்காமல், அதில் உள்ள மனிதர்களின் உள்ளார்ந்த மனப்போராட்டங்களையும், அதன் மூலம் அவர்கள் தலைவிதி நிர்ணயிக்கப்படுவதையும், அதில் வாழ்க்கையின் வண்ணத்திரையையும் பார்க்கலாம். அந்த மூன்றாவது எழுத்தாளன் பெரும்பாலும் அதை ஒரு நாவலாக எழுதலாம். இவ்வாறு ஒரே நிகழ்ச்சியை, ஒரே மூலப்பொருளை மூன்று வெவ்வேறான கண்ணோட்டங்களிலிருந்து பார்ப்பதன் மூலம் மூன்று கருத்துப் பொருள்கள், மூன்று உள்ளடக்கங்கள், மூன்று கலை வடிவங்கள் உருவாகிறது. ஆனால் பெரும்பாலும் நிகழ்வது என்னவெனில், ஒரு பொருளை உபயோகப்படுத்திய கலை வடிவத்திலிருந்து இன்னொரு கலைவடிவம் தழுவி அமைக்கப்படுகிறது. அதாவது மூன்று வெவ்வேறான கலைஞர்களுக்கு முன்னே உள்ள மாடல் என்பது ஒன்றாக இருக்காது. மாறாக வரைபடம் ஓவியத்தைத் தழுவியதாகவோ அல்லது சிற்பம் வரைபடத்தை தழுவியதாக இருக்கலாம். இது மிக சிக்கல் நிறைந்த பிரச்சனையாகும்.

இருந்த போதிலும் ஒரு கலைஞன், உண்மையான கலைஞனாக குளறுபடி வேலை செய்யாதவனாக இருப்பான் எனில், ஒரு நாடகாசிரியன் நாவலைத் தழுவி நாடகத்தையும், திரைக் கதையாசிரியன் நாடகத்தைத் தழுவி திரைக்கதையையும் அமைக்க முடியும். அவர்கள் ஏற்கனவே இருக்கக்கூடிய அந்தக் கலைப்படைப்பைத் தங்களின் கலை வடிவக் கண்ணோட்டத்திலிருந்து வெறும் மூலப்பொருளாகத்தான் பார்ப்பார்கள். அதை ஒரு மூலப்பொருளாக கருதிவிட்ட பிறகு அதன் உருவம் குறித்த எந்த கவனமும் செலுத்த மாட்டார்கள். பேண்டல்லோ (Bandello) வின் கதையைப் படித்த நாடகாசிரியரான ஷேக்ஸ்பியர், அதில் எத்தனை அழகாக கதை சொல்லப் பட்டிருக்கிறது என்பதைப் பார்க்கவில்லை. மாறாக அதில் விவரிக்கப்பட்டிருந்த வெறும் நிகழ்ச்சியை மட்டும் அப்படியே பார்த்தார். அந்நிகழ்ச்சியை, அவர்

கதை வடிவத்திற்கு அப்பாற்பட்டு, நாடக சாத்தியப்பாடு உள்ள வாழ்க்கையின் மூலப் பொருளாகப் பார்த்தார். அதாவது பேண்டல் லோவால் நாவலில் வெளிப்படுத்தியிருக்கவே முடியாத சாத்தியப் பாடுகளை அவர் அந்நிகழ்ச்சியில் பார்த்தார்.

இவ்வாறு பேண்டல்லோவின் கதையின் மூலப்பொருளுக்குத் தான், ஷேக்ஸ்பியரின் நாடகத்தில் வேறு புதிய வடிவம் கொடுக்கப்பட்டுள்ளது. இருந்தாலும், நாடகத்தின் பிரதான உள்ளடக்கத்தின் எந்த அறிகுறியையும் பேண்டல்லோவின் கதையில் பார்க்கமுடியாது. ஷேக்ஸ்பியர் அந்தக் கதையில் முற்றிலும் வேறான கருத்துப் பொருளைப் பார்த்தார். எனவே அந்த உள்ளடக்கத்தின் உருவமும் அவரின் நாடகம் போன்ற புதிய கலைவடிவமாக இருந்தது.

இந்த இடத்தில், அவ்வளவாக அறியப்படாத ஒரு தழுவல் படைப்பைப் பற்றிக் குறிப்பிட விரும்புகிறேன். ஏனெனில் அதன் ஆசிரியனான கவிஞன் ஒரு கற்றறிந்த கொள்கையாளனாக (theortician) வும் இருந்தான். ஏன் எவ்வாறு அந்தத் தழுவல் படைப்பு உருவாக்கப்பட்டது என்பதை அவரால் விளக்க முடியும். ஜெர்மானிய நாடகாசிரியரான பிரெடரி ஹீபல், மாபெரும் காவியமான நெபுலங் சாகா (Nibelung Saga) வைத் தழுவி நாடகங்கள் எழுதினார். ஜெர்மானிய காவியத்தின் மீதும் அதன் அப்பழுக்கற்ற வடிவமைப்பின் மீதும் போதுமான மதிப்பை வைத்திருக்கவில்லை என்று ஹீபலை யாரும் குறை சொல்ல முடியாது. நெபுலங் சாகாவை வளமைப்படுத்த வேண்டும் என்ற நோக்கமும் அவருக்கு இல்லை. அதைப் பிரபலப்படுத்தி பணம் சம்பாதிக்க விரும்பினார் என்றும் அந்த சிறந்த எழுத்தாளரை யாரும் குற்றம் சொல்ல முடியாது. அப்படியெனில், அப்படிப்பட்ட தழுவல் படைப்பை அவர் எந்த நோக்கத்தோடு படைத்தார்.

தன்னுடைய புகழ்பெற்ற நாட்குறிப்பில் அதற்கான காரணத்தை அவரே விளக்குகிறார். 'நெபுலங் சாகாவை அடிப்படையாக வைத்து முழுக்க முழுக்க ஒரு மனித சோகத்தை மிகவும் இயற்கையான முறையில் படைக்க முடியும் என்று எனக்குத் தோன்றுகிறது".

அப்படியெனில் ஹீபல் என்ன செய்தார்? அவர் அதனுடைய புராண அடிப்படையை அப்படியே வைத்துக் கொண்டார். அதாவது கதையின் அடிப்படை அமைப்பை அப்படியே வைத்துக் கொண்டார் ஆனால் அதற்கு அவர் வேறு விதமான விளக்கம் கொடுத்தார், நடப்புகளும் நிகழ்ச்சிகளும் கிட்டத்தட்ட அப்படியே தான் இருந்தது. ஆனால் நோக்கங்களும், அவர் கொடுத்த விளக்கங்களும்தான் வேறாக இருந்தது.

இவ்வாறு ஒரே நிகழ்ச்சியானது வேறு விதமான அழுத்தத்தைக் கொடுத்ததன் மூலம், அது வேறு விதமான கருத்துப் பொருளாக மாறியது. ஹீபலுடைய நெபுலங் ட்ரையாலஜி (Nibelung triology) யின்

கருத்துப் பொருளும், உள்ளடக்கமும், நெபுலங் சாகாவின் கருத்துப் பொருள் மற்றும் உள்ளடக்கத்தோடு ஒத்துப் போகவில்லை. சாகாவில் வருவது போலவே ஹீபலுடைய நாடகத்திலும் ஹேகன் சிபிரய்டை கொலை செய்கிறான். இருந்தாலும் அந்தக் கொலையின் நோக்கம் என்பது வேறாக இருந்தது. அதே போல் கிரைம்ஹில்டி (kriemhild) ன் பழி வாங்குதலும் ஜெர்மன் காவியத்திலிருந்து முற்றிலும் வேறான விதத்தில் ஒரு சோகக் காட்சியாக ஹீபலின் நாடகத்தில் படைக்கப் பட்டுள்ளது.

கலாப்பூர்வமாகவும், அறிவுப்பூர்வமாகவும் இருக்கின்ற எல்லா சிறந்த தழுவல் படைப்புகளுமே இப்படிப்பட்ட மறுவிளக்கங்களாகத்தான் இருக்கும். ஒரே விதமான வெளிப்படையான நிகழ்ச்சி, வெவ்வேறு விதமான உள்ளார்ந்த நோக்கங்களைக் கொண்டதாக இருக்கும். இந்த உள்ளார்ந்த நோக்கங்கள்தான் கதாபாத்திரங்களின் மனதையும், உருவத்தையும் தீர்மானிக்கின்ற உள்ளடக்கத்தையும் காட்டுவதாக இருக்கும். மூலப்பொருள் என்பது, அதாவது இந்த வெளிப்படையான நிகழ்ச்சிகள் இங்கு வெறும் தடயங்களாகத்தான் செயல்படுகிறது. மர்மக் கதைகளில் வருவது போல், இந்தத் தடயங்களுக்கு பல்வேறு விளக்கங்களைக் கொடுக்கலாம்.

பல நேரங்களில் ஒரு எழுத்தாளன் தான், ஏற்கனவே ஒரு கலைவடிவத்தில் உபயோகித்த மூலப்பொருளை மீண்டும் இரண்டாவது முறையாக இன்னொரு கலைவடிவத்தில் உபயோகிப்பதுண்டு. தற்போது ஒரு நாவலையோ அல்லது நாடகத்தையோ தழுவி ஒரு திரைப்படம் எடுப்பது பெரும்பாலும் பொருளாதாரக் காரணங்களுக்காக நடத்தப் படுகிறது. என்பது நாம் அறிந்த ஒன்றே. வெற்றிகரமானதொரு நாவலை, முதலில் நாடகமாகவும், பின்னர் திரைப்படமாகவும் எடுக்கலாம். இதன் மூலம் அந்த ஆசிரியரின் வருமானம் பல மடங்கு அதிகரிக்கும். ஆனால் சில நேரங்களில் அப்படிப்பட்ட தழுவல்கள் மிகச் சிறந்த கலாப்பூர்வமான நோக்கங்களுக்காகவும் படைக்கப்படுகிறது.

பொருளாதார நோக்கம் என்ற பேச்சுக்கே இடமில்லாத ஒரு உதாரணத்தைப் பார்ப்போம். கதே, வில்ஹெல்ம் மெய்ஸ்டரி (Wilhelm Meister) ன் ஒரு பகுதியான தி மேன் ஆஃப் பிஃப்டி (The Man of Fifty) கதையை அடிப்படையாய் வைத்து ஒரு நாடகம் எழுத விரும்பியது நாம் அறிந்த ஒன்றே. அவருடைய நாடகத் திட்டம் என்பது பாதுகாத்து வைக்கப்பட்டுள்ளது. அது நாடகத்தின் பகுதிகளையும், காட்சிப் பிரிவுகளையும் உள்ளடக்கத்தையும் (கதையினுடைய உள்ளடக்கம்தான்) காண்பிக்கிறது. ஆனால் அது வேறு விதமான முறையில் சொல்லப்பட்டிருக்கிறது. இந்த வேறு விதமான முறைதான் கதேவை தான் ஏற்கனவே ஒரு கலை வடிவத்தில் உபயோகித்த ஒரே மூலப்பொருளை இன்னொரு முறை எழுதத்தூண்டியது என்பது நமக்குத் தெளிவாகத் தெரிகிறது. அவருடைய அந்த திட்டமிடப்பட்ட

நாடகத்தில், எப்படி சில விஷயங்களுக்கு அது சிறு கதையில் இல்லாத, உணர முடியாத அழுத்தத்தைக் கொடுத்தார் என்பதையும், முற்றிலும் வித்தியாசமானதொரு யதார்த்தத்தை அதன் மூலம் அவர் மேலுக்குக் கொண்டு வந்தார் என்பதையும் நாம் விளக்கமாகப் பார்க்க முடிந்தது. நிகழ்ச்சிகளின் ஓட்டம் என்னவோ ஒன்றாகத்தான் இருந்தது. ஆனால் அவற்றின் முக்கியத்துவம்தான் வேறாக இருந்தது. அது கொண்டிருந்த உள்ளார்ந்த அனுபவமும் வேறாக இருக்காது. இந்த உள்ளார்ந்த அனுபவம் என்பது, அவர் அந்த மூலப்பொருளை எந்த யதார்த்தத்திலிருந்து எடுத்தாரோ அந்த யதார்த்தத்திலேயே இருந்த ஒன்றுதான். ஆனால் அவர் அதை சிறுகதையாய் படைக்கும் போது, அந்த உள்ளார்ந்த அனுபவத்தை விட்டுவிட வேண்டியதாயிற்று. இந்த ஒரு காரணத்திற்காகத்தான், இன்னொரு கலைவடிவம் மூலம் அதே வாழ்க்கை மூலப்பொருளுக்குள் மீண்டுமொரு முறை மூழ்க விரும்பினார்.

பல்வேறு கலைப்படைப்புகளை ஆளுகின்ற பாணியின் விதிகள் மீதான மதிப்பு என்பது தழுவல் படைப்புகளை நியாயப்படுத்தவும், தேவையானதாகவும் செய்கிறது என்று சொன்னால், அது முதலில் முரண்பாடுடைய ஒரு விஷயமாகத் தோன்றலாம். உதாரணமாக, நாடகத்தின் கடுமையான பாணி காரணமாக, உண்மையான வாழ்க்கையில் இருக்கக்கூடிய பல்வேறு வண்ணங்களையும், மனநிலைகளையும் நாடகத்தில் விட்டுவிட வேண்டியுள்ளது. நாடகம் என்பது மாபெரும் மோதல், முரண்பாடுகளைக் காட்டுவதற்கு ஏற்ற கலைவடிவம் ஆகும். நாவலில் இருக்கக்கூடிய ஏராளமான விளக்கங்களை நம்மால் நாடகத்தில் காணமுடியாது. ஆனால் சில நேரங்களில் இது போன்ற எல்லா விளக்கங்களையும் விட்டுவிட மனமில்லாத ஆசிரியன் அவைகளை நாடகத்தின் பாணிக்கு எதிராக புகுத்துவதற்கு பதிலாக அவைகளை ஒரு நாவலில் படைக்கிறார். நாடகத்தின் கடுமையான பாணி காரணமாக அதில காட்ட முடியாது என்பதற்காக, வண்ணமிகு வாழ்க்கையை ஒரு ஆசிரியன் சினிமாவில் காண்பிக்க விரும்புவானெனில், மற்ற கலைகள் மீது அவனுக்கு மதிப்பில்லை என்று அர்த்தமாகாது. மாறாக அந்தக் கலைகளை அவன் முழுமையாக மதிக்கிறான் என்பதுதான் அர்த்தம் ஆகும்.

22
பாணி குறித்த பிரச்சனைகள்

திரைப்படக் கலையின் வடிவம்-மொழி என்பது அசாதாரண வெளிப்பாட்டுத் திறனை அடைந்திருந்த போதிலும் கடந்த இருபது ஆண்டுகளாக ஏதோ தேக்க நிலையில் இருப்பது போல் தெரிகிறது. இந்த இருபது ஆண்டுகளில் உருவத்தைக் காட்டிலும் உள்ளடக்கத்துக்கு தான் அதிக கவனம் தரப்பட்டது. இப்போதுதான், இரண்டாவது உலக யுத்தத்துக்குப் பின்பு ஒலிப்படங்களில் இதுவரை பயன்படுத்தப்படாத உருவ ரீதியான சாத்தியப்பாடுகள் புதிய வளர்ச்சியை அடையத் தொடங்கியுள்ளது.

திரைப்பட ரீதியான வடிவம்-மொழி முதன் முதலாகத் தோன்றி பிறகு, சினிமாக் கலையின் எல்லைக்குள் பல பாணிகளும் கலை வடிவங்களும் வளரத் துவங்கியது. திரைப்பட பாணி குறித்த பிரச்சனைகள் என்பது, குறிப்பாக முக்கியமானதும், ஆர்வத்துக்குரியதும் ஆகும். ஏனெனில் மற்ற எந்த கலைகளைக் காட்டிலும் அவைகள் தங்களின் சமூக அடிப்படைகளையும் முக்கியத்துவத்தையும் அதிக வெளிப்படையாகக் காட்டின.

காவியம்

சோவியத் சினிமாவில் இப்பிரச்சனை மிக முக்கியமான ஒன்றாக இருந்தது. சோவியத் சினிமாவில் பொதுவாக கோட்பாடு ரீதியான பிரச்சனைகள் குறித்து அதிக கவனம் செலுத்தப்பட்டது. மிக சூடாக விவாதம்செய்யப்பட்ட விஷயங்களில் காவியம் என்பதும் ஒன்றாக இருந்தது. ஒரு சிலர் சோவியத் சினிமா அதனுடைய சோஷலிஸ உணர்வு காரணமாக நெருக்கமான தனிநபர் பிரச்சனைகளை காட்டக்கூடாது என்றும் மாறாக மொத்த சமூகம் பற்றிய பிரச்சனையைத்தான் காட்ட வேண்டும் என்றும் சொன்னார்கள். அதாவது அவை காவிய அளவில் இருக்க வேண்டும் என்று கோரினார்கள். இந்த கோரிக்கையை நியாயமற்ற ஒன்று என்று சொல்லி விட முடியாது. ஆனால், இது பல ஆபத்துகளைக் கொண்டிருந்தது. சோவியத் திரைக்கதைகளில் இவை விரைவிலேயே தலைதூக்க ஆரம்பித்தது. அதாவது தனிநபர்களின் மனவியல் குறித்து எந்த கவனமும் எடுத்துக் கொள்ளப்படவில்லை. சினிமாவானது சில நேரங்களில் பொதுவான சமூக நீதிகளை சொல்லக்கூடிய வரலாற்று

ரீதியான பரந்துபட்ட காட்சிகளைக் கொண்டிருந்ததே ஒழிய, மனிதர்களைப்பற்றிய எந்த ஆய்வையும் கொண்டிருக்கவில்லை.

காவியத்தையும் நெருக்கமான விஷயங்களையும் இவ்வாறு ஒப்பிடுவோமெனில் தவறாகும். பிரதிகூலமான முழுமையான தனிப்பட்ட விருப்பம் என்பது பத்தொன்பதாம் நூற்றாண்டின் துவக்கம் வரை ஒரு சிந்தனையாகக் கூட இல்லை. ஒருவரோடு ஒருவர் அணைப்பில் இருக்கும் காதலர்களின் உரையாடலைக் காட்டிலும் தனிப்பட்ட, நெருக்கமான ஒன்று இருக்க முடியுமா என்ன? அது போன்ற சூழ்நிலையே தனிமையையும், ஓய்வையும், மறைவையும் நாடுகிறது. இருந்த போதிலும் ரோமியோ ஜூலியட்டின் காதல் பேச்சுக்கள் உலக நாடக இலக்கியத்தில் மாபெரும் காவியமாய் போற்றப்படுகிறது. மிகவும் நெருக்கமாக தனிமையில் பேசப்பட்ட இந்த உரையாடல்கள்தான் வரலாற்றில் திருப்பு முனையாக அமைந்தது. ஏனெனில் அந்த உரையாடல்கள் ஆண் ஆதிக்க, நிலப்பிரப்புத்துவ நுகத்தடியையும், புராதன சட்டங்களையும் எதிர்த்த தனிப்பட்ட காதலர்களின் புரட்சியாய் இருந்தது.

சகோதரப் பாசம் என்பது தனிப்பட்ட குடும்ப விவகாரம் தான். ஆனால், அது ஷோபோக்ல்ஸி (Sophocles) ன் சோக நாடகத்திலோ காவியமாய் மாறியது. ஏனெனில் அப்போதிருந்த சமூக நிலைப்பாடு காரணமாக அது பிரச்சனைக்குரிய ஒன்றாகியது.

முன்பெல்லாம் கலையைப் பொருத்த வரை, காவியத்திற்கும் தனிப்பட்ட நெருக்கமான விஷயத்திற்கும், பெரியதிற்கும் சிறியதிற்கும், பொதுவான விஷயத்திற்கும் தனிப்பட்ட விஷயத்திற்கும் இடையே என்று எந்த வித்தியாசமும் கிடையாது. தனி நபரின் அனுபவத்தைச் சொல்வதிலும், சமூக முக்கியத்துவம் வாய்ந்த ஒன்றை சொல்வதிலும் இடையே காட்டுகின்ற அப்படிப்பட்ட வேறுபாடு என்பது முதலாளித்துவ கலைக்கேயுரிய விஷேச குணாம்சமாகும். தனிப்பட்ட சிறு அரங்க கலை (chamber art) என்று சொல்லக் கூடிய கலைக்கு எந்த விதமான சமூகத் தொடர்புகளும் கிடையாது. அதே நேரத்தில் இவை காவிய வடிவங்களின் அழகிய பொதுத் தன்மையைக் கொண்டிருந்தன. அவை தனிநபர்களின் அம்சங்களை போலியாக காண்பித்தது. இதிலிருந்து, இந்தப் பிரச்சனை, சோவியத் கலையிலும், சோவியத் சினிமாவிலும் நீண்ட நாள் நிலைக்காது என்பது தெரிகிறது. புதிய சோவியத் வடிவங்கள் என்பது, தனிப்பட்ட மற்றும் தனி நபர்களின் மானுட விதிபற்றிய புதிய வரலாற்றுக் கண்ணோட்டமாகும்.

கலையில் பிரம்மாண்டத் தன்மை என்பது அளவைப் பொறுத்த பிரச்சனையல்ல. எண்ணிக்கையோ, பரிமாணமோ அதை தீர்மானிப் பதில்லை. டிஃபோ (Defoe) வின் ராபின்சன் குருஸே (Robinson Crusoe) தனித்த தீவில் தனிமனிதனாக இருந்த போதிலும், சந்தேகத்திற்கிடமின்றி அது உலக இலக்கியத்தில் மாபெரும் காவியமாய் திகழ்ந்தது. ஒரு

ஓவியம் அல்லது சிற்பத்தின் புகைப்படங்களை வைத்துக் கொண்டு அவைகளின் பரிமாணங்களை அளவிடுவது நடக்காத காரியம் என்பது நன்கறியப்பட்ட ஒன்று. இவற்றில் சில சிறியதாகத் தோன்றிய போதிலும் பிரம்மாண்டத் தன்மையைக் காட்டுவதாய் இருந்தது. அதே போல் இதற்கு நேர் எதிராகவும் இருந்தது. இங்கு முக்கியமானது என்னவெனில், கலையைப் பொருத்தவரை மனிதன் மட்டுமே மாபெரும் ஒன்றாகவோ அல்லது சிறிய ஒன்றாகவோ இருக்க முடியும் என்கிற கோட்பாடாகும். ஒரு யானை அல்லது மலையின் பெரிய அளவு என்பது கலையைப் பொறுத்தவரை முக்கியத்துவமற்றது. ஏனெனில் அவைகள் எந்த உள்ளார்ந்த மகத்துவமும் இல்லாத வெளிப்படையான இயற்கையான சாதாரண அம்சமாகும். வாழ்கின்ற மனிதன் மட்டுமே உண்மையான காவியத் தன்மையை நமக்குத் தர முடியும். தனி நபராய் இருப்பினும் சரி தனிப்பட்ட குணாம்சமாய் இருந்தாலும் சரி அதன் பாதிப்பு என்பது மிகுந்த சக்தி வாய்ந்ததாக இருக்கும். சாதாரண மனிதர்களின் பரிமாணம் என்பது நமக்கு அறியப்பட்ட ஒன்று. இதன் காரணமாக அவர்களின் அறியப்படாத மாபெரும் தன்மை என்பது நம்மை இன்னும் பாதிக்கக் கூடியதாய் இருக்கிறது. புராதன எகிப்திய மலைச்சிற்பங்கள் நம்மை பிரம்மாண்டமான ஒன்றாய் பாதிக்கிறது. ஏனெனில் அவர்களின் முகங்களில், விழியோரங்களில் இதழ்களில் நாம், மிகவும் தனிப்பட்ட, நெருக்கமான உயிரோட்டமுள்ள மனித உணர்ச்சியைப் பார்க்கிறோம். இவை இல்லாமல் அவை வெறும் பாறைகளாகத் தான் இருக்கும். அந்தப் பாறைகள் எந்த அளவை வேண்டுமானாலும் கொண்டிருக்கலாம். அவை அடிப்படையில் மனித உருவங்களை கடுகின்ற மாபெரும் பாறைகளாகும். அவற்றில் மாபெரும் மனித உருவங்களின் பாதிப்பை நாம் அடைகிறோம். ஏனெனில் அப்பாறைகளில் மனிதர்களையும் அவர்களின் அளவுகளையும் நம்மால் இனங்கண்டு கொள்ள முடிகிறது. ஒரு மலையின் தோற்றம், ஒரு மனித உருவத் தோற்றத்தைப் போல் இருக்குமேயானால், அது அந்த மலை, அதனுடைய உண்மையான அளவைக் காட்டிலும் சிறியதாகவே தோன்றும் ஆனால் இதுவே ஒரு மனிதனுடைய சிலையானது. அதனுடைய கனம் மற்றும் வடிவங்கள் காரணமாக மலையைப் போல் தோற்றமளிக்குமெனில், அது அதன் உண்மையான அளவை விடப் பெரியதாக தோன்றும், அதாவது பிரம்மாண்டமானதாக தோன்றும். ரேவனாமொஸைக்குகளின் பிரம்மாண்டத் தன்மையின் ரகசியம் என்னவெனில், அவைகள் உண்மையில் கற்களைக் கொண்டு உருவாக்கப்பட்ட மிகப்பெரிய கட்டட அமைப்புகளாக இருந்த போதிலும், அவைகள் தனிமனித உருவங்களாய் தோற்றமளிப்பதுதான்.

ஒரு திரைப்படத்தை, அதில் உள்ள கூட்டக் காட்சியில் வரும் ஏராளமான துணை நடிகர்களை வைத்தோ அல்லது அப்படத்திற்காக

அமைக்கப்பட்ட மாபெரும் அரங்கத்தை வைத்தோ பிரம்மாண்டமான ஒன்றாக ஆக்க முடியாது. மாறாக அத்திரைப்படத்தின் கருத்துப் பொருளின் கனம் காரணமாகவும் மற்றும் அத்திரைப்படக் கதாநாயகனின் மனிதத் தன்மை காரணமாகவும்தான் அதை பிரம்மாண்டமான ஒன்றாக ஆக்க முடியும். எந்த ஒரு கலையுமே கலாப்பூர்வபடுத்தல் இல்லாமல் தன்னுடைய பாணியை வளர்த்துக் கொள்ள முடியாது. இருந்த போதிலும் பாணிக்கும் கலாப்பூர்வபடுத்தலுக்கும் இடையே வேறுபாடு உள்ளது.

பாணி மற்றும் பாணி வயப்படுத்துதல்

பாணி என்பதை, ஒவ்வொரு கலைக்கும் வடிவ ரீதியான குணாம்சமாய் நாம் கருதுகிறோம். ஒரு கலைப்படைப்பை எடுத்துக் கொண்டால், அதன் வடிவப் பாணியில், அப்படைப்பை உருவாக்கிய கலைஞனின் தனித்தன்மை, அவனைச் சார்ந்தவர்களின் தன்மை, அவன் வர்க்கம் மற்றும் அவன் காலம் எல்லாம் அதில் வெளிப்படும். எந்த ஒரு கலைப்படைப்பாக இருந்தாலும், அதில் கலைஞனின் தனித்தன்மை அவனுடைய வர்க்க சித்தாந்தம் அவனுடைய மக்களின் மரபு மற்றும் அவன் காலத்தின் ரசனை ஆகியவற்றை ஓரளவாவது பார்க்காமல் இருக்க முடியாது. பாணியில்லாமல் எந்தக் கலைப்படைப்பும் இருக்க முடியாது. அந்தப் பாணி உணர்வு பூர்வமற்றதாகவோ அல்லது முக்கியத்துவமற்றதாகவோ கூட இருக்கலாம்.

எது எவ்வாறாக இருந்த போதிலும் மேற்கூறிய அனைத்து பாதிப்புகளையும் தொகுத்து ஒரு கலைப்படைப்பானது ஒருமித்த பாணியில் காட்ட வேண்டியது முக்கியமான ஒன்றாகும். அதாவது ஒரு கலைப்படைப்பு கலைஞனின் தனிப்பட்ட பாணி மற்றும் அவனின் காலம், வர்க்கம், தேசத்தின் பாணிகளை உட்கொண்ட ஒரு ஒருமித்தப் பாணியைக் கொண்டிருக்க வேண்டும். இதோடு மட்டும் அல்லாமல், ஒவ்வொரு கலைப்படைப்புக்கும் தற்காலிக பாணி என்பது உண்டு. அதில் அது தன்னுடைய போக்கு மற்றும் உள்ளடக்கத்தை வெளிப்படுத்துகிறது மாபெரும் வரலாற்று ரீதியான பாணிகள் எந்த ஒரு கொள்கை அடிப்படையிலேயோ மற்றும் உணர்வு பூர்வமாகவோ உருவானதில்லை என்பதை இங்கு நாம் மனதில் கொள்ள வேண்டும். அவை பழக்கத்தின் காரணமாகப் பிறந்தன. அவை ஆரம்பத்தில் கிட்டத்தட்ட உணரமுடியாதபடி வெறும் நாகரீகங்களாகத்தான் தோன்றியது. அதற்கு பின் அவை மங்கிப் போன பின்புதான் அவற்றை மாபெரும் பாணிகளாக நாம் அடையாளங் கண்டுகொண்டோம். சில நேரங்களில் தவறான மன உணர்வு மற்றும் தவறான கொள்கைகளை அடிப்படையாக வைத்தும் பாணிகள் பிறந்தது. உதாரணத்திற்கு ஆரம்பகால மறுமலர்ச்சி பாணியைச் சொல்லலாம், கிட்டத்தட்ட புராதன கிரேக்கப் பாணியை ஆரவாரமின்றி பின்பற்றியது. தன்னை புராதன கிரேக்க பாணியாகவும் கருதிக் கொண்டது. அல்லது எந்தவித

அழகியல் கருத்துக்களும் இல்லாமல் வெறும் சில ஒழுக்கப் போக்குகளின் பாதிப்புக் காரணமாகவும் சில பாணிகள் பிறந்தது. உதாரணமாக அகராதிப் (directoirie) பாணியின் அதீத எளிமைத்துவத்தை சொல்லலாம். இது பிரபுக்களின் ரொக்கோகோ பாணிக்கு எதிரான புரட்சிகர முதலாளிகளின் தனிப்பட்ட உணர்ச்சி வெளிப்பாடாகும். நாம் பாணியை கலாப்பூர்வமான வடிவங்களின் பொதுவான குணாம்சமாக கருதுவோமெனில், எந்தவித பாணியும் இல்லாத இயற்கைத் தனம் கூட ஒரு பாணியேயாகும். தன் மனம் போனபடி பல்வேறு பாணிகளை ஒன்று கலந்தால் கூட அது ஒரு பாணியாகும். பாணி என்கின்ற அந்த பதம் மட்டும் எந்த விதமான மதிப்பீட்டையும் குறிக்கவில்லை.

பாணி என்பதே இத்தனை பெரிய விஷயம் ஆகும். பாணி வயப்படுத்துதல் (கலாப்பூர்வபடுத்துதல்) என்பது வேறு விஷயமாகும். இலக்கியத்தை உதாரணமாகக் கொண்டு, பாணிக்கும் பாணிவயப் படுத்துதலுக்கும் இடையேயான வித்தியாசத்தை மிக அழகாக சொல்லலாம். ஒவ்வொரு இலக்கியப் படைப்பும்-அது கலைப்படைப்பாக இருக்கவேண்டுமென்று கூட அவசியமில்லை-ஒரு குறிப்பிட்ட பாணியைக் கொண்டிருக்கிறது. அதாவது அது, தான் என்ன சொல்ல வருகிறதோ அதை ஒரு குறிப்பிட்ட வழிமுறையில் குறிப்பட்ட குணாம்சத்தோடு சொல்கிறது. ஆனால் ஒவ்வொரு இலக்கியப் படைப்பையும் பாணிவயப்படுத்தப்பட்டது என்று சொல்ல முடியாது. சாதாரணமாக வழக்கில் உள்ள வசனங்களை வைத்து எழுதப்பட்ட நாடங்கள் பாணி வயப்படுத்தப்பட்டது அல்ல. ஆனால் எல்லாக் கவிதைகளும், சீர்மை உரை நடைகளும் பாணி வயப்படுத்தப்பட்டது ஆகும்.

இந்த அடிப்படையில் இயற்கையான அல்லது கிட்டத்தட்ட இயற்கையான படைப்புகளுக்கும் இயற்கையிலிருந்து குறிப்பாக விலகிய படைப்புகளுக்கும் இடையேயான பிரதிகூல வித்தியாசம் என்பது காரணத்தோடு உருவாகிறது. அதாவது பாணிவயப்படுத்தப்படுகிறது. இருந்தபோதிலும், யதார்த்தமும், பாணிவயப்படுத்தலும் ஒன்றோடொன்று சம்பந்தமில்லாத தனிப்பட்ட ஒன்று அல்ல. கவிஞர்களிலே பலர் மிகச் சிறந்த யதார்த்தவாதிகளாக உள்ளனர். இயற்கையில் பொதிந்துள்ள உண்மை மற்றும் விதியை அப்படியே படைக்க வேண்டும் என்பதில்லை. சில அம்சங்களை மிகைப்படுத்துகின்ற வகையில் பாணிவயப்படுத்துதல் மூலம் இயற்கையை இன்னும் உண்மையாகப் படைக்க முடியும். இயற்கையாக காட்டுவதன் மூலம் ஒருவேளை யதார்த்தத்தைப் படைக்கலாம். ஆனால் பாணி வயப்படுத்துதுல் மூலம் உண்மையை வெளிக்காட்ட முடியும்.

சினிமாவைப் பொருத்தவரை பாணி குறித்த பிரச்சனை எந்த அளவு பொருந்துகிறதோ அந்த அளவுக்குத்தான் அது நமக்கு முக்கியமாகும்.

சினிமாவில் பாணி வயப்படுத்துதல் என்பது சாத்தியம் தானா? பாடலில் சொல்லப்படுகின்ற கதையைப் போல, புகைப்படத்தினால் வாழ்க்கையைப் பற்றிய காட்சியைத் தர முடியுமா? அதாவது இயற்கையை அப்படியே பிரதிபலிப்பது அல்லாமல், சில ஸ்தூலமற்ற சீர்மை மற்றும் வடிவம் பற்றிய விதிகளைக் கொண்ட உருவக் கோட்பாடுகளை காண்பிப்பது என்பது சினிமாவுக்குப் பொருந்தக்கூடிய ஒன்றா? ஒரு சினிமாவில் கதாபாத்திரங்களை பாடல் வரிகளைப் போல் பேசவைப்போமெனில், பாணி வயப்படுத்தப்பட்ட பேச்சுக்கும், பாணி வயப்படுத்தப்படாத படத்தின் இயற்கையான தன்மைக்கும் இடையே எழுகின்ற முரண்பாடு இல்லாமல் அதை அவ்வாறு செய்ய முடியுமா?

சினிமாவானது, தன்னுடைய படம் பிடிக்கக்கூடிய நுட்பம் காரணமாக ஆரம்பத்திலிருந்தே பாணிவயப்படுத்துவதற்கான சாத்தியப்பாடுகளைத் தேடுவதாக இருந்தது. இயக்குநர்கள், வடிவமைப்பு, ஒலியமைப்பு, க்ளோஸ்-அப்புகள், ஸாஃப்ட் போக்கஸ், சிதைவு மற்றும் குறிப்பாக கோணம் மற்றும் கண்ணோட்டங்களின் மூலம் தங்கள் படங்களை காட்சியழகுடையதாக ஆக்க முயற்சித்தார்கள். மௌனப்படக் காலங்களின் போது, பிரிட்ஸ் லேங் (Fritz Lang), முர்னாவ் (Murnau), மற்றும் தி காபினட் ஆஃப் டாக்டர் காலிகிரியை உருவாக்கிய ராபர்ட் வைன் (Robert Weine) போன்றவர்கள் இந்த அடிப்படையில் பல அற்புதமான படைப்புகளைப் படைத்தனர். ரஷ்யாவிலோ, மாபெரும் காட்சியழகுவாதியான மோஸ்க்வின் (Moskvin) ஐஸன்ஸ்டைனோடு (இவரின் பிரதான கலாப்பூர்வ கோட்பாடு என்பது பாணி வயப்படுத்துதல் ஆகும்) சேர்ந்து ஐவன் தி டெரிபிள் (Ivan the Terrible) படத்தை உருவாக்கினார். இது மிகுந்த ஆர்வத்துக்குரியதும், மதிப்பு வாய்ந்த பாணி வயப்படுத்துதலையும் கொண்ட படமாகும். பூதாகரமாகவும் பிரம்மாண்டமாகவுமான இசைகாட்சித் தொகுப்பான இப்படத்தின் உள்ளடக்கம் பயங்கர ஐவனைப் பற்றிய கதை அல்ல, மாறாக புராதன ஓவியங்கள் உயிரோடு வந்தது போல் அதில் பிராவ்ஸ்லோவிய சமயகோதிக் உணர்வையும் மற்றும் மூடநம்பிக்கை களையும் காட்டுவதாகும். இந்தப் படத்தில் பாணிவயப்படுத்துதல் என்பது ஒரு உச்சக்கட்ட நிலையை அடைந்திருந்தது.

இருந்த போதிலும், சினிமாவில் சில விஷயங்கள் எப்போதுமே இயற்கையாய் இருக்க வேண்டிய அவசியத்தைக் கொண்டிருந்தன. அவைகளால் பாணிவயப்படுத்துதலை ஏற்றுக் கொள்ள முடியாது. இது வடிவங்களைப் பொருத்த விஷயமல்ல. ஏனெனில் வடிவங்கள் பெரும்பாலும் வெற்றிகரமாக பாணி வயப்படுத்தப்படுகிறது. மாறாக இது அசைவைப் (movement) பற்றியதாகும். மேடைகளில் நடிகர்களின் செயற்கையான அங்க அசைவுகளை நாம் ஏற்றுக் கொள்கிறோம். ஏன்,

பல நேரங்களில் நாம் அவைகளைக் கவனிக்கக்கூட தவறிவிடுகிறோம். சினிமாவில் நாம் உருவங்களை லாங் ஷாட்டில், அதாவது தொலைவிலிருந்து பார்ப்போமெனில், இந்த விஷயம் சினிமாவுக்கும் பொருந்தும். ஆனால் அதே உருவத்தை நாம் க்ளோஸ்-அப்பில் அதனின் சூழ்நிலையிலிருந்து தனித்துப் பார்ப்போமெனில் அதனின் செயற்கையான அசைவு என்பது நம்மால் தாள முடியாத ஒன்றாக இருக்கும். ஆனால் நாட்டியத்தைப் பொறுத்தவரை இந்த விஷயம் விதிவிலக்காகும். ஏனெனில் அதில் செயற்கையான அசைவு என்பது ஒரு குறிப்பிட்ட நோக்கத்துக்காக உள்ளது. லாங் ஷாட்டில் உருவமானது காட்சி ரீதியான பின்புலத்தோடு பொருந்துவதாய் உள்ளது. அதனுடைய பாணிவயப்படுத்தப்பட்ட அசைவானது மொத்தப் படத்தின் பாணியோடு ஒத்துப் போவதாய் உள்ளது. பிரேமில் ஒரு புறமுள்ள வழக்கத்திற்கு மாறான கோடு இன்னொரு புறமுள்ள வழக்கத்திற்கு மாறான கோடால் ஈடுசெய்யப்படுமெனில், அது நமக்கு ஏற்புடையதாய் இருக்கும். ஆனால் க்ளோஸ்-அப்பில் பார்க்கின்ற முகத்தைப் பொதுவான பிரேமின் வடிவமைப்பின் ஒரு கூறு என்று மட்டும் சொல்ல முடியாது. ஏனெனில் அதில் ஒவ்வொரு பாவ அசைவின் சிறு சிறு விளக்கங்களையும் பார்க்கிறோம். இதழின் முறுவல், கண்ணைச் சுருக்குதல் போன்றவற்றைப் பார்க்கிறோம். நுணுக்கமான உடற்பாவயியலைக் காட்டக் கூடியப் படங்களை பாணிவயப்படுத்துல் என்பது முடியாது. தலையசைவு, கைபாவம், காலசைவு போன்றவற்றை செயற்கையான பாணி வயப்படுத்து வோமெனில், அது பார்வையாளனுக்கு எரிச்சலூட்டுவதாகவும், கேலிக்கூத்தாகவும், இருக்கும். வெளித் தோற்றங்களை பாணிவயப் படுத்துதல் என்பது, உள்ளார்ந்த விளக்கங்களின் உண்மைகளோடு முரண்படுவதாய் இருக்கும்.

சினிமாவை பாணிவயப்படுத்துதல் ஏன் கடினம் என்பதை இதிலிருந்து புரிந்து கொள்ளலாம். க்ளோஸ்-அப்பின் நுணுக்கமான பாவயியல் மற்றும் நெருக்கமான பாவயியல்களை பாணி வயப்படுத்துல் முடியாது. இருந்த போதிலும் அவை படத்திற்கு உயிரூட்டுவதாய் உள்ளது. மிகுந்த அழகோடு பாணிவயப்படுத்தப்பட்ட காட்சிகள் கூட க்ளோஸ்-அப்பினால் உள்ள நெருக்கமான உயிரோட்டத்தால் கெட்டுவிடும். முகத்திரை கிழிந்து அதன் பின்னிருந்து மனிதன் எட்டிப்பார்ப்பான். இந்த காரணத்திற்காகத்தான் திரைப்படத்தைக் கவிதைகளில் எடுப்பதில்லை. பாணிவயப்படுத்தப்பட்ட படங்களாய் இருந்த போதிலும் கூட அவைகளின் இயற்கையசைவோடு கட்டுப்படுத்தப்பட்ட பேச்சானது ஒத்துப்போகாதது. வரைபடங்களைப் பொருத்தவரை இந்தப் பிரச்சனைகள் கிடையாது. கார்ட்டூன் படங்களைப் பொருத்தவரை, முழுமையான இயற்கைத் தோற்றம் என்பது அடைய முடியாத ஒன்று, படத்தின் மொத்தப் பாணியையே

நிர்ணயிப்பது பாணிவயப்படுத்துதல்தான். அதாவது உயிரற்ற படங்களுக்கு உயிரூட்டுகின்ற அந்த வழி முறைதான். வரை படங்கள் வெறும் கவிதை வரிகளாய்ப் பேசுமெனில், அது யாருக்கும் அதிர்ச்சியைத் தரப்போவதில்லை.

அப்படியெனில் பாடல் படங்களை மட்டும் எப்படி ஏற்றுக் கொள்கிறோம். அதாவது செயற்கையான இசைப்படங்களை எவ்வாறு ஒப்புக் கொள்கிறோம். இதற்கு காரணம் என்னவெனில், பாடுவது என்பது மனிதனுக்கு இயற்கையாய் அமைந்த ஒன்றாகும். நல்லவேளை பொதுவாக எல்லா இடங்களிலுமே மனிதன் பாடுவதைக் கேட்கிறோம். ஆனால் யாராவது ஒருவர் கவிதை ஒப்பிப்பதைக் கூட நாம் வெகு அபூர்வமாகவே பார்க்கிறோம். அதே நேரத்தில் மனிதர்கள் தங்களின் அன்றாட வாழ்க்கைப் பிரச்சனைகளை ஏதோ கவிநயத்தோடும் இசை நயத்தோடும் பேசிக் கொள்ள வேண்டும் என்பது போலியான ஒன்றாகும். நாம் இசைப் படம் (film opera) ஒன்றைப் பார்க்கும்போது அது ஒரு கலாப்பூர்வமான படைப்பு, உண்மையல்ல என்பதை உணர்கிறோம். இந்தக் கருத்து பின்வரும் ஒரு அத்தியாத்தில் விரிவாக விவாதிக்கப்படுகிறது.

அகநிலை மற்றும் மரபு ரீதியான பாணிவயப்படுத்துதல்

எந்த ஒரு கலாப்பூர்வமான படைப்புக்கும், புறநிலை பாதிப்பு மற்றும் அகநிலை விளக்கம் ஆகியவற்றின் தொகுப்பு என்பது அடிப்படையாய் விளங்குகிறது. பாணி மற்றும் பாணிவயப்படுத்துதல் நிச்சயம் அகநிலைப்பகுதியைச் சார்ந்ததாகும். பாணிவயப்படுத்துதல் என்பது, எப்போதுமே புறநிலை யதார்த்தத்திலிருந்து விலகிச் செல்கின்ற ஒன்றாகும். ஒரே விஷயத்தை அகநிலை விளக்கங்களின் படி பல்வேறு பாணிகளில் படைக்க முடியும். தனி நபர் பாணி என்றில்லாவிட்டால் கூட, தேசியப் பாணி அல்லது வர்க்கப் பாணி என்ற முறையில் முடியும்.

இதற்கு முரணான ஒரு பிரச்சனையை நாம் இங்கு சந்திக்க வேண்டியுள்ளது. படைப்பின் ஒரு அகநிலை ரீதியான ஒரு கூறே பாணியெனில், மரபு ரீதியான கிராமப்புற பாணிகள் எங்கனம் தனி நபர் சாராததாயும், கலையின் மிக முக்கிய கூறாகவும் விளங்குகிறது? தன்னிச்சையான பாணிவயப்படுத்துதல் என்பது யதார்த்தத்தையே சீர்குலைக்கின்ற உச்ச அகநிலை ரீதியான உருவவாதம் ஆகும். கிராமியக் கலையின் சாதாரண பாணிவயப்படுத்துதலோ, பெரும்பாலும் ஸ்தூலமற்ற அலங்கரிப்பாகத்தான் முடியும். அப்படியெனில் இவையிரண்டிற்கும் இடையேயான வித்தியாசம் என்ன? ஒன்று சுயேச்சையான அகநிலைவாதமாகவும் இன்னொன்று தனிநபர் சாராத எல்லோருக்கும் பொருந்துகின்ற புறநிலை மதிப்பீடாகவும் இருக்க காரணம் என்ன?

மிக உண்மையான ஒரு புராதனப் பாணி என்பது ஒரு நபரின் தனிப்பட்ட ரசனையை மற்றும் கலாப்பூர்வமான நோக்கத்தை பொருத்துதான் அமைகிறது என்பதை இப்புத்தகத்தில் நான் ஏற்கனவேயே கூறியிருக்கிறேன். இருந்தபோதிலும் தனி நபர் ரசனை மற்றும் கலாப்பூர்வமான நோக்கம் என்பது வெறும் தனிமனிதத்துவத்தை மட்டும் கொண்டு இருக்காது. எந்த ஒரு கலைஞனும் தான் வாழ்கின்ற சமூகத்தோடு மிக உறுதியாகப் பிணைக்கப்பட்டுள்ளான். அதை அவன் உணர்ந்தோ அல்லது உணராமலேயோ தன்னுடைய சொந்த பாணி என்று கருதுவது மற்றவர்களின் தனித்துவத்துக்கு மேலான மரபு ரீதியான பாணியேயாகும்.

மரபுரீதியான கிராமிய பாணிகள் என்பது புறநிலை வரலாற்று உண்மைகள் ஆகும். ஆனால் பாணிவயப்படுத்துதல் என்பது அகநிலை ரீதியான செயல்பாடாகும். ஒரு கலைஞன் இதைத் தன் வாழ்வில், தன் படைப்பில் சொந்த அகநிலை அனுபவமாக வெளிப்படுத்துவானெனில், இந்த வரலாற்று மரபு புறநிலை காட்சி அற்புதமாய் மாறுகிறது. இதன் விளைவு மகிழ்ச்சிகரமான சந்திப்பாய் விளங்குகிறது. அதாவது கலைஞன் தன்னுடைய ஆழமான அகநிலை மற்றும் தனிப்பட்ட வெளிப்பாட்டின் மூலம் புறநிலை ரீதியான, வரலாற்று முக்கியத்துவம் வாய்ந்த பொதுவான படைப்புகளை உருவாக்க முடியும். ஓரளவு பாணிவயப்படுத்தப்பட்ட பின்பும், கலைப்படைப்பு தன்னிச்சையான அகநிலைவாதத்தை கொண்டிருக்காது எனில், அது மிகவும் அபூர்வமான விஷயமாகும்.

இன்றைய நிலையில், இது போன்ற ஒன்று மேற்கத்திய கலாச்சாரத்தில் நிகழக்கூடும் என்பதைக் கூட கற்பனை செய்து பார்க்க முடியாது. நவீன தொழில்மயப்படுத்தப்பட்ட வாழ்க்கையை படைப்பதற்கு புராதன கிராமிய பாணிகள் பொருந்தாதவைகளாகும். புராதன மற்றும் பழமையானது என்று சொல்ல முடியாத அளவுக்கு ஏதேனும் மரபு ரீதியான கிராமிய கலை உள்ளதா என்ன? எனவே அவைகளை இன்றைய அனுபவங்களை வெளிப்படுத்த உபயோகப்படுத்த முடியுமா என்ன?

திடீரென்று ஹோமரோ (Homer) அல்லது காலெவெலா (Kalevala) பாடகர்களில் ஒருவரோ பிரெஞ்சு இலக்கிய அரங்கத்தில் தோன்றுவாரெனில் மேற்கு ஐரோப்பிய அல்லது அமெரிக்க குடிமக்கள் அப்படியே திகைத்துப் போவார்கள். நவீன விமானப் போரை பழமையான சீர்மை மற்றும் இனிமையோடு காவியப் பாடல்களைப் போல் பாடினால் எப்படி வினோதமாக இருக்குமோ அது போலத் தான் மேற் சொன்ன விஷயமும் வினோதமாய் இருக்கும். இது போன்ற வினோதங்கள் இன்றும் கூட, சோவியத் யூனியனில் தேசிய சிறுபான்மையினரிடையே நிகழ்கிறது. மத்திய ஆசிய கிராமியக் கவிதைகள் இதற்கான அற்புதமான மற்றும் ஆச்சரியமான

உதாரணமாகும். இதே போன்ற விஷயங்களை சோவியத் ஆசியாவில் உள்ள காஸாக்ஸ்தான், தாஷ்கண்ட், உஸ்பெக் மற்றும் துர்க்மென் திரைப்பட ஸ்டுடியோவில் எடுக்கப்பட்ட படங்களிலும் பார்க்கலாம்.

மத்திய ஆசியாவிலுள்ள மக்கள் தங்கள் தேசிய மற்றும் கிராமிய கலாச்சாரம் குறித்து விழித்தெழக் காரணமாய் இருந்தது சோவியத் அரசாங்கத்தின் கலாச்சாரக் கொள்கை என்பது எல்லோரும் அறிந்த ஒன்று. அதுகாறும் அது மறைந்து கொண்டிருக்கக்கூடிய ஒரு மரபாகவும், வயதானவர்களின் நினைவில் மட்டுமே இருக்கக்கூடிய மரபாகவும் இருந்தது. சோவியத்துக்களின் கீழ், மறந்து போன மரபு மட்டும் புதிய வாழ்க்கைக்கு உயிர்ப்பிக்கப்படவில்லை. கூடவே அவைகளின் மறுமலர்ச்சி மற்றும் தொடர்ச்சிக்கும் ஆதரவு தரப்பட்டது. பழைய இசைப் பாடல் மரபு என்பது இன்னும் மத்திய ஆசியாவில் உள்ளது. ஏனெனில் அந்த பழைய மரபு இசைப் பாடகர்கள் இன்றும் அங்கு வாழ்ந்து கொண்டிருக்கிறார்கள். வயதான, சாம்பல் நிறத் தலைமயிரோடு அந்தப் பாடகர்கள் நாட்டின் ஒரு மூலையிலிருந்து இன்னொரு மூலைக்கு கையில் இரு டோம்ரா எனும் இழை வாத்தியத்தோடு பாடிக் கொண்டு திரிந்தார்கள். அவர்கள் பாடிய அந்தப் புராதனக் காவியப் பாடல்கள் காலங்காலமாய் வாய் வழியாய் வந்ததாகும். அவைகள் எப்போதுமே எழுத்து வடிவில் இருந்ததில்லை. சோவியத் அரசாங்கமோ இந்த மாபெரும் பழைய காவியங்களை எழுத்து வடிவில் கொண்டு வந்தது. மற்றும் அக்கின்ஸின் கடைசி தலைமுறையினரை (கசாக் சோவியத் யூனியனின் மொழியில் இவர்கள் இவ்வாறு அழைக்கப்பட்டனர்) இன்றைய வாழ்க்கையைப் பற்றி அறிந்து கொள்ள வைத்தனர். இதன் மூலம் அவர்கள் பழைய நாயர்களைப் பற்றி மட்டும் பாடவில்லை. செம்படையின் புதிய நாயகர்களைப் பற்றியும் பாடினார்கள். அவ்வாறு பாடிய அவர்கள் தங்கள் பழைய கிராமியப் பாணியையும், மொழியையும் விடவில்லை. இதன் காரணமாக அக்கின்ஸுகள் சோவியத் யூனியனின் இந்த பகுதியின் இளம் எழுத்தாளர்களை பாதிப்புக்குள்ளாக்கினார்கள்.

நம்முடைய காலத்தில், சோவியத் அரசியலில் நிகழ்கின்ற இந்த நிகழ்ச்சி கிட்டத்தட்ட ஒரு அதிசயமாகும். இது எதிர்காலத்தில் மேற்கத்தியக் கலையைப் பெருமளவு பாதிக்கக் கூடியதாக இருக்கும். நவீன வாழ்க்கை, கிராமியக் கலைப் பாணியில் படைக்கப்படுகிறது. அது பிரதான மரபாய் இருந்த போதிலும், இன்றும் உயிரோட்டத்தோடு விளங்குகிறது. இந்த விஷயங்கள் இலக்கியத்தோடு மட்டும் நின்று விடவில்லை. கசாக் மற்றும் தாரத்தார், உஸ்பெக் மற்றும் துர்க்மென், கிர்கிஸ் மற்றும் யாக்குட் ஆகிய இடங்களில் உள்ள திரைப்பட இயக்குநர்கள், நடிகர்கள், திரைக்கதை எழுத்தாளர்கள் ஆகியோர்

நவீன, வசதியான ஸ்டுடியோக்களில் பணி புரிகிறார்கள். மிக நவீன தொழில் நுட்பங்களைத் திரைப்படத் தயாரிப்புக்கு உபயோகப்படுத்துகிறார்கள். அவர்கள் இன்னமும் இருக்கின்ற கிராமியக் கலை மரபில் வளர்ந்தார்கள். அவர்கள் மிகவும் கடினப்பட்டு சொந்தப்பாணியை உருவாக்க வேண்டிய அவசியமில்லா தவர்களாய் இருந்தனர். ஏனெனில் உயிரோட்டம் உள்ள மாபெரும் கிராமியப் பாணியின் வீச்சுக்கு ஆளாகிய அதிர்ஷ்டசாலிகளாய் விளங்கினர்.

23
இசை வடிவங்கள்

இசை நாடகத்தைப் பற்றிய ஒரு படமோ, திரைப்பட இசை நாடகமோ வேறு விதமான கலைவடிவங்கள் என்பது தெளிவான ஒன்றாகும். இவைகள் வார்த்தைகளை அடிப்படையாகக் கொண்ட நாடகங்கள் இல்லை. பிஸட் (Bizet) டுடைய கார்மன் அல்லது வெர்தி (Verdi) யினுடைய நிகோலெட்டோ மற்றும் எந்த ஒரு இசை நாடகமாக இருந்தாலும் சரி, அவைகளை ஒலிப்படமாக உருவாக்க முடியும். அதன் மூலம் மிகச்சிறந்த நடிப்பை நிரந்தரமாக்கவும் பிரபலப்படுத்தவும் முடியும். இப்படிப்பட்ட படங்கள் தேவையானதும் மற்றும் மதிப்பு வாய்ந்த மறுபதிப்புகளாகும். இவைகள் மக்களின் இசை ரசனையை விருத்தி செய்யப் பெரிதும் உதவியாய் இருக்கும். சினிமாக் கலைக்குரிய பிரச்சனை மற்றும் பணிகள் இதற்கு அவ்வளவாக இல்லை. திரைப்பட இசை நாடகம் (film opera) என்பது ஆரம்பத்திலிருந்தே சினிமாவுக்காக உருவாக்கப்பட்டு, வடிவமைக்கப்பட்டு இயக்கப்பட்டதாகும். அது புதிய இசைக் கலைவடிவமாகும். அதற்குரிய பிரச்சனை மற்றும் பணிகளும் புதியன.

ஏற்கனவே இருக்கக்கூடிய இசை நாடகத்தை திரைப்படமாக எடுக்க வேண்டுமெனில், அதற்கான நோக்கங்கள் இரண்டு இருக்க முடியும். ஒன்று மிகச்சிறந்த இசையை எந்தவித கலப்பும் இல்லாமல் அதன் உண்மையான வடிவில் பிரபலப்படுத்துவது, இன்னொன்று அந்த இசை நாடகத்தின் பொருள் மற்றும் இசையின் பிரதான தன்மை திரைப்படமாக எடுப்பதற்கு சாதகமாக இருப்பது. முதலாவதைப் பொறுத்த வரையில், நாடகத்தையோ, நாவலையோ தழுவிப் படம் எடுப்பது போல, இசை நாடகத்தை தழுவிப் படம் எடுக்க முடியாது. அதாவது அதை வெறும் மூலப்பொருளாக மட்டும் கருதி அதற்கு திரைப்பட வடிவம் தரமுடியாது. இதற்கு காரணம் என்னவெனில், படமாக்கப்பட வேண்டிய இசையாகும். இசை நாடகத்தின் காட்சி வரிசைப்படிதான் படத்தையும் எடுக்க வேண்டும்., ஒரு நிகழ்ச்சியின் பக்கபலமாக இருக்கக்கூடிய இசை அதே நிகழ்ச்சியை அப்படியே மாற்றாமல் சினிமாவிலும் தர வேண்டும். இதன் விளைவு என்னவெனில் அது திரையில் இன்னும் செயற்கையாகவும் விறைப்பாகவும் இருக்கும். இசை நாடக மேடையைப் பொருத்தவரை சிறிது நேரத்துக்குப்பின்

அந்தப் பாணி நமக்கு பழக்கப்பட்டு விடுகிறது. அந்த மரபு மேடையின் செயற்கை பாணி காட்சியமைப்பு, இசை போன்றவற்றோடு ஒருமைப்பாட்டுடன் விளங்குகிறது. பாணிவயப்படுத்தாத சினிமாவில் இயற்கையான படப்பிடிப்பில் இசை நாடக நடிப்பு (இதற்கு அடிப்படையாய் இருப்பது இசை) என்பது பார்ப்பவர்களுக்கு பெரும்பாலும் சாத்தியப்படாத ஒன்றாகவும், கேலிக்கூத்தான முரண்பாடாகவும் விளங்கும். எனவே ஒரு சிறந்த இசை நாடகத்தை படம் பிடிக்கும் பொழுது, அதை அப்படியே சாதாரண இசை நாடக நடிப்பாய் படம் பிடிப்பதுதான் சிறந்த வழியாகும். இதில் மிகவும் இசை நாடகப் பாணியில் அமைக்கப்பட்ட நடிப்புக் கூட நமக்கு யதார்த்தமாகத் தோன்றும். ஏனெனில் அவை நன்கறியப்பட்ட யதார்த்தத்தின் அப்பட்டமான மறுபதிப்பாகும். இதே பாவங்களை நடிப்பை நாம் ஒரு தெருவில் நடப்பது போல் காண்பிப்போமெனில், அது பார்ப்பவர்களுக்கு கேலிக்கூத்தாக இருக்கும். ஆனால் அதையே அவைகள் நிகழ்கின்ற மேடையில் நடப்பது போல் காண்பித்தால் நமக்கு ஏற்புடையதாக இருக்கும்.

சினிமாவில் துவக்க காலத்திலிருந்தே மேடை அல்லது உயர்த்தப்பட்ட தளங்களில் நடிக்கப்பட்ட காட்சிகள் இருக்கத்தான் செய்கிறது. குறிப்பாக கதாநாயகன் ஒரு நடிகனெனில் இது போன்ற காட்சிகள் இருந்தன. அது போன்ற காட்சிகள் தெருக்காட்சிகளைப் போலவே உண்மையான வாழ்க்கையைக் காட்டுகின்றன. அவைகளின் செயற்கையான பாணி இயற்கையாக இருக்கும். ஏனெனில் பார்க்கின்ற அனைவருக்குமே அது மேடையென்றும், மேடையில் அவ்வாறுதான் நிகழும் என்றும் தெரியும். இருந்தபோதிலும் இந்த காட்சிகள் சினிமாவுக்குள்ள எல்லா விஷேசத் தன்மைகளோடும் படம் பிடிக்கப்பட்டது. ஒரு நல்ல இயக்குநர் சினிமாவின் நுட்பம் மற்றும் குறிப்பான சாதனங்களைக் கொண்டு மேடை நாடகத் தன்மையை அழுத்தமாகக் காட்டினார். பெரும்பாலும் நையாண்டி செய்யும் பொருட்டு இவ்வாறு காண்பிக்கப்பட்டது. ரினே க்ளேர் தன்னுடைய வரலாற்றுக் கால படங்களில் மேடைப் பாணியின் செயற்கைத் தன்மையை வினோதமாக காண்பித்ததன் மூலம் மிகவும் திரைப்பட ரீதியான படங்களை எடுத்தார்.

ஆனாலும், ஒரு படம் இசை நாடகத்தை அப்படியே அதன் சிறப்பான, உண்மையான பாணியில் படைக்க வேண்டும் என்று விரும்பினால் கூட, அது இன்றைய நவீனத் திரைப்பட மொழியை உபயோகித்துதான் செய்ய முடியும். அதன் உண்மையான பாணி என்பது, ஏற்கனவே கூறியுள்ளது போல், இசை காரணமாக பாதுகாக்கப்பட வேண்டும். பழமையான சிறந்த இசையைத் தேவையெனில் விலக்க முடியுமே தவிர மாற்ற முடியாது. பழமையான இசை நாடகங்கள், பழமையான இசை நாடகப் பாடல்களைக் கொண்டிருந்து அவைகளின் பழைய நாடகத் தன்மையை அப்படியே

சினிமாவானது பாதுகாக்க வேண்டியிருந்தது. இசை நாடக மேடையில், இரு ஜென்ம விரோதிகள் உருவிய வாளுடன் எதிரெதிராய் நிற்கிறார்கள் எனில், அப்போது ஒருவர் மீது ஒருவர் பாய்ந்து சண்டை போடாமல், ஒருவர் மீது ஒருவர் கொண்ட வெறுப்பை அரைமணி நேரம் பாடலாய் பாடுவார்கள் எனில், அதை இசை நாடக மேடையில் மட்டுமே பொறுத்துக் கொள்ள முடியும். அதனுடைய உயர்ந்த, புராதன கலாச்சார மரபு அதனை கேலிக்கூத்தாக்காமல் பாதுகாக்கிறது. இப்போது சொல்லப்பட்ட இந்தக் காட்சியில் இசை என்பது மற்ற எதைக் காட்டிலும் மிக முக்கியமான ஒன்றாகும். ஆனால் இவ்வாறு சொல்வதன் மூலம், ஒரு காட்சி முழுவதுமே, வரையப்பட்ட பின்புலக் காட்சியோடு எடுக்க வேண்டும் என்று அர்த்தமில்லை. பெரும்பாலும் இசை நாடகங்கள், திறந்தவெளி அரங்கில் இயற்கையான பின்னணியில் நிகழ்கிறது. இவ்வாறு காட்சி நடக்கின்ற இடம் இயற்கையான ஒன்றாக இருந்தாலும், பார்க்கின்ற மக்களுக்கு அது வெறும் காட்சி என்றும், அவர்கள் பார்க்கின்ற நிகழ்ச்சி உண்மையான காட்டில் எடுக்கப் பட்டதாக இருந்தாலும், அது நடிக்கப்பட்டது என்பதை அவர்கள் உணர்வார்கள். இவ்வாறு செய்யப்பட்ட பின், நடிப்பு மற்றும் நிகழ்ச்சியின் பழைய பாணியானது (இது தவிர்க்க முடியாத ஒன்றாகும். ஏனெனில் இசை அதைக் கோருகிறது) இயற்கை சூழ்நிலையோடு ஒத்துப்போவதாய் இருக்கும்.

இந்த வழிமுறையின் மூலம், சினிமாவில் இசை நாடகத்தை மிகச் சிறந்த மேடையில் காட்டுவதை விட, சிறப்பான சுதந்திரத்தோடு காண்பிக்க முடியும். திறந்த வெளி அரங்கத்திலோ இயற்கை மொத்தத்தையும் காட்சிப் பின் புலமாக உபயோகிக்க முடியும்.

அதே நேரத்தில், இசை நாடகப் படங்களில் இயற்கை செயற்கை என்பதெல்லாம் வெறும் காட்சிப் பின்புலம் மற்றும் சூழ்நிலையைப் பற்றியது மட்டுமல்ல. ஆனால் இயக்கம் மற்றும் நடிப்பு பற்றியதும் ஆகும். சிறந்த இசையோடு உருவான வசனங்களை அவ்வளவாக மாற்ற முடியாது. அது நம் ரசனைக்கு மிகுந்த அழகுடையதாகத் தோன்றலாம். ஆனால் ஒரு வாக்கியத்தையோ அல்லது முழு வசனங்களையோ இசையை பாதிக்காத வண்ணம் எடுத்துவிட முடியாது. உண்மையான வாழ்க்கையைக் காட்டுகின்ற திரைப்படங்களில் அதுபோன்ற வசனங்களுக்கு சாத்தியமில்லை. ஆனால் இசை நாடக காட்சிகளைக் காட்டுகின்ற படங்களில் அத்தகைய வசனங்கள் இயற்கையானதாக இருக்கும்.

இங்கு தீர்க்கப்பட வேண்டிய இன்னொரு பிரச்சனையும் உள்ளது. அது பாடுபவர்களின் முகபாவங்களாகும். பாடுகிறவர்கள் மக்களின் காதுகளைப் பற்றித்தான் கவலைப்படுகிறார்களேயொழிய, அவர்கள் கண்களைப் பற்றிக் கவலைப்படுவதில்லை. பேசுகின்ற நடிகர்கள் கண்களுக்கல்லாமல், காதுகளுக்குத்தான் புரியும் படி பேச வேண்டும்

என்ற பிரச்சனையை பேசும் படங்கள் ஏற்கனவே எழுப்பின. அவ்வாறு பாடுபவரின் வாயசைவை க்ளோஸ்-அப்பில் பார்க்க நேரிடும் போது, அது இன்னமும் கடுமையான பிரச்சனையாக இருந்தது. உயிரெழுத்து மெய்யெழுத்து போன்றவைகளை மிகச் சரியாக உபயோகிக்கும் போது எழுகின்ற வாயசைவுகள் வெறுமையானதாகவும் வினோதமாகவும் இருந்தது, பாடலுக்கு இது இன்னும் அதிகமாகப் பொருந்துகிறது. மேடையைப் பொறுத்தவரையில் தூரத்தில் இருந்து பார்ப்பதால், அது அவவளவாக பிரச்சனையாக இருக்காது. ஆனால் க்ளோஸ்-அப்பில் வருகின்ற நெருக்கமானது இதை பாழ்படுத்தி விடும். 'பின்குரல்' என்ற வழிமுறையைப் பயன்படுத்துவதன் மூலம் இப்பிரச்சனையை ஓரளவு தீர்க்கலாம். அதாவது நடிகர்கள் வெறும் வாயசைவுகள் செய்வார்கள். பாடலைப் பின்னால் டப்பிங் செய்து கொள்ளலாம்.

திரைப்படத் தொழில் நுட்பம் காரணமாக, நீண்ட பாடலைக் கேட்கும்போது, எந்நேரமும் பாடுபவரின் வாயையே பார்க்க வேண்டும் என்ற அவசியமில்லை. பாடிக் கொண்டிருக்கின்ற அந்த நேரத்தில் காமிராவானது சற்றே அப்படியும் இப்படியும் சென்று, காதலின் பொருள், நிலப்பரப்பு, அல்லது மிக ஆபத்தான பயமுறுத்தல் போன்ற பாடல் குறிக்கின்ற விஷயங்களை சொல்லலாம். மேடை என்பது மேடையாகத்தான் வேண்டும். பார்க்கக்கூடிய பொது மக்கள் இதை உணர்ந்தவர்களாக இருக்க வேண்டும். அது அப்படியே நம் முன்னால் க்ளோஸ்-அப்பில் இருக்க வேண்டும் என்ற அவசியமில்லை. இவ்வாறு ஒழுங்காக செய்யப்படுமெனில், இறுக்கமான அசையாக் காட்சிகளைப் பற்றியும், துணை நடிகர்களின் கும்பல் பற்றியும் நாம் கவலைப் படத் தேவையில்லை. அவர்கள் வேண்டுமானால் அசையாமல் இருக்கலாம். ஆனால் காமிரா என்னவோ அசைகிறது. அதன் அசைவிற்கேற்றவாறு, காட்சித் தொகுப்பின் சீர்மையும் அசைகிறது. இந்த சீர்மை, இசையின் சீர்மையோடு ஒத்துப் போவதால், இசையை அழுத்தமானதாகக் காட்டுவதோடு அதற்கான விளக்கத்தையும் தரும்.

திரைப்பட நுட்பமானது, குறிப்பாக வண்ணத் திரைப்பட நுட்பமானது, சிறந்த இசை நாடகங்களைப் பிரபலப்படுத்துவதன் மூலம், தன்னுடைய மிக முக்கியமானதொரு பணியைச் செய்கிறது. பெரும்பாலான நேரங்களில் இதுபோன்ற இசை நாடகங்கள் வெட்டிக் குறைக்கப்பட வேண்டியுள்ளது. ஏனெனில் இரண்டு மணிகளுக்கு மேல் ஒரு படம் ஓடுமெனில், அது மக்களுக்கு பார்ப்பதற்கு கடினமான ஒன்றாக இருக்கும். ஆனால் இந்தக் கடினம் போகப் போக குறைந்துவிடும். இவ்வாறு நீளத்தை வெட்டும்போது, அதற்கு அடிப்படை இசையாகும். எனவே முதலில் இசையை வெட்டிக் குறைக்க வேண்டும், பின்னர் நாடகப் போக்கு தானாகவே வெட்டிக் குறைக்கப்படும். எதையாவது விட்டு விடுவதன் மூலம் நீளத்தைக் குறைப்பது என்பது வெகு அரிதாகவே செய்யப்பட்டது சில

தனிப்பட்ட காட்சிகளோ அல்லது பெரும்பாலான நேரங்களில் மொத்த நிகழ்ச்சிகளுமோ மாற்றியமைக்க வேண்டி வரலாம். இசை நாடகத்துக்குப் பாதுகாப்பாக இசை இருக்கும் வரையில் இவைகள் இசை நாடகத்தைப் பாதிப்பதாக இருக்காது. ஆனால் இசை நாடகத் திரைப்படங்களை எடுப்பது என்பது சாதாரண காரியமில்லை. மற்ற நேரடியான படங்களை எடுப்பது போலவே இதுவும் இயக்குநர், நடிகர்கள் மற்றும் தொழில் நுட்பவியலாளர்கள் ஆகியோரின் கூட்டு முயற்சியாகும்.

திரைப்பட இசை நாடகம்

திரைப்பட இசை நாடகத்தைப் பற்றி பேசும்போது, அதாவது திரைப்படமாக எடுக்க வேண்டும் என்பதற்காக உருவாக்கப்பட்ட இசை நாடகத்தைப் பற்றி பேசும்போது, துரதிருஷ்டவசமாக இன்னும் உருவாகாத ஒரு கலை வடிவத்தைப் பற்றி விவாதிப்பவர்களாக இருக்கிறோம். இதற்கான முயற்சிகள் என்னவோ நிகழ்த்தப்பட்டன. ஆனால் அது அவ்வளவாக வெற்றி பெறவில்லை. அதற்கான காரணங்களை ஆராய்வோமெனில், அது நமக்கு மிகவும் ஆர்வத்துக்குரிய பிரச்சனையைத் தருகிறது. ஏனெனில் கொள்கை மற்றும் கோட்பாடு அளவில் திரைப்பட இதை நாடகத்தை நிரூபிப்பது என்பது சுலபமான ஒன்று. இசை நாடகங்கள், இதை நகைச்சுவைகள் போன்ற எல்லா மேடை நிகழ்ச்சிகளிலுமே (எனவே இந்த கலை வடிவங்களின் பிரபல திரைப்படங்களிலும்) நடிகர்கள் பாடுகிறார்கள். சில நாடகரீதியான காட்சிகளில் கதாபாத்திரங்கள் தங்கள் உணர்வுகளைப் பாடல்களின் மூலம் வெளிப்படுத்துகின்றனர். இதில் செயற்கை அல்லது பாணிவயப்படுத்தல் என்று எதுவுமே கிடையாது. தினசரி வாழ்க்கையில் கூட, ஒரு சில மனநிலையில் இருக்கும்போது மக்கள் பாடுகிறார்கள். எனவே இந் நிகழ்ச்சியை நிகழ்ச்சி என்ற அடிப்படையில் போலியானது என்று சொல்ல முடியாது. ஆனால் இசை நாடகத்திலோ, அதேபோல் திரைப்பட இசை நாடகத்திலும், கதாபாத்திரங்கள் பாடல்களை மட்டும் பாடவில்லை. அவர்கள் உரையாடுவதைக் கூட பாடலில்தான் நிகழ்த்துகின்றனர். இதுதான் செயற்கையாகவும், பாணி வயப்படுத்தப்பட்டதாகவும் போலியாகவும் தெரிகிறது.

இசை நாடகத்தில் வரக்கூடிய பாடல், நாடக ரீதியான பங்கை ஆற்றக் கூடியதாக இருக்கலாம். உதாரணமாக, நிகழப்போகும் ஒன்றின் அறிவிப்பாய் அந்தப் பாடல் இருக்கலாம்; கதாபாத்திரங்கள் பாடல்கள் மூலம் ஒன்றையொன்று இனங்கண்டு கொள்வதாய் இருக்கலாம். நம்பிக்கையை எல்லாம் இழந்த ஒருவர், ஒரு பாடலின் மூலம் மகிழ்ச்சியையும், எழுச்சியையும் பெறலாம். ஆனால் அது போன்ற நேரங்களில், பாடல் என்பது முழுமையான இசைப்பகுதியாக உள்ளது. எனவே மற்ற பொருள்களை உபயோகிப்பது போலவே அதையும் உபயோகிக்கலாம். உதாரணமாக லேசான அறிவிப்புக் கூட அதே

போன்ற நாடக ரீதியான பங்கை ஆற்றலாம். அது போன்ற பாடல் நாடக ரீதியான சூழ்நிலையைக் கொண்டு வரலாம். ஆனால் அப்படம், அப்படிப்பட்ட நாடக ரீதியான சூழ்நிலையின் விளைவாக இருக்காது. அதாவது, அது ஒரு சூழ்நிலையின் விளைவாக நம் கண் முன் பிறப்பதாக இருக்காது. பாடல் என்பது முடிக்கப்பட்ட ஒன்றாக ஏற்கனவே உள்ளது. அது அப்படியே ஒரு குறிப்பிட்ட சூழ்நிலையில் உபயோகப்படுத்தப்படுகிறது. அவ்வாறு உபயோகப்படுத்தப்பட்ட பாடலின் காரணமாக, ஒரு நீண்ட நிகழ்ச்சித் தொடரே நிகழலாம். ஆனால் அந்த நிகழ்ச்சியோட்ட தொடர்ச்சி என்பது அந்தப் பாடலிலேயே நிகழ்வதில்லை. பாடல், ஒரு குறிப்பிட்ட மனோநிலையைத் தான் வெளிப்படுத்துகிறது. ஆனால் இசையில்தான் உள்ளத்தின் பரிணாம வளர்ச்சியே நிகழ்கிறது என்று சொல்ல முடியாது. கதையில் ஒரு கட்டத்தை வேண்டுமானால் பாடல் வெளிப்படுத்தலாம். ஆனால் இசை நாடகத்தைப் போல, இசையில்தான் கதையே தொடர்கிறது என்று சொல்ல முடியாது.

இசை என்பது ஆரம்பத்திலிருந்தே நாடகத்தைக் காட்டிலும் சினிமாவோடு நெருக்கமான தொடர்புடையது. ஒளி மற்றும் நிழலைப் போலவே, இது திரைப்படத்தின் உயிரோட்ட ரீதியான, அமைப்பு ரீதியான பகுதியாகும். மௌனப் படங்களுக்கு இசை என்பது தவிர்க்க முடியாத ஒரு அம்சமாக விளங்குகிறது. அதே போல் ஒலிப்படத்திற்கும் தவிர்க்க முடியாத அம்சமாக விளங்கியது.

காட்சியின் சில விறுவிறுப்புகளுக்காகவே மேடையில் இசை என்பது எப்போதும் உபயோகப்படுத்தப்பட்டது. ஆனால் ஒரு காட்சியில் உள்ள மனோநிலைக்கு அழுத்தம் கொடுப்பதற்காக பின்னணி இசை மற்றும் அழகிய அல்லது கவிதாப்பூர்வ தன்மை வெகு அரிதாகவே பயன்படுத்தப்படுகிறது.

மௌனப் படங்களில், இணையாக வாசிக்கப்பட்ட இசையானது சாதாரண சூழ்நிலையில் காட்சிகளும் அழகிய அல்லது கவிதாபூர்வ விளைவைக் கொடுக்கவில்லை. அப்படிப்பட்ட மனோநிலை ஏற்கனவே படத்திலேயே இருக்கும். போதுதான் அவ்வாறு தரப்பட்டது. ஆனால் மௌனப்படங்களில், அது எவ்வளவுதான் புறநிலை ரீதியான, அறிவிப்பு, செய்திப் படங்களாக இருந்தபோதிலும் அதில் இசைக்கான தேவையை நாம் எப்போதுமே உணர்கிறோம்.

உடன் வாசிக்கப்படும் இசையில்லாமல் மௌனப் படங்களைப் பார்த்தால் அது மிகவும் கஷ்டமான ஒன்றாகும். இதற்கான காரணம் உடல் ரீதியானதும் உளவியல் ரீதியானதும் ஆகும். மௌனப் படங்களைப் பொறுத்தவரை இசை என்பது ஒரு குறிப்பிட்ட மனோநிலையை உணர்த்துவதற்கான இன்னொரு சாதனம் இல்லை. அது கிட்டத்தட்ட திரையில் உள்ள இரு பரிமாணப் படங்களுக்கு மூன்றாவது பரிமாணத்தைத் தருவதாக உள்ளது.

பார்க்கின்ற ரசிகன் இசையைக் கேட்கின்றபோது, திரையில் காண்பிக்கப்படும் படங்கள் இரு பரிமாணத்தைத்தான் கொண்டிருக்கின்றன என்பதையும், அதற்கு ஆழம் இல்லை என்பதையும் உணர்வதில்லை. திரையில் தான் காணுகின்ற பிம்பத்தை உண்மையான உயிருள்ள யதார்த்தமாக ஏற்றுக் கொள்கிறான். அவைகள் மௌனமாகிப் போன உடனேயே, மூன்றாவது பரிமாணத்தையும், உயிரையும் இழந்ததாகத் தோற்றமளிக்கிறது. சினிமா பார்க்கும் போது கேட்கப்படுகின்ற இசையைப் பெரும்பாலான ரசிகர்கள் உணர்வதே இல்லை என்கின்ற அனுபவத்திலிருந்தே இது உண்மையென்று தெரிகிறது. ஆனால் இசை நின்று போன உடனேயே அதை உணர்கிறார்கள். இதற்கான உளவியல் காரணம் என்னவெனில், நாம் யதார்த்தத்தை ஒரே ஒரு புலன் மூலம் மட்டும் உணர்வதில்லை. நாம் ஒன்றை வெறுமனே பார்க்கவோ அல்லது கேட்கவோ மட்டும் செய்தால், அது நமக்கு முப்பரிமாண யதார்த்தமாகத் தோன்றாது.

எனவே சினிமாவில் இசைக்கு நாடக ரீதியான பங்கு மட்டுமில்லை. பார்க்கின்ற படங்கள் இயற்கையாகத் தோன்றுவதாகும் அது நமக்குத் தேவையாய் உள்ளது. படங்களுக்கு சூழ்நிலையைத் தருகின்ற மூன்றாவது பரிமாணமாக இசை உள்ளது. இசை ஒலி ரீதியான பின்னணி மற்றும் கண்ணோட்டத்தைத் தருகிறது. இசை என்பது வெறும் இசைக்காக மட்டுமே இருக்குமெனில், அது காட்சி ரீதியான படங்களிலிருந்து தன்னை விலக்கிக் கொள்வதோடு அதன் வாழ்க்கையும் அழித்துவிடுகிறது.

திரைப்பட இசை நாடகங்களின் ஒவ்வொரு பிரச்சனையையும், திரைப்பட இசையில் இந்தத் தன்மையை அடிப்படையாகக் கொண்டுதான் உள்ளது.

'பாடப்பட்ட' வசனங்கள் மற்றும் 'பாடப்பட்ட' நாடக நிகழ்ச்சிகள் இயற்கையாகத் தோன்றவில்லை என்று ஏற்கனவே சொல்லப்பட்டது. அவைகள் மிகவும் பாணி வயப்பட்ட தாகும். பாடப்பட்ட வசனங்களில் உண்மையான உணர்வுகளை மிகவும் உண்மையாக வெளிப்படுத்தமுடியும். ஆனால் வெளிப்பாட்டுச் சாதனம் என்பது இயற்கையானதாக இருக்காது. அது பாணிவயப்படுத்தப்பட்டதாகவும், திரைப்படச் சாராம்சத்தோடு பொருந்தாத ஒன்றாகவும் இருக்கும். இதன் காரணமாகவே, சீர்மை மற்றும் ராகத்தோடு கூடிய வசனங்களைக் கொண்ட படங்கள் வெற்றி பெறவில்லை. நாடக மேடையைக் காட்டிலும், சினிமாவில் இயற்கை தோற்றம் பற்றிய மாயை எந்த அளவு அவசியம் என்பது இப்புத்தகத்தின் பல்வேறு பக்கங்களில் மீண்டும் மீண்டும் சொல்லப்பட்டுள்ளது. சினிமாவானது நமக்கு கற்பனை உலகை உண்மையான இயற்கைத் தோற்றத்தோடு காண்பிக்கலாம். ஆனால் நம் தினசரி உலகத்தை எந்த ஒரு போதும் தீட்டப்பட்ட காட்சியாய் காட்ட முடியாது. நடிப்பை உண்மையாக தோற்றமளிக்கச் செய்யவும் இது போன்ற மாயை தேவைப்படுகிறது.

வாகனருடைய 'பிளையிங் டச்சுமேன்' படத்தில்
உயிரோட்டமுள்ள காட்சிகளில் ஒன்று.

திரைப்பட இசை நாடகத்தாலும் பாணிவயப்படுத்துதலை ஏற்றுக் கொள்ள முடியாது. இதில் தீர்க்க முடியாத பிரச்சனையாய் இருப்பது காட்சியமைப்போ அல்லது இயக்கமோ அல்ல, மாறாக இசையாகும். இதற்கான காரணம் என்னவெனில், இசைவெளிப்பாடு, வார்த்தைகளின் வெளிப்பாடு மற்றும் உடல் பாவங்களின் வெளிப்பாடு ஆகியவற்றிற்கான காலம் என்பது ஒத்த அளவையுடையதல்ல. முகத்தசையின் ஒரு சிறு அசைவிலோ அல்லது ஒரு பாவத்திலோ மிகவும் ஆழமான நுட்பமான பாவயியலை வெளிப்படுத்த முடியும். இதற்கான நேரம் ஒன்று அல்லது இரண்டு நொடிகள் ஆகும். அதாவது திரைப்பட ரீதியான மொழியில் சொல்வதனில் ஒரு சில அல்லது மனோநிலையையோ வார்த்தைகளில் விவரிக்க வேண்டுமெனில், அதற்கு அதிக நேரம் எடுத்துக் கொள்ளும். அதாவது, அதற்கு பல அடி படச்சுருள் தேவைப்படும். ஒரு கதாபாத்திரம் உணர்வுகளைப் பற்றிப் பேசும் பொழுது, அது சரியாக வார்த்தைகளை அளந்து பேச வேண்டியுள்ளது. அவ்வாறு பேசும்பொழுது உண்டாகின்ற முகபாவமானது, அந்த உணர்வைப் பற்றி அவன் பேசுகின்ற எல்லா நேரங்களிலுமே அவன் முகத்தில் இருக்கும்.

இதே உணர்வை இசை இனிமையில் வெளிப்படுத்த வேண்டுமெனில், அதற்கு இன்னும் நேரம் எடுத்துக் கொள்ளும். இசையின் சிறு பகுதி

கூட அதிகமான நேரத்தையும், படச்சுருளையும் எடுத்துக் கொள்கிறது. அந்த இசை முடிவதற்குள், கதாபாத்திரம் வழக்கமான அசைவைக் கொண்டிருக்குமெனில், பல்வேறு விதமான மனோநிலைகளை பல்வேறு முகபாவங்கள் மற்றும் உடல் பாவங்களில் வெளிப்படுத்தும். எனவேதான் வாக்னர், தன்னுடைய இசை நாடகங்களில், பாடகர்களை வழக்கத்தைக் காட்டிலும் மிக மெதுவாகப் பாடவைத்தார். புராதன பாணி வயப்படுத்தப்பட்ட நாடகங்களில் கூட நடிகர்கள் நீண்ட கனமான பூட்ஸை அணிந்திருந்தனர். அந்த பூட்ஸுகள் அவர்கள் பேசிநடிக்கும்போது அவர்களின் அசைவை மட்டுப்படுத்துவதாக இருந்தன. புராதன சோக நாடகங்கள் மற்றும் பாடல்களை மேடையேற்றுவதற்கு பொருத்ததமான வழிமுறை மற்றும் பாணியை கண்டு பிடிக்கும் முயற்சியாகத்தான் பதினாறாம் நூற்றாண்டு இசை நாடகம் கண்டுபிடிக்கப்பட்டது என்பது நாமறிந்த விஷயமாகும். மெதுவான முறையில் நடிப்பது என்பது இதற்கு ஏற்ற வழிமுறையாக்கப்பட்டது.

இவ்வாறு மெதுவாக நடிப்பது என்ற பாணிவயப்படுத்துதல் முறை ஏன் மேடையில் மட்டும் சாத்தியமாயிற்று சினிமாவில் சாத்தியப்படவில்லை என்பதற்கு மிக முக்கியமானதொரு காரணம் உள்ளது.

வாக்னருடைய பிளையிங் டச்சுமேன் (Flying Dutchman) படத்தில், சென்டாவும், பறக்கின்ற டச்சுமேனும் முதன் முதலாக சந்தித்தபொழுது, ஆடாமல் அசையாமல் அமைதியாய் ஒருவரையொருவர் பார்த்துக் கொண்டிருந்தனர். கிட்டத்தட்ட இருபது நிமிடங்கள் அவர்கள் ஒருவரையொருவர் அவ்வாறு பார்த்துக் கொண்டிருந்தனர். அது நமக்கு உயிரோட்டமுடையதாய் இருந்தது. ஏனெனில், அப்போது ஒலித்த இசையானது அவர்களின் சிந்தனை மற்றும் உணர்வுகளை வெளிப்படுத்தும் விதமாய் விறுவிறுப்பாக அமையும். மேடையில் அது சாத்தியமானதே. ஆனால் சினிமாவில் காட்சிரீதியான அசைவுகளை இசை ரீதியான அசைவுகளின் மூலம் காட்ட முடியாது. சினிமாவில் ஆடாமல் அசையாமல் இருக்கின்ற தன்மை, காட்சித் தொகுப்பையே பாழடித்து விடும். சிறு சிறு ஷாட்டுகளின் விளக்கங்கள் மற்றும் வேகமான படத்தொகுப்பின் சீர்மை ஆகியவற்றின் மூலம் இந்த பாதிப்பை சிறிது நேரத்துக்குப் போக்கலாம். ஆனால் வெகு நேரத்துக்கு அவ்வாறு செய்ய முடியாது. மேடையில் நடிகர்கள் அசைவற்று நின்றிருந்தால் கூட, அவர்கள் உயிருள்ள மனிதர்கள் என்பதை பார்க்கின்ற ரசிகர்கள் அறிவார்கள். எனவே அவ்வாறு அசைவற்று அவர்கள் தோற்றமளித்தாலும், அவர்களின் மன ஓட்டத்தைப் பார்வையாளர்கள் ஏற்றுக் கொள்வார்கள். ஆனால் சினிமாவில் அசைவற்ற தன்மை என்பது தோற்றமாக இருக்க முடியாது. மாறாக யதார்த்தமாக இருக்கும் ஒரு நல்ல ஓவியத்தில், அசையாத்தன்மை

என்பது அசைவின் சாரமாக அமைந்துள்ளது. அது எப்போதும் உயிரோட்டத்துடன் உள்ளது. ஆனால் சினிமாவில் அத்தகைய அசைவற்றதன்மை என்பது தனித்த ஒரு பிரேமாக, புகைப்படமாகத்தான் இருக்குமே ஒழிய, அதில் உண்மையில் எந்த உயிரோட்டமும் இருக்காது.

எனவே திரைப்பட இசை நாடகம் என்பது சாத்தியமில்லாத ஒன்று என்ற அர்த்தமாகாது. ஷாட்டுகளை மட்டும்தான் முடிந்த அளவு பாணி வயப்படுத்த முடியும் என்பதல்ல, சினிமாவில் உள்ள தொழில் நுட்பங்கள் காரணமாக இது பெருமளவுக்கு சாத்தியமாகக் கூடியதே என்பது நாம் அறிந்த ஒன்று. இது போன்ற பாணிவயப்படுத்துதல் தனக்கு ஆதாரமாக உள்ளடக்கத்தையே எடுத்துக் கொண்டால் அது நம்பும்படியாக இருக்கும். உதாரணமாக கற்பனா மற்றும் மாயக் கதைகளில், உருவரீதியான படைப்பு என்பது இயற்கையாக இல்லாமல், பாணிவயப்படுத்தப்பட்டதாக இருக்குமெனில் அது நம்பக்கூடியதாகவே இருக்கும். ஒரு அற்புத நிகழ்ச்சியின் அற்புதத்தன்மை ஆச்சரியத்தைத் தருவதாக இருக்கும். கற்பனா உலகின் நிலப்பரப்புகளின் படங்கள் வினோதமாக இருப்பதோடு சரியான ஒன்றாகவும் இருக்கும். எனவே பேச்சைப் பாட்டாகப் பாடுவதும், பாடுகின்ற அசைவும் அதற்குப் பொருத்தமானதாக இருக்கும்.

24
கதாநாயகர்கள், அழகு, நட்சத்திரங்கள் மற்றும் கிரேட்டா கார்போவின் உதாரணம்

புராதன கால காவியங்களிலிருந்து, தற்போதைய நவீனத் திரைப்படங்கள் வரை எதை எடுத்துக் கொண்டாலும், அவைகளில் கதாநாயகன், உதாரணங்கள், மாதிரி போன்றவைகள் அனைத்து இன மக்களின் கவிதைகளிலும் தவிர்க்க முடியாத கூறுகளாய் விளங்கும். இது மிகச் சிறந்த ஒன்றை இயற்கையாக தேர்ந்தெடுப்பதும், முன்னேற்றத்தைக் குறித்த இயற்கையுணர்வும் ஆகும். இது உயிரியலின் அடிப்படையாகும். அழகியலின் அடிப்படையல்ல. மானுட கலாச்சார வரலாற்றின் வளர்ச்சியில், மாறி வரும், வளர்ந்து வரும் ரசனையானது கதாநாயகனின் தன்மை மற்றும் சிறப்பியல்புகள் இதை அடிப்படையாகக் கொண்டே அமைந்தன.

கதாநாயகனின் உருவத் தோற்றம் மற்றும் அழகு என்பது வெறும் உயிரியல் தேர்வு மற்றும் பரிணாம வளர்ச்சி இல்லை. துவக்கத்திலிருந்தே இலக்கியம், கலை மற்றும் சிறந்த நுட்ப வடிவங்களில் இவைகள் உணர்வு மற்றும் கொள்கை மதிப்பீடுகளின் வெளிப்பாடுகளாகவும் உள்ளது. அச்சுக் கண்டுபிடிப்புக்குப் பின் உருவான (இது குறித்து ஏற்கனவே குறிப்பிட்டுள்ளேன்) கருத்துக் கலாச்சாரத்தின் காரணமாக, மனித உருவத் தோற்றத்தின் மதிப்பீடுகளின் முக்கியத்துவம் மறைந்து போனது. அழகு என்பது அதற்குப் பின், வெகுஜனத்திரளின் அனுபவமாகவோ அல்லது கனவாகவோ விளங்கவில்லை. சினிமாவின் வருகையால் மீண்டும் உருவான காட்சிக் கலாச்சாரத்தின் காரணமாக, உருவ அழகு என்பது மீண்டும் மக்களின் அனுபவமாக மாறியது. இன்று படங்கள் நிறைந்த பத்திரிகைகள் எல்லாமே அழகிய பெண்களின் படங்களைக் கொண்டுள்ளது. எனவே, இப்போது மக்களெல்லாம் அந்த அளவு பொறுப்புணர்வோடு இல்லை என்பது அர்த்தமில்லை. படங்கள் நிறைந்த பத்திரிகைகள் என்பது, சினிமாவுக்கு வெகு முன்பிருந்தே இருந்து வருகிறது. ஆனால் அப்போது அவை வெறும் உடல் அழகைக் காட்டுவதாக இல்லை. புராதன ஏதென்ஸ்

நகரில், அப்போது படம் நிறைந்த பத்திரிகைகள் என்பது இல்லை. ஆனால் ஏதென்ஸ் நகர தெருக்களும், சதுக்கங்களும் அழகிய மனித உருவங்களைக் கடவுளர்களின் சிலைகளாகக் கொண்டிருந்தது. தாய்மையடைந்த பெண்கள், அந்த சிலைகளைப் பார்ப்பதற்காக வந்தனர். அதன் மூலம் அது போன்ற அழகிய உருவங்களைப் பெற்றெடுப்போம் என்று நம்பினர். முன்னேற்றம் குறித்த புராதன ஆர்வத்தைக் காட்டுவதாகத்தான் அழகிய உருவங்கள் விளங்கின. திரைப்படக் கலாச்சாரமிக்க இந்தக் காலத்திலோ, மனிதன் மீண்டும் காட்சிப் பொருளாகி விட்டான். அழகு பற்றிய உணர்வு அவனுள் மீண்டும் எழுப்பப்பட்டது. அழகு பற்றிய காட்சி கலாச்சாரம் என்பது மீண்டும் ஆழமான உடலியல் மற்றும் சமூக உணர்வுகளின் வெளிப்பாடுகளாக மாறியது.

கதாநாயகன் மற்றும் கதாநாயகி மீண்டும் உயிர்த்தெழுந்தது, அந்த அழகை ஆராதிப்பவர்களின் தத்துவம் மற்றும் எண்ணங்களைக் காட்டுகிறது. முகங்களை எப்படி நாம் படித்தறிய கற்றுக் கொண்டோமோ, அதேபோல் அழகையும் படித்தறியக் கற்றுக்கொள்ள வேண்டும். பாலுணர்வு என்று நாம் சொல்லக் கூடிய இதை நாம் விஞ்ஞானப் பூர்வமாக ஆராய்வோமெனில், அது நமது சமூக மனவியல் பற்றிய அறிவை வளப்படுத்துவதாக இருக்கும்.

ஒரு குறிப்பிட்ட காலகட்டத்திலோ வர்க்கத்திலோ காவியமோ அல்லது ஆராதிக்கக் கூடிய அழகோ இல்லையெனில், அது சீரழிந்து போன காலகட்டமாகவோ, வர்க்கமாகவோ இருக்கும். புதிய மனிதத்துவத்தை உரக்கப் பேசுகின்ற எந்த ஒரு சமூகமும், புதிய மனிதனின் மற்ற அம்சங்களைப் போலவே அவனுடைய ஆராதிக்கக்கூடிய உருவத்தையும் தேடுவதாக அமையும். இங்கு அழகு என்று சொல்லப்படுவது, உள்ளத்தை முகத்தில் காட்டக்கூடிய ஆழமான அழகோ அல்லது கலைப்படைப்பின் படைப்புத் திறனை குறிக்க உபயோகப்படுத்தும் சரியற்ற பதமோ அல்ல. இங்கு அழகு என்று சொல்லப்படுவது, இயற்கையாக அமைந்த உடலுருவ அழகாகும். இது திரைப்படக் கலையில் பெரும் பங்காற்றக் கூடியது.

அலட்டிக் கொள்ளும் கலா விமர்சகர்ளோ, திரைப்பட நட்சத்திரங்களின் அழகை இரண்டாந்தர அம்சமாகவும், படைப்புக்கலையை பாதிக்கக்கூடியதாகவும், அடிப்படை இயற்கை உணர்வுகளை எழுப்பக்கூடியது என்றும், ‘உண்மையான கலை’க்கும் அதற்கும் எந்த சம்பந்தமும் இல்லை என்றும் கருதுகிறார்கள். ஆனால் அப்படிப்பட்ட பொதுவான கலாச்சார காட்சி அற்புதத்தை, சினிமாவைப் பொறுத்தவரை வெறும் அதன் கலாரீதியான படைப்பை வைத்து மட்டும் மதிப்பிட முடியாது, இவைகளுக்கெல்லாம் அப்பாற்பட்டு முக்கியமான மானுட இயற்கையுணர்வு மற்றும் சமூகப்

போக்குகள், சினிமாவில் முக்கியத்துவத்தோடு விளங்குகிறது. இவைகளை நாம் கணக்கிலெடுத்துக் கொள்ளாமல் இருக்க முடியாது.

மிகவும் வெற்றிகரமாக விளங்கிய திரைப்பட நட்சத்திரங்கள் பிரபலமாக விளங்கியதற்கு அவர்களின் நடிப்புத் திறமை மட்டும் காரணமல்ல. அவர்கள் மிகச் சிறந்த நடிகர்களாக இருந்தால்கூட அவர்களின் நடிப்புத் திறன் அவர்களின் புகழுக்கு காரணமாக இல்லை. பெரும்பாலான புகழ் பெற்றவர்கள் நடிக்கவேயில்லை அல்லது அவர்கள் அவர்களாகவே நடித்தார்கள். சார்லி சாப்ளின் தன்னுடைய எல்லாப் படங்களிலுமே தன்னுடைய உடை, முகத்திரை, பாணி, ஆகியவற்றை மாற்றாத ஒரே சார்லியாகவே இருந்தார். இவ்வாறு இருந்தது சாப்ளின் மட்டும் இல்லை. டொக்ளாஸ் பேயர் பாங்க்ஸ், அஸ்டா நெல்சன், லிரியான் கிஷ், ருடாப் வாலண்டினோ போன்றவர்களும் எல்லாப் படங்களிலும் ஒரே மாதிரியாக விளங்கினார்கள். அவர்கள் கதாபாத்திரங்களைக் காட்டுபவர்களாக விளங்கவில்லை. அவர்கள் பல்வேறு கதாபாத்திரங்களில், பெயர், உடை, சமூக அந்தஸ்து ஆகியவற்றைத்தான் மாற்றினார்களே ஒழிய, எல்லாவற்றிலும் ஒரே தன்மையை அதாவது தங்கள் சொந்த தன்மையைத்தான் காட்டினார்கள். அவர்கள் ஏற்படுத்திய பாதிப்புக்கும் அவர்களின் சொந்த தோற்றம்தான் பிரதான காரணமாய் விளங்கியது. ஒவ்வொரு புதிய படத்திலும் அவர்கள் நம்முடைய பழைய நண்பர்களாகவே விளங்கினார்கள். அவர்கள் நடித்த கதாப்பாத்திரங்களாய் அவர்கள் மாறவில்லை. மாறாக, அந்த கதாபாத்திரங்கள் அவர்களுக்குப் பொருந்துமாறு முன்னரே எழுதப்பட்டன. மக்கள் விரும்பியதும், அவர்களின் நடிப்பை அல்ல. மாறாக அவர்களின் தோற்றத்தை, கவர்ச்சியை ஆகும். அதுபோன்ற கவர்ச்சியைக் கொண்டிருப்பதும், ஒரு பெரிய விஷயமாகும். இவர்கள் அழகிய கவிதைகளைப் போன்றவர்கள். அந்தக் கவிதைகள் வெறும் வெளிப்படையான பொருள்களைச் சொல்வதோடு மட்டுமல்லாமல், கூடவே கவிஞர்களின் உள்ளத்தையும் காட்டுவதாய் இருந்தது. இந்த மாபரும் திரைப்பட நட்சத்திரங்கள், அழகிய கவிதைகளை எழுதும் சிறந்த கவிஞர்களைப் போன்றவர்கள். அவர்களின் சாதனமாக விளங்கியது. வார்த்தைகள் அல்ல. மாறாக அவர்களின் உடல், முகம் மற்றும் உடல் பாவமாகும். அவர்கள் தங்களின் கலையைக் காண்பிப்பதற்கான ஒரு சந்தர்ப்பமாகவே அவர்கள் நடித்த கதாபாத்திரங்கள் அமைந்தன.

அதிசயங்களாய் விளங்கிய இந்த நட்சத்திரங்களுக்கு இருந்த உலகம் முழுவதிலுமான புகழை, வெறும் மிகச் சிறந்த மேடை நடிப்பால் மட்டுமே அடையமுடியாது. மிகச்சிறந்த மாபெரும் நடிப்புக் கலைஞர்கள் பலர் இவ்வுலகில் இருக்கத்தான் செய்தார்கள். அவர்களில் பலர் மக்களுக்குக் கடவுளைப்போல் விளங்கிய இந்த திரை

நட்சத்திரங்களை விட சிறந்த நடிகர்கள். அந்தத் திரை நட்சத்திரங்களில், கோடிக்கணக்கான மக்கள் தங்கள் கனவுகள் உயிர்தெழுவதைப் பார்த்தனர். அந்த நட்சத்திரங்களின் கலை என்பது, தங்களின் சொந்தத் தன்மையை மிகவும் சக்தியோடு வெளிப்படுத்துவதில்தான் இருந்தது. அப்படிப்பட்ட மனிதர்கள் ஆர்வத்துக்குரியவராகவும், கவர்ச்சியானவராயும் மட்டும் இருந்தால்போதாது. கவர்ச்சியான, ஆர்வத்துக்குரிய பலர் இவ்வுலகில் இருக்கத்தான் செய்கிறார்கள். சார்லி சாப்ளின் இன்று உலகம் முழுவதும் இப்படி ஒரு அன்புக்குரிய மனிதராக இருப்பாரெனில், அதற்கு காரணம் லட்சக்கணக்கான ஆண்களும், பெண்களும் அவரிடத்தில் அர்த்தம் நிறைந்த ஒன்றைப் பார்த்திருக்க வேண்டும். அவர்கள் எல்லோரிடத்திலும் இருக்கக் கூடிய ரகசிய உணர்வு, துடிப்பு, ஆர்வம், மறைமுகமான கருத்து போன்றவற்றை சார்லி சாப்ளினின் தனித்தன்மை, தன்னுடைய கவர்ச்சி மற்றும் கலாப்பூர்வமான நடிப்புக்கு அப்பாற்பட்டு வெளிப்படுத்தியிருக்க வேண்டும். சாப்ளினின் தங்கமான மனதைக் கொண்ட, அலைந்து திரியும், குழப்பம் மிகுந்த அந்த தந்திரப்புத்தி கொண்ட நாடோடி உருவம், முதலாளித்துவத்தின், இயந்திர உலகின் பலியுருவமாகத் தோற்றமளிக்கிறார். அந்த உலகை அவர் தன்னுடைய வினோதமான சேஷ்டைகளின் மூலம் எதிர்க்கிறார். சார்லி தன்னுடைய சோகம் நிறைந்த நம்பிக்கையில், இந்த மனிதத்துவமற்ற சமூக அமைப்பிற்கெதிரான நம் அனைவரின் எதிர்ப்பையும் காட்டுகிறார்.

இன்று வரையிலும் மிகப் பிரபலமான நட்சத்திரமாக விளங்குபவர் கிரேட்டா கார்போ ஆவார். இது எந்த அழகியல் அடிப்படையையும் கொண்டிருக்கவில்லை. அதைக் காட்டிலும் சிறந்த, மிகச் சரியான அளவுகோல் ஒன்று உள்ளது. இந்த அளவுகோல் என்பது டாலரிலான மதிப்பீடு ஆகும். அது அவர்களின் புகழுக்குப் பரிசாகக் கிடைக்கக் கூடியதாகும். உலகின் உள்ளத்தையே கொள்ளை கொண்டது கிரேட்டம் கார்போ என்ற நடிகை அல்ல. கார்போ மோசமான நடிகை அல்ல. ஆனால் அவளின் புகழுக்குக் காரணம் அவளுடைய அழகாகும். இருந்தாலும் இது அவ்வளவு சாதாரண விஷயமில்லை. வெறும் அழகு என்பது, ரசனை மற்றும் பாலுணர்வு பற்றிய பிரச்சனையாகும். ஆனால் அதனால் மட்டும் உலகம் முழுவதும் லட்சக்கணக்கான மக்களை ஒரே விதத்தில் பாதிக்க முடியாது. உலகில் இன்று எத்தனையோ பெண்கள் மிகச் சிறந்த அழகோடு விளங்குகிறார்கள். கார்போவின் அந்த அற்புதமான உடலழகு மட்டும் அவளின் அந்த மாபெரும் பிரபலத்தன்மைக்கு காரணமாக இருந்திருக்க முடியாது.

கார்போவின் அழகு என்பது அவளின் அற்புதமான உடலமைப்பு மட்டுமல்ல. அது வெறும் அலங்கரிப்பாக மட்டும் இல்லை. அவளின் அழகு, ஒரு குறிப்பிட்ட மனோநிலையின் உறுதித் தன்மையைக் காட்டுகின்ற பாவயியலைக் கொண்டிருந்தது.

மற்ற நடிகர்களின் முகங்களைப் போலவே, கிரேட்டா கார்போவின் முகமும் ஒரு காட்சியின் போது மாறுகிறது. அவளும் கதாபாத்திரம் கோருகிறபடி சிரிக்கிறாள், வருத்தமடைகிறாள், கோபப்படுகிறாள், ஆச்சரியப்படுகிறாள். கதாபாத்திரத்திற்கு ஏற்றபடி அவள் முகம் ஒருமுறை அரசியுடையதாகவும், இன்னொரு முறை விபச்சாரியுடைய தாகவும் இருக்கும். ஆனால் இந்த எல்லா பல்வேறுபட்ட முகபாவங்களுக்கும் பின்னால், மாறாக கார்போவின் முகம் ஒன்று இருந்தது. அந்த முகத்தின் மாறாத நிலைத்த பாவம் தான் உலகையே கொள்ளை கொள்வதாக இருந்தது. அது வெறும் அழகு மட்டுமல்ல. ஒரு குறிப்பிட்ட முக்கியத்துவத்தைக் கொண்ட அழகு ஏதோ, குறிப்பிட்ட ஒன்றை வெளிப்படுத்திய அழகு. அதுதான் மனித குலத்தின் பாதிப்பேரின் உள்ளத்தைக் கொள்ளை கொள்வதாக இருந்தது. அந்தக் குறிப்பிட்ட ஒன்று என்ன?

கிரேட்டா கார்போ வருத்தமாயிக்கிறாள், அவள் அவ்வாறு வருத்தமாய் இருப்பது சில குறிப்பிட்ட காட்சிகளில், சில குறிப்பிட்ட காரணங்களுக்காக மட்டும் இல்லை. கிரேட்டா கார்போவின் அழகு வருத்தத்தில் தோய்ந்த அழகு. அவளுக்கு வாழ்க்கை மற்றும் சுற்றியுள்ள உலகு எல்லாமே வருத்தத்தைத் தருவதாய் உள்ளது. இந்த வருத்தம், சோகம் என்பது மிகவும் உறுதியான ஒன்றாகும். அது தனிமையில் தோய்ந்த சோகமாகும். மற்ற மனிதர்களோடு எந்தப் பொதுவான தொடர்பையும் தராத சோகத்தில் தோய்ந்த தனிமை அது. தூய்மையான அமைதியின் உள்ளார்ந்த உன்னதத்துவத்தைக் காட்டுகின்ற சோகம் அது. அந்த அழகு தொட்டாற் சிணுங்கி செடி கைபட்டதும் சுருங்கிக் கொள்வது போலாகும். அவள் உண்மையான ஒரு விபச்சாரியாக நடித்த போது கூட அந்த அழகு அவளிடத்தில் இருந்தது. அப்போது கூட அவளின் சோகச் சிந்தனையிலாழ்ந்த பார்வை வெகு தூரத்திலிருந்து வருவதாகவும், முடிவற்ற ஒன்றை நோக்குவதாகவும் உள்ளது. அந்த மாதிரி நடிப்பில் கூட, அவள் ஏதோ கண் காணாத் தேசத்துக்கு வந்து விட்டது போலவும், அங்கு ஏன் வந்தோம் என்று தெரியாதவள் போலவும் இருந்தாள்.

பத்திரிகை கவர்ச்சிப் படங்களில் வருகிற அழகிய, பிரகாசமான பெண்களைக் காட்டிலும், கிரேட்டா கார்போவின் புரிந்து கொள்ள முடியாத அழகு லட்சணக்கணக்கான மக்களின் உள்ளத்தைக் கொளளை கொள்வதாக எவ்வாறு விளங்கியது. கார்போவின் உணர்ச்சி பாவத்தின் அர்த்தம் தான் என்ன?

கிரேட்டா கார்போவின் அழகை சிறந்ததாகவும், உன்னதமாகவும் உணருகிறோம். இதற்கு சரியான காரணம் என்னவெனில், அவளின் அழகு சோகத்திலும் தனிமையிலும் தோய்ந்த அழகாகும். அவளின் முகத்தோடு எத்தனை ஒருங்கிணைவோடு இருந்தாலும், அந்த முகம் திருப்தியோடு புன்னகைக்குமெனில், அந்த முகம் ஒளியோடும்

மகிழ்ச்சியோடும் இருக்குமெனில், அதுவும் நாம் வாழ்கின்ற இந்த உலகில் ஒளியோடும், மகிழ்ச்சியோடும் இருக்குமெனில், அந்த முகம் நிச்சயமாய் ஒரு சாதாரண மனித முகமாய்த்தான் இருக்கும். வழக்கமான அவ்வளவு உணர்வு பூர்வமாக இல்லாதவர்கள் கூட, சோகத்தில் தோய்ந்த அழகைப் பார்க்கும்போதும், அது இந்த கொடுமையான உலகத்தின் காற்றுப்பட்டாலே, பயங்கரத்தை வெளிப்படுத்தியதைப் பார்த்த போதும், அவர்கள் அதைப் புன்னகை மற்றும் மகிழ்ச்சியைக் காட்டிலும் உன்னதமானதாகவும், தூய்மையானதாகவும் உணர்ந்தார்கள். கிரேட்டா கார்போவின் அழகு இன்றைய உலகின் மீது எதிர்ப்பைக் காட்டக் கூடிய ஒரு அழகாகும்.

லட்சக்கணக்கானவர்கள் அவளின் முகத்தில் பார்ப்பது, இந்த எதிர்ப்பைத்தான். அந்த எதிர்ப்பு அவர்களின் சாந்தத் துன்பங்களின் எதிர்ப்பு என்பதைக் கூட அவர்கள் உணர்ந்திருக்க மாட்டார்கள். ஆனாலும் அதற்காக அவர்கள் கார்போவை உன்னதமாகப் பார்க்கிறார்கள். அவளின் அழகை, எல்லாவற்றிலும் மிகச் சிறந்த அழகாகக் கருதுகிறார்கள்.

பொருள் அடைவு

அக்டோபர் மாதத்தில் லெனின், 80

அக்டோபர், 98, 154, 192

அர்பன் கேட், 27,28

ஆல்பிரட் ஏபெலு, 108

அலாய்ஸ் ரீல், 189

அலெக்ஸாண்டர் கோர்டா, 138

அலெக்ஸான்ட்ரினைப், 56

அலெக்சாண்ட்ரோவ், 163, 284

அந்த பதிமூன்று பேர், 67

அட்வென்சர்ஸ் ஆஃப் ஏ டென் மார்க் நோட், 191

அன்னா காரனினோ, 165

அஸ்டா நெல்சன், 20, 76, 78, 82, 158, 346

அஸ்பா, 169

ஆர்சனல், 98

இப்சன், 299

இவான் தி டெரிபிள், 138, 328

இல் ஸோல் ஸோர்ஜே அங்காரா, 247

இன்ஃப்ளேஷன், 218

இண்டாலரண்ஸ், 58

ஈஃக்லிங், 221

உரிட்ஸ்கி, 80

உலகத்தின் அமைதிக்காக, 205

எக், 296

எட்கர் ஆலன் போ, 219

எடிசன், 197

எப்ஸ்டைனி, 219

எர்ட்மானு, 258

எர்ம்லர், 149, 150, 264

எர்வின் பிஸ்கேட்டர், 162

ஐவன், 109

ஐஸன்ஸ்டின், 89, 94, 98, 120, 124, 134, 135, 143, 144, 152, 153, 154, 160, 192,328

ஓல்ட் அண்ட நியு, 160

ஓஸ்த்ரோவ்ஸ்கி, 275

கதே, 110, 111, 321

கடைசி இரவு, 103

காக்டேவ், 217

கான்ராட் வீய்த், 93, 163

காண்ட், 215

தி காபினெட் ஆஃப் டாக்டர் கேலிகரி, 126

கார்க்கி, 197

கார்மன், 334

கார்ல் க்ருனே, 118, 216

கார்ல் பிரயுந், 191

கார்னிலின், 56

கால் டெரானோ, 299

காலெவெலா, 331

காவல்காண்டி, 160, 217

க்ரட்டிநெட்டி, 33

கிங் விடோர், 103

கிரிகொரி ரோஷல், 245

கிரேட்டா கார்போ, 165, 344, 347, 348, 349

கிரேட் டிக்டேட்டர், 290

கிரைம்ஹில்டி, 321

கியட்டோ, 44

க்ளாட் மோனே, 139, 213

குல்லிவர், 228

கெர்ஹார்ட் ஹாப்ட்மான், 129

கேப்டன் ஸ்காட், 208

கோதிக், 138, 139, 140, 260, 228, 285

சர்க்கஸ், 163

சர்ரியலிஸம், 220

சர் எர்னஸ்ட் ஷாக்லெட், 208
சார்லி சாப்ளின், 33, 60, 267, 269, 287, 346, 347
சாங், 195, 197
சிமாபு, 44
சூய்டர்ஜி, 203
செசு ஹறாயகாவா, 90
செப்பயவ், 172, 174, 304, 305
டால்ஸ்டாய், 192
டிரையர், 88, 168
டுஷ்கோ, 226
டிஸ்ஸே, 124, 135
டிம்போ, 324
டேவிட் கிரிஃபித், 20, 38, 58, 77, 86
டொக்ளாஸ் பேயர் பாங்க்ஸ், 346
தாவ்ஷங்கோ, 98, 112
தி எண்ட் ஆஃப் செயின்ட் பீட்டர்ஸ்பர்க், 132, 153
தி மேன் ஆஃப் பிஃப்டி, 321
தி பால் ஆஃப் தி ஹவுஸ் ஆஃப் அஷர், 219
தி கிட், 29
தி கிரேட் வால்ட்ஸ், 263
தி பிரிட்ஜ், 213
தி ஃபோர்ஜ்ட் கூப்பன், 192
தி ஸ்டிரிட், 216
துர்க்சிப், 201
துரின், 201
தெஜா ஊ, 108
நார்கோஸிஸ், 108, 178, 180
நானுக் ஆப் தி நார்த், 195
நியு இயர்ஸ் ஈவ் 152
நிகோலெட்டோ, 334
நெடுலங் சாகா, 320, 321
நோத்ர-டம் இன் தி சன்லைட், 139
பஸ்டர் கீட்டன், 33, 284
பாகனினி, 244, 245
மார்க்கெட் ஆன் தி

விட்டன் பெர்க் பிளாட்ஸ், 212
பாட்சுலீவன், 232
பாதலேர், 111, 137
பார்ட்டி க்ரௌட், 257
பாஸ்டியர், 197
பால்டிக் டெபுடி, 79
பாஸட்டு, 212
பிக்வார்ட், 205
பிதர்மியர், 140
பிராங்க் பிராங்வின், 117
ப்ரின்ஸ், 33
பிரிட்ஸ் லேங், 328
பிரெஞ்சு கலாசாலை, 56
பிரிவ், 267
பினளையிங் டச்மேன், 287, 342
பிஸட், 334
பீட்டர்ஸ்பர்க் நைட், 245
புதோவ்கின், 94, 95, 132, 134, 152, 153
புயலி, 275
பெட்ரார்க், 116
பெட்ரோவ், 276
பெர்லின், 160, 188, 215, 216
பேட்டில்ஷிப் பொட்டடம்கின், 120, 134, 135, 143
பேண்டல்லோ, 319, 320
ஃபேந்தொமைம், 84
பேல பார்தோக், 220
பேன்த்தம், 129, 130
பேஷன் ஆஃப் ஜோன ஆஃப் ஆர்க், 88, 168
பெர்த்தோல்ட் வீர்த்தல், 191
மதர், 152, 155
மாடர்ன் டைம்ஸ், 287, 290
மாக்ஸ் விண்டர், 31, 33
மார்க்ஸ், 71, 117
மிக்கெய்ல் ரோம், 67, 83
மியூனியர், 117
முர்னாவ், 328

மேடம் க்யூரி, 197
மேட்டர்லின்க், 92
மேன் ரே, 217
மோலியர், 299
மோஸ்க்வின், 328
மோனா, 44, 195
மோஷே வெர்தூ, 289
யு.எப்.ஏ, 200
ராபர்ட் வைன், 126, 328
ராபின்சன் குருஸே, 324
ரினே க்ளேர், 188, 271, 325
ரீஸ் மான், 103
ரெய்ன், 213
ரெனுவார், 44, 217
ரேஸின், 56
ரொக்கோகோ, 137, 327
ரோப், 168
ருடாப் வாலான்டினோ
ரோஸ்டாண்ட், 97
லாஂபோன்டைன், 228
லாக்கூன், 70, 314
லாவெர், 56
லிலியான் கிஷ், 77, 86, 163, 274
லுப்பு பிக், 102, 152, 153, 157
லூமியர் சகோதரர்கள், 26, 269, 311
லூய்கி ஸாம்பா, 246
லெனின், 192, 197
லெஸ்ஸிங், 70, 306, 314
லேடி ஹாமில்டன், 138
லேவேட்டரின் உடற்பாவியல்
பற்றிய கருத்துக்கள், 110
வடு நிறைந்த முகங்கள், 205
வாக்னர், 287, 342
வால்ட் டிஸ்னி, 235
வால்டர் ரட்மானின், 160, 215
விவர் இன் பேஸ், 246
வில்ஹெல்ம் மெய்ஸ்டர், 321

வீய்மர், 200, 206
வெர்கனோ, 247
வெர்தி, 324
வெனினா, 82, 158
வெஸ்டர்ன்ஸ், 28
வான் கோ, 115
ஸ்ட்ராஸ், 222, 263
ஸ்ட்ரோஹைம், 270
ஸ்டிரின்ட்பர்க், 101
ஸ்விஂபடி, 228
ஷூகின், 80
ஷேக்ஸ்பியர், 278, 299, 314, 319, 328
ஷேடோஸ் ஆஃப் த
யோஷிவாரா, 139, 168, 210
ஷாபோக்ல்ஸ், 324
ஷோல்டர் ஆர்ம்ஸ், 170
ஹான்ட்டட் மார்னிங், 230
ஹான்ஸ் ரைஷர், 218, 230
ஹிட்ச்காக், 167
ஹென்றி பெர்க்ஸன், 73
ஹெரால்ட் லாயிட், 33, 284
ஹோராம் கம்மிங், 176
ஹோமர், 331
ஜாஸ் காமெடி, 163, 284, 285
ஜிகா பெர்ட்டோவ், 198
ஜியார்ஜீ மீலே, 33
ஜார்ஜ் குரோஸ், 234
ஜேக்கி கூகன், 29
ஜோ மே 169, 176
ஜோரிஸ் ஐவன்ஸ், 118
Boule de Suif, 83
Der Sichtbare mensh, 26, 45, 271
Der Geist Des films, 236, 237
Pathe Freres, 27
Societe des Auteurs Dramatiques, 27
Societe des Auteurs, 27
Sous les Toits de Paris. 271